An English-Tagalog

and

Tagalog-English Dictionary

Compiled and Published

by

MARIA ODULIO DE GUZMAN

*The First Filipino Woman Principal in Secondary
Schools of the Philippines
Tagalog major, University of the Philippines, Manila
English major, B.S.E. Radford State Teachers' College
Radford, Virginia, U.S.A.
Education major, M.A., San Francisco State College
San Francisco, California, U.S.A.
Retired Assistant Professor of
English, Education, and Tagalog
Philippine Normal College
Translator of "El Filibusterismo"*

National
Book Store

First Edition, May, 1966
Revised Edition, 1st Printing, November, 1996
Revised Edition, 2nd Printing, August, 1967
Revised & Enlarged Edition, 3rd Printing, October, 1968
Revised Edition, 4th Printing, February, 1969
Revised Edition, 5th Printing, February, 1970
Revised Edition, 6th Printing, July, 1971
Revised Edition, 7th Printing, September, 1972
Revised Edition, 8th Printing, November, 1973
Revised Edition, 9th Printing, July, 1974
Revised Edition, 10th Printing, July, 1975
Revised Edition, 11th Printing, July, 1976
Revised Edition, 12th Printing, March, 1979
Revised Edition, 13th Printing, July, 1978
Revised Edition, 14th Printing, March, 1979
Revised Edition, 15th Printing, June, 1979
Revised Edition, 16th Printing, September, 1979
Revised Edition, 17th Printing, February, 1980
Revised Edition, 18th Printing, November, 1980
Revised Edition, 19th Printing, June, 1981
Revised Edition, 20th Printing, October, 1981
Revised Edition, 21st Printing, January, 1982
Revised Edition, 22nd Printing, June, 1982
Revised Edition, 23rd Printing, December, 1982
Revised Edition, 24th Printing, March, 1983
Revised Edition 25th Printing, August, 1983
Revised Edition 26th Printing, January, 1984
Revised Edition 27th Printing, September, 1984
Revised Edition 28th Printing, April, 1985
Revised Edition 29th Printing, November, 1986
Revised Edition 30th Printing, May 1987
Revised Edition 31st Printing, October, 1987
Revised Edition 32nd Printing, April 1988
Revised Edition 33rd Printing, April 1989
Revised Edition 34th Printing, January, 1990
Revised Edition 35th Printing, June, 1991
Revised Edition 36th Printing, May 1992
Revised Edition 37th Printing, February, 1993
Revised Edition 38th Printing, July, 1995

Revised Edition 39th Printing, June, 1996
Revised Edition 40th Printing, May, 1997
Revised edition 41st Printing, March, 1998
Revised Edition 42nd Printing, September, 1998
Revised Edition 43rd Printing, October, 1999
Revised Edition 44th Printing, August, 2000
Revised Edition 45th Printing, March 2001
Revised Edition 46th Printing, June, 2002
Revised Edition 47th Printing, February, 2003
Revised Edition 48th Printing, July, 2003
Revised Edition 49th Printing, May, 2004
Revised Edition 50th Printing, October, 2004

ISBN 971-08-0713-7

FOREWORD

At the outset you will find that the author has introduced some helps in both Tagalog and English grammar which make this dictionary so different from the dictionaries in the field at present. She has tried to undertake this gigantic task of preparing this bilingual dictionary and has used each word in one or more sentences with a view to help students, teachers, foreigners and the public in general, with special references to new usages as found in Tagalog provinces and cities especially Manila and its environs.

On the advice and suggestions of some fellow teachers and supervisors, the author has included salawikain, and terms used by physical education, dance, and art education teachers and the translation of each term. It is hoped that the additional terms given here will be of help to the physical education teachers, dance teachers, and art education teachers and pupils in all schools of the Philippines.

With this particular purpose in mind she nas selected the words to be defined according to the relative frequency of their occurrence.

The English — Tagalog section contains most items and idioms found in the books mentioned in the Bibliography supplemented by many words occurring in a number of textbooks used in Philippine Schools.

Maria Odulio de Guzman

ACKNOWLEDGMENT

Grateful acknowledgment is made to the Institute of National Language in particular, and to all others mentioned in the above Bibliography in general, for the help gotten from them.

Maria Odulio de Guzman

TABLE OF CONTENTS

HELPS IN GRAMMAR — MGA TULONG SA BALARILA
Nouns — Mga Pangngalan

A noun is the name of anything. Ang pangngalan ay pangalan ng kahit anóng bagay.

Nouns are divided into two classes: common and proper. Ang pangngalan ay nahahatì sa dalawáng urì: pambálaná at pantangì:

common; pambálaná — tao, pusò, babae, hayop, aso — proper; pantangì — José, Pablo, Juan, Dios, Ana —

In Tagalog, nouns have three numbers, not like in English where there are only two. Sa Tagalog ang mga pangngalan ay may tatlóng kabilangan (number) hindî tulad sa Inglés na may dálawá lamang.

In English there are only two numbers, singular and plural. Ang tatlóng kabilangan ay;

1. Ísahan (singular) — aklát (book), batà (child), aso (dog).
2. Dálawahan (dual) dalawáng aklát, dalawáng batà, dalawáng aso
3. Máramihan (plural) mga aklát (books) (children) mga batà

Nouns have four genders in English, but in Tagalog there are only three:

1. Panlalaki — masculine (amá — father); ninong (god-father)
2. Pambabae — feminine (iná — mother); ninang (god-mother)
3. Pambalakì — common (pinsan — cousin); biyenán (in-law)
4. Waláng kasarián — neuter (bahay — house); aklát — book

Nouns have three cases (kaukulán). Ang pangngalan ay may tatlóng kaukulán.

1. **Palagyô** (nominative) — Ang *lapis* ay matulis. The *pencil* is sharp.
2. **Paarî** (possessive) — Ang *aking iná* ay si Tessie. *My mother* is Tessie.
   Ang *pangalan ng aking ina* ay Teresa. My *mother's name* is Teresa.
3. **Palayón** (objective) — Ang aking aklát ay nasa *ibabaw ng mesa*. My book is *on the table*.

In English nouns are generally made plural by adding **s** to the singular, like dog — dogs; boy — boys; pencil — pencils

Sa Tagalog, ang pangngalan ay ginagawáng maramihan (plural) sa pamamagitan ng pagdaragdag ng *mya* sa ísahan (singular)

1. mesa — *mga* mesa; 2. papél — *mga* papel; table — tables; paper — papers; 3. bahay — *mga* bahay; 4. pugad — *mga* pugad; nest — nests;

PRONOUNS — MGA PANGHALÍP

A **pronoun** is a word used instead of a noun. Ang panghalíp ay isang salitâ na ginagamit sa halíp ng isang pangngalan.

One class of pronouns is the personal pronoun (panghalíp na panao). Isang urì ng panghalíp, ay ang *panghalíp na panao*.

Pronouns have three persons. Ang mga panghalíp ay may tatlóng panauhan (person):

1. Unang panauhan (first person) — taong nagsásalitâ (person speaking) — akó (I); we (kamí o tayo)
2. Pangalawáng panauhan (second person) — ikáw (you); kayo (you) (person spoken to — ang taong kausap)
3. Pangatlong panauhan (third person) — siya (he or she); (sila — they) — taong pinag-uusapan (person spoken of.)

Pronouns generally have two numbers: singular and plural. Ang mga panghalíp karaniwan ay may dalawang bilang o kabilangan, nguni't kung minsan ay nagagamit na pandálawahan ang kita, ta, at nita na gaya ng sumusunod:

1. *Katá* ay magsayáw. (Katá is used before the verb.)
   You and I dance.

2. Magsayáw *kitá*. (Kitá is used after the verb.) Let us (you and I) dance.

3. Ang bahay *ta* ay bago. (*Ta* in the possessive case, is used after the noun bahay. *Our* house (yours and mine) is new. Ang bahay nitá ay bago. (*Nitá* in this sentence, has the same use as *ta* in the previous; it is used after the noun also.

   There are two numbers in English:

1. Singular (ísahan)
2. Plural (máramihan)
3. Dálawahan (no English equivalent) (kitá, katá, ta, nitá, only).

Pronouns have three cases (kaukulan):

1. Nominative case — paturól
2. Possessive case — paarî
3. Objective — palayón

Declension of pronouns showing persons, number, and case:

Ayos ng mga panghalíp sang-ayon sa panauhan, kabilangan at kaukulán:

Ísahan — Singular

Kaukulán — Kabilangan — Panauhan

Kaukulán (case) — Panauhang una — Panauhang ikalawá — Panauhang ikatló

Paturól (nom.) — akó (I) — ikáw (you) — siyá (he or she)

Paarî (pos.) — akin, ko (my or mine — iyó, mo) — kaniya your or yours) niya

Palayón (obj.) — sa akin (me) — sa iyó (to you) — sa kaniyá (to him or to her.)

Máramihan — Plural

Kaukulán (case)

Paturól — (nom.) — kamí, tayo (we) — silá (they)

Paarî (pos.) — amin, atin (our or ours) — kanilá (their)

Paukól (obj.) — sa amin, sa atin (us) — sa kanilá (to them)
Examples — mga halimbawà

Paturól — Akó ay isáng gurò. I am a teacher.
Ikáw ay isáng mánanayaw. You are a dancer.
Siyá ay isáng karpintero. He is a carpenter.
Siyá ay isáng dalaga. She is a lady.
Silá ay kumakain. They are eating.

Paarì (pos.) — Ang aking payong ay lumà. My umbrella is old.

Ang bulaklák na iyán ay akin. That flower is mine.
Basahin mo ang iyóng aklat. Read your book.
Ibinigáy ni Jose ang kaniyáng sulat kay Juan. José gave his letter to Juán.

Ang aming bahay ay may pintá. Our house is painted.
Nasirà ang kaniyáng radyo. His radio got out of order.
Ang kaniláng alis ay sa Lunes. Their departure is on Monday.

Pilipinas ang ating bayan. The Philippines is our country.

Ang bahay na iyán ay amin. That house is ours.

Paukól (obj.) — Ibigáy mo sa akin ang iyóng barò. Give me your dress.

Sabihin mo sa kaniyá na pumuntá sa palengke. Tell her to go to market.

Hihingî siyá sa iyó ng kuwalta. He will ask you for some money.

Bibigyán ko siyá ng aginaldo. I will give her a Christmas gift.

Sa kanilá ibibigáy ang premyo. To them the prize will be given.

Other pronouns — Ibá pang mga panghalíp

Demonstrative pronouns (panghalíp na pamatlíg):

1. itó (malapit sa nagsásalitâ) — this (close to the speaker)
2. iré, yarí (malapit na malapit sa nagsásalitâ) (this) (still closer to the speaker)

3. iyán (malapit sa kausap) — that (close to the person spoken to)
4. iyón, yaón (malayò sa dalawá) — that (far from both)
5. ayún o hayún (malayo sa dalawa).— there (far from both)

Examples — Mga halimbawà

1. Itó ay aking bola. This is my ball. (close to the speaker)
2. Iréng o iríng pusod ko ay malakí. My queue or this queue of mine is big. (still closer to the speaker).
3. Iyán ang katulad ng payong ko. That is the umbrella similar to mine. (close to the person spoken to)
4. Iyón o yaón ang manggagamot nilá. That is their doctor. (far from both).
5. Ayún o hayún ang bahay ni José sa ituktók ng bundók. There is Jose's house on top of the mountain.

Interrogative pronouns — Panghalíp na Pananóng

Ísahan — Máramihan — Pangungusap

1. sino (who) sinu-sino — Sino akó? Sinu-sino ang magsísialís?
2. anó (what) — anu-anó — Ano ang pangalan mo? What is your name? What are your names? Anu-anó ang mga pangalan ninyó?
3. saán (where) saan, saan-saán — Saán nároón ang inyóng papél? Where is your paper? Saán-saán nároón ang inyóng mga papél? Where are your papers?
4. magkano (how much) magka-magkano — Magkano ang kita mo isáng araw? How much do you earn daily? Magka-magkáno ang mga ambág? How much are your contributions?
5. gaano (how much) — gaa-gaano — Gaano ang inani mong palay? How much rice did you harvest? Gaa-gaano ang inani ng mga kasama mo? How much did your tenants harvest?
6. kailán (when) — kai-kailán — Kailán ang pistá sa inyó? When is the fiesta at your place? Kai-kailan ang mga alís ninyó? When do you all leave?

7. Kanino (whose) -- kani-kanino -- Kanino ang lapis
   na itó? Whose pencil is this? Kani-kanino ang mga
   aklát na ito? Whose books are these?
8. alin (which)·— alin-alín — Alin ang barò mo? Which
   is your dress? Alin-alín ang mga payong ninyo?
   Which are your umbrellas?

Helps on articles ─── Mga tulong sa Pantukoy

Articles used in common nouns (pangngalang pambálaná)
   Ísahan   Máramihan   Mga pangungusap — sentences
   ang — ang mga — Ang batà ay natutulog. The child is
   sleeping. Ang mga batà ay natutulog. The children are
   sleeping.
   ng — ng mga — Ang bote ng batà ay nabasag. The
   bottle of the child is broken. Ang mga bote ng mga batà
   ay nangadurog. The bottles of the children got broken.
   sa — sa mga — Ibigay mo sa batang lalaki ang atis.
   Give the atis to the boy. Ibigay mo sa mga batang la-
   laki ang mga prutas. Give the fruits to the boys.
Articles used with proper nouns — (panghalip panao)
   Isahan   Maramihan — Mga pangungusap — Sentences
   si — siná — Si Juan ay masunurin. Juan is obedient.
   Siná Juan at Pablo ay masisipag. Juan and Pablo are
   industrious.
   ni — niná — Ang barò ni Ana ay punít. Ana's dress
   is torn. Ang mga barò niná Ana at Rita ay bago.
   kay — kiná — Sabihin mo kay Pablo na pumarito. Tell
   Pablo to come here. Sabihin mo kiná Pablo at José na
   pumarito. Tell Pablo and José to come here.

Verbs — Mga Pandiwà

A verb is a word which gives meaning or thought to a phrase
or word group so that it may have significance or express
action.

Ang pandiwà ay salitáng pinakakáluluwa ng pangungusap
sapagka't nagbíbigay diwà sa parirala o mga salitâ nang
ang mga ito'y magkadiwà, mabuhay, kumilos o gumanáp.

Some verbs may be conjugated and some may not. Ay in
Tagalog which is the equivalent of the verb to be in

English is the first among the verbs that cannot be conjugated. May and mayroon are the others that are commonly used.

All the verbs may be grouped under seven ways of conjugation. Ang lahat ng pandiwà ay mapagsasama-sama sa pitóng paraán ng pagbabangháy ng gaya ng sumúsunód:

Bangháy sa UM — isáng paraán
Conjugation in UM — one way
Bangháy sa MA, MAG MANG — tatlóng paraán
Conjugation in MA, MAG MANG — three ways
Banghay sa PA — isang paraan
Conjugation in PA — one way
Banghay sa IN O HIN — dalawang paraan
Conjugation in IN or HIN — two ways

Mga Halimbawà — Examples

1. Si Rita ay matalino at masipag na dalaga. **Rita is an intelligent and industrious lady.**
2. Siyá ay nagsísimbá araw-araw. **She goes to church every day.**
3. Si Rizal ay pángunahíng bayani ng Pilipinas. **Rizal is a national hero of the Philippines.**

Ang may ay ginagamit kung ang kasunod ay pangngalan, pang-urí, pandiwà, pantukoy na mga, pang-ukol na sa at panghalíp na paarî.

May is used if it is followed by a noun, an adjective, a verb, the article mga, the preposition sa, and possessive pronouns.

May tao sa loób ng paaralán. **There is a man inside the school building.**

May magandáng anák si Idad. **Idad has a pretty daughter.** May ibíbigáy ka ba sa akin? **Are you going to give me something?** May mga kumakain sa kanílá na pumapasok sa págawaan. **There are people working in the factory, who are eating with them.**

May sa-daratíng na panauhin nang ako'y kakain na. **There is an unexpected visitor that arrived when I was about to eat.**

May akin akó kayâ hindi ko na gagamitin iyan. I have my own so I will not use that.

Ang *mayroon* ay ginagamit kung may katagáng nasisingit sa pagitan ng salitáng itó at ng pangngalan, pang-uri, o pandiwang kasunód; kung panagót sa tanong; kung ginagamit na patalinghagà; kung pagtútumbasán ng mayroon at walâ; at kung ang sumusunod ay panghalip na palagyô.

Mga halimbawà:

Mayroón paláng tao sa loob ng bakuran. So there is a man in the yard.

May bagong barò ka ba? Mayroón. Have you a new dress? Yes.

Ang angkán niná Luisa ay mayroón sa aming bayan. We have some relatives of Luisa in our town.

Lahat ba kayo'y may mga aklát na? Mayroóng wala, at mayroong mayroon. Do you all have books? Some have, some have none.

Kahulugán ng mga panlapì. **Meaning of prefixes**

    panlapì — prefix
    unlapì — affix
    gitlapì — infix
    hulapì — suffix

Ang mga panagano (mood) ng pandiwà ay:
    pawatás —infinitive   pasakalì—subjunctive
    pautós—imperative
    Paturól· indicative

Bangháy sa UM

Conjugation in UM   umasa (hope)   Kumain (eat)

Paturól — indicative — pangkasalukuyan-present
    umasa — kumain — pangnagdaan —
    umasa — kumain

Rules of the conjugation in UM

Present tense

Take the first two syllables of the infinitive and add the root word: umasa (to hope) umaasa (UMA-ASA)

If the second syllable of the infinitive has a final consonant, it should not be included.

tumakbó (to run) — tumátakbó (TUMA-TAKBO)
kumain (to eat) — kumakain (KUMA-KAIN)

Past tense — of the same form as in the infinitive

Future tense

Remove the UM and reduplicate or double the first syllable of the root word.

umasa—Asa
tumakbó—TATAKBÓ

Rules of the conjugation in MA, MAG, MANG

Present tense

Change the M of the infinitive into N and reduplicate the first syllable of the root word.

mabuhay (to live) nabubuhay
magbayad (to pay) nagbabayad
manghingî (to ask) nanghihingî

Past tense

Change the M of the infinitive into N
magbayad—nagbayad
mabuhay—nabuhay
manghingi—nanghingî

Future tense

Reduplicate the first syllable of the root word.
mabuhay—mabubuhay
magbayad—magbabayad
manghingî—manghihingî

We use IN or NI in the past or present tenses. The IN and NI mentioned here, therefore, are affixes for conjugation purposes and not affixes for the infinitive. ibigáy (to give)

Present tense — ibinibigáy
Past tense — ibinigáy

All IN or NI verbs which end in the suffixes IN, HIN or NIN lose their suffixes in the present and past tenses. Si Rita ang pinakamagandá sa tatlóng batang babae. Rita is the most beautiful of the three girls.

Mga kahulugan—Word meaning

lipon o lupon .... group
anyô .... form
pakiusap .... request
urì .... kind
utos .... command
sugnáy .... clause
apat .... four
salitâ .... word
panagano .... mood

The suffixes are restored in the future tenses.

Present — sagutin (to answer) sinasagot — inaagaw
Past — sinagot (answered), sinagot — inagaw
Future — sasagutin (will answer) sasagutin — aagawin

Adjective — Ang mga pang-urì

Ang pang-urì ay salitang umuuri sa isang pangngalan o panghalip. An adjective is a word used to describe or modify a noun or pronoun.

Ilan sa mga pang-urì ay ang mga sumusunod·
Some adjectives are the following:
pula (red) white (putî) pino (fine) matayog (tall)
mataas (high) itim (black) mababa (low) magaspang (coarse) dilaw (yellow) madulas (slippery) mahal (dear, expensive)

Paghahambing ng mga pang-uri — Comparison of adjectives

Positive — panulád — Pahàmbíng — Comparative
pasukdól — superlative
Positive — Comparative — Superlative
Panulád — Pahambíng — Pasukdól
mataás (high), mataas-taás (nigner, taller), mataas na mataás (tallest)

—mataás —
—higít na mataás—

highest
ubod ng taas
mataás-taasan
pinakamataás

magandá (magandá-gandá) (magandáng-magandá) most
beautiful (lalong magandá) (ubod ng ganda) beautiful
(higít na magandá) (kaganda-gandahan)
most beautiful (pinakamaganda)

Mga halimbawa-examples

Si Juan ay mataas — Juan is tall.

Si Pedro ay lalong mataas kay Juan. Pedro is taller than
Juan.

Kiná José, Pedro at Juan, si José ang pinakamataas.

Of the three José, Pedro and Juan, José is the tallest.

Si Laura ay maganda. Laura is beautiful.

Si Sofia ay higit na maganda kay Laura. Sofia is more
beautiful than Laura.

Rita is the most beautiful of the three girls.

Sa tatlong batang babae, pinakamaganda si Rita.

Ang mga pang-abay-adverbs

Ang pang-abay ay isang salitang umaabay sa isang pan-
diwa, isang pang-uri, o kapwa pang-abay.

An adverb is a word that modifies a verb, an adjective,
or another adverb.

Ang mga sumusunod na pang-abay ay laging ginagamit:

The following adverbs are often used:

matulin—fast   marahan-slowly
totoong-totoo-very truly
mabuti-well

1. Matuling tumakbó si Julio — Julio runs fast.
2. Totoóng matalino si Ana — Ana is truly intelligent.
3. Tuwang-tuwang dumatíng ang mag-ína — Mother and
   son came happily.

4. Marahang umakyát sa itaás ang batà. The child went up-
   stairs slowly.

Ang mga pang-ukol-prepositions

Mga pang-ukol na laging ginagamit: Prepositions often
used:

sa hapág—*on* the table — *tungkól kay* Juan — *about* Juan
sa ilalim — *under* — adverb — *ukol kay* Rita
sa ilalim ng mesa-*under* the table
sa pagitan ng dalawáng batà — *between* the two children
sa harapán ng bahay — *in front* of the house
sa gitnâ ng ilog — *at the middle* of the river
sa loób ng kahon — *inside* the box
sa halip ng — *instead of*
sa likod ni Pedro — *at the back* of Pedro
sa pugad — *in* the nest
tungkól sa — *according to*

Ang pang-ukol ay isáng katagâ o salitáng ginagamit
upang ipakita ang kaugnayán ng isang pangngalan o pangha-
lip sa ibang salitâ sa pangungusap.

The preposition is a particle or word used to show
the relation of a noun or pronoun to another word in the
sentence.

Mga pangatníg—Conjunctions

Ang pangatníg ay isáng salitâ, na nag-uugnáy sa kapwà
salitâ, isáng parirala sa kapwà parirala, o ng isáng sugnáy sa
kapwà sugnáy.

A conjunction is a word used to join a word to another
word, a phrase to another phrase, or a clause to another
clause.

May dalawang urì ng pangatníg:

1. Panimbáng — coordinate — at (and); ngunit (but)
2. Pantulong — subordinate — kung (if); bago (before)

Mga halimbawà — examples:

1. Si Julio *at* si Pedro ay magkapatíd. Julio *and* Pedro
   are brothers.

2. Si Ana ay mayaman ngunit si Lina ay mahirap. **Ana is wealthy but Lina is poor.**
3. Kung sasama si Juan ay sasama si Pablo. **If Juan is going, Pablo is going.**
4. Bago ka umalís, sabihin mo sa akin. **Let me know before you leave.**

Mga pandamdám-Interjections

Ang mga salitáng nagpápakilala ng isáng matindìng damdamin ng isang tao na gaya ng pagkatuwâ, pagkalungkót, pagkagulat ay tinatawag na pandamdám. **Words that show a strong feeling of a person like joy, sorrow, surprise, fear, hate and others are called interjections.**

Mga halimbawà — examples

naku—oh!   a—ah!   alis!—get out! go away!
aba—abah!   e..e—oh yes! mabuhay! long live!
Mga pangungusap: Sentences
Nakú! nasusunog ang bahay. **Oh! the house is burning.**
A..ayoko ngâ! **Ah, I don't like it!**

Alís! hindî kitá ibig makita. **Go away! I don't want to see you.**

Aruy, kay sakit ng paá ko! **Oh, how painful my foot is!**
Mabuhay ang ating bayan! **Long live our country, the Philippines!**

Mga pangungusap—Sentences

Ang pangungusap ay isáng lipon ng mga salitâ na nagbibigáy ng isang buong diwà. **A sentence is a group of words expressing a complete thought.**

Kaninong aklát iyán? **Whose book is that?**

Ang mga pangungusap ay payák, tambalan, at hugnayan o langkapan ayon sa anyô. **There are three kinds of sentences according to form: simple, compound and complex.**

1. Payák—simple. Si ina ay pupunta sa bayan. **Mother goes to town.**

2. **Tambalan**—compound. Akó ay sisimba at si Lilia ay papasok sa paaralán. I will go to church and Lilia will go to school.

3. **Langkapan**—complex. Samantalang kumakain si Nena, naglulutò namán si Rosa. While Nena is eating, Rosa is cooking.

May apat na urì ang pangungusap ayon sa gamit:

There are four kinds of sentences according to use:

1. **Paturól**—declarative. Si Luis ay masunuring batà. Luis is an obedient child.

2. **Pautós**—imperative.

   a. utos (command). Kunin mo ang aklát, Lula. Get the book, Lula.

   b. pakiusap (request). Ipakikuha mo ang aklát, Lula. Please get the book, Lula. Maaarì bang kunin mo ang aklát, Lula? Can you get the book, Lula?

3. **Patanóng**—interrogative. Sino ang iyóng amá? Who is your father? Whose book is that? Kaninong aklat iyan? Ano ang pangalan mo? What is your name? Kailan ka aalis? When are you leaving?

4. **Padamdám**—exclamatory. Pshe, hitsura lang! Oh, how ugly! A.., wala kang pakialam!. Ah, it is none of your business!

abstract noun	Pangngalang makadiwà
active voice	táhasang tinig
adjective	pang-uri
adjective clause	pang-uring sugnáy
adverb	pang-abay
adverb of affirmation	pang-abay panang-ayon
adverb of comparison	pang-abay panulád
adverb of doubt	pang-abay pang-agam
adverb of manner	pang-abay pamaraán
adverb of place	pang-abay panlunán
adverb of quantity	pang-abay panggaano
adverb of quality	pang-abay pang-urì
adverb of time	pang-abay pamanahón
adverbial clause	pang-abay na sugnáy
adverbial phrase	pang-abay na parirala
apostrophe	kudlít
article	pantukoy
case	kaukulán
nominative case	kaukulang palagyò
possessive case	kaukulang paarî
objective case	kaukulang palayón
class	urì
clause	sugnáy
collective noun	pangngalang palansák
colon	tutuldók
comma	kuwít
common noun	pangngalang pambalana
comparative degree	panularang antás
complex sentence	hugnayang pangungusap
compound sentence	tambalang pangungusap
compound subject	tambalang simunò
compound predicate	tambalang panagurî
conjugation	pagbabanghály, palábangha yan
contraction	pang-angkóp, may angkóp
declension	pag-uukol, páukulán
definition	pakatuturán

degree	antas, kaantasán
demonstrative pronoun	panghalíp pamatlíg
direct object	tuwirang layon
exclamation mark	tandáng pamanghâ
feminine gender	kasariáng pambabae
first person	unang panauhan
future tense	panahong pandarating
grammar	balarilà
hyphen	gitlíng
imperative mood	panaganong pautós
indefinite pronoun	panghalíp na di-tiyák
indicative mood	panaganong paturól
indirect object	layong di-tiyák
infinitive mood	panaganong pawatás
interjection	pandamdám
interrogative pronoun	panghalíp pananóng
intransitive verb	pandiwang kátawanín
irregular verb	pandiwang di-karaniwan
masculine gender	kasariáng panlalaki
noun	pangngalan
noun clause	pangngalang sugnáy
noun in apposition	pangngalang pantiyák
number	kailanán
numeral adjective	pang-uring pambilang
object of the sentence	layon ng pangungusap
participle	pandiwarì
particle	katagâ
passive voice	balintiyák na tinig
past tense	panahunang pangnagdaán
period	tuldók
person	panauhan
personal pronoun	panghalíp pantao
plural	pangmarami
possessive pronoun	panghalíp paarî
predicate nominative	panaguríng palagyô
preposition	pang-ukol
present tense	panahong pangkasalukuyan
principal verb	pandiwang pambadyá
pronoun	panghalíp

proper noun	pangngalang pantangì
punctuation	bantasan, palábantasan
question	tanóng
question mark	tandáng pananóng
quotation mark	tandáng pambanggít
regular verb	pandiwang karaniwan
relative pronoun	panghalíp pamanggít
rule	panuto
second person	ikalawáng panauhan
semi-colon	tuldukwít
simple sentence	páyakang pangungusap
simple predicate	payakang tagurî
singular	ísahan
subject of a sentence	simunò ng pangungusap
subjunctive mood	panaganong pasakalì
superlative degree	kaantasáng pánukdulan
syntax	paláugnayan
tense	panahunan
third person	ikatlóng panauhan
transitive verb	pandiwang palipát

Language and Reading ....

antonym	kasalungát na kahulugan
articulate, to	bumigkás, bigkasin, umu-sál, usalín
capitalize	malakintitik
card	tarheta
character	tauhan
command	utos
to command	mag-utos, utusan
composition	saysayin
copy	sipì
to copy	sipiin,
criticize	punahín, pumuná
dash	guhit
declarative (sentence) ...	pasalaysáy (na pangungu-sap)
define.	pakahuluganán
degree of comparison	kaantasán (sa hambingan)

diary	taláng arawán
dictate, to	itambís, tambısán, idiktá, diktahán
dramatize, to	dulaín, isadulà
enunciate, to	bumigkás, bigkasín
expression	pahayag
table	pábulá
fairy tale	kuwento
formal note	liham pormál
idiom	kawikaán
illustrate, to	uliranán
incident	pagkakataón, pangyayari
indention	paglulugi
inflection	pagbabadlíng
margin	gilid
mechanics	pagkakaakmá-akmâ, pagka-kaugnáy-ugnáy
memorize, to	isaulo, sauluhin
modulate, to	inaluyan
opposite	kasalungát
pantomine	mustrahan
perfect tense	panahóng pangnagdaán, pa-nahóng nakaraán
phonics	palatinigan
progressive tense	panahóng pangkasalukuyan
pronounce, to	bigkasín, bumigkás
pronunciatıen	bigkás, pagbigkás, pagbi-bigkás
postscript	pahabol, habol
recite, to	bigkasín, bumigkás
reproduce, to	ihulog
request, to	humilíng, hilingín
review, to	magmulíng-aral, magrepaso
rough draft	boradór
sandtable	hapág-búhanginán
sense	kahulugán
series	sunuran
silent, (reading)	di bigkás (na pagbasa)
stick to the point, to	manatili sa pinag-úusapan

suggest, to	ipalagáy, imungkahi
synonym	singkahulugán
topic	paksâ
topic sentence	paksaing pangungusap
written composition	saysaying sulát; saysaying nakasulat

---

Mga Salitang Tagalog o Pilipino na karaniwang binibigkas nang malî:

1. bansá ban sá (mabilís)
2. bahagi ba ha gi (malumay)
3. bingí bi ngí (mabilís)
4. buhayin bu hay in (malumay)
5. dulà du là (malumì)
6. gurò gu rò (malumì)
7. hálakhakan há lak ha kan (mariíng-malumay) paáng
8. hálamanán há la ma nán
9. isadulà i sa du là (malumì)
10. palátuntunan pa lá tun tu nan (mariíng-malumay)
11. páliparan pá li pa ran (mariíng-malumay)
12. súliranin sú li ra nín (mariíng-mabilís)

anyô	form
apat	four
kailanan	number
kasarian	gender
katinig	consonant
kaukulan	case
gitlapì	infix
hulapì	suffix
lipon o lupon	group
paarî	possessive
pakiusap	request
padamdam	exclamatory
pahambing	comparative degree
palagyô	nominative case
palayón	objective case
panagano	mood
pandiwà	verb
panauhan	person
panghalíp	pronoun
panlapì	prefix
pangngalan	noun
pangatnig	conjunction
parirala	phrase
pasakalì	subjunctive mood
pasukdól	superlative degree
patinig	vowel
pang-ukol	preposition
pang-urì	adjective
pautos	imperative sentence
pawatas	infinitive
salitâ	word
salitang-ugat	root word
sugnay	clause
tinatao	personified
unlapì	affix
urì	kind

Translation of Commonly-used Terms in School

athletic goods	gamit pampálaruan
audience reading	pagbasang patalastas
closing exercises	palatuntunang pangkatapusan
commencement	palatuntunang pansimula
course of study	takdang aralin
diagnostic test	pagsubok na pantiyak-kaalaman
dictate, to	bumigkas upang isulat
division circular	palibot-kalatas ng dibisyon
division memorandum	paalaala ng dibisyon
first year high school	unang taon, mataas na paaralan
form 178	huwarang 178
grade five	ikalimang baytang
inventory test	pagsubok na pantiyak-uri
lesson plan	banghay sa pagtuturo
lunch counter	dulutang hapag
mastery test	pagsubok na pantiyak kasanayan
narrative report	ulat na pasalaysay
percentage of attendance ..	kasandaan ng dalo
remedial teaching	pagtuturong pangwasto
rural high school	mataas na paaralang ukol sa pagsasaka
school administration	pangasiwaan ng paaralan
school clinic	pasurian (klinika) ng paaralan
school organization	kabuuan ng paaralan
supervisory bulletin	lathalaang pantagamasid
supervision of classes	pagmamasid sa mga klase
syllabus	buod (ng salaysay)

ARMS FORWARD — BEND — bisig paharáp — baluktót!

ARMS FORWARD — THRUST — bisig paharáp — sulong (tuwíd)

ARMS HALF-FORWARD — BEND — bisig kalahating-paharáp — baluktót!

ARMS IN REVERSE T POSITION — PLACE — bisig ayos T ng baligtád — lagay (huwít)!

ARMS IN T POSITION — Place — bisig ayos T — lagay (huwít)!

ARMS OBLIQUELY DOWNWARD — RAISE — bisig hilís paibabâ — taás (huwít)

ARMS OBLIQUELY UPWARD — RAISE — bisig hilís paitaás — taás (huwít)!

ARMS SIDEWARD — THRUST — bisig patagilíd — sulong (tuwíd)!

ARMS TO THRUST — THRUST — PLACE — bisig pasuntók baluktót — lagáy (huwít)!

ARMS UPWARD — BEND — bisig paitaás — baluktót!

ARMS UPWARD — THRUST — bisig paitaás — sulong (tuwíd)!

CLASS — ATTENTION — klase makiníg!

CROOK SITTING POSITION — PLACE — upóng pabaluktót — lagáy (huwít)!

CROSS SITTING POSITION — PLACE — upóng pasabát. — lagáy (huwít)!

FALL — IN — ha...nay!

FOLDED POSITION — BEND — payukód — yukô!

FOURS BASE POSITION — Place — paa't kamáy patuhód — lagáy (huwít)!

FULL KNEE REST POSITION — PLACE — buong tuhod ayos pahingá — lagáy (huwít)!

FULL KNEES — BEND — buóng tuhod — baluktót!

Physical Education Terms

about face	pabalík
arms downward	bisig paibabâ
at ease	pahingá
crook sitting	upóng yakap-tuhod
cross sitting	upóng magkakurús ang paá
foot touching	pagdiít ng paá
fours base	paá't kamáy patukód
half kneel standing position	kaliwáng (kanang) paá paluhód
knee stride	luhód pabuká
leg raising	pagtaás ng paá
long sitting	upóng pahabâ
long sitting rest	upóng pahabâ ayos pahingá
prone leaning rest	dapáng nakasandál ayos pahingá
prone lying	higáng padapâ
side leaning rest	patagilíd na nakasandál ayos pahingá
prone lying	higáng padapâ
side leaning rest	patagilíd na nakasandál ayos pahingá
stride backward	hakbáng pauróng
stride forward	hakbáng paharáp
stride kneel sitting	luhód-buká paá'y sa ilalim
stride sideward	hakbáng patagilíd
supine lying	higáng patihayâ

Dance Terms

arms in reverse "T"	bisíg ayos "T" ng baligtád
arms in "T" position	bisig ayos "T"
brush	pagaspás
clockwise	ikot pakanán
counterclockwise	ikot pakaliwâ
cut	palít
flap	pasapyáw
free foot (hand)	malayang paá (kamáy)
outside foot (hand)	paáng (kamáy) na palabás

partners	magkasayáw, magkakasa-yáw
place	lagáy
point	tutok
slide or glide	dausdós
stamp	padyák
star right (left)	ayos-bituwíng pakanán (pakaliwâ)
step	hakbáng
sway	indák
swing	indayog
tap	tuktók
tiptoes	patiyád
touch	diít
vis-a-vis or opposites	katapát
arms in lateral position	mga bisig magkapanig
change step or two step	palít hakbáng, sunód-hak-báng, tuwistep
change, step, turn	palít-hakbáng-pihit
close or follow step	hakbáng na masinsín o pasunód
cross step	hakbáng-pasabát
cross step turn	hakbáng-pasabát-pihit
crosswaltz	balseng-pasabát
crossed arms	bisig pasalaguntíng
cut step	palít-hakbáng
double sway balance steps	mga hakbáng na may dala wáng indák timbáng
gallop step	hakbáng-palundág
glide or slide polka	polkang padagusdós
glide or slide step	hakbáng-padagusdós
heel and toe polka	polkang sakong at tiyád
hop polka	polkang padirít
hop step	kalahating-dirít
inside foot	paáng paloób
inside hand	kamáy paloób
mincing step	tiyád-dirít
outside foot	paáng palabás
outside hand	kamáy na palabás

pivot turn	pihit paikít (painog)
plain polka	paagkaraniwang polka
skip step	dirít na halinhinan
spanish draw	hilahod kastilà
step-brush-swing-hop	hakbángpasapyáw-indayog-kandirít
step-hop	hakbáng-kandirít
step-swing	hakbáng-indayog
sway balance with a brush .	indák timbáng na may pa-sapyáw
sway balance with a hop ..	indák timbáng na may kan-dirít
sway balance with a point .	indák timbáng na may tutok
sway balance with a raise .	indák timbáng na may taás
tiptoes	patiyád
touch step	hakbáng na diít
waltz balance	timbáng balse
waltz-turn	pihit balse

Other Terms used

dance technique	pamaraán ng pagsayaw
free and natural rhythms ..	mga malayà at katutubong aliw-íw
gymnastics for girls	laróng pampalakás pará sa mga babae
mimetics	pagsasakilos
pyramid building	pagtitibubóng
rhythms and dances	mga aliw-íw at sayáw
story plays	mga láruing saysáy
stunts	mga palabás
tumbling	pag-aringkín

Drawing

alignment	pagpapantáy
arrangement	pag-aayos
direct oval	tuwirang biluhabâ

handwriting scale	panukatan sa pagsulat-kamáy
indirect oval	di-tuwirang biluhabâ
legibly	nabábasa
loop	balikò, habyóg
medium slant style	pangkaraniwang anyóng pahilís
muscle pad	kalamnán ng bisig
oval	biluhabâ
project	balak, panukalà, handáng gawín.
push and pull	hila't batak, tulak at kabig
slant	pahilís
standard	pamantayan
stroke	guhit
visualization	pagkikintál sa isip

Art Education

angular	sinulukan, sinulok
appreciation	pagpapahalagá; pagbibigáy-halagá
applique (work)	idinikít; ipinatong
art	sining
background	lunas, duyo, pondo
bookmarks	mga panandâ sa aklát
brushes	mga pinsél
character	tauhan
circle	sabilóg
circular	pasabilóg
clear cut lines	malilinaw na guhit
correlate	pag-uyunín, pagbanusín, pagtakinín
craftwork	yarì ng bihasá
cream	diláw na mapusyáw; burok, binurok.
creative	likhain
cylinders	mga bumbóng
design	budlís
designing	pagbubudlís

dominate	umiral; makapangibabaw, mangibabaw
drawing freehand	pagguhit ng malayang kamáy
enamel paint	hibong esmalte
fabrics	mga habi
gemetric	hineometriya
gray (color)	abuhín
horizon lines	pamantayan ng paningín
horizontal	pahaláng, pahigâ
intermediate color	pagitanang kulay
landscape	tanawin, pangitain
loom	habihán
medium of expression	paraán ng pagpapahayag, paraán ng pagsisiwalat
motif	diwà
mounting picture	pagdidikít ng larawan
neutrals (colors)	mga alinlangang kulay
oblong	tagibilog
optional	sáibigan; sápilián
orange color	diláw dalandán
parallel	paagapáy
perspective	patuntóng-tanáw
pictorial representation	pagsasalarawan
pliable	sunúd-sunuran
portrayal	pagbabadhâ
poster	dikít
primary color	pangunahíng kulay
sculpture	lilok, paglilok
seascape	tánawing dagat
secondary color	pangalawahíng kulay
slogan	sambitin
square	parisukát
statuette	muntíng bantayog
stencil	istensil
symbolic	naglalarawan
symmetry	pagkakatimbáng
tones (color)	mga kakulayan
triangle	tatlunsulok

vanishing point	tuldók ng pagkahiwaláy
vertical	patindíg, patayô
warp	pahanay
wax crayons	krayola
woof	pahilíg

MARCHING

BACKWARD — MARCH!	patalikód) ... lakad pauróng)
CLASS — HALT!	klase ... tigil!
COLUMN LEFT (R)	March! baling sa kaliwâ (kanan) ... lakad!
FORWARD — MARCH	paharáp ... lakad!
MARK TIME — MARK!	dasag ... huwít! patakdáng bilang ... takdâ!
RIGHT (L) ABOUT – FACE!	bilíng pakanán (pakaliwâ) ... bilíng!
RIGHT (L) FACE!	sa kanan (kaliwâ) haráp!
RIGHT STEP — MARCH	hakbang pakanán (pakaliwâ) ... lakad!
RUNNING STEPS — GO!	hakbáng patakbó ... sulong!
SKIPPING STEPS — GO!	dirit palít-palít ... sulong!
TO THE REAR—MARCH!	pabalík ... lakad!

abukado o avocado; n. green or reddish, fleshy fruit, pear-shaped but smooth skin; can be eaten with sugar or made into ice cream or salad.

anunas, n. rounded fleshy fruit, reddish or yellowish in color, smooth-skin, and size smaller than a grapefruit; can be eaten as is.

atis, n. green, sweet and delicious fruit with brocaded like skin; eaten as is and can be made into delicious ice cream

balimbíng, n. green or yellowish, juicy fruit with angular form or shape; can be eaten as is or made into preserves.

balubad or kasóy, n. yellow or reddish fruit, smooth skin shaped like a jar and has a big seed at the end; seed which produces kasóy nuts made into candies.

bayabas or guava, n. seedy fruit, either green or yellowish, about the size of a lemon; can be eaten as is or made into preserves or jelly or used for flavoring.

kaimito, n. green or reddish fleshy fruit, with seeds inside; can be eaten as is or made into ice cream.

kalamansê, n. green segmented fruit like the size of native lemon; made into preserves or used for flavoring or lemonade.

kamias, n. green; juicy, elongated fruit used for flavoring, made into pickles, or preserves.

dalandán, n. big, juicy, segmented fruit, like the size of an orange and eaten like the yellow orange imported from abroad.

dalánghita, n. segmented juicy fruit like dalandán but with loose skin which can easily be peeled.

dayap, n. green juicy fruit used for flavoring or made into lemonade.

duhat, n. black, smooth-skin fruit like the size of a small plum; has a big seed inside which grows easily.

bungulan, n. a kind of banana which is green when ripe, however, it turns yellow sometime and is soft.

butuan, n. a kind of banana which has plenty of seeds that do not grow; green in color but ripe; the leaves and flowers of this banana are more useful than the fruit.

guwebano, n. green, fleshy fruit with rough needle-like skin like that of a breadfruit; the size is like the size of a papaya fruit.

lakatán, n. the best kind of banana; sweet and yellow in color when ripe, the most expensive kind of banana.

langkâ, n. or nangka or breadfruit in English, has a big, sharp skinny fruit with thread-like flesh surrounded with sticky and sappy material; can be eaten as is or made into preserves or ice cream.

manggá, n. green when unripe and yellow when ripe; sweet and delicious fruit with a flat seed inside; fruit larger than a pear, oblong shape smooth skin fruit which can be eaten as is; made into ice cream, and into pickles when unripe.

piña, n. rough-skinned fruit like the size of a papaya, but with plenty of eyes which need to be scooped before it is sliced, and eaten; can be made into preserves also or jam.

sabá, n. a kind of banana, a little flat shaped fruit usually boiled, fried or made into fritters.

sampalok, n. poddy fruit, dark brown in color, used for flavoring when unripe and made into candies when ripe.

santól, n. round fruit with 3 or 4 seeds inside; has a yellow color and is about the size of an orange.

siniguwelas, n. plumlike fruit with a big seed inside; has a reddish or yellow color; eaten as is, no cooking necessary.

suhà, n. big, yellowish fruit, with thick skin; juicy and segmented, larger than a grapefruit.

tindulán or tordán, n. a kind of banana, common in the market; green when unripe and yellow when ripe.

tsiko or chico, n. roundish, dark brown fruit with hairy seeds which do not grow as this is propagated by cuttings; fruit is sweet and delicious generally eaten as is.

tiyesa, n. fruit like the size of a pear, yellow and fleshy, the flesh of which is like that of a sweet potato when boiled. It is eaten without cooking. The skin and flesh stay yellow.

BIBLIOGRAPHY

1. Meriam Co. G & C. Webster's New Collegiate Dictionary Springfield, Mass., U.S.A., 1953, 1171 pp.

2. Institute of National Language. A National Language, English Vocabulary 4th Printing, 1950, 156. pp

3. Panganiban, Jose Villa English-Tagalog Vocabulary, Manila, University Publishing Company, 1946, 170, pp.

4. Taintor, Sarah Angusta and Monro, Kate M. The Handbook of Social Correspondence, New York, The MacMillan Company, 1947.

5. Institute of National Language, The Balarila 1st. Printing Manila, Bureau of Printing.

6. Institute of National Language. An English-Tagalog Dictionary. Bureau of Printing, 1960, 412. pp.

THE TAGALOG ALPHABET

The Tagalog alphabet is composed of twenty letters; five vowels (patinig) and fifteen consonants (katinig).

They are the following:

vowels (patinig) a, e, i, o, u.

consonants — pronounced as

b—ba	ng—nga
k—ka	p—pa
d—da	r—ra
g—ga	s—sa
h—ha	t—ta
l—la	w—wa
m—ma	y—ya
n—na	

Centuries of contact with western culture necessitated the use by the Tagalogs and other Filipinos of certain letters not originally in the old alphabet. Being of Spanish origin, names of persons adopted by the Filipinos, and the names of many places in the Philippines, are spelled as they are in the original language.

LIST OF ABBREVIATIONS

n — noun
pron. — pronoun
v. — verb
adj. — adjective
adv. — adverb
prep.—preposition
conj. — conjunction
interj.— interjection
pangkasa.— pangkasalukuyan
pangnagda. — pangnagdaán
panghi. — panghináharáp
ind. — indicative
imp. — imperative
inf. — infinitive

abbreviate (ab brĕ vē āt) v. to shorten.

abdomen (ăb dō'men) n. human trunk from diaphragm down.

accessory (ăk sesʹ ō rē) n. auxilliary part; accomplice;
adj. supplemental.

accuracy (ăkʹ ū ra sē) n. correctness; exactness.

alimony (ălʹ i mō nē) n. allowance paid to one's former mate after divorce or separation.

appreciate (ap prēʹ shĭ āt) v. enjoy gratefulness; to grow in value.

banquet (băngʹ kwĕt) n. formal feast.

bath (băth) n. washing of whole body.

bathe (bāth) v. to take or give a bath.

breath (brĕth) n. air drawn into lungs and expelled.

breathe (brēth) v. inhale and exhale; to let out.

catastrophe (ka tasʹ trō fe) n. calamity.

cemetery (sĕmʹ ĕ tĕr y̆) n. graveyard.

ceremony (sĕrʹ e mō nē) n. rite of formality.

chamber (chămʹ bĕr) n. bedroom; council room.

charitable (charʹ ĭ ta bl) adj. fond of giving to the poor.

colleague (cŏlʹ ēg) official or professional associate.

comfortable (kûm fĕrt a bl) with ease of mind and body.

committee (kŏ mĭtʹ ē) n. body of persons.

contribute (kŏn trĭbʹ ūt) v. pay into a common fund.

corsage (kor sazhʹ) n. bodice; bouquet to be worn on it.

desert (dĕz ûrtʹ) v. to quit service.

desert (dĕʹ zērt) n. sandy place.

dessert (dĕ zûrtʹ) n. sweets; pastry.

development (de velʹ op ment) or (de velʹ up ment) n. advance to higher state or finer form; expansion.

diabetes (dī a bēʹ tēz) n. disease indicated by sugar excess.

diarrhea (dī a rēʹa) n. persistent looseness of bowels.

distinguish (dĭs tĭngʹ gwĭsh) v. to separate from others by some mark or special quality.

dysentery (dĭsʹ en tĕr ē) n. tropical disease akin to diarrhea.

efficiency (ĕ fĭshʹ en sē) n.

1

skill; capacity.

endeavor (ĕn dĕv ēr) **n.** effort.

etiquette (ĕt´ ĭ kĕt) **n.** conventional rules of behavior.

facade (fa sădˊ) **n.** front of a building.

favorable (fāˊ vōr a bl) **adj.** kind; partial.

genius (jĕnˊ yŭs) **n.** extraordinary ability.

genuine (jenˊ ū ĭn) **adj.** real.

holy (hōˊ lē), **adj.** sinless; consecrated.

honorable (hŏnˊ ōr a bl) **adj.** respectful; meritable.

horizon (ho rīˊ zŭn) limit of vision.

hospitable (hŏsˊ pĭ ta bl) **adj.** entertaining.

hypocrite (hĭpˊ ō krĭt) **adj.** insincere.

illustrate (ĭl ŭsˊ trāt) **v.** explain by example.

indictment (ĭn dītˊ mĕnt) **n.** formal charge of law violation.

maintenance (mānˊ te nans) **n.** upkeep.

opponent (op póˊ nent) **n.** an adversary.

semester (sĕ mĕsˊ tēr) **n.** six months.

senate (sĕnˊ ate) **n.** upper house of Congress.

senator (sĕnˊ at ōr) **n.** member of the upper house.

supplementary (sup lē mĕnˊ ta rȳ) **n.** completing part.

surprise (sēr prīzˊ) **v.** astonish.

vegetable (vĕj e táˊ bl) **n.** plant grown for food.

AN ENGLISH - TAGALOG
DICTIONARY

A

abandon, v. iwan; pabayaan; talikuran;
Pedro abandoned his wife. Iniwan ni Pedro ang kaniyáng asawa.

abate, v. pahupaín; humupâ; humuláw;
The storm abates. Humuhuláw ang bagyó.

abbreviate, v. daglatín; paikliín;
Daglatin mo ang salitang Mister. You abbreviate the word Mister.

abbreviation, n. daglát; pagpapaiklî;
The abbreviation of Mister is Mr. Ang daglát ng Mister ay Mr.

abdicate, v. magbitíw (sa paghaharì)
The king will not abdicate his throne. Hindî magbibitíw ng trono ang harì.

abdication, n. pagbibitíw;
The people demand the king's abdication. Hinihingî ng mga tao ang pagbibitiw ng harì.

abdomen, n. tiyán; sikmurà
She is susceptible to abdominal pains. Siyá'y sikmuraín.

abduct, v. itanan; magtanan; tangayin;
Jose will abduct Rosa. Itatanan ni Jose si Rosa.

abeyance, n. pagpigil; paghihintay.
Hold Ana's papers in Abeyance until Monday. Itago mo ang mga papel ni Ana hanggang Lunes.

abhor, v. masuklám; kasuklaman;
to abhór a traitor-kasuklamán ang isáng taksíl.

abhorent, adj. kasuklam-suklám
abhorent act—kasuklamsuklám na gawâ.

abide, v. manatili sa paniwala; manghawak; mamalagì; tumalaga;
abide by your decision; tumalagá sa iyóng pasiyá

ability, n. talino; kakayahán
Felipe has no ability. Waláng kakayahán si Felipe.

able, adj. may kaya; may talino;
Ramon is an able man. Matalino si Ramon.

abnormal, adj. di-pangkaraniwan
That man comes home dur-

ing abnormal times.
Umuuwî ang taong iyán kung panahóng di-pangkaraniwan.

abolish, v. alisín; pawaláng-bisà;
They want to abolish the import control. Ibig niláng alisín ang paghihigpít sa pag-angkát.

abolition, n. pag-aalís; pagkakaalís;
The abolition of slavery took place in the time of Lincoln. Ang pagkakaalís ng pang-aalipin ay nangyari sa panahón ni Lincoln.

abortive, adj. nabigô;
He was the leader of an abortive uprising. Siya'y lider ng isáng nabigóng panghihimagsík.

abound, v. managanà;
Our rivers abound in fish. Nananaganà sa isdâ ang ating mga ilog.

about, prep. tungkol sa; hinggil sa;
The talk is about business. Ang talumpatì ay tungkól sa negosyo.

about, adv. sa paligid;
Nena looked about and called. Tumingín sa paligid si Nena at tumawag.

above, adv. sa itaás;
The clouds above are white. Ang mga ulap sa itaás ay maputî.

abreast, adv. magkaagapáy;
The soldiers walk abreást. Magkaagapáy na lumalakad ang mga kawal.

abridge, v. paikliín;
She tried to abridge her story. Sinikap niyáng paikliín ang kaniyáng kuwento.

abroad, adv. sa ibáng lupaín;
I went abroad last year. Nagpuntá akó sa ibang lupaín noóng isáng taón.

abrupt, adv. biglâ; agad-agád;
Yesterday there was an abrupt change of weather. Kahapon ay nagkaroón ng bigláng pagbabago ng panahón .

absence, n. pagliban; di-pagdaló;
He was fined for his absence from the meeting. Nagmultá siyá sa di-pagdaló sa miting.

absent from (a place or gathering)
Jose was absent from the meeting. Walâ sa miting si José.

5

absent-minded, adj. limot-limót; máliin;
I do not wish to be under an absent-minded professor. Hindî ko ibig mapailalim sa isáng propesor na máliin.

absolute, adj. ganáp; waláng takdâ; buô; lubós;
Rosa told you the absolute truth. Sinabi ni Rosa sa iyó ang lubós na katotohanan.

absorb, v. sipsipín; mabuhos ang buong pag-iisip;
Rene is much absorbed in his studies. Ang buong pag-iisip ni Rene ay nasa kaniyáng pag-aaral.

abstain, v. iwasan; di-lumahók;
Luis abstained from voting. Si Luis ay di-lumahók sa botohán

absurd, adj. katawa-tawá;
Her dress looks absurd. Katawa-tawâ ang kaniyáng bestido.

abundance, n. kasaganaan;
They raise an abundance of fruits. Nag-aani silá ng masaganang prutas.

abundant, adj. saganà; masaganà;
Isabel has an abundant harvest. Si Isabel ay may saganang ani.

abuse, v. magmalabís; lapastanganin; laitin;
He abused the girl. Nilapastangan niyá ang batang babae.

abused, adj. Petra was the abused girl.
Si Petra ang batang babaing nilapastangan.

academy, n. akademya;
Luz studies at the academy. Si Luz ay nag-aaral sa akademya.

accede, v. pumayag; sumangayon;
Alfredo accedes to my request. Si Alfredo ay pumayag sa aking pakiusap.

accelerate, v. padaliin; pabilisín;
Rain accelerates the growth of plants. Ang ulan ang nagpapabilís sa pagtubò ng mga halaman.

accent, v. tuldikán; lagyán ng tuldik;
Accent the word on the first syllable. Tuldikán ang salitâ sa unang pantíg.

accent, n. tuldík; puntó;
Flora has a visayan accent.

Si Flora ay may puntóng-Bisayâ.

accept, v. tanggapín; tumanggáp;
Please accept my gift, Rita. Mangyaring tanggapín mo Rita ang alaala ko.

acceptable, adj. matátanggap;
The gift is acceptable to her. Ang regalo ay matatanggáp niyá.

acceptance, n. pagtanggáp; pagkakatanggáp;
His acceptance of the responsibility will improve the service. Ang pagtanggáp niyá ng responsibilidad ay ikabubuti ng serbisyo.

access, n. daán; dáanan;
There is only one access to the castle. May isáng daán lamang patungo sa kastilyo.

accessory, n. kagamitán;
I need to buy an accessory of my television set. Kailangan kong bumilí ng isáng kagamitán sa aking telebisyón.

accident, n. sakunâ; di-inaasahang pangyayari;
The sisters met with an accident. Nagkaroón ng sakunâ ang magkakapatíd

na babae.

accidental, adj. di-sinasadyâ;
The breaking of the glass was accidental. Hindî sinasadyâ ang pagkabasag ng baso.

acclaim, v. ipagbunyî;
They acclaim the return of a victor. Ipinagbunyî nilá ang pagbabalik ng isáng nagtagumpáy.

accommodate, v. pagbigyán; magbigav lugár;
The natives cannot accommodate the foreigners. Hindî nilá mapagbibigyán ang mga dayuhan.

accommodation, n. matitirhán:
It is hard to get accommodation in Tagaytay. Mahirap makakuha ng mátitirhán sa Tagaytay.

accompanist, n. tagasaliw (sa piyano)
Si Rita ang tagasaliw ni Juana sa piyano. **Rita** is Juana's accompanist.

accompany, v. samahan;
Can you accompany the janitor to the principal? Maaarì mo bang samahan ang diyanitor sa punung gurò?

accompany by, Luisa was accompanied to the dance by

her brother.
Si Luisa ay sinamahan ng
kaniyáng kapatíd na la-
laki sa sáyawan.

accomplish. v. gawín; isaga-
wâ; tapusin; tuparín;
How much can you accom-
plish in one day? Gaano
ang gawaing matatapos mo
sa isáng araw?

accomplishment. n. katupa-
ran; ang nagawâ;
Her winning the game is
a great accomplishment.
Ang pagkapanalo niyá sa
larô ay malakíng nagawâ.

accord. n. pagkakasundô;
pagkakaisá;
There is no accord among
the brothers. Waláng pag-
kakaisá sa magkakapatíd
na lalaki.

accordance, n. What he did
was in accordance with
the law. Alinsunod sa ba-
tás ang kaniyáng ginawâ.

according to, prep. sang-ayon
kay; sang-ayon sa;
According to Juan, Julio is
coming. Sang-ayon kay
Juan, si Julio ay dáratíng.
Sang-ayon sa batás ang
kaniyang ginawa. What
he did was in accordance
with the law.

account, v. ipaliwanag; mag-
paliwanag; isaalang-alang;
Take into account the
man's condition. Isaalang-
alang ang kalágayan ng
tao.

accountant, n. tagapagtuós;
The company's accountant
is sick. May sakít ang ta-
gapagtuós ng kompaniya.

accumulate, v. magtipon; du-
mami;
Accumulate plenty of rice.
Magtipon ng maraming
bigás.

accuracy, n. kawastuán; ga-
nap na kawastuán;
She won a prize because of
her accuracy. Nagkamit
siyá ng gantimpalà dahil
sa kaniyáng ganáp na ka-
wastuán.

accurate. adj. tamang-tamà;
wastóng-wastô;
His work is very accurate.
Ang kaniyáng gáwain ay
tamang-tamà.

accused of, v. pagbintangán;
paratangan;
Jose was accused of steal-
ing. Si Jose ay napagbin-
tangáng nagnakaw.

accuse, v. paratangan; pag-
bintangán;

Don't accuse my friend. Huwág mong pagbintangán ang aking kaibigan.

accustom, v. ihilig; igawî; hiratihin;
Accustom yourself to waking up early. Ihilig mo ang iyóng katawán sa maagang paggising.

ache, v. sumakít; kumirót;
My head aches once in a while. Ang aking ulo ay sumasakít paminsan-minsan.

achieve, v. mákamít; kamtán;
They have achieved their purpose. Nakamtán nilá ang kaniláng layunin.

achievement, n. bagay na nagawâ.
You have made a great achievement. Malaking bagay ang iyóng nagawâ.

acid, n. asido;
Boric acid is used for the eye. Asido boriko ay gamit sa matá.

acknowledge, v. tanggapín; kilalanin;
He acknowledged your letter. Tinanggáp niyá ang iyóng sulat.
Your acknowledgment of his letter made him place

an order for your books. Ang madaling pagsagót mo sa kaniyáng sulat ang nagbunsód sa kaniyá na bumilí ng iyóng mga aklát.

acquaint, v. ipaalám; ipakilala;
I shall acquaint you with the real happenings. Ipaaalám ko sa iyó ang tunay na pangyayari.

acquaintance, n. kakilala; pagkakilala;
He is only an acquaintance, not a friend. Siyá'y isáng kakilala lamang at hindî kaibigan.

acquire, v. mátamó;
He acquired his education abroad. Nakamtán niyá ang kaniyáng karunungan sa ibáng lupaín.

acquit, v. pawaláng-sala;
They acquitted the accused. Pinawaláng-sala ang násasakdál.

across, adv. sa kabiláng ibayo;
The building across the street is my friend's house. Ang gusalì sa kabiláng ibayo ng daán ay bahay ng aking kaibigan.

act, v. kumilos; gumanáp; kumatawán;

Act now, and not tomorrow. Kumilos ka na ngayón at hindî bukas. Jaime acted in place of the chief. Kumatawán si Jaime sa kaniyáng punò.

action, n. labanán;
He was killed in action. Nápatáy siyá sa labanán.

active, adj. masiglá; listo; aktibo;
His child is quite active. Ang kaniyáng anák ay may kasiglahán.

activity, n. kilusan; gáwain; Your friend has a number of activities to attend to. Maraming gáwain ang dapat harapín ng iyóng kaibigan.

address, n. direksiyon; tinítirahán; talumpatì;
What is his address? Anó ang kaniyáng direksiyón?

address, v. magsalitâ; magtalumpatì;
The president will address Congress. Magsasalitâ ang Pangulo sa Kongreso.

adequate, adj. sapát;
We have an adequate supply of paper. Mayroón tayong sapát na papél.

adhere, v. manikít; manghawak;

The picture adheres to the glass. Ang litrato ay nanikít sa salamín.

adherent, n. tagasunód; alagád;
Sisenando is only an adherent. Si Sisenando ay isang tagasunód lamang.

adhesive, n. plaster;
I have no adhesive tape. Walâ akong plaster.

adjacent, adj. katabí; karatig; kasanib;
Her lot is adjacent to ours. Ang kaniyáng lote ay karatig ng amin.

adjective, n. pang-urì;
Red is an adjective. Pulá ay isáng pang-urì.

adjoining, adj. kanugnóg; katabí; kalapít;
Ours is an adjoining lot of hers. Ang amin ay katabing lote ng kaniyá.

adjourn, n. wakasán; tapusin; itindíg;
Let us adjourn the meeting. Wakasán na natin ang pulong.

adjust, v. itamà; iayos; ayusin; Adjust your time piece. "Ayusin mo ang iyóng orasán"

administer, v. pangasiwaan; lapatan;

Who will administer the oath? Sino ang mangangasiwà sa panunumpâ?

administration; n. pángasiwaán;
They do not like the new administration. Ayaw nilá sa bagong pángasiwaán.

admirable, adj. kahanga-hangà; kaakit-akit;
That child is admirable. Kahanga-hangà ang batang iyán.

admiration, n. paghangà;
His admiration for her beauty is great. Malakí ang kaniyáng paghangà sa kaniyáng kagandahan.

admire, v. hangaan; humangà;
I admire your boy. Hinahangaan ko ang iyóng batang lalaki.

admirer, n. tagahangà;
He is an admirer of her. Siyá ay isáng tagahangà niyá.

admission, n. pagpasok; pagamin;
There is an admission of guilt. May pag-amin sa kasalanan. Ten centavos are needed for admission. Kailangan ang sampúng sentimos sa pagpasok.

admit, v. papasukin; tanggapín; kilalalanin;
Admit him. Papasukin mo siyá.

adopt, v. ampunín; pagtibayin; mag-ampón;
Can you adopt a child? Makapag-áampón ka ba ng batà?

adorable, adj. kaibig-ibig; kahanga-hangà;
Rita is adorable. Kahanga-hangà si Rita.

adore, v. sambahín; sumambá;
We adore God. Sumasambá kamí sa Diyós.

adorn, v. lagyán ng palamuti; palamutihan; gandahán;
Let us adorn the hall. Lagyán natin ng palamuti ang salas.

adult, n. may sapát na gulang; isáng matandâ;
Danilo is now an adult. May sapát nang gulang si Danilo.

adulterated, adj. may halò; may bantô; hindî puro;
She bought an adulterated cup of milk. Bumilí siyá ng isáng tasang gatas na may halò.

adultery, n. pakikiapíd; adulteryo;

He is being punished for adultery. Pinarúrusahan siyá dahil sa pakikiapíd.

advance, v. isulong; ipagpáuná;

She wants to advance her birthday. Ibig niyáng isulong ang kaniyáng kapa nganakan.

advantage, n. kalamangán; kahigtán; bentahạ;

There is no advantage in paying early. Waláng bentaha sa pagbabayad na maaga.

adventure, n. pakikipagsápalarán;

Pedro wants to make an adventure. Ibig magkaroón ni Pedro ng isáng pakikipagsápalarán.

adverb, n. pang-abay;

When is an adverb. Kailan ay isang pang-abay.

advertise, v. ilathalà; ianunsiyo; ipaanunsiyo;

Let us advertise the book in the newspapers. Ilathalà natin ang aklát sa páhayagán.

advice, n. payo; paalaala; patalastás;

Please give Luisa your advice. Mangyaring bigyán mo ng payo si Luisa.

advisable, adj. maipapayo; maitatagubilin;

It is not advisable to give her money. Hindî maipapayo na bigyán siyá ng kuwaltá.

advise, v. pagpayuhan; magpayo;

Don't advise that child. Huwag mong pagpayuhan ang batang iyán.

adviser, n. tagapayo;

Mr. Garcia is his adviser. Si G. Garcia ang kaniyáng tagapayo.

afraid, adj. matakot; takót; natatakot;

afraid of, Juan is afraid of the mad dog. Natatakot si Juan sa asong ulól.

afraid to, Luz is afraid to go home. Takót umuwî si Luz.

affair, n. kabuhayan; kasayahan; negosyo; súliranín;

That is his affair. Iyán ay kaniyáng súliranín.

affect, v. makapinsalà; magkabisà; makasasamâ;

That medicine affects the heart. Ang gamót na iyán ay makasasamâ sa pusò.

affection, n. pagmamahál; pagtingín; pag-ibig;

Mila has no affection for you. Waláng pag-ibig sa

iyó si Mila.

affectionate, adj. mapagmahál; magiliw; masintahin; Laura is an affectionate friend. Si Laura ay mapagmahál na kaibigan.

affiliation, n. pag-anib; pagsali; Party affiliation is not compulsory. Hindî sapilitán ang pag-anib sa partido.

affirm, v. patibayan; panindigán; It is necessary to affirm loyalty to one's country. Kailangang panindigán ang pagtatapát sa sariling bayan.

affix, v. lagyán ng pirmá; pirmahán; lagdaán;

affix, n. panlapì; Please affix your name on this letter. Mangyaring lagyán mo ng pirmá ang sulat.

affliction, n. pagkalumbáy; karamdaman; kasawián; Blindness is an affliction. Ang pagkabulag ay isáng kasawián.

afford, v. makakaya; magbibigáy; His books afford him great satisfaction. Nagbibigáy ng malakíng kasiyahan sa ka-

niyá ang kaniyáng mga aklát.

after, prep. matapos; pagkatapos; makatapos; After dinner we shall go home. Pagkatapos ng hapunan ay uuwî na tayo.

afternoon, n. hapon; There is a dance this afternoon. May sáyawan ngayóng hapon.

afterwards, adv. pagkatapos: pagkaraán; Afterwards you can play. Pagkatapos maaarì ka nang maglarô.

again, adv. ulî; mulî; Try to say it again. Subukin mong sabihin ulî.

against, prep. laban; laban sa; labág sa; What he did is against the law. Labág sa batás ang kaniyáng ginawâ.

age, n. gulang; katandaán; edad; Pedro is of age. Nasa hustóng gulang na si Pedro.

agency, n. ahensiya; tanggapan; sangáy; She got her maid from an employment agency. Kinuha ang katulong niyá sa isáng ahensiya.

agenda, n. tálaan ng pag-u-

usapan;
Her case is included in today's agenda. Nasa tálaan ng pag-uusapan ngayón ang kaniyáng kaso.

agent, n. ahente; kinatawán;
An insurance agent came this morning. Isáng agehente ng siguro ang dumatíng kaninang umaga.

aggravate, v. magpalalâ; magpalubhâ; palalaín; palubhaín;
Grief aggravated her sickness. Kalungkutan ang nagpalubhâ sa kaniyáng karamdaman.

aggresive, adj. mabalasik; masugid;
Juan is an aggressive agent. Si Juan ay isáng masugid na ahente.

agitator, n. mánunulsól;
I hate agitators. Kinasúsuklamán ko ang mga mánunulsól.

ago, adv. nakaraán; nakalipas;
Julio resigned a year ago Nagbitíw si Julio ng tungkulin isáng taón nang nakaraán.

agony, n. matindíng paghihirap;
death agony, paghihingalô
The man's death agony

lasted for ten minutes. Ang paghihingalô ng tao ay tumagal ng sampùng minuto.

agree, v. sumang-ayon; magkaisá; nakabubuti;
I don't agree with you. Hindî akó sumasang-ayon sa iyó. Green mangoes do not agree with me. Di nakabubuti sa akin ang hiláw na mangga, o nakasisirà sa tiyan ko ang hiláw na mangga.

agreeable, adj. nakalulugód; kasiya-siyá; sang-ayon;
The principal is agreeable to our plan. Sang-ayon ang prinsipal o pununggurò sa ating balak.

agree in, I agree in giving the woman some help. Sang-ayon akó sa pagbibigáy ng tulong sa babae.

agreement, n. kasunduan; pagkakaisá; pagkakasundô;
The agreement was for each member to pay twenty centavos contribution. Ang kasunduan ay magbabayad ang bawát kasapi ng contribusyong dalawampúng sentimos.

agriculture, n. pagsasaka; pagbubungkál ng lupà;
Agriculture is his means of livelihood. Pagsasaka ang

kaniyáng ikinabubuhay o hanapbuhay.

ahead, adv. una o nauuna; unahan;
He went ahead of us. Na-una na siyá sa amin.

aid, n. tulong; abuloy;
The man is asking for some aid. Ang tao ay nanghihingî ng kaunting tulong.

aid, v. tulungan; tumulong;
Aid him. Tulungan mo siyá. Give the poor woman some aid. Bigyán mo ng kaunting tulong ang mahirap na babae.

aim, v. itutok; itudlâ;
Aim your gun at him. Itutok mo ang iyóng baríl sa kaniyá.

aim, n. láyunin; tudlâ; tutok; puntirya;
His aim in life is to be a good man. Ang kaniyáng láyunin sa buhay ay magíng isáng mabuting tao.

air, v. pahanginan; ihingá; ihayág;
Air all your grievances to him. Ihingá mong lahát sa kaniyá ang iyóng mga karaingan.

air, n. hangin; simoy;
She needs some fresh air. Kailangan niyá ng sariwang hangin.

air base, n. himpilan ng mga eroplano;

airfield, n. paliparan;
We live far from the airfield. Malayò sa páliparan ang tírahan namin.

airforce, n. hukbóng panghimpapawíd;
My nephew belongs to the airforce. Kabilang sa hukbong panghimpapawid ang pamangkín kong lalaki.

airplane, n. eruplano;
Our airplane took off at nine in the morning. Ang aming eruplano ay lumipad ng ika-siyám ng umaga.

airport, n. páliparan; himpilan ng mga eruplano;
We shall go to the airport at eight. Pupuntá kamí sa himpilan ng mga eruplano sa ika-8 ng umaga.

aisle, n. pasilyo;
Nena's store is at aisle B. Ang tindahan ni Nena ay nasa pasilyo B.

alarm, n. hudyát;
They are waiting for the alarm. Naghihintáy silá ng hudyát.

alarm, v. mangambá; kabahán;
He was alarmed. Kinabahán siyá.

alarm clock, n. relos na panggising;
They have a big alarm clock. May malakíng relos na panggising silá.

albumen, n. putî ng itlóg
Some people need more albumen than others. May mga taong nangangailangan ng higit na putî ng itlóg kaisa ibá.

alcohol, n. alkohol; aguwardiyente;
I have a bottle of alcohol. Mayroón akóng isáng boteng alkohol.

alert, v. pahandaín; humandâ; maghandâ;
Alert them when you hear the signal. Pahandaín mo silá kung máriníg mo ang babalâ.

alias, n. balatkayong ngalan;
Siya'y mánunulat na waláng alias o balatkayóng ngalan. He is a writer with no alias.

alibi, n. dahilán;
He is making an alibi. Siyá'y nagdádahilán o humahanap ng dahilán.

alien, n. dayuhan;
Vicente Chua is an alien. Si Vicente Chua ay isáng dayuhan.

alight, v. umibis; bumabâ;
Jose alighted from the bicycle. Bumabâ sa bisikleta si Jose.

align, v. pumila; maghanay; ihanay;
Align yourselves, children. Pumila kayó, mga batá.

alike, adj. magkamukhâ; magkapareho; magkawangkî;
The two girls are alike. Ang dalawáng batang babae ay magkamukhâ.

alimony, n. sustento;
Two hundred pesos is the man's alimony to his divorced wife. Dalawandaáng piso ang sustento ng tao sa kaniyáng dibursiyadang asawa.

alive, adj. buháy;
The man is still alive. Buháy pa ang tao. Keep alive the spirit of liberty. Panatilihin mong buháy ang diwà ng kalayaan.

all, pron. lahat; bawa't isa;
All are going to the dance. Lahát ay pupuntá sa sáyawan.

all of a sudden, biglang biglâ;
All of a sudden the man disappeared. Bigláng-bigláng nawalâ ang tao.

alliance, n. pagtutulungán; alyansa; They had a treaty of alliance. Nagkaroón silá ng kasunduan sa pagtutulungán.

alligator, n. buwaya; Some people eat alligators. May mga taong kumakain ng buwaya.

allot, v. pag-ayaw-ayawín; italagá; Allot two pesos for daily marketing. Italagá mo ang dalawáng pisong panindahan sa araw-araw.

allow, v. payagan; pahintulutan; Allow the children to come in when the bell rings. Pahintulutan mong pumasok ang mga batà pagtugtóg ng kampanilya.

allowance, n. panggastos; sustento; What is your daily allowance? Magkano ang panggastos mo sa araw-araw?

allusion, n. tukoy; pagtukoy; His story has allusions to Philippine history. Ang kaniyáng kuwento ay may mga tukoy sa kasaysayan ng Pilipinas.

ally, n. kaanib; kapanalig; A weak country wants to be an ally of a strong country. Ang mahinang bansá ay ibig magíng kaanib ng malakás na bansá.

ally, v. pumanig; umanib; The moros do not want to ally themselves with the Christians. Ayaw ng mga moro na umanib sa mga Kristiyano.

Almighty, n. God; Makapangyarihang Diyós; I pray to the Almighty every evening. Nananalangin akó sa Makapangyarihang Diyós gabi-gabí.

almost, adv. halos; She almost cried when she heard she won. Halos naiyák siyá nang márinig na siyá'y nanalo.

alms, n. limós; tulong; She gives alms to the beggars. Naglilimós siyá sa mga pulubi.

alone, adj. nag-iisá; She is alone. Nag-iisá siyá.

along, adv. Come along with us. Sumama ka sa amin.

along, prep. Along the road are some gumamelas. Sa gilid ng daán ay may mga gumamela.

aloof, adv. layô; walang malasakit;
Felipe is always aloof. Si Felipe ay laging lumalayô.

aloud, adv. malakás;
Read the poem aloud. Basahin mo nang malakás ang tulâ.

already, adv. tapos na; natapos na;
Lula has already finished the work. Natapos na ni Lula ang gawain.

also, adv. din; rin; man;
Bulaklak *din* ang ibibigáy niyá. She will also give flowers.
Note: use *din* after a noun ending in a consonant.
She said she wants a skirt also. Saya *rin* ang ibig niyá. Use *rin* after a noun ending in a *vowel.*
You also will give a gift. Ikaw **man** ay magbibigáy ng regalo.

altar, n. dambanà; altá;
Rita kneels before the altar. Si Rita ay nakaluhód sa haráp ng altá.

alter, v. baguhin; bumago; halinhán; magbago;
He altered the spelling of his name. Binago niyá ang baybáy ng kaniyáng pangalan.

alternate, n. pamalít; kahalili;
Filemon was Jose's alternate. Si Filemon ang panghalili kay Jose.

alternate, adj. salit-salit;
She tries to alternate the colors. Sinikap niyáng pagsalit-salitín ang mga kulay.

alternative, n. mapamímilian;
He has no alternative. Walâ siyáng mapamimilian.

although, conj. kahit na; bagamán;
Dumatíng si Juan kahit na umuulán. Juan came although it is raining.

altitude, n. taás;
He was advised to live at high altitude. Pinagpayuhan siyáng tumirá sa mataás.

altogether, adv. ganáp;
That is not altogether wrong. Hindî ganáp na malî iyán.

alumnus, n. nagtapós;
An alumnus of our college died. Isáng nagtapós sa aming kolehiyo ay namatáy.

always, adv. lagì; sa lahát ng oras;

She is always sleepy. Si-
yá ay laging inaantók.

amateur, n., adj. baguhan;
He is an amateur singer.
Siyá ay baguhang mánga-
ngantá.

amaze, v. magtaká; gulatin;
He was amazed at what
happened. Nagtaká siyá
sa nangyari.

amazement, n. pagtataká;
kataka-taká;
What I saw was an amaze-
ment. Ang nakita ko ay
isáng kataka-taká.

amazing, adj. nakagugulat;
kagulat-gulat; kataka-
taka;
He showed an amazing
strength. Nagpakita siyá
ng kagulat-gulat na lakás.

ambassador, n. sugò; emba-
hador;
Vicente was made an am-
bassador to France. Si
Vicente ay ginawang em-
bahador sa Francia.

ambition, n. adhikâ; hánga-
rin;
He has no more ambition
in life. Walâ na siyáng
hangarin sa buhay.

ambitious, adj. mapagha-
ngad; mapaglunggatî; am-
bisyoso;
She is an ambitious child.

Siyá'y isáng ambisiyosong
batà.

ambulance, n. ambulansiya;
He sent for an ambulance.
Nagpasundô siyá ng am-
bulansiya.

ambush, v. tambangán; aba-
ngan; harangin;
Juan was ambushed on the
way. Si Juan ay tinam-
bangán sa daán.

amend, v. susugan; **lagyán
ng susog;**
They wish to amend the
Constitution. Ibig niláng
lagyán ng susog ang Sali-
gáng-Batás.

amendment, n. susog;
He is suggesting an
amendment. Nagmumung-
kahí siyá ng isáng susog.

America, n. Amerika; bayan
ng mga Amerikano;
I was in America last
year. Nasa Amerika akó
noóng isáng taón.

amiable, adj. kaibig-ibig;
kasiya-siyá; nakaaakit;
Susana is an amiable
child. Si Susana ay isáng
kaibig-ibig na batà.

amid, prep. sa gitnâ ng; sa
loób ng;
Amid the din and noise
she eloped. Sa gitnâ ng

guló at ingay siyá ay nagtanan.

amity, n. pagkakaibigan;
There is no treaty of amity. Waláng kasunduan ng pagkakaibigan.

amnesia, n. amnesiya; pagkawalâ ng alaala; pagkalimot;
Once in a while he shows sign of amnesia. Paminsan-minsan ay nagpapakita siyá ng pagkalimot.

amnesty, n. pagpapatawad;
The slaves are asking for amnesty. Nanghihingî ng pagpapatawad ang mga alilà.

amok, n. huramentado;
He runs amok. Siya'y isang huramentado.

among, prep. sa gitnâ ng;
Bees fly among the roses. Lumilipad ang mga bubuyog sa gitnâ ng mga rosas.

amount, n. halagá; kabuuán;
What amount does he give you monthly? Magkanong halagá ang ibinibigáy niyá sa iyó buwán-buwán?

amount, v. umabot;
His harvest amounts to about five hundred cavanes. Umaabot sa limáng daáng kabáng palay ang

kaniyáng ani.

ample, adj. malawak; malaki; saganà; sapát;
He has an ample supply of rice. May sapát siyáng dami ng bigás.

amplifier, n. loudspeaker; laudspiker;
Our hi-fi has two loudspeakers. May dalawáng laudspiker ang aming hayfay.

amplify, v. punán; dagdagán;
The ladies will amplify their refreshments. Daragdagán ng mga dalaga ang kanilang handâ.

amputate, v. putulin;
The soldier's foot has to be amputated. Ang paá ng kawal ay kailangang putulin.

amputation, n. pagputol; pagkaputol;
The amputation of his foot was done by the doctor. Ang pagkaputol ng kaniyang paa ay ginawâ ng duktór.

amuse, v. maglibáng; magalíw; alíwin; libangin;
They try to amuse the patient. Sinubok niláng alíwin ang maysakít.

amusement, n. líbangan;
They provide the children
with amusement. Binibig-
yán nilá ng líbangan ang
mga batà.

an, ind. article isa;
An apple. Isáng mansa-
nas.
Note; use *an* before a noun
beginning with a *vowel*.

analogy, n. pagkakahawig;
There is an analogy on the
two words. May pagkaka-
hawíg sa dalawáng salitâ.

analysis, n. pagsusurì; pag-
kakasurì;
He cannot give the analy-
sis of the rule. Hindî ni-
yá mabigyán ng pagsusurì
ang tuntunin.

analyze, v. suriin;
I cannot analyze the pro-
blem. Hindî ko masu-
surì ang problema.

anarchist, n. mapangguló sa
bayan;
There is one anarchist in
the town. May isáng ma-
pangguló sa bayan.

ancestor, n. ninunò;
He knows nothing about
his ancestors. Walâ si-
yáng nalalaman tungkól
sa kaniyáng mga ninunò.

ancestry, n. kanunúnunuan;
angkáng pinagmulán;
His ancestry came from
England. Nanggaling sa
Inglatera ang kaniyáng
kanunúnunuan.

anchor, v. pumundó; duma-
tíng;
The boat anchored safely.
Dumatíng o pumundó ang
bapor nang waláng saku-
nâ.

anchovy, n. dilis;
I enjoy eating anchovy in
the morning. Naiibigan
kong kanin ang dilis sa
umaga.

ancient, adj. matandâ; lu-
mà;
The ancient building is
being torn down. Ang lu-
mang gusalì ay ginigibâ.

and, conj. at;
Atis and lansones are de-
licious. Ang atis at lan-
sones ay masaráp.

and so forth, at iba pa;

anecdote, n. anekdota;
I wish to listen to some
anecdotes. Ibig kong ma-
pakinggan ang iláng anek-
dota.

anemia, n. kakulangán sa
dugô; anemya;
She has anemia. Kulang
siyá sa dugô.

anemic, adj. putlain; kulang sa dugô;

anesthesia, n. pampamanhid;
I was given anesthesia when my tooth was pulled. Binigyán akó ng pampamanhíd nang bunutin ang aking ngipin.

angel, n. anghél;
She is a little angel. Siya'y isáng maliít na anghél.

angelus, n. orasyón; dasal sa ika-6 ng hapon;
We say our prayers at angelus. Nagdarasál kamí sa orasyón.

anger, n. galit; poót;
Do not show your anger. Huwág mong ipakita ang iyóng galit.

angle, n. salikop; anggulo; panig;
She showed me the right angle. Ipinakita niyá sa akin ang kanang salikop.

angrily, adv. pagalít;
He angrily threw the ball to her. Inihagis niyáng pagalít ang bola sa kaniyá.

angry about, My husband is angry about the increased taxes. Nagalit ang asawa ko dahil sa pagtataás ng buwís.

angry at, galit sa;
Galít si José sa nagtátatahól na aso. José is angry at the barking dog.

angry with, adj. galít kay;
He is angry with Pedro. Galít siyá kay Pedro.

anguish, n. dalamhatì; sakit; panggigípuspós;
She shows much anguish because of the sick baby Nagpapakita siya ng dalamhatì dahil sa maysakít na batà.

animal, n. hayop;
Carabao is a big animal. Ang kalabaw ay isáng malakíng hayop.

animate, v. magbigáy-buhay; magpasiglá;
Medicine animated the sick animal. Gamót ang nagbigáy siglá sa maysakít na hayop.

ankle, n. bukung-bukong;
Her ankle was sprained. Napilay ang kaniyáng bukúng-bukong.

annex, v. iugnáy; isanib; isudlóng;
They annexed their building to ours. Isinudlóng nilá ang kaniláng gusalì sa amin.

annex, n. sudlóng ; kaugnáy; sangáy; kasanib;
The primary school has two annexes. Ang páaraláng primarya ay may dalawáng sangáy.

annihilate, v. lipulin; malipol;
They want to annihilate the race. Ibig niláng malipol and rasa.

annihilátion, n. paglipol; pagkalipol;
The annihilation of their family is desired by their enemies. Ang paglipol ng kanilang angkán ay nais ng kaniláng mga kaaway.

anniversary, n. kaarawan; anibersaryo;
Their anniversary took place last month. Ang kaniláng anibersaryo ay ginawâ noóng isáng buwán.

announce, v. ipaalám; ipatalastás;
They will announce their engagement. Ipaaalám nila ang kaniláng pagkakatrato.

announcement, n. patalastás; babalâ; pagpapahayag;
The announcement was made on the papers. Ang patalastás ay ginawâ sa páhayagán.

announcer, n. tagapagpahayag;
The announcer was Mr. Mateo. Si G. Mateo ang tagapagpahayag.

annoy, v. yamutín; buwisitin;
The boy is annoying his mother. Niyayamót ng batang lalaki ang kaniyáng iná.

annual, n. taunang-aklát;
I cannot find our annual. Hindî ko makita ang aming taunang-aklát.

annul, v. pawalang-bisà;
The couple wants to annul their marriage. Ibig pawaláng-bisà ng mag-asawa ang kaniláng kasál.

anomalous, adj. tiwalî;
The agreement is anomalous. Ang kasunduan ay tiwalî.

anomaly, n. katiwalian;
They noticed an anomaly on the papers. Nápansín nilá ang katiwalian sa peryodiko o pahayagan.

anonymous, adj. di-kilalà;
anonymous letter, sulat na waláng lagdâ;

another, pron. ibá; isa pa;
Help one another. Magtutulungan kayó.

answer, v. sagutín; sumagót; tugunín;

You did not answer my letter. Hindî mo sinagót ang aking sulat.

answer, n. sagót;
She will give you her answer. Ibibigáy niyá sa iyo ang kaniyáng sagót.

answer for, paninindigán; akuin; panagután;
I shall answer for her conduct. Pananagután ko ang kaniyáng ugalì. He answers for my debt. Inaakò niyá ang aking utang.

answer to, sagot sa;
My answer to you is no. Ang sagot ko sa iyo ay hindî.

ant, n. langgám; guyam;
He killed the red ant. Pinatáy niyá ang langgám na pulá.

antagonist, n. kalaban; kaaway; kasalungát;
You are her antagonist. Ikáw ay kalaban niyá.

antagonize, v. kalabanin;
She is antagonizing me. Kinakalaban niyá akó.

antecedent, n. unang pangyayari;
That event has an antecedent. May naunang pangyayari sa bagay na iyán.

antenna, n. antena;
We put up an antenna on the roof. Naglagáy kamí ng antena sa itaás ng bubóng.

anthem, n. awit; kantá; imno;
They sang the national anthem. Inawit nilá ang imno nasyonal.

ant hill, n. punsó;
I seldom see ant hills in the city. Bihirà akóng makakita ng punsó dito sa siyudad.

anti, n. kalaban;
Some Filipinos are still anti-Japanese. Maraming Pilipino ang hanggang ngayón ay kalaban ng mga Hapon.

anticipate, v. asahan; umasa;
We anticipate a big day. Umaasa kamí sa masayáng araw.

antipathy, n. pagkasuklám; pagkamuhî; pagkabuwisit; pagkakasálungatan;
antipathy of temperaments - pagkakasálungatan ng damdamin.

antique, n. lumang kasangkapan na yarì noóng unang panahón;
Antiques sell high. Naipagbíbilí nang mahál ang mga lumang kasangkapan na yari noóng unang panahón.

antonym, n. kasalungát na kahulugán
Correct is the antonym of wrong. Tamà ay kasalungat ng malî.

anxiety. n. pagkabalisa; pananabík:
Her tears fell because of anxiety. Nalaglág ang kaniyáng luhà dahil sa pananabík.

anxious, adj. balisá; nababahalà:
Rosa is anxious to go home. Si Rosa ay balisá sa paguwî.

any. pron. kahit sino; sinumán; alinmán;
Any child can take part in the contest. Kahit sinong batà ay maaaring lumahók sa páligsahan.

anybody, pron. kahit sino;
Anybody can attend the dance. Kahit sino ay makadadaló sa sáyawan.

anyhow, pron. kahit paano; paano man;
Anyhow you can work in the evening. Paano man ay makapagtátrabaho ka sa gabí.

anyone, pron. kahit sino;
anything, pron. kahit ano;
You can eat anything. Makakain mo kahit anó.

anyway, adj. kahit paano;
anywhere, adv. kahit saán;
apart, adv. bukód; tangì;
They are sitting apart. Bukód silá ng upuan.

apartment, n. aksesorya;
I have a three-door apartment. Mayroón akóng tatlóng-pintong aksesorya.

apologize, v. humingî ng paumanhín;
He apologizes for his mistakes. Humihingî siyá ng paumanhín sa kaniyáng mga kamalian.

apology, n. paumanhín; paliwanag sa nágawáng pagkukulang;
I offer an apology. Nagbibigáy akó ng paliwanag sa aking pagkukulang.

apostle, n. alagad; disipulo;
Peter used to be an apostle of Christ. Si Pedro ay naging alagád ni Jesukristo.

apostrophe, n. kudlít;
We use apostrophe in contracting words. Gumagamit tayo ng kudlít sa pagpapaiklî ng mga salitâ.

apparatus, n. kasangkapan;
The doctor has to buy his apparatus. Ang manggagamot ay kailangang bumilí ng mga kasangkapan niyá.

apparent, adj. maliwanag;
The erasure is apparent.
Ang pagkakaburá ay mali-
wanag.

apparently, adv. sa malas;
Apparently she is the win-
ner. Sa malas ay siyá ang
nagtagumpáy.

apparition, n. multó; malik-
matá;
She saw an apparition in
her dream. Nakakita siyá
ng multó sa kaniyáng pa-
naginip.

appeal, v. manawagang mag-
habol; umapilá; ipaghabol;
Will you appeal to the Su-
preme Court? Maghahabol
ka ba sa Kataás-taasang
Hukuman?
He is making an appeal to
the President. Gumaga-
wâ siyá ng isáng paghaha-
bol sa Presidente.

appear, v. humaráp; lumi-
táw; pakita;
An image appeared before
her. Isáng anino ang na-
pakita sa haráp niyá.

appearance, n. ayos; hitsura;
anyô; palabás; paglitáw;
paglabás;
The movie star made a per-
sonal appearance. Ang
artista sa pelikulá ay nag-
pakita sa mga tao.

appease, v. payapain; palu-
bagin;
The moros tried to appease
their gods. Pinapaglúlu-
bag ng mga moro ang ka-
niláng mga diyús-diyusan.

appeasement, n. pagpayapà;
paglubag; paghupâ;
They are asking for an ap-
peasement from their gods.
Hinihilíng nilá ang pag-
payapà sa kanilang diyus-
diyusan.

appendicitis, n. apendisitis;
He has apendicitis. May
apendisitis siyá.

appendix, n. dagdág
(sa aklát)
Our book has an appendix.
May dagdág ang aming
aklát.

appetite, n. gana (sa
pagkain)
He has no appetite. Wa-
lâ siyáng gana

appetizer, n. pampagana;
She ate some appetizer.
Kumain siyá ng pampaga-
na.

appetizing, adj. nakagagana;
nakagugutom;
That mango looks appeti-
zing. Nakapagpapagana
ang manggáng iyán.

applaud, v. pumalakpak; palakpakán; papurihan;
He applauded by clapping his hands. Ipinakilala ang pagpapapuri sa pagpapalakpák ng kamáy.

applause, n. palakpak; papuri;
Let us give them an applause. Palakpakán natin silá.

apple, n. mansana;
A delicious apple costs fifty centavos. Nagkákahalagá ng singkuwenta sentimos ang isáng mansanang masaráp.

application, n. paglalagáy; pagsisikap; pagpapairal; pormularyo;
He already sent his application. Ipinadalá na niyá ang kaniyáng pormularyo.

apply, v. lagyán; tapalan; pahiran; gamitan; magharáp;
Don't apply medicine on her skin. Huwág mo siyáng papahiran ng gamót sa balát.

appoint, v. hirangin; piliin; pumilì; humirang; itakdâ;
Juan will be appointed manager. Mahihirang na tagapagmanehò si Juan.

appointment, n. paghirang; tipanan;
We have an appointment at eight. May tipanan kamí sa ika-8. Her appointment is against the law. Labág sa batás ang pagkahirang sa kaniyá.

apportion, v. paghatí-hatiin; pag-ayaw-ayawin;
Apportion the sugar among the brothers. Paghatí-hatiin ang matamis sa magkakapatíd.

appraisal, n. taya; tantiyá;
The appraisal of her property is high. Mataás ang taya sa kaniyáng pag-aari.

appraise, v. halagahán; tayahin;
Can you appraise her house? Mahahalagahán mo ba ang kaniyáng bahay?

appreciate, v. kalugdán; halagahán;
He appreciates your help. Pinahahalagahán niya ang iyóng tulong.

appreciation, n. pagpapahalagá; pagkalugód; pagpapasalamat;
She shows her appreciation by giving her some gifts. Ipinakikilala ang kaniyáng pasasalamat sa pag-

bibigáy niyá ng mga ala-ala.

apprehend, v. unawain.; maunawaan; dakpin; sunggaban;
They apprehended the thief. Sinunggabán nilá ang magnanakaw.

approach, v. lumapit; lapitan;
Can you approach the secretary? Malalapitan mo ba ang kalihim?

appropriate, v. maglaán; magtakdâ;
Let us appropriate a sum for the party. Maglaán tayo ng kauntíng halagá sa party.

appropriation, n. laáng halagá;
One hundred pesos is our appropriation. Sandaáng piso ang aming laáng halagá.

approval, n. pagpapatibay; pagkapatibay;
The approval of the bill is certain. Ang pagpapatibay sa bill ay tiyák.

apron, n. tapis; epron; tapî;
I made an apron. Gumawâ akó ng tapis.

aptitude, n. hilig; kakayahán;
He has no aptitude for

painting. Walâ siyáng hilig sa pagpipintá.

arable, adj. mapagháhalamanan; mapagtátamnan ng halaman;
I bought a piece of arable land. Bumilí akó ng kapirasong lupang mapagháhalamanan.

arch, n. arkó; balantók;
They made arches of bamboo for the fiesta. Gumawâ silá ng mga arkong kawayan pará sa pistá.

archbíshop, n. arsobispo;
He wants to have an archbishop son. Ibig niyáng magkaroón ng arsobispong anák.

archer, n. mámamanà;
William Tell was an archer. Si William Tell ay isáng mámamanà.

archipelago, n. kapuluan;
I have not gone to the Sulu archipelago. Hindî pa akó nakararatíng sa kapuluán ng Sulu.

architect, n. arkitekto;
He has a brother, architect. May kapatid siyáng arkitekto.

ardent, adj. masigasig; marubdób; maningas; maliyab; Juan has an ardent love for Ana, May marubdob na pagmamahal si Juan kay Ana.

ardor, n. siglá: kasiglahán; That little girl is full of ardor. Punô ng kasiglahán ang batang iyán.

are, v. ay; They are busy. Silá ay may ginágawâ.

area, n. lakí; lawak; bahagi; saklaw; The area of the circle is one foot. Ang lawak ng bilog ay isáng piye.

argue, v. makipagtalo; mangatuwiran; magpahiwatig; She wants to argue. Ibig niyáng makipagtalo.

arid, adj. tigáng; He gave her an arid piece of land. Binigyán niyá siyá ng kapirasong tigáng na lupà.

arise, v. magbangon; magkaroón; Should trouble arise, get ready. Kung mag-karoón ng guló, humandâ ka.

arm, n. bisig; sandata; baraso; Pedro has big arms. Malalaki ang bisig ni Pedro.

arm, v. sandatahan; bigyán ng armas o sandata;

The policemen are armed. Nasásandatahan ang mga pulís.

armistice, n. pagtigil ng labanán; Humíhingî ng pagtigil ng labanán ang mga kalaban. The enemies are asking for an armistice.

armor, n. balutì; Their leader has his armor on. Nakasuót ang balutì ng kaniláng punò.

armory, n. taguán ng mga armás; They keep their guns at the armory. Itinatagò nilá ang kaniláng mga armás sa taguán.

army, n. hukbó; José is a member of the army. Si Jose ay kabiláng sa hukbó.

aroma, n. samyô; bangó; The brewing coffee has a sweet aroma. Ang nilalagang kapé ay may masaráp na samyô.

around, adv. sa paligid; sa tabi-tabí; He is hiding around the bushes. Nagtatagò siyá sa tabi-tabí ng mga halaman.

arouse, v. gisingin; pukawin;

It is time to arouse Julian. Oras nang gisingin si Julian.

arraign, v. basahan ng sakdal; paratangan;
It is necessary to arraign the culprit. Kailangang basahan ng sakdál ang maysala.

arraignment, n. pagbasa ng sakdál; pagpaparatang;
They heard the arraignment yesterday. Naríníg nilá ang pagbasa ng sakdál kahapon.

arrange, v. ayusin; ihandâ; maghandâ; mag-ayos;
Rosa will arrange the flowers on the vase. A-ayusin ni Rosa ang mga bulaklák sa plurera.

arrangement, n. pag-aayos; ayos; pagkaayos; pag-aayus-ayos;
She studied flower arrangement in Japan. Nag-aral siyá sa Hapon ng pag-aayos ng bulaklak.

arrears, n. atraso (sa upa) bayad;
The occupants of her house have arrears for two months. Ang mga naka-

tira sa bahay niyá ay may atrasong dalawang buwán.

arrest, v. dakpín; hulihin;
Arrest the robbers. Hulihin ang mga magnanakaw.

arrest, n. pagpigil; pagkapigil;
They made the arrest last night. Ginawâ nilá ang pagdakíp kagabí.

arrival, n. pagdatíng; datíng;
She is waiting for the arrival of the train. Hinihintáy niyá ang pagdatíng ng tren.

arrive, v. dumatíng;
I shall arrive at four in the afternoon. Darating akó sa ikaapat ng hapon.

arrogance, n. pagmamataás;
She is noted for her arrogance. Kilalá siyá sa pagmamataás.

arrogant, adj. mapagmataás; palalò;
Your friend is very arrogant. Mapagmataás ang kaibigan mo.

arrow, n. palasô;
He killed the bird with an arrow. Pinatáy niyá

ang ibon sa pamamagitan ng palasô.

arson, n. panununog;
He was accused of arson. Napagbintangán siyá sa panununog.

art n. sining: arte:
She wants to study art. Ibig niyáng mag-aral ng sining.

artery. n. malakíng ugát:
He broke his artery. Nalagót ang malakí niyáng ugát.

artesian well. n. poso artisiyano; poso;
There is an artesian well near home. Mav poso artisivano malapit sa amin.

article. n. bagay: pangkát; pantukov: lathalaín;
Lilia will write an article on the papers. Maglálathalá si Lilia ng isáng bagay sa páhayagán.

articulate, v. magsalitâ; magsalitâ nang malinaw;
He cannot articulate well. Hindî siyá makapagsalitáng mabuti.

artificial, adj. di-likás; aral; gawá-gawâ;
The way she walks is artificial. Aral ang kaniyáng paglakad.

artist, n. artista; pintór;
She is a born artist. Ipinanganak siyáng isáng artista.

artistic, adj. masining; artístikó;
The flower arrangement is quite artistic. Masining ang pagkakáayos ng mga bulaklák.

ascend, v. umakyát; pumaitaás; sumalunga;
They cannot ascend the mountain. Hindî silá maka-akyát sa bundók.

ascent, n. pag-akyat; pagtaás;
The ascent to the mountain is difficult. Ang pagakyát sa bundók ay mahirap.

ascertain, v. tiyakín; alamín;
She cannot ascertain her arrival. Hindî niyá matiyák ang kaniyáng dating.

ash, n. abó;
I use ash in cleaning hitò. Gumagamit akó ng abó sa paglilinis ng isdang hitò.

ash tray, n. ábuhan; lalagyán ng abó;
Ramon has plenty of ash trays. Maraming ábuhan si Ramon.

ashamed, adj. nahihiyâ;
She is ashamed. Nahihiyâ
siyá.

ashamed of, ikinahíhiyâ;
She is ashamed of her
dirty dress. Ikinahíhiyâ
niyá ang kaniyáng maru-
ming barò.

ashamed to, nahíhiyâ sa;
He cannot face his moth-
er or he is ashamed to
face his mother because of
his low grades. Hindî
siyá makaharap sa kani-
yang ina o nahíhiya siyáng
humaráp sa kaniyáng iná
dahil sa mababà niyáng
antás.

aside. adv. bukód; bukód sa;
sa isáng tabí;
Place your book aside.
Ilagáy mo ang iyong ak-
lát sa isáng tabí. Aside
from corn. he bought
some rice. Bukod sa maís,
bumilí siyá ng bigás.

ask, v. humingî; tanungín;
hilingín; magtanóng;
Ask him if he is coming.
Itanóng mo sa kaniyá kung
siyá'y dárating.

ask about, Don't ask me
about the case. Huwag
mong itanóng sa akin ang
ukol sa kaso.

ask for, He is asking for
some money. Nanghihingî
siyá ng kuwaltá.

asleep, adj. natutulog;
The baby is asleep; Na-
tutulog ang batà

aspiration, n. mithiin; ha-
ngarin; layon;
She has high aspirations.
Mataás ang kaniyáng mit-
hiin.

aspire, v. maghangád; mag-
lunggatî;
He is aspiring for high
grades. Naghahangád si-
yáng makakuha ng mata-
ás na antás.

assail. v. bumatikos; bati-
kusin; tumuligsâ; tuligsa-
ín;
They assailed him and his
plan. Binatikos nilá siyá
at ang kaniyáng balak.

assassinate, v. magtaksil;
Oswald assassinated Pres-
ident Kennedy. Pinatáy
ni Oswald si Presidente
Kennedy.

assault, v. salakayin; lusu-
bin;
He assaulted an innocent
girl. Sinalakay niyá ang
waláng malay na batà.

assault, n. pagsalakay; pag-
lusob;
The assault was made last
night. Ang pagsalakay ay
ginawâ niyá kagabí.

assemblage, n. pagtitipon; pagkakatipon; katipunan; There was an assemblage of auditors in the auditorium. May pagtitipon ng mga tagasurì sa auditoryum.

assemble, v. tipunin; magtipun-tipon; Ramon assembled the parts of the television. Pinagtipun-tipon ni Ramon ang mga bahagi ng telebisyón.

assemblyman, n. kongresista: kinatawán; Senator Roy was assemblyman for four terms. Si Senador Roy ay nagíng Kinatawán sa apat na panahón.

assert, v. ipahayag; panindigán; A verb is a word that asserts action. Ang pandiwà ay isáng salitâ na nagbibigáy ng buóng diwà.

assess, v. tayahin; tasahan; I cannot assess the value of her land. Hindî ko matatasahan ang halagá ng kaniyáng lupà.

assessment, n. tasa; tasasiyón; The assessment of her property is high. Mataás ang tasa sa kaniyáng pag-aarì.

assign, v. magtakdâ; magtalagá; Two teachers were assigned in the barrio. Dalawáng gurò ang natakdâ o natalagá sa baryo.

assignment, n. takdáng aralín; pagkakalagáy; Her barrio assignment will be two years. Ang pagkalagáy niyá sa baryo ay dalawáng taón. They have a difficult assignment for tomorrow. May mahirap na takdáng-aralín silá bukas.

assimilate, v. mátutuhan; máunawaan; She cannot assimilate her lesson. Hindî niyá mátutuhan ang kaniyáng liksiyón.

assist, v. tulungan; tumulong; Don't assist her in her lesson. Huwág mo siyáng tutulungan sa kaniyáng liksiyón.

assist in, tulungan sa; We assist her in making the program. Tinutulu-

ngan namin siyá sa pag-
gawâ ng programa.

assist with, Assist her with
her work.
Tulungan mo siyá sa kan-
yáng gáwain.

assistance, n. tulong; saklolo;
He needs your assistance.
Kailangan niyá ang iyóng
tulong.

associate, n. kasama; katu-
long.
He is his associate. Siyá
ang kaniyáng kasama.

associate with, v. makisama;
makihalubilo; sumama;
Do not associate with
bombastic people. Huwág
kang makisama sa mapag-
mataás na mga tao.

association, n. pagsasama-
han; kapisanan;
I am not a member of the
association. Hindî akó ka-
sapì sa kapisanan.

assume, v. ipalagáy; balika-
tin;
Don't assume the respon-
sibility. Huwág mong ba-
likatin ang responsibilidad.
He assumed an air of fear-
lessness. Nagkunwarî si-
yáng waláng takot.

assumed, adj. di-tunay;
He has an assumèd name
in the papers. Mayroón

siyáng di-tunay na panga-
lan sa páhayagán.

assurance, n. katiyakan; pag-
tiyák; buong pagtitiwalà;
There is no assurance that
he will get the prize. Wa-
láng katiyakáng mátatamó
niyá ang premiyo.

asthma, n. hikà;
Laura has asthma. Si La-
ura ay may hikà.

astonish, v. papagtakhín;
magtaka;
Don't astonish your sweet-
heart. Huwág mong pa-
pagtakhín ang iyóng ka-
sintahan.

astonishment, n. pagtataká;
With great astonishment
she opened her letter. Sa
malakíng pagtataká ay bi-
nuksán niyá ang kaniyáng
sulat.

astray, adj. ligáw;
They found an astray dog
in the yard. Nakakita silá
ng ligáw na aso sa looban.

at, prep. sa; nasa; sakâ;

at home, sa bahay;

at once, kaagád;

athlete, n. manlalarò;
I used to be an athlete in
my younger days. Ako'y
naging isáng manlalarò
noóng akó'y batà.

34

athlete's foot, n. alipungá;
He has never had althlete's
foot. Kailan man ay hindî
siyá nagkákaroón ng alipu-
ngá.

atmosphere, n. singáw;
The atmosphere is hot.
Mainit ang singáw.

atrocity, n. kalupitán; kabu-
hungán;
The Japanese did so many
atrocities during the war.
Maraming ginawang kalu-
pitán ang mga Hapón
noong panahón ng digmâ.

attach, v. ikapit; isama; ila-
kip; iugnáy;
Don't attach the bill to the
letter. Huwag mong isa-
sama ang kuenta sa sulat.

attack, v. salakayin; lusu-
bin;
They want to attack the
enemies now. Ibig na ni-
láng lusubin ang kaaway
ngayón.

attain, v. mátamó; makam-
tán; marating;
She wants to attain her am-
bition in four years. Ibig
niyáng mákamtán ang ka-
niyáng ambisyón sa apat
na taón.

attempt, v. subukin; tang-
kain;
Don't attempt to finish a

four-year course in two
years. Huwág mong tang-
kaíng tapusin ang apat na
taong kurso sa dalawáng
taón.

attend, v. daluhán; dumaló;
alagaan; mag-alagà;
She cannot attend the
dance because she has
fever. Hindî siyá makada-
daló sa sáyawan dahil sa
lagnát.

attendance, n. pagdaló;
Her attendance at the
dance is necessary. Kai-
langan ang kaniyáng pag-
daló sa sáyawan.

attendant, n. kasama; taga-
paglingkod;
She works as an attendant
at San Lazaro hospital.
Siya'y tagapaglingkód sa
hospital ng San Lazaro.

attention, n. pansin; panga-
ngalagà; pag-aasikaso;
The baby needs attention.
Nangangailangan ng pa-
ngangalagà ang batà.

attentive, adj. mapag-alaala;
mapagpunyagî;
A student has to be atten-
tive in class. Kailangang
maging mapagpunyagî sa
klase ang isang nag-aaral.

attest, v. saksihán; patuna-
yan;

Her apointment was attested by the supervisor. Ang kaniyáng pagkahirang ay sinaksihán ng tagapagmasíd.

attire, n. pananamít; bihis; damít.
She went to the dance in a beautiful attire. Nagpuntá siyá sa sáyawan nang may magandáng bihis.

attitude, n. kilos; ayos; loobin; palagay; paninindigan;
He has a poor attitude in class. Ang kaniyáng kilos sa klase ay hindî mainam.

attorney, n. abugado; mánananggól;
Si Nardo ay isáng mánananggól.

attract, v. umakit; akitin;
Rosa wants to attract some men. Ibig akitin ni Rosa ang iláng tao.

attraction, n. pang-akit;
Wealth and beauty are her attraction. Yaman at gandá ang kaniyáng pang-akit.

attractive, adj. kaakit-akit; nakaháhalina;
Lilia is very attractive. Kaakit-akit si Lilia.

auction, n. subasta;
They will sell her property by auction. Isusubasta o ipagbibili sa pamamagitan ng subasta ang kaniyáng pag-aarì.

audience, n. tagapanoód; mánonoód; tagapakiníg;
She is singing with a big audience. Nagkakantá siyá nang may maraming tagapakiníg

audit, v. suriin; sumurì.
Her work is to audit the expenses. Ang kaniyang gáwain ay sumurì o suriin ang mga gastos ng kompaniya.

auditor, n. tagasurì; tagapagsurì;
My brother was an auditor. Ang aking kapatid na lalaki ay naging tagasurì.

auger, n. barena;
He needed an auger in making holes. Kinailangan niyá ang isáng barena sa pagbubutas.

augment, v. punan; dagdagán; palakihín.
We have to augment the appropriation. Kailangan nating dagdagán ang apropriyasiyón.

August, n. Agosto.
Danilo was born in August.

36

Ipinanganák si Danilo ng Agosto.

aunt, n. tiyá; ale; nanang; Aunt Mina has sailed for Europe. Naglayág na sina Tiya Mina patungong Europa.

authentic, adj. tunay; The diamond of her ring is authentic. Tunay na brilyante ang bató ng kaniyáng sinsíng.

author, n. may-akdâ; maykathâ; autor; mángangathâ; We have some women authors. May iláng babaing mangangathâ kamí.

authoritative, adj. mapangháhawakan; mapaníniwalaan; The rule is authoritative Ang tuntunin ay mapangháhawakan.

authority, n. kapangyarihan; ang may kapangyarihan; The authority came from the superintendent. Galing sa tagapamanihalà ang kapangyarihan.

authorization, n. kaloób na kapangyarihan; I have no authorization to let her go. Walâ akong kaloób na kapangyarihan na pabayaan siyáng umalís.

authorize, v. bigyáng kapangyarihan; You are authorized to hold a meeting. Binigyán ikaw ng kapangyarihan na makapagmiting.

auto, n. kotse; automobil; auto; I sold my car. Ipinagbilí ko ang aking kotse.

autobiography, n. sariling talambuhay; He wrote his autobiography. Isinulat niyá ang kaniyáng sariling talambuhay.

automatic, adj. kusà; My automatic radio stops at the set time. Ang aking radyo ay kusang humíhintô sa takdáng oras.

autumn, n. taglagas; We have no autumn in the Philippines. Wala tayong panahón ng taglagás sa Pilipinas.

avail, v. samantalahín; magsámantalá; She has to avail herself of the opportunity. Kailangan niyáng samantalahín ang pagkakataón.

avail, n. kapararakan; Her letter was of no avail. Walang kapararakan ang kaniyáng sulat.

available, adj. makukuha; maaaring kunin;
I have no money available for the party. Walâ akóng kuwaltáng nakahandâ pará sa party.

avenge, v. ipaghigantí;
Lucio will avenge the death of his father. Ipaghíhigantí ni Lucio ang pagkamatáy ng kaniyáng amá.

average, n. promediyo—karaniwan; katamtaman;

average, adj. She has a high average so she is in the honor roll. May mataás siyáng promedyo kayá nasa onor rol siyá.
Her shoes have an average height. Katamtaman ang taás ng kaniyáng takóng ng sapatos.

avid, adj. sabík; matakaw; masidhî; matindí.
José is an avid lover of Rosa. Si José ay isáng masidhíng manliligaw ni Rosa.

avocation, n. líbangan;
Reading books is his avocation. Pagbabasá ng aklát ang kaniyáng líbangan.

avoid, v. iwasan; umiwas; panginlagan;
She is trying to avoid him.

Pinagsísikapan niyáng iwasan siyá.

await, v. hintayin;
Await me at the door. Hintayín mo akó sa pintuan.

awake or awaken, v. gisingin;
Don't awake him at five o'clock. Huwág mo siyáng gisingin sa ikalimá.

award, v. pagkalooban; ipagkaloob;
Villanueva was awarded a silver medal. Pinagkalooban si Villanueva ng medalyang pilak.

aware, v. may kamalayan; may kinalaman;
He is aware of the coming storm. May kamalayan siya sa dárating na bagyó.

away, adv. wala; sa malayò; ipagkaloób;
She is away. Walâ siyá. The bird flew away. Lumipád ang ibon sa malayò. Her father gave her away in marriage. Ang amá ang nagkaloób sa kaniyá sa mapapangasawa niyá. Don't go away. Huwág kang áalís. Throw away the rotten mangoes. Itapon mo ang mga bulók na manggá.

awful, adj. nakatatakot; kalagim-lagím;
That is an awful sight. Na-

katatakot na pangitain iyán.

awhile, adv. sandalî; iláng saglít;
Wait for her awhile. Hintayín mo siyá sandaiî.

awkward, adj. kahiya-hiyâ; asiwâ;
She looks awkward, Nakahihiyâ ang ayos niyá.

awning, n. ambî; sibi; mediya-agwa;
Their house has a wide awning. Ang bahay nilá ay may malapad na ambî.

ax-or axe, n. palakól; palatháw.
I can use an ax in cutting the branch. Magagamit ko ang palatháw sa pagputol ng sangá.

axle, n. ehe ng gulong;
The axle of the wheel has loosened off. Ang ehe ng gulong ay natanggál.

azure, adj. bugháw;
The azure sky looks beautiful. Magandá ang bugháw na langit.

—B—

baby, n. sanggól, batang sumususo;
My son has a two year-old baby. May sanggól na dalawáng taóng edad ang anák kong lalaki.

back, n. likód;
My back aches once in a while. Sumasakit ang likód ko paminsan-minsan.

back, v. tumulong; tulungan;
He has to back up his brother. Kailangan niyáng tulungan ang kaniyáng kapatíd na lalaki.

backbone, n. gulugód;
His backbone hurts. Ma-

sakit ang kaniyáng gulugód;

bachelor, n. binatà; batsilyer sa sining;
My brother is still a bachelor. Ang kapatíd kong lalaki ay binatà pa. I earned my bachelor of arts degree abroad. Natanggáp ko ang batsilyer ko sa sining sa ibáng bansá.

background, n. napag-aralan; kaalamang buhat sa karanasán;
Pedro has a rich background. May malawak na napag-aralan si Pedro.

backward, adj. paurong; pabalik.

backward child—mapurol ang ulo.

bacon, n. tusino; inasnáng lamán ng baboy;
He eats bacon and eggs in the morning. Kumakain siyá ng tusino at itlóg sa umaga.

bad, adj. masamâ; mahigpit; She is a bad woman. Siyá'y masamáng babae. I have a bad cold. May mahigpit na sipón akó.

bag, n. sako; supot; bayóng;
Put your things in the bag. Ilagáy mo sa supot ang mga bagay-bagay mo.

baggage, n. dala-dalahan; dalá;
We have three pieces of baggage. May tatlóng pirasong dalá-dalahan kamí.

bail, n. lagak; piyansa;
He needs two hundred pesos bail. Kailangan niyá ng dalawangdaán pisong lagak.

bail out of the plane, v. tumalóng may parakaida buhat sa eruplano. Jose bailed out of the plane when he reached Cagayan.

ball, n. bola; sayáw;
Julio threw the ball to Juan. Inihagis ni Julio kay Juan ang bola. There is a grand ball tonight. May malakíng sáyawan mámayáng gabí.

balloón, n. lobo;
I bought a balloon for my grandchild. Ibinilí ko ng lobo ang aking apó.

banana, n. saging;
We have different kinds of bananas in our country. Marami tayong iba-ibáng klase ng saging sa ating bansá.

band, n. banda ng musika; pulutóng;
A band of robbers was caught in the cemetery. Isáng pulutóng ng mga magnanakaw ang nahuli sa sementeryo.

bandage, n. benda;
He placed a bandage on his head. Nilagyan niya ng benda ang kaniyang ulo.

bandage, v. bendahán;
He bandaged his own arm. Nilagyán ng benda ang kaniyáng sariling braso.

bandit, n. bandido; tulisán;
The bandit was caught in the gambling house. Ang

tulisan ay nahuli sa ba-
hay-sugalan.

bank, n. bangko; buntón;
pampáng;
Deposit your money in the
bank. Ilagáy mo ang ku-
waltá mo sa bangko
There is a bank of dirt in
front of the door. May
buntón ng dumí sa haráp
ng pintô. The bank of the
river is slippery after the
rain. Ang pampáng ng ilog
ay madulás pagkatapos ng
ulán.

baptism, n. binyág; pagbi-
binyág;
The baptism of her child
will take place on Sunday.
Ang pagbibinyág ng kani-
yáng anák ay gágawín sa
Linggó.

bar, n. halang; hadláng; lu-
gál na pinag-íinumán ng
alak;
They put a bar at the door.
Nilagyán nilá ng hadláng
ang pintô. He went to the
bar to get a drink. Nag-
puntá siyá sa bar upáng
uminóm.

bar examination, pagsusulit
sa pagkamánanangól;

bar, v. hadlangán; harangan;
Don't bar that door. Hu-
wág mong hadlangán ang

pintóng iyán.

barbecue, inihaw; barbekyu;
Pork barbecue is delicious.
Masaráp ang inihaw na
baboy.

barber, n. barbero; manggu-
gupit ng buhok;
I have a barber brother.
May kapatíd na lalaki
akong barbero.

bare, adj. hubád; waláng ta-
kíp;
She appears almost bare.
Halos hubád siyáng napa-
kita.

barefooted, adj. waláng tsi-
nelas o sapatos; nakata-
pák;
He went to the seashore
barefooted. Nakatapák si-
yáng nagpuntá sa pasigan.

bargain, n. baratilyo; kásun-
duan; kalakal na murang-
mura;
There is a bargain sale at
Rustan's. May baratilyo
sa Rustan.

bargain, v. makipag-únawa-
an; tumawad;
She is trying to bargain a
little. Tumatawad siyá
nang kauntî.

bark, v. tumahól; tahulán;
The dog barks at the
stranger. Tumatahól ang
aso sa isáng di-kilalá.

bark, n. balát ng kahoy; tahól ng aso. The bark of gogo is useful. Ang balat ng gugò ay makabuluhán. The bark of the dog awakened my aunt. Ginising ng tahól ng aso ang aking tíya.

barn, n. kamalig; bangán; We used to have a barn in San Isidro. Nagkaroón kami ng bangán sa San Isidro.

barrel, n. bariles; kanyón; The barrel of his gun can kill a person. Ang kanyón ng kaniyáng baril ay nakakamámatáy ng tao. We have a barrel of water. May bariles kamí ng tubig.

barrio, n. baryo; Jose lives in the barrio. Nakatirá si Jose sa baryo.

basin, n. palanggana Can you get a basin of water for me? Maaarì bang ikuha mo akó ng isáng palangganang tubig.

basis, n. batayán; saligán; Make five pesos the basis of your expense. Limáng piso ang gawín mong batayán ng iyóng gastos.

bat, v. pumalò ng bola; Manuel will bat the ball

next. Susunód na papalò ng bola si Manuel.

bat, n. talibatab; panikì; bayakan; kabag-kabág; The bat flies in the evening. Kung gabí lumilipád ang bayakan.

bath, n. páliguán; pagpaligò; paliligò; He takes a bath every day. Araw-araw ang kaniyáng pagpaligò.

bathe, v. maligò; paliguan; Bathe that child every day. Paliguan mo ang batang iyán araw-araw.

bathroom, n. banyo; páliguán; We have a small bathroom. Maliít ang banyo namin.

battle, n. labanán; pagbabaka; The battle is over. Natapos na ang labanán.

be, v. ay; maging; Be a good girl. Magíng mabuting bata ka.

can be, maaarì; She can be a president. Maaaring magíng presidente siyá.

beach, n. dalampasigan; baybayin; They held a picnic along the beach. Nagkaroón silá ng piknik sa dalampasigan.

beard, n. balbás;
He used a razor in remov-
his beard. Nag-ahit siyá
ng balbás.

beast, n. hayop na mailap
na may apat na paa.
a four-footed animal. The
lion is a wild beast. Ma-
ilap na hayop ang león.

beat, v. paluin; hampasín;
kumumpás; tugtugín;
Don't beat the child for
losing the nickle. Huwág
mong paluin ang batà sa
pagkawalâ ng nikol. Tug-
tugín mo ang tambol. Beat
the drum.

beat, n. palò; tibók;
heart beat. tibók ng pusò.
policemen's beat; kinata-
talagahán ng pulís o ronda
ng pulís.

beautiful, adj. magandá; ka-
lugud-lugód;
She has a beautiful dress
on. Nakasuot siya ng ma-
gandang kasuutan.

beauty, n. kagandahan;
gandá;
Her beauty makes her look
like a queen. Dahil sa ka-
gandahan niyá ay tila siya
reyna.

because, prep. Because you
are proud, your friends
hate you. Dahil sa iyóng

kayabangan, kinasúsukla-
mán ka ng iyóng mga ka-
ibigan.

become, v. maging; mába-
gay;
Rosa will become a teach-
er. Magiging gurò si Rosa.
Her dress becomes her. Ba-
gay sa kaniyá ang kaniyáng
barò.

bed, n. kama; higaan; hihi-
gán. They have a big bed.
May malakíng kama silá.

bedbug, n. surot;
She caught a bedbug under
her pillow. Nakahuli siyá
ng malaking surot sa ila-
lim ng kaniyáng unan.

bedroom, n. silíd-tulugán;
Our house has three bed-
rooms. May tatlóng silíd-
tulugán ang aming bahay.

bee, n. pukyutan; bubuyog;
Where the bee is, there is
the flower. Kung saán na-
roón ang bubuyog, ay na-
roon ang bulakák.

beef, n. karneng baka;
I bought a peso worth of
beef. Bumilí akó ng pisong
baka.

before, prep. sa haráp ng;
Before the altar. Sa haráp
ng altár.

before, adv. noóng araw;
noóng una.

Before I had a diamond ring, but I lost it. Noong araw ako'y may sinsing na brilyante, nguni't naiwala ko.

beg, v. magpalimos; humingi; ipakiusap.
She goes to Quiapo to beg every Friday. Nagpapalimos siya sa Quiapo tuwing Biyernes. He begs for forgiveness. Nanghihingi siya ng kapatawaran.

beggar, n. pulubi; nagpapalimos.
He was a beggar. Siya'y naging isang pulubi.

begin, v. magsimula; simulan; mag-umpisa.
They begin the recitation by praying. Pinasisimulan nila ang pagliliksyon sa pamamagitan ng pagdarasal.

begin with, v. simulan kay;
Begin with Pedro down to Juan. Simulan kay Pedro hanggang kay Juan.

behave, v. magpakabait; magpakabuti; She behaves well. Nagpapakabuti siya.

behavior, n. gawi; kilos.
He has good behavior. May mabuti siyang kilos.

behind, adv. sa likod; sa huli; huli.

He is behind in his class. Siya'y huli sa klase. behind the door — sa likod ng pinto.

being, n. tao; nilalang.
Human beings are subject to make mistakes. Ang mga tao ay nagkakamali.

belief, n. paniniwala; pananalig; pagtitiwala; paniwala.
What is your belief? Ano ang iyong paniwala?

believe, v. maniwala; magtiwala; paniwalaan.
Believe me. Paniwalaan mo ako.

believe in, v. maniwala sa;
I believe in God. Naniniwala ako sa Diyos.

bell, n. batingaw; kampana.
The bell rings at seven in the morning. Ang kampana ay tumutugtog sa ikapito ng umaga.

belongs to, (a. person), v. maging pag-aari ni;
This pencil belongs to Petra. Ang lapis na ito ay pag-aari ni Petra.

beloved, adj. mahal; minamahal.
My beloved friend died last year. Namatay ang mahal kong kaibigan noong isang taón.

below, prep. sa ibabâ; below
the belt — sa ibaba ng
sinturon.

below, adv. sa ibabâ; sa ila-
lim.
There are people living
below. May mga taong
nagtitira sa ibabâ.

belt, n. sinturon; paha;
Does she use belts? Guma-
gamit ba siya ng sin-
turon?

bench, n. bangko; upuan.
They sit on the bench. Na-
kaupô sila sa bangko.

bend, v. baluktutin; hutu-
kin; mamaluktót.
Bend your knees. Balukta-
tin mo ang iyong mga tu-
hod.

bend by, (by a thing) baluk-
tutin;
Luis bent the nail by
using the pliers. Binaluk-
tot ni Luis ang pako sa
paggamit ng plais.

bend on, (doing something)
hinuhubog;
The boy is bent on dis-
obeying the teacher. Hi-
nuhubog ang pag-iisip ng
batang lalaki sa di pagsu-
nod sa gurò.

bequeath, v. ipamana;
The man will bequeath his
property to his wife. Ipa-
mamana ng matandâ sa
kaniyang asawa ang kan-
yang kayamanan.

berth, n. kamarote, (sa ba-
por) kama (sa tren);
He occupied the lower
berth on the train. Inuku-
pahan niya ang ibabang
kama sa tren.

beside, prep. sa tabi ng;
Beside the lake grows the
fern. Sa tabi ng lago tu-
mutubo ang eletsos.

besides, adv. maliban sa;
bukod sa;
He is not paying besides
he is not working or help-
ing in the house. Hindi na
siya nagbabayad bukod sa
hindî nagtatrabaho.

best, adj. pinakamabuti; pi-
nakamainam;
He has the best house in
town. Siya ang may pina-
kamainam na bahay sa ba-
yan.

bestow, v. ipagkaloób; ibi-
gáy;
Juan will bestow to you
the best lot. Ipagkakaloob
sa iyo ni Juan ang pinaka-
mabuting lote.

better, adj. lalong mabuti; She has a better house than he. Mayroon siyang lalong mabuting bahay kaisa kaniya.

betray, v. ipagkanulo. Do not betray your friend. Huwag mong ipagkanuló ang iyong kaibigan.

between, prep. sa pagitan ng; sa gitnâ ng. Between the houses grows the ilang-ilang tree. Sa gitnâ ng dalawang bahay nakatanim ang punò ng ilang-ilang.

beverage, n. inumin; She offered some beverages to us. Nag-alok siya ng inumin sa amin.

bid, n. tawad ng isang mamimili. He made a peso bid. Piso ang tawad niya.

big, adj. malaki; His house is big. Malaki ang bahay niya.

bill, n. panukalang-batas; kuwenta. Send me the bill after two days. Ipadala mo sa akin ang kuwenta pagkatapos ng dalawang araw.

billiard, n. bilyar. He plays billiard. Naglalaro siya ng bilyar.

bind, v. talian; itali; bigkisin. Bind all the pencils. Talian mo ang mga lapis.

bird, n. ibon. The bird is singing. Umaawit ang ibon.

birth, n. pagsilang. The birth of the child was celebrated. Ang pagsilang ng bata ay ipinagdiwang.

birthday, n. kapanganakan; kaarawan; Her birthday falls on Saturday. Ang kaarawan niya ay sa Sabado.

bit, n. kapiraso. Give her a bit of your bread. Bigyan mo siya ng kapiraso ng tinapay mo.

bite, n. kagát. The bite of the dog pains her. Sumasakit ang kagát sa kaniya ng aso.

bite, v. kagatin; kumagat. You should not bite your nails. Hindi mo dapat kagatin ang iyong mga kukó.

black, adj. itim. Her dress is black. Itim ang kaniyang bestido.

blade, n. talim. She uses blade in reaping the gown. Ginagamit niya ang talim sa pagtatastas ng bata.

blame, v. sisihin.

He is blaming her. Sinisisi niya siya.

blame for, v. (for doing something), v. sisihin;

The principal was blaming the teacher for sending the pupils home five minutes earlier.

Sinisisi ng prinsipal ang guro dahil sa pagkapauwi sa mga bata limang minuto bago dumating ang oras ng uwian.

blame on, (a person) sisihin;

Put the blame on me. Ako ang sisihin mo.

blaze, n. ningas.

The blaze of the stove is bluish. Ang ningas ng kalan ay mangasul-ngasul.

bleed, v. paduguin; dumugô.

Don't bleed your finger. Huwag mong paduguin ang iyong daliri.

blind, adj. bulág.

The old man is blind. Bulág ang matandang lalaki.

blind in (a thing), v. bulág sa.

The old man is blind in the left eye. Bulág ang matanda sa kaliwang matá.

block, v. sarhán; sanggahán; hadlangán.

She wants to block my plan. Ibig niyang hadlangán ang aking balak.

blood, n. dugô.

She is afraid of the blood flowing from her nose. Natatakot siya sa dugô na umaagos sa kaniyang ilóng.

bloom, v. mamulaklak; pamulaklakin.

She knows how to make the flower bloom. Alam niyang pamulaklakin ang halaman.

blossom, n. bulaklák.

The blossom of that flower is white. Ang bulaklák na iyan ay putî.

blot, v. mantsahan. Don't blot my paper. Huwag mong mantsahan ang papel ko.

blotter, n. sikante.

We use blotter to dry the ink. Gumagamit tayo ng sikante para matuyô ang tinta.

blow, v. hipan; humihip; papintugin.

Can you blow your whistle? Mahihipan mo ba ang iyong pito?

blow away, v. tangayin ng hangin.

The clothes I hung up have been blown away. Ang mga damit na isinampay ko ay tinangay ng hangin.

blow down, v. mabuwal; ibuwal.

Many trees were blown down during the typhoon. Maraming punong-kahoy ang nabuwal noong bagyo.

blow off, v. hipan; patayin.

Blow off the lamp, Pedro. Hipan mo ang kinke, Pedro.

blow out, v. pumutok; sumabog.

I am afraid the lamp will blow out as it is quite hot. Nangangamba akong pumutok ang kinke sapagka't napakainit.

blow over, v. huminto o humupa ang bagyo.

I do hope the storm blows over before our house is blown down. Umaasa akong hihinto na ang bagyo bago mabuwal ang aming bahay.

blue, adj. asul; bughaw.

Her comb is blue. Asul ang kaniyang suklay.

board, n. lupon; tabla.

The board will meet tomorrow. Ang lupon ay magpupulong bukas. There is a wide board under the house. May malapad na tabla sa ilalim ng bahay.

boast, v. magyabang; maghambog.

Don't boast of your strength. Huwag mong ipagyabang ang iyong lakas.

boast of, (something), v. ipagyabang.

Carmen boasts of her wealth. Ipinagyayabang ni Carmen ang kaniyang kayamanan.

boasts to, (a person), ipagyabang kay.

Mario boasts to Pedro of his strength. Ipinagyayabang ni Mario kay Pedro ang kaniyang kalakasan.

boastful, adj. mayabang; hambog;

Alfredo is very boastful. Napakayabang ni Alfredo.

boat, n. bangka.

Julio has a new boat. May bagong bangka si Julio.

body, n. katawan: panganga-
tawan.
Jose has a big body but a
small head. Si Jose ay may
malaking katawan nguni't
maliit ang ulo.

boil, n. pigsa; bukol;
He has a big boil near the
knee.
May malaki siyang bukol
sa tabi ng tuhod.

boil, v. pakuluin; kumulô;
maglagà.
Please boil some peanuts
for us. Mangyaring ipag-
lagà mo kami ng manê.
Boil your drinking water.
Pakuluin mo ang inumin.

bold, adj. pangahas
Juan is a bold fellow.
Isang pangahas na tao si
Juan.

bomb, v. kanyunin;
The enemy bombed the
city. Binomba ng kaaway
ang siyudad.

bomb, n. kanyón; bomba;
A loud bomb was heard
at seven yesterday. Mala-
kás na bomba ang narinig
kahapong ikapitó.

bone, v. alisan ng butó.
Do you know how to bone
the chicken? Marunong

ka bang mag-alis ng buto
ng manók?

bone, n. butó (ng hayop)
The bone of the chicken is
hard. Ang butó ng manok
ay matigás.

book: n. aklat; libro.
I can write a book. Maka-
susulat akó ng libro.

bore, v. magbutas; butasin.
He cannot bore a hole in
the wall. Hindî siyá maka-
bubutas sa dinding.

**born in (a certain place,
month year), v.** ipanganak
sa;
I was born in San Isidro,
Nueva Ecija in June, 18-
95. Ipinanganak ako sa
San Isidro, Nueva Ecija,
noong Hunyo, 1895.

**born of, (certain class of
parents) v.** ipinanganak
ng;
He was born of poor par-
ents. Ipinanganak siya ng
mahihirap na magulang.

born to, (Mr. & Mrs.) nagka-
anak;
A baby boy was born to
Mr. & Mrs. Reyes. Nagka-
anak ng isang batang lala-
ki si Ginoo at Ginang Re-
yes.

49

borrow, v. manghirám;
You can borrow some money to pay your debt. Makapanghihiram ka ng kuwaltá upang bayaran ang utang mo.

bosom, n. dibdib; sinapupunan.
She is trying to hide something in her bosom. May itinatagò siya sa kanyang dibdib.

boss, n. panginoon;
José is the boss. Si José ang panginoon.

both, pron. kapwa; ang dalawa.
Both boys are captured. Kapwà nahuli ang dalawang batà.

bother, v. gambaláin; mang-abala; abalahin;
Don't bother your mother; she is busy. Huwag mong abalahin ang iyong ina; may ginagawa siyá.

bottle, n. bote; botelya.
I have a big bottle of patis. May malaking bote ng patis ako.

bottom, n. ilalim. The bottom of the bottle is broken. Ang ilalim ng bote ay nabasag.

bough, n. sanga;
The bough of the tree got broken. Nabali ang sanga ng kahoy.

boundary, n. hanggahan.
I do not know the boundary of our land. Hindi ko alam ang hanggahan ng aming lupà.

bow, v. gumalang; yumukód;
The boy bowed to the audience. Yumukód ang batang lalaki sa mga panauhin.

bow, n. pagyukod; pagsaludo; panghilis ng biyulin.
He has a bow and arrow. May busog at palaso siya.

bowl, n. mangkók;
Nena bought me a big bowl. Ibinili ako ni Nena ng isang mangkók na malaki.

box, n. kahón; palko sa dulaan.
I have a big box of powder. May isang kahóng malaki akó ng polbo. There are six of them in their box. Sila'y anim sa kanilang palko.

boy, n. batang lalaki.
Danilo is a boy. Si Danilo ay isang batang lalaki.

brace, n. suhay (ng bahay);
Because of the typhoon
they put braces on their
houses. Dahil sa bagyo, ni-
lagyan nila ng suhay ang
mga bahay nila.

brain, n. utak.
He has tumor in the brain.
May tumor siya sa utak.

branch, n. sangá; sangáy.
Their office has a branch
in Caloocan. May sangay
sa Caloocan ang kanilang
tanggapan.

brass, n. tansô.
Ang kaniyang pito ay tan-
sô. His whistle is made of
brass.

brave, adj. matapang;
Aguinaldo was a brave
man. Si Aguinaldo ay
isang taong matapang.

brawl, n. takapan;
There was a brawl among
the women. May takapan
sa mga babae.

bread, n. tinapay;
I eat bread in the morn-
ing. Kumakain ako ng ti-
napay kung umaga.

break, v. mabasag; buma-
sag; basagin; labagin;
Do not break the law.
Huwag mong labagin ang

batás. Who broke the
plate? Sino ang bumasag
ng plato?

break away, v. magpumiglas
ng pag-alis;
He tried to break away
from the crowd. Nagpu-
miglas siya ng pag-alis sa
karamihan.

break down, v. masirà.
The car broke down. Na-
sirà ang kotse.

breakdown, n. panlulupáy-
pay;
He suffered from a ner-
vous breakdown last year.
Dumanas siya ng panlulu-
paypáy noong isáng taon.

breakfast, n. almusalán; aga-
han;
I eat bread at breakfast
time. Kumakain akó ng
tinapay sa almusalan.

break into, v. pumasok nang
sapilitan;
The robbers broke into the
warehouse. Pumasok
nang sapilitan sa bodega
ang mga magnanakaw.

break into pieces, v. magka-
pira-piraso;
The glass broke into
pieces. Nagkapira-piraso
ang baso.

break one's heart, v. magdamdam;

Do not talk of getting married as that will break your mother's heart. Huwag mong banggitin ang pag-aasawa sapagka't magdaramdam ang iyong ina.

break out, v. magkaroon ng digmâ;

The war broke out in 1942. Nagkadigma noong 1942.

break out of, v. (escapes from jail) nagtanan sa;

The prisoner broke out of jail last night. Nagtanan o tumakas sa bilangguan kagabi ang bilanggô.

break up, v. paghiwa-hiwalayin;

Can you break up the crowd? Mapaghihiwa-hiwalay mo ba ang mga tao?

breast, n. dibdib;

He has an armor on his breast. May balutî siya sa dibdib.

breath, n. hiningá;

She is out of breath. Hinahabol ang kaniyang hiningá.

breathe, v. humingá, hingahán; lumangháp;

He breathes through the mouth. Humihingá siya sa bibig.

breeze, n. simoy;

Can you feel the breeze? Nararamdaman mo ba ang simoy?

bribe, n. suhol.

He wants to receive some bribe. Ibig niyang tumanggap ng suhol.

brick, n. ladrilyo;

They own a brick house. Mayroon silang bahay na ladrilyo.

bride, n. nobya;

The bride wears white. Nakaputî ang nobya.

bridegroom, n. lalaking ikakasal;

The bridegroom is Jose. Ang lalaking ikakasal ay si Jose.

bridge, n. tuláy.

Laura lives near the bridge. Si Laura ay nakatira sa tabi ng tuláy.

brief, adj. maiklî; mahigsi;

He gave us a brief interview. Binigyan niya kami ng maikling pakikipanayam.

bright, adj. matalino; makináng; masayá; maliwanag;

The light is bright. Maliwanag ang ilaw.

brilliance, n. kaningningan;

I admire the brilliance of that stone.

bring, v. dalhin; magdala;
Bring me the broom. Dalhin mo sa akin ang walis.

bring about, v. maging sanhî;
That brought the war about. Iyon ang naging sanhî ng digmâ.

bring down, v. maibagsák; maibabâ;
Can you bring down the prices? Mapabababâ mo ba ang halagá?

bring home the bacon, v. iuwî ang tagumpáy;
They are counting on bringing home the bacon. Inaasam nila ang pag-uuwî ng tagumpáy.

bring up, v. palakihin;
The child was brought up by the grandma. Pinalakí ng impó ang batà.

broad, adj. malapad; maluwang; malawak;
He wears a hat with a broad rim. Malapad ang pardiyas ng kaniyang sumbrero.

broadcast, v. ikalat (sa radyo);
My friend broadcasts in the morning. Ang aking kaibigan ay nagkakalat ng balità sa umaga.

broadminded, adj. maunawain;
The teacher is broadminded. Maunawain ang gurò.

broil, v. iihaw;
Can you broil the chicken to be served? Maiihaw mo ba ang manok na ihahain?

brook, n. sapà; batisan;
The brook near home is shallow. Mababaw ang sapà sa malapit sa amin.

broom, n. walís;
My broom cost me two pesos. Dalawang piso ang halaga ng aking walís.

brother, n. kapatid na lalaki;
My brother died last February. Ang kapatid kong lalaki ay namatay noong Pebrero.

brown, adj. kayumanggí;
We Filipinos belong to the brown race. Tayong mga Pilipino ay kayumanggí.

bruise, n. gasgás; bugbóg;
He has some bruises on the face. May gasgás siya sa mukhâ.

busy, adj. abálá; may ginagawâ;
I keep busy by writing. Ako'y nagsusulat.

but, prep. kundî; lamang;
There is no boy in the meeting but Pedro. Walang batang lalaki sa miting kundi si Pedro.

but, conj. nguni't; datapwa't;
Rosa is not here but she will help. Walâ rito si Rosa nguni't siya'y tutulong.

butcher, n. mamamatay-hayop;
The butcher wakes up early. Maagang magising ang mamamatay-hayop.

butter, n. mantikilya;
We need butter and bread for breakfast. Kailangan namin ang mantikilya at tinapay para sa almusal.

butterfly, n. paruparo; mariposa;
Butterflies have varied colors. Maraming kulay ang paruparo.

button, n. butones o bitones;
I lost my pearl button. Nawalâ ang bitones kong perlas.

buy, v. bumili; bilhin;
I buy rice every month. Bumibili ako ng bigas buwan-buwan.

buy, n. pagbili; pagkabili;
She made a good buy when she bought that house. Mainam o mura ang pagkabili niya sa bahay na iyon.

buyer, n. mamimili; tagapamili;
He is about to be appointed buyer of corn. Malapit na siyang mahirang na tagapamili ng mais.

by, prep. sa tabi ng; malapit sa;
Juan lives by the bridge. Si Juan ay nakatira sa tabi ng tulay.

bygone, n. ang lumipas;
Let bygones be bygones. Pabayaan na ang lumipas.

—C—

cab, n. taksi; kab;
I shall ride in a cab. Sasakay ako sa taksi.

cabaret, n. restauran na may sayawan at bodabil; kabaret;
Resti goes to the cabaret almost every night. Si Resti ay pumupunta sa kabaret halos gabi-gabi.

cabbage, n. repolyo;
Nena is forbidden to eat cabbage. Bawal kay Nena ang kumain ng repolyo.

cabinet, n. platera ng mga kasangkapan.

cable, v. magpahatid-kawad; kumable;
They will cable their son in Chicago. Kakable silá sa kaniláng anák na lalaki sa Chicago.

cadet, n. kadete;
Virgilio is a Baguio cadet. Si Virgilio ay isáng kadete sa Bagyo.

cafe, n. kápihan; kapiterya;
She is running a cafe at the corner. Mayroón siyáng kapiterya sa pánulukan ng daán.

cage, n. haula; kulungán ng (mga ibon);
A bird in the cage is worth two in the bush. Ang isáng nakakulong na ibon ay katumbás ng dalawáng nakawawalâ.

cake, n. keyk; isáng sabón; mamón;
Please buy me a cake of soap. Mangyaring ibilí mo ako ng isáng sabón.
I enjoy eating cakes. Nasasarapán akó sa keyk.

calamity, n. sakunâ; kapahamakán;
What happened to her is a calamity. Ang nangyari sa kaniyá ay isáng kapahamakán.

calculate, v. tayahan; kalkulahin;
Can you calculate the distance? Makakalkula mo ba ang layò?

calendar, n. kalendaryo; taláarawán;
I brought home a nice calendar. Nag-uwî akó ng isáng magandáng kalendaryo.

calf, n. bisiro; bulô;
His carabao has a young calf. May maliít na bulô ang kaniyáng kalabáw.

call, v. tawagin; tumawag; dumalaw;
Call a doctor. Tumawag ka ng manggagamot.

call attention, tawagin ang pansín;
Call my attention to any mistake. Tawagin mo ang aking pansín sa anumáng pagkakamalî.

call away, tawagin;
He was called away by his friend. Tinawag siyá ng kaniyáng kaibigan.

call down, kagalitan;
The teacher was called down by his principal.

Nákagalitan ang gurò ng prinsipal.

call for, sunduín;
Call for me at my house. Sunduín mo akó sa aking bahay.

call on, dalawin; dumalaw; We shall call on her on Sunday. Dádalawin namin siyá sa Linggó.

call up, tawagan (sa telepono)
Call me up if anything happens. Tawagan mo ako sa telepono kung may mangyari.

can, v. maaarì;
I cannot lift a can of water. Hindî ko mabubuhat ang isáng latang tubig.

canal, n. kanál;
He will dig a canál leading to the street. Huhukay siyá ng kanál patungo sa kalsada.

canary, n. kanaryo;
The canary can be taught to speak. Ang kanaryo ay maaaring turuang magsalitâ.

cancel, v. kaltasín; kanselahín;
He cancelled his appointment with us. Kinanselá niyá ang tipanan namin.

cancer, n. kanser;
Luis has cancer of the brain. May kanser sa utak si Luis.

cane, n. bastón; tungkód;
The old man needs a cane. Nangangailangan ng tungkód ang matandáng lalaki.

cap, n. gora; takip ng bote; tapón;
Danilo has a blue cap. May asul na gora si Danilo.

capable, adj. may kakayahán;
Juan is very capable. May malakíng kakayahán si Juan.

capacity, n. kakayahán; tungkulin;
In what capacity do you serve your office? Anó ang tungkulin mo sa inyóng tanggapan?

capital, n. ulong-bayan; kabisera; puhunan;
Tarlac is the capital of Tarlac. Tarlac ang ulong-bayan ng Tarlac. How much is your capital in business? Magkano ang iyóng puhunan sa negosyo?

captain, n. kapitan;
Carlos is a captain of the

army. Si Carlos ay kapi-
tán ng mga kawal.

capture, v. dakpin; mabi-
hag; bihagin;
The enemy captured him.
Nabihag siyá ng mga ka-
wal.

car, n. auto; kotse;
I sold my car for four
thousand pesos. Ipinag-
bilí ko ang aking auto sa
halagáng apat na libong
piso.

carbon copy. n. sipì; kopya;
He made three carbon co-
pies. Gumawâ siyá ng tat-
lóng kopya.

care. v. magkaroón ng pag-
tingín o pagmamahal;
mag-ingat; pag-ingatan;
alagaan;
She cared for her old fath-
er. Inalagaan niyá ang
matandâ niyáng amá.
She undoubtedly cares for
you. Tiyák na may pag-
tingín siyá sa iyó.

career. n. karera:
He did not finish his ca-
reer. Hindî siyá nakatapos
ng karera.

careful. adj. He is careful
in his work. Maingat si-
yá sa kaniyáng gáwain.

careless, adj. pabayâ; wa-
láng-ingat;

Felipe is a careless boy.
Si Felipe ay isáng paba-
yáng batang lalaki.

caress, v. aluin;
She wants to caress the
child. Ibig niyáng aluin
ang batà.

carry, v. dalhín; hakutin;
magdalá; dalhín;
He cannot carry a box of
milk. Hindî niyá mada-
dalá and isáng kahóng ga-
tas.

carry about, v. dalhín-dal-
hín;
Don't carry your arms
about. Huwág mong dal-
hín-dalhín ang iyóng re-
bolbér.

carry away, v. tangayín;
Her house was carried
away by the flood. Tina-
ngáy ng bahâ ang kani-
yáng bahay.

**carry into effect. isagawâ;
The raising of his salary
was carried into effect.
Isinagawâ ang pagtataás
ng kaniyáng sahod.

carry on, v. ipagpatuloy:
Carry on your good work:
Ipagpatuloy mo ang ma-
buti mong gáwain.

cart. v. hakutin;
This garbage should be
carted away. Kailangang

hakutin sa isáng karitón ang basurang itó.

case, n. kahón; usapín; taong maysakit;

A case of beer sent to the states costs twenty pesos. Ang isang kahon ng serbesa na ipinadadala sa Amerika ay nagkakahalaga ng dalawampung piso. We have a case in court. Mayroón kamíng usapín. There are cases of cholera at the hospital. May mga taong may sakit ng kolera sa ospital.

cast, v. ihagis (ang lambat); ibubò (sa gintô);

The fisherman cast his net. Inihagis ng mángingisdâ ang kaniyáng lambát. He wants to cast his chain in gold. Ibig niyáng ibubò sa gintô ang kaniyáng kairel.

casual, adj. pahapyaw; manaká-nakâ; di-ináasahan

casual expense, guguling di-inaasahan;

casual look, tingíng pahapyaw;

casual visitor, isáng mana ka-nakáng dalaw;

cat, n. pusà;

My favorite cat is the three-colored. Ang pu-

sang paborito ko ay ang may tatlóng kulay.

catch, v. hulihin; humuli; Catch a butterfly. Humuli ng isáng paruparó.

catch up, humabol; umabot; I have to catch up with the bus. Kailangan kong habulin ang bus. I failed to catch up. Hindî akó umabot.

caterpillar, n. higad; uód; The young caterpillar is hairy. Mabulo ang uód.

Catholic, n. Katoliko; I am a Catholic. Ako'y isáng Katoliko.

catsup, n. ketsap; I am not fond of catsup. Hindî akó mahilig o maibigín sa ketsap.

cause, n. sanhî; dahilán maging sanhî; He has no cause for complaint. Walà siyáng dahiláng magreklamo.

cause, v. magbigáy; bigyán; usapin; He caused his mother too much trouble. Maraming guló ang idinulot o ibinigáy niyá sa kaniyáng iná. Carelessness causes so many accidents. Ang pagkawaláng-ingat ay naging ging sanhî ng maraming sakunâ.

cave, n. yungib; kuweba;
The robbers hide in the cave. Nagtatagò ang mga magnanakaw sa kuweba.

cave in, v. maguhò;
The steep bank caved in after the rain. Ang matarík na pampáng ay naguhò pagkatapos ng ulán;

cease, v. tumigil; tumilà; humintô;
The rain ceased at four o'clock in the afternoon. Tumilà ang ulan sa ikaapat ng hapon.

celebrate, v. magdiwang; ipagdiwang;
She will celebrate her next birthday. Ipagdiriwang niyá ang susunód niyáng kaarawán.

celebration, n. pagdiriwang;
They will have a big celebration on Sunday. Magkakaroón silá ng malakíng pagdiriwang sa Linggó.

cell, n. muntíng silíd; píitan;
The prisoner is kept in a cell. Ang bilanggô ay nasa isáng silíd na muntî.

cement, n. semento;
The cement of the tennis court is one inch thick. Ang semento ng láruan ng tenis ay isang pulgada ang kapal.

cemetery, n. libingan; sementeryo;
Many people went to the cemetery on All Saints Day. Maraming tao ang ang naparoón sa libingan noóng kaarawán ng mga patáy.

cent, n. sentimo;
He has a cent in his pocket. May isáng sentimo siyá sa bulsá.
There is a vase at the center of the table. May isang plurero, sa gitnâ ng mesa.

central, n. sentral;
The workers at the central are on vacation. Nasa bakasyón ang mga manggagawa sa sentral.

century, n. siglo; dantaon;
I don t expect to live a century. Hindi ko inaasahang mabubuhay akó ng dantaón.

ceremony, n. seremonya;
They sang during the ceremony. Umawit silá sa oras ng seremonya.

certain, adj. tiyák;
His arrival is certain. Tiyák ang kaniyáng pagdatíng.

certainly, adv. tiyák; tíyakan; waláng-sala;
It is certainly hot in our country. Tiyakang mainit sa ating bansá.

certificate, n. katibayan; katunayan; sertipiko;
My elementary certificate is still on file. Ang sertipiko ko sa mababang páaralán ay nasa taguán ko pa.

certify, v. patunayan;
I certify that Lilia is really married. Pinatutunayan ko na si Lilia ay may asawa ngâ.

chain, n. tanikalâ; kadena;
Julio has a new watch chain. Si Julio ay may bagong kadena sa relos.

chair, n. silya; úpuan;
Our rocking chair got broken. Ang silya naming tikwasin ay nasirà.

chairman, n. Jose is chairman of the committee. Si Jose ang pangulo ng komité.

chalk, n. tisa; yeso;
I need some chalk. Kailangan ko ng tisa.

challenge, n. hamon; paghamon;
He offers a challenge. May hamon siyá.

challenge, v. hamunin;
Challenge him. Hamunin mo siyá.

chamber, n. kapulungan; silíd;
There is a secret chamber in her room. May maliit na lihim na silid sa kaniyáng kuarto.

chapter, n. kabanatà;
There are three chapters to his book. May tatlong kabanatà sa kaniyáng aklat.

character, n. tauhan; katangian;
He has a character of his own. May sarili siyáng katangian.

charcoal, n. uling;
Charcoal is black. Itím ang uling.

charge, v. pagbintangán; paratangan;
The soldier charged. Lumusob ang mga kawal.

charity, n. kawanggawâ; limós;
Charity begins at home. Sa táhanan nagsísimulâ ang kawanggawâ.

charm, n. panggayuma; pangakit; panghalina;
That lady has charms. May panggayuma ang dalagang iyán.

charm, v. halinahin; gayumahin;
He is charmed by her actions. Nahahalina siyá ng kaniyáng mga kilos.

charming, adj. kaakit-akit; kahalí-halina;
She is a charming wife. Kahalí-halina siyang asawa.

charter, v. umupa; upahan; umarkila;
Let us charter a boat. Umupa tayo ng bangkâ.

charter, n. kasulatan ng mga karapatán; kapahintulután; Our rights are embodied in the charter.
Ang mga karapatán nati'y nakapaloób sa saligángbatás.

chase, v. habulin; tugisin;
They chased the prisoner. Hinabol nilá ang bilanggô.

chat, v. sumatsát; magusáp-usapan; dumaldál;
Don't chat during your off hours. Huwag kang sumatsat kung oras mo ng pamamahingá.

chaúffeur, n. tsupér;
Juanito is a good chauffeur. Si Juanito ay mabuting tsupér

cheat, v. magdayà; dayain;
Don't cheat your mother. Huwág mong dayain ang iyóng iná.

check, n. tseke;
I gave him a check. Binigyán ko siyá ng tseke.

check, v. siyasatin; markahán; ilagak;
His papers were checked. Nasiyasat na ang kaniyáng mga papél. Check your umbrella here. Ilagák mo ang iyóng payong dito.

cheek, n. pisngí;
Her cheeks are red. Ang mga pisngí niyá ay pulá.

cheer, v. aliwín; aluin;
He is lonely; cheer him up. Siyá'y nalulungkót; aliwín mo siya.

cheese, n. keso;
I like cheese very much. Ibig na ibig ko ng keso.

cherry, n. seresa;
Some people believe that if you eat cherries, you will have dysentery. May mga taong naniniwalà na magiiti ka kapág kumain ng seresa.

chest, n. dibdíb;
He has chest pains. Masakít ang dibdíb niyá.

chestnuts, n. kastaniyas;
Chestnuts sell at a high

price nowadays. Ang kas-
taniyas ay mahál ngayon.

chew, v. nguyaín; ngataín;
The woman chews buyo.
Ngumangangà ang babae.

chicken, n. manók;
I like chickens once a week.
Ibig ko ng manók minsan
isáng linggó.

chicken pox, buluṭong tubig;
Ramon had chicken pox
when he was in the states.
Nagkaroón si Ramon ng
bulutong-tubìg noong nasa
America.

chief, n. hepe; punò;
Bautista is the chief of po-
lice. Hepe ng pulisya si
Bautista.

child, n. batà;
When I was a child, I was
living in San Isidro. Na-
katira akò sa San Isidro
noong ako'y batà.

chill, v. panlamigín; ngiki-
hin;
The cold weather chilled
him. Ningiki siyá dahil
sa lamig ng pananón.

chimney, n. tsiminea; tubo;
Santa Claus passes through
the chimney. Nagdaraán
si Santa Claus sa tsiminea.
The chimney of the lamp

is very clear. Nápakalinaw
ang tubo ng kinke.

chin, n. babà;
Luz has a pointed chin.
Matulis ang babà ni Luz.

chip, n. maliít na tilád;
Danilo is a chip of the old
bloc. Si Danilo ay kamuk-
háng-kamukhâ ng matandâ.
Chips of wood can be used
for fuel. Ang maliliít na
tilád ng kahoy ay naigaga-
tong.

choice, n. pagkapilì;
The choice of the delegate
was assailed. Ang pagka-
pilì ng delegado ay tinulig-
sâ.

choir, n. koro;
Rosa is a member of the
church choir. Si Rosa ay
kabilang sa koro sa sim-
bahan.

choke, v. sakalín; máhirinan;
The man was choked by
his enemy. Sinakál ng ka-
away ang tao. Ang tao
ay sinakál ng kaniyáng
kaaway.

cholera, n. kolera;
Cholera is still prevalent
in some provinces. May
kolera pa rin sa ibáng pro-
binsiya.

choose, v. piliín; pumilì; ma-
milì;

Pumilì ka ng mga mababait na kaibigan. Choose kind friends.

Christian, n. binyagan; kristiyano;
The moros are not Christians. Hindî binyagan ang mga moro.

Christmas, n. Pasko;
I give gifts on Christmas. Nagbibigáy akó ng aginaldo kung Pasko.

chronic, adj. hindî gumaling-galíng; talamák; matagál na;
Jose has a chronic disease. Si Jose ay may talamák nang sakit.

chum, n. kaibigan; katoto;
They are old chums. Malaon na siláng magkaibigan.

church, n. simbahan;
They were married in the church. Ikinasál silá sa simbahan.

cigar, n. tabako;
Pedro smokes cigars. Nagtatabako si Pedro.

cigarettes, n. sigarilyo;
Salem cigarettes are quite expensive. Mahal ang sigarilyong Salem.

cinnamon, n. kanela;
Cinnamon is used in arroz leche. Ginagamit ang sinamon o kanela sa aros letse.

circle, n. bilog;
He made a big circle. Gumawâ siyá ng malakíng bilog.

circulate, v. kumalat; ilibot;
The news is circulating. Kumakalat ang balità.

circumference, n. kabilugan;
Hinahanap niyá ang kabilugan. He is looking for the circumference.

circumstances, n. mga pangyayari;
I do not know the circumstances bearing on the case. Hindî ko alam ang mga pangyayaring may kaugnayán sa usapín.

circus, n. sirko;
I like circus. Ibig ko ng sirko.

citizen. n. mámamayán;
He is an American citizen. Siyá'y mámamayáng Amerikano.

city. n. lunsód; siyudád;
We live in the city of Manila. Naninirahan kamí sa lunsód ng Maynilà.

civilize, v. imulat sa kabihasnán; hutukin sa kabihasnán;
The missionaries try to

civilize the Negritoes. Sinisikap ng mga Misyonero na maimulat sa kabihasnan ang mga Negrito.

claim, v. umangkín; angkinín;
She claims for her lost book. Inaangkín niyá ang nawaláng aklát niyá.

clap, v. pumalakpák;
The people clapped their hands. Pumalakpák ang mga tao.

clasp, v. yakapin; yumakap;
The mother clasped her baby. Niyakap ng iná ang sanggól.

class, n. klase; urì;
To what class do you belong? Saáng klase ka kabilang?

clavicle, n. balagat;
He has deep clavicles. Malalim ang mga balagat niyá.

clay, n. luwád; putik;
The pot is made of clay. Niyari sa luwád ang palayók.

clean, adj. malinis;
The room is clean. Malinis ang silid.

clean, v. linisin; maglinis;
Clean the yard. Linisin ang bakuran.

clear, adj. malinaw; maliwanag;
The sky is clear. Maliwanag ang papawirin.

clear up, liwanagin;
I have to clear up matters before I leave. Kailangang liwanagin ko ang mga bagay-bagay bago ako umalís.

clerk, n. kawaní; eskrebiyente;
I am not a clerk but a teacher. Hindî akó kawaní kundî gurò.

clever, adj. matalino; tuso;
Juan is a clever boy. Matalinong batà si Juan.

climate, n. klima;
The climate in Baguio is cold. Malamíg ang klima sa Baguio.

climax, n. kásukdulan; karurukan;
The climax of the story is reached. Naratíng na ang kásukdulan ng kwento.

climb, v. akyatín; umakyát;
Can you climb the hill? Maaakyát mo ba ang bundúk-bundukan?

clip, v. ikabít; isama;
Can you clip the two pieces of paper? Mapagkakabít mo ba ang dalawáng pirasong papél?

clock, n. orasán; relós;
They have two big clocks.
Mayroón siláng dalawáng
malalakíng relós

close, v. isará; ipiníd;
Close your book. Ipiníd
mo ang iyóng aklát.

close. adj. malapit; tabí;
She lives close to the
bridge. Nagtitirá siyá sa
tabí ng tuláy.

closet, n. maliít na silíd- bi-
hisán o taguán;
Our house has no closet.
Walang silíd-bihisán ang
aming bahay.

cloth, n. damít; tela;
I need a piece of cloth.
Kailangan ko ng kapira-
song tela.

clothe, v. damtán; lagyán
ng damít;
Clothe your doll. Damtán
mo ang iyóng manikà.

cloud, v. magdilím; manlabò;
His face clouded upon
hearing the report. Nag-
dilím ang kaniyáng muk-
hâ nang máriníg ang ulat.

clown, n. bubo; payaso;
I am not fond of clowns.
Hindî akó natutuwâ sa
mga payaso.

clue, n. himatón; bakás;
They cannot find any

clue. Walâ siláng maki-
tang bakás.

cluster, n., v. kumpól; bu-
wíg; pulutóng;
It is cheaper to buy a
cluster of bananas than to
buy only a few pieces. La-
long mura ang bumilí ng
isáng buwíg na saging
kaysa bumilí ng ilan-ilán
lamang.

clutch, v. humawak; kuma-
pit;
Clutch my hand. Huma-
wak ka sa aking kamáy.

clutch, n. klats;
clutch of an auto — klats
ng auto.

coach, n. tagasanay; kotse;
One more coach is added
to the train. Dinagdagán
pa ng isáng kotse ang
tren.

coal, n. karbón;
Coal is hard. Matigás ang
karbón.

coast, n. baybayin;
The coast is clear. Wa-
láng panganib.

coax, v. suyuin; utuín;
Coax the child to eat his
breakfast. Utuín mo ang
batà upang kumain ng
agahan.

cobbler, n. sapatero; mang-
gagawà ng sapatos;

There are cobblers that go around. May mga manggagawà ng sapatos na lumilibot.

cock, n. tatyaw;
The crowing of the cock awakened the owner. Ang pagtilaok ng tatyaw ang gumising sa may-arì.

cock, v. ikasá;
Cock your gun. Ikasá mo ang iyóng baríl.

cockroach, n. ipis;
I was able to reduce the number of cockroaches at home by using poison. Napauntî ko ang dami ng ipis sa pamamagitan ng lason.

coconut or cocoanut, n. niyóg; punò ng niyóg;
Coconuts are raised in the Bicol region. Umaani ng niyóg sa bandahing Bicol.

coffee, n. I drink coffee in the morning. Umiinóm akó ng kapé sa umaga.

coffin, n. ataúl;
Nardo bought a gray coffin for his father. Bumilí si Nardo ng senisadong ataul pará sa kaniyáng amá.

coin, v. lumikhâ;
He coined a new word.

Lumikhâ siyá ng isáng bagong salitâ.

coin, n. kuwaltá;
Drop a coin in the box. Maghulog ka ng pera sa kahón.

coincide, v. másabáy; mátaón; mátapát;
My birthday coincided with the town fiesta. Nátapát ang kaarawán ko sa pistá ng bayan.

cold, n. lamíg; sipón;
The bitter cold last night caused my bad cold. Ang masidhíng lamíg kagabí ang nakapagpasipon sa akin.

cold, adj. malamig;
They had a cold supper. Malamíg na hapunan ang kinain nilá.

collaborate, v. makipagtulungán;
Some Filipinos collaborated with the Japanese. May mga Pilipino na nakipagtulungán sa mga Haponés.

collar, v. sunggabán; dakpín;
Collar the criminal. Dakpín ang kriminal.

collar, n. kuwelyo; kulyar;
Nero was given a nice collar. Si Nero ay binigyán ng magandáng kulyar.

colleague, n. kasama;
My colleagues are occupying responsible positions. Ang aking mga kasama ay may mga mataás na tungkulin.

collect, v. likumin; maniningíl; samsamín;
The man collects every pay day. Ang tao ay naniningíl tuwíng araw ng sahod.

college, n. kolehiyo;
I went to an American college in the States. Nagaral akó sa kolehiyo ng mga Amerikano sa America.

colon, n. tutuldók;
Sometimes we use a colon in a complex sentence. Kung minsan ay gumagamit tayo ng tutuldok sa hugnayang pangungusap.

colonel, n. koronel;
Avelino is now a colonel in the army. Si Avelino ay isáng koronel na ng mga kawal.

color, n. kulay;
Some people use color in rice cakes.. May mga taong naglalagay ng kulay sa bibingka.

color, v. lagyán ng kulay;
Color your drawings. Lagyán mo ng kulay ang iyóng mga iginuhit.

colt, n. bisiro; kabayong maliít at batà. His horse has a brown colt. Ang kaniyang kabayo ay may bisirong kayumanggí.

comb, n. sukláy; palong;
She has a long comb. May mahabà siyáng sukláy.

comb, v. suklayin; magsuklay; galugarin;
Comb your hair before you go to school.
Suklayin mo ang iyóng buhók bago ka pumasok sa páaralán. Soldiers comb the forest for food. Ginalugad ng mga kawal ang gubat sa paghanap ng pagkain.

combination, n. pagkakasama; kombinasyón;
She has a combination of beauty and brains. Mayroón siyáng kombinasyón ng ganda at talino.

combine, v. pagsamahin;
Combine those two. Pagsamahin mo ang dalawang iyán.

come, v. lumapit; dumatíng;
Come here. Halika.
Come on Sunday. Dumatíng ka o pumarito ka sa Linggo.

come across, v. makakita;
I came across your picture in my album. Nakita ko ang iyóng larawan sa aking album.

come along, sumama;
Come along with us. Sumama ka sa amin.

come by, daanan; magdaán;
I shall come by for you tonight. Daraanan kitá sa inyo mamayang gabi.

come down, manaog;
Come down and join us. Manaog ka at sumama ka sa amin.

come to a head, dumating sa sukdulan; sumikláb;
Their hate for each other came to a head during the election. Ang kaniláng pagkamuhî sa isá't isa ay sumikláb noóng maghalalan.

comedian, n. komiko;
A famous comedian has recently died. Kamamatáy lamang ng isa sa tanyág na komiko.

comfort, n. ginhawa; kaginhawahan; kaaliwan; kaluwagan;
I need comfort in my old age. Kailangan ko ng ginhawa sa aking katandaán.

comfort, v. paginhawahin; aliwín; maalíw;
Her mother comforts her in her sorrow. Inaalíw siyá ng kaniyáng iná sa kaniyáng kalungkutan.

comfort room, n. kasilyas; pálikuran;.
Some bad people hide in the comfort room of ladies. May masasamáng taong nagtatagò sa kasilyas ng mga babae.

comfortable, adj. maginhawa;
Our comfortable chair got broken. Ang maginhawa naming úpuan ay nasirà.

comical, adj. nakatátawá; katawa-tawá;
Mario is very comical. Totoóng katawa-tawá si Mario.

coma, n. pagkakatulog na madalas ay walâ nang pagkagising at namamatáy na.
Her father died in a coma. Namatáy ang kaniyáng amá sa pagkakatulog na walâ nang gising.

comma, n. kuwít;
Put a comma after each word in a series. Maglagáy ka ng kuwít pagkatapos ng bawa't sa

litáng nakasulat nang má-
ramihan.

command, v. atasan; utu-
san; mag-utos;
Who commanded you to
attack? Sino ang nag-
utos sa iyóng lumusob?

commence, v. magsimulâ;
Let us commence at the
same time. Magsimulâ ta-
yong sabay-sabáy.

commend, v. ihabilin; puri-
hin;
I commend the child to a
relative in the city. Ini-
habilin ko ang batà sa
isáng kamag-anak sa lun-
sód.

comment, n. pansín; puná;
What is your comment on
the poem? Anó ang
iyóng pansín sa tulâ?

comment, v. mag-ukol ng
puná;
Comment on his delivery.
Mag-ukol kayó ng puná sa
kaniyang pagbigkas.

commerce, n. kalakal; pa-
ngangalakal;
Commerce is one of our in-
dustries. Pangangalakal
ay isá sa mga hanapbuhay
rito.

commit, v. gumawâ; gawín;
ipasok;
He committed a serious

mistake. Gumawâ siyá ng
isáng malubháng pagkaka-
malî. She committed the
child to the orphanage.
Ipinasok namin ang batà
sa bahay-ampunan.

committee, n. lupon; komité;
They made a committee of
three. Naglagáy silá ng
lupon ng tatlóng tao.

common, adj. pangkarani-
wan;
He is a common man. Si-
ya'y pangkaraniwang tao.

communicate, v. magpahatíd
ng balita;
Communicate with me if
you have time. Magpaha-
tíd ka ng balità sa akin
kung may panahon ka.

communion, n. komunyon;
pakikipag-isá;
She takes communion every
Sunday. Nagkukumunyón
siyá tuwíng linggo.

community, n. komunidad;
bayan; poók;
I used to live in a small
community. Nakatirá akó
noóng araw sa isáng maliít
na poók.

companion, n. kasamahán;
kasama;
Lucia was my companion
in going to market. Si Lu-

cia ang kasama ko sa pag-
puntá sa palengke.

company, n. bahay-kalakal;
panauhin; dalaw;
He operates a big company.
Pinamamahalaan niyá ang
isáng malakíng bahay-ka-
lakal. She has company
every week-end. May pa-
nauhin siyá tuwíng mata-
tapos ang linggó.

compare, v. ihambing; pag-
hambingín;
Compare Europe and
America. Paghambingin
mo ang Europa at ang
America.

compartment, n. pitak;
My bag has two compart-
ments. Ang aking kalupì
ay may dalawáng pitak.

compel, v. pilitin; pumilit;
Can you compel her to go
to school? Mapipilit mo ba
siyáng pumasok sa páara-
lán?

compensate, v. bayaran; tum-
basán;
Can you compensate for all
the damages? Mababaya-
ran mo ba ang lahát ng
sirà?

compete, v. sumali; makipag-
páligsahan;
They are competing for the
prize. Nagpápaligsahan si-
lá para sa gantimpalà?

competent, adj. may kakaya-
yahán;
He is competent to super-
vise the work. May kaka-
yahán siyáng mangasiwà
sa gáwain.

complain, v. dumaíng; ida-
íng; magsumbóng;
There is a complaint
against the manager. May
sumbong laban sa tagapa-
mahalà.

complete, v. tapusin; yariin;
buuin;
Complete the sentence. Bu-
uin mo ang pangungusap.

complex, n. hugnayan; ma-
gusót; masalimuot;
A complex sentence has
two or more clauses. Ang
hugnayang pangungusap
ay may dalawa o mahigit
na sugnay.

complexion, n. kulay (ng ba-
lát) kutis;
The Negroes have a dark
complexion. Ang mga Neg-
ro ay may maitim na ku-
lay.

complicate, v. guluhín; mag-
paguló;
You will only complicate
matters. Paguguluhín mo
lamang ang mga pangya-
yari.

compliment, v. papurihan;
batiin;

We complimented Rosa. Pinapurihan namin si Rosa.

comply, v. sumunód; tumalima; sundín;

One has to comply with the rules. Kailangang sumunód sa tuntunin ang bawa't isá.

comprehend, máunawaan;

I cannot comprehend her ways. Hindî ko máunawaan ang kaniyáng ugalì.

compress, n. telang panapal;

She was told to put a hot compress over the inflamed part. Sinabi sa kaniyáng lagyán niyá ng mainit na telang panapal sa namamagâ.

comrade, n. kasama

She is an old comrade. Siya'y matandâ nang kasama.

conceal v. itagò; ikublí;

You cannot conceal the truth. Hindî mo maitatagò ang katotohanan.

conceit, n. pagmamagalíng; pagpapahalagá sa sarili;

self-conceited, mapagmapurí

Lily is hated by her friends because of conceit. Kinamumuhián si Lily ng kaniyáng mga kaibigan dahil sa pagpapahalagá sa sarili. Nobody cares for a self-conceited woman. Waláng may gustó sa isáng babaing mapagmápurí.

conceive, v. magdaláng-tao; maglihí; makaisip;

Luz is conceiving. Si Luz ay naglilihí. He conceived of a plan. Nakaisip siyá ng isáng panukalà.

concern, v. magkaroón ng kinalaman; mabahalà;

This does not concern you. Waláng kinalaman itó sa iyó.

concerning, prep. hinggíl sa; tungkól sa:

I don't know anything concerning that matter. Walâ akóng nálalaman tungkól sa bagay na iyán.

concise, adj. maiklî; mahigsî;

Her outline is concise. Ang kaniyáng balangkás ay maiklî.

conclude, v. magtapós; tapusin;

Before I conclude my speech, I want him to arrive. Bago ako magtapos ng talumpatì ay nais kong siyá'y dumatíng.

conduct, v. samahan; pamatnugutan; kumilos;

Will you conduct the visitor to the door? Maaarì bang samahan mo ang panauhin sa pintuan? Conduct yourself like a gentleman. Kumilos kang parang isáng máginoo.

conduct, n. asal; pamamaraán;
He has a good conduct. May mabuti siyáng asal.

confess, v. mangumpisál;
She confesses every Saturday Nangungumpisál siyá tuwíng Sabado.

confidence, n. tiwalà; pagtitiwalà;
I have no confidence in her. Walâ akóng tiwalà sa kaniyá.

conflict, n. pagkakasalungatan;
They have a conflict of interests. May pagkakasalungatan silá ng mga kapakanán.

congratulate, v. batiin;
I congratulate you on your success. Binabatì kitá sa iyóng tagumpáy.

congratulations, n. batì; pagbatì;
He received many congratulations on his birthday. Tumangáp siyá ng maraming batì sa kaniyáng kaarawán.

conjunction n. pangatníg;
Ang pangatnig ay nag-

uugnáy ng mga salitâ, mga parirala, o mga pangungusap. The conjunction connects w o r d s, phrases, or clauses.

connect, v. ikabít; iugnáy;
Connect the wires to the battery. Ikabít ang mga alambre sa baterya.

conquer, v. lupigin;
Conquer the evil in you. Lupigin mo ang kasamaáng tagláy mo.

consent, v. pumayag; payagan;
Can you consent to my going with her? Mapapayagan mo ba akóng sumama sa kaniyá?

consent, n. pahintulot;
You have my consent. Pinahihintulutan kitá.

construct, v. yumarì; magtayô; gumawâ;
They are going to construct a small bridge. Magtatayo silá ng isáng maliít na tuláy.

contact, v. makipag-alám;
Contact your manager. Makipag-alám ka sa iyóng manadyer.

contact, n. pakikitungo;
I have no more contact with my American friends. Walâ na akóng pakikitu-

ngo sa mga kaibigan kong Amerikana.

contain, v. maglamán; lamnán;
What does that box contain? Anó ang nilalamán ng kahóng iyán?

contemporary, n. kapanahon;
Salud was my contemporary. Kapanahón ko si Salud.

content, v. masiyahán;
Content yourself with what she gave you. Masiyahán ka sa ibinigáy niyá sa iyó.

content, n. lamán; nilalamán;
What is the content of that can? Anó ang nilalamán ng latang iyán?

contest, v. tutulan; labanan;
You have to contest his right as heir. Dapat mong tutulan ang kaniyáng karapatán biláng tagapagmana.

contest, n. timpalák; paligsahan;
There will be a swimming contest on Saturday. Magkakaroón ng páligsahan sa languyan sa Sabado.

continue, v. magpatuloy; ipagpatuloy;
Continue your work. Ipagpatuloy mo ang iyóng gáwain.

contract, v. pumasok sa isáng kásunduan;
They contracted marriage. Pumasok sila sa isang kasunduang pakasál.

contract, n. kásunduan; kontrata;
They signed a contract. Nagpirmahan silá ng isang kontrata.

contradict, v. salungatín; sumalungát;
Do not contradíct your father. Huwág mong salungatín ang iyong amá.

contribute, v. mag-abuloy; mag-ambág; umambág;
I contributed ten pesos for the fiesta. Nag-abuloy akó ng sampúng piso para sa pista.

control, v. magpigil; pigilin; makapangyari;
He cannot control himself. Hindî niyá mapigilan ang kaniyáng sarili.

convenience, n. kaluwagan; kaginhawahan;
They have all the conveniences in life. Mayro-

ón silá ng lahát ng kaluwagan sa buhay.

convert, v. gawíng ibá ang anyô; palitán; papagbaguhing-loób;
Some Protestants are converted into Catholics. May mga Protestante na nágagawang Katoliko.

convert, n. isáng nagbagong-loób;
He is a convert to the new faith. Siyá'y isáng napagbagong-loób na yumakap sa bagong pananampalataya.

convict, n. bilanggô; preso;
Kimble is an escaped convict. Si Kimbol ay isáng takas na bilanggô.

convince, v. papaniwalain; kumbinsihín;
I was able to convince my father. Napapaniwalà ko ang aking amá.

cook, v. ilutò; lutuin; maglutò;
Cook these vegetables. Ilutò mo ang mga gulay na itó.

cool, v. lumamíg; palamigín;
Let it cool first. Hayaán mo munang lumamíg.

cool, adj. Keep cool in case of danger. Magpakahina-

hon ka sa haráp ng panganib.

cooperate, v. makipagtulungán; makiisá;
You have to cooperate with us. Kailangan kang makipagtulungán sa amin.

copper, n. tansô;
Her money is not silver but copper. Ang kaniyáng kuwaltá ay hindî pilak kundî tansô.

copy, v. kopyahin; sipiin; isalin;
Copy the sentences on the board. Kopyahin ninyo ang mga pangungusap sa pisara.

cord, n. pisì; lubid;
I need a cord to tie the bundles with. Kailangan ko ng pisì para talian ang mga balutan.

core, n. ubod; kalágitnaan;
The core of the apple is not eaten. Ang ubod ng mansanas ay hindî kinakain.

corn, n. mais;
I like corn. Ibig ko ng mais.

corner, n. panulukan; sulok; kanto;
Meet me at the corner. Tagpuín mo akó sa kanto.

corporal, n. kabo;
My father was a corporal.
Ang aking amá ay isáng
kabo.

corpse, n. bangkáy;
They put the corpse in
the coffin. Inilagáy nilá
ang bangkáy sa ataúl.

correct, v. iwastô; itamà;
itumpák; wastuín;
Correct the errors in the
sentence. Iwastô mo ang
mga malî sa pangungusap.

correspond, v. tumugón; tu-
mutugón;
His actions do not corres-
pond to his words. Ang
kaniyáng mga ginagawâ ay
hindî tumutugón sa kani-
yáng sinásabi.

corrupt, v. sirain ang pagka-
tao; pasamaín; suhulan;
They corrupt the officials
by bribing them. Pinasa-
samâ nilá ang mga opisi-
yales sa pamamagitan ng
suhol;

cost, n. halagá;
What is the cost of your
guitar? Ano ang halagá
ng iyóng gitara?

costly, adj. mahalagá; ma-
hál; mamahalín;
She has costly jewels.
Marami siyáng mamaha-
líng alahas.

costume, n. kasuutan;
She is after costly cos-
tumes. Ibig niyá ay ma-
mahalíng kasuutan.

cot, n. tiheras;
I have a white cot. May
puti akong tiheras.

cottage, n. maliít na bahay;
Isabel has a small cottage
near her house. May ma-
liít na bahay si Isabel sa
tabí ng bahay niyá.

cotton, n. bulak;
Cotton is white. Putî ang
bulak.

couch, n. hígaan;
We need a couch at home.
Kailangan namin ang hí-
gaan sa bahay.

cough, v. ubuhín; umubó;
mag-ubó;
He coughs in the evening.
Inuubó siyá kung gabí.

cough, n. ubó;
He has a dry cough. Tu-
yô and ubó niyá.

counsel, n. payo; abugado;
He needs your counsel.
Kailangan niyá ng payo
mo.

counsel, v. pagpayuhan;
Counsel him against the
plan. Pagpayuhan mong
huwág itulóy ang balak.

count, v. bumilang; bila-
ngin; asahan;

Count your money before you leave. Bilangin mo ang iyóng kuwaltá bago ka umalís. I shall count on you. Aasahan kitá.

count, n. bilang; konde; Have you seen the Count of Monte Cristo? Nakita mo na ba ang Konde ng Monte Cristo?

counterfeit, n. huwád; The two-peso bill is a counterfeit. Huwád ang dadalawahin.

country, n. bayan; bukid; The climate in the country will do you good. Makabubuti sa iyó ang klima sa bukid.

countryman, n. kababayan; Jose is my countryman. Kababayan ko si Jose.

couple, n. dalawá; mag-asawa; The couple will live in Baguio. Sa Baguio titirá ang mag-asawa.

courage, n. tapang; tibay ng loob; He has courage to face the enemy. May tapang siyá na harapín ang kaaway.

course, v. paraanín; Course your letter through the supervisor. Paraanín mo ang sulat sa tagamasíd.

course, n. kurso; putahe; direksiyón; We had three courses at dinnertime. May tatlóng putahe kamí sa tanghalian. What course is Mila taking? Anong kurso ang kinukuha ni Mila?

court, v. lumigaw; ligawan; Pedro is courting your cousin. Lumiligaw si Pedro sa iyóng pinsan.

court, n. patyo; húkuman; korte; Our room faces the court. Nakaharáp sa patyo ang aming silíd. Meet me in court. Pakipagkitaan mo akó sa hukuman.

courteous, adj. mapitagan; magalang; Juan is a courteous boy. Si Juan ay mapitagang batà.

courtesy, n. pamimitagan; pitagan; pagbibigáy; paglilingkód; Courtesy is a mark of good education. Ang pamimitagan ay tandâ ng mabuting pinag-aralan.

cousin, n. pinsan; Maria is my cousin. Pinsan ko si Maria.

cover, v. takpán; saklawín; sumaklaw; matapos;
Can you cover the lesson in forty minutes? Masasakláw o matatapos mo ba ang liksiyón sa apat na pung minuto? Cover your book. Takpán mo ang iyóng aklát.

cover, n. plato; isang pagkain ng mga tatlo o apat na putahe;
Each cover costs five pesos. Bawat plato ay halagáng limáng piso.

covet, v. pagnasaan;
Do not covet your neighbor's property. Huwág mong pagnasaan ang aríarian ng iyóng kapwà.

cow, n. baka;

coward, adj. duwág;
He is a coward man. Siyá'y isáng duwág na tao.

crab, n. alimango; alimasag;
I eat crabs. Kumakain akó ng alimango.

cradle, n. duyan; kuna;
The baby is lying in a cradle. Nakaduyan ang batà.

crawl, v. gumapang;
The crab crawls slowly. Gumagapang nang marahan ang alimango.

crazy, adj. loko; ulól;
That man is crazy. Loko ang taong iyán.

cream, n. krema; kakanggatâ; pilì sa mga pilì; gatas;
Put some cream on my coffee. Lagyán mo ng gatas ang aking kapé. Lilia belongs to the cream of society. Nabibilang si Lilia sa pilì ng mga pilì ng lipunan.

create, v. lumikhâ; likhaín; lalangín;
God created the earth. Niláláng ng Diyós ang mundó.

creature, n. nilikhâ; nilalang;
We are God's creatures. Tayo ay mga nilaláng ng Diyós.

creed, n. pananalig; pananampalataya;
Can you recite the Apostle's Creed? Madadasál mo ba ang Sumasampalataya?

crime, n. krimen; malubháng pagkakasala;
He committed a crime. Siyá'y nagkasala.

critic, n. kritiko; mámumuná;
Concepcion is a literary

critic. Si Concepcion ay
isáng mámumunáng pam-
panitikan.

crop, n. ani; taním; butse
(ng manók).
This year's crop will be
yours. Ang ani sa taóng
itó ay iyó. I found the
ring in the chicken's crop.
Nakita ko ang sinsíng sa
butsé ng manok.

crowd, n. lipon ng mga tao;
pulutóng;
I belong to the crowd. Ka-
bilang akó sa pulutóng.

crowd, v. siksikín; magsiksi-
kan;
Do not crowd the child-
ren. Huwag mong siksikín
ang mga batà.

cruel, adj. malupít; maba-
lasík;
Romeo is a cruel boy. Ma-
lupit na batà si Romeo.

crush, v. pipihin; pisaín;
mapisâ;
Do not crush my sleeves.
Huwag mong pipihín ang
mga manggás ko.

cry, n. tangis; iyák; sigaw;
That is the cry of a hun-
gry baby. Yaón ay iyák
ng batang nagugutom.

cultivate v. linangin; mag-
linángꞏ; magbungkal;

The farmer cultivates the
land. Nililináng ng mag-
sásaká ang lupà.

cunning, adj. tuso; switik;
Marcos is cunning. Si
Marcos ay tuso.

cup, n. tasa; puswelo;
She broke a cup. Naka-
basag siya ng tasa.

cupboard, n. paminggalan;
platera;

cure, n. lunas; gamót;
There is no cure for this
kind of ailment. Waláng
lunas sa karamdamang
itó.

cure, v. pagalingín; gamu-
tín; lunasan;
He cannot cure the sick.
Hindî niyá mapagagalíng
ang may sakit.

cured fish, n. inasnán at pi-
natuyóng isdâ.
We have cured fish for
breakfast. Inasnáng isdâ
ang aming ulam sa almu-
sal.

curiosity, n. pagkamausisà;
pagkausyoso; kasabikang
matuto;
His curiosity was aroused.
Nágising ang kaniyáng
pagkausyoso o nagising
ang kasabikán niyáng ma-
tuto.

curl, adj. kulót;
Her hair is curled. Kulót
ang kaniyáng buhók.

current, n. kuryente;
They cut the current in
our district. Pinutol nilá
ang kuryente sa aming
poók.

curse, n. sumpâ; tungayaw;
That is a curse to her peo-
ple. Yaó'y isáng sumpâ
sa kaniyáng mga tao.

curse, v. sumpaín tungaya-
win;
Do not curse him. Huwág
mo siyang sumpaín.

curtain, n. kortina; tabing;
I have no lace curtain.
Walâ akóng kortinang may
puntás.

custom, n. ugalì; asal;
The woman has a bad cus-
tom. May masamang ugalì
ang matandáng babae.

cut, v. magputol; putlín;
pumutol;
Cut your hair. Putlín mo
ang iyóng buhók.

cut, n. bawas;
Can you give her a cut
on the price? Mabibigyán
mo ba siyá ng bawas sa
halagá?

—D—

dab, v. dampián;
Dab the wound with a
piece of cotton. Dampián
mo ang sugat ng kapira-
song bulak.

dad or daddy, n. amá; ta-
tang; tatay; itáy; amáng;
Ramon is Rene's daddy.
Si Ramon ang tatay ni
Rene.

dagger, n. sundáng; punyál;
balaráw; balisóng;
He always has a dagger
in his pants. Sa tuwî na'y
may sundáng siyá sa pan-
talón.

daily, adv. arawán; aráw-
araw;

Ang matandáng babae ay
nagsisimbá aráw-araw.

dainty, adj. pino; maayos;
She has a dainty handker-
chief. Pino ang kaniyáng
panyolito.

dairy, n. págatasán;
We have no dairy farm.
Walâ kamíng págatasán.

dam, n. tabon; **pirinsahan;**
Juan made the dam of the
river. Ang tabon ng ilog
ay ginawâ ni Juan.

damage, n. pinsalà; pagka-
sirà; sirà;
The rain damaged the
crop. Pininsalà ng ulán
ang pananím.

damn, v. sumpaín;
Everybody damns his con-
duct. Lahát ay sumusum-
pâ sa kaniyang asal.

damn, interjection buwisit;
salbahe; damuho;
Drive that damn dog
away! Bugawin mo ang
salbaheng asong iyán !

damp, adj. mamasá-masâ;
mahalumigmíg;
I need some damp cloth
for my arm. Kailangan
ko ng mamasá-masáng da-
mít pará sa aking baraso.

dampen, v. basaín ng bahag-
yâ; panlamigín; patamla-
yín;
The slight rain dampened
the rejoicing. Pinatamláy
ng bahagyáng ulán ang
pagsasayá.

dance, n. sayáw; sáyawan;
There was a dance at the
baptism. Nagkaroón ng
sáyawan sa binyagan.

dance, v. magsayáw; suma-
yáw;
Do you dance the tango?
Nagsasayaw ka ba ng tang-
go?

danger, n. panganib;
There is danger in cross-
ing the river. May pa-
nganib sa pagbagtás sa
ilog.

dangerous, adj. mapanganib;
It is dangerous to come
home late in the evening.
Mapanganib ang umuwî ng
malalim na sa gabí.

dare, v. hamunin; mangahás
Don't dare touch her. Hu-
wág mo siyáng pangaha-
sáng hipuin.

dark, adj. madilím; maitím;
The night is dark. Ma-
dilím ang gabí.

dark, n. paglilihim;
Keep him in the dark. Ga-
win mo ang paglilihim sa
kaniyá.

darken, v. padilimín; papag-
dilimín;
Can you darken the light a
little? Mapadidilim mo ba
nang bahagyâ ang ilaw?

darling, n. giliw; mahál;
She is your darling. Siyá
ang mahál mo.

darn, v. magsulsí;
I always darn their torn
clothes. Sa tuwina'y sinu-
sulsihán ko ang mga punít
niláng damít.

dash, n. patláng;
Fill the dashes with the
correct words. Punan mo
ang mga patláng ng mga
wastóng salitâ.

dash, n. takbuhan;
He won in the one hundred-

yard dash. Nanalo siyá
sa sandaáng yardang tak-
buhan.

dash, v. sabuyan;
She dashed some water on
my face. Sinabuyan niyá
akó ng tubig sa mukhâ.

date, n. petsa;
What is the date of your
birth? Anó ang petsa ng
iyóng pagkapanganák?

daughter, n. anak na babae;
I have no daughter, only
a son. Walâ akóng anák
na babae kundî isáng la-
laki lamang.

dawn, n. madalíng-araw; bu-
káng-liwaywáy;
I wake up at dawn. Ang
gising ko ay madalíng-
araw.

day, n. araw;
The day is short. Ang
araw ay maiklî.

dazzle, v. silawin;
Don't dazzle me with that
light. Huwág mo akóng
silawin sa liwanag na iyán.

dead, n. patáy;
The dead can not talk.
Hindî makapagsásalitâ ang
patáy.

deaden, v. makabawas;
You can give him medicine
that deadens the pain. Ma-
bibigyán mo siyá ng ga-

mót na makababawas ng
kirot.

deaf, n. bingí;
Pedro is deaf. Si Pedro ay
bingí.

deaf to, v. magbingí-bingi-
han;
He is deaf to my advice.
Nagbíbingí-bingihan siyá
sa aking payo.

deal, n. bílihan; kásunduan;
pagpapasunód;
I made a deal with him.
Nakipagyarì akó sa isáng
kásunduan sa kaniyá.

deal, v. makitungo; pakìtu-
nguhan; nagbíbilí;
I do not deal with anybody
discourteously. Hindî akó
nakikitungo kanino man
nang walang galang. I deal
in books. Nagbibilí akó
ng mga aklát.

dear, adj. mahál; Rice is dear
nowadays. Mahál ang bi-
gás sa mga araw na itó.

dear, n. giliw; minamahál,
sintá; irog;
Her dear left her. Iniwan
siyá ng minamahal niyá.

death, n. kamátayan;
They are celebrating his
third death anniversary.
Ipinagdiriwang nilá ang
ikatlóng taóng kamatayan
niyá.

debate, n. pakikipagtalo; diskusiyón;
I do not know the subject of the debate. Hindî ko alám ang paksâ ng pagtatalo.

debt, n. utang; pagkakautang;
I still have a debt of two pesos to my aunt. May utang pa akong dalawáng piso sa aking tiya.

debut, n. debu (pagdiriwang karaniwan sa ikalabíng walóng taóng gulang). She had her debut last Saturday when she was eighteen. Nagkaroón siyá ng debu noóng sabado noóng siyá'y magíng labing walóng taóng gulang.

decade, n. sampung taón;
For two decades she was abroad. Sa dalawáng sampúng taón o dalawang pung taón ay nasa ibáng lupaín siyá.

deceased, n. ang namatáy; ang nasirà;
The deceased was survived by two sisters. Ang namatáy ay nakaiwan ng dalawáng kapatíd na babae.

deceived. v. malinláng; linlangín; dayain;

He was deceived by his own relative. Nalinláng siyá ng kaniyáng kamaganak.

December, n. Desyembre;
Christmas falls in December. Ang Paskó ay sa Desyembre.

decide, v. magpasiyá; pasiyahán;
Decide if you will go to the party. Magpasiyá ka kung ikáw ay dadaló sa parti.

decision, n. pasiya; kapasiyahan;
What is your decision? Anó ang iyóng pasiya?

deck, n. kubyerta (ng bapor)
Let us go to the deck. Tayo'y pumaroón sa kubyerta.

declaim, n. bumigkás;
Rita can declaim very well. Nakabibigkás na mahusay si Rita.

declare, v. magpahayag; isaysáy; ipahayag; ipagsulit;
I declared my income tax. Ipinahayag o ipinagsulit ko ang buwís sa kita.

decrease, v. paliitin; bawasan;
You can decrease your daily expenses. Mababa-

wasan mo ang gugol ninyó sa aráw-araw.

dedicate, v. ihandóg; ialay;
He is dedicating his song to her. Inihahandóg niyá ang kaniyáng awit sa kaniyá.

defeat, n. pagkatalo;
The defeat of the sisters made him angry. Ikinagalit niyá ang pagkatalo ng magkapatid na babae.

defect, n. sirà; kapintasan;
The machine has some defect so it cannot be sold high. Ang mákiná ay may sirà kayà hindî maipagbibili sa mataás na halagá.

deliver, v. dalhín; ihatíd;
Can you deliver the book to Alemars this morning? Maihahatid mo ba ang aklát sa Alemars ngayong umaga?

demand, v. hingín;
I demand an explanation. Nanghihingî akó ng paliwanag.

department, n. kágawarán; departamento;
She is working at the department of education. Nagtatrabaho siyá sa kágawaran ng pagtuturò.

depend, v. umasa; magti-: walà;

He is depending upon his father. Siyá'y umaasa sa kaniyáng amá.

deposit, n. lagak; deposito;
I have no deposit in the bank. Walâ akóng deposito sa bangko.

deposit; v. ilagak; ilagáy; maglagak;
He does not deposit his money in the bank. Hindî inilalagáy ang kuwaltá niyá sa bangko.

descend, v. lumusong; bumabâ;
I cannot descend the steep stairway. Hindî akó makabababâ sa matarík na hagdanan.

describe, v. ilarawan; maglarawan;
Describe your house. Ilarawan mo ang iyóng bahay.

deserve, v. magindapat;
She deserves to be promoted. Karapat-dapat siyáng mátaás.

desire, v. magnasà; pumita;
He desires to see the fair. Ibig niyá o nagnanasà siyáng makita ang karnabal.

desk, n. mesa; sulatán;
Put your report on my desk. Ilagáy mo sa aking susulatán ang iyóng ulat.

despair, n. kawaláng-pag-asa;
He is going home in great
despair. Uuwî siyáng tag-
láy ang kawalán ng pag-
asa.

desperate, adj. waláng pag-
asa;
The players are now des-
perate. Ang mga manla-
larò ay walâ nang pag-
asa.

die, v. mamatáy;
All men will die. Lahat
ng tao ay mamamatáy.

die of, He will die of hunger.
Mamamatáy siyá sa gu-
tom.

differ, v. magkaibá; dî uma-
yon;
We may differ in opin-
ion. Maaaring magkaibá
kamí sa palagáy.

differ from, maibá sa;
My skirt differs from hers
in cut. Ang aking saya ay
naiibá sa kaniyá sa tabas.

differ with, naiibá sa; di
umaayon sa;
I differ with you on that
point. Akó'y dî umaayon sa
bagay na iyán.

difference, n. pagkakaiba;
kaibhán;
Their difference is great.
Malaki ang pagkakaibá
nilá.

different, adj. kaibá; ibá;
ibá't ibá;
That stone has different
colors. Ibá't ibáng kulay
mayroón ang batóng iyán.

difficulty, n. kahirapan; hi-
rap; kapansanan;
He has difficulty in sell-
ing his house. Naghihirap
siyá sa pagbibilí ng kani-
yáng bahay.

diligent, adj. masipag; ma-
sikap;
Romeo is a diligent boy.
Si Romeo ay masipag na
batà

dilute, v. haluan; bantuán;
Dilute the alcohol with
water. Haluan mo ng tu-
big ang alkohol.

dim, adj. madilím; malabò;
The moon is dim. Madi-
lím ang buwán.

dine, v. kumain;
Where do we dine? Saan
tayo kakain?

dinner, n. pagkain; hapunan
o pananghalian;
Usually dinner is served at
six. Karaniwan ang hapu-
nan ay sa ika-anim.

dip, v. ilubog; málublób; má-
sawsáw; dumukot;
The baby dipped her feet

in water. Inilublób ang mga paá ng batà sa tubig.

direct, adj. tuwiran; matuwíd;
There is a direct route to Europe. May matuwíd na daán patungo sa Europa.

direction, n. gawî; daán; panuto;
In that direction he went. Sa dakong iyán siyá nagtungo.

director, n. patnugot; tagapangasiwà;
The former director died. Ang dating patnugot ay namatáy.

dirt, n. dumí; karumhán;
There is some dirt on his shirt. May dumí sa kaniyáng poloshirt.

dirty, adj. marumí; salantâ;
Her hands are dirty. Marumí ang kaniyáng mga kamáy.

disappear, v. mawalâ; maglahò;
His nickle disappeared. Ang singko niyá ay nawalâ.

disappoint, v. biguín; mabigô;
Don't disappoint your mother. Huwág mong biguín ang iyóng iná.

disappoint in, mabigô sa;
I was disappointed in voting for him. Nabigô akó sa pagboto sa kaniyá.

disappoint with, I am disappointed with the result of the test. Nabigô akó sa naging resultado ng iksamin.

disapprove, v. pawaláng-bisà; di-pagtibayin;
I disapprove of your plan. Dî ko pagtitibayín ang iyong balak.

discourage, v. pahinain ang loob; sumalungát;
Do discourage him. Pahinain mo ang loób niyá.

discover, v. mátuklasán; tumuklás;
Magellan discovered the Philippines. Natuklasán ni Magellan ang Pilipinas.

discuss, v. magtalo; pagtalunan; makipagtalo; makipag-usap;
You have to discuss the matter with her father. Kailangan mong kausapin ang kaniyáng amá tungkol sa bagay na iyán.

disease, n. sakít; karamdaman;
He has a disease of the throat; May sakit siya sa lalamunan.

disguise, n. balatkayô;
He went out in disguise.
Lumabás siyáng may balatkayô.

disguise, v. magbalatkayô;
I want to disguise myself so they cannot recognize me. Ibig kong magbalatkayô pará huwág ni'lang makilala.

disgust, n. pagkasuklám; samâ ng loób.
Because of disgust, he resigned. Dahil sa samâ ng loób siyá'y nagdimite o nagbitíw sa tungkulin.

dish, n. pinggan; plato;
Wash the plates. Hugasan mo ang mga pĺato.

dislike, n. pag-ayáw;

dislike for, pag-ayáw sa;
I have a great dislike for mice. Malakí ang pagayaw ko sa mga dagâ.

dislike to, Rosa dislikes to teach. Ayaw magtúrò ni Rosa.

disobey, v. sumuwáy: lumabág:
Do not disobey your teacher. Huwág mong suwayin ang iyóng gurò.

dissolve, v. tunawin; magtunaw;
Dissolve the tablet in water. Tunawin mo ang ta-

bleta sa tubig.

distance, n. layò; agwát; distansiya.
The distance of her house to mine is four meters. Ang layò ng bahay niyá sa akin ay apat na metro.

distant, adj. malayò;
Lucia is a distant relative. Si Lucia ay malayò naming kamag-anak.

distinguish, v. makilala; mapabukod:
She is a distinguished friend. Siya'y napabukód na kaibigan.

distinguish, adj. Distinguish the bad from the good. Kilalalanin ang masamâ sa mabuti.

distribute, v. ipamahagi; ipamigáy;
Please distribute the papers. Mangyaring ipamahagi mo ang mga papél.

district, n. purók;
We do not belong to the Barrio Obrero district. Hindì kamí sakóp ng purók ng Barrio Obrero.

disturb, v. abalahin; gambalain; guluhin;
Father is asleep, don't disturb him. Natutulog si Tatang, huwag mo siyáng abalahin o gambalain.

ditch, n. kanál;

ditch, v. kanalán;

Ditch the road so the water will flow. Kanalán mo ang daán upáng tumakbó ang tubig.

divide, v. hatiin; paghatíhatiin;.

Divide the property. Hatiin ang ari-arian.

divulge, v. isiwalat;

Do not divulge the secret. Huwág mong isiwalat ang lihim.

do, v. gumawî; gawín; gawán;

Do your work alone. Gawín mong nag-iisá ang iyóng gáwain.

do away with, alisín;

Let's do away with the rules. Alisín natin ang mga tuntunin.

do the dishes, hugasan ang mga pinggán;

doctor, v. gamutín;

Can you doctor my cold? Magagamót mo ba ang sipón ko?

doll, n. manikà;

domestic, n. alilà; utusán;

domestic, adj. maamò; katutubò; pampamilya; pantahanan;

We have three domestic animals at home. Mayro-ón kaming tatlóng maamong hayop sa bahay.

donate, v. ipagkaloób; magkaloób;

I want to donate a book to my college. Ibig kong magkaloób ng aklát sa aking kolehiyo.

door, n. pintô; lábasan;

Close the door. Isará mo ang pintô.

doorbell, n. timbre (sa pinto);

We have a doorbell. May timbre kamí.

double, v. doblihín; pag-ibayuhin;

Double your contribution. Doblihín mo ang iyóng abuloy.

double-cross, v. dayain; pagtaksilán;

He was trying to double-cross me. Pinagsisikapan niyá akóng dayain.

doubt, v. pag-alinlanganan; mag-alinlangan;

He doubts your statement. Nag-áalinlangan siyá sa sabi mo.

dove, n. kalapati;

He raises doves for sale. Nag-aalagà siyá ng kalapati pará ipagbili.

down, v. itumbá; patumbahín;

Gangsters downed him

with blows. Pinatumbá siyá ng mga butangero.

down, adv. pababâ;
Pull down the curtains. Hilahin mo nang pababâ ang mga kortina.

downcast, adj. malungkót;
He has a downcast appearance. May malungkót siyáng anyô.

downfall, n. pagbagsák; paglagpak;
Drinking is the cause of his downfall. Paglalasíng ang dahilán ng kaniyáng pagbagsák.

downhearted, adj. nasisiraán ng loób;
He is downhearted. Nasisiraan siyá ng loób.

drag, n. dálahin; pabigát;
He is a drag to the family. Siyá'y isáng dálahin ng pamilya.

drag, v. kaladkarín; hukayin;
Do not drag my name into that trouble. Huwag mong kaladkarín ang pangalan ko sa gulóng iyán.

dragonfly, n. tutubí;
She wants me to catch a dragonfly. Ibig niyáng ihuli ko siyá ng tutubí.

drain, v. patuyuín; limasín;
They want to drain the

well. Ibig niláng patuyuín ang balón.

drama, n. dulà;
He wrote an interesting drama. Sumulat siyá ng isáng kawili-wiling dulà.

draw, v. gumuhit; bumunot; umakit;
Draw a picture. Gumuhit ka ng larawan. Draw a number. Bumunot ka ng isáng numero. The show drew a large crowd. Umakit ng maraming tao ang palabás.

drawers, n. kalsonsilyo; salawál;
The baby needs drawers. Kailangan ng batà ang salawál.

dreadful, adj. nakatatakot; nakasisindák;
That was a dreadful fire. Nakasisindák ang sunog na iyán.

dream, n. panaginip; pangarap;
Jose had a bad dream. Si Jose ay may masamang panaginip.

dress, n. damít; bestido; barò;
She has a white dress on. Nakasuót siyá ng damit na putî.

dress, v. damtán; bihisan; gamutín; himulmulán; gayakán;
Dress the child. Bihisan mo ang batà. Dress the wound. Gamutín mo ang sugat. Dress the chicken. Himulmulán mo ang manók. Dress the Christmas tree. Gayakán mo ang Christmas tree.

drift, v. lumutang-lutang; maanod:
In the river he drifted for two days. Sa ilog lumutang-lutang siyáng dalawáng araw.

drill, n. pagsasanay:
They had a drill on nouns. Nagkaroón silá ng pagsasanay sa mga pangngalan.

drill, v. magsanay, sanayin;
Drill the children on verbs. Sanayin mo ang mga batà sa mga pandiwà.

drink, n. inumín; pampalamíg;
Give him a drink. Bigyán mo siyá ng inumín.

drink, v. uminóm: inumín:
Drink your coffee. Inumín mo ang iyóng kapé.

drive, v. itabóy; magpatakbó; ihatid: ipakò;
Drive the flies away. Itabóy mo ang mga langaw.

Do you drive a car? Nagpapatakbo ka ba ng auto? Drive her to the station. Ihatíd mo siyá sa himpilan. Drive the nail into the window sill. Ipakò mo sa pasamano ang pakò.

drop, v. bitiwan; ibabâ; ihulog; ilaglág; patakán: kaltasín;
Drop me at the post office. Ibabâ mo akó sa koreo. Drop the handkerchief. Ilaglág mo ang panyô. Let me drop medicine on your eyes. Pabayaán mong patakán ko ng gamót ang iyóng mga matá. Drop the coin into the box. Ihulog mo ang pera sa kahón. Drop her name from the roll. Kaltasin mo ang pangalan niyá sa listahan.

drown, v. lunurin: malunod:
Take care for-you might drown. Mag-ingat ka at bakâ ka malunod. Don't drown the kittens. Huwág mong lunurin ang mga kutíng.

drug, n. gamót:
Buy some drugs. Bumilí ka ng gamót.

drum, n. tamból;
I bought a drum for Dani-

lo. Ibinili ko ng tambol si Danilo.

drunk, adj. lasíng; langó. He is drunk. Siya'y lasíng. He is drunk with power. Lasíng siyá sa kapangyarihan.

dry, v. patuyuin; matuyô; punasan; Dry the cups. Patuyuin mo ang mga tasa. Dry the salted fish. Patuyuin mo ang inasnáng isdâ.

dues, n. butáw; She pays monthly dues of of twenty centavos. Nagbabayad siyá ng butáw na dalawampúng sentimos buwan-buwán.

dugout, n. lungáw; We made a large dugout during the war. Gumawâ kami ng malakíng lungáw noóng gera.

dull, adj. mapuról; My bolo is dull. Mapuról ang aking gulok.

dumb, adj. pipi; gunggóng; gago; Pablo is dumb. Si Pablo ay pipi.

dust, n. alikabók; Wipe the dust on the table. Pahirin mo ang alikabók sa mesa.

dust, v. palisín ang alikabók; punasan; Can you dust the chairs? Mapupunasan mo ba ang mga silya?

duty, n. tungkulin; I am off duty now. Malayà akó ngayón.

dwell, v. talakayin; mamahay; tumirá; manirahan; I ask you to dwell on the subject. Hinihilíng ko sa iyó na talakayin ang paksâ. She dwells in a bamboo house. Nakatira siyá sa bahay na kawayan.

dwindle, v. mangauntî; maubos; lumiit; As the supply dwindles, she tries to get some more. Samantalang nauubos na ang panustós, pinagsikapan niyáng kumuha pa.

dye, v. kulayan; ilubóg; Some women dye their hair. May mga babaing nagkukulay ng buhók.

dysentery, n. iti; disenterya; Lula has dysentery. May disenterya o iti si Lula.

dyspepsia, n. di-pagkatunaw ng pagkain; She suffers from dyspepsia. May dyspepsiya siyá.

—E—

each, pron. bawa't isa; isá;
How much each? Magkano
ang isá?

eager, adj. sabík; nasasabík;
He is eager to see you. Na-
sasabík siyáng makita ka.

eagle, n. ágilá;
The eagle is a big bird.
Malaking ibon ang ágílá.

ear, n. tainga;
Jose has big ears. Ma-
lalaki ang mga tainga ni
Jose.

eardrum, n. salamín ng
tainga;
The eardrum of the baby
was pierced by the maid.
Nádurò ng katulong ang
salamín ng tainga ng sang-
gól.

early, adv. maaga;
He goes to school early.
Maaga siyáng pumapasok.

earn, v. kumita; kitain;
The carpenter earns five
pesos a day. Ang karpin-
tero ay kumikita ng limáng
piso isáng araw.

earnest, adj. matiyagâ; taim-
tím; marubdob; matapát;
Emilio is earnest in his
work. Si Emilio ay mati-
yagâ sa kaniyáng gáwain.

earnings, n. kita; kinikita;
His earnings are turned
over to his wife. Ang ka-
niyáng kinikita ay ibinibi-
gáy sa kaniyáng asawa.

earrings, n. hikaw;
Rita has diamond earrings.
May hikaw na brilyante si
Rita.

earth, n. daigdig; mundó;
The earth is round. Ang
daigdíg ay bilóg.

earthquake, n. lindoL
Earthquakes are often
felt in Japan. Madalas
ang lindól sa Hapon.

earthworm, n. bulati (sa lu-
pà);
In the rainy season, earth-
worms are seen around.
Kung tag-ulan, nagkalat
ang bulati.

ease, v. pawiin;
Medicine will ease her
pain. Papawiin ng gamót
ang kaniyang sakit.

ease, n. maginhawa sa bu-
hay;
She is having a life of
ease. May maginhawang
pamumuhay siyá.

easily, adv. madalì; malu-
wág; tiyák;
He can easily jump the
fence. Madalì niyáng ma-
lulundág ang bakod.

east, n. silangan;
Her maid comes from the east of Leyte. Ang kaniyáng katulong ay galing sa silangan ng Leyte.

Easter, n. Paskó ng Pagkabuhay;
I was in the states last Easter. Nasa America akó noóng Paskó ng Pagkabuhay.

easy, adj. madalî; maginhawa; maluwág;
We had an easy lesson. Madalî ang aming liksyón.

eat, v. kumain; kanin;
I want to eat corn. Ibig kong kumain ng maís.

eaves, n. medya agua; ambî;
Bats live in the eaves of some houses. Maraming talibatab ang nagtitirá sa ambî ng bahay.

eavesdrop, v. makiníg nang pasubók;
Julia has the habit of eavesdropping. May ugaling makiníg nang pasubók si Julia.

echo, n. alingawngáw;
I hear the echo of her song. Naririníg ko ang alingawngáw ng kaniyáng awit.

echo, v. umalingawngáw; ulitin;

Her cries echoed in the corridor. Ang sigáw niyá ay umalingawngáw sa pasilyo.

eclipse, n. paglalahò; eklipse;
They watched the eclipse of the moon. Binantayán nilá ang paglalahò ng buwán.

economical, adj. matipíd; ekonomiko;
Mother is very economical. Matipíd si Iná.

economize, v. magtipíd;
We should economize. Dapat tayong magtipíd.

economy, n. kabuhayan; pagtitipíd; katipiran;
The economy of a country is necessary. Ang katipirán ng isáng bansá ay kailangan.

edge, n. gilid; talím;
The edge of the razor is very sharp. Nápakatalím ang gilid o talím ng labaha.

edible, adj. nakakain;
They are looking for edible fruits. Naghahanáp silá ng mga bungangkahoy na nakakain.

edifice, n. gusalì; edipisyo;
Their office is in a big edifice. Ang kaniláng opi-

sina ay nasa isáng gusaling malakí.

edit, v. mamatnugot; pamatnugutan;
Who edits your weekly magazine? Sino ang namamatnugot sa lingguhang magasín ninyó?

editor, n. editor;
Pineda is an editor of the papers. Si Pineda ay isáng editor ng páhayagán.

editorial, n. pangulong tudlíng;
One reads the editorial of a paper first of all. Ang unang binabasa ay ang pangulong tudling ng páhayagan.

educate, v. turuan; paaralan;
The government educates the elementary children. Pinaaaralan ng Pámahalaán ang mga batà sa mababang páaralán.

education, n. pinag-aralan; pagtuturò;
He had not much education, yet he succeeded in life. Walâ siyáng mataás na pinag-aralan, ngunit nagtagumpáy siyá sa buhay.

Department of Education,

Kágawarán ng Pagtuturò;

eel, n. palós; igat;
Many people eat eels. Maraming taong kumakain ng palós at igat.

effect, n. bunga; bisà: resulta;
He shouted for effect. Sumigaw siyá upáng makatawag ng pansín. The effect of the war was felt until last year. Ang bunga ng gera ay naramdamán hanggáng noóng isáng taón.

effect, v. maisagawâ; umiral; magkabisà;
Her salary increase was to take effect last year. Ang dagdág niyá ng sahod ay dapat naisagawâ noón pang isáng taón.

effective, adj. mabisà;
She made an effective speech. Gumawâ siyá ng isang mabisang talumpatì.

efficiency, n. kakayahán (sa paglilingkôd)
His high efficiency made him get a raise in salary.

efficient, adj. may malaking kakayahan sa pagtuturo.
Miss Gamboa is an efficient teacher. Si Bb. Gamboa ay may malaking kakayahán sa pagtuturò.

effort, n. sikap; pagsisikap

kap;
You need to exert effort.
Kailangang magsikap ka.

egg, n. itlog; Eggs are high these days. Mahál ang itlóg ngayón.

egg, v. ulukán; sulsulán; Juan was egged on by his false friends. Sinulsulán si Juan ng mga kaibigan niyáng di-tapát.

eggplant, n. talóng; We raised eggplants. We raised eggplants when we were in San Isidro. Nagaani kamí ng talóng noóng kamí'y nasa San Isidro.

eight, adj. waló; He has eight children. May walóng anak siyá.

eighth, adj. ikawaló; pangwaló; The eighth child is Jose. Ang ikawalóng anak ay si Jose. Rita's eighth child died. Namatáy ang pangwalong anák ni Rita. Ang pangwalóng anák ni Rita ay namatáy.

eighty, adj. walumpu; He made a score of eighty. Nakakuha siya ng walumpú.

either, pron. alín man sa dalawá: kahit sino sa dalawá: Either of the two boys may

go. Alin man sa dalawáng batang lalaki ay makaaalís.

elaborate, v. magdagdág ng paliwanag; He will elaborate on the statement he made this morning. Magdaragdág siyá ng mga paliwanag sa pahayag na ginawà niyá kaninang umaga.

elaborate, adj. mabulaklák; He wrote an elaborate letter. Gumawà siyá ng masakláw na sulat. o mabulaklák na sulat.

elapse, v. lumipas; dumaan; Three days elapsed. Tatlong araw ang nagdaan.

elastic, adj. nababanat; sunud-sunuran; I have no elastic belt. Wala akong nababanat na sinturon.

elated, adj. sumisiglá; napapaangát; I feel elated. Napapaangát akó.

elbow, v. gumitgít (sa pagdaraán); siksikín; itiwalág; She elbowed me on the rib. Sinikó niyá akó sa tadyáng.

elbow, n. siko; kodo; He has a wound on the

right elbow. May sugat
siyá sa kanang siko.

elect, v. ihalál; maghalál;
They will elect a president.
Maghahalál silá ng presidente

election, n. hálalan; eleksiyón. Sa isáng taón ang
eleksiyón.

elector, n. manghahalál; botante;
I am an elector. Akó'y
isáng manghahalal.

electric , n. elektrik;
We use electric plates in
cooking. Elektrik ang ginagamit namin sa paglulutò.

electrician, n. elektrisista;
I need an electrician to
fix the stove. Kailangan
ko ng elektrisiyán' para
kumpunuhín ang kalán.

electrocute. v. bitayin sa
silya elektrika;
Lolita will be electrocuted.
Uupô sa silya electrika si
Lolita.

elegance, n. kisig; gilas; kakisigan;
He won her by his elegance. Nakuha niyá siyá
sa kakisigan.

elegant, adj. makisig; elegante; mabikas; magilas;
magarà;
She wears an elegant
dress. Mabikas ang barò
niyang suót.

elephant, n. elepante;
The elephant is a big animal. Malakíng hayop ang
elepante.

elevate, v. itaás; pataasín;
He was elevated in his position. Nátaás siyá sa
tungkulin.

elevation, n. pagkakataás;
kataasan;
His elevation to the presidency made him great. Ang
kaniyáng pagkataás sa pagiging presidente ay ikinatanyág niyá.

elevator, n. elebetor;
Some offices have elevators. May elebetor sa ilang
opisina.

eleven, n. adj. labing-isa;
He has eleven children.
May labing-isáng anák siyá.
His children are eleven.
Labíng-isá ang anák niyá.

eligible, adj. maaring hirangin; karapat-dapat;
This teacher is eligible.
Siyá'y karapat-dapat na
gurò.

eliminate, v. alisín;
Eliminate her name from

the list. Alisín mo ang kaniyáng pangalan sa listahan.

elongate, v. pahabain;
They have to elongate the path. Kailangang pahabain nilá ang landás.

elope, v. magtanan;
Lucia is thinking of eloping. Nag-iisíp magtanan si Lucia.

eloquent, adj. magalíng magsalitâ; maliwanag;
She is an eloquent speaker. Magalíng siyáng mánanalumpatî.

else, adv pa· Who else is coming? Sino pa ang dáratíng?
Do this or else you will be scolded. Gawin mo itó, kung dî ikáw ay kagagalitan.

elsewhere, adv. sa ibáng dako;
Look for her elsewhere. Hanapin mo siyá sa ibáng dako.

elude, v. tumalilis; umiwas;
She tries to elude the collector. Iniiwasan niyá ang mániningil.

elusive, adj. mailap; madulás; mahirap mahuli o hulihin;
He is an elusive thief. Maláp siyáng magnanakaw.

emaciated, adj. payát;
He has an emaciated body. May payát siyáng katawán.

emanate, v. manggaling; magbuhat; magmulâ;
There is sweet fragrance emanating from the flowers. May bangóng nagbubuhat sa mga bulaklák.

emancipate, v. palayain;
The slaves were emancipated in the time of Lincoln. Sa panahón ni Lincoln pinalayà ang mga alilà.

embark, v. lumulan; sumakáy; lumayag;
He embarked for the Philippines. Lumulan siyá ng bapor patungong Pilipinas.

embarrass, v. ilagáy sa kahiyá-hiyâ; hiyaín;
Do not embarrass her in the presence of her friends. Huwág mo siyáng hiyaín sa haráp ng kaniyáng mga kaibigan.

embarrassment, n. pagkahiyâ; kahihiyán;
Due to embarrassment, he left the dancing hall. Dahil sa kahihiyan umalis siya sa sáyawan.

ember, n. baga;
Ember can burn your fin-

ger. Makapapasò ng dalirì ang baga.

embrace, v. yakapin; sumakláw; saklawín;
Don't embrace the child. Huwág mong yakapin ang batà.

embroider, v. burdahán; magburdá;
I shall embroider my handkerchief. Buburdahán ko ang aking panyolito.

emerge, v. pumaibabaw; sumipót; sumulpót; lumitáw;
Fish emerged from the water. Pumaibabaw sa tubig ang isdâ.

emergency, n. kagipitan; biglâng pangangailangan;
In times of emergency, one acts at once. Sa panahón ng kagipitan, dapat magpasiyá agád.

emotion, n. damdamin;
The big fire caused her great emotions. Ang malaking sunog ay nagbigáy sa kaniyá ng masidhíng damdamin.

emphasis, n. diín; empasis;
The emphasis is on the third stanza. Ang diín ay nasa ikatlóng saknóng.

emphasize, v. bigyáng-diín;
Emphasize manners and right conduct. Bigyáng diín ang mabuting asal.

employ, v. gumamit; gamitin; gugulin;
Employ two more teachers. Gumamit ka pa ng dalawáng gurò.

employment, n. gáwain; trabaho; opisyo;
What is your employment? Anó ang iyóng trabaho?

empower, v. bigyáng kapangyarihan;
He will empower you to choose a janitor. Bibigyán ka niyá ng kapangyarihan na makakuha ng isáng diyanitor.

empty, adj. waláng lamán; bakante; walang saysáy;
The bottle is empty. Waláng lamán ang bote.

emulate, v. tularan; parisan;
Let us emulate her. Tularan natin siyá.

enable, v. itulot;
His position enables him to live comfortably. Itinutulot ng kaniyáng katayuan na mamuhay siyá nang maginhawa.

enchant, v. akitin; marahuyò;
He was enchanted by her beauty. Naakit siyá sa kaniyáng kagandahan.

enchanting, adj. kaakit-akit; kabighá-bighanì;
Her diamond ring is en-

chanting. Kabighá-bighaní ang kaniyáng singsíng na brilyante.

enclose, v. kulungín; paligiran;
Enclose the house with a fence. Paligiran mo ng bakod ang bahay.

encourage, v. palakasín ang loób; pasiglahín;
Do not encourage him to come. Huwág mo siyáng pasiglahín sa pagparito.

end, v. tapusin; wakasán; magtapós;
Let us end this dispute. Wakasán na natin ang pagtatalong itó.

end, n. wakás; dulo;
That is the end of the road. Iyón ang dulo ng daán.

endanger, v. ilagáy sa panganib;
Do not endanger your friend. Huwág mong ilagáy sa panganib ang iyóng kaibigan.

endeavor, v. pagsikapan;
He endeavors to put everything in order. Pinagsísikapan niyáng magíng maayos ang lahát.

endorse, v. lagdaán sa likód;
Please endorse the check. Mangyaring lagdaán mo ang tseke.

endow, v. pagkalooban; mag-

kaloób;
He was endowed with natural talents. Pinagkalooban siyá ng katutubong talino.

endurance, n. pagtitiís;
His endurance is remarkable. Kapansin-pansin ang kaniyáng pagtitiís.

endure, v. tiisin; mapagtiisan; matagalán;
Can you endure the pain? Mapagtitiisan mo kayâ ang kirót?

enema, n. panlabatiba; labatiba;
Clean the enema before using it. Linisin ang labatiba bago itó gamitin.

enemy, n. kaaway; kalaban; katunggalî; kabaka;
I have no enemy. Walâ akóng kaaway.

energetic, adj. masipag; masigasig; masikap; masiglá;
Pablo is an energetic man. Masigláng tao si Pablo.

enforce, v. ipatupád; magpatupád;
Who enforces the law? Sino ang nagpapatupad ng batás?

engage, v. kumuha; kumásundô;
abala sa; mag-ukol ng panahón;

They engage in business. Abalá silá sa negosyo.

engage to, They are engaged to be married. Nagtipán siláng pakasál.

engagement, n. tipán; kompromiso; sagupaan; pagiging magkatipán; Lilia's and Mario's engagement was announced in the papers. Ang pagiging magkatipán ni Lilia at ni Mario ay ibinalità sa mga pahayagan.

engine, n. motor; mákiná; Start the engine. Paandarín mo ang motor.

English, n. Inglés; I speak English. Nagsasalitâ akó ng Inglés.

engrave, v. iukit; We had the name of my late father engraved on the marble. Ipinaukit namin sa marmol ang pangalan ng aming amáng namatáy na.

enjoy, v. magtamasa; maglináng; ikalugód; ikatwâ; He enjoys the confidence of the president. Pinagkakatiwalaan siyá ng Presidente o nagtatamasa siyá sa tiwalà ng Presidente.

enlarge, v. lakhán; magpalakí; palakhán; He had his house enlarged.

Pinalakhán niyá ang kaniyáng bahay.

enlist, v. magpatalâ; Carlos enlisted in the army a year ago. Nagpatalâ sa hukbó si Carlos noóng isáng taón.

enough, adj. sapát; tamà na; Give him enough money. Bigyán mo siyá ng sapát na salapî.

enrage, v. galitin; magalit; He was enraged by my refusal. Nagalit siyá dahil sa aking pagtanggí.

enrich, v. magpayaman; Enrich your vocabulary by reading books. Payamanin mo ang iyóng isip sa pagbabasá ng mga aklát.

enroll, v. magpatalâ; magpalistá; I asked him to enroll in college. Pinagpayuhan ko siyáng magpalistá sa kolehiyo.

enslave, v. alipinin; alilain; umalipin; umalilà; Don't enslave her just because she is staying with you. Huwág mo siyáng alipinin bagamán siyá'y nakatirá sa iyó.

enter, v. pumasok; pasukin; ipasok; italâ; isali; The soldier entered his house. Pinasok ng kawal ang kaniyáng bahay.

enter into, v. makipagkasundô;
Juan entered into an agreement with Jose. Si Juan ay makipagkasundô kay Jose.

entertain, v. libangín; istimahín; magsaisip;
Entertain your friends. Istimahín mo ang iyóng mga kaibigan. She is entertaining such foolish ideas. Nagsasaisip siyá ng ganyáng kalokohan.

enthusiasm, n. siglá; kasiglahán; sigasig;
Rita has enthusiasm for work. Si Rita ay may siglá sa paggawâ.

entire, adj. buô; lahát;
The entire book was read by him. Ang buóng aklát ay nabasa niyá.

entitle, v. magbigay karapatan;
She is entitled to three months' vacation. Siya'y may karapatan sa tatlong buwang bakasyon.

entrance, n. pasukan; pagpasok;
Her entrance caused jealousy. Ang kaniyáng pagpasok ay lumikhâ ng inggitan.

entreat, v. pamanhikan;
Entreat him to give consent. Pamanhikán mo siyáng magbigáy ng pahintulot.

entrust, v. ipagkatiwalà; pagkatiwalaan;
She entrusted her jewels to the servant. Ipinagkatiwalà niyá ang kaniyáng mga alahas sa utusán.

envelope, n. sobre;
I need a long envelope for my letter. Kailangan ko ng mahabang sobre sa aking sulat.

envious, adj. mainggitin; mapanaghiliin;
She is envious of the beauty of her friend. Naiinggít siyá sa kagandahan ng kaniyáng kaibigan.

equal, v. tumbasán; pantayán;
You cannot equal her wealth. Hindî mo matutumbasán ang kaniyáng yaman.

equal, adj. magkapareho; magkapantáy;
They ought to be given equal rights. Kailangan siláng bigyán ng magkaparehong karapatán.

equip, v. bigyán ng mga kasangkapan; lagyán ng mga kasangkapan;

Equip the room. Lagyán ng mga kasangkapan ang silíd.

equivalent, adj. katumbás; Give me the equivalent of one dollar in pesos. Ibigáy mo sa akin ang katumbás ng isáng dolyar sa piso.

era, n. panahón; kapanahunan; During the Japanese era, everybody was afraid. Noóng panahón ng Hapon, lahát ay natatakot.

eradicate, v. lipulin; puksaín; I want to eradicate the mice in our house. Ibig kong lipulin ang mga dagâ sa aming bahay.

erase, v. burahin Erase the blackboard. Burahin mo ang pisara.

erect, adj. matuwíd; tuwíd; He stands erect. Matuwíd siyang tumayô. Can you erect a monument for him? Maaarì bang magtayô kayó ng bantayog parâ sa kaniyá?

error, n. malî; pagkakamalî; kamalian; How many errors have you? Ilán ang malî mo?

escape, v. tumakas; umiwas; umalís; Two prisoners escaped. Tumakas ang dalawáng bilanggô.

essay, n. sanaysáy; An essay is easier to write than a poem. Ang sanaysáy ay lalong madalíng isulat kaisa tulâ.

establish, v. itatág; lumagáy; patunayan; When was your corporation established? Kailan itinatág ang inyóng korporasyón?

estimate, v. tantiyahín; tayahin; He has to estimate the value of his property. Kailangang tantiyahín ang halagá ng kaniyáng pag-aarì.

etc, atb; at ibá pa;

eternity, n. kabiláng buhay; waláng hanggán; He will love you until eternity. Iibigin ka niyá hanggáng kabilang buhay.

etiquette, n. magandang kaugalian; He has no etiquette. Walâ siyáng magandang kaugalian.

evade, v. iwasan; umiwas; Do not evade your responsibility. Huwág mong iwasan ang iyong pananagutan.

evaporate, v. sumingáw; The water on the plate will evaporate. Ang tubig sa plato ay sísingáw.

even, v. patagin; pantayín;
He evened the tennis court.
Pinantáy niyá ang laruan
ng tennis.

even if, conj. bagaman; ka-
hit;
Even if you give him mo-
ney, he wil not obey. Ka-
hit na bigyán mo siyá ng
kuwaltá, hindî siyá susu-
nód.

evening, n. gabí;
There is a dance in the
evening. May sayawan sa
gabí.

adj. I do not subscribe to the
evening news. Hindî ako
nagpapadalá ng evening
news.

event, n. pangyayari; laba-
nan;
There is a great event
coming. May malakíng
pangyayaring dáratíng.

ever, adv. kailan man; mulâ
nang;
I have not seen him ever
since I returned. Hindî ko
pa siyá nákikita mulâ nang
magbalík akó.

every, adj. bawa't; tuwî;
Every time I see you, you
are in mourn. Tuwíng
makikita kitá, ikáw ay na-
kaluksâ.

everybody, pron. lahát ng
tao ;
Everybody stands when
the President enters. La-
hát ay tumatayô kung pu-
mapasok ang Presidente.

everything, pron. lahát (ng
bagay)
Everything is sold. Lahát
ay naipagbilí.

everywhere, adv. sa lahat ng
dako;
I cannot find him every-
where. Hindi ko siyá ma-
kita sa lahát ng dako.

evidence, n. katibayan; tan-
dâ;
There is no evidence that
some one has come. Wa-
láng katibayan na may
taong dumating.

evil, n. masamâ; samâ;
There is no evil in doing
that. Waláng masamâ sa
paggawâ niyán.

adj. His evil intention is
known. Ang masamáng
hangád niyá ay napagkáa-
lamán.

exact, adj. hustó; tamà; hus-
túng-hustó;
I was given an exact
change. Binigyán akó ng
hustóng suklî.

examination, n. pagsusulit;
iksamin;
Jesusa took the examina-
tion. Kumuha ng iksamin

si Jesusa.

example, n. halimbawà;
Set a good example to the child. Bigyán mo ng mabuting halimbawà ang batà.

excavate, v. hukayin;
They will excavate the treasure. Húhukayin nilá ang kavamanan.

exceed, v. higtán; lumampás; humigit;
You exceeded the daily expense. Nahigtán mo ang pang-araw-araw na gugol.

excellent, adj. magalíng; mabuti; mahusay;
She has an excellent rating. May pinakamahusay siyáng nota.

excess, n. labis; kalabisán; sobra;
The demand is in excess of the supply. Ang hinihingî ay higit sa maibíbigáy.

exchange, v. ipagpalít; magpalitan;
Let us exchange ideas. Magpalitan tayo ng kurukurò.

excitement, n. kaguluhan; pagkakaguló;
There is a great excitement in her home. May malakíng kaguluhan sa bahay niyá.

exclaim, v. ibulalás; isigáw;

He exclaimed something to the woman. May isinigaw siyá sa babae.

excuse, n. patawad; kapatawarán; dahilan; pagdadahilán,
Make an excuse. Magdahilan ka.

excuse, v. patawarin; ipagpatawad;
Excuse him for dropping the saucer. Patawarin mo siyá sa pagkakabagsák ng tasa.

exempt, v. huwág pakunin o pagbayarin;
They will exempt him from taking the test. Hindî nilá pakukunin ng pagsusulit siyá.

exert, v. diinán; gamitan ng kapangyarihan;
Don't exert pressure on the glass. Huwág mong diinán ang salamín.

exhaust, v. ubusin; maubos; mahapò;
They will exhaust all means to pay the laborers. Gágawín nilá ang lahát ng magagawâ para mabayaran ang mga manggagawà.

exhibit, v. itanghál;
She will exhibit her paintings. Itatanghál niyá ang kaniyáng mga kuwadro.

exile, v. ipatapon;
The hero was exiled to
Guam. Ang bayani ay ipi-
natapon sa Guam.

exist. v. umiral; manatili;
mabuhay;
How do you manage to
exist? Paano kang nabu-
buhay?

exonerate, v. pawaláng-sa-
la;
She was exonerated in
court. Siyá'y pinawaláng-
sala sa húkuman.

expand, v. palakihín; pala-
wakin; lumakí; lumagô;
Their business expands
rapidly. Mabilis na luma-
lagô ang kanilang negos-
yo.

expansion, n. paglakí; pag-
papalawak;
The expansion of his busi-
ness is great. Ang pagla-
wak ng kaniyáng negosyo
ay malakí.

expect. v. asahan; hintayín;
I expect her to go to the
party. Inaasahan kong
púpuntá siyá sa party.

expedite, v. bilisán; dali-
daliín;
Please expedite action on
my papers. Mangyaring
dali-daliin ang pagpapa-
siyá sa aking mga papél.

expense, n. gugol; gastos;

She studied at my expense.
Siyá'y nag-aral sa gugol
ko.

expire, v. matapos; malagu-
tán ng hiningá;
My brother expired after
the arrival of his son.
Nalagutan ng hiningá ang
aking kapatíd na lalaki
pagkatapos dumating ang
kaniyáng anák na lalaki.

explain, v. ipaliwanag; ma-
ngatuwiran; pangatuwira-
nan;
Explain the process to us.
Ipaliwanag mo sa amin
ang pamamaraán.

explanation, n. paliwanag;
pangangatuwiran;
I understand your expla-
nation. Nauunawaan ko
ang iyóng paliwanag.

explode, v. sumabog; pumu-
tók;
The grenade did not ex-
plode. Hindî sumabog ang
granada.

exploit. v. gamitin; pagsa-
mantalahán;
The government is exploit-
ing our natural resources.
Ginagamit ng pámahalaán
ang ating mga likás na ka-
yamanan.

export, v. magluwás sa
ibáng bansá; iluwás sa
ibáng bansá;

We export sugar to the United States. Naglulu- was tayo ng asukal sa Es- tados Unidos.

express, v. magpaliwanag; magpahayag;
Express your opinion. Magpaliwanag ka ng iyóng kuru-kurò.

extend, v. paabutin; palugi- tan; umabot;
Please extend my invita- tion to her. Mangyaring paabutin mo sa kaniyá ang aking anyaya.

extension, n. palugit; sud- lóng;
Can you give her a ten- day extension? Mabibig- yán mo ba siyá ng palugít na sampúng araw?

exterminate, v. lipulin;
They are trying to exter- minate the mosquitoes. Sinisikap niláng malipol ang mga lamók.

extinguish, v. patayín;
She extinguishes the fire before going to bed. Pi- napatáy nila ang apóy bago matulog.

extract, v. bunutin; kunin (ang katás);
The dentist extracted La- ura's tooth. Binunot ng dentista ang ngipin ni La- ura. Can you extract the

juice of the orange? Ma- kukuha mo ba ang katás ng dalandán?

extraordinary, adj. di-pang- karaniwan; pambihirà;
He made an extraordinary cake. Gumawâ siyá ng pambihirang keik.

extravagant, adj. marangyâ; labis; mapag-aksayá;
They have an extravagant cook. Mayroón siláng ma- pag-aksayáng kusinero.

eye, n. matá; butas ng kara- yom; paníngín;
He has sore eyes. May sakít siyá sa matá. I can- not see very well the eye of a needle. Hindî ko ma- kitang mabuti ang butas ng karayom. In the public eye, she is a sinner. Sa matá ng madlâ siyá'y ma- kasalanan.

eyebrow, n. kilay;
She has thick eyebrows. May malagô siyáng kilay.

eyeglasses, n. salamín (sa matá);
I wear eyeglasses. Guma- gamit akó ng salamín sa matá.

eyelashes, n. pilikmatá;
She tries to curve her eye- lashes. Pinagsísikapan ni- yáng palantikín ang kani- yáng pilikmatá.

eyesight, n. paningín;
Do you think she will regain her eyesight? Sa akalà mo kayâ ay mananauli pa ang matá niyá o paningín niyá?

—F—

fable, n. pábulá; kasinungalingan; kataka-taká;
He tells the children some fables. Nagsasabi siyá ng kasinungalingan sa mga batà.

fabric, n. tela; kayo;
I want to buy some fabric. Ibig kong bumilí ng tela.

facade, n. mukhâ; harapán ng gusalì;
The facade of the new building is beautiful. Ang harapan ng bagong gusalì ay magandá.

face, n. mukhâ;

face, v. humaráp; harapín;
She has a soft face. May malambót siyáng mukhâ. Face him. Harapín mo siyá.

facilitate, v. padaliín; tulungan upáng mádalì;
Please facilitate the approval of my papers. Mangyaring tulungan upáng mádalî ang pagpapatibay sa aking mga papeles.

fact, n. tunay na pangyayarì; katotohanan; katunayan;
That is a fact. Yaón ay tunay na pangyayari.

faculty, n. mga gurò; kapangyarìhan ng isip;
I was a member of the PNC faculty. Akó'y naging isáng miyembro ng mga guro sa PNC.

fade, v. kumupas; mangupas;
My dress dóes not fade. Hindi kumukupas ang barò ko.

fail, v. lumagpak; bumagsák; mabigô; biguín;
His business failed. Lumagpák ang kaniyáng negosyo. Ramon failed me. Binigô akó ni Ramon.

faint, v. himatayín;
She fainted in the cemetery. Hinimatáy siyá sa sementeryo.

faith, n. tiwalà; relihiyón;
I have no faith in him. Walâ akóng tiwalà sa kaniyá.

faithful, adj. matapát;
She is a faithful servant.

Siya'y matapát na alilà.

fall, v. bumagsák; malaglág; mahulog;

We heard something fall. May narinig kamíng bumagsák.

fall, n. taglagás; pagkahulog; pagbabâ;

Last fall I left for the states. Noóng nagdaáng taglagás ay umalís akong patungo sa Amerika.

false, adj. bulaán; di-totoó; malî;

The statement is false; correct it. Ang pangungusap ay malî; wastuín mo.

fame, n. kabantugán; katanyagán;

Her fame is k n o w n throughout the land. Ang kaniyáng katanyagán ay nábantóg sa buóng mundó.

familiar, adj. dating kilalá; Her face looks familiar. Tila namumukhaán ko siyá. Are you familiar with our old customs? Alám mo ba ang matatandâ nating kaugalian?

family, n. angkán; maganak; pamilya;

We are a big family. Malakí kamíng pamilya.

famine, n. gutom; tag-gutom;

There was famine in the land of Canaan. Nagkaroon ng tag-gutom sa Canaan.

He is a famous painter. Siyá'y tanyág na pintór.

fan, n. abaniko; pamaypay; bentilador;

I have many kinds of fan. Maraming klaseng abaniko mayroón akó.

fancy, n. guni-guní;

fancy, adj. magandá; mainam; magarà;

She bakes fancy cakes. Gumagawâ siyá ng magagandáng keik.

fantastic, adj. hindî kapanipaniwalà.

Those stories are fantastic. Di-kapaní-paniwalà ang mga kuwento niyá.

far, adv. malayò;

She lives far. Malayò ang tinitirahán niyá.

far away, adv. -malayungmalayò;

Far East, adv. Dulong Silangan;

fare, n. upa; pilete;

What is the fare to Baguio by train? Magkano ang upa sa tren para sa Baguio?

farewell, n. pamamaalam;

That was a sad farewell. Yaó'y malungkót na **pama-**

maalam.

farm, v. magsaka; magbukíd;
You can farm if you cannot fish. Makapagsasáka ka kung hindî ka makapangisdâ.

farm, n. bukid;
Their farm is far from here. Malayò rito ang bukid nilá.

fascinate, v. maakit; akitin;
She fascinates him. Naakit niyá siyá.

fashionable, adj. pusturyoso; sunód sa moda;
Jose is a fashionable young man. Si Jose ay isáng pusturyosong binatà.

fast, adv. matulin; mabilís;
He runs fast. Matulín siyáng tumakbó.

adj. Pedro is a fast runner. Matuling mánanakbó si Pedro.

fat, n. tabâ, mantikà;
He removes the fat fróm the meat. Inaalís niyá ang tabâ sa lamán.

fat, adj. matabâ;
Julio is very fat. Si Julio ay nápakatabâ.

fatal, adj. nakamamatáy;
I heard the fatal shot. Náriníg ko ang putók na ikinamatáy.

fate, n. kapalaran; tadhanâ;

suwerte;
Her fate was told by a gypsy. Ang kaniyáng kapalaran ay sinabi ng gitana.

father, n. amá; tatang, tatay, itáy;
Her father has given her education. Nábigyán na siyá ng kaniyáng amá ng edukasyón.

fatigue, n. pagkahapò; hapô;
Her fatigue is felt very much. Ang kaniyáng pagkahapò ay naramdamán niyáng mabuti.

faucet, n. gripo;
Our faucet was fixed by Juan. Si Juan ang nagkumpuní ng aming gripo.

fault, n. kasalanan; pagkukulang; kapintasan; pagkakamalî;
He is at fault. Siyá'y may kasalanan.

favor, v. panigan; sang-ayunan; kampihán;
I don't favor him. Hindî ko siyá pinapanigan.

favor, n. tulong; pabór; lingap;
I am in favor of his coming. Sang-ayon akó sa kaniyáng pagparito.

fear, n. katakutan; takot; sindák; pangambá;
There is nothing to fear.

Waláng sukat katakutan.
I have no fear; I can go
alone. Walâ akóng takot;
makapupunta akóng mag-
isá.

feast, n. bangkete; pigíng;
pistá;
They are having a big
feast on Sunday. May ma-
lakíng pistá silá sa Ling-
gó.

feather, n. balahibo (ng ma-
nók o ibon);
She has a feather on her
hat. May balahibo siyá sa
kaniyáng sumbrero.

February, n. Pebrero;
He was born in February.
Ipinanganák siyá ng Pe-
brero.

fee, n. butáw; kota; bayad;
They pay a fee of twenty
centavos a month. Nag-
babayad silá ng sampiseta
isáng buwán.

feeble, adj. mahinà; maru-
pók;
He is a feeble man of
eighty. Siyá'y mahinang
tao na may walumpúng
taón.

feed, v. pakanin;
I feed the cats after every
meal. Pinakakain ko ang
mga pusà sa tuwíng maka-
kakain akó.

feel, v. makaramdám; ma-

ramdamán;
I feel a pain on the neck.
Nakararamdám akó ng sa-
kít sa líig.

feelings, n. damdamin;
She hurts his feelings. Si-
naktán niyá ang kaniyáng
damdamin.

feet, n. mga paá;
My feet are number 5½.
Ang mga paá ko ay numero
5½.

fellow, n. tao; lalaki;
Juan is a nice fellow. Ma-
buting tao si Juan.

female, n. babae;
She is a female. Siyá'y
babae.

female, adj. babae;
The female dog has three
young ones. Ang babaing
aso ay may tatlóng anák.

feminine, adj. pambabae;
Mother is in the feminine
gender. Iná ay may kasa-
riáng pambabae.

fence, n. bakod;
Enclose the house with a
fence. Ikutin mo ng bakod
ang bahay.

ferment, v. umasim;
The fish I bought is fer-
mented already. Ang is-
dáng binilí ko ay umasim
na.

fern, n. eletso;
I have ferns growing in

the pots. May eletso
akóng tumutubò sa masi-
tera.

ferry, n. badeo; tawiran;
There is a ferry between
San Isidro and Jaen. May
badeo sa pagitan ng San
Isidro at Jaen.

fertile, adj. matabâ;
The soil is fertile. Ang
lupà ay matabâ.

fetch, v. kaunin; kumuha;
ikuha;
Fetch him. Kaunin mo
siyá.

fever, n. lagnat;
The baby has fever. Ang
batà ay may lagnát.

few, pron. and adj. ilán; ka-
untî;
Do you have plenty of ba-
nanas? I have a few. Ma-
rami ka bang saging?
Mayroóng ilán. Give me
a few oranges. Bigyán
mo akó ng iláng suhà.

fiance, n nobyo;
Jose is her fiance. Si Jose
ang kaniyáng nobyo.

fiancee, n. nobya;
His fiancee is beautiful.
Magandá ang kaniyáng no-
bya.

fickle, adj. sálawahán; .
pabagu-bago.
That lady is fickle. Sala-
wahán ang dalagang iyán;

fiddle, n. biyolin;
He does not play the fid-
dle. Hindî siyá tumutug-
tog ng biyolin.

field, n. bukid;
There are few people liv-
ing in the field. Kauntî
lamang ang taong nagti-
tirá sa bukid.

fierce, adj. mabangís; ma-
tindí; masidhî;
The fierce lion was finally
caught. Ang mabangís
na leon ay náhuli rin sa
wakás.

fifth, adj. ikalimá; panlimá;
She is the fifth child in
the family. Siyá ang ika-
limáng batà sa angkán.

fifty, adj. limampû;
She gave fifty-peso contri-
bution for the fiesta. Li-
mampúng piso ang ambág
niyá sa pistá.

fig, n. igos;
She does not eat figs. Hin-
dî siyá kumakain ng igos.

fight, v. makipag-away;
labanán; makipagbabág;
He wants to fight with the
gangster. Ibig niyáng la-
banan ang butangero.

file, v. magharáp; kikilin;
Can you file your applica-
tion today? Maihaharáp
mo ba ang iyóng kahili-
ngan ngayon? I want to

file my nails. Ibig kong
kikilin ang aking mga
kukó.

filibuster, v. magsuwaíl;
There are boys in class
who try to filibuster. May
mga batang lalaki sa klase
na ibig magsuwaíl.

fill, v. punuín (ng tubig);
fill the position, lagyán ng
tao ang puwesto.
Fill the pitcher with wa-
ter. Punuín mo ng tubig
ang pitser. Fill the posi-
tion with a young lady.
Lagyán mo ng isáng dala-
ga ang puwesto.

filter, n. salaan; panalà;
I need a metal filter. Ka-
ilangan ko ng panalang
metál.

filth, n. basura; nakariri-
marim na dumí;
The filth is full of flies.
Punô ng langaw ang ba-
sura.

final, n. káhuli-hulihan;
The final counting of bal-
lots is on Friday.
Sa Biyernes ang káhuli-
hulihang bilang ng mga
balota.

finally, adv. sa wakás;
She finally consented to
her going. Sa wakás ay
sumang-ayon din siyá sa
pag-alís.

find, v. mapulot; makapulot;
makita; makuha; alamín;
Did you find my ring? Na-
kita mo ba ang singsíng
ko? Find out what happen-
ed. Alamín mo kung ano
ang nangyari. I found a
comb on the way. Nakapu-
lot akó ng sukláy sa daán.

fine, n. multá;
Make the fine two pesos.
Gawín mong dalawáng piso
ang multá.

fine, adj. pino; maliít;
She has fine hair. Pino
ang kaniyáng buhok. Her
fountain pen has a fine
point. Maliit ang dulo ng
pluma niyá.

finger, n. dalirì;
My little finger is short.
Maiklî ang kalingkingan
ko.

finish, v. tapusin; mayarì;
Lucia cannot finish her
work. Hindî mayayari ni
Lucia ang kaniyáng gáwa-
in.

fire, v. sisantihín; alisán ng
o alisin sa trabaho; papu-
tukín; magpaputók;
Fire him since he is lazy.
Alisin mo siyá sa trabaho,
kung siyá'y tamád. He
fired two shots. Nagpa-

putok siyá nang makála-
wá.

fire, n. sunog; apóy;
Baby, get away from the
fire. Baby, lumayô ka sa
apóy. The fire in Obrero
lasted one hour. Inabot
nang isáng oras ang su-
nog sa Obrero.

firecracker, n. rebentador;
Children are fond of fire-
crakers. Gustúng-gustó ng
mga batà ang rebentador.

fire engine, n. bomba sa su-
nog;
There is no fire engine
near us. Waláng bomba sa
sunog sa malapit sa amin.

fire escape, n. takasán sa
sunog;
Almost all big houses have
fire escapes. Halos lahát
ng malalakíng bahay ay
may takasán sa sunog.

firefly, n. alitaptáp;
The fireflies look pretty
especially in dark nights.
Magandá ang alitaptáp
lalò na kung madilím ang
gabí.

fire insurance, n. siguro sa
sunog;
We have no fire insurance.
Walâ kamíng siguro sa
sunog.

fireplace, n. tsimenea; pá-
usukan;

Our fireplace is not being
used at present as we are
using electricity. A n g
aming páusukan ay hindî
ginagamit ngayón sapag-
kat gumagamit kamí ng
kuryente.

firewood, n. kahoy na pang-
gatong;

firm, n. bahay-kalakal;
Alemars is a big firm. Ma-
lakíng bahay-kalakal ang
Alemars.

firm, adj. matatág; waláng
tinag;
That is a firm conviction.
Iyón ay isáng matatág na
paniniwalà.

first, adj. una; unang araw
ng buwán; pang-una;
She pays every first of the
month. Nagbabayad siyá
tuwing unang araw ng bu-
wán.

first aid, n. pangunang lu-
nas;
We should have first aid
stations on the road. Ka-
ilangang magkaroón tayo
ng estasyón ng pangunang
lunas sa mga daán.

fish, v. mangisdâ;
He loves to fish in the ri-
ver. Mahilig siyáng ma-
ngisdâ sa ilog.

fish, n. isdâ;
He is fond of fish. Ma-

gustuhin siyá sa isdâ.

fisherman, n. mángingisdâ;
The fisherman has a net.
May lambát ang mangi-
ngisdâ.

fishhook, n. tagâ;
He put a bait on the fish-
hook. Nilagyán niyá ng
pain ang tagâ.

fit, v. bumagay; hustó;
These shoes fit you. Hus-
tó sa iyó ang sapatos na
itó.

fit, n. atake; sumpóng;
He had a fit. Nagkaroón
siyá ng atake.

five, adj. limá;
She has five children. May
limá siyáng batà.

fix, v. kumpunihín; itakdâ;
ayusin; aregluhín;
Can you fix the lamp? Ma-
kukumpuní mo ba ang
ilaw? Fix the date of
their marriage. Itakdâ mo
ang petsa ng kaniláng ka-
sál. Fix your hair. Ayu-
sin mo ang iyóng buhók.

fizzle, v. sumagitsít; mabi-
gô;
Fresh fish fizzles when
you fry it Ang sariwang
isdâ ay sumásagitsít kung
piniprito mo. The plan
fizzled out Nabigô ang
balak.

flagellant, n. nagpépeniten-
sya;
We see flagellants during
lent. Nakakikita tayo ng
nagpepenitensya kung ku-
rismá.

flagpole, n. tagdán ng ban-
dilà;
There is a flagpole right
in front of our house.
May tagdán ng bandilà sa
tapát na tapát ng aming
bahay.

flame, n. ningas; liyáb;
The flame of the lamp is
bluish.
Mangasul-ngasul ang ni-
ngas ng ilaw.

flannel, adj. pranela;
She has two flannel gowns.
May dalawáng batang
pranela siyá.

flash, v. kumisláp; ikalat;
My flashlight flashes
brightly. Ang aking plas-
lait ay kumikislap na ma-
buti.

flat, adj. makinis; pantáy;
tiyák; sapád;
She has a flat nose. Sa-
pád ang ilóng niyá. He
received a flat refusal. Tu-
manggáp siyá ng tiyák na
pagtanggí.

flatter, v. mang-utô; utuín;
manghibò;
Do not flatter her. Hu-
wág mo siyáng utuín.

flea, n. pulgás;
That dog has fleas. May pulgás ang asong iyán.

flee, v. tumakas; umiwas; lumayô; iwasan; layuan; You have to flee from the mob. Kailangan kang tumakas sa mga manggugulo.

flesh, n. lamán;
I like to fry the flesh of the pig. Ibig kong pirituhin ang lamán ng baboy.

flimsy, adj. mahinà; mabuwáy; manipís; mahinang dahilán;

flirtátion, n. ligaw-birò;
What he does is a mere flirtation. Ang ginágawâ niyá ay ligaw-birò lamang.

float, v. lumutang; palutangin;
The banca floats on the river. Lumutang ang bangkâ sa ilog.

float, n. karosa; They made a float for the parade. Gumawâ silá ng karosa para sa parada.

flock, v. magkatipon; magkalipunpón; magsamasama;
They flock around the man. Nagkalipunpón silá sa paligid ng tao.

flock, n. kawan (ng mga ibon); makapál na tao;

mga kampon; mga tagasunód;
The leader and his flock went to the desert. Ang lider at ang kaniyáng kampon ay nagpuntá sa disyerto.

flog, v. látikuhín; hagupitín; paluin;
They flogged him as a punishment. Hinagupít nila siyá upang parusahan.

flood, n. bahâ;
The crops were destroyed by the flood. Sinirà ng bahâ ang pananím.

flood, v. dagsaán;
The market was flooded with native goods. Nadagsaán ang palengke ng mga bagay na gawâ rito.

floor, n. sahíg; lapág; palapag;
The servant sleeps on the floor. Natutulog sa sahig ang alilà. The second floor of the house is occupied by us. Tinitirhán namin ang ikalawáng palapág ng bahay. You have the floor. Makapagsásalitâ na kayó.

flop, adj. bumagsák; bigô;
The show is a flop. Ang palabás ay bigô.

flour, n. harina;
American bread is made of

wheat flour. Ang pan amerikano ay gawâ sa harina ng trigo.

flow, v. umagos; dumaloy; The stream flows. Dumadaloy ang batis.

flower, n. bulaklák;

My vase has beautiful flowers. Magagandá ang bulaklák ko sa plurero. My sampagitas are flowering now.

flu, n. trankaso; I had flu in 1918. Nagkaroón akó ng trankaso noóng 1918.

fluent, adj. matatás; madulás; Laura speaks fluent Tagalog although she is a foreigner.

fluid, n. likido; tubig; Alcohol is liquid. Ang alkohol ay likido.

flunk, v. mahulog; malaglág; Rosa flunk in the test. Nalaglág sa pagsusulit si Rosa.

flush, v. busan; paagusan; Paagusan ang pálikuran pagkatapos gamitin.

fly, v. lumipád; magpalipád; tumakas; The bird flew away. Lumipád ang ibon. Do you know how to fly a kite? Maalam ka bang magpalipad ng buradól? He ought to fly in the face of danger. Kailangan siyáng tumakas sa haráp ng panganib.

foam, v. bumulâ; The water foams because it has soap. Bumubulâ ang tubig dahil may sabón.

foe, n. kaaway ; I have no foe. Walâ akóng kaaway.

fog, n. ulap; I cannot see through the fog. Hindî akó makakita sa ulap.

foil, v. biguín; Don't foil my plan. Huwág mong biguín ang aking balak.

fold, v. tiklupín; pagdaupín; Fold your handkerchief. Tiklupín mo ang iyóng panyô. Fold your hands, Lilia. Pagdaupín mo ang iyóng mga kamáy, Lilia.

foliage, n. mga dahón; The foliage of the plant is green. Berde ang mga dahon ng halaman.

follow, v. sundán; subaybayán; sumunód; Can you follow my instructions? Masusundán mo ba ang aking mga instruksiyón? Follow the suspect. Subay-bayan mo ang pinaghíhinalaan.

fond, adj. mahilig; mapagmahál; minímithî; My fondest dream is to go to Europe. Ang pinakámimithî kong pangarap ay makapunta sa Europa. She is fond of her mother. Pinakamamahál niyá ang kaniyáng iná.

food, n. pagkain; The woman needs food. Nangangailangan ng pagkain ang babae.

fool, adj. ulól; loko; gago; He is a fool. Siyá'y isáng loko.

foot, v. magbayad; He will foot the bill. Siyá ang magbabayad. n. paá; His right foot is swollen. Ang kanan niyáng paá ay namamagâ.

for, prep. dahil sa; para sa; sa; conj. I cannot wait for I am in a hurry. Hindî akó makapaghíhintáy dahil sa akó'y nagmámadalî. This dress is for you. Ang barong ito ay pará sa iyó.

forbid, v. pagbawalan;

Forbid her from going to the dance. Pagbawalan mo siyáng pumuntá sa sáyawan

force, v. pilitin; pumilit; Force him to take medicine. Pilitin mo siyáng uminóm ng gamót

forceful, adj. malakás; mabisà; He made a forceful speech. Mabisà ang kaniyáng talumpatì.

foreboding, n. salagimsím; kutób; He had some evil forbodings. Nagkaroón siyá ng masasamang kutób.

forefather, n. ninunò; His forefathers were killed by the Japanese. Ang kaniyáng mga ninunò ay nápatáy ng Hapon.

forehead, n. noó; I have a wide forehead. Malapad ang aking noó.

foreign, adj. banyagà; panlabás; That is a foreign office. Yaón ay tanggapang banyagà.

foresee, v. mahulaan; makiní-kinitá; I cannot foresee his future. Hindi ko mahuhulaan ang kaniyáng hinaharáp.

forest, n. gubat;
The monkey lives in the forest. Nagtitirá ang unggóy sa gubat.

forever, adv. magpakailan man;
He will love you forever. Iibigin ka niyá magpakailan man.

forger, n. manghuhuwád; pandáy;
He forged her check. Hinuwarán niyá ang kaniyáng tseke. The forger near our place died last year. Ang pandáy sa tabí namin ay namatáy noóng isáng taón.

forget, v. limutin; lumimot;
I cannot forget my childhood friend. Hindî ko malilimot ang kaibigan ko noóng akó'y batà.

forgetful, adj. malilimutín;
The old woman is very forgetful. Napakámalilimutín ang matandáng babae.

forgive, v. patawarin; magpatawad;
He who does not forgive will not be forgiven. Siyá, na hindî magpatawad ay hindî mapatatawad.

forgiveness, n. kapatawaran; patawad; pagpapatawad;
He is asking for forgiveness. Nanghihingî siyá ng kapatawarán.

fork, n. tinidor; panduró;
He does not know how to use fork. Hindî siyá marunong gumamit ng tinidor.
v. magsangá;
The road forks in front of her house. Nagsásangá ang daán sa tapát ng bahay niyá.

form, v. hubugin; bumuô; humubog; pumila;
Can you form a society? Makabubuô ba kayó ng isáng sámahan? He tries to form the mind of that child. Pinagsisikapan niyáng hubugin ang isip ng batang iyán. They want to form a line. Ibig niláng pumila.

form, n. anyô; kaanyuan; paraán;
Dick is a man of noble form. Si Ricardo ay may marangál na anyô. They have different forms of worship. May iba-ibáng anyô silá o paraan ng pagsambá.

former, adj. dati;
My former teacher was was Miss Garcia. Ang

dating gurò ko ay si Bb.
Garcia.

pron. ang una; ang nauuna;
The former is my friend.
Ang una ang aking kaibi-
gan.

forsake, v. talikdán; iwan;
pabayaán; layuán;
He has forsaken her. Pi-
nabayaan na niyá siyá.

fortieth, adj. ikaapatnapû;
pang-apatnapú;
Today is his fortieth year.
Ikapatnapúng taón na
niyá ngayón.

foster, v. paunlarín;
They want to foster a
friendly relation. Ibig ni-
láng paunlarín ang mabu-
ting pagsasamahán.

foster child, n. anák-anakan;
ampón;

foster father, amá-amahan;
Pedro is a foster child of
Mr. Reyes. Si Pedro ay
anak-anakan ni G. Reyes.
His foster father is kind
but his foster mother is
cruel. Mabaít ang kani-
yáng amá-amahan nguni't
ang kaniyáng iná-inahan
ay malupít

foul, adj. mabahò; masamâ
ang amóy; madayà; maru-
mí;
He has a foul mouth. Ma-

bahò ang kaniyáng bibíg.
That is a foul play. Ma-
dayang larò iyán.

found, v. itatág; magtatág;
nakita;
They found an organiza-
tion. Nagtatág silá ng
isáng sámahan. I found
my book under the table.
Nakita ko ang aking aklát
sa ilalím ng mesa.

fountain, n. bukál; sibol; ma-
táng-tubig;
He wants to see the foun-
tain of youth. Ibig niyáng
makita ang batis ng kaba-
taan.

four, adj. apat;
I have four grandchildren.
May apat na apó akó.

fourteén, adj. labíng-apat;

fraction, n. bahagì;
Give me a fraction of the
orange. Bigyán mo akó ng
bahagi ng suhà.

fracture, n. balì; linsád;
He has a fracture on the
hand. May balì siyá sa
kamáy.

fragment, n. piraso; bahagi;
A fragment of glass fell
on his glass of water. Isáng
pirasong salamín ang na-
laglág sa baso niyá ng tu-
big.

fragrance, n. samyô; halimu-

yak; bangó;
The fragrance of the sampagita is very sweet. Mahalimuyak ang sampagita.

frail, adj. marupók; mahinà;
She is a frail woman. Siyá ay mahinang babae.

frank, adj. tapát; tahás.
You have to be frank. Dapat kang magíng tapát.

fraud, adj. huwád; laláng; dayà;
The document is a fraud. Huwád ang kasulatan.

freckle, n. pekas;
She has freckles on the face. May pekas siyá sa sa mukhâ.

free, v. palayain; kalagán;
Free the prisoner. Palayain mo ang bilanggô.

free, adj. malayà; di-sakláw; ligtás; libre;
This is a free country. Ito'y isáng malayang bansá. Give me a free hand in this matter. Ipabahalà mo sa akin ang bagay na itó.

frequency, n. dalás; kadalasán; kalimitan;
The frequency of his visit is noticed by her mother. Ang kadalasán ng kaniyáng pagdalaw ay nápansín ng kaniyáng iná.

fresh, adj. sariwà;
There is fresh air in the country. May sariwang hangin sa bukid.

Friday, n. Biyernes;
Many people go to church in Quiapo on Fridays. Kung Biyernes ay maraming tao na nagsisimbá sa Quiapo.

friend, n. kaibigan;
She is my friend. Siyá'y aking kaibigan.

friendship, n. pagkakaibigan;
Their friendship ended in marriage. Nagwakás sa kásalan ang kaniláng pagkakaibigan.

fright, n. takot; sindák;
Her fright caused her death. Takot ang naging sanhî ng kaniyáng pagkamatáy.
Don't frighten that woman. Huwág mong sindakín ang babaing iyán.

frog, n. palakâ;
I eat frogs. Kumakain akó ng palakâ.

from, prep, saj; buhat sa; mulâ sa;
He came from Cavite. Buhat siyá sa Cavite.

front, n. haráp; unahán; tapát; harapán;
The front of the house is

painted yellow. Ang harapán ng bahay ay may pintáng diláw.

fruit, n. bungang-kahoy; prutas; bunga;
My lemon is now bearing fruit. Nagbubunga na ngayón ang aking dayap.

fry, v. pirituhin;
I fried some fish this noón. Nagpiritu akó ng isdâ kaninang tanghali.

fuel, n. gatong; panggatong;
They use wood for fuel. Gumagamit silá ng kahoy na panggatong.

fugitive, n. takas;
I always watch the Fugitive every Sunday. Tuwíng Linggó ay pinanonoód ko ang Fugitive.

fulfill; fulfil, v. tumupád; tuparín;
One has to fulfill the promises he makes. Kailangang tuparín ang pangako niyá.

full, adj. punô; tigíb; puspós; hitik; ganáp; buô;
The jar is full of water. Punô ng tubig ang bangâ. He receives his full pay today. Tatanggapín niyá ang buóng sahod niyá ngayón. Jose is full of joy. Puspós ng ligaya si Jose.

full-fledged, adj. ganáp;
Teofilo is now a full-fledged doctor. Si Teofilo ay ganáp nang manggagamot ngayón.

fume, v. umusok;
The Taal volcano was fuming. Umuusok ang bulkán Taal.

fun, n. kasayahan; biruán; táwanan;
They had some fun. Nagkaroón silá ng táwanan.

function, n. tungkulin;
The function of the ears is to hear. Ang tungkulin ng mga tainga ay makaríníg.
v. umandár; lumakad;
My watch does not function. Hindî lumalakad ang aking relos.

fund, n. laáng gugol; laáng salapî; pondo;
Their funds are exhausted. Ang laáng gugol nilá ay ubós na.

funeral, n. libíng;
The funeral of my brother took place in Cebu. Ang libíng ng aking kapatíd ay ginawâ sa Cebu.

funnel, n. imbudo; balisunsong; tsimenea;
It is better to use a funnel

in transferring lard. Mabuti ang gumamit ng imbudo sa pagsasalin ng mantika.

funny, adj. katawa-tawá; nakátatawá;
He looks funny. Nakátatawá ang hitsura niyá.

furlough, n. bakasyón;
Julio will have a furlough of six months. Magkakaroón ng anim na buwáng bakasyón si Julio.

furnace, n. pugón;
Place the saucepan on the furnace. Ilagáy mo ang kaserola sa pugón.

furnish, v. pagkalooban; bigyán;
Can you furnish him with supplies? Mabibigyán mo ba siyá ng mga kagamitán?

furrow, n. tudlíng;
The furrow of corn is straight. Matuwíd ang tudlíng ng maís.

—G—

gab, v. sumatsát; dumaldál;
Rita gabs all day. Si Rita ay sumásatsát buóng araw

gadfly, n. bangaw;
I killed two gadflies with a fly swatter. Nakapatáy akó ng dalawáng bangaw sa pamamagitan ng pamatay-langaw.

gaff, n. tarì; tagâ;
Gaffs are placed on roosters that fight at the cockpit. Nilalagyán ng tarì ang ang tatyaw na isinasabong sa sabungán.

gag, v. busalán; sikangan;
It is necessary to gag the fierce dog so it cannot bite. Kailangang busalan

ang matapang o mabalasik na aso upang huwág makakagát.

gaily, gayly, adv. masayá;
He goes to work gaily. Masayá siyáng nagpupuntá sa trabaho.

gain, n. tubò; pakinabang;
How much is your gain? Magkano ang tubò mo?

gain v. makinabang; magtubò;
maratíng; mátamó;
She gains three pesos a day. Nagtutubò siyá ng tatlóng piso isáng araw. Try to gain his confidence. Sikapin mong mátamó ang kaniyáng pagtitiwalà.

gale, n. malakás na hangin; unós;

We felt a strong gale. Nakaramdám kamí ng malakás na hangin.

gallant, adj. magalang; mapitagan; mapagbigáy; galante;

He is a gallant young man. Isá siyáng mapitagang binatà.

gallery, n. palko; tanghalan; galerya;

The gallery tickets are more expensive than the orchestra tickets. Ang tiket sa palko ay lalong mahalagá kaisa tiket sa ibabâ.

gallon, n. galón;

I bought a gallon of Baguio oil.

gallows, n. bíbitayan;

They will die at the gallows. Papatayín silá sa bíbitayan.

gamble, v. magsugál; ipatalo sa sugál;

I don't gamble. Hindî akó nagsusugál.

gamble, n. sugál; pakikipagsápalarán;

Buying sweepstake tickets is one form of gambling. Ang pagbilí ng tiket sa swipstek ay isáng paraán ng pagsusugál.

game, n. larô; mga hayop na napapatáy sa pamamaríl;

Let us play a game. Tayo ay maglarô. They went hunting and caught plenty of game. Marami siláng nahuli sa pamamaríl.

gang, n. pangkát;

They caught a gang of robbers. Nakahuli silá ng isáng pangkát na magnanakaw.

gangplank, n. andamyo; túlayan;

People on the boat use gangplank in going down. Ang mga tao sa bapór ay gumagamit ng túlayan o andamyo sa pagpanaog.

gangster, n. butangero; mambubutáng;

He is a Tondo gangster. Siyá ay butangerong tagá Tundó.

gap, n. puwáng; patláng; bangín (sa gilid ng bundók)

Fill all the gaps. Punán ninyó ang lahát ng puwáng There is a deep gap on one side of the mountain. Mayroóng isáng bangíng malalim sa gilid ng bundók.

garage, n. garahe;

We still have a garage although we have sold our car. Mayroón pa kamíng garahe kahit na naipagbilí na namin ang aming kotse.

garb, n. pananamít; suót; kasuutan;
They wear expensive garbs. Nakasuót silá ng mamahalíng kasuutan.

garbage, n. basura;
The truck collects the garbage every morning. Kinukuha ng trak ang basura tuwíng umaga.

garden, n. hálamanán; hardin;
I raise flowers in my garden. Nag-aani akó ng mga bulaklak sa aking hálamanán.

garland, n. kuwintás na bulaklak;
She put on her a garland of sampaguita. Sinuutan niyá siyá ng isáng kuwintás na sampagita.

garlic, n. bawang;
Most Filipinos eat garlic. Maraming Pilipino ang kumakain ng bawang.

garment, n. damít; baró;
She wears beautiful garments. Nagsusuót siyá ng magagandáng baró.

garter, n. ligas;
I always wear garters whenever I wear shoes. Gumagamit akó ng ligas sa tuwing magsasapatos akó.

gas, n. gaas; petroleo;
We use gas on the gas stove. Gumagamit kamí ng gaás sa aking kaláng ginagamitan ng gaás.

gas pain, n. kabag;
I often have gas pains. Lagì akóng may kabag.

gasoline, n. gasolina;
Gasoline is high. Mahál ang gasolina.

gasp, v. humingal;
He came gasping. Dumating siyáng humihingal.

gate, n. tarangkahan;
Whenever the gate is open, the students enter. Kailan ma't nakabukás ang tarangkahan, pumapasok ang nag-aaral.

gather, v. tipunin; ipunin; mamitás; magtipon; mamulot;
She gathers some flowers for her vase. Namimitás siyá ng mga bulaklák para sa plurera. Gather the dry leaves in a can. Tipunin mo ang tuyóng mga dahon sa isáng lata. The soldiers gathered around the victim. Ang mga kawal ay nag-

katipon sa paligid ng na-sawî.

gathering, n. pagtitipon;

The gathering in her honor was a success. Ang pagtitipon sa karángalan niyá ay isáng tagumpáy.

gaudy, adj. matingkád; masagwâ;

Her dress has a gaudy combination of colors. Ang kaniyáng barò ay may masagwáng kombinasyón ng kulay.

gaunt, adj. patpatin; payát; hapís;

He has a gaunt face. May hapís siyáng mukhâ.

gauze, n. gasa;

I used gauze in tying her wound;

Gumamit akó ng gasa sa pagtatali ng kaniyáng sugat.

gay, adj. masayá; masiglá;

She has a gay-colored dress. Ang kaniyáng barò ay may masayáng kulay.

gaze, v. tumitig; tingnán; titigan;

He was gazing at me. Tini-titigan niyá akó.

gem, n. mahalagáng batÓ; hiyas;

The old woman has valua-ble gems. Ang matandáng babae ay may mahalagáng hiyas.

gender, n. kasarián;

What gender has cousin? Anóng kasarián mayroón ang pinsan?

general, n. heneral;

Simeon de Jesus was a general.

Isang heneral si Simeon de Jesus.

general, adj. kalahatán; pangkalahatán; karani-wan; kalakarán;

The general rule is for men to offer their seats to ladies. Ang karaniwang tuntunin ay ang ialók ng mga lalaki sa mga babae ang kaniláng úpuan.

generation, n. salin ng lahì; salinlahì;

The voice of a lost generation was talked about. Ang tinig ng naglahong salin-lahì ay nápag-usapan.

generosity, n. pagkabukas palad; kabutihang-loób;

We aroused his generosity. Ginising namin ang kaniyáng pagkabukás-palad.

genial, adj. magiliw masintahin;

Jose has a genial nature.
Si José ay may magiliw na
katutubong ugalì.

genius, n. henyo;
Rizal was a genius.   Si
Rizal ay isáng henyo.

gentle, adj. mahinahon; magiliw; mabinì; mahinhin;
I can feel the gentle breeze.
Náraramdaman ko ang mahinhíng simoy.

gentleman, n. marangál; máginoo;
Lucas is a real gentleman.
Isáng tunay at marangál
na tao si Lucas.

genuine, adj. tunay; di-huwád;
He paid his debt with
genuine money. Binayaran
niyá ang kaniyáng utang
ng tunay na kuwaltá

geography, n. heograpiya;
I studied geography when
I was in the grades.
Nag-aral akó ng heograpiya noóng nasa mababang
páaralán akó.

germ, n. mikrobiyo;
Germs get into our bodies
without our knowledge.
Pumapasok ang mikrobiyo
sa ating katawán nang
hindî natin nalalaman.

gerund, n. pandiwang maka-
ngalan;
I can write sentences with
gerunds. Makasusulat akó
ng mga pangungusap na
may pandiwang makangalan.

gesticulate, v. magkukumpás;
He gesticulates whenever
he speaks. Nagkúkumpás
siyá sa tuwíng magsásalitâ.

gesture, n. kumpás, galáw;
kilos; pagkumpás;
He uses his right hand in
making gestures. Ginagamit niyá ang kanan niyáng
kamáy sa pagkumpás.

get, v. kumuha; makuha; makamit;
Get a letter from your
mother. Kumuha ka ng
sulat sa iyóng iná.

get away, lumayô;
Let us get away from this
trouble. Lumayô tayo sa
gulóng itó.

get across, maipaunawà;
I was able to get my meaning across. Naipaunawà
ko rin ang ibig kong sabihin.

get along, magkaayos;
Nena and Lucia get along
together. Si Nena at si
Lucia ay nagkákaayos.

get angry, magalit;
Mother gets angry easily. Madalíng magalit si Iná.

get away with it, Hindî maaring hindî mo pagdusahan iyán. You cannot get away with it.

get back, umurong;
Get back, Pedro. Umurong ka, Pedro.

get back, bumalík;
When will your mother get back? Kailan babalík ang iyóng iná?

get by, makatalilís;
Do you think you can get by the guard? Makatatalilis ka kaya sa bantay? He will get fired if his boss finds out that he is in love with his wife. Masisisante siyá kung málaman ng kaniyáng amo na lumiligaw siyá sa kaniyáng asawa.

get going, sulong;
Get going. Sulong.

get in, dumating;
What time will you get in? Anong oras ka darating?

get into, sumakay (sa kalesa)
Get into the calesa in front of the market. Sumakay o lumulan ka sa kalesa sa harap ng palengke.

get off, bumabâ; umalis;
Get off the car at the Escolta. Bumaba ka sa auto sa Eskolta.

get old, tumandâ;
She gets old fast. Mabilis siyang tumatandâ.

get together, magtipun-tipon;
Let us get together on Sunday. Magtipun-tipon tayo sa Linggó.

get up, bumangon; magbangon;
Get up tomorrow at six o'clock. Magbangon ka bukas ng ikaanim.

get tired, mapagod;
I don't get tired easily. Hindî akó madalíng mapagod.

ghost, n. multó; anino;
She saw a ghost. Nakakita siyá ng multó.

giant, n. higante;
He saw a giant in his dream. Nakakita siyá ng higante sa kaniyáng panaginip.

gift, n. handóg; aginaldo;
I was given a gift by my friend. Binigyán akó ng aginaldo ng aking kaibigan.

gifted, adj. matalino; matalas;
He is a gifted child. Siyá'y

matalinong batà.

giggle, v. ngumisngís;

She giggles whenever she is talked to. Ngumingisngís siyá kailan ma't kinakausap.

ginger, n. luya;

I need ginger for my paksíw.

Kailangan ko ng luya para sa aking paksíw.

girdle, n. bigkís; sinturón;

There are girls that wear girdles all the time. May mga batang babae na nagsusuót o gumagamit ng bigkís sa lahat ng oras.

girl, n. batang babae;

She is a naughty girl. Siyá'y pilyang batang babae.

gist, n. buód; kakanggatâ;

He is asked to write the gist of the story. Ipinasusulat sa kaniyá ang buód ng kuwento.

give, v. bigyán; magbigáy; magkaloób; ipagkaloób;

Give me a chance to show what I can do. Bigyán mo akó ng pagkakataón na máipakilala ang magagawâ ko.

give away, v. ipamigáy;

Her father gave her away in marriage. Ang kaniyáng

ama ang nagbigay sa kaniyang pag-aasawa.

give back, v. magsaulî;

Give back the book that you borrowed. Isaulî mo ang aklát na hinirám mo.

give birth, v. manganák;

She gave birth yesterday. Nanganák siyá kahapon.

give in, pahinuhod;

Give in to your father's plea. Pahinuhod ka sa panawagan ng iyóng amá.

give up, v. sumukò; tumigil (sa pag-aaral)

Give up to the enemy. Sumukò ka sa kaaway. You have to give up your studies now that your father is dead. Kailangan kang maghintô ng pag-aaral ngayóng patáy na ang iyóng amá.

give way, v. bumagsák;

The bridge gave way when the truck passed over it. Bumagsák ang tuláy nang magdaan ang trak.

gizzard, n. balum-balunan;

He does not eat gizzards. Hindî siyá kumakain ng balumbalunan.

glad, adj. masayá; nagagalák;

I am glad to see you. Nagagalak akóng makita ka.

glamour, n. gayuma; panggayuma; panghalina;
She has poise and glamour.
May tindíg at panghalina siyá.

glance, v. sulyapán; tingnán
He glances at you when you are not looking. Sinusulyapán ka niyá kapág hindî mo tinítingnán.

glaring, adj. nakasisilaw; maliwanag;
The light is glaring. Nakasisilaw ang ilaw.

glass, n. bubog; salamín; baso;
Please give me a glass of water. Mangyaring bigyán mo akó ng isáng basong tubig.

glide, v. dumausdós;
The boy glided over the iron roofing. Dumausdós ang batang lalaki sa atíp na yero.

glitter, v. kumisláp; kumináng;
Her diamond ring glitters. Kumikisláp ang sinsíng niyáng brilyante.

globe, n. globo; ang kalupaán; sansinukob; daigdíg;
The globe is round. Ang globo ay bilóg.

gloom, n. lumbáy; kalumbayan; panglấw; kapanglawan;
She is getting thinner because of gloom. Siyá'y nangangayayat dahil sa lumbáy.

glory, n. luwalhatì; karángalan; pagpupuri;
He has reached the peak of his glory. Naratíng na niyá ang tugatog ng kaniyáng karángalan.

gloves, n. guwantes;
Almost everybody wears gloves in the states. Halos lahát ay gumagamit ng guwantes sa Amerika.

glow, v. magliwanag;
The fire under the tree is glowing. Ang apoy sa ilalim ng punò ay nagliliwanag.

gnaw, v. ngatngatín;
The rat gnaws the rope. Nginángatngát ng dagâ ang lubid.

go, v. lumakad; tumungo; pumuntá; tumulak;
Go to the door, Pedro. Pumuntá ka sa pintô, Pedro.

go away, v. umalís; lumayas;
Go away, boys. Umalís kayó, mga batà.

go after, v. sundán; sumunód;
Go after the robbers, Sundan ninyó ang mga magnanakaw.

go ahead, v. magpatuloy; máuná;
Go ahead and wait for me in the office. Máuná ka na at hintayín mo akó sa tanggapan.

go back, v. bumalik;
Don't go back. Huwág kang bumalik.

go crazy, v. maulól;
He will go crazy if he does not see her. Mauulól siyá kapág hindî niyá sivá nakita.

go down, v. bumabâ;
Go down and clean your feet. Bumabâ ka at linisin mo ang iyóng mga paá.

go in, v. pumasok;
Don't go in, they are asleep. Huwág kang pumasok at natutulog sila.

go on, v. magpatuloy;
Go on with your work. Magpatuloy ka sa iyóng gáwain.

go out, v. lumabás; umalis;
Please don't go out yet. Mangyaring huwág ka munang umalís.

go over, v. siyasatin; basahin:
I shall go over the papers after dinner. Sisiyasatin ko ang mga papeles pagkatapos ng tanghalian.

go through, mapagtibay;
His appointment papers will go through. Ang pagkakahirang sa kaniyá ay mapagtitibay.

go with, v. sumama;
I can go with her to the city hall. Makasasama akó sa kaniyá sa city hall.

goal, n. hantungan; layon; hangád:
The goal is reached. Naratíng na ang hantungan.

goat, n. kambíng;
The goat is eating grass. Kumakain ng damó ang kambíng:

God, n. Diyos; Lumikhâ; Bathalà:
I believe in God. Sumasampalataya akó sa Diyós.

going, n. pag-alís: pagtungo:
His going to Europe will cost him much. Magkákagastá siyá nang malakí sa pagpuntá sa Europa.

godchild, n. inaanák;
She is my godchild. Siyá'y aking inaanák.

goddess, n. diyosa; diwatà;
She is a goddess of beauty.
Siyá ay isáng diyosa ng
kagandahan.

goiter, n. bosyo; bukláw;
The doctor said that my
sister has goiter. Ang sabi
ng duktór ay may bukláw
raw ang kapatíd kong ba-
bae.

gold, n. gintô;
I have earrings of gold.
May hikaw akóng gintô.

gonorrhea, n. gonoria;
sakít ng lalaki na nakuku-
ha sa masasamáng babae.
Gonorrhea is curable. Na-
gagamot ang gonoria.

good, adj. mabuti; mahusay;
magalíng;
Eduardo is a good boy. Si
Eduardo ay mabuting batà.
Rita left us for good. Ini-
wan kamí ni Rita na hin-
dî na babalík magpakailan
man. Make your promises
good. Tuparín mo ang
iyóng mga pangakò.
He made good in Canada.
Nagtagumpáy siyá sa Ca-
nada. Our rice is good for
one week. Tatagál pa ng
isáng linggó ang aming
bigás.

good-bye, v. paalam na;
adyós;

good looking, magandang la-
laki o babae; guwapo;
They separated for good.
Naghiwaláy silá nang tu-
luyan.

good luck, mabuting kapala-
ran;

goodwill, n. mabuting kalo-
oban;
He is a man of goodwill.
Siyá'y isáng tao na may
mabuting kalooban.

goose, n. gansâ;
The goose is white. Putì
ang gansâ.

gore, v. suwagin;
The carabao gored the
child to death. Sinuwág
ng kalabáw ang batà hang-
gáng sa namatáy.

gorgeous, adj. pagkáringal-
dingal; pagkarikít-dikít;
Rose wore a gorgeous
dress to the dance. Nag-
suót ng pagkáringal-dingal
na barò si Rosa sa sáya-
wan.

Gospel, n. Ebangheliyo;
After the priest had read
the Gospel the people sat
down. Pagkabasa ng parì
ng Ebangelyo, nagsiupô
ang mga tao.

gossip, v. sumitsít; magsit-
sít; magtsismis;
She has time to gossip, but
no time to feed the baby.
May panahón siyáng mag-
sitsít, nguni't walíng pa-
nahón para magpakain ng
batà.

govern, v. pamahalaan; ayu-
sin; mamahalà;
Govern the people well.
Pamahalaan mong mabuti
ang mga tao.

government, v. pámahalaán;
gobyerno;
Their government is in the
hands of the communists.
Ang kaniláng pámahalaán
ay nasa kamáy ng mga ko-
munista.

governor, n. gobernador;
punong-lalawigan;
The former governor is my
friend. Ang unang gober-
nador ay aking kaibigan.

gown, n. damít; bata.
She wears gowns in the
house. Nagsusuót siya ng
mga bata sa bahay.

grab, v. agawin; sunggabán;
saklutín;
The thief grabbed the wo-
man's bag. Sinunggabán
ng tekas ang kalupì ng ba-
bae.

grace, v. parangalán;
Can you grace the occa-
sion by being present?
Mapaparangalan mo ba ang
pagtitipun-tipon sa pama-
magitan ng pagdaló?

grade, n. grado; antás; ba-
itang; urì; marka;
What grade did you make
in arithmetic? A n ó n g
marka ang nakuha mo sa
aritmetika? The man
used a high grade of iron
for the door of the gate.
Ginamitan ng tao ng mata-
ás na uring bakal ang pin-
tô ng tarangkahan.

gradual, adj. untí-untî; hak-
bang-hakbáng; bai-baitáng
Her promotion is gradual.
Ang kaniyáng pagkataás
ay bai-baitang.

graduate, v. magtapós;
I graduated from a college.
Ako'y nagtapos sa isáng
kolehiyo.

graduation, n. pagtatapós;
graduwasiyón;
Her graduation will be in
March. Ang kaniyáng pag-
tatapós ay sa Marso.

graft, n. pangunguwaltá (sa
tungkuling bayan);
There is so much graft and
corruption nowadays. Na-

pakaraming pangunguwaltá at kawaláng-dangál na namamayani sa mga araw na itó.

grammar, n. gramatika; balarilà;
I like grammar of all my subjects. Ibig ko sa lahát ang balarilà sa aking mga asignatura.

granary, n. bangán; kamalig;
Nueva Ecija was a rice granary. Ang Nueva Ecija ay naging bangán ng bigás at palay.

grand, adj. pagkálaki-lakí; dakilà; maringal; kagalang-galang;
Lucas is a grand old man. Dakilang màtandâ si Lucas.

grandchild, apó;

grandfather, ingkóng;

grandmother, impó;

grandparent, nunò;

grand total, kabuuán;

grant, v. pagkalooban; bigyán;
Can you grant her permission to go to the dance? Mabibigyán mo ba siyá ng pahintulot na dumaló sa sáyawan?

grape, n. ubas;
She enjoyed grapes when she was sick. Naibigan niyá ang ubas noóng siyyá'y may sakít.

grapefruit, n. suhà; kahél; dalandán;
I like grapefruits. Ibig ko ng dalandán.

grass, n. damó;
Cut the grass. Putlín mo ang damó.

grasshopper, n. luktón; balang; tipaklóng;
He wants to catch a grasshopper. Ibig niyáng makahuli ng isáng luktón.

grate, v. kudkurín; magkudkód;
Grate the coconut. Kudkurín mo ang niyóg.

grateful, adj. tumatanaw ng utang na loób; nagpapasalamat;
She is grateful to you for your having sent her to school. Nagpapasalamat siyá sa iyó dahil sa pagkakapagpa-aral mo sa kaniyá.

gratis, adj. waláng bayad; gratis;
The juice served at the party was gratis. Ang inumíng idinulot sa party ay waláng bayad.

grave, n. líbingan; hukay;
They dug a grave for the

victim. Humukay s i l á ng libingan para sa biktimá.

grave, adj. maselan;
She is in a grave situation. Nasa maselang kalágayan siyá.

gray, adj. abuhín; kulay-abó; senisado;
Her coat is gray. Ang kaniyáng sobretodo ay abuhín.

graze, v. pastulán; panginainin sa damuhan; daplisán;
He is grazing his cows. Pinapastulán niyá ang kaniyáng mga baka. The bullet grazed his forehead. Dinaplisán ng bala ang kaniyáng noó.

grease, v. lagyán ng grasa; grasahan;
Can you grease the car? Malalagyán mo ba ng grasa ang kotse?

great, adj. malakí; dakilà; malawak;
A great army is being trained. Sinasanay ang isáng malakíng hukbó.

greed, n. katakawan; kayamuan; katimawaan;
She hates him because of his greed. Kinasusukla-mán niyá siyá dahil sa kaniyáng katakawan.

green, adj. luntian; berde; baguhan;
She is wearing a green dress. Nakasuot siyá ng barong luntian. Jose is a green laborer. Si Jose ay isáng baguhang manggagawà.

greenhorn, v. baguhan;
She is a greenhorn in the the teaching service. Siyá'y isáng baguhan sa pagtuturò;

greet, v. batiin; salubungin;
Nena greets the visitors. Binabatì ni Nena ang mga panauhin.

grief, n. dalamhatì; kalungkutan; hapis; pighatî;
She is losing weight because of grief. Nangangayayat siyá dahil sa dalamhatì.

grill, v. iihaw sa parilya; pagtatanungin;

grill, n. parilya;
Place the pork on the grill. Ilagay mo sa parilya ang baboy. Captain Yabot is grilling the thief. Pinagtatatanóng ni kapitan Yabot ang magnanakaw.

grim, adj. mabalasik; malagím; kakilá-kilabot;

What they did to the child
was a grim slaughter. Ang
ginawâ nilá sa batà ay ka-
lagim-lagím na pagpatáy.

grind, v. gilingin; gumiling;
Grind the pinipig. Gili-
ngin mo ang pinipig.

grinder, n. gilingan; pang-
giling; taga-giling;
I have no coffee grinder.
Walâ akóng gilingan ng
kape.

grindstone, n. hasaán; gili-
ngan;
I have a grindstone. May
gilingang batò akó.

grip, v. hawakang mahigpít,
He gripped her hand. Hi-
nawakang mahigpít ang
kaniyáng kamáy.

gripe, n. hinanakít; samâ ng
loób; reklamo;
She aired her gripes. Ini-
hayág niyá ang kaniyáng
mga samâ ng loób.

groan, v. dumaíng;
The horse is groaning.
Dumaraíng ang kabayo.

grocery, n. groseri; tindahan
ng mga komestibles;
We can buy canned goods
at the grocery. Makabi-
bilí tayo ng mga pagkaing
nasa lata sa groseri.

groom, v. ayusin;
Groom your hair. Ayusin

mo ang buhók mo.

groom, n. nobyo;
The groom is from Tarlac.
Ang nobyo ay taga Tarlac.

grope, v. kapaín; kumapá-
kapâ; mag-apuháp; magha-
giláp;
He is groping his way in
the dark. Nangangapâ
siyá sa dilím.

gross, adj. buô; mahalay;
nápakalakí; garapál;
His gross income amounts
to thousands of pesos. Ang
buô niyáng kita ay uma-
abót sa libong piso. He
made gross errors in his
composition. Nápakalakíng
mga malî ang nágawâ ni-
yá sa kaniyáng salaysay.

ground, n. lupà; saligán;
The fruit fell on the
ground. Nalaglág sa lupà
ang prutas. There is still
ground for improvement.
Mayroon pang saligán pa-
ra sa pagbuti.

group, n. pulutóng; pangkát;
umpók; grupo;
A group of children ga-
thered around the man.
Isang pangkát ng mga ba-
tà ang nagpaligid sa tao.

grow, v. tumubò; lumakí;
Pepper will grow in pots.

Ang sili ay tutubò sa masitera.

gruel, n. nilugaw; lugaw;
The baby is eating gruel.
Ang batà ay kumakain ng nilugaw.

guarantee, v. panagután;
I cannot guarantee her conduct. Hindî ko mapananagután ang kaniyáng ugalì.

guard, v. bantayán; tanuran; talibaan;
Guard the house tonight. Bantayán mo ang bahay ngayóng gabí.

guava, n. bayabas;
I eat guavas. Kumakain akó ng bayabas.

guess, v. hulaan: humulà;
Guess what I have in my hand. Hulaan mo kung anó ang nasa kamáy ko.

guest, n. panauhin; bisita; dalaw;
She is my guest. Siyá ay aking panauhin.

guidance, n. pamamatnubay;
The teacher's guidance is needed by the children. Ang pamamatnubay ng gurò ay kailangan ng mga batà.

guide, v. akayin; patnubayan;
Can you guide her in going to market? Mapapatnubayan mo ba siyá sa pagpuntá sa palengke?

guilty, adj. may kasalanan; makasalanan;
He is guilty so he cannot go home.
Siyá'y may kasalanan kayâ hindî makauwî.

guitar, n. gitara;
My brother plays the guitar. Tumutugtóg ng gitara ang kapatíd kong lalaki.

gum, n. gilagid;
Laura has a sore gum. May sugat ang gilagid ni Laura.

gun, n. baríl;
Can you fire a gun? Mapapuputók mo ba ang baríl?

gutter, n. alulód: kanál:
I am looking for a man who can fix the gutter. Humahanap akó ng tao na makapágkukumpuni ng alulód.

gyp, v. gagahín; dayain;
She is easily gypped. Madalî siyáng madayà.

—H—

ha, interj. Ha!
What did you say? Ha'
Ano 'kamo?

haberdashery, n. tindahan
ng kasuutang panlalaki;
Haberdashery s t o r e s
should be in a line so peo-
ple don't go from one place
to another. Dapat sama-
sama sa isang lugar ang
mga tindahan ng damit
panlalaki upang huwag
nang nagpupunta ang tao
kung saan-saang lugar.

habit, n. ugali; pag-uugali;
kinagawián;
Father is in the habit of
waking, up early. Si Ta-
tang ay may ugaling mag-
bangong maaga.

hacienda, n. asyenda;
We have no hacienda.
Wala kaming asyenda.

hack, v. tadtarin (ang kar-
ne);
Hack the pork to be cook-
ed into dinuguan. Tadta-
rin mo ang karneng baboy
na ilulutong dinuguan.

haggard, adj. hapô; nangá-
ngalumatá;

He looks haggard because
he had a sleepless night.
Nangangalumatá siya sa-
pagka't napuyat kagabi.

hail, v. batiin; tawagin; tu-
mawag; tubò;

I hailed a taxi but I was
not heard.
Tinawag ko ang taksi ngu-
ni't hindi akó narinig. I
hail from San Isidro. Tu-
bò akong San Isidro.

hair. n. buhók (sa ulo): ba-
lahibo (sa baraso at bin-
tî):

Her hair is black.   Ang
buhók niya ay itim.

hair-dresser, n. tagapagku-
lót; mangungulot;
Lourdes is a hair-dresser.
Si Lourdes ay isang ma-
ngungulot.

hairnet, n. lambat sa buhok;
Sometimes I use a hairnet.
Kung minsan ay gumaga-
mit ako ng lambat sa bu-
hok.

hairpin, n. ipit sa buhok;
I need a few hairpins.

Kailangan ko ng iláng ipit sa buhok.

hairy, adj. balahibuhin; Mabalahibo siya sa mukhâ. Her face is hairy.

hale, adj. malusóg; Juan is hale and strong. Si Juan ay malusóg at malakás.

half, n. kalahatì; Give me half of the bread. Ibigay mo sa akin ang kalahati ng tinapay.

half-breed, adj. mestiso; Gloria is half-breed. Mestisa si Gloria.

half brother or;

half sister, n. kapatid (sa ama o sa iná); I have several half brothers and half sisters. Marami akóng kapatíd sa amá na babae at lalaki.

hall, n. salas; bulwagan; We have a television in the hall. Mayroón kaming telebisyon sa salas.

halt, v. tumigil; patigilin; The guard halted us. Pinatigil kami ng guwardiya.

ham, n. hamón; I ordered ham for Christmas. Nagbilin akó ng hamón para sa Paskó.

hammer, n. martilyo; I used a hammer in driving the nail. Gumamit akó ng martilyo sa pagbabaón ng pakò.

hammock, n. duyan; The hammock I bought is made of abaca. Ang duyang binili ko ay gawâ sa abaka.

hamper, v. makapigil; makahadláng; Lack of money will hamper the finishing of her house. Ang pagkukulang ng kuwaltá ay makapipigil sa pagpapayarì ng kaniyáng bahay.

hand, v. ibigáy; iabót; ipamana; Hand me that basket. Iabót mo sa akin ang basket na iyán. That ring was handed down to me by my late father. Ang sinsíng na iyón ay ipinamana sa akin ng nasirang amá ko.

handbag, n. kalupì; My handbag was given by Luz. Ibinigáy sa akin ni Luz ang aking kalupì.

handcuff, v. lagyán ng posas; They handcuffed the prisoner. Nilagyán nilá ng posas ang bilanggô.

handful, n. sandakót;
Give me a handful of peanuts. Bigyán mo akó ng sandakót na manê.

handicap, n. kagahulán;
A blind eye is a handicap in her occupation. Ang pagkabulag ng isáng matá niyá ay kagahulán sa kaniyáng hanapbuhay.

handicraft, n. kasanayán sa gáwaing-kamay; sining ng mga gáwaing-kamáy.
Making baskets is a handicraft of the Bicolanos. Ang paggawâ ng mga basket ay isáng sining ng mga gáwaing-kamáy ng mga Bikolano.

handkerchief, n. panyô; panyolito;
Nena gave me a perfumed handkerchief. Binigyán akó ni Nena ng panyolitong may pabangó.

handle, n. hawakán; tangkáy; tatangnán; puluhan;
The handle of my lost bolo was made of carabaw horn. Ang puluhan ng gulok kong nawalâ ay

gawâ sa sungay ng kalabáw.

handmade, adj. gawáng-kamáy;
Her slippers are handmade. Gawâ sa kamáy ang kaniyáng tsinelas.

handrail, n. gabáy ng hagdán;
The carpenter fixed the handrail of our stairway. Kinumpuní ng anloage ang gabáy ng aming hagdán.

handsome, adj. makisig; magandá;
Orlando is a handsome man. Magandáng lalaki si Orlando.

hang, v. isabit; bitayin; ibitin;
She hangs the lantern on the front window. Isinasabit niyá ang paról sa haráp na bintanà. The prisoner will be hanged tomorrow. Bibitayin bukas ang bilanggô.

hang around, v. tumayú-tayô;
Hang around and he will call you. Tumayú-tayô ka riyán at tátawagin ka niyá.

hanger, n. sabitán (ng damít)
Some hangers are made of wood. May mga sabitáng gawâ sa kahoy.

happen, v. mangyari; magkataón;
Something might happen. Maaaring may mangyari. I happened to see her at the Escolta. Nagkataóng nakita ko siyá sa Escolta.

happily, adv. maligaya;
She goes to work happily. Nagpupuntá siyáng maligaya sa trabaho.

harbor, n. panganlungan ng mga bapór;
There are policemen at the harbor. May mga pulis sa panganlungan ng bapór.

hard, adj. matigás; mahirap; mahigpít; masakít;
They use hard wood for fuel. Gumagamit silá ng matigás na kahoy na panggatong. You have a hard problem. Mahirap ang suliranin mo. Mr. Garcia is a hard boss. Mahigpít na amo si G. Garcia. The cranky woman uttered some hard words. Ang sumpunging babae ay nagwikà ng matitigás na salitâ.

hard-earned, pinaghirapan;
That was a hard earned victory. Yao'y isang tagumpay na pinaghirapan.

hard-headed, matigás ang ulo;

no hard feelings, waláng samaan ng loób;
Danilo is a hard-headed boy. Matigás ang ulo ni Danilo. We have no hardfeelings. Walâ kaming samaan ng loób.

harden, v. patigasín; tumigás;
Jello will harden at once in a refrigerator. Ang jello ay tumitigás agád sa refrigirator.

hardy, adj. matipunò; malusóg;
Ramon has a hardy constitution. Si Ramon ay mayroóng isáng matipunóng pangangatawán.

harm, v. saktán; sugatan; pinsalain;
Don't harm the child. Huwag mong pinsalain ang batà.

harmonica, n. silindro;
He knows how to play the harmonica. Marunong siyang tumugtóg ng silindro.

harmony, n. pagkakatugunan; masaráp na pagsasamahan;
There is no harmony in their household. Waláng

masaráp na pagsasamahár sa kaniláng táhanan.

harness, v. isingkáw; lag yán ng gurnasyón;

I don't know how to harness the horse. Hindî ko alám magsingkáw ng kabayo.

harp, n. alpá;

She plays the harp. Tumútugtóg siyá ng alpá.

harrow, n. suyod; paragos

His harrow is made of bamboo. Gawâ sa kawayan ang kaniyáng suyod.

harsh, adj. magaralgál na tinig.

The old man has a harsh voice. Ang matandâ ay may magaralgál na tinig.

harvest, v. mag-ani; anihin; umani;

The farmers usually harvest in November. Ang magsasaká karaniwan ay nag-aani kung Nobyembre.

has, v. may; mayroón;

She has a new umbrella. May bago siyang payong o mayroón siyáng bagong payong.

has to, v. kailangan;

She has to go to school. Kailangan siyáng pumasok sa páaralán.

has no or has none, walâ;

She has no bananas. Wala siyáng saging. Has she some bananas? None. May saging ba siya? Walâ.

has on, v. suót;

She has on a new dress. May suót siyáng barong bago.

haste, n. pagmamadalî;

He is in great haste. Nápakalakí ang pagmamadalî niyá.

hasten. v. dali-daliín; magmadalî;

Hasten the preparation. Dali-daliin ang paghahandâ.

hat. n. sumbrero; sambalilo;

Women here don't wear hats. Ang mga babae rito ay hindî nagsusuot o gumagamit ng sumbrero.

hatch, v. mapisâ; mamisâ;

The eggs are not yet hatched. Hindî pa napipisâ ang mga itlóg.

hatchet, n. palatháw;

One can chop the tree with a hatchet. Mapuputol ng isang tao ang kahoy sa pamamagitan ng palatháw.

hate, v. mapoót; mamuhî;

He hates a liar. Kinapopootan niya ang sinungaling.

hateful, adj. nakamumuhî;
nakagagalit; nakapopoót;
He is a hateful man. Na-
kapopoót na tao siyá.

hatred, n. pagkapoót; pag-
kamuhî; matinding galit;
The hatred between the
two boys caused trouble.
Ang pagkapoót sa isa't isa
ng dalawáng batà ang pi-
nagmulán ng guló.

haughty, adj. mapagmataás;
The haughty woman is
hated by her husband. Ang
mapagmataás na babae ay
kinapopootan ng kaniyáng
asawa.

haunt, v. pagmultuhán;
Their house is haunted.
Pinagmúmultuhán ang ba-
hay nilá.

have, v. may; mayroón;
We have a dance tonight.
May sayawan o mayroón
kaming sáyawan máma-
yáng gabî.

hay, n. ginikan; dayami;
Hay is used in feeding
horses. Ginagamit ang gi-
nikan na pakain sa mga
kabayo.

hazardous, adj. mapanganib;
They made a hazardous
journey. Gumawâ silá ng
isang mapanganib na pag-
lalakbáy.

hazing, n. pagmamalabís sa
mga baguhang estudi-
yante;
Hindî matagalán ng mga
baguhang estudiyante ang
pagmamalabís ng mga da-
tihang nag-aaral.

he, pron. siya; He is a boy.
Siya ay isáng batang lalaki.

head, n. ulo; panguluhan;
punò; pinunò;
He is our head. Siyá ang
ating punò.

headache, n. sakít ng ulo;
He has headache because
he has not moved his bo-
wels. Masakít ang ulo niyá
sapagka't hindî pa siyá du-
mudumí.

heading, n. pámuhatan; pa-
mulaan;
What is the heading of the
letter? Anó ang pámuha-
tan ng sulat?

headquarters, n. kuwartel;
himpilan;
The thief is taken to the
headquarters for question-
ing. Dinalá sa kuwartél
ang magnanakaw para ta-
nungín.

heal, v. pagalingín; guma-
líng; lunasan;
Has your wound healed
yet? Gumalíng na ba ang
sugat mo?

141

health, n. kalusugan;
They want to guard the
health of the people. Ibig
niláng pangalagaan ang
kalusugan ng bayan.

healthy, adj. malusóg; naka-
lulusóg;
The baby is healthy. Ma-
lusóg ang sanggól.

heap, v. ibuntón;
Heap the grass under the
mango t r e e. Ibuntón
mo ang damó sa ilalim ng
punong mangga.

hear, v. pakinggán; máriníg;
Did you hear　the bell?
Náriníg mo ba ang bati-
ngáw?

hearing, n. pandiníg; pagli-
litis;
She is hard of hearing.
Mahinà ang kaniyáng pan-
diníg. Our hearing is
postponed to December 10.
Ang aming paglilitis ay
nápaliban sa ika-10 ng
Disyembre.

heart, n. pusò; pusod;
She has a weak heart. Ma-
hinà ang pusò niyá. We
live in the heart of the
town. Nakatirá kamí sa
pusod ng bayan.

heart attack, n. atake sa pu-
sò.
He died of heart attack.

Nanamtáy siyá sa atake
sa pusò.

hearth, n. ápuyan; dapóg;
She keeps her kitchen
utensils near the hearth.
Iníingatan niyá ang mga
lutuán niyá sa tabí ng da-
póg.

heat, v. painitin;
Can you heat me some
water? Maipagi-iinit mo
ba akó ng tubig?

heaven, n. langit; kalangi-
tán;
It is believed that good
people go to heaven. Pi-
naníniwalaan na ang ma-
bubuting tao ay pupunta
sa langit.

heavy, adj. mabigát; matin-
dí;
The horse has a heavy
load. Mabigat ang dalá-
ng kabayo.

heel, n. takóng; sakong;
She has a swollen heel.
Namamagâ ang kaniyáng
sakong. She wears shoes
with high heels. Guma-
gamit siyá ng sapatos na
mataás ang takóng.

height, n. taás; tugatog;
She has reached the
height of her ambition.
Nátamó na niyá ang tu-

142

gatog ng kaniyáng hánga-
rin.

heir, n. tagapagmana;
He is an heir to the
throne. Siyá ang tagapag-
mana ng trono.

hell, n. impiyerno;
They say bad people go
to hell. Sinasabi nilá na
ang masasamáng tao ay
púpunta sa impiyerno.

hello, interj. helo; hoy;
Hello, children! Hoy, mga
batà!

help, v. tumulong; tulungan;
Please help the old woman.
Pakitulungan mo ang ma-
tandáng babae.

n. tulong;
She needs help. Kaila-
ngan niyá ng tulong.

hem, n. lupî; laylayan;
The hem of her dress is
three inches. Tatlong da-
lì ang lupî ng kaniyáng
barò.

hen, n. inahín;
The hen hatches the eggs.
Pinipisâ ng inahín ang
mga itlóg.

henpeck, adj. talu-talunan ng
asawa;
Do not look for a hen-
pecked husband. Huwag
kang háhanap ng talu-ta-
lunang asawa.

her, pron. niyá; kaniyá; ka-
niyá (pambabae)
Her hair is long. Mahabà
ang kaniyáng buhók.

herb, n. halamang damó; ha-
lamang madalíng mabu-
wál;
They need herbs in front
of the house. Kailangan
nilá ng halamang damó sa
haráp ng bahay.

herd, n. kawan; ganado;
He looks after the herd
of cattle. Binábantayán
niyá ang ganado ng baka.

here, adv. dito; dini;
You will come here daily.
Paparito ka araw-araw.

heredity, n. pagkakamana;
pagmamana;
Her manner of speech is
a heredity. Ang paraán
niyá ng pananalitâ ay
isáng pagkakamana.

hermaphrodite, n. binabae;
She wants to befriend the
hermaphrodite. I b i g
niyang kaibiganin ang bi-
nabae.

hermit, n. ermitanyo;
The hermit lives all by
himself. Nag-iisáng na-
mamahay ang ermitanyo.

hero, n. bayani; bida;
Rizal is a national hero.

Si Rizal ay isang bayaning pambansá.

heroine, n. bayaning babae; Tandang Sora is considered a heroine. Si Tandang Sora ay nabibilang na bayaning babae.

heroism, n. kabayanihan; Rizal's heroism is known by all Filipinos. Alám ng lahat ng Pilipino ang kabayanihan ni Rizal.

heron, n. tagák; The heron is white. Putî ang tagák.

hesitate, v. matigilan; magalinlangan; mag-atubili; Don't hesitate to tell the truth. Huwág kang magatubili sa pagsasabi ng katotohanan.

hide, v. itagò; magtagò; She wants to hide the handkerchief. Ibig niyáng itagò ang panyolito.

high, adj. mataás; Alma has a high ambition. Si Alma ay may mataás na hángarin.

highland, n. paltók; kataasán; Water is scarce in the highland. Dahóp ang tubig sa kataasan.

highway, n. daáng-bayan; I met her on the highway.

Násalubong ko siya sa daang-bayan.

hike, v. maglakád nang mahabà; paglalakád; He wants to make a kilometer hike. Ibig niyang maglakád ng isáng kilometro.

hill, n. buról; bunduk-bundukan; Plants grow on the hill. Tumutubò ang halaman sa buról.

him, pron. kaniyá (panlalaki) Give this to him. Ibigáy mo itó sa kaniyá.

hindrance, n. sagabal; hadláng; halang; There is no hindrance to her leaving for America. Waláng sagabal sa kaniyang pag-alís patungong Amerika.

hint, v. ipahiwatig; ipamalay; iparamdám; Don't hint the secret to him. Huwag mong ipahiwatig sa kaniyá ang sekreto.

n. pahiwatig; paramdám; Don't give him a hint. Huwag mo siyang bibigyán ng pahiwatig.

hip, n. balakáng; She broke her hip. Napi-

lay ang kaniyáng balakáng.
hire, v. kumasundô; tuma-
wag; alkilahín; upahan;
They want to hire some
laborers. Ibig niláng umu-
pa ng iláng manggagawà.
his, pron. kaniya; ang ka-
niya (panlalaki)
His shoes are new. Ang
kaniyáng sapatos ay bago.
hit, v. hampasín; saktán;
mátamaan; patamaan;
Hit the ball, Pedro. Pata-
maan mo ang bola, Pedro.
hitch, v. isingkáw;
Can you hitch the horse to
the calesa? Maisisingkáw
mo ba ang kabayo sa ka-
lesa?
hoard, v. magtipon para sa
hinaharáp;
He is hoarding his money.
Tinitipon niyá ang kani-
yang kuwaltá.
hoarse, adj. malát; paós;
Lucio has a hoarse voice.
Ang tinig ni Lucio ay paós.
hobby, n. kinagígiliwang lí-
bangan;
Raising plants is my hob-
by. Pagtataním ng hala-
man ang aking kinagigili-
wang líbangan.
hoe, n. asaról;
I have a heavy hoe. May-
roón akóng mabigát na

asarol.
hog, n. baboy;
Raising hogs is his means
of livelihood. Pag-aalagà
ng baboy ang kaniyáng iki-
nabúbuhay.
hoist, v. itaás;
They hoist the flag at se-
ven. Itinataás nilá ang
bandilà sa ikapitó.
hold, v. hawakan; humawak;
magdaos; maglamán;
Hold up your book. Ha-
wakan mo nang mataás
ang iyóng aklát. Let us
hold a dance on Saturday.
Magdaos tayo ng sáyawan
sa Sabado. The can holds
one gallon of oil. Ang la-
ta ay naglalamán ng isáng
galóng langís.
hole, n. butas;
There is a hole in the dike.
May butas ang dike.
holiday, n. pistá;
Tomorrow is a holiday.
Bukas ay pistá.
holy, adj. banál; pinagpalà;
sagrado;
I dipped my hand in the
holy water. Isinawák ko
ang aking kamáy sa tubig
na sagrado.
home, n. táhanan; bahay;
ampunan;
My home is in Rizal Ave-

nue. Ang aking táhanan ay nasa Avenida Rizal.

homework, n. araling-bahay; She said she has no homework. Ang sabi niyá ay walâ siyáng araling-bahay.

honest, adj. matapát; tapat; di-nagdarayà; He is an honest boy. Siyá'y isáng matapát na batang lalaki.

honey, n. pulót-pukyutan; He is fond of honey. Mahilig o maibigín siyá sa pulót-pukyutan.

honor, v. parangalán; kilalanin; Elena will be honored tonight. Pararangalán si Elena ngayong gabí. I will honor your signature. Kíkilalalanin ko ang iyóng pirmá.

honor, n. dangál; karángalan; Your presence is an honor to her. Karángalan niya ang inyong pagdaló.

hook, n. kawit; kalawit; tagâ; She put a bait on the hook. Nilagyán niyá ng pain ang tagâ.

hop, v. lundagín; lumundág kumandirit; magkandirit; Can you hop and jump?

Makakakandirit at makalulundag ka ba?

hope, v. umasa; I hope you can come to the party. Umaasa akóng makadadalo ka sa parti.

hopeless, adj. waláng pagasa; Julio is hopeless. Waláng pag-asa si Julio.

horn, n. sungay; tambulì; torotot; Tne deer has a branching horn. May sanga-sangáng sungay ang usa.

horror, n. sindák; takot; He is full of horror. Punô siyá ng sindák.

horse, n. kabayo; The black horse belongs to Jose. Ang itim na kabayo ay arì ni Jose.

hose, n. medyas; tubong goma; We have a long hose for watering plants. Mayroón kaming mahabang tubong goma na pandilig ng halaman. I wear hose in going to church. Gumagamit akó ng medyas sa pagsimbá.

hospitable, adj. magiliw tumanggáp; mapagbigáy sa pakikitungo; The Filipinos are hospit-

able. Magiliw tumanggap ang mga Pilipino.

hospital, n. ospital;
Is your hospital newly built? Bagong tayô ba ang inyóng ospital?

host, n. ang may handâ; may handâ; punong abalá;
Their host is sick. Maysakít ang kaniláng mayhandâ.

hostility, n. labanán; pagkakágalit;
The hostility between the two parties was witnessed by their ruler. Ang labanán ng dalawáng magkalaban ay nakita ng kanilang pinunò.

hot, adj. mainit; maalinsangan; mabanás;
The weather is hot. Ang panahón ay mainit.

hour, n. oras;
He did not talk to her uhtil the hour of death. Hindî siyá nakipag-usap sa kaniya hanggang sa oras ng kamatayan.

house, n. bahay; tirahan; táhanan;
They have a painted house. May pintá ang bahay nilá.

how, adv. paano; papano; gaano; magkano;
How did you come? Paano kang naparito? How much money have you in the bank? Magkano ang kuwalta mo sa bangko?

however, adv. kung sa papaano man; gayunmán;
You cannot attend the party; however, you can send your gift. Hindî ka makadadaló sa parti, gayunman, maipadadalá mo ang iyong regalo.

huddle, v. sumiksík; magsiksikan; mag-umpukan;
They huddle in the corner. Nagsisiksikan silá sa sulok.

hug, v. yapusín; yakapin;
He hugged and kissed her. Niyakap at hinagkán niyá siyá.

huge, adj. malakíng-malakí;
He said he saw a huge monster. Ang sabi niya ay nakakita siyá ng isáng dambuhalà.

hum, v. humuni; ihuni;
Can you hum the song? Maihuhuni mo ba ang awit?

human, n. tao;
adj. makatao; ukol sa tao;
He is a human and not an animal. Siya'y tao at hindî hayop. Human beings are liable to make mistakes.

Ang mga tao ay maaaring makagawâ ng malî.

humble, adj. mababang-loob;
She is a humble girl. Siya'y isang batang may mababang loob.

humiliate, v. hiyaín; halayin;
Do not humiliate her in the presence of her suitor. Huwág mo siyáng hiyaín sa harap ng kaniyáng manliligaw.

humorist, n. taong mapagpatawá;
A humorist is a jolly fellow. Ang taong mapagpatawá ay masayá.

humpback, n. kubà; bukót;
Humpbacks are sometimes seen in television. Ang mga kubà kung minsan ay nakikita sa telebisyon.

hunger, n. gutom;
Hunger and pestilence are the results of war. Gutom at pagkakamatáy ang bunga ng digmâ.

hunt, v. mangaso; paghanapin;
They went to hunt in the mountains. Nagpuntá siláng nangaso sa mga bundok.

hurry, v. magmadalî;
Hurry or he will be late in class. Magmadalî ka

at mahuhulí siyá sa klase.

hurt, v. saktán;
Don't hurt me. Huwág mo akóng saktán.

husband, n. asawang lalaki;
Her husband is sick. May sakit ang asawa niya.

husk, n. bunót; upak; talukap;
The husk of the coconut can be made into rope. Ang bunót ng niyóg ay maaaring gawing lubid.

hut, n. kubo;
Most Igorrotes live in huts. Marami sa Igorote ay nagtitira sa kubo.

hyphen, n. gitlíng;
Hyphen is used in compound words. Ginagamit ang gitlíng sa mga salitáng tambalan.

hypocrisy, n. di-katapatan; pagpapáimbabáw;
Hypocrisy is one of her bad qualities. Ang pagpapáimbabáw ay isá sa mga masamâ niyáng katangian.

hypocrite, n. ipokrita; mapágpaimbabáw; mapagkunwarî;
I don't want girls who are hypocrites. Ayaw ko ng mga babaing ipokrita.

—I—

I, pron. ako;
It was I. Akó iyón. I shall
go. Aalís akó. I am a
teacher. Akó'y isáng gurò.

ice. n. yelo;
There is ice in the refrigi-
rator. May yelo sa refri-
girator.

ice cream, n. sorbetes;
We are fond of magnolia
ice cream. Ibig namin ng
sorbetes na magnolia.

idea, n. idea; kurukurò; ka-
isipán; akala; sapantaha;
balak;
I have an idea to buy a
car. May balak akóng bu-
milí ng kotse.

ideal, adj. ulirán; húwaran;
Josefa is an ideal wo-
man. Si Josefa ay isáng
uliráng babae.

identify, v. kilalanin; iturò;
Can you identify her in
the gathering? Makikilala
mo ba siyá sa isáng pagti-
tipon?

idiot, n, tangá; tulalâ; ha-
ngál; idyota;
He calls her an idiot. Ti-
natawag niyá síyáng
tulalâ.

idle, adj. waláng ginagawâ;
nakatigil; tamád; hindî
ginagamit;
His land is lying idle.
Hindî ginagamit ang lu-
pà niyá.

if, conj. kung;
If you are coming, take
him along. Kung ikaw ay
dáratíng, isama mo siyá.

ignite, v. sindihán; pag-apu-
yín; sumikláb;
The powder in the box ig-
nited. Sumikláb ang pul-
bura sa kahón.

ignorance, n. kamangma-
ngán; kawalán ng kinala-
man;
She shows her ignorance
of the law. Ipinakikilala
niyá ang kawaláng kaala-
man niyá sa batás.

ignore, v. pabayaán; huwag
pansinín;
Let us ignore that child.
Pabayaán natin ang batang
iyán.

ill, adj. may sakít; may ka-
ramdaman;
Her aunt is ill. May sakít
ang tiya niyá.

illegal, adj. labág sa bạtás;
She does not know that her
marriage is illegal. Hindî
niyá alám na ang kasál
niyá ay labág sa batás.

illegitimate, adj. di-naaayon
sa batás;
He has two illegitimate
children. May dalawá si-
yáng anák sa labás.

illness, n. sakít; karamda-
man;
Due to illness she has been
absent for three days. Da-
hil sa sakít tatlóng araw
siyáng hindî pumapasok.

illusion, n. malikmatà; guni-
guní; kahibangán; ilus-
yón;
A ghost is an illusion. Ang
multó ay isáng malikma-
tà.

illustrate, v. ilarawan; big-
yáng halimbawà; magla-
rawang-guhit;
Illustrate your answer on
the blackboard. Ilarawan
mo sa pisara ang iyóng
sagót.

image, n. imahen; larawan;
anino;
She is looking at the image
of the virgin. Nakatingín
siyá sa imahen ng birhen.

imagination, n. guniguní;
hinagap;
There is nobody in the sa-
las; it is only your imagi-
nation. Waláng tao sa sa-
las, guniguní mo lamang
iyón.

imagine, v. isipin; gunigu-
nihín; máguniguní; maha-
kà; hakain;
Just imagine that your
father is living. Guniguni-
hín mo na lamang na bu-
háy ang iyóng amá.

imbecile, n. and adj. kulang-
kuláng; may mahinang
isip;
You cannot trust her as
she is an imbecile. Hindî
mo siyá mapagkákatiwala-
an sapagká't may mahi-
nang isip siyá.

imitate, v. tularan; parisan;
huwarán; tumulad; mang-
huwád;
You cannot imitate her
voice. Hindî mo mapapa-
risan ang kaniyáng tinig.

immaculate, adj. kalinis-lini-
san; pagkalinis-linis; Vir-
gin Mary is immaculate.
Ang birhen Maria ay kali-
nis-linisan.

immaterial, adj. di-kaila-
ngan; waláng kinalaman;
That is immaterial to the

present case. Waláng ki-
nalaman iyán sa kasaluku-
yang usapín.

immature, adj. walâ pa sa
gulang; di pa ganáp;
She should not get married
as she is still immature.
Hindî pa siyá dapat mag-
asawa sapagka't walâ pa-
siya sa ganáp na gulang.

immediate, adj. kagyá't; má-
dalian;
They want an immediate
independence. Ibig nilá ay
kagyát na pagsasarilí.

immediately, adv. karaka-
raka; kaagád; agad-agád;
He wants her to answer
immediately. Ibig niyáng
sumagót siyá agad-agád.

immerse, v. ilubóg (sa tu-
big)
Some Protestants immerse
their heads when they are
baptized. May mga Protes-
tante na inilulubóg ang ulo
sa tubig kapag biníbinya-
gán.

immigrant, n. mandarayu-
han;
They are immigrants from
Cavite. Silá'y mandara-
yuhan buhat sa Cavite.

imminent, adj. nalalapít; na-
pipintô;
The wife is unhappy be-

cause of the imminent
death of her husband. Ang
babae ay nalulungkót da-
hil sa nalalapít nang ka-
matayan ng kaniyáng asa-
wa.

immodest, adj. Waláng hin-
hín; magasláw; Rosa is
wearing an immodest
dress. Nakasuót si Rosa ng
isáng masagwáng barò.

immoral, adj. masagwâ; ma-
halay; imoral;
He is being punished be-
cause of his immoral char-
acter. Siyá'y pinaruru-
sahan dahil sa mahalay
niyáng ugalì.

immortal, adj. waláng pag-
mamaliw;
He is known because of his
immortal works. Siyá'y ki-
lalá dahil sa waláng ka-
mátayan niyáng mga sinu-
lat.

immune, adj. di-tinatablán;
ligtás;
The nurse seems to be im-
mune from diseases. Tila
hindî tinatablán ng sakít
ang nars.

impact, n. bagsák; lagpák;
tamà;
The impact of his blow
pierced his eye. Ang tamà
ng kaniyáng suntok ay na-

kapisak ng kaniyang matá.

impair, v. makasirà;
Overwork impairs his body Ang labis na paggawâ ay nakasisirà sa kaniyáng katawán.

impart, v. ipabatíd; ipaalám; magbigáy; magdulot;
He imparted to us the order of the president. Ipinabatíd niyá sa amin ang utos ng presidente.

impassable, adj. di-madaraanan;
The bridge is impassable. Ang tulay ay di nadaraanan.

impatient, adj. mainipin; waláng tiyagâ;
The lady is impatient. Waláng tiyagâ ang dalaga.

impeach, v. usigin; isakdál;
They are thinking of impeaching the president. Iniisip nilá ang pag-uusig sa presidente.

impede, v. hadlangán; humadláng;
The fallen mango tree impeded the path. Ang nabuwal na manggá ay nakahalang sa daán o humalang sa daán.

impel, v. itulak; itabóy; ibunsód; mábunsód; mapilitan; magtangáy.
The strong wind impelled the boat. Ang malakas na hangin ang nagtangáy sa bangkâ.

impend, v. magbalà; magbantâ;
There is an impending danger. May nagbabalang panganib.

imperative, gram. pautós;
Make an imperative sentence. Gumawâ ka ng isáng pangungusap na pautós.

imperfect, adj. di-ganáp;
He is an imperfect man. Siyá'y isáng di-ganáp na lalaki.

imperishable, adj. waláng kamátayan;
We bought imperishable goods. Bumilí kamí ng mga bagay-bagay na di masisirà.

impertinent, adj. waláng pitagan; waláng galang; bastós; pangahás;
Mario is an impertinent boy. Si Mario ay isáng pangahás na batang lalaki.

implement, v. ipagawâ; isakatuparan;
Let us implement the pro-

mise of salary increases.
Ating isagawâ ang pangakong pagdaragdág ng sahod.

implicate, v. idawit; isangkót;
Don't implicate me in that trouble. Huwág mo akóng isangkót sa ganiyáng guló.

implore, v. lumuhog; sumamò; pamanhikán;
I implore God for help. Lumuluhog akó sa Diyós na akó'y tulungan o bigván akó ng tulong.

imply. v. mangahulugán: magpahiwatig:
They said silence implies consent. Ang sabi nilá ang di pagkibô ay nangangahulugán ng pagsangayon.

impolite. adj. waláng galang: bastós; waláng pítagan:
He is an impolite child. Waláng galang na batà siyá.

import, v. umangkát; angkatín;
We import paper from America. Umaangkát tayo ng papél sa Amerika.

importance, n. kahalagahan;
The sending of letters to the children of America is of importance to our children in the Philippines. Ang pagpapadalá ng mga sulat sa mga batà sa America ay malakíng kahalagahan sa ating mga batà sa Pilipinas.

impose, v. magpataw; papanaigín;
Don't impose your wishes on us. Huwág mong papanaigin sa amin ang iyong mga kagustuhan.

impossible, adj. di-maaarì; di-mangyayari:
It is impossible for me to go abroad this year. Di-maarì akóng makapuntá sa ibáng lupaín sa taong itó.

impracticable, adj. mahirap pakitunguhan. He is an impracticable person. Siyá'y taong mahirap pakitunguhan.

impregnable, adj. di-magapi:
Corregidor used to be impregnable. Noóng araw ang Corregidor ay hindî nagagapì.

impress, v. tablán; · magkabisà; itaták; ikintál;
I was impressed by his speech. Nagkabisà sa akin ang kaniyáng talumpatì.

imprison, v. ibilanggô; ikulóng;
The thief is to be imprisoned in Muntinglupà. Ang magnanakaw ay ibibilanggô sa Muntinglupà.

impromptu, adj; dî inihandâ; biglaan;
He was asked to make an impromptu speech. Hinilingán siyá ng isáng talumpating biglaan o hindî inihandâ.

improper, adj. mahalay na gawî;
That is an improper way of addressing the old. Yaó'y isáng mahalay na pagbatì sa mga matatandâ.

improve, v. pabutihin; bumuti;
Mother is improving. Bumubuti na si Ináng.

improvement, n. pagpapabuti; pagbuti; paghusay; paggaling;
They want to raise funds for the improvement of the school. Ibig niláng makailak ng kuwaltá pará sa pagpapabuti ng páaralán.

impudent, adj. walánghiyâ; pangahás;
I don't want an impudent person. Ayoko ng walanghiyáng tao.

impure, adj. marumí; di-dalisay;
It is not safe to drink impure water. Mapanganib ang uminóm ng marumíng tubig.

in, prep. sa; nasa; dahil sa; sa loób ng;
The handkerchief is in the box. Nasa kahón ang panyolito. He threw the eraser in his anger. Ipinukól niyá ang pamburá dahil sa galit. Come back in a few days. Magbalík ka sa loób ng iláng araw.

inasmuch as, adv. sapagka't; yayamang; dahil sa;
Inasmuch as you cannot give money, give him food. Yamang hindî ka makapagbigáy ng kuwalta, magbigáy ka ng pagkain.

inauguration, n. pasinayà; inagurasyón;
The inauguration of the new building will be on Sunday. Ang pasinayà sa bagong gusalì ay gagawín sa Linggó.

incapable, adj. waláng kaya;
The principal is incapable. Waláng kaya ang prinsipal.

incense, v. pagalitin;
You will incense him if you reveal what I said. Pagagalitin mo siyá kung sásabihin mo ang aking sinabi.

inch, n. pulgada; dalì;
Move an inch. Umasog ka nang kauntî o isáng pulgada.

incident, n. pangyayari;
That was an incident of no importance. Yáo'y isáng pangyayari na waláng halagá.

inclination, n. hilig;
His inclination is to become a doctor. Ang kaniyáng hilig ay magíng isáng duktor.

inclose, v. ipaloób; maglakip; ilakip; kulungín;
Can you inclose some stamps in your letter? Malalakipan mo ba ng iláng selyo ang iyóng sulat?

include, v. isama; ibilang;
I will include you in my list. Isasama kitá sa listahan ko.

income, n. kita; kinita;
What is her monthly income? Anó o magkano ang kaniyáng kinikita bu-

wán-buwán;
The incoming mayor is Mr. Mendoza. Ang kahaliling alkalde ay si G. Mendoza.

incompetence, adj. waláng kaya;
That teacher is incompetent. She should be dismissed. Ang gurong iyan ay walang kaya. Dapat si yáng itiwalág.

inconvenience, v. makasagabal; makagipít;
Will that inconvenience him? Makasasagabal ba iyán sa kaniyá?

n. sagabal; pagkagipít; kagipitan;
There is no inconvenience on my part. Waláng sagabal sa akin.

incorporate, v. ilakip; isama;
Please incorporate this in your report. Mangyaring isama mo ito sa iyóng ulat.

increase, v. dagdagán; damihan; dumami; lakihán;
Please increase my allowance. Mangyaring dagdagán mo ang aking panggastos.

incriminate, v. idamay; idawit; isangkót;

Don't incriminate him in your trouble. Huwág mo siyáng idamay sa iyóng kaguluhan.

incubator, n. pamisaan; Place the eggs in the incubator. Ilagáy mo ang mga itlóg sa pamisaan.

incumbency, n. panahón ng panunungkulan; During Magsaysay's incumbency, many people were happý. Maraming taong masasayá sa panahón ng panunungkulan ni Magsaysay.

indebted, v. may utang; I am indebted to her for my favors. Marami akóng utang sa kaniyá sa mga nagawâ niyá.

indecent, adj. mahalay; That is an indecent way of dressing. Mahalay na pananamít iyán.

indeed, adv. sa katunayan; sa katotohanan; talagá ngâ; She is indeed a beautiful girl. Talagá ngang magandáng batà siyà.

indefinite, adj. di-tiyák; di-malinaw; waláng katiyakán; He was given an indefinite vacation. Binigyán siyá ng waláng tiyák na pagbabakasyón.

indelible, adj. di-mapapawì; I have no indelible ink. Walâ akóng tintang dinapapawì.

indemnify, v. magbayad-pinsalà; They have to indemnify the wife of the murdered policeman. Kailangang magbayad pinsalà sila sa asawa ng pinatáy na pulís.

independence, kasarinlan; kalayaan; pagsasarilí; We won our independence several years ago. Nátamó namin ang aming kasarinlán may iláng taón na ngayón.

indicate, v. iturò; ipakita; ilagáy; magpakilala; Can you indicate on the map the thickly populated part of Palawan? Maituturò mo ba sa mapa ang lugál na may pinakamaraming tao sa Palawan?

indicative, adj. nagpapakilala; nagpapahiwatig;

indicative mood, gram. panaganong paturól; What you see now is indicative of bad weather. Ang nakikita ninyó ngayón ay nagpapakilala ng masamáng panahón.

indifferent, adj. waláng malasakit; waláng pagtingin; malamíg sa loob.

indigent, adj. dukhâ; abâ; marálitâ; mahirap;
There are many indigent families in Tondo. Maraming angkáng maralitâ sa Tondo.

indirect, adj. di-tuwiran;

indirect object, di-tuwirang layon;
She took the indirect way of going to market. Kinuha niyá ang di-tuwirang daán sa palengke.
Marcos is indispensable as we always need him. Si Marcos ay kailangang-kailangan namin sapagkat kailangang namin siyá sa lahát ng oras.

indolence, n. katamaran;
The indolence of the Filipinos is mentioned in our history. Ang katamaran ng mga Pilipino ay nababanggít sa kasaysayan natin.

induce, v. himukin; hikayatin;
Do not induce him to go to the fiesta. Huwág mo si-

yáng himuking pumuntá sa pistá.

induct, v. italagá (sa tungkulin)
There will be an induction of officers tonight and the president will induct them. Magkakaroón mámayáng gabí ng pagluluklók ng mga pinunò at ang pangulo ang siyáng magtatalagá sa kanilá.

indulge, v. palayawan; magpakalabis;
He indulges in dancing. Nagpapakalabis siyá sa pagsasayáw.

industrious, adj. masipag; masikap; masikháy.
Juan is a very industrious fellow. Si Juan ay totoóng masipag na tao.

ineffective, adj. waláng bisà; di-mabisà;
Rosa's method of teaching is ineffective. Hindî mabisà ang paraán ng pagtuturò ni Rosa.

ineligible, adj. Jesus is ineligible so he cannot be appointed. Si Jesus ay waláng mga katangiang hinihingî ng batás kayâ hindî siyá mahihirang.

inevitable, adj. di-maiiwasan;

Death is inevitable. Di maiiwasan ang kamatayan.

infallible, adj. maaaring magkamalî;

No man is infallible. Waláng taong hindî maaaring magkamalî.

infancy, n. pagkabatà; kamusmusán;

Luz's father acquired his property during her infancy. Nakamít ng amá ni Luz ang kaniyang pag-aari noóng kamusmusán pa ni Luz.

inferior, adj. mababà; mahinà;

He is inferior to her in popularity. Mababà siyá sa kaniyá sa katanyagán.

infidelity, n. kataksilán; paglililo; di-pagtatapát;

Because of her infidelity she was almost killed by her husband. Dahil sa kaniyáng paglililo, kamuntík na siyáng patayín ng kaniyáng asawa.

infinitive, adj. gram. pawatás;

She wants to eat watermelon. Ibig niyang kumain ng pakuwan.

inflame, v. apuyán; sulsulán; palalaín; mamagâ; mamulá;

The ember inflamed the paper. Pinagliyáb ng baga ang papel.

inflammable, adj. madalíng magsiklab; siklabin;

Petroleum is inflammable. Ang gaás ay siklabin.

inflate, v. papintugín; palakihín; pumintóg;

Can you inflate the balloon? Mapapipintog mo ba ang lobo?

inflict, v. parusahan; saktán;

She wants to inflict punishment on the naughty child. Ibig niyáng parusahan ang pilyong batà.

ingenuity, n. katalinuhan; pagkamatalino;

He is made famous because of his ingenuity. Nátanyág siya dahil sa kaniyáng katalinuhan.

ingratitude, n. walang utang na loób;

Because of ingratitude, he may not succeed. Maaaring hindî siyá magtagumpáy dahil sa walâ siyáng utang na loób.

ingredient, n. sahóg; panangkáp; panahóg; rikado; panrikado;

One of the ingredients in that recipe is pork. Baboy

ay isá sa mga sangkáp sa kaniyáng putahe.

inhabit, v. tirahán; tahanán; The hut is inhabited by two Igorrotes. Tinitirahán ng dalawang Igorot ang kubo.

inhale, v. lumangháp; langhapín; Do you inhale the fragrance of the sampagita? Naaamuyán o nalalangháp mo ba ang bangó ng sampagita?

inherent, adj. katutubò; likás; They have an inherent right to that land. May katutubong karapatán silá sa lupaíng iyán.

inherit, v. manahin; magmana; She inherited that pair of earrings from her mother. Namana niyá ang isáng paris na hikaw sa kaniyáng ina.

inhuman, adj. waláng habág; malupít; di-makatao; waláng awà; They punish their servant in an inhuman way. Pinarusahan nila ang kanilang utusan sa di makataong paraan.

initiate, v. pinasimulán; magpasimulá; tanggapin; He initiated the movement. Sinimulán niyá ang kilusan.

initiative, n. kusà; pagkukusà; Julio has no intiative. Waláng pagkukusà si Julio. Marcos gave Tessie some injections. Binigyán ni Marcos ng iláng iniksyón si Tessie.

injure, v. saktán; sugatan; sirain; He was injured in the a tomobile accident. Nasaktán siyá sa aksidente sa auto.

injustice, n. kawaláng-katarungan: bagay na walâ sa matuwíd; Jose has done Rosa an injustice. Nagawán ni Jose si Rosa ng isáng bagay na walâ sa matuwíd.

ink, n. tinta; I have a bottle of black ink. Mayroón akóng isáng botelyang itím na tinta.

inmate, n. bilanggô; The inmates will receive gifts this Christmas. Tatanggáp ng mga alaala ang mga bilanggô sa Paskó.

159

inn, n. bahay-panuluyan;
They spent the night in an inn. Natulog silá sa isáng bahay-panuluyan na isáng gabí.

innocence, n. kawaláng-malay; kawaláng-kasalanan; kamusmusán;
Her innocence has been proven. Napatunayan ang kaniyáng pagkawaláng-malay.

innumerable, adj. di-mabilang; nápakarami;
His horses are innumerable. Hindî mabilang ang kaniyáng mga kabayo.

inquire, v. mag-usisà; magtanóng; ipagtanóng;
Inquire about the examination. Magtanóng ka tungkól sa iksamin.

inquisitive, adj. matanóng; mausisà;
She is quite inquisitive. Napakamausisà siyá.

insane, adj. balíw; loko; ulól; sirâ and ulo;
The woman is insane. Balíw ang babae.

insect, n. kulisap; insekto;
Moths are insects. Ang mga gamu-gamú ay kulisap.

inseparable adj. di maaaring paghiwalayín; di maíhihi-
waláy;
The two girls are inseparable. Di maaaring paghiwalayin ang dalawang batang babae.

insert, v. isingit; ipasok; ipaloób; magsingit; magpaloób;
Can you insert some stamps in the envelope? Makapagsisingit ka ba ng iláng selyo sa sobre?

inside, n. loób; ang loób;

inside, adj. sa loob; panloób;
The inside of the house is painted white. Ang loób ng bahay ay may pintang putî. The inside cover is thick. Makapál ang panloób na takíp.

insignificant, adj. waláng kabuluhán; waláng halagá;
He was punished for having done an insignificant thing. Náparusahan siyá sa pagkagawâ ng isáng bagay na waláng kabuluhán.

insincere, adj. di-matapát;
Your insincere friend has left for Manila. Ang iyóng kaibigang di-tapát ay naparoón sa Maynilà.

insinuate, v. ipahiwatig;
Can you insinuate what

you have in mind? Maipahihiwatig mo ba ang nasasa loób mo?

insist, v. ipilit; igiít;
He insists on taking vacation. Ipinipilit niyá ang pagbabakasyón.

insolent, adj. waláng galang; bastós; waláng pakundangan; Pablo is an insolent boy. Isáng walang galang na bata si Pablo.

intense, adj. masidhî; marubdód; matindí;
She is suffering from an intense pain. Nagtitiís siyá ng isáng matindíng sakít.

intention, n. hangád; hángarin; tangkâ; layon; layunin;
He has good intentions. May mabubuti siyáng hángarin.

intercept, v. harangin; hadlangán;
His letter was intercepted so she did not receive it. Ang sulat niyá ay naharang kayâ hindî niyá nátanggáp.

interchange, v. magpalitan: pagpalitín;
They interchanged ideas. Nagpalitan silá ng kuru-

kurò.

interest, v. akitin; papagkagustuhín;
Can you interest your father to buy a car? Maaakit mo ba ang iyóng amá na bumilí ng kotse?

interest, n. tubò; pakinabang; pagkakagusto; kapakanán;
How much interest do they give in the bank? Magkanong tubò ang ibinibigáy sa bangko? He has to protect his own interest. Kailangan niyáng pangalagaan ang kaniyáng sariling kapakanán.

interfere, v. manghimasok; makialám; panghimasukan; pakialaman; makasagabal; makaguló.
Don't interfere with my work. Huwág mong pakialamán ang aking gáwain.

interior, n. loób; sa loób;
The interior of the house is well painted. Mabuti ang pagkakápintá ng loób ng bahay.

interjection, gram. pandamdám;
Oh! the house is burning. Naku! nasusunog ang bahay.

intermediary, n. tagapamagitan;
I can act as an intermediary. Maaari akong maging tagapamagitan.

interment, n. libíng; paglilibíng;
When is the interment? Kailan ang libíng?

intermission, n. pagitan ng mga tagpô;
You can talk to her during the intermission. Makakausap mo siyá sa pagitan ng mga tagpô.

interpret, v. ipakahulugán; pakahuluganán;
You should not interpret it in the wrong way. Hindî mo dapat pakahuluganán iyán sa malíng paraan.

interpreter, n. tagapagsalin; interprete;
He is a Japanese interpreter. Siyá'y isáng Hapón na tagapagsalin.

interrogate, v. tanungín;
Can you interrogate him tonight? Matatanóng mo ba siyá ngayóng gabí?

interruption, n. abala; pagkaabala· pagkakahintô;
I have had interruptions in my work. Nagkaroón akó ng maraming abala sa aking gáwain.

intervene, v. mamagitan; makihalò; makialam;
Why don't you intervene to settle the quarrel? Bakit hindi ka makialam upang malutas ang babág?

interview, n. pakikipanayam;
interview, v. pakipanayamin;
Let us interview the applicant. Ating kapanayamín ang may kahilingan. That was a long interview. Totoóng mahabà ang pakikipanayám.

intestine, n. bituka;
They cut his intestine because of tumor. Pinutol nilá ang kaniyáng bituka dahil sa tumór.

intimate, adj. matalik;
She is my intimate friend. Siyá ang matalik kong kaibigan.

into, prep. sa; sa loób ng;
Put the ball in the box. Ilagáy mo ang bola sa kahón.
go into v. pumasok:
Go into the room. Pumasok ka sa silíd.
get into the calesa, sumakáy ka sa kalesa.

get into trouble, másangkót sa basagulo;
You might get into trouble if you attend the dance. Maaaring masangkót ka sa basagulo kung pupuntá ka sa sáyawan.

intolerable, adj. di-matitiís; di-mababatá; di-matagalán;
She is suffering from an intolerable pain. Nagtitiís siyá ng halos hindî matatagaláng sakít.

intoxicate, v. lasingín; languhín; malasíng; malangó;
She was intoxicated. Nalasíng siya.

introduce, v. ipakilala; ipasok; ilagáy; ihatíd; magharáp; magpasok;
I shall introduce the guest of honor. Ipakíkilala ko ang panauhing pandangal.

introduction; n. pambungad; pagpapakilala; panimulâ; unang paggamit; paghaharáp; pagpapasok;
The introduction of the book was made by another author. Ang pambungad ng aklát ay ginawâ ng ibáng autor.

intrude, v. pumasok nang waláng pahintulot;
Don't intrude if you do not want to be called an intruder. Huwág kang pumasok nang waláng pahintulot kung ayaw mong matawag na pangahás.

invade, v. lusubin; salakayin;
The invaders invaded the small island. Nilusob ng mga manlulusob ang maliít na pulô.

invalid, n. maysakít; lumpó; baldado;
The invalid can hardly walk. Halos hindî makalakad ang maysakít.

invaluable, adj. nápakamahalagá; lubháng mahalagá.
She has an invaluable ring. Mayroón siyáng nápakamahalagáng sinsíng.

invent, v. lumikhâ; magimbento; lumubid; kumathâ;
Don't invent excuses. Huwág kang lumikhâ ng mga dahilán.

inventor, n. manlilikhâ; imbentór;
The inventor was paid a large sum of money for his invention. Binayaran

nang malakí ang imbentór sa kaniyáng nalikhâ.

invert, y. itaób; itiwarík; baligtarín; saliwaín;
Invert the word. Baligtarín mo ang salitâ.

invest, v. mamuhunan;
She invested her money in mines. Pinuhunan niyá ang kaniyáng kuwaltá sa mina.

investigate, v. siyasatin; magsiyasat;
A policeman came to investigate the snatching of my watch. Isáng pulís ang dumatíng para magsiyasat ng pagkakasaklót sa aking relós.

invigorating, adj. nakapagpápasiglá; nakapagpápalakás;
The air in the field is invigorating. Ang hangin sa bukid ay nakapagpápalakás.

invincible, adj. di-magagapì; di-masusupil;
He thinks he has an invincible army. Ang akalà niyá ay mayroón siyáng hukbó na di-magagapì.

invisible, adj. di-maaaring makita;
The hole of the needle looks invisible to me.

Ang tingín ko sa butas ng karayom ay parang hindî makikita.

invite, v. anyayahan; yayain; tawagin ang pansín; pumarito;
Invite her to the party. Anyayahan mo siyá sa parti.

involve, v. isangkót; idawit; másangkót; madawit; mangailangan;
He may be involved in the robbery. Maaarí siyáng másangkót sa nakawán.

iodine, n. iyodo o yodo;
Iodine is a home remedy. Ang yodo ay gamót sa bahay.

irate, adj. galít; nagagalit;
He is an irate person; Siyá'y taong galít.

iron, v. pirinsahin; plantsahin; ayusin;
I know how to iron clothes. Marunong akóng mamalantsa ng damít.

iron, n. plantsa; bakal;
Iron is salable nowadays. Mabilí ngayón ang bakal.

irony, n. panunuyâ;
If that is not irony, it is a compliment. Kung hindî panunuyâ iyán, ay isáng pagpuri.

irreconcilable, adj. di-ma-
pagkákasundô;
I think they will remain
irreconcilable f r i e n d s.
Ang palagáy ko'y mananatili siláng dî magkákasundô.

irregular, adj. tiwalî; labág
sa batás; di-panáy; paliban-liban;
His attendance to class is
irregular because she is
sickly. Ang kaniyáng pagpasok sa klase ay paliban-
liban dahil siyá'y masasaktín.

irrelevant, adj. waláng ka-
ugnayan; malayò; di-ka-
ugnáy;
Her explanation is irrelevant to the subject. Ang
kaniyáng paliwanag ay
malayò sa paksâ.

irrevocable, adj. di-mababa-
wì; di-mababago;
Her father has an irrevocable decision. Ang kaniyáng amá ay mayroóng
hindî mababagong pasiya.

irrigate, v. patubigan;
The farmers have to irrigate their fields. Dapat
patubigan ng mga magsasaká ang kanilng bukid.

irritate, v. pagalitin; galitin; bugnutín; pakatihin;

Don't irritate her for she
might not allow you to go
to the show. Huwag mo
siyáng pagalitin at bakâ
hindî ka niyá panoorin ng
palabás.

is, v. ay;
He is a teacher. Siyá ay
isáng gurò.

island, n. pulô;
He lives in the island of
Panay. Nakatirá siyá sa
pulô ng Panay.

isolate, v. ibukód; ihiwaláy;
They have to isolate the
patient as his sickness is
contageous. Kailangan niláng ibukód ang maysakít
dahil sa ang sakít niyá ay
nakahahawa.

issue, v. maglathalà; bigyán; maglabás;
You need to issue a receipt. Kailangan mo siyáng bigyán ng resibo.

issue, n. labás; bilang;
The first issue of our magazine will come out tomorrow. Ang unang labás ng aming magasín ay
lalabás bukas.

itch, n. kati; paghahangád;
I need a cure for itch. Kailangán ko ng gamót sa
kati. He has an itch after·
honor. Siyá'y may isáng

paghahangád sa karánga-
lan.

item, n. bagay; gamit; ka-
sangkapan; balità; paksâ;
There is an item in the
papers that attracts me.
May isáng bagay sa pá-
hayagán na nakatatawag
ng aking pansín.

its, pron-pos. case, kaniyá;
kanyá; nitó; niyá; niyán;

niyón;
The bird in the cage is
singing but its voice is not
sweet. Ang ibon sa haula
ay umaawit ngunit ang ka-
niyáng tinig ay hindî ma-
tamís.

itself, pron. kaniyáng sarili;
It can protect itself. Ma-
ipagtatangol niya ang ka-
niyáng sarili.

—J—

jab, v. dunggulín; diyabín;
Jab him and leave. Dung-
gulín mo siyá at sakâ ka
umalís.

jack, n. gato; diyák;
We need a jack to raise
the car. Kailangan namin
ang diyák pará itaás ang
auto.

jacknife, n. lanseta; korta-
pluma;
My jacknife is dull. Ang
aking lanseta ay mapuról.

jail, n. píitan; bilangguan;
kúlungan; kalaboso;
The thief was put in jail.
Ikinulóng ang magnana-
kaw.

jail, v. ikulóng; ipiít; ibi-
langgô; ikalabos;
He is quite troublesome;

jail him. Napakagulóng
tao niyá; ikulóng ninyó
siyá.

jam, n. siksikan; gusót; ka-
guluhan; There has al-
ways been a traffic jam
along Rizal Avenue. Ma-
dalás magkaroon ng kagu-
luhan at siksikan ng mga
sasakyán sa Avenida Ri-
zal.

jam, v. magsiksikan; bara-
hán; guluhin; gusutin.
Don't jam the ticket win-
dow. Huwág ninyóng ba-
rahán ang bílihan ng ti-
ket.

janitor, n. diyanitor;
Gener is a head janitor.

Si Gener ay puno ng mga diyanitor.

January, n. Enero;
Her birthday is on January 12. Ang kaniyáng kaarawán ay sa ika-12 ng Enero.

jar, v. ugaín; yanigín;
Don't jar the chair. Huwág mong ugaín ang silya.

jar, n. bangâ; tapayan; taro;
There is cold water in the clay jar. May malamíg na tubig sa bangâ.

jaw, n. pangá;
He has a swollen jaw. Namamagâ ang kaniyáng pangá.

jaywalker, n. taong bumabagtás sa daan nang labág sa utos ng trapiko.
Tessie is a jaywalker for she was caught jaywalking.

jealous, adj. panibughuin; seloso;
She is a jealous wife. Siyá'y isáng selosang babae.

Jealousy, n. panibughô; pagseselos;
Jealousy is the cause of the trouble. Selos ang sanhî ng guló.

jeer, v. tuyaín;
Don't jeer her so she would not cry. Huwág mo siyáng tuyain pará huwág umiyák.

jelly, n. halea;
Auntie prepared some pineapple jelly. Naghandâ si Tiya ng haleang pinyá.

jerk, v. batakin;
She jerked the string. Binatak niyá ang talì.

jest, v. magbirô; magpatawá;
Do not jest. Huwag kang magbirô.

jesting, n. pagbibirô;
Stop jesting. Itigil mo ang pagbibirô;

jewel, n. alahas; hiyas; rubi; kayamanan;
She has plenty of jewels. Marami siyang alahas.

jeweler, n. mag-aalahas; alahero;
The jeweler's bag was snatched. Naagaw ang kalupì ng mag-aalahas.

jingle, v. pakalansingin; kulilingin;
Don't jingle the keys. Huwag mong pakalansingin ang mga susi.

job, n. gáwain; tungkulin; hanapbuhay; trabaho;
He is looking for a job. Naghahanap siya ng trabaho.

join, v. idugtóng; ikabít; pagdugtungín; pagkabitín; sumapì; umanib; sumama; magtagpô;
Join the excursionists. Sumama ka sa mga mag-iiskursiyon.

joint, n. sugpóng; dugtóng; kasú-kasuan;
My joints hurt. Masasakit ang aking kasú-kasuan.

joists, n. suleras;
White ants destroyed the joists of the house. Sinirà ng anay ang suleras ng bahay.

joke, v. biruin; magbirô;
Don't joke her. Huwág mo siyáng biruin.

n. birò:
That is only a joke. Isáng birò lamang iyón.

jolly, adj. masayá;
He is a jólly fellow. Siyá'y masayang tao.

jot, v. ititik; isulat;
Jot down their names. Isulat mo ang kaniláng mga pangalan.

journalist, n. mámamahayag; peryodista;
His father was a journalist. Naging mámahayag ang kaniyáng amá.

journey, v. maglakbáy; lakbayín;

n. paglalakbáy;
They had to journey from England to Rome. Kinailangan nilá ang maglakbáy buhat sa Inglatera hanggáng Roma. It was an enjoyable journey. Masayáng paglalakbáy iyón.

jovial, adj. masayá; masiglá;
He has a jovial father. Masiglá ang kaniyáng amá.

joy, n. tuwâ; katuwaan; galák; kagalakan; lugód; kaluguran;
There is joy in teaching. May katuwaan sa pagtuturò.

joyful, adj. masayá; maligaya;
We had a joyful Christmas. Nagkaroón kamí ng masayáng Paskó.

jubilant, adj. nakasásayá; nakatútuwâ; nakagágalák; tuwáng-tuwâ;
A jubilant crowd met them. Ang masayáng lupon ang sumalubong sa kanilá.

judge, v. hatulan; humatol; magpasiyá;
Judge yourself before judging others. Hatulan mo ang sarili mo bago hatulan ang ibá.

judgment, n. hatol; pasiyá; pagpapasiya; paghatol; ku-

rukuro;
She has a good judgment.
Siyá'y may mabuting pa-
siya.

jug, n. galong; pitsel;
My jug is breakable. Ba-
basagín ang aking galong.

juice, n. katás;
She drinks juice every
morning. Umiinóm siyá ng
katás ng kalamansê tuwíng
umaga.

July, n. Hulyo;
I arrived before July. Du-
matíng akó bago nag-Hul-
yo.

jumble, v. guluhín; paghalú-
haluin;
Don't jumble your toys.
Huwág mong paghalú-ha-
luin ang iyóng mga laru-
án.

n. paghahalú-halò;
The jumble of her play-
things made her angry.
Ang paghahalú-halò ng ka-
niyáng mga laruán ang ka-
niyáng ikinagalit.

jump, v. lumundág; tumalón;
lundagín; talunín;
Can you jump over the
fence? Makatatalón ka ba
sa bakod?

junction, n. salikop;
I met him at the junction
of the roads. Nasalubong

ko siyá sa salikop ng mga
daán.

juncture, n. sugpungan; sa
pagkakataóng itó;
At this juncture we cannot
help but contribute some-
thing. Sa pagkakataóng
itó, hindî maaaring hindî
umabuloy ng anumán.

June, n. Hunyo;
My birthday falls in June.
Ang kaarawán ko ay náta-
mà ng Hunyo.

jungle, n. gubat; kagubatan;
dawag;
They went to hunt in the
jungle. Nangaso silá sa
gubat.

junk, v. itambák sa básura-
hán; itapon;
Junk all useless things in-
to the creek. Itapon nin-
yóng lahát ang waláng ka-
buluháng bagay sa sapà.

jurisdiction, sakop; nasasa-
kupan ng kapangyarihan;
The place where she lives
is within his jurisdiction.
Ang lugál na tinitirhán
niyá ay nasasakupan ng ka-
niyáng kapangyarihan.

jury, n. panghukumang lu-
pon;
The jury decided to impri-
son him for life. Pinasi-
yahan ng lupong tagahatol

na mabilanggo siya habang buhay.

just, adj. waláng kiníkilingan; tapát; matuwíd;
Juan is a just man. Tapát na tao si Juan.

justice, n. katarungan; hukóm;
The work given her does not do justice to his ability. Ang gáwaing ibinigáy sa kaniyá ay alangán sa kaniyáng kakayahán.

justifiable, adj. mapangangatuwiranan; karapat-dapat;
The decision given is justifiable. Ang pasiyáng ibinigáy ay karapat-dapat.

justify, v. bigyáng matuwíd;
Can you justify your answer? Mapangángatuwiranan mo ba ang iyóng sagót?

juvenile, adj. pambatà; ukol sa mga batà;
Lucas was taken to the juvenile court. Si Lucas ay dinalá sa húkumang pambatà.

—K—

kangaroo, n. kanggaro;
The kangaroo is a four-footed animal. May apat na paá ang kanggaro.

keen, adj. matalím; matalas; masidhî; matindí;
She has a keen sense of smell. May matalas na pang-amóy siyá.

keep, v. itagò; iligpít; magingát; magtagò; tumagál; bantayán;
Keep the needle in the bottle. Itagò mo ang karayom sa bote. The milk won't keep until this afternoon. Hindî tátagál ang gatas hanggáng mámayang hapon. Keep an eye on that child. Bantayán mo ang batang iyán.

keep company, samahan;

keep down the price, pigilin ang pagtaás ng halagá;

keep from going, huwág pabayaáng umalis;

keep going, magpatuloy;

keep one waiting, papaghintayin;

keep out of trouble, lumayô sa guló;

keep the change, iyó na ang suklî;

keep in touch with me, maki-pag-alám ka sa akin;

keep up with his pace, huwág magpahulí sa kaniyáng hakbáng;

play for keeps, magsugál nang totohanan;

keeper, n. tagapag-ingat; nangangasiwà;
He is the keeper of the inn. Siyá ang tagapag-ingat ng bahay-túluyan;

keeping, n. pag-iingat;
The jewel is in her keeping. Ang alahas ay nasa kaniyáng pag-iingat.

keepsake, n. handóg na ini-ingatan dahil sa nag-bi-gáy;
This ring is a keepsake of my friend Nelia. Ang sin-síng na itó ay handóg na iniingatan ko dahil kay Nelia.

kerchief, n. panuwelo; alam-páy; bandana;
I always wear a kerchief whenever I wear a Filipi-no dress. Gumagamit akó ng panuwelo tuwíng mag-sasaya akó.

kernel, n. butil; ubod;
Give her a few kernels of corn. Bigyán mo siyá ng mga iláng butil na mais.

kerosene, n. petroleo; gas;

kettle, n. kaldero; I need a big kettle. Nangangailan-gan akó ng malakíng kal-dero.

key, n. susì; I lost my key. Nawalâ ang aking susì.

keyboard, n. teklado;
There is something wrong in the keyboard. May sirà ang teklado ng piyano.

khaki, n. kaki; khaki is more durable than ordinary fab-rics. Lalong matibay ang kakì kaysa ibáng karani-wang kayo.

kick, v. sipain; sumipà; magsipà;
Kick the ball. Sipain mo ang bola.

n. sipà; tutol;
A hard kick made the ball burst. Isáng malakás na sipà ang ikináputok ng bola.

kid, v. biruin; magbirô;
Don't kid your sister. Hu-wág mong biruin ang ka-paṭíd mong babae.

n. batà; paslít;
Don't believe him; he is just a kid. Huwag mo si-yáng paniwalaan; siyá'y isáng. paslít lamang.

kidnap, v. dukutin; The baby was kidnapped. Dinukot ang sanggól.

kidney, n. bató; Lucio has kidney trouble. May sakit sa bató si Lucio.

kill, v. pumatáy; patayín; Kill the mad dog. Patayín ang asong ulól. Let us kill time by playing cards. Magparaán tayo ng oras sa pagsusugál.

kiln, n. pátuyuan; Sometimes they dry copra at the kiln. Kung minsan nagpapatuyô silá ng kopra sa isáng pátuyuan.

kilo, n. kilo; A kilo of pork costs four pesos. Isang kilong baboy ay nagkakahalagá ng apat na piso.

kilometer, n. kilometro; I cannot walk a kilometer distance. Hindî akó makalalakad ng isáng kilometrong layò.

kimono, n. kimono; I wear kimono once in a while. Nagkikimono akó paminsan-minsan.

kin, n. kamag-anak; kaangkan; She is not my kin. Hindi ko siyá kamag-anak.

kind, n. klase; urì;
adj. mahabagín; maawaín; What kind of papers do you publish? Anóng urì ng peryodiko ang ipinaga-gawa ninyó? He is a kind man. Siyá'y maawaing tao.

kindergarten, n. kindergarten; Laura is in the kindergarten. Nasa kindergarten si Laura.

kindhearted, adj. mahabagín; maawaín; She is a kindhearted woman. Mahabagín siyáng babae.

kindle, v. magningas; sindihan: pagningasin; pagalabin; Don't kindle fire yet. Huwag ka munang magpaningas.

kindly, adj. magiliw; You will be received kindly. Magiliw kang tatanggapín. Kindly buy me a kilo of grapes. Ipakibilí mo akó ng isáng kilong ubas.

kindness, n. kagandahang-loob; She has no kindness at all. Walâ siyáng kagandahang loób.

king, n. hari; The king wears a crown. May korona ang harì.

kingdom, n. kaharian; Their kingdom was taken

by the enemies. Ang kaniláng kaharián ay nakuha ng kaaway.

kingfisher, n. piskador;
I have never seen a kingfisher. Hindî pa akó nakakïkita ng piskador.

kiosk, n. kiyosko; kuból;
They sell bananas at the kiosk. Nagbibilí ng saging sa kiyosko.

kiss, v. hagkan; humalík;
Don't kiss the baby. Huwág mong hagkán ang sanggól.

kit, n. kit;
Ramon lost his medicine kit. Nawalâ ang kit ni Ramon.

kitchen, n. kusinà;
They have a big kitchen. Malaki ang kusinà nilá.

kite, n. saranggola; buradól; guryón; sapi-sapi;
The kite is flying. Lumilipad ang sapi-sapi.

kitten, n. kutíng; maliít na pusà;
Our kitten died a week ago. Namatáy ang aming kutíng noóng isáng linggó.

knead, n. magmasa;
Knead a little flour. Magmasa ka ng kaunting harina.

knee, n. tuhod;
My knee pains me. Masakít ang tuhod ko.

kneecap, n. bayugo ng tuhod; sapín sa tuhod;
Her kneecap got hurt. Nasaktán ang bayugo ng tuhod niyá. Some players use kneecaps. Ang ibáng manlalarò ay gumagamit ng sapin sa tuhod.

kneel, n. lumuhód;
Kneel and pray. Lumuhód ka at magdasál.

knell, n. agunyás;
I heard a death knell. Narinig ko ang agunyás.

knife, n. lanseta; kortapluma;
I have a small knife. Mayroón akóng maliít na lanseta.

knight, n. kabalyero;
He is a knight of Columbus. Siyá'y isáng kabalyero ng Colon.

knit, v. magniting; ikibót; ikunót;
She knitted her mother's sweater. Ginawâ niyá ang sweater ng kaniyáng iná sa pamamagitan ng knitting. He knitted his brow and looked at me. Ikinunót ang kaniyáng noó at tiningnán akó.

knock, v. tumuktók; kumatók; suntukín; paluin;
Knock at the door before you enter. Kumatok ka sa pintô bago ka pumasok. Can you knock him? Masusuntók mo ba siyá?

know, v. málaman; makilala; mátutuhan; máunawaan;
You should know your coworkers. Dapat mong makilala ang iyóng mga kasama sa trabaho. Know your poem well. Dapat mong malamang mabuti ang iyóng tulâ.

knowledge, n. kaalaman; nalalaman; karunungan; pagkákilala;
I have no kowledge of his arrival. Walâ akóng nalalaman tungkól sa kaniyáng pagdatíng.

kodak, n. kodak;
I lost my kodak. Nawalâ ang aking kodak.

—L—

label, v. lagyan ng etiketa
Label the boxes. Lagyan mo ng etiketa ang mga kahón.

labor, n. gawâ; trabaho; gáwain;
The prisoner is assigned to hard labor. Nábigyán ng mahirap na trabaho ang bilanggô.

laborer, n. manggagawà; trabahadór;
The laborer earns four pesos a day. Kumikita ng apat na piso isáng araw ang manggagawà.

lace, v. italì; lagyán ng puntas;
She cannot lace her shoes. Hindî niyá maitatalì ang kaniyáng sapatos.

lace, n. puntás; tiras;
My chemise has a narrow lace. Makitid ang puntás ng aking kamisón.

lack, v. kulangin; We lack laborers. Kulang kamí ng manggagawà.

lad, n. binatilyo;
A lad snatched my watch. Isáng binatilyo ang lumabnót sa aking relos.

ladder, n. hagdán;
We have a bamboo ladder. Mayroón kamíng hagdáng kawayan.

lady, n. dalaga; babae;
The man offered his seat
to the lady. Inialók ng
tao ang kanyáng úpuan sa
dalaga.

lag, v. mahuli;
He lags behind in his
work. Nahuhulí siyá sa
kaniyáng gáwain.

lake, n. lawà;
He is bathing in the lake.
Naliligò siyá sa lawà.

lamb, n. inakáy ng tupa; kor-
dero;

lame, adj. piláy;
The lame man cannot run
a race. Hindî maaaring lu-
maban ng takbuhan ang
piláy na tao.

lament, v. managhóy;

lament, n. panaghoy; pa-
nambitan;
She laments over the
death of her mother. Na-
nanaghóy siyá dahil sa
pagkamatáy ng kaniyáng
iná. Malakás ang kani-
yáng panaghóy.

lamp, n. ilawán; lampara;
I have heard of the won-
derful lamp. Nábalitaan ko
na ang kahanga-hangang
ilaw.

lampshade, n. pantalya;
Some people make lamp-

shades out of worn-out
stockings. Ang ibáng tao
ay gumágawâ ng pantalya
sa mga siráng mediyas.

lance, n. sibát; suligì; tu-
lág;
The Igorrotes use lances.
Gumagamit ng suligì ang
mga Igorot.

land, v. dumaóng; bumabâ;
makahuli;
We landed at pier 9. Du-
maóng kamí sa piyer 9.

land, n. lupà; lupaín; ban-
sá; bayan;
The Philippines is the
land of my birth. Pilipi-
nas ang bayan kong tinu-
buan.

landlady, n. kasera;
Mrs. de Jesus is my land-
lady. Si Gg. de Jesus ang
aking kasera.

landlord, n. kasero;
I have no landlord. Walâ
akóng kasero.

lane, n. landás; dáanan
The lane is grassy. Mada-
mó ang landás.

landscape, n. tánawin; pay-
sahe;
There are beautiful lánd-
scapes in our country. May
magagandáng tánawin sa
ating bayan.

language, n. wikà; pananalità;
What language do you speak? Anó ang wikà mo?

lantern, n. paról;
Beautiful lanterns are made by the Japanese. Magagandang paról ang ginagawâ ng mga Hapón.

landmark, n. muhón;
They moved our landmark. Iniyasóg nilá ang aming muhón.

lapel, n. sulapa;
He has a small rose on his lapel. May maliit na rosas siya sa kaniyáng sulapa.

lard, n. mantikà;
I eat pork lard. Kumakain akó ng mantikang baboy.

large, adj. malakí; pangkalahatang pagtuturing;
They export sugar on a large scale. Magbibilí silá ng asukal sa máramihan. The city at large is prosperous. Sa pangkalahatáng pagtuturing, ang siyudad ay masaganà.

lash, v. igapos; hagupitin; tuligsain
Lash the insolent boy to the post. Igapos mo ang bastós na batà sa halige.

last, v. magtagál; itagál; tumagál; magluwát;

The supply of rice will not last. Ang panustós na bigás ay hindî magtatagal. The patient will not last long. Ang pasyente ay hindî magtatagal.

last, adj. hulí;
The last boy is Jose. Ang huling batà ay si Jose.

last, adj. waláng pagkupas; matibay; matagál;
She gave a lasting tribute to his memory. Nagbigáy siyá ng waláng kupas na parangál sa kaniyáng alaala.
This bag is lasting. Matibay ang kaluping itó.

latch, n. tarankahan; trangka; aldaba
I asked the man to put a strong latch to our door. Hinilíng ko sa tao na lagyán ng malakíng trangká ang aming pintuan.

late, adj. yumao; namatáy; nasirà; nahulí;
They were late for class. Nahulí silá sa klase. Her late husband was well-off. Mayaman ang nasirang asawa niyá.

lately, adv. kamakailán; nitóng mga huling araw. I have not seen her lately. Hindî siyá napagkikitá nitóng mga huling araw.

lather, v. pabulaín;
Try to lather the gogo.
Subukin mong pabulaín
ang gugò.

latter, adj. hulí;
The latter is my choice.
Ang hulí ang pinipilì ko.

laugh, v. tumawa; tawanan;
pagtawanán;
Don't laugn at him. Hu-
wag mo siyang pagtawa-
nán.

laughter, n. táwanan; halak-
hák,
I don't know the cause of
their laughter. Hindi ko
alám ang dahilán ng kani-
láng táwanan.

launch, v. ibunsód; ilunsád;
I think they will launch
his candidacy. Ang pala-
gáy ko ay ibubunsod nilá
ang kaniyáng pagkakandi-
dato.

launder, v. labhán.
I launder my own linen.
Akó ang naglalabá ng ma-
ninipís kong damít.

laundry, n. lábahin; labada;
labanderya;
She spends fifteen pesos
for laundry every month.
Gumugugol siyá ng labin-
limang piso sa labada bu-
wán-buwán.

lava, n. kumukulóng putik;
laba;
The volcano bursts out la-
va. Nagbubugá ng kumu-
kulóng putik ang bulkán.

lavatory, n. lababo; huga-
sán.
We have a lavatory at
home. May lababo kamí
sa bahay.

lavish, v. buntunán;
He said he cannot lavish
favors on a person. Ang
sabi niyá ay hindì niyá
mabubuntunán ng pabór
ang isáng tao.

law, n. batás;
What you did is against
the law. Ang ginawâ mo
ay labág sa batás.

lawless, adj. labág sa batás;
Felino is a lawless person.
Si Felino ay isáng taong
lumalabág sa batás.

lawn, n. damuhan;
They have a small lawn.
May maliít siláng damu-
han.

lawyer, n. abugado; mána-
nanggól;
Leonardo is a lawyer. Si
Leonardo ay isáng abuga-
do.

lax, adj. maluwág;
She is a woman of lax mo-

rals. Siyá'y isáng babaing tángayin o maluwág.

lay, v. ilagáy; maglatag; ilapág; iharáp; mangitlóg;
Lay the bag on the table. Ilagáy mo ang kalupì sa mesa.
Lay bricks on the stairway. Maglatag ng ladrilyo sa hagdanan.
Lay the baby on the bed. Ilapág mo ang sanggól sa kama.
The hen lays eggs. Ang inahín ay nangingitlóg.

lay aside, v. magtabí; maglaan;
Can you lay aside ten pesos for a dress? Makapagtatabí ka ba ng sampúng piso pará sa barò?

layer, n. patong; susón;
She baked a cake of two layers. Gumawâ siyá ng keik na dalawáng susón.

lay off, v. magbawas.
They will lay off many employees. Magbabawas silá ng maraming kawaní.

layout, n. ayos: pagkakaayos; pagkakalatag; latag;
He has prepared the layout of the building. Inihandâ na niyá ang ayos ng gusalì.

lazy, adj. tamád; batugan;
He is a lazy fellow Siyá'y tamád na tao.

lead, v. dalhín; ihatíd; patungo; manguna; pamatnubayan
Lead the carabao to the river. Dalhín mo ang kalabáw sa ilog. Lead the lady to the secretary's office. Ihatíd mo ang dalaga sa tanggapan ng kalihim. She led the way. Nanguna siyá sa daán.

leader, n. lider; patnugot; direktor; punò;
He is the leader of the gang. Siyá ang punò ng pangkát.

leaf, n. dahon;
The leaf of the squash is hairy. Mabulo ang dahon ng kalabasa.
Turn over a new leaf, magbagong-buhay;
She promised to turn over a new leaf. Ipinangakò niyáng magbabagong-buhay na siyá.

leak, v. tumulò; tumagas; mábunyág; masiwalat;
The jar is leaking. Ang bangâ ay tumutulò. The news that he is going to be promoted leaked out. Ang balitang siyá'y matataás sa tungkulin ay náhayág.

leak, n. tagas; tulò;
There is a leak in the dike.
May tagas sa pilapil.

lean, v. sumandál; humilig;
sumandíg;
Don't lean on the wall.
Huwág kang sumandál sa
dindíng.

lean, n. lamáng waláng
tabâ;
I do not like lean meat.
Hindî ko ibig ang lamáng
waláng tabâ.

leap, v. lundagín; lumundág;
Leap over the fence. Lu-
mundág ka sa bakod.

learn, v. mag-aral; matuto;
mapag-alamán; malaman;
Learn your lesson. Pag-
aralan mo ang liksyón mo.
I have learned you got the
highest in the examination.
Nalaman ko na na-
kakuha ka ng pinakamata-
ás sa iksamin.

lease, v. upahan; paupahan;
I leased my lot at Anacleto.
Pinaupahan ko ang lote ko
sa Anacleto.

least, adj. pinakamaliít; pi-
nakákakauntî;
Of the three brothers he
has the least allowance.
Sa tatlóng magkakapatíd
na lalaki, siyá ang pina-
maliít ang panggastos.

leather, n. balát; katad;
Her slippers are made of
leather. Gawâ sa balát
ang kaniyáng tsinelas.

leave, v. iwan; umalis; iwa-
nan; pabayaán;
Leave the door open. Iwan
mong bukás ang pintô.
Leave him alone. Paba-
yaan mo siyáng mag-isá.
on leave, nasa bakasyon;
He is on leave. Siyá'y na-
sa bakasyón.

lecture, v. magpanayám;
magsalitâ;

lecture, n. panayám
They will have a lecture
on tuberculosis and the lec-
ture will last one hour.
Magkakaroon sila ng pana-
yám tungkol sa tubercu-
losis at itó'y tatagál ng
isáng oras. Dr. Garcia will
lecture on typhoid fever.
Si Dr. Garcia ay magsasa-
lita tungkol sa tipus.

leech, n. lintâ;
She made the leech suck
her blood. Ipinasipsíp ni-
yá ang kaniyáng dugô sa
lintâ.

left, adj. kaliwâ;
My left arm is painful.
Masakít ang kaliwáng ba-
raso ko.

left-over, n. tirá:
That is left-over of last
night's viand. Tirá iyán ng
ulam kagabí.

leg, n. bintí; pata;
She enjoys roasted hog's
leg. Nasasarapan niyá ang
pata ng litsón.

legal, adj. naaalinsunod sa
batás
His punishment is accord-
ing to law or is legal. Ang
kaniyáng parusa ay alin-
sunod sa batás.

legible, adj. nababasa;
Her signature is legible.
Nababasa ang kaniyáng
pirma.

legion, hukbó; kuyog;
There is a legion of wasps
around the flowers. May
kuyog ng bubuyog sa pali-
gid ng mga bulaklák.

legislature, n. bátasan:
The congressman presented
a bill to the legislature.
Naghain ang kongresista
ng isáng panukalang batás
sa bátasan.

legitimate, adj. sunód sa ba-
tás; legal; lehitimo;
Ramon is a legitimate
child. Si Ramon ay isáng
anák na lehitimo.

leisure, n. mga oras na ma-
layà;

During my leisure I watch
the television. Sa oras na
ako'y malayà, nanonoód
akó ng telebisyón.

lemon, n. limón; kalamansê;
I buy lemons every day.
Bumubilí akó ng limón
araw-araw.

lemonade, n. limonada;
She drinks lemonade every
meal time. Umiinóm siyá
ng limonada sa tuwing
oras ng pagkain.

lend, v. ipahiram; pahira
mín;
Lend me your umbrella.
Ipahirám mo sa akin ang
iyóng payong.

length, n. habà; kahabaan;
The length of each period
is forty minutes.
Ang tagál ng bawa't klase
sa isáng asignatura ay
apat-na-pung minuto.

lengthen, v. habaan;
Can you lengthen your
skirt a little bit more?
Mahahabaan mo pa ba
nang kauntî ang iyóng sa-
ya?

less, adj. kakauntî;
There is less danger at
home than at the movies.
May maliít na panganib sa
bahay kaysa sine.

lesson, n. liksiyón;
The lesson in arithmetic is long. Ang liksiyón sa aritmetika ay mahabà.

let, v. pahintulutan; pabayaán; tulutan; payagan; bayaán;
Let her go to the dance. Pabayaán mo siyáng pumunta sa sáyawan.

letter, n. sulat; liham; kalatas; titik; letra;
A is the first letter of the alphabet. A ang unang titik sa abakada.
Did you receive my letter? Natanggáp mo ba ang aking sulat?

lettuce, n. litsugas;
Letuce is good for salad. Mainam o masarap na ensalada ang litsugas.

level, v. patagin; pantayín;
Can you level the ground in the yard? Mapapantáy mo ba ang lupà sa bakuran?

link, v. ikawíl; ikabít; iugnáy;
Don't link the two rings together. Huwág mong pagkawilin ang dalawáng sinsing.

lion, n. leon;
Lion is a wild animal. Ang leon ay mailap na hayop.

lip, n. labì;
She has red lips. May mapulá siyáng labì.

liquid, adj. lusáw; likidó;
Water is liquid. Likido and tubig.

list, v. italâ; magtalâ;
You have to list your expenses. Kailangan mong ilistá o italâ ang iyóng mga gastos.

listen, v. makinig; pakinggán;
Listen to the music. Makiníg ka sa tugtugin.

liter, n. litro;
Give me a liter of gas. Bigyán mo akó ng isáng litrong gas.

literary, adj. pampánitikán;
There is a literary program at PNC this evening. May programang pampánitikán sa PNC ngayóng gabí.

litter, v. magkalat;
Littering is punishable by law. Ang pagkakalat ng papel ay bawal sa batás. Maparúrusahan ang sinumang magkalát ng mga papél

little, adj. maliít; muntî;
There is little perfume in the bottle. May kauntíng pabangó sa botelya.

little by little, untí-untî; inut-inót
The supply is decreasing little by little. Ang pantustós ay unti-untíng nauubos.

live, v. mabuhay; tumirá; mamuhay;
We cannot live peacefully now. Hindî na kamí maaaring mamuhay nang matahimik ngayón.

live, adj. buháy;
They caught a live snake in the yard. Nakahuli siláng buháy na ahas sa bakuran.

livelihood, n. ikinabúbuhay;
Publishing books is our means of livelihood. Pagpapaimprenta ng mga aklát ang aming ikinabúbuhay.

lively, adv. masiglá;
Talk lively. Masiglá kang magsalitâ.

liver, n. atáy;
I like liver very much. Ibig na ibig ko ng atáy.

living room, n. salas;
There is a television set in their living room. May telebisyón sa kaniláng salas.

load, v. maglulan; magsakáy; kargahán;
He is loading his careton with coconuts. Nilululanan niyá ng niyóg ang kaniyáng kariton.

loaf, v. magpagala-galà gumala-galà;
Don't loaf around; go to work. Huwág kang magpagala-galà; magtrabaho ka.

loan, v. ipahiram; ipautang; pautangin; pahiramín;
Loan him some money, if you can. Pahiramín mo siyá ng kuwaltá, kung magagawa mo.

loan, n. utang; pautang; pahirám;
The umbrella is only lent.. Ang payong ay hirám lamang.

loathe, v. kasuklamán; kamuhián;
She loathes her. Kinasuklamán niyá siyá.

lobby, n. bulwagan;
I met him at the lobby Nasalubong ko siya sa bulwagan.

lobster, n. uláng;
I like lobsters. Ibig ko ng uláng.

local, n. pampook; katutubò; lokál:
The rice we buy is local, not imported. Ang bigás

na binibilí namin ay pampoók o ani rito sa atin at hindî sa ibáng bansá.

locate, v. hanapin ang poók na kinalalagyan; makita;
I cannot locate Jose's house. Hindî ko makita ang bahay ni Jose.

location, n. kinálalagyán;
The location of her house is not known to her. Ang kinálalagyán ng kaniyáng bahay ay hindî niyá alám.

lock, v susian; isusì; magkulóng; seradura; kandado; putol;
You need to lock the door. Kailangan mong isusì ang pintô
The lock of his room cannot be opened. Hindi mabuksán ang kandado ng kaniyáng silíd.

lodge, v. paglagakan; maghain; magharáp; humantóng; manirahan; tumirá;
Don't lodge your son-in-law with power. Huwág mong paglagakan ng kapangyarihan ang iyóng manugang. He wants to lodge complaint against his fellow worker. Ibig .niyáng maghain ng sumbóng laban sa kaniyáng kasama sa trabaho. Pedro lodges in

his friend's house. Nakatirá si Pedro sa bahay ng kaniyáng kaibigan.

log, n. troso;
There is a big log in the stream. May malaking troso sa sapà.

logical, adj. makatuwiran;
The logical thing to do is to sell the property. Ang makatuwirang dapat gawín ay ipagbili ang ari-arian.

loin, n. lomo;
Sirloin is soft. Malambót ang lomo.

lone, adj. kaisa-isá;
The lone daughter of my sister is sick. Ang kaisa-isáng anák ng kapatid kong babae ay may sakít.

lonesome, adj. mapangláw; malungkót;
The old man is lonesome because his wife left him. Ang matandâ ay malungkót pagká't iniwan siyá ng kaniyáng asawa.

look, v. tumingín; tingnán umasa; asahan;
Look there, Juan. Tumingin ka roón, Juan. I look forward to your coming. Umaasa akóng ikáw ay dáratíng.

look for, hanapin;

Look for my book. Hanapin mo ang aking aklát.

look on, manoód;
She looks on as the parade passes by. Nanonoód siyá samantalang ang parada ay nagdaraán.

look up, hanapin;
Look up her name in the directory. Hanapin mo ang kaniyáng pangalan sa direktoryo.

look over, siyasatin; tingnán;
Will you look over my papers? Maaarì bang tingnán mo ang aking mga papeles?

look up to, igalang; pagpitaganan;
The old man is looked up to in the barrio. Ang matandâ ay pinagpipitaganan sa baryo.

look after, alagaan; mag-alagà;
Can you look after my baby while I am away? Maalagaan mo ba ang aking sanggól samantalang walâ akó?

looking glass, n. salamín; salaminan;
The looking glass is broken at the corner. Ang salamín ay baság sa gilid.

looks, n. ayos; astâ; mukhâ;
He likes her looks. Ibig niya ang kaniyáng ayos.

loop, n silò; ikot;
The loop of the rope was made by Julio. Ang silò ng lubid ay ginawâ ni Julio.

loose, adj. maluwag; nakawawalà; tanggál; kalág; umuugâ;
I pasted the loose pages of the book. Idinikít ko ang mga tanggál na páhiná ng aklát.
Her loose tooth was pulled by the dentist. Binunot ng dentista ang umuugáng ngipin niyá.

loosen, v. pakawalan; luwagán; buhaghagín;
Loosen the soil in the pot. Buhaghagín mo ang lupà sa masitera.

lord, n. panginoón;
He is her lord master. Siyá ang kaniyáng panginoon.

lose, v. mawalâ; mawalán; máligáw; aksayahín; iwalâ; matalo; malugi;
I lost my diamond ring. Nawalâ ang sinsing kong brilyante. We lost a day when we crossed the Pacific. Naaksayá ang isáng araw namin nang bagtasín

namin ang dagat Pacifico.
She lost in that deal. Na-
lugi siyá sa bílihang iyán.
The woman lost her way.
Náligáw ang babae.

loss, n. pagkawalâ; kalugi-
han; kawalán;
He is selling his house at
a loss. Ipinagbibilí niyá
ang bahay nang palugí.
She is a great loss to her
family. Malakíng kawa-
lán siyá sa kaniyáng ang-
kán.

lost, v. nawalâ;
He lost the opportunity.
Sinayang niyá ang pagka-
kataón.
adj. nawawalâ
My lost dog was found.
Nákita ang nawawalâ kong
aso.

lot, n. lote; kapalaran;
He sold his house and lot.
Ipinagbilí niyá ang kani-
yáng lote at bahay. She is
satisfied with her lot. Na-
sísiyahán siyá sa kani-
yáng kapalaran.

lotion, n. losyón;
Nowadays I just use lotion
instead of perfume. Sa
ngayón ay losyón na la-
mang ang ginagamit ko sa
halíp ng pabang

loud, adj. malakás; mating-
kád;
She speaks in a loud voice.
Malakás siyáng magsalitä.
Red is a loud color. Ma-
tingkad ang puláng kulay.

loudspeaker, n. laudspiker;
My hi-fi has two loud-
speakers. May dalawáng
laudispiker ang aking hay-
fay.

louse. n. kuto;
I have no louse. Walâ
akóng kuto.

love. v. ibigin; umibig;
She loves him. Iniibig ni-
yá siyá.

love. n. pag-ibig; pagsintá;
pagmamahál; paggiliw;
He falls in love with her.
Tinutubuan siyá ng pag-
ibig sa kaniyá.

loveliness. n. kariktán;
Her loveliness makes her
mother happy. Ang karik-
tán niyá ay nagpapasayá
sa kaniváng iná.

lovely. adv. kaibig-ibig; ka-
akit-akit;
He has a lovely wife. May-
roón siyáng kaibig-ibig na
asawa.

lover. n. manliligaw; mángi-
ngibig;
He is an honest lover. Si-

yá'y isáng tapát na manli-
ligaw.

low, adj. mahabà; mahinà;
matamláy; o waláng siglá;
Her voice is very low. Ná-
pakahinà ang kaniyáng ti-
nig. He is in low spirits.
Walâ siyáng siglá o ma-
tamláy siyá.

lower, v. ibabâ; babaan; hi-
naan;
Lower the flag. Ibabâ mo
ang bandilà.

loyal, adj. tapát; matapát;
He is a loyal companion.
Siyá'y tapat na kasama.

lubricant, n. pampadulás;
langís; lubrikante;
I have just bought some
lubricant. Kabibilí ko la-
mang ng langís.

luck, n. kapalaran; suwerte;
I have had some good luck.
Nagkaroón akó ng mabu-
ting kapalaran.

luggage, n. dalá-dalahan;
kargada;
They have six pieces of
luggage. Mayroón siláng
anim na pirasong dalá-da-
lahan.

lumber, n. kahoy; tablá;
He bought two pieces of
lumber. Bumilí siyá ng
dalawáng pirasong kahoy.

lump, n. buú-buô; kimpál;
bukol;
There is a lump of sugar
at the bottom of the cup.
May isáng kimpál na asu-
kal sa tasa. Rene has a
lump on his forehead. May
bukol si Rene sa noó.

lunch, n. tanghalian; pa-
nanghalian;
Let us have lunch together.
Tayo'y sabáy na manang-
halian; o kumain tayo ng
tanghalian na magkasabáy.

lungs, n. bagà;
She has a disease of the
lungs. May sakit siyá sa
bagà.

luxurious, adj. maluho; ma-
rangyâ; malusóg;
Her papaya plant is of
luxurious growth. Malu-
sóg ang kaniyáng punò ng
papaya.

luxury, n. luho; rangyâ; ka-
rangyaán;
Diamonds are luxuries.
Luho ang brilyante.

—M—

macaroni, n. makaroni;
She made some salad of macaroni. Gumawa siya ng salad na makaroni.

machine, n. mákina;
I have a singer machine. Mayroón akóng mákinang singer.

mad, adj. hibáng; ulól; haling; galít. I saw a mad dog pass by. Nakita kong nagdaán ang asong ulól. Are you mad at me? Galit ka ba sa akin?

madam, n. ginang; binibini; Madam will attend the ball tonight. Ang ginang ay dádalo sa sayawan ngayóng gabí.

made, v. ginawâ;
Ang bahay nila ay gawâ sa kawayan. Their house is made of bamboo.

madden, v. pagalitin; makapagpagalit;
You maddened him by answering back. Ikinagalit niyá ang pagsagót mo.

magazine, n. magasin; rebista.
I do not subscribe to any magazine. Hindî ako sumususkribi sa kahit anong magasín.

magic, n. máhiyá; salamangká; kababalaghán;

magic, adj. mahiwagà; makapagtataká
I cannot perform any kind of magic. Hindî akó marunong ng kahit anong salamangka. That man can do some magic things. Ang taong iyán ay nakagagawâ ng mga katakatakang bagay.

magician, n. salamangkero;
Toribia's husband is a magician. Ang asawa ni Toribia ay isáng salamangkero.

magistrate n. hukóm; mahistrado;
I am not acquainted with any magistrate. Walâ akóng kilalang mahistrado.

magnet, n. magneto; batobalanì;
I have a magnet. Mayroón akóng magneto.

magnificent, adj. kahangahangà; dakilà;
I saw magnificent buildings in my travels. Nakakita akó ng mga kahanga-

hangang gusalì sa aking paglalakbáy.

magnify, v. palakihín;

magnifying glass, nagpapalaking sálamin; Things are made larger in a magnifying glass. She magnified the little error that I made. Pinalakí niyá ang maliit na kamalian kong nàgawâ.

manogany, n. kamagóng; Maucgany is black. Itim ang kamagóng.

maid, n. utusang babae; We need a maid. Nangangailangan kamí ng isáng utusang babae.

old maid, matandang dalaga; I have an old maid sister. Mayroón akóng kapatid na matandáng dalaga.

mail, v. ikoreo; ihulog sa koreo; I asked him to mail my letter. Pinakiusapan ko siyáng maghulog ng sulat ko.

mail, n. sulat; I received your last letter. Tinanggáp ko ang huling sulat mo.

mailbox, n. busón; Please get the letters in the mailbox. Pakikuha mo ngâ ang mga sulat sa busón.

mailman, n. kartero; magdadala ng sulat; The mailman comes to our place almost every day. Ang kartero ay dumarating sa amin halos araw-araw.

main, n. pángunahing tubo; pinakamalaking tubo; The water main burst. Ang pinakamalaking tubo ay sumabog.

maintain, v. pamalagiin; pangalagaan; panindigán; He cannot maintain his family. Hindì niyá kayang buhayin ang kaniyáng pamilya.

maintenance, n. pagbuhay; ikinabubuhay; ikabubuhay; What is the source of their maintenance? Anó ang pinagmumulán ng kaniláng ikinabubuhay?

major, n. komandante; medyor; My nephew Carlos is now a major. Ang pamankin kong si Carlos ay medyor na ngayón.

major, adj. malakí: mahalagá; He needs a major operation. Kailangan niyá ang isáng malakíng operasyon.

majority, n. nákararami; mayorya;
The majority must rule. Ang nakararami ang dapat maghari.

make, v. gawín; yariin; iyari; igawâ; gumawâ; yumarì; iutos magkamalî;
Can you make me a dress? Maigagawâ mo ba akó ng barò? Make him run. Iutos mong siyá'y tumakbó.

make a hit, maging tanyág o tagumpáy;
Try to make a hit with your first performance. Sikapin mong maging tagumpay ang una mong pagganáp.

make a mistake, magkamalî;
You made a mistake. Nagkamali ka.

make a wish, humilíng;
Make a wish and you will get it. Humilíng ka at makakamít mo.

make believe, v. pagkukunwari; pakunwarî;
That is only a make-believe. Iyon ay pagpapakunwarî lamang.

make clear, liwanagin;
Make your statement clear. Liwanagin mo ang iyong pananalitâ.

maker, n. manggagawà; pabrikante;
He is a maker of sails. Siyá'y isang manggagawa ng mga layag.

make love, lumigaw;
Jose is making love to Rita. Lumiligaw si Jose kay Rita.

make over, gawín ulî;
Make the dress over. Gawin mo ulî ang barò.

make out, v. maintindihan; I can't make out what he means. Hindî ko maintindihán ang ibig niyang sabihin.

make room, magbigáy-daán;
You have to make room for the manager's relative. Kailangan mong magbigáy-daán sa kamaganak ng manedyer.

make up, gumawâ; magkasundô; mabawi;
He made up a list. Gumawâ siya ng bagong lista. Ramon will never make up with his friend. Hindî makikipagkasundô si Ramon sa kanyáng kaibigan kailan man. He wants to make up for the time lost. Ibig niyang mabawì ang naaksayáng panahón.

make - up, n. pampagandá; meikap;
She does not use any make-up. Hindî siyá gumagamit ng pampaganda.

make up, v. makipag-ayos;
She does not want to make up with her friend. Ayaw niyang makipagkasundo sa kaniyang kaibigan.

maladministration, n. masasamáng pangangasiwà;
He has a maladministration so he deserves no promotion. Siyá'y may masamáng pangangasiwà kayâ hindî siyá dapat magkaroón ng promosyon

malaria, n. malarya; lagnat;
I had malaria many years ago. Nagkaroón akó ng malarya maraming taón na ang nagdaán.

male, n. lalaki; lahat ng lalaki;
All the males were kept in the church. Ang lahat ng lalaki ay ikinulóng sa simbahan.

malice, n. masamáng hangarin; malisya;
He did it without malice. Ginawâ niyá iyón nang waláng masamáng hangarin.

mallet, n. malyeta The judge used a mallet in the trial. Gumamit ng malyeta ang tagahatol sa húkuman.

maltreat, adj. pagmalupitán; pagmalabisán;
The woman maltreated her servant. Pinagmalabisán ng babae ang kaniyáng katulong.

mamma, n. nanay; ináy; imâ; iná;
Her mamma is hot-tempered. Mainit ang ulo ng kaniyáng nanay.

mammoth, adj. nápakalakí;
There is a mammoth crowd in the meeting. May nápakalakíng pulutóng ng mga tao sa miting.

man, n. tao; tauhan;
It is easy to be a man but it is difficult to be a real man. Madalî ang magíng tao, nguni't mahirap magíng tunay na tao.

manacle, v. posasan; lagyán ng posas;
They manacled the prisoner. Nilagyán nilá ng posas ang bilanggô.

manage, v. pangasiwaan; patnugutan; pangangasiwà;
Who will manage your farm? Sino ang mangangasiwà ng iyong bukíd?

management, n. pangasi-
waan; patnugután; pa-
ngangasiwà;
We consulted the manage-
ment about the matter.
Nakipag-alám kamí sa pa-
ngasiwaan tungkól sa ba-
gay na iyán.

manager, n. tagapangasiwà;
manedyer;
He is the manager of the
corporation. Siyá ang ta-
gapangasiwà ng korporas-
yón.

manger, n. sabsaban;
Jesus was born in a man-
ger. Si Jesus ay ipinanga-
nak sa isang sabsaban.

mango, n. mangga;
I like mangoes. Magustu-
hin akó sa manggá.

manhandle, v. saktán; pag-
buhatan ng kamáy;
The servant was man-
handled. Pinagbuhatan ng
kamáy ang katulong.

manhood, n. pagkalalaki; ka-
lalakihan; hustóng-gulang;
He will inherit the prop-
erty when he reaches man-
hood. Mamanahin niyá
ang ari-arian pagdatíng
niyá ng hustóng gulang.

mania, n. sumpóng; hangál
na pagnanasà;
I am afraid of his mania.

Takót akó sa sumpóng ni-
yá.

manifest, v. ipakilala; iha-
yág; magpakilala;
He manifested his desire
to marry her. Ipinakila-
la niyá ang kaniyáng ha-
ngád na pakasál sa kani-
yá.

mankind, n. sangkatauhan;
He wants to promote the
welfare of mankind. Ibig
niyáng itaguyod ang kaga-
lingan ng sangkatauhan.

manly, adv. nagpapakilala
ng pagkalalaki; maginoo;
marangál;
He showed his manlv act.
Ipinakilala nivá ang kani-
yáng kilos maginoó.

manner, n. paraán; asal;
His manner of speech does
not appeal to me. Ang ka-
niváng paraan ng pagsasa-
lîtâ ay hindî nakaaakit sa
akin. He has bad man-
ners. Masamang asál may-
roón siyá.

mansion, n. malaking taha-
nan;
He built his mansion near
the mango avenue. Ipina-
tayô ang kaniyáng mala-
king tahanan malapit sa
mango avenue.

manual, adj. kinakamáy; gawâ sa kamáy; gáwaing-kamáy;
Manual labor is slow.- Ang gáwaing-kamáy ay mahinà, o makupad, hindî mabilís.

manufacture, v. gumawa; gawin;
We manufacture wine in the Philippines. Gumagawâ tayo ng alak dito sa Pilipinas.

manure, n. taing-kabayo; patabâ;
They use horse manure in the garden. Gumagamit sila ng patabâ sa hardin.

many, adj. marami;
How many umbrellas did you buy? Ilan ang payong na binili mo?

map n. mapa;
I have a map of Nueva Ecija. Mayroon akong mapa ng Nueva Ecija.

mar, v. sirain; papangitin;
Water marred my book. Sinirà ng tubig ang aking aklát.

marble, n. marmol;
She sent me a marble tablet. Pinadalhán niyá akó ng marmol na lapida

March, n. Marso;
Last March I left for abroad. Noóng nagdaáng

Marso akó'y umalis patungong ibáng bansa.

march, v. magmartsa, lumakad;
They marched in the parade. Nagmartsa silá sa parada.

mare, n. kabayong babae;
The mare is cheaper than the horse. Ang kabayong babae ay lalong mura kaysa kabayong lalaki.

margarine, n; margarin; mantikilyang gawa sa niyóg;
I prefer anchor butter to margarine. Lalong ibig ko ng mantikilyang ankor kaysa margarin.

margin, n. puwáng: palugit; pataán; tubò; pakinabang;
One inch is the margin at the left. Isang pulgada ang pataán sa kaliwâ. We made a big margin in the selling of her property. Nagtubò kamí nang malakí sa pagbibilí ng kaniyáng ariarian.

marine, n. kawal ng hukbóng dagat
Luis is a member of the marine corp. Si Luis ay kasapì sa hukbóng-dagat.

mariner, n. marinero; marino; mandaragat;

She wants to marry a
mariner. Ibig niyáng ma-
pañgasawa ang isáng mari-
no.

mark, v. tandaán; markahán;
pag-ukulan ng pansin;
Can you mark my handker-
chief? Mamámarkahan mo
ba ang aking panyolito?
Mark the page. Tandaán
mo ang páhina. Mark my
word. Pag-ukulan mo ng
pansin ang aking salitâ o
sinabi.

market, n. palengke; tiyang-
ge; pámilihan;
I go to market every other
day. Nagpupuntá akó sa
palengke maka-makalawa.

maroon, v. mápadpad;
They were marooned in an
uninhabited island. Ná-
padpad silá sa isáng pu-
lóng waláng tao.

marriage, v. kasál; pag-ii-
sang dibdíb;
Their marriage took place
last Saturday. Ang kani-
lang kasal ay ginawâ noong
Sabadong nagdaán.

marry, v. ikasal; mag-asa-
wa; pakasál; pakasalán;
They were married by a
priest. Ikinasál silá ng pa-
re.

martyr, n. martir;
Rizal was a martyr. Si Ri-
zal ay isáng martir.

marvel, v. mámanghâ; mang-
gilalás;
We marvel how he can sup-
port his family. Náma-
manghâ kamí kung paano
niya nabubuhay ang kani-
yang angkán.

marvelous-, adj. kahanga-ha-
ngà; kamanghá-manghâ:
The celebration was mar-
velous. Ang pagdiriwang
ay kahanga-hangà.

masculine, n. lalaki; panlala-
ki;
Father is in the masculine
gender. Ang ama ay may
kasariang panlalaki.

mash, v. ligisín; masahin;
Can you mash the sweet
potatoes? Maliligis mo ba
ang kamote?

mask, n. maskara;
She wore a mask at the
ball. Nakamaskara siyá
sa sayawan.

mason, n. kantero; mason;
I hired two masons to work
for me. Umupa akó ng da-
lawang kantero para mag-
trabaho sa akin. The ma-
sons met last Sunday.
Nagkaroon ng pulong ang
mga mason noóng Linggó.

mass, n. kimpal; buntón;
I see a mass of clouds on top of the mountain. Nakikita ko ang kimpál ng ulap sa itaas ng bundók.

Mass, n. Misa;
I always hear the six o'clock Mass. Nagsisimbá akó sa alas seis ng umaga.

massacre, v. puksaín; patayín;
The Japanese massacred the people in Fort Santiago. Pinuksâ ng mga Hapones ang mga tao sa Fort Santiago.

massage, v. masahihin;
You have to massage your face. Kailangang masahihin mo ang muhkâ mo

mast, n. albór; palo;
He can erect the mast of the sail. Maitatayô niyá ang albor ng layag.

master, n. amo; panginoón: maestro; gurò;
Pedro is the master of ceremonies. Si Pedro ang gurò ng pagdiriwang.

master, v. maunawaang mabuti;
I think you can master the Ilocano dialect. Palagáy ko ay mauunawaan mong mabuti ang salitang Ilokano.

mastermind, n. punong tagabalak; utak;
They have caught the mastermind of the robbery. Nádakip na nila ang punong tagabalak ng nakawán.

masterpiece, n. pinakamahusay na gawâ; gurong-akdâ, obra maestra;
He made Elena's picture his masterpiece. Ginawâ niyang obra maestra ang larawan ni Elena.

masticate, v. nguyain;
We should masticate our food well. Dapat nating nguyaíng mabuti ang ating mga kinakain.

mat, n. baníg;
She spread the mat on the floor Inilatag niya ang baníg sa sahíg.

match, v. pantayán: ilaban; paglabanin; bumagay; ipantáy.

match, n. posporo; kasukat; laban; labanan; pareja;
You cannot match him with the champion. Hindî mo siyá maaring ipantáy sa kampeon. Will this color match your complexion? Itó kayâ ay babagay sa iyóng balát? Pedro and Pilar are a good match. Magkabagay si Pe-

dro at si Pilar. Matches should not be given to children. Hindî dapat ibigáy sa mga batà ang pósporo.

mate, n. kapares; asawa; kasama;
The dove is looking for its mate. Hinahanap ng kalapati ang kaniyáng asawa.

material, n. kagamitán;
I buy the construction materials and he furnishes the labor. Binibilí ko ang mga kagamitán sa pagtatayô at siya naman ang gumagáwâ.

materialize, v. matupad; mangyari;
Her dreams materialized. Natupad ang kaniyáng pangarap.

maternity, n. pagiging-iná.
Her absence was due to maternity. Ang kaniyáng pagliban ay dahil sa kaniyáng pagiging- iná.

maternal, adj. pang-iná; nauukol sa iná;
She is no longer using her maternal name. Hindi na niyá ginagamit ang kaniyáng apelyidong pang-iná.

mathematics, n. matematika;
Everybody studies mathematics in the grades. Lahat ay nag-aaral ng matematika sa mababang páaralán.

matriculate, v. magmatrikula; magpatalâ;
My niece matriculated yesterday. Nagmatrikula kahapon ang pamangkin kong babae.

matriculation, n. bayad sa matrikula; matrikula;
They charge high matriculation. Naniningíl silá ng mataás na matrikula.

matrimony, n. pag-aasawa; matrimonyo;
Nobody has offered her matrimony. Walâ sino mang nag-alók ng pag-aasawa sa kaniyá.

mechanical, adj. yaring makina; pinakikilos ng makina;
They are selling mechanical tools. Nagbibili silá ng mga kasangkapang may mákina.

medal, n. medalya;
He received a medal of honor. Nakatanggáp siyá ng medalya de-honor.

meddle, v. makialám; manghimasok;
Don't meddle with her affairs. Huag kang makialam sa kaniyáng kabuhayan.

meddlesome, adj. mapanghimasok; pakialám;
She is a meddlesome girl. Siyá'y mapanghimasok na batang babae.

median, adj. panggitnâ; kalahatian;
What is the median score of class A? Ano ang panggitnang iskor ng klase A?

mediate, v. mamagitan; pamagitanan;
He wants to mediate in the strike. Ibig niyang mamagitan sa welga.

medical, adj. ukol sa gamot; tungkol sa panggagamot;
His medical career did him much good. Ang kaniyang karera tungkol sa panggagamot ay nakabuti sa kaniya nang malaki.

medicine, n. gamót; medesina;
She needs to buy some medicine. Kailangan niyang bumilí ng gamót.

meditate, v. magnilay-nilay; magbulay-bulay; bulay-bulayin;
She meditates on her past once in a while. Kung minsan ay nagninilay-nilay siyá ng kaniyang nakaraan.

medium, adj. katamtaman; katatagán; kainaman;
The potatoes she bought are of medium size. Ang mga patatas na binilí niya ay katamtaman ang lakí.

meek, adj. mababang-loob; mapagpakumbabâ;
That woman is kind and meek. Ang babaing iyán ay mabait at mababang-loób.

meet, v. salubungin; sumalubong; masalubong; makasalubong. Can you meet her at the pier? Masasalubong mo ba siya sa piyer?

meet, n. páligsahan;
We shall have an athletic meet on Saturday. Magkakaroon kamí ng paligsahan sa larô sa Sabado.

meeting, n. pulong; miting; pagkikita;
The committee will meet this afternoon. Ang lupon ay magkakaroon ng pulong mamayang hapon.

melancholy, adj. mapangláw; malungkót;
The melancholy boy is Nelia's. Ang malungkót na bata ay kay Nelia.

melody, n. himig; melodiya;
I hear a sweet melody. Na-

kariníg ako ng matamís na himig.

melon, n. milon;
He likes melons. Ibig niya ng milon.

melt, v. tunawin; matunaw; lusawin; malusaw;
Purico melts if placed on fire. Nalulusaw ang puriko kung ilagay sa apoy.

member, n. kasapi; kaanib; kagawad;
Rita is a member of the committee. Si Rita ay kagawad ng lupon.

membership, n. pagkakasapi; pagsapi;
His membership fee is five pesos a month. Ang kaniyang bayad sa pasapi ay limang piso isang buwan

membrane. n. lamad;
Some people eat the membrane of the pork. May mga taong kumakain ng lamad ng baboy.

memorable, adj. karapat-dapat itanim sa gunitâ;
That is a memorable day. Iyon ay araw na karapat-dapat itanim sa gunitâ.

memorial, adj. pang-alaala;
Memorial day in America falls on the 30th of May. Ang araw na pang-alaala

sa Amerika ay tuwing ika-30 ng Mayo.

memorize, v. isaulo; tandaán;
Memorize the song. Isaulo mo ang awit.

menace, n. panganib;
Garbage is a menace to our health. Ang basura ay isang panganib sa ating kalusugan.

mend, v. sulsihan; kumpunihin; magkumpuni; bumuti; humusay;
Please mend my stockings. Mangyaring sulsihan mo ang aking mediyas.

mendicant, n. pulubi; nabubuhay sa panghihingi ng limós;
They are planning to build a home for the mendicants. Binabalak nilang magpatayo ng tirahan para sa mga pulubi.

mention, v. banggitín; bumanggít;
Did you mention my name to her? Binanggit mo ba sa kaniya ang pangalan ko?

mention, n. banggít;
There is a mention of her in the papers. May banggít sa kaniyá sa mga pahayagan.

merciful, adj. maawaín; mahabagín;
The king is merciful. Ang harì ay maawain.

merciless, adj. waláng awà; waláng habág; malupít;
Her master is merciless. Ang kaniyang panginoón ay walang awà.

mercy, n. awà; habág; lingap;
Please give her some mercy. Mangyaring bigyán mo siya ng kaunting awà.

merge, v. isama; ipisan; magsama;
There is no possibility for the two parties to merge. Walang posibilidad na magkasama ang dalawang partido.

merry, adj. masayá; maligaya;
Merry Christmas. Maligayang Pasko.

mesh, n. matá (ng lambat) o engkahe;
Make the mesh of the hair net wider. Gawin mong lalong maluwang ang mata ng hair net.

message, n. kalatas; mensahe; pasabi;
I received your message before I left. Tinanggap ko ang iyong mensahe bago

ako umalis.

metal, n. metal;
Silveɪ is a kind of metal. Pilak ay isang uri ng metal.

meter, n. metro; kontador;
We have a light meter and a water meter. Mayroong kontador sa ilaw at kontador sa tubig kami.

method, n. paraán; pamamaraán; pamaraan;
Her method of teaching is effectıve. Ang kaniyang pamamaraan sa pagtuturò ay mabisà.

microbe, n. mikrobiyo;
There are microbes in her hands. May mga mikrobiyo siyá sa kamáy.

microphone, n. mikropono;
The announcer uses a microphone. Ang nag-aanunsiyo ay gumagamit ng mikropono.

microscope, n. mikroskopiyo;
A biology teacher needs a microscope. Nangangailangan ng mikroskopiyo ang gurò ng siyensiya.

midday, n. tanghalì; tanghaling-tapát; katanghalian;
It was midday when I received her call. Katanghaliang-tapát nang tanggapin ko ang tawag niyá.

middle, n. gitnâ; kalahatian;
Put the flower vase at the
middle of the table   Ilagay mo sa gitnâ ng mesa
ang plurero.

midnight, n. hatinggabí;

midnight, adj. panghatinggabí;
It was midnight when he
arrived. Hatinggabí nang
siyá ay dumating. The
midnight train had already
arrived when I went to
bed.   Dumating na ang
tren na panghatinggabí
nang akó'y matulog.

middle-aged, adj. nasa katamtamang gulang:
The middle-aged man will
marry Juana. Ang taong
may katamtamang gulang
ang pakakasal kay Juana.

midst, n. gitnâ;
In their midst sat the
queen. Sa gitnâ nilá naupô ang reyna.

midwife, n. komadrona; hilot;
A midwife took care of Ramon when he was a baby.
Isang komadrona ang nagalagá kay Ramon noóng siya'y sanggól.

might, n. kapangyarihan; lakás;
With all his might, he re-
gained his crown. Sa uboslakas niya, ay nabawì ang
kaniyáng kaharian.

migrate, v, mandayuhan; mangibang-poók;
They migrated to Canada.
Nandayuhan silá sa Canada.

mild, adj. mahinahon; maamò; malamíg; katamtaman; mahinay;
She gave her friends a mild
look. Binigyán niyá ng maamong tingín ang kaniyáng mga kaibigan.

mildew, n. tagulamín;
My dress got mildew on it.
Tinagulamin o nagkaroon
ng tagulamin ang aking barò.

mile, n. milya;
The distance of my house
to hers is about a mile.
Ang layò ng aking bahay
sa kaniyá ay may isáng
milya.

military, n. hukbó;
Their military drill falls
on Saturday. Ang kanilang pagsasanay na panghukbó ay ginagawâ kung
Sabado.

milk, v. gatasan;
Can you milk the carabao?
Magagatasan mo ba ang
ang kalabaw?

milk, n. gatas; gatâ;
I like carabao's milk. Ibig
ko ng gatas ng kalabaw.
Sometimes they mix cow's
milk and coconut milk.
Kung minsan ay pinagsa-
sama nilá ang gatas ng ba-
ka at sakâ gatâ ng niyóg.

mill, v. gilingin;
Please mill the corn in the
can. Mangyaring gilingin
mo ang maís sa balde.

mill, n. kiskisan; gilingan;
We have a stone rice-mill.
Mayroón kamíng gilingang
bató ng galapóng.

million, n. angaw; milyón;
He inherited a million pe-
sos. Nakamana siyá ng
isáng milyóng piso.

millionaire, n. milyonario;
She has an uncle million-
aire. May tiyo siyáng mil-
yonario.

mind, v. intindihín; pag-uku-
lan ng pansín; harapín;
Don't mind him. Huwág
mo siyáng intindihín.

mindful, adj. tagláy sa isip;
He is mindful of your wel-
fare. Tagláy niyá sa isip
ang iyóng kagalingan.

mine, n. minahan; taniman
ng mina;
pron. (pos)
This book is mine; that

one is yours. Ang aklát na
itó ay akin at ang isáng
iyón ay iyo. Gold mines are
found in Peñaranda, Nueva
Ecija. Mayroóng mina ng
gintô sa Peñaranda, Nueva
Ecija.

mingle, v. makihalò; makiha-
lubilo;
Don't mingle with drunk-
ards. Huwag kang maki-
halò o makihalubilo sa mga
lasenggo.

minimize, v. mabawahan; ma-
liitin;
In order to minimize acci-
dents, we should limit the
number of passengers in
each jeep or bus. Upang
mabawahan ang mga sa-
kunâ ay kailangang takda-
án ang dami ng pasahero
sa bawa't jip o bus.

minimum, n. pinakamababà;
pinakamaliit;
Four pesos are the mini-
mum. Anat na piso ang pi-
nakamaliit.

minimum, adj.
The minimum time given
is forty minutes. Ang pi-
nakamaiklíng oras na ibi-
nigáy ay apat na pung mi-
nuto.

minister n. ministro, sugò;
pastór;

Mr. Garcia is a Protestant minister. Si G. Garcia ay isáng ministrong Protestante.

minor, n. batang walâ pa sa hustóng gulang;
The company should not employ minors. Hindî dapat kumuha ng mga batang walâ sa hustóng gulang ang kompanya.

mint, n. gáwaan ng kuwaltang metal;
Our silver pesos are made in the mint. Ang mga pisong pilak natin ay gawâ sa gáwaan ng kuwaltang metal.

minus, adj. kulang; may bawas;
Your group is minus four. Ang inyong grupo ay kulang ng apat.

minute, n. minuto;
She came five minutes late. Dumatíng siyá nang huli nang limang minuto.

minute, adj. nápakaliit;
He got choked because of a minute fish bone. Nabikig siya ng isang napakaliit na tinik ng isdâ.

minutes, n. katitikan; akdâ;
He read the minutes of the last meeting. Binasa niyá ang katitikan ng nakara-

áng pulong.

miracle, n. himalâ; kababalaghán; milagro;
Miracles are no longer seen nowadays. Ang mga milagro ay hindî na nakikita ngayón.

mirror, n. salamín;
They have a big mirror in the living room. Mayroon siláng malakíng salamín sa kaniláng salas.

mirth, n. kasayahan; katuwaán; pagkakatuwâ; pagsasayá;
There is mirth everywhere during Christmas time. May kasayahan sa láhat ng lugál kung Pasko.

misappropriate, v. lustayín;
He misappropriated the committee's money. Nilustáy niyá ang kuwaltá ng lupon.

misbehave, v. magmasamáng-asal;
The boy does not misbehave when we have company. Ang batà ay hindî nagmamasamáng-asal kapag kami'y may panauhin.

miscellaneous, adj. samut-sasamot; iba't iba;
His miscellaneous expenses amounted to eighty pesos. Ang kaniyáng samut-sa-

mot na gastos ay umabot sa walumpúng piso.

mischief, n. kapilyuhán; kalikután;
He was punished for doing mischief. Siyá'y naparusahan dahil sa kapilyuhan.

miser, n. taong hidhíd; gahaman sa salapî;
His grandfather is like a miser. Ang kaniyáng lolo ay parang gahaman.

miserable, adj. abáng-abâ; kahabag-habág;
He is living a miserable life. Nabubuhay siyang abang-abâ, o isang kahabag-habag na buhay.

misfit, n. taong di-akmâ sa gawain;
Lauro is a misfit in that office. Si Lauro ay isang taong hindî akmâ sa tanggapang iyan.

misfortune, n. kasawián; kasawiáng-palad;
They had some misfortune this year. Nagkaroón silá ng kasawiang-palad sa taóng itó.

misgivíng, n. álinlangan; pag-aálinlangan; pangambá;
She got sick because of extreme misgivings. Nagkasakít siyá dahil sa lubháng pangambá.

mishap, n. sakunâ; kapahamakán;
She was hurt in the mishap. Nasaktán siyá dahil sa nangyaring sakunâ.

misinformation, n. malíng balità; malíng kabatiran;
Due to misinformation, she committed suicide. Dahil sa malíng balità, siya'y nagpakamatáy.

misjudge, v. pag-úkulan ng malíng palagáy;
She was misjudged by her parents. Nagkamalî ng palagáy sa kaniyá ang kaniyáng mga magulang.

mislead, v. iligáw;
You cannot mislead him as he knows the way. Hindî mo siyá maililigáw dahil sa alám niyá ang daán.

misplace, v. mailagáy sa ibáng lugál;
I misplaced my bandana. Nailagay ko sa ibang lugal ang aking bandana.

miss, v. hindî tamaan; hindî abutan; mawalâ; magkamalî;
He missed the target. Hindî niyá nátamaán ang tinudlâ niyá. We missed the boat as it left before the scheduled time. Hindi

namin naabutan ang bapor dahil sa umalis nang lalong maaga kaisa takdang oras.

Miss, n. Bb. Miss Ramos; Bb. Ramos;

missing, adj. nawawalâ; My missing book was found in the box. Ang nawawalâ kong aklát ay nakuha sa kahon.

mission, n. sadyâ: pakay; His mission is peace; Ang sadyâ niyá ay kapayapaan.

missionary, n. misyonero; Mr. Bucher is a Protestant missionary. Si G. Bucher ay isang misyonerong Protestante.

mist, n. ulap; I see some mist on the mountain top. Nakakikita ako ng ulap sa ibabaw ng bundók.

mistake, n. I made a mistake; Nagkamalî akó.

mister, n. ginoo (G) (Mr.)

mistress (Mrs.); ginang

mistrust, v. paghinalaan; dimagtiwalà; Don't mistrust your own son. Huwag mong paghinalaan ang sarili mong anák.

misunderstand, v. magkamalî ng pag-unawà; Don't misunderstand me. Huwag kang magkamalî ng pag-unawà sa akin.

mix, v. ihalò; isama; haluan; haluin; Don't mix water with milk. Huwag mong haluan ng tubig ang gatas.

mixed, adj. magkahalò; magkakahalò; halu-halò; I bought a can of mixed candies. Bumilí akó ng isang lata ng kending halu-halò.

mixture, n. ang pinaghalò; I made a mixture of water, sugar, and vinegar. Naghalu-halò akò ng tubig, asukal at sukà.

moan, v. humalinghíng; dumaíng dahil sa sakít; He is moaning because of pain. Dumaraíng siyá dahil sa sakít.

mob, v. dumugin; daluhungin ng marami; The old man was mobbed by the people. Dinaluhong ng maraming tao ang matandâ.

mobilize, v. pakilusin; They are thinking of mobilizing the army. Iniisip

nilang pakilusin ang huk-
bó.

mock, v. kutyaín;
He is mocking the woman.
Kinukutyâ niyá ang babae.

mode, n. paraán; pamama-
raan; (gram) panagano;
Her mode of living is
questionable. Ang kani-
yáng paraan ng pamumu-
hay ay kahina-hinalà. Ang
salitáng paraán ay nasa
panaganong paturól.

model, n. modelo; huwaran;
Dress makers usually have
models. Karaniwan ang
mga modista ay may mo-
delo.

moderate, adj. katamtaman;
kainaman;   pangkarani-
wan; That boy is of mo-
derate ability. Ang batang
iyán ay may pangkarani-
wang kakayahán.

moderator, n. tagapamagi-
tan; tagapangulo;
Elias was the moderator
in the meeting. Si Elias
ang tagapangulo sa mi-
ting.

modern, adj. makabago;
Si Luisa ay isang babaing
makabago. Luisa is a
modern woman.

modest adj. mahinhín: ma-
binì; mayumì;

Rosa is a modest girl. Si
Rosa ay isang batang ma-
hinhín.

modesty, n. pagkamahinhin;
kahinhinán; kayumian;
Modesty aside, I can tell
you that I was once an ad-
ministrator. Hindî parang
isang   pagpaparangalan,
akó naman ay nagíng
isáng administradora rin.

modifier, n. (gram) pantu-
ring o panuring;

modify, v. ibahín; baguhin;
(gram) tumuring; buma-
go;
Ang mga pang-abay ay tu-
muturing sa mga pandiwà.
Adverbs modify verbs.

moist, adj. mamasa-masâ;
mahalumigmíg;
My dress is moist. Mama-
sa-masâ ang aking barò.

molar, n. bagáng;
My molar was pulled by
the dentist two weeks ago.
Ang aking bagáng ay bi-
nunot ng dentista may da-
lawang linggó ngayon.

molasses, n. pulót;
Molasses is cheaper than
sugar. Ang pulot ay la-
long mura kaisa asukal.

mold, v. hubugin; moldihin;
Can you mold a small pot?

Maihuhubog mo ba ang isang palayók?

mold, n. amag; hulmá; molde; hulmahan;
There is mold on the bread. May amag ang tinapay. Do you have a mold for a straw hat? May hulmahan ka ba ng pahang sombrero?

molding, n. paghuhulma; paghubog; moldura;
The molding of a doll takes time. Malaking panahon ang nagagamit sa paghuhulma ng manikà.

mole, n. nunál; taling;
Rafael has a big mole on the chin. Si Rafael ay may malakíng taling sa babà.

molest, v. guluhín;
Don't molest the girls. Huwag mong guluhín ang mga batang babae.

molt, v. maghunos;
Ang mga ahas ay naghuhunos. Snakes molt.

moment, n. saglít; sandalî;
Nena will be here at a moment's notice. Si Nena ay darating sa sandaling pasabihan siyá.

monarch, n. harì; monarka;
There used to be a monarch in Turkey. Noóng araw ay may harì sa Turquia.

monastery, n. monasteryo;
She prefers to live in a monastery. Lalong ibig niya ang manirahan sa monasteryo.

Monday, n. Lunes;
Monday is the first day of the week. Lunes ang unang araw ng linggo.

money, n. salapî; kuwalta o kuarta;
He has much money. Marami siyáng kuwaltá

monk, n. monghe;
The monks live in the monastery. Ang mga monghe ay nagtitirá sa monasteryo.

monkey, n. unggóy; tsonggo; matsíng;
The baby is afraid of the monkey. Ang batà ay natatakot sa unggóy.

monkey wrench, n. liyabe;
Our monkey wrench got lost during my absence. Ang aming liyabe ay nawalâ noóng akó'y walâ.

monopolize, v. sarilinin;
Don't monopolize the sale of liquor. Huwag mong sarilinin ang pagbibilí ng alak.

monosyllable, n. salitáng iisahíng pantíg;
The is a monosyllable

word. **Ang ay salitang iisahíng pantíg.**

monster, n. halimaw; dambuhalà;
She looked like a monster after the injection. Nagmukhâ siyáng halimaw pagkatapos ng ineksiyon.

month, n. buwán;
I was born in the month of June. Ipinanganak ako sa buwan ng Hunyo.

monthly, adj. buwanan;
Pedro's monthly salary is ₱200.00. Ang buwanang sahod ni Pedro ay ₱200.00. She comes to visit us monthly. Dumadalaw siyá sa amin buwan-buwan.

monument, n. bantayog; monumento:
They laid a wreath in front of the monument. Nag-alay silá ng bulaklák sa haráp ng monumento.

mood, (gram) panagano;
subjunctive mood-panaganong pasakalì; **lagay ng kalooban;**
He is not in the mood for love. Walâ siyá sa kondisyón ng pag-ibig.

moon, n. buwán;
It is not full moon yet. Hindî pa kabilugan ng buwán.

moonlight, n. There is moonlight in the room. May liwanag ng buwan sa silid.

mop, v. lampasuhin; punasan; maglampaso;
The maid always mops the floor every morning. Nilalampaso ng katulong ang sahig tuwíng umaga.

moral, n. aral;
The story has a good moral. May mabuting aral ang kuwento.

morale, n. siglá; kasiglahán;
He enlivens the morale of his soldiers. Ginising niyá ang siglá ng kaniyáng mga kawal.

moralist, n. moralista; mapangaral;
Father Dizon is a good moralist. Si Padre Dizon ay mabuting moralista.

morality, n. kalinisang-asal; kabutihang-asal; moralidad;
The morality of the women students in California at present is quite lax. Napakababà ang moralidad ng mga nag-aaral na babae sa California sa ngayón.

more, adj. lalong marami.
There were more girls

than boys at the party. Lalong marami ang batang babae kaisa batang lalaki sa parti.

more, adv. lalo; higít; Rosa is more beatutiful than Rita. Si Rosa ay lalong magandá kaisa kay Rita.

moreover, adv. bukod diyán; tangì sa riyán; Laura has a big chance to win in the contest; moreover, she has more friends and has more admirers than her rivals. Si Laura ay may lalong malaking pagkakataon na manalo sa paligsahan, sapagkat lalong marami ang kaibigan niya bukod sa lalong marami ang tagahangà niyá.

morning, n. umaga; She goes to school in the morning. Pumapasok siyá sa umaga.

morning prayers, n. mga dasal sa umaga ;She says her morning prayers at 5:30.

good morning, magandang araw;

early in the morning. umagang-umaga; Early in the morning she goes to church. Umagangumaga nagsisimbá siyá.

moron, adj. tunggák; tangá; kulang-kuláng; I don't believe he is a moron. Hindî ko mapaniwalaan na siyá'y isang tunggák.

mortal, n. tao;

mortal, adj. malubha; masidhi; matindi; nakamamatay; Man is mortal. Ang tao ay may kamatayan.

mortality, n. pagkakamatay; The mortality of infants in the Philippines was high. Malakí ang bilang ng mga nangamamatay na sanggol sa Pilipinas.

mortar, n. lusóng; almirés; weapon (mortar); Pound the roasted bread in the mortar. Dikdikin mo sa almirés ang inihaw na tinapay.

mortgage, v. isanglâ; He mortgaged his house and lot. Isinanglâ niyá ang kaniyáng bahay at lupà.

mosquito, n. lamók;

mosquito net — kulambô; Mosquitoes bite. Kumakagat ang lamok. We use mosquito nets. Gumagamit kami ng kulambô.

moss, n. lumot; There is moss on the water jar. May lumot sa ka-

207

lambâ

most, adj. ang lalong nakararami; pinaka;
She has the most admirers. Siya ang may pinakamaraming tagasuyò.

mother, n. iná;
I lost my mother when I was hardly seven years old. Namatáy ang aking iná noóng akó'y may pitóng taon lamang.

mother-in-law, n. biyenang babae. My mother-in-law is dead. Patay na ang aking biyenang babae.

motion, v. hudyatán; senyasan; ihudyát;
He motioned to her to follow. Hinudyatán niyá siyá para sumunód.

motion, n. kilós; galaw; mungkahì;

motion picture, n. aninong gumagalaw. Nakita ko na ang babaing iyan sa pelikula.
I have seen that woman in the motion picture.

motionless, adj. di-makagalaw; di-makakilos;
He was motionless when I saw him. Siyá'y hindî gumagaláw nang makita ko siya.

motivate, v. magbuyó; maganyák;

Hunger motivated his theft. Gutom ang nagbuyó sa kaniyáng pagnanakaw.

motivation, n. pagganyák; pangganyák;
There was not any motivation in the lesson. Walâ anumáng pangganyák sa liksiyon.

motive, n. hangarin; His motive is revenge. Maghigantí ang hangarin niyá.

motor, v. magmotor; sumakay sa motor;
He motored to Tarlac last week. Sumakay siya sa motor patungong Tarlac noóng isáng linggó.

motor boat, n. bangkáng de motor;

motorcycle, n. motorsiklo; Floro has a motorcycle. Si Floro ay may motorsiklo.

motto, n. sawikaín; kasabihán; moto;
"In union there is strength" is their motto. "Sa pagkakaisa ay may lakas" ang kanilang sawikaín.

mount, v. sakyán; sumakáy; akyatín; ipatong; isalalay; itayô;
Mount the horse and go to the field. Sakyán mo ang kabayo at pumuntá ka sa

bukid. We mounted the
long ladder at Baguio.
Umakyát kàmí sa mataás
na hagdán sa Baguio.

mountain, n. bundók
I cannot climb the moun-
tain. Hindî akó makaa-
akyát sa bundók.

mountainous, adj. mabun-
dók; bulubundukin.
The place is mountainous.
Ang lugal ay bulubundu-
kin.

mourn, v. ipagdalamhatì;
magluksà;
Many people will mourn
the death of Senator Rod-
riguez. Maraming tao
ang magdadalamhatì sa
pagkamatáy ni Senador
Rodriguez.

mouse, n. dagâ.
The mouse was followed
by the cat. Sinundan ng
pusà ang dagâ.

moustache, n. bigote;
Very few Filipinos wear
mustache. Mangilan - ngi-
lan lamang sa mga Pili-
pino ang may bigote.

mouth, n. bibig; bungangà;
bungád;
Cover your mouth when
you sneeze. Takpán mo
ang iyóng bibig kapág
nagbabahín ka.

mouthful, n. sansubò;
Give him a mouthful of
rice. Bigyán mo siyá ng
sansubong kanin.

mouthpiece, n. bokilya; ta-
gapagsalitâ;
The speaker used no
mouthpiece so he could
hardly be heard. Hindî
gumamit ng bokilya ang
mánanalumpatî kayâ hindî
siyá lubháng máwatasan.

movable, adj. natitinag; na-
kikilos;
It is easier to sell mov-
able property. Lalong ma-
daling ipagbili ang pag-
aaring natitinag.

move, v. galawín; tinagin;
alisín; imungkahì; mag-
mungkahì; gumaláw; ku-
milos; lumipat (ng tini-
tirhán)
They moved to their new
home. Lumipat silá sa
bago niláng tirahan. Can
you move that chair? Ma-
titinag o maililipat mo ba
ang silyang iyán? Who
moved for adjournment?
Sino ang nagmungkahì ng
pagpipiníd ng pulong?

movie, n. sine; pelikula;
Let us go to the movie.
Tayo'y manoód ng sine.

mow, v. gapasin;
Please mow the grass in

front of the house. Mangyaring putlín mo ang damó sa haráp ng bahay.

Mr., n. G. (Ginoo)

Mrs., n. Gng (Ginang)

much, adv. marami; malakí; lalò; higít;
She has much money. Marami siyang salapi. She is much pleased with the terno. Labis na kinalulugdán niyá ang terno.

mucus, n. uhog;
Will you wipe the mucus of the baby? Maaari bang pahirin mo ang uhog ng sanggól?

mud, n. putik;
There is mud on her face. May putik siya sa mukhâ.

muddy, adj. maputik; putikan:
The way to the yard is muddy. Ang daan patungo sa bakuran ay maputik.

mule, n. mula;
Jose rode on the mule. Sumakay si Jose sa mula.

multiplication, n. pagpaparami;
Everybody ought to study multiplication. Lahát ay dapat mag-aral ng pagpaparami.

multiply, v. magparami; paramihin;

The colored people have multiplied in that community. Dumarami ang mga Negro sa lugál na iyón.

mum, adj. tahimik; waláng sinasabi;
Keep mum. Tumahimik ka.

mumble, v. bumulung-bulong;
Why is she mumbling? Bakit siya bumubulung-bulong?

mumps, n. baikè;
She has had mumps. Nagkaroón na siyá ng baikè.

munch, v. ngalutín;
She is munching pop corn. Ngumangalút siyá ng binusáng mais.

municipality, n. bayan; munisipiyo;
San Isidro is a small municipality. Maliít na bayan ang San Isidro.

munition, n. sandata; kagamitáng-digmâ;
They have no more munition. Walâ na siláng sandata.

murder, v. sadyáng patayín; sadyáng pumatáy; sirain;
The man murdered the policeman. Pinatáy ng tao ang pulís.

muscle, n. lamán; kalamnán;
Jose has big muscles. Malalakí ang lamán ni Jose.

muscular, adj. matipunò;
malamán;
You are quite muscular.
Ikáw ay matipunò.

muse, n. paraluman;
She was made muse of the
organization. Siyá'y gina-
wáng paraluman ng kapi-
sanan.

museum, n. museo;
There are plenty of old
things in the museum.
Maraming matatandáng ba-
gay sa museo.

mushroom, n. kabuté;
Mushrooms are expensive.
Mahál ang kabuté.

music, n. musika; tugtugin;
There is music in the air.
May musika sa himpapa-
wíd.

must, v. dapat; marapat; ka-
lingà;
He has to answer for her
debt. Dapat niyang pana-
gután ang kaniyáng utang

mustard, n. mustasa;
Mustard is hot. Maang-
háng ang mustasa.

mute, adj. pipi;
It is hard to talk to a
mute. Mahirap makipag-
usap sa pipi.

mutual, adj. nauukol sa mag-
kabiláng-panig;
The benefit is mutual. Ang

pakinabang ay nauukol sa
magkabilang panig.

muzzle, v. busalán;
They muzzled the dog so
it cannot bite. Binusalan
nilá ang aso para huwag
makakagát.

my, pron. pos. akin; ko;
My book is new. Ang aking
aklat ay bago. Bago ang
aklat ko.

myriad, adj. di-mabilang; na-
pakarami;
Myriads of white flowers
are seen along the path.
Napakaraming bulaklak
na putî ang nakikita sa da-
án.

myself, pron. aking sarili;
I myself will go. Akóng
mag-isa ang pupunta.

mysterious, adj. mahiwaga;
kataka-taká;
They saw a mysterious man
in the cave. Nakakita si-
lá ng isáng mahiwagang
tao sa kuweba.

myth, n. alamát;
I love to read myths. Ki-
nagigiliwan kong magbasá
ng mga alamát.

mythology, n. mitolohiya;
tungkól sa alamát;
Mythology of the Greeks is
widely read. Maraming
nagbabasá ng mitolohiya
ng mga Griyego.

—N—

nab, v. dakpín; sunggabán; hulihin;
The police nabbed the thief. Hinuli ng pulis ang magnanakaw.

nags, v. kagalitang malimit;
Rosa nags at her husband often. Kinagagalitang malimit ni Rosa ang kaniyáng asawa.

nail, n. kukó;
I cut my nails a while ago. Nag-alís akó ng kukó ka-ni-kanina lamang.

nail, v. magpakò; ipakò;
Can you nail the frame of the window. Maipapakò mo ba ang bastidór ng bintanà?

naked, adj. hubo't hubád; waláng damit;
The naked children are tantalizing the old woman. Ang mga batang hubo't hubád ay tinutuksó ang matandáng babae.

name, n. pangalan; ngalan; pamagát; kabantugán;
Her name is as pretty as her face. Ang pangalan niyá ay singgandá ng kaniyáng mukhâ. He is a writer with a name. Siyá'y isáng mánunulat na may pangalan.

nameless, adj. hindî kilalá; waláng pangalan; hindî bantóg.
The prize was won by a nameless singer. Nákamit ng hindi kiláng mang-aawit ang gantimpalà.

namely, adv. alalaong bagá; gaya ng;
He carries different kinds of goods, namely, shoes, clothes; books and magazines. Marami siyáng iti-nitindá na gaya ng mga sapatos; damit na yarì; mga aklát, at magasin.

nap, n. idlíp; maiklíng tulog;
I always take a nap after lunch. Tuwíng makakain ng tanghalì ay umiidlíp akó o natutulog sandali.

nape, n. batok;
She has a small wound on her nape. May maliít siyáng sugat sa batok.

nápkin, n. serbilyeta;
Most people use paper napkins now. Karamihan ng tao ay papél na serbilyeta ang ginagamit ngayón.

narrate, v. isalaysáy;
He wants to narrate his experience during the war. Ibig niyang isalaysáy ang kaniyáng karanasan noóng gera.

narration, n. salaysáy; pag-sasalaysáy;
He made a long narration. Mahabà ang ginawâ niyáng salaysáy.

narrow, adj. makipot; maki-tid; maigsî
She has a narrow ribbon. May makitid na laso siyá.

narrow-minded, adj. may ma-kitid na pag-iisip;
He is narrow-minded. May makitid siyáng isip.

nasty, adj. marumí; masagwâ; mahalay; may masamang lasa o amoy;
This is a nasty place. May masamang amoy ang pook na ito.

nation, n. bansá; nasyon;
The Filipino nation is hospitable. Ang bansáng Pilipino ay magiliw tu-manggáp sa mga dayuhan.

national, n. mámamayan (ng isang bansá);
He is an American nation-al. Siya'y isáng mámama-yang Amerikano.

nationality, n. bansáng kina-bibilangan.
He belongs to the Filipino nationality. Nabibilang si-yá sa bansáng Pilipino.

native, n. & adj. katutubò;
Luisa is a native of Tar-

lac. Si Luisa ay katutubò sa Tarlac.

nature, n. kalikasan; likás; katutubong ugalì;
That is his nature. Iyón ang katutubò niyáng ugalì.

naughty, adj. pilyo;
Take the naughty child to the police. Dalhin mo ang pilyong batà sa pulís.

nausea, n. duwál; pagdudu-wal;
I think she is on the fam-ily way as she has nausea every morning. Palagay ko'y naglilihí siyá sapag-ká't tuwíng umaga ay du-maranas siya ng pagdu-duwál.

nável, n. pusod;
The navel of the baby was cut with a knife. Ang pu-sod ng sanggól ay pinutol ng lanseta.

navigable, adj. maaaring pag-daanan ng bapor;
We have many navigable rivers in our country. Ma-rami tayong mga ilog na maaaring pagdaanan ng bapor sa ating bansá.

navy, n. hukbóng-dagat;
He belongs to the navy. Kabilang siyá sa hukbóng-dagat.

near, adj. malapit;
Her house is near. Malapit

ang kaniyáng bahay.

nickname, n. palayaw;
What is your nickname?
Ano ang palayaw mo?

nickname, v. palayawan;
We nickname him Ambô.
Pinalayawan namin siyá
ng Ambô.

niece, n. pamangking babae;
Myrna is my niece. Si Myr-
na ay pamangkin kong ba-
bae.

niggard, adj. kuripot;
The old man is niggard.
Kuripot ang matandáng
lalaki.

night, n. gabí;
The bat sleeps at night.
Sa gabi natutulog ang tali-
batab.

nightfall, n. takipsilim;
Ramon goes out at night-
fall. Si Ramon ay lumala-
bás sa takipsilim.

nightgown, n. kasuutan na
pantulog ng babae;
I gave away several night-
gowns. Nagpamigay akó
ng maraming kasuutang
pantulog ng babae.

nightly, adj. gabi-gabí;
They made nightly visits
for a week. Gumawâ silá
ng gabi-gabing pagdalaw
sa loob ng isáng linggó.

nightmare, n. bangungot;

Her father died of night-
mare. Namatáy ang kani-
yáng amá sa bangungot.

nimble, adj. maliksí;
She has a nimble mind.
May maliksí siyáng pag-
iisip.

nine, adj. siyám;
She has nine children. Si-
yám ang anák niyá.

nineteen, adj. labinsiyám;
Their house number is
nineteen. Labinsiyam ang
numero ng bahay nilá.

ninety, adj. siyamnapû;
The man died at the age of
ninety. Siyamnapû ang
gulang ng tao nang mama-
tay.

nip, v. kumurót; kumagát;
sugpuín;
She nipped off a tiny piece.
Kumagát siyá ng kapiraso.

nipple, n. utóng;
The nipple of the baby is
torn. Ang utong ng sang-
gól ay piraso.

no, adj. hindî; walâ;
My answer is no. Ang sa-
got ko ay hindî. We have
no class today. Walâ ka-
míng klase ngayón.

noble, adj. maharlika; mara-
ngál;
He is a noble man. Siya'y
marangál na tao.

nobody, pron. waláng tao;
taong waláng kuwenta;
There is nobody in the
house. Waláng tao sa ba-
hay. He is nobody. Siyá'y
taong waláng kuwenta.

nod, v. tumangô;
She nodded to the people
as she entered. Yumukód o
sumaludo siyá sa mga tao
sa pagpasok.

node, n. bukó;
He gave me a piece of
bamboo with three nodes.
Binigyán niyá akó ng isáng
pirasong kawayan na may
tatlóng bukó.

noise, n. ingay;
There is much noise out-
side. Maingay sa labás.
Maraming ingay sa labás.

nómad, n. taong layás;
The nomads wandered from
place to place. Naglakad
nang naglakad ang mga
taong layás.

nominate, v. ipasok ang pa-
ngalan sa halalan;
The table is open for no-
mination. Ang hapág ay
bukás sa pagpapasok ng
pangalan.

none, pron. walâ;
None came to the party.
Walâ isá mang dumaló sa
salu-salo.

nonsense, n. bagay na wa-
láng kapararakan; kaulu-
lán;
Stop that nonsense. Itigil
mo ang kaululáng iyán.

non-stop, adj. waláng hintô;
He travelled on a non-stop
train. Sumakay siyá sa
tren na waláng hintô.

noodle, n. bihon; misua;
miki;
We had noodles last night.
Kumain kamí ng misua ka-
gabí.

nook, n. sulok;
He looked in all nooks and
corners. Nagtingin-tingín
siyá sa lahát ng sulok-su-
lók.

noon, n. tanghaling tapát;
He takes a nap at noon.
Natutulog siyá sandalî
kung tanghaling tapát.

noose, n, silo;
He made a noose to catch
the chick. Gumawâ siyá ng
silò para hulihin ang kitî.

normal, adj. karaniwan; ka-
tamtaman;
The girl is of normal
height. Ang batang babae
ay may karaniwang taas.

north, n. adj. hilagà;
They went to the north.
Nagpunta sila sa hilagà.

northward, adj. & adv. pahi-

lagà;
The bird flew northward.
Lumipad nang pahilagà
ang ibon.

nose, n. ilong;
She has a pointed nose.
Matulis ang kaniyang
ilong o matangos ang ilong
niya.

nostril, n. butas ng ilong;
One of her nostrils is
blocked. May bara ang
isang butas ng ilong niya.

not, adv. hindî; walâ;
She is not here. Walâ siya
rito. I will not go to mar-
ket. Hindî akó pupuntá sa
palengke.

notable, adj. kilalang tao;
Many notables attended the
dance. Maraming kilalang
tao ang dumalo sa sáya-
wan.

note, v. pag-ukulan ng pan-
sin; punahín;
Note the length of her
skirt. Pag-ukulan ,mo ng
pansin ang haba ng kani-
yang saya.

noted, adj. tanyág; bantóg;
kilala;
He is a noted musician.
Siyá'y isang kilalang ma-
nunugtog.

nothing, n. walâ;
There is nothing he can do.

Wala siyang magagawâ.

notify, v. balitaan; papagsa-
bihan;
You notify her of her
passing the examination.
Balitaan mo siya tungkol
sa pagpasa niya sa iksa-
min.

notion, n. hakà; palagáy;
kurò;
That was a wrong notion
Yao'y maling kurò.

noun, n. pangngalan;
Book is a noun. Aklat ay
isang pangngalan.

nourish, v. bumuhay; paka-
nin; magpakain; magtag-
láy;
Food nourishes the body.
Pagkain ang bumubuhay
sa katawán.

novel, n. nobela;
He wrote a long novel. Su-
mulat siyá ng isang maha-
bang nobela.

November, n. Nobyembre;
She is a November born.
Siya'y ipinanganak ng Nob-
yembre.

novitiate, n. pagiging bagu-
han; kumbento ng mga
naghahanda sa pagpaparî
pagmamadre;
I shall never have a chance
to visit a novitiate. Hindî
akó magkakaroon kailan
man ng pagkakataon na

makabisita sa kumbento ng mga naghahandâ sa pagmamadre.

now, adv. ngayon,
He is now a full-fledged lawyer. Siyá ngayón ay ganáp nang mánananggól.

nowadays, adv. sa panahong itó:
Real men are rare nowadays. Ang mga tunay na tao ay bihirà na sa panahóng itó.

noxious. adj. nakapipinsalà;
That is noxious air. Iyón ay nakapipinsalang hangin.

nucleus. n. ubod; pinakagitnáng bahagi;
The nucleus of the pineapple is not eaten. Hindî kinakain ang ubod ng pinyá.

nude. adj. hubó't hubad;
Some wild people are nude. May mga maiilap na tao na hubó't hubád.

nudge, v. sikuhín:
She nudged me to wake me up. Sinikó niyá akó para mágising.

null. adj. waláng bisà;
Their marriage is null. Waláng bisà ang kasál nilá.

nullify, v. pawaláng-bîsà;
Their marriage was null-ified. Pinawaláng-bisà ang

kaniláng kasál.

numb, v. pamanhirin;

numb. adj. namamanhid;
My foot gets numb sometimes. Namamanhid kung minsan ang aking paá.

number, n. bilang; numero;
Her house number is four. Ang bilang ng bahay niyá ay apat.

numberless. adj. napakarami; waláng numero;
They have a numberless house. Wala pang numero ang bahay nilá.

numerous. adj. marami:
Their cattle is numerous. Ang baka nilá ay marami.

nun. n. madre;
Her sister is a nun. Madre ang kapatíd niyá.

nurse, n. nars;
His sweetheart is a nurse. Ang nobya niyá ay isáng nars.

nurse, v. alagaan; mag-alagà: mag-iwi: magpasuso;
She can nurse the baby. Mapasususo niyá ang sanggól.

nurture, v. palakihín; hubugin: turuan:
He was nurtured in the old way Hinubog siyá sa matandang paraán.

nut, n. pili;

chestnut, n. kastanyas.
Chestnuts are expensive.
Mahal ang kastanyas.

nutrition, n. pagkain;
Nutrition is needed in the
body. Kailangan ang pag-
kain sa katawan ng tao

nymph, n. nimpa;
I have never seen nymphs.
Hindî pa akó nakakikita ng
nimpa.

—O—

oar, n. sagwán; gaod;
She can use the oar. Ma-
gagamit niyá ang sagwán.

oasis, n. oasis;
She wants to know what
oasis is. Ibig niyáng mala-
man kung anó ang oasis.

oath, n. sumpâ; panunumpâ;
Manunumpâ ang mga ba-
gong abugado.
The new lawyers will take
an oath.

obdurate. adj. may matigás
na pusò:
That fellow is obdurate.
Ang taong iyán ay may
matigás na pusò.

obedience, n. pagsunód; pag-
kamasunurin;
She was praised for her
obedience. Nápuri siya sa
pagkamasunurin.

obedient, adj. masunurin;
She is an obedient child.
Siyá'y masunuring batà.

obey. v. sumunód; sundín;
Obey the rules and regula-
tions. Sundín mo ang mga
tuntunin.

object, n. layon; bagay;

What is the object of the
lesson? Anó ang layon ng
liksiyon?

object, v. tutulan; tumutol;
We object to the plan. Ti-
nututulan namin ang balak.

obligatory, adj. sápilitán;
Paying monthly dues is ob-
ligatory. Sápilitán ang
pagbabayad ng búwanang
butáw.

obligation, n. tungkulin; pa-
nanagutan; kautangan;
pagbabayaran;
She has to pay her obliga-
tion. Kailangan niyáng ba-
yaran ang kaniyáng kau-
tangán.

oblige, v. pilitin; pagbigyán;
He was obliged to postpone
his trip. Napilitan siyang
magpaliban ng kaniyang
biyahe.

oblique, v. humilig;
The post obliques. Humi-
lig ang poste.

obliterated, v. pinawì;
The footprints on the sand
were obliterated by the

waves. Pinawì ng mga
alon ang mga bakás ng paá
sa buhangin.

oblivion, n.
His grief is now in obli-
vion. Ang kaniyang pag-
dadalamhatì ay nasa ka-
bán na ng limot.

obscene, adj. malaswâ; ma-
halay;
She uttered an obscene lan-
guage. Nagwikà siyá ng
mahalay na pananalitâ.

obscure adj. malabò; di-kila-
lá;
The mirror is obscure.
Malabò ang salamín. She
came from an obscure fam-
ily. Nanggaling o nagbu-
hat siyá sa isáng di-kila-
láng angkán.

observance, n. pagtalima; se-
remonya;
The observance of holidays
is followed by Catholic
schools. Ang pagtalima
sa mga araw ng pista at
pangilin ay sinusunod ng
mga Katoliko.

observe, v. pagmasdán; mag-
masíd; tumalima;
We observe the rules. Tu-
matalima kamí sa mga tun-
tunin.

obsolete, adj. lipás;
Those words are obsolete.

Lipás na ang mga salitáng
iyán.

obstacle, n. sagwíl; sagabal;
balakíd;
There is no obstacle to
your coming to the party.
Waláng sagabal sa iyóng
pagdaló sa parti.

obstinate, adj. matigás ang
ulo;
That boy is obstinate. Ma-
tigás ang ulo ng batang
iyán.

obstruct, v. hadlangán; lag-
yán ng balakíd;
Don't obstruct my plan.
Huwag mong hadlangán
ang aking balak.

obtain, v. makakuha; maku-
ha;
Ramon obtained high
grades. Nakakuha si Ra-
mon ng matataás na mar-
ka.

obviate, v. maiwasan;
In order to obviate much
expense, they just had a
simple wedding. Upang ma-
iwasan ang malaking gas-
tos, nagpakasal na lamang
silá nang walang handâ.

obvious, adj. maliwanag;
The reason is obvious. Ma-
liwanag ang katuwiran.

occasion, n. pangyayari; pagkakataón; okasyon;
I had no occasion to entertain them. Walâ akóng pagkakataón na mabigyán silá ng kasayahan.

occasionally, adv. paminsanminsan; maminsan-minsan; Occasionally I go to the province. Maminsan-minsan nagpupuntá akó sa lalawigan.

Occident, n. ang Kanluran; Oksidente;
He is a man from the Occident. Siya'y taong Oksidente.

occidental, adj. kanluranín; sa dakong kanluran;

occupant, n. (ang) nakatirá; (ang) naninirahan; (ang) ingkilino;
The occupants of the house have moved out. Lumipat na ang mga nakatirá sa bahay.

occupation, n. hanapbuhay; pagtirá; pag-okupá; pagsakop; pananakop;
What is the occupation of your father? Anó ang hanapbuhay ng iyóng amá? During the Japanese occupation, he was living in Cebu. Noóng pananakop ng Hapon, siya'y nakatira sa Cebu.

occupy, v. okupahán; tirhan; They occupied the vacant lot in front of our house. Inokupahan nilá ang lupang bakante sa tapát ng bahay namin.

occur, v. mangyari; The accident happened last week. Nangyari ang sakunâ noóng isang linggó.

ocean, n. karagatan; Pacific is the largest ocean. Ang karagatan ng Pasipiko ang pinakamalaki.

October, n. Oktubre; Her birthday is October 12. Ika-12 ng Oktubre ang kaarawán niyá.

odd, adj. di-karaniwan; She is wearing an odd dress. Nakasuot siya ng di-karaniwang damit.

odor, n. amóy; That bottle has a bad odor. Ang boteng iyán ay may masamang amóy.

off, adv. mulâ rito; mulâ ngayón; Her house is one kilometer off. Ang bahay niyá ay isáng kilometro buhat o mulâ rito.

take off, v. alisín; bawasin; Take off your hat. Alisîn mo ang iyóng sumbrero.

take off, v. bawasin;
Take off 5% on all cash purchases. Bawasin mo ang 5% sa lahat ng biling kaliwaan.

wear off, v. magasgás;
That dress wears off easily. Madaling magasgás ang barong iyán.

well off, nakaririwasâ;
She is well off. Nakaririwasâ siyá.

lay off, v. magbawas;
He laid off his clerk as the work was done.

get off, v. bumabâ;
We get off the bus in Bustos when we go to the Escolta. Bumababâ kamí sa Bustos kung kami'y naparoroón sa Escolta.

turn off, v. patayín
Turn off the light before you go to bed. Patayín mo ang ilaw bago ka matulog.

offend, v. magkasala; magpagalit; sumugat ng damdamin;
He does not want to offend you. Ayaw niyang sugatan ang iyong damdamin.

offense, n. pagkakasala; paglabág;
He was punished for an offense. Nabilanggô siyá dahil sa pagkakasala.

offensive, adj. di-masaráp;

nakagagalit;
That flower has an offensive odor. Di-masaráp ang amóy ng bulaklák na iyán.

offer, v, ihandóg; ialók; maghandóg;
She offered to help him. Nag-alók siyáng tumulong sa kaniyá.

offer, v. ihandóg; ialók; maghandóg;
She offered to help him. Nag-alók siyáng tumulong sa kaniyá.

offer, n. tulong; alók; tawad;
How much is her offer? Magkano ang alók niyá?

offering, n. handóg; alay; sakripisyo;
They made an offering of gold to God. Silá'y may handóg na ginto sa Diyos.

off-hand, adj. biglaan; hindî inihandâ;
I can give you an off-hand estimate. Mabibigyán kitá ng biglaang taya.

office, n tungkulin; katungkulan; tanggapan; opisina;
He has gone to the office. Naparoon na siya sa opisina.

official, n. pinunò; punò;
He is an official in the navy. Siya'y isáng opisyal sa hukbóng-dagat.

official, adj. pampamáhalaán; opisyal;
Filemon made an official visit to his teachers. Gumawâ ng isáng bisita opisyal si Filemon sa kaniyang mga gurò.

officiate, v. gumanáp ng isáng tungkulin;
Father Dizon officiated at the wedding. Si Father Dizon ang nagkasal.

offing, n. laot;
There is trouble in the offing. May napipintong gulo.

offset, v. maipambayad; mabawì;
Our profit this week will offset our loss last week. Ang ating pakinabang sa linggóng itó ay maipambabayad sa kalugihan natin noóng isáng linggó.

off-shoot, n. sangáy; sangá.
My plant has two offshoots. May dalawang sangá ang aking halaman.

offspring, n. anák; supling;
The couple has three offsprings. May tatlóng anák ang mag-asawa.

often, adv. madalás; malimit;
Mariano comes here often. Madalás pumarito si Mariano.

oh!, interj; o;
Oh! you again. O! ikaw na naman.

oil, v. langisán; maglangís;
Can you oil the gas lamp? Malalagyán mo ba o malalagisán ang ilawan?

oil, n. langís;
There is oil in the can. May langis sa lata.

oily, adj. malangís;
The can is oily, wipe it. Ang lata ay malangís, pahiran mo.

okra, n. okra;
She is fond of okra. Maibigín siyá sa okra.

old, adj. matandâ; matandáng panahón; lumà; dati; gulang;
The mayor is old. Matandâ na ang alkalde. He died of old age. Namatáy siyá sa katandaan.

old-fashioned, makalumang panahón; lipás sa moda; karaniwan noóng unang panahon;
She is an old-fashioned girl. Ang batang babaing iyán ay makalumà.

omen, n. babalâ; tandâ; palátandaan;
That is a bad omen. Yao'y masamang palátandaan.

omission, n. di-pagkasama; pagkaalís;

The omission of one letter changed the thought of the sentence. Ang pagkaalis sa isáng titik ay nakabago sa diwá ng pangungusap.

omit, v. kaltasín; huwág isama;
"Omit flowers", says the notice. "Huwag magpadala ng bulaklak", ang wikà ng paunawà.

on, prep. sa;
On Tuesday she will celebrate her birthday. Sa Martes ay ipagdiriwang ang kaniyáng kaarawán.

once, adv. minsan; sa minsan;
Once, I met him on the way. Minsan ay nasalubong ko siya sa daán.

oncoming, n. pagdatíng;
You will bring out your heavy clothing on the oncoming cold weather. Ilalabás mo ang makakapál mong damít sa pagdatíng ng malamíg na panahon.

one, n. & adj. Isá;
One has to save for tomorrow. Ang isang tao ay dapat maglaán para bukas.

one at a time, isa-isá;

oneself, pron. sarili;

onesided, adj. may pinapanigan:
His decision is onesided. May pinapanigan ang kaniyang pasiya.

onion, n. sibuyas; lasuna;
Onions are a necessity in cooking. Kailangan ang sibuyas sa paglulutò.

onlooker, n. isáng mánonoód;
The onlooker clapped his hands. Pumalakpák ng kamáy ang isáng mánonoód.

only, adj. tangì; bugtóng;
Felix is an only child. Bugtóng na anak si Felix.

onward, adj. pasulóng;
The soldiers made an onward march. Ang mga kawal ay gumawâ ng isáng martsang pasulóng.

ooze, v. tumagas;
Her wound is oozing. Ang kaniyáng sugat ay tumatagas.

open, v. buksán; magbukas;
Open the door. Buksan mo ang pintô..

open, adj. bukás
The window is open. Bukás ang bintanà.

opening, n. butas; pagkakataón; bakante;
See if there is an opening in their office. Tingnan mo

kung may bakante sa kanilang opisina.

operate, v. magmaneho; magpalakad; mamahalà; tistisín;

Antonia was operated oñ appendicitis. Si Antonia ay inoperahan sa apendisitis. Rosa can operate the machine. Mapalalakad niya ang makina.

operation, n. pagtistís; operasyon; pamamahalà;

The operation was successful. Ang operasyon ay tagumpay.

opinion, n. kurukurò; palagáy; pala-palagáy;

Give me your opinion. Ibigáy mo sa akin ang iyóng palagáy.

opium, n. apyan; opyo;

Many Chinese are fond of opium. Maraming Intsik ang mahilig sa opyo.

opponent, n. kalaban; kataló;

The opponents are wearing blue. Ang mga kalaban ay nakaasul.

opportune, adj. nápapanahón;

That is an opportune time to help. Napapanahón ang kaniyáng pagtulong.

opportunist, n. mapagsa-

mantalá;

Mario is an opportunist. Mapagsamantalá si Mario.

opportunity, n. pagkakataón; oportunidad;

He is waiting for an opportunity to go away. Naghihintáy siyá ng pagkakataón na makaalís.

oppose, v. salungatín; labanan;

I oppose the plan. Nilalabanan o sinasalungát ko ang balak.

opposite, n. kabaligtarán;

The opposite of magandá is pangit. Ang katapát o kabaligtarán ng magandá ay pangit.

adj. kalaban; katapát; katunggalî;

We live on the opposite street. Nakatirá kamí sa katapát na kalye.

opposition, n. pagtutol; pagsalungát; oposisyon; tagasalungát;

He is a member of the opposition. Kabilang siyá sa tagasalungát.

oppress, v. apihin; pahirapan; mang-apí;

The king oppressed his subjects. Pinahihirapan ng harì ang kaniyáng mga nasasakupan.

optimistic, adj. di nasisiraan ng loób; umaasa sa mabuti;
The president is very optimistic. Ang pangulo ay di nasisiraan ng loob.

oral, adj. sinasalitâ; ukol sa bibíg;
She studied oral expression. Nag-aral siya ng sinasalitáng pagbigkás.

orange, suhà; kahél; dalandán; dalanghita;
I ate an orange before dinner. Kumain akó ng isang kahél bago kumain ng tanghalian.

oration, n. talumpatì;
He made an oration. Siya'y gumawâ o bumigkás ng isáng talumpatì.

orator, n. oradór; mánananalumpatì;
Enrique is a good orator. Magalíng na mánanalumpatì si Enrique.

orchard, n. mga punong namumunga:
You can pick some fruits in the orchard. Maaarì kang mamitás ng prutas sa mga punò.

orchestra, n. orkesta;
The Manila orchestra will furnish the music. Ang Manila orkesta ang tutug-

tóg.

orchid, n. dapò;
All my orchids which came from Mindanao died. Lahat ng dapò ko na galing sa Mindanaw ay nangamatáy.

ordain, v. italagá; iatas; ilagdâ; itadhanà;
He was ordained to become a priest. Siyá'y naitalagá na maging parì.

ordeal, n. mahigpit na pagsubók; He went through the ordeal. Nalampasán niyá ang mahigpít na pagsubok.

order, v. iutos; utusan; magbilin;
Order him to go to bed. Utusan mo siyáng matulog. Can you order a pair of stockings for me? Maipagbibilin mo ba akó ng isáng paris na mediyas?
n. utos: ayos; kaayusán; pabilin: urì:
H e issued an order to shoot. Nag-utos siyáng bumaríl.

orderly, adj. maayos;
Pedro showed an orderly behavior. Si Pedro ay nagpakita ng maayos na paguugalì.

ordinary, adj. karaniwan; pangkaraniwan;

She put on an ordinary dress. Nagbihis siya ng damít na pangkaraniwan.

organ, n. organo;
She played the organ last Sunday. Tinugtóg niyá ang organo noóng linggóng nagdáan.

organdy, n. organdí;
Sara has an organdy dress. Si Rosa ay nakabarò ng organdí.

organization, n. sámahan; kapisanan; ang pagbubuô; pagkakatatág;
Lorenza belongs to a Catholic organization. Si Lorenza ay miyembro ng isang organisasyong Katoliko.

organize, v. magtatag; itatag;
Try to organize a club. Sikapin ninyong makapagtatág ng isang klub.

oriental, adj. silanganin; taga-Silangan;
Sancho is an Oriental. Si Sancho ay taga-Silangan.

origin, n. pinagmulán; pinagbuhatan; pinanggalingan;
The origin of that word is not known. Ang pinagmulán ng salitáng iyán ay hindî alám.

original, adj. and n. I have the original and two copies. Nasa akin ang orihinal at ang dalawáng kopya.

ornament, n. palamuti;
They put some ornaments on their heads. Naglagáy silá ng mga palamuti sa kanilang mga ulo.

ornamental, adj. pampalamuti;
I bought some ornamental plants. Bumilí akó ng mga halamang pampalamuti.

orphan, n. ulila;
She is an orphan by her mother. Ulila siya sa iná.

oscillate, v. mag-urung-sulóng; mag-atubili; umuguy-ugoy;
The pendulum oscillated for a while and then stopped. Umuguy-ugóy ang pendulo sandalî at sakâ naghintô.

ostracized, v. itinakwíl;
Ricardo was ostracized by his parents. Itinakwíl si Ricardo ng kaniyáng mga magulang.

other, pron. ibá; ikalawá;
One is mine; the other is yours. Akin ang isá at ang ikalawá ay iyó.

every other day, tuwing makalawa;
Every other day she has her injection. Tuwíng ma-

kalawá ay nagpapaineks-
yón siyá.

some other time sa ibáng
araw na;
Some other time we shall
pay you a visit. Sa ibáng
araw ay dádalawin ka na-
min.

ouch, interj. aray; aruy!
Ouch! you stepped on my
foot. Aruy! natuntungán
mo akó.

ought, v. dapat; nararapat;
You ought to change your
ways. Dapat mong halin-
hán ang iyóng mga gawain.

ounce, n. onsa;
He gave several ounces of
blood. Nagbigay siyá ng
mga ilang onsang dugô.

our, pron. atin; amin; natin;
namin;
Our house is near. Mala-
pit lamang ang aming ba-
hay. Our country is the
Philippines. Pilipinas ang
ating bayan.
The Philippines is our
country. Pilipinas ang
ating bayan.
The dictionary is ours.
Atin ang diksiyonaryo.

ourselves, pro. ating sarili;
We ourselves are in favor
of the motion. Kami sa
sarili namin ay sang-ayon

sa mungkahi.

oust, v. paalisín;
He was ousted from the
army. Siya'y pinaalís sa
hukbó.

out, v. lumitáw; mábunyag.
The truth will out. Lilitaw
ang katotohanan.

pick out, v. piliin; pumilì;
Pick out the best. Piliin
mo ang pinakamahusay.

outbound, adj. paalís;
That is an outbound train.
Ang train ay paalís.

outbreak, n. pagsikláb; pag-
simulâ; guló; pag-aalsá;
There was an outbreak.
Nagkaroon ng pag-aalsá.

outburst, n. pagbulalás;
That was an outburst.
Yao'y isáng pagbulalás.

outcast, n. tapon; palaboy;
He is an outcast. Siya'y
isáng palaboy.

outcome, n. kinálabasán;
bunga;
What is the outcome of
your interview? Ano ang
kinalabasán ng pakikipa-
nayám mo?

outdoor, n. labas;
She prefers to play out-
doors. Lalong ibig niyáng
maglarô sa labás.

outgrow, v. pagkalakhán;
maunahan sa paglakí;

umuslî;
He outgrew his clothes.
Napagkalakhán niyá ang
kaniyáng mga damít.

outing, n. maikling pagliliwa-
líw;
We made an outing last
Sunday. Nagkaroón kamí
ng maikling pagliliwalíw
noóng linggó.

outlaw, v. itadhanáng labág
sa batás;
Fishing with dynamites is
outlawed. Labág sa ba-
tás ang mangisdâ ng may
dinamita.

n. manliligalig;
Felix was considered an
outlaw. Ipinalalagáy na
manliligalig si Felix.

outlet, n. lágusan;
We cannot find the outlet
of the river. Hindî namin
makita ang lagusan ng ilog.

outline, v. gumawâ ng ba-
langkás;
Outline your plan. Guma-
wâ ka ng balangkás ng
iyóng balak.

n. He has finished the out-
line. Natapos na ang ba-
langkás.

out of date, lipás na sa pana-
hón;
His coat is out-of-date.
Lipás na sa panahón ang

kaniyáng sobretodo.

out-of-the-way, di karani-
wán; isang iláng na lugár;
Her house is situated in an
out-of-the-way place. Ang
bahay niyá ay nasa isang
di-karaniwang lugár.

output, n. yarî; produksiyon;
What is the daily output?
Gaano ang produksyón sa
araw-araw?

outrageous, adj. kahalay-ha-
lay. That was an outra-
geous act. Yao'y isáng ka-
halay-halay na gawâ.

outright, adj. ganáp; tahás;
kagyát;
He told the public outright
lies. Nagsabi siyá sa pub-
liko ng isáng ganáp na ka-
sinnungalingan.

outrun, v. nalampasán sa pag-
takbó;
"Let us run a race," said
turtle to the rabbit, "and
see if you can outrun me."
"Tayo'y magkarera" ang
sabi ng pagong sa koneho,
"at tingnan natin kung ma-
lalampasán mo akó."

outset, n. simulâ;
At the outset of my letter,
I apologized to her. Sa
simulâ pa lamang ng aking
sulat ay nanghingî na akó
ng paumanhín.

outsider, n. tagalabás;
He is an outsider. Siya'y
tagalabas.

outspoken, adj. tahás magsa-
litâ; walang pigil sa pag-
sasalitâ;
That woman is outspoken.
Ang babaing yaon ay ta-
hás magsalitâ.

outspread, v. ilatag; ikalat;
She outspread the blanket.
Inilatag niyá ang kumot.

outstanding, v. kilala;
tanyág; nanatili; nalala-
bî; natitirá;
The outstanding obligation
is still great. Malaki pa
ang natitirang bayarín.
The outstanding speaker
will be heard tonight. Ma-
dirinig mamayang gabí
ang tanyág na mánanalum-
patî.

outstretch, v. iunat; unatin;
Outstretch your hands.
Iunat mo ang iyong mga
kamay.

outward, adj. sa labás; pa-
labás; papaalís; paimba-
báw;
The outward covering of
the book is leather. Ba-
lát ang takip na panlabás
ng aklat. The outward
traffic will pass through
Avenida Rizal. Ang pala-

bas na trapiko ay daraan
sa Avenida Rizal.

outwear, v. tumagál nang
higit sa;
Cotton outwears silk. Tu-
matagal ang damit na bu-
lak nang higit kaysa seda.

outwit, v. daigín sa pag-iisip.
You can outwit her. Mada-
daíg mo siya sa pag-iisíp.

oval, adj. habilog;
I have an oval platter. May-
roon akong bandehadong.
habilog.

ovary, n. bahay-itlóg; obaryo.
They operated on her
ovary. Tinistís ang kani-
yáng obaryo.

oven, n. hurno; hurnuhan;
I cannot bake in the oven
because I have no trans-
former. Hindî akó maka-
paglutò sa hurno dahil sa
walâ akóng transformer.

over, adv. mulâ sa punò hang-
gang dulo; ulî; mulî; sa
ibabaw;
She jumped over the fence.
Lumundág siyá sa ibabaw
ng bakod.

overbearing, adj. mapanupil;
He is an overbearing chief.
Siya'y mapanupil na punò.

overcast, adj. maulap;
The sky is overcast. Ang
langit ay maulap.

overcharge, v. singilin nang labis;
She overcharged me. Siningíl niyá akó nang labis.

overcome, v. gahisín; pagtagumpayán;
He overcame the enemy after a brief encounter. Nagahís niyá ang kalaban pagkatapos ng maiklíng labanan. She was overcome with grief. Hindî siyá makapagsalitâ sa malakíng kalumbayan.

overdo, v. lumampás; lumabís;
The fish is overdone. Lumampas ang lutò ng isdâ.

overdue, v. hulí sa takdáng oras at araw.
The train is overdue 20 minutes. Hulí ng dalawampúng minuto ang tren.

overflow, v. umapaw; magumapaw;
My heart overflows with thanks or gratitude. Ang aking puso'y nag-uumapaw sa pasasalamat.

overgrown, v. tubuan ng marami; lumakí nang lampás;
The mango trees are overgrown. Lumampas ang laki ng mga punong manggá.

overhang, v. lumukob;
A cloudy sky overhangs the earth. Isang maulap na langit ang lumulukob sa lupà.

overhaul, v. siyasating mabuti o lubusan; oberholin;
Have your car overhauled. Ipaoberhol mo ang iyóng kotse.

overhead, adj. His overhead expenses amounted to hundred pesos. Ang kaniyáng pangkalahatáng gugol ay may sandaáng piso.
adv. sa itaás; sa himpapawíd;
There are planes overhead. May mga eroplano sa itaás.

overhear, v. máulinigan;
I overheard their conversation. Náulinigan ko ang kaniláng pag-uusap.

overjoy, v. magalák nang labis; galák na galák;
I was overjoyed when I heard the news of your arrival. Nagalák akó nang mabalitaan ko ang iyong pagdatíng.

overlap, v. magkasaníb-sanib; magkapatúng-patong;
The iron sheets overlap. Nagkakasaníb-sanib ang mga piraso ng yero.

overlook, v. di-mápuna, má-kaligtaan; ipagpapaumanhín ko ang kaniyáng mga pagkukulang.

overnight, adj. magdamagan; magdamág:
I had an overnight bag. Nagkaroon ako ng bag o maletang pangmagdamagan.

overpower, v. magahís; mapipilan;
We overpowered our opponents. Nagahís namin ang aming kalaban.

overproduction, n. labis na produksiyón;
There is an overproduction of sugar in some provinces. May lampás na produksiyón ng asukal sa ibáng lalawigan.

overrule, v. pawaláng-bisà; pawaláng saysáy;
The objection was overruled. Pinawalang-saysáy ang tutol.

oversee, v. pamahalaan; pangasiwaan;
She can oversee your business. Maaarì niyáng pamahalaan ang iyong negosyo.

oversight, n. pagkakaligtâ;
That was only an oversight. Yaó'y isáng pagkakaligtâ lamang.

overtake, v. abutan;

We overtook them at the plaza. Naabutan namin silá sa plasa.

overthrow, v. ibagsák;
Their aim is to overthrow the government. Ang layon nilá ay ibagsák ang pámahalaán.

overtime, n. labás sa oras; obertaym.
He received an overtime pay of fifty pesos. Tumanggáp siyá ng limampúng pisong bayad sa obertaym.

overturn, v. itaób; ibagsák; tumaób;
The banca overturned. Tumaób ang bangkâ.

overwhelm, v. gapiin; ginapì; lamunin;
The river overwhelmed the the seashore. Nilamon ng ilog ang pasigan.

overwork, v. papagtrabahuhin nang labis; hapuin sa trabaho;
She overworked herself so she got sick. Nagtrabaho siyá nang labis kayâ siyá nagkasakít.

owe, v. magkautang;
I owe her a debt of gratitude. Maraming pasalamat ang utang ko sa kaniya. He owes me one hundred

pesos. May utang siyang
sandaáng piso sa akin.

owl, n. kuwago;
The owl has big eyes. May
malalakíng matá ang ku-
wago.

own, v. mag-arì; aminin;
tanggapín;
She wants to own a car.
Ibig niyang mag-arì ng
auto. He admitted his

fault. Inamin niyá ang
kasalanan.

ox, n. kapóng baka;
He is driving an ox. Itina-
taboy niyá ang kapóng ba-
ka.

oyster, n. talabá;
She is very fond of oys-
ters. Maibigín siyá sa ta-
labá.

—P—

pace, v. lumakad nang ma-
rahan;
He paced up and down.
Siya'y lumakad nang ma-
rahan paroo't parito.
n. hakbáng;
Let us quicken our pace.
Tulinan natin ang ating
hakbáng.
keep pace with, sumubay -
báy; I cannot keep pace
with him. Hindî ko siyá
masu subaybayán.

pacify, v. patahimikin; paya-
pain;
The boy has been crying
for hours, see if you can
pacify him. Ang batang
lalaki ay nag-iiiyák na ma-
habà nang oras, tingnan
mo ngâ kung mapatatahi-
mik mo.

pack, v. balutin; punuín;

mag-impake;
You better pack up your
books, Mabuti pa'y balutin
mo na ang iyóng mga ak-
klát.
n. kargada; buntón; kaha;
kawan;
The carabaw's packs are
heavy. Mabigát ang kar-
gada ng kalabaw.

package, n. pakete;
He bought a package of
soap. Bumilí siyá ng isáng
paketeng sabón.

pad, v. pahabain; dagdagán;
palakihín; palaman;
She padded her expenses
Dinagdagán niyá ang na-
gugol. Padded shoulders
are no longer in vogue.
Hindî na uso ang mga bali-
kat na may palaman.

paddle. n. sagwán; v. sumag-

wán;
I know how to paddle the
banca. Marunong akong
sumagwán ng bangkâ.

paddock, n. kurál ng kabayo;
He is thinking of building
a paddock for his three
horses. Nag-iisip siyang
magtayô ng kurál para sa
kaniyáng tatlong kabayo.

padlock, v. kandaduhan;
ikandado;
Padlock the door. Kanda-
duhan mo ang pintô.

padre, n. parì; padre; parè
Padre Dizon is a good
friend of ours. Mabuti
naming kaibigan si Padre
Dizon.

pagan, n. pagano;
He belongs to the pagan
tribes. Kabilang siya sa
liping pagano.

page, n. páhina; tagapag-
lingkód;
My book has over 200
pages.. Ang aking aklat
ay may mahigit na sanda-
áng páhina. Juan is a page
of Mr. Jacobs. Si Juan
ay tagapaglingkód ni Mr.
Jacobs.

pageant, n. maringal na pag-
tatanghál;
Victoria introduced a pa-
geant last year. Si Victo-

ria ay nagpalabás ng isáng
maringal na **pagtatanghál**
noóng isang taón.

pagoda, n. mapalamuting
tore;
Many Chinese buildings
have pagoda. Maraming
bahay ng intsik ang may
pagoda.

pail, n. timbâ; baldé;
Jose went to get a pail of
water.
Kumuha si Jose ng isáng
baldéng tubig.

pain, v. pasakitan; sumugat
sa kalooban;
Your words pain your
grandmother. Sumusugat
sa kalooban ng iyong im-
pó ang mga salitâ mo.
n. sakít (sa katawán) (ng
kalooban) pagdaramdám;
The mother is about to de-
liver as she is having some
pains now. Ang iná ay
malapit nang manganák sa-
pagká't siyá'y nagdaram-
dám na.

painful, adj. mahapdî; ma-
sakít; makirot;
My arm is painful. Masa-
kit ang baraso ko.

painstaking, adj. maingat;
She is a painstaking girl.
Siya'y maingat na batang
babae.

paint, v. pinturahan; pintahan; magpintá;
That painter paints well. Mabuting magpintá ang pintor na iyán. The Indians paint their cheeks. Ang mga Indiyo ay nagpí pintá ng kaniláng mga pisngí.

pair, v. pagtambalín;
Pair the two boys. Pagtambalín mo ang dalawáng batang lalaki.

n. pares;mag-asawa; pareha;
Eight pairs danced the rigodon. Walóng pareha ang sumayáw ng rigodon.

pajamas, n. padyama;
She seldom wears pajamas. Bihirà siyáng magsuot ng padyama.

pal, n. kasama; kaibigan;
Your pal is here, Julian. Julian, ang kaibigan mo ay narito.

palace, n. palasyo;
The princess lives in a beautiful palace. Ang prinsesa ay nagtitirá sa magandáng palasyo.

palatial, adj. malapalasyo;
I was entertained at their palatial home. Inistimá nilá akó sa kaniláng malapalasyong táhanan.

pale, adj. maputlâ; namumutlâ;
Lucas looks pale. Namumutlâ si Lucas.

paleness, n. pamumutlâ; kaputlaan;
His paleness made me think he is guilty. Ang kaniyang pamumutlâ ang nakapagpaisip sa akin na siya'y may kasalanan.

palm, n. palad;
My palm is thick. Makapál ang palad ko.

palm Sunday; Linggó ng Palaspás;

palpitáte, v. tumibók;
The sight of her lover made her heart palpitate. Ang pagkakita sa kaniyang manliligaw ay nakapagpatibók sa kaniyáng pusò.

palsy, n. paralisis;
There are children sick of cerebral palsy. May mga batang maysakit ng paralisis sa utak.

pamper, v. palayawin;
She pampers her only child. Pinalalayaw niya ang kaniyang kaisa-isáng anák.

pamphlet, n. polyeto; muntíng aklát;
He distributed some pamphlets after the program. Nagkalat siyá ng mga polyeto pagkatapos ng palá-

tuntunan.

pan, n. palanggana;
I have a new pan. May
bago akong palanggana.
frying pan, n. kawali;
pirituhán;
stewing pan, n. kaserola
sauce pan n.
kaserolang muntî;

pancreas, n. lapáy;
Pancreas are cooked with
batsuy. Sinasamahan ng
lapáy ang batsuy.

pandemonium, n. waláng
katulad sa kaguluhan;
The children in the room
are in pandemonium be-
cause of the teacher's ab-
sence. Ang mga batà sa
silíd ay waláng katulad sa
kaguluhan dahil sa walâ
ang gurò.

panel, n. maliít na lupon;
On the TV show there was
a panel of
interrogators. Sa pala-
tuntunan o palabas sa tele-
bisyon ay may maliit na
lupon ng mga tagapagta-
nóng.

panic, n. sindák; pagkasin-
dák;
The people were in great
panic during the fire. Ang
mga tao'y katakut-takot
ang sindák noóng nagkaka-

sunóg.

pant, v. humingal dahil sa
hapò;
She was panting when
she came. Humihingal siyá
nang dumatíng.

pantry, n. paminggalan; dis-
pensa;
She found some cakes in
the pantry. Nakakita
siya ng mamón sa paming-
galan.

pants, n. pantalón;
He has new pants. May
bago siyáng pantalón.

papa, n. tatay; papa; tatang;
amá; itáy;
His papa is an academic
supervisor. Ang kaniyáng
amá ay tagamasíd.

paper, n. papél;
I handed in my papers.
Ibinigáy ko na ang aking
papél.

parable, n. parabula;
He reads parables once in
a while. Nagbabasá siyá
ng mga parabula paminsan-
minsan.

parachute, n. parakaida; pa-
rasyut;
We saw parachute during
the war. Nakakita kamí
ng parakaida noóng pana-
hón ng gera.

parade, n. parada;

There was a parade last December. Nagkaroón ng parada noóng Disyembre.

paradise, n. paraiso;
Adam and Eve used to live in paradise. Si Eba at si Adan ay nakatirá noóng araw sa paraiso.

paragraph, n. talataan;
Can you write a paragraph on arbor day? Makasusulat ka ba ng isáng talatà tungkól sa araw ng mga punò?

parallel adj. agapáy; magkaagapay;
Line A is parallel to line B. Magkaagapay ang guhit A at ang guhit B.

paralysis, n. paralisis;

paralytic, n. paralitiko;

paralyze, v. mawalán ng pandamdám; o mamatáy; mabaldá;
The paralytic, sick of paralisis, has a paralytic arm. Ang paralitiko na may sakit na paralisis ay may barasong waláng pandamdám.

parcel, n. pakete; sukat; parsela;
The man with a parcel in his hand owns a parcel of land. Ang taong may hawak na pakete ay nag-aarì ng isáng sukat na lupà.

parch, v. mangalírang; matuyô;
Sometimes I have parched lips. Kung minsan ay nagkakaroón akó ng nangangalirang na mga labì.

pardon, n. patawad; indulto;
I beg your pardon. Hindî ko sinásadyâ o ipagpaumanhín pô ninyó.

pardon, v. patawarin;
Can you pardon her? Mapatatawad mo ba siyâ?

pare, v. talupan; magtalòp;
Please pare the guavas. Mangyaring talupan mc ang bayabas.

parents. n, mga magulang amá't iná;
My parents are dead. Patáy na ang aking mga magulang.

parenthesis, n. panaklóng;
We inclosed the word with parentheses. Ginamitan namín ng mga panaklóng ang salitâ.

parish, n. parokiya;
La Paz is his parish. La Paz ang parokiya niyá.

park, v .itigil; iparada; pumarada; iwan;
You cannot park your car there. Hindî mo maipaparada ang iyóng kotse riyán.

parliament, n. parlamento; bátasan;
They went to the parliament. Nagpuntá silá sa bátasan.

parlor, n. salas; silíd-tanggapan;
She was entertained at the parlor. Inistimá siyá sa salas.

parricide, v. pagpatáy sa sariling amá, ina o iba pang kamag-anak; parisidiyo.
He was accused of parricide. Naakusahán siyá ng parisidyo. Naparatangan siya ng parisidyo.

parrot, n. loro. The parrot can be taught to speak. Ang loro ay natuturuang magsalitâ.

part, v. mahatî; humiwaláy; hatiin; hawiin;
He parts his hair at the middle. Hinahatî niyá ang kaniyáng buhók sa gitnâ.
Alfredo cannot part with his friend. Hindî makahiwaláy si Alfredo sa kaniyang kaibigan.

part, n. papél;
He played his part well. Ginampanán niyáng mabuti ang kaniyáng papél.

partial, n. bahagi; may kinikilingan; mahilig;
His partial payment is five pesos. Ang bahaging bayad niya ay limáng piso.
He is a partial judge. Siyá'y isáng hukóm na may kinikilingan.
He is partial with good-looking girls. Mahilig siyá sa magagandáng babae o dalaga.

participate, v. lumahók; sumama; sumali;
I cannot participate in the contest. Hindi ako makasasama sa páligsahan.

particle, n. maliít na bahagi;
Give me a particle of salt. Bigyán mo akó ng katitíng na asin.

particular, adj. tangì;
He is very particular about his books. Maselan siyáng lubhâ sa kaniyáng mga aklát.

parting, n. paghihiwaláy;
The parting of the sisters is sad. Malungkót ang paghihiwaláy ng magkapatíd na babae.

adj. He gave her a parting kiss. Binigyán siyá ng isáng halík na pamamaalam.

partition, n. hatì; paghahatì;

partisyón;
There is a partition between the two rooms. May hatì sa gitnâ ng dalawáng kuwarto.
adj. The partition wall is made of sawalì. Ang tabiki ay gawâ sa sawalì.
partly, adv. nang bahagyâ;
Her face is partly hidden. Ang mukhâ niyá ay nakakublí nang bahagyâ.
partner, n. kasama;
He is my partner. Siya ang aking kasama.
party, n. lápian; partido; salu-salo; handaan; panig; pangkát;
He is a member of the Nationalista Party. Siyá ay kasapì sa Lapiang Nasyonalista. They will give a party on Sunday. Magbibigáy silá ng salu-salo sa Linggó.
pass, v. iabót; Please pass the rice. Pakiabot mo ang kanin.
lumipas. Three days passed. Tatlong araw ang lumipas.
naglagos. We passed through the jungle. Naglagós kamí sa kagubatan.
nagpatibay, v. Congress passed a new law about the school. Nagpatibay ang Kongreso ng isáng batás tungkól sa páaralán.
ipasa, v. paraanín; palipasin;
Pass the ball to me. Ipasa mo sa akin ang bola. Let his anger pass. Palipasin mo ang galit niyá.
maggawad ng hatol.
The judge passed judgment on the case. Naggawad ng hatol ang hukom sa kaso
ilibot, v. pass the hat around. Ilibot mo ang sumbrero.
namatáy, v. Mother passed away in 1902. Namatay ang iná ko noóng 1902.
makiraan. Please let me pass. Makikiraan po.
ipambayad (ang huwád)
Pass off the fake peso bill. Tinangká niyáng ipambayad ang huwád na pipisuhin.
pass, n. pases; landas;
I have a pass for the Fair. May pases ako pará sa Perya. There is a pass between her house and mine. May maliít na landás sa

238

pagitan ng bahay niya at bahay ko.

passage, n. pasilyo; daanan; pasahe; sipì; pagpapatibay;
There is light in the **passage.** May ilaw sa pasilyo. Try to book **passage** on the boat. Sikapin mong makakuha ng pasahe para sa susunod na bapor. He quoted a **passage** from the Bible. Humangò siyá ng isang **sipì** sa Biblia. The passage of the school law pleased everybody. Ang **pagkakapatibay** ng batás tungkol sa páaralán ay ikinalugód ng lahat.

passenger. n. pasahero; sakay: lulan:
How many passengers can you accommodate? Iláng pasahero ang iyong maisasakáy?

passing away n. pagyao; pagkamatáy: pagkapatibay;
We felt the passing away of my father. Dinamdám namin ang pagkamatáy ng aking amá. The passage of the bill pleased the students. Ang pagkakapatibay ng panukalang-batás ay ikinagalák ng mga nag-aaral.

passion, n. masimbuyóng damdamin; simbuyó; masidhíng pagkahilig.

passion play, n. sinakuló;
Passion blinds reason. Nakabubulag sa isip ang masimbuyóng damdamin. She has a great passion for men. May masidhing pagkahilig siyá sa mga lalaki. You can see the passion play at Obrero during lent. Makakikita ka ng senakulo. sa Obrero kung kurisma.

passive, adj. Waláng kibô: malamíg ang loób; (gram) kabalikán);
Juan is always passive during recitation. Sa tuwina'y waláng kibô si Juan sa klase. Pinagawâ si Ramon ng tatlóng pangungusap na may pandiwang kabalikán. Ramon was asked to write three sentences in the passive voice.

passport, n. pasaporte;
One who goes abroad needs a passport. Ang isáng naglalakbáy sa ibáng bansá ay nangangailangan ng pasaporte.

past n. ang nakaraán; ang nakalipas; ang nagdaan o **pang nagdaan.** He won a great success last year. Nag-ani siya ng ma-

laking tagumpáy noóng nagdaáng taón.
woman with a past, babaing may pinagdaanan.
Julî is a woman with a past. Si Julî ay isáng babaing may pinagdaanan.

paste, v. magdikít; idikít;
Pedro pasted his papers on the wall. Idinikít ni Pedro ang kaniyáng mga papél sa dingdíng.

pastime, n. libangan;
Reading is my pastime. Pagbabasá ang libangan ko.

pastor, n. pastor;
Mr. Suncuya is a Protestant pastor. Pastor na Protestante si G. Suncuya.

pasture, n. pastulan;
Some cows are grazing at the pasture. Iláng baka ang nanginginain ng damó sa pastulan.

pat, n. tapík;
She gave me a pat on the shoulder. Binigyán niyá akó ng isáng tapík sa balikat.

pat, v. tumapík; tapikín; magmatigás;
She patted me on the shoulder; Tinapík niyá akó sa balikat. She stood

pat on what he said. Nagmatigás siyá sa kaniyáng sinabi.

patch, v. magtagpî; tagpián; magkasundô;
Can you patch his torn pants? Matatagpián mo ba ang punít niyáng pantalón? They patched things up. Silá'y nagkasundô.

patent, adj. maliwanag;
It is patent that she is lying. Maliwanag na siya'y nagsisinungalíng.

paternal adj. nauukol sa amá;
Pablo is my paternal grandfather. Pablo ang lolo ko sa amá.

path, n. landás; daán;
The path is paved with stones. Kinalatan ng bató ang daán.

pathetic, adj. kahabag-habág; kaawa-awà; nakababagbág;
That was a pathetic scene. Yao'y kahabag-habág na tánawin.

patience, n. tiyagâ; katiyagaan; paumanhín;
You have to have patience with your children. Dapat kang magkaroon ng tiyagâ sa iyóng mga anák.

patient, n. maysakít; pas-

yente;
Jose is his patient. Si
Jose ay kaniyáng pasyente.

patient, adj. matiyagâ; ma-
pagpasiyensiya;
She is a patient mother.
Siya'y matiyagáng iná.

patriot, n.. makabayan;
Rizal is the outstanding
Filipino patriot. Si Rizal
ang pinakatanyág na ma-
kabayang Pilipino.

patrol, v. pumatrulya; ru-
monda; tumalibà; taliba-
an; rondahan; patrulya-
han;
The guards patrolled the
whole night. Pumatrulya
ang mga guwardiya mag-
damág.

patron, n. parokyano; sukì;
tagatangkilik:
My sister is one of their
patrons. Ang kapatid kong
babae ay isá sa mga sukì
nilá.

patronage, n. pagtangkilik;
The patronage of the
teachers on their store
made them succeed. Ang
pagtangkilik ng mga gurò
sa kaniláng tindahan ang
ikinapagtagumpáy nilá.

pattern, n. patron; padron;
modelo; húwaran;
Nena made some patterns

for her. Gumawâ ng mga
padron si Nena para sa
kaniyá.

pauper, n. pulubi;
There is a plan to give
the paupers Christmas
gifts. May balak na big-
yán ng mga aginaldo ang
mga pulubi.

pause, v. humintô sandalî;
tumigil sandalî;
They paused for a while
and then continued. Nag-
hintô silá sandalî at sakâ
nagpatuloy.

pave, v. latagan; ihandâ;
Narra Street is closed be-
cause it is being paved.
Nakasará ang kalye Nar-
ra sapagka't nilalatagan
ng aspalto.

pavement, n. bangketa;
They planted some flower-
ing plants along the pave-
ment. Nagtaním silá ng
bulaklakin sa gilid ng
bangketa.

pawn, v. magsanglâ; isang-
la;
She is pawning her jewels.
Isinasanglâ niyá ang ka-
niyáng mga alahas.

pawnshop, n. sanglaan;
She took her earrings to
the pawnshop. Dinalá ni-
yá ang kaniyáng hikaw sa

sanglaan.

pay, v. magbayad; bayaran; ibayad;
Pay your debts. Bayaran mo ang iyóng mga utang.

pay attention, v. pansinín; pakinggán;
Don't pay attention to her. Huwág mo siyang pansinín;

pay back, v. bayaran;
He will pay you back on Wednesday. Bábayaran ka niyá sa Miyerkoles.

pay cash, v. magbayad nang kaliwaan;
Pay him cash. Magbayad ka nang kaliwaan.

pay respects, v. maghandóg ng mapitagang batì;
Pay your respects to the queen. Maghandog ka ng mapitagang batì sa reyna.

pay, n. sahod; suweldo; upa;
Have you received your pay? Tumanggáp ka na ba ng sahod mo?

paymaster, n. pagador; tagapagbayad;
Mr. Navarro is a paymaster. Si G. Navarro ay isáng pagador.

payment, n. bayad; pagbabayad;
My payment is two pesos. Ang bayad ko ay dalawáng piso.

payroll, n. peyrol; talaupahan;
Francisco prepared the payroll. Inihandâ ni Francisco ang peyrol.

pea, n. gisantes;
I cooked some peas last Sunday. Naglutò akó ng gisantes noóng linggó.

peace, kapayapaan; katahimikan;
There is no peace in their home. Walang katahimikan sa kaniláng tirahan.

peaceful, adj. tahimik; matahimik; payapà; mapayapà;
They have a peaceful home. May matahimik siláng tirahan.

peak, n. tugatog; taluktók; ituktók; tuktók; karurukan;
The peak of the mountain is cloudy. Maulap ang tuktók ng bundók.

peanut, n. manê;
I eat peanuts. Kumakain akó ng manê.

pear, n. peras;
Most pears are imported. Maraming peras ay angkat sa ibáng bansá.

pearl, n. perlas;
I like pearl earrings. Gusto ko ng perlas na hikaw.

peasant, n. magsasaká; ta-

gabukid;
The peasant is dressed poorly. Nakadamít ng hindî mainam ang magsasaká.

peck, v. tumukâ;
The rooster is pecking palay on the ground. Tumutukâ ng palay sa lupà ang tatyaw.

peculiar, adj. katangi-tangì; pambihirà;
This boy is peculiar. Katangi-tangì ang batang itó.

pedal, n. pedal;
The pedal of the machine got broken. Nasirà ang pedál ng mákina.

peddle, v. maglakò; ilakò;
He peddles his own books. Siyá ang naglalakò ng sarili niyáng mga aklát.

pedestrian, n. taong naglalakad; ang naglalakád;
There is no lane for pedestrians in our street. Waláng landás para sa mga naglalakád sa aming kalye.

peek, v. sumilip;
He can peek through the hole. Makasisilip siyá sa butas.

peel, v. talupan; magtalop;
Please peel the kamotes

for me. Pakitalupan mo mo ngâ ang kamote pará sa akin.

peep, v. silipin; sumilip;
Peep her through the small hole. Silipin mo siyá sa maliit na butas.

peerless, adj. waláng kaparis; waláng kapantáy;
Carlos is a peerless soldier. Si Carlos ay isáng kawal na waláng kaparis.

peg, n. pakong kahoy o kawayan;
The foot of the chair is pegged to the seat. Nakapakò sa úpuan ang paa ng silya.

pelvis, n. balakáng;
When she slipped she broke her pelvis. Nang siyá'y madulás, nabalì ang kaniyáng balakáng.

pen, n. pluma; panitik; kúlungan;
She has a new pen. May bago siyáng pluma. The pig is kept in a pen. Ang baboy ay nakakulong sa kúlungan.

penalty, n. parusa;
What is the penalty for not crossing the pedestrian lane? Ano ang parusa sa hindî paggamit ng daanan ng mga pasahero o nagla-

lakád?

pencil, n. lapis;
It is necessary to have more than one pencil. Kailangang magkaroón ng higit sa isáng lapis.

pending, adj. nakabitin; hindî napagpapasiyahán.
The judge has many pending cases. Maraming kaso na hindî pa napasisiyahán ng hukóm.

pending, prep. habang naghihintáy;
Pending the arrival of the accused, the defendant left the room for a while. Samantalang o habang hindî dumarating ang násasakdál ay lumabás muna sandalî ang naghablá, o nagmamasakit.

penetrate, v. maglagós;
The bullet penetrated his brain. Naglagós sa kaniyáng utak ang bala.

penitent, n. ang nagsisisi o nagtitika;
The penitent Peter asked for forgiveness. Nanghingî ng kapatawarán ang nagsisising si Pedro.

penny, n. pera; sentimos;
I gave her a penny. Binigyán ko siyá ng isáng pera.

pension, n. pensyon;
I shall begin to receive pension, next year if God is willing. Tatanggáp na akó ng pensyon sa isáng taón kung ipagkakaloób ng Diyós.

pensive, adj. nag-iisíp;
He is in pensive mood. Siyá'y anyóng nag-iisíp.

people, n. mga tao; bayan; taong bayan; bansá;
You cannot fool the people all the time. Hindî mo maloloko ang mga tao sa lahat ng oras.

pepper, n. paminta; sili;
Pepper is hot. Maangháng ang pamintá at sili.

per, adj. bawa't isá; ang isá;
Sugar costs sixty centavos per kilo. Ang bawa't kilo ng asukal ay nagkakahalagá ng animnapung sentimos.

perceive, v. mápansín; mádamá; mapaghulò; mapagkilala;
I cannot perceive the veracity of her statement. Hindi ko mapaghulò ang katunayan ng kaniyáng sinabi.

percent, n. porsiyento; bahagdán;

What percent of the people are illiterates? Anong bahagdán ng mga tao ang hindî nakababasa at nakakasusulat?

perfect, adj. ganáp; sakdál; sukdulan ng kabutihan;

perfect, adj. waláng kapintasan;
The transistor she sold is perfect. Ang transistor na ipinagbilí niyá ay waláng kapintasan.

perforate, v. butasin;
Perforate the paper so you can see through. Mabuti pa ay butasin mo ang papel para makakita ka o makasinag kayâ.

perform, v. gampanán;
She cannot perform miracles. Hindî siyá makagagawâ ng mga himalâ.

performance, n. pagganáp;
The performance of her duty pleased me. Ang pagganáp ng kaniyáng tungkulin ay ikinalugód ko.

perfume, n. pabangó;
Give me a bottle of perfume as present. Bigyan mo ako ng isang botelyang pabango na aginaldo.

perhaps, adv. marahil; kaipalà:

Perhaps I shall be home at five. Marahil nasa bahay na akó sa ikalimá ng hapon.

peril, n. panganib; kapanganiban;

perilious, adj. mapanganib;
He made a perilous journey. Gumawâ siyá ng isáng mapanganib na paglalakbáy.

period, n. tuldók; oras; panahón;
The period for study is no longer found on the student's program. Ang oras ng pag-aaral ay walâ na ngayón sa programa ng mga nag-aaral. We use a period in an imperative sentence. Gumagamit tayo ng tuldók sa pangungusap na pautós.

periodical, n. pahayagán; peryodiko;
We should read periodicals every day. Dapat tayong bumasa ng mga páhayagán araw-araw.

perish, v. mamatáy;
Two soldiers perished in the battle. Dalawáng kawal ang namatáy sa labanán.

permanent, adj. palagian; pirmihan; permanente;

He has no permanent job.
Walâ siyáng pirmihang
trabaho.

permission, n. pahintulot;
permiso;
He has permission to go
abroad. May pahintulot
siyáng pumuntá sa ibáng
lupaín.

permit, v. pahintulutan;
itulot:
Permit her to go to the
dance. Pahintulutan mo
siya na pumuntá sa sáya-
wan.

perpendicular, adj. papata-
yô:
The lines she drew are
perpendicular. Patayô ang
mga guhit niyáng gina-
wâ.

perpetual, adj. waláng kata-
pusán; pálagian; pangha-
bang-panahón;
Did she make a perpetual
vow? Gumawâ ba siyá ng
isáng pangakong pangha-
bang buhay?

perplex, v. lituhín; malitó.
This problem perplexes
me. Nililitó akó ng pro-
blemang itó.

persecute, v. pag-usigin;
The missionaries were
persecuted. Pinag-uusig
ang mga misyonero.

perseverance, n. pagtitiya-
gâ; tiyagâ;
She has to have persever-
ance. Kailangan siyang
magkaroón ng pagtitiyagâ.

persist, v. magpumilit;
She persisted in going to
the movie. Nagpumilit si-
yang manoód ng sine.

person, n. tao; tauhan; ka-
tauhan; pakatao; (gram)
panauhan;
Pronouns have three per-
sons. May tatlóng pana-
uhan ang mga panghalíp.
I want to see her in per-
son. Ibig kong makita ang
kaniyang katauhan.

personal, adj. pansarili; sa-
rili;
That refrigerator is my
personal property. Ang
refrigerator ay sarili kong
pag-aarì.

personnel, n. tauhan ng
isáng tanggapan;
Who has charge of the
personnel in this office?
Sino ang nakaaalám ng
mga tauhan sa opisinang
ito?

perspiration, n. pawis;
Her clothes are wet with
perspiration. Basâ ng pa-
wis ang kaniyáng damít.

perspire, v. pawisan; pagpawisan;
They perspired profusely because of fear. Pinagpawisan kamí nang labis dahil sa takot.

persuade, v. himukin; mahimok; mapahinuhod;
She can persuade her to stay here. Mahihimok niyá siya na tumigil dito.

pertain, v. maukol; máhinggíl;
The papers pertaining to her case were stolen. Ang mga papeles na nauukol sa usapín niyá ay nanakaw.

perturb, v. magulumihanan; mabalisa;
She is perturbed because of the news about the war. Nagugulumihanan siyá dahil sa balità tungkól sa gera.

pervade, v. laganapan;
Sorrow pervades the town. Lumaganap ang kalungkutan sa bayan.

pervert, v. akayin sa kasamaan; gamitin sa masamâ;
Some girls from the provinces are perverted to enter ill-refute houses. Ilang batang babae na taga probinsiya ay naaakay na pumasok sa mga bahay ng masasamáng babae.

peso, n. piso;
I pay her a peso a day. Binabayaran ko siya ng piso isáng araw.

pest, n. salot; peste;
There was a pest in Mindanao that claimed many lives. Nagkaroón ng salot sa Mindanaw na pumuti ng maraming buhay.

pester, v. buwisitin; yamutín;
She just comes here to pester me. Naparirito siyá para buwisitin akó.

pestle, n. halo;
People who pound rice in the mortar use pestles.

pet, v. palayawin;
Don't pet your child too much. Huwág mong lubháng palayawin ang iyóng anák.

pet, adj. paborito;
This is my pet dog. Ito ang aking paboritong aso.

pet, n. alagang hayop;
This kitten is my only pet. Ito lamang ang aking alagang hayop.

petal, n. talulot; petalo;
The flower has only five

petals. Ang bulaklák na iyán ay may limáng petalo lamang.

petition, v. humiling; hilingin;
Petition the governor for pardon. Hilingín mo sa gubernador na patawarin ka.

petition n. hilíng; kahilingan;
I sent a letter of petition to the committee. Nagpadalá akó ng sulat ng kahilingan sa lupon.

petty, adj. hamak; maliít;
You have to overlook petty things. Kailangan mong huwág pansinín ang maliliít na bagay.

pharmacy, n. parmasya;
Pharmacy is her career. Parmasya ang kaniyáng karera.

philosopher, n. pilosopo;
You act like a philosopher. Kung kumilos ka ay parang isáng pilosopo.

phone, n. telepono;
We have a telephone at home. May telepono kamí sa bahay.

phonograph, n. ponograpo;
Play your phonograph. Tugtugín mo ang ponograpo.

photo, n. larawan; retrato;
That is a good-looking photo. Magandá ang larawang iyán.

phrase, n. parirala; prase;
A phrase has no subject. Ang parirala ay walang simunò.

physical, adj. ukol sa katawán;
Physical exercise is needed every day. Kailangan ang ehersisyo sa araw-araw.

physician, n. manggagamot; mediko; duktor;
My physician is abroad. Nasa ibang lupain ang aking manggagamot.

pianist, n. piyanista;
The Chinese pianist won the prize. Ang piyanistang intsík ang nanalo o nakakuha ng premyo.

pick, v. pumitás; mamitás; pitasín;
You can pick a few guavas. Makapipitas ka ng iláng bayabas. Don't pick the raw fruit. Huwag mong pitasín ang hiláw.

pick out, v. piliin;
Pick out the ripe ones. Piliin mo ang mga hinóg.

pick up, v. pulutin; damputín; pumulot;
Pick up the papers on the the floor. Pulutin mo ang mga papél sa sahíg.

pickle, n. atsara; kilawín;
I like pickles. Gustó ko ng atsara.

picture, n. larawan; retrato; paglalarawan; pelikula;
She had her picture taken. Nagpakuha siyá ng larawan.

pie, n. pay;
I used to make pineapple pie. Noóng araw ay gumagawâ akó ng pay na pinya.

piece, n. tugtugin; bahagi; kaputol;
Nais kong mariníg ang tugtuging balse.
I wish to hear some waltz. Give me a piece of bamboo. Bigyan mo ako ng kapiraso o kaputol na kawayan.

break into pieces, v. magkadurug-duróg;
The plate was broken into pieces. Nagkadurug-duróg ang plato.
I want to dance that piece.

Ibig kong isayáw ang tugtuging iyón.

pier, n. lunsaran; piyer;
They went to the pier at eight. Nagpuntá silá sa piyer kaninang ikawaló.

pierce, v. saksakin; duruin; naglagos;
The arrow pierced his heart. Naglagos sa pusò niyá ang sibát o nasaksák ang pusò niyá ng sibát.

pig, n. baboy;
He takes good care of the pig. Inaalagaan niyáng mabuti ang baboy.

pigeon, n. kalapati;
The pigeon is very tame. Maamò ang kalapati.

pigpen, n. kulungan ng baboy;
She keeps her pigs in a pigpen. Ikinukulong niya ang mga baboy niya.

pile, v. magbuntón; ibuntón;
Pile the pieces of wood for fuel. Ibuntón mo ang mga piraso ng kahoy na panggatong.

pile, n. buntón;
There is a pile of stones under the house. May buntón ng bató sa ilalim ng bahay.

pilfer, v. umitín; mangumít;
The laborer tried to pilfer the boxes in the warehouse. Ang manggagawà ay sinubok na mang-um't sa mga kahón na nasa bodega.

pill, n. pildoras;
I am taking two pills a day. Kumakain akó ng dalawáng pildoras isáng araw.

pillar, n. haligi;
The new building has big pillars. Ang bagong gusalì ay may malalakíng haligi.

pillow, n. unan;
I need new pillows. Kailangan ko ng mga bagong unan.

pilot, v. ugitan; pilotohan;
Cezar will pilot the new plane. Uugitan ni Cesar ang bagong eroplano.

pimple, n. tagihawat;
She has many pimples. Maraming tagihawat siyá.

pin, v. aspilihan;
Pin your dress. Aspilihan mo ang iyóng barò.

pinch, v. kurutín; sipitin;
She pinched me because I was teasing my sister. Kinurót niyá akó sapagká't tinutuksó ko ang aking kapatíd na babae. I wanted to pinch the ember but I have no pinchers.. Ibig kong sipitin ang baga nguni't walâ akóng sipit.

pine, v. hanap-hanapin;
She was pining for the gone-by days. Hinahanaphanap niyá ang mga araw na lumipas.

pine, n. pino;
Pines are salable during Christmas time. Mabilí ang pino kung magpapasko.

pineapple, n. pinya;
Pineapples are plentiful in Bukidnon. Maraming pinya sa Bukidnon.

pink, adj. rosas;
I have a pink dress. Mayroón akong rosas na barò.

pinnacle, n. taluktók;
He has reached the pinnacle of success. Naabot na niyá ang taluktók ng tagumpáy.

pious, adj. banál; relihiyoso.
He is a pious man. Banal na tao siyá.

pipe, n. pito; pangití (ng damít);
Toledo plays his bamboo pipe well. Magaling tutugtóg ng pitong kawayan si Toledo. Mother put piping around the neck of his poloshirt Nilagyán ni Iná ng pangití ang liig ng kaniyáng polosiyert.

pirate, n. tulisang dagat; pirata; mandarambóng;
There are not so many Moro pirates nowadays. Walâ nang maraming piratang Moro ngayón.

pistol, n. pistola; rebolber;
Floro has a pistol. May rebolber si Floro.

pit, n. hukay;
Put the garbage into the pit and burn it. Ilagáy mo ang basura sa hukay at sigán mo.

pitch, v. ihagis; magtirik; magtayô;
Can you pitch the ball? Maihahagis mo ba ang bola? Let us pitch a tent. Tayo ay magtirik ng tolda.

pitch, n. tono; hagis;
She gave a high pitch. Nagbigay siyá ng mataás na tono.

pitiful, adj. kaawa-awà; kahabag-habág;
She is a pitiful woman. Nakaaawà siyáng babae.

pity, n. awà; habág;
She has no pity on him. Walâ siyáng awà sa kaniyá.

pity, v. maawà; kaawaán;
Pity your grandma. Kaawaan mo ang iyong lola.

place, n. poók; lugar; pitak; puwesto;
There is no place like home. Waláng poók na katulad ng ating táhanan.

place, v. ilagay;
Place the book on the table. Ilagay mo ang aklat sa mesa.

plain, n. kapatagan;
There are wide plains below the mountain. May malapad na kapatagan sa ibabâ ng bundók.

plain, adj. makinis; pantay; patag; simple;
Her lover is a plain man. Isáng simpleng tao ang nanunuyò sa kaniyá.

plaintiff, n. ang nagsakdál;
I am the plaintiff in the case to be heard in January. Akó ang nagsakdál

sa usapín na lilitisin sa Enero.

plan, v. magbalak; balakin; magplano;
She plans to leave when Pedro comes. Nagbabalak siyáng umalís pagdatíng ni Pedro.

plan, n. balak; plano;
I have a plan to go to Europe. May balak akong pumuntá sa Europa.

plant, v. magtaním; itaním; itirik; itayô;
Let us plant some roses. Tayo'y magtaním ng rosas. They planted the white flag on top of the mountain. Itinirik nilá ang putíng bandilà sa itaás ng bundók.

plantation, n. patanimang bukid; asyenda;
They own a coconut plantation in Albay. Mayroón silang asyenda na may taním na niyóg sa Albay.

plastic, n. plastik;
So many things now are made of plastic. Maraming bagay ngayón na gawâ sa plastik.

plate, n. pinggan; plato; plaka (ng auto)

He broke a big plate. Nakabasag siyá ng malakíng plato. They went to get the car plate. Kinuha nilá ang plaka ng auto.

platform, n. plataporma; pahayag ng mga simulain;
They built a platform for the Christmas program. Nagtayô silá ng entablado pará sa palátuntunang pamaskó. What is the platform of the party? Ano ang plataporma ng lapián?

play, v. maglarô; gumanáp; tumugtóg; magsugál;
They went out to play. Lumabás silá pará maglarô. Do you play the piano? Tumutugtóg ka ba ng piyano? She plays mahjong? Nagsusugal ka ba ng mahjong?
n. larô; sugál; dulà;

playground, n. pálaruán;
The children are playing on the playground. Nagsisipaglarô sa pálaruan ang mga batà.

playmate, n. kalarô;
Luisa is Laura's playmate. Kalarô ni Luisa si Laura.

plaything, n. laruán;
She has many playthings.
Marami siyáng laruán.

plaza, n. líwasan; plasa;
The musicians are playing
in the plaza. Ang mga mu-
siko ay tumutugtóg sa
plasa.

plead, v. lumuhog; sumamò;
makiusap; dahilanín;
He pleaded with his moth-
er. Lumuhog siyá sa ka-
niyáng iná.

pleasant, adj. kaiga-igaya;
kalugud-lugód;
We had a pleasant journey.
Nagkaroón kamí ng kaiga-
igayang paglalakbáy.

please, v. masiyahán; mang-
yari; pakibagayan;
We were pleased with the
boy. Nasisiyahán kamí sa
batà.
Please go home. Mangya-
ring umuwî ka na.
It is hard to please the
old man. Mahirap pakiba-
gayan ang matandâ.

pleasure, n. kagalakan;
We had the pleasure of
meeting her mother. Buong
kagalakan kaming naki-
pagkita at nakipagkilala sa
kaniyáng iná.

pledge, v. ipangakò; isang-
lâ;
We pledged to help her.
Nangakò kaming tutulong
sa kaniyá.

n. sanglâ; pangakò; pren-
da;
I pledged my bracelet to
her. Isinanglâ ko sa ka-
niyá ang relos kong de pul-
sera.

plenty, adj. kasaganaan;
She is living in plenty.
Nabubuhay siya sa kasa-
ganaan.

adj. saganà;
We have plenty of rice. Sa-
ganà kamí sa bigás.

plot, n. balangkás; masamáng
balak;
She wrote the plot of the
story. Isinulat niyá ang
balangkás ng kuwento. The
plot to kill the king was
discovered. Ang masa-
máng balak na patayín ang
harì ay nátuklasan.

plow, v. araruhin; mag-ara-
ro;
Pedro plows his field. Ina-
araro ni Pedro ang kani-
yáng bukid.

n. araro; Ang kaniyáng ara-
ro ay mabigát. His plow
is heavy.

plumber, n. plumero; tubero;
The plumber fixed our
faucet. Inayos ng tubero
ang aming gripo.

plump, adj. matabâ; mabi-
bilog;
The hen given by Isabel
is plump. Ang inahin na
ibinigáy ni Isabel ay mata-
bâ.

plunge, v. lumundág; ibaón;
Jose plunged into the river.
Lumundág sa ilog si Jose.

plural, n. máramihan;
The plural of boy is boys.
Ang maramihan ng batà
ay mga batà.

plus, prep. dagdagán ng;
Two plus two equals four.
Dalawá at sakâ dalawa ay
apat.

plywood, n. playwud;
Doors made of plywood
are not good. Hindî mai-
nam ang pintô na yarì sa
playwud.

pneumonia, n. pulmoniya;
Juan is sick of pneumonia.
Si Juan ay maysakít na
pulmoniya.

pocket, n. bulsá;
Her dress has a big pocket.
May malakíng bulsá ang
kaniyáng barò.

poem, n. tulâ;

She committed a poem to
memory. Isinaulo niyá
ang isáng tulâ.

poet, n. makatà;

point, n. itutok; tutukan;
iturò;
He pointed a gun at her.
Itinutok niyá ang baril sa
kaniyá.
He pointed her mistake
to me. Itinurò niyá sa akin
ang kaniyáng malî.

n. tulis; tangos; puntos;
The point of the knife is
dull. Ang tulis ng kutsilyo
ay mapuról. They won the
game by two points.
Nanalo silá sa pamamagi-
tan ng dalawáng puntos.

pointed, adj. matulis;
He has a pointed dagger.
May matulis siyáng sun-
dáng.

poise, n. bikas; tindíg;
She has strong poise. May
magandá siyáng tindíg.
He tried to poison his wife
but failed. Sinikap niyang
lasunin ang kaniyang asa-
wa, ngunit hindî nagta-
gumpáy.

poison, n. lason. There is
poison in the bottle. May
lason sa botelya.

pole, n. tikín;

They use poles. Gumagamit silá ng tikín.

policeman, n. pulisya; pulís;
I called on the policeman when my watch was snatched. Tinawag ko ang pulisya nang agawin ang aking relos.

policy, n. patakaran; polisa
What is the policy of the government regarding this matter? Anó ang patakarán ng pámahalaán tungkól sa bagay na itó?

polish, v. pakinisin; pinuhin; pakintabín;
Can you polish his shoes? Mapakikintáb mo ba ang kaniyáng sapatos?

polite, adj. magalang;
He is a polite boy. Siyá'y magalang na batang lalaki.

politics, n. pulitika:
He is very fond of politics. Mahilig siyá sa pulitika.

pollute, v. salaulaín; parumihín:
The children polluted the water. Sinalaulà ng mga batà ang tubig.

poloshirt, n. polosiyert;
I bought him a new poloshirt. Ibinili ko siyá ng bagong polosiyert.

pomade, n. pamada;
Cezar needs pomade. Nangagailangan ng pamada si Cezar.

pompous, adj. marangyâ; magarbo;
They had a pompous feast. Nagkaroón silá ng isáng marangyáng pista.

pond, n. lawà;
There are fish in the pond. May mga isdâ sa lawà.

ponder, v. nuynuyín; bulay-bulayin;
She is pondering at what happened to their family. Binubulay-bulay niya ang mga nangyari sa kanilang angkan.

pool, n. labák; sapà;
Some people throw garbage into the pool. May taong nagtatapon ng basura sa sapà.

poor, adj. maralitâ; mahirap; dukhâ; mahina;
Lauro gets poor grades. Mababà ang mga marka ni Lauro.

pope, n. Papa;
The Pope is travelling in the Eastern countries. Ang Papa ay naglalakbay sa mga bansáng Silangan.

popular, adj. popular;
Rosa is popular among the

students. Popular si Rosa sa mga nag-aaral.

population, n. ang mga tauhang naninirahan sa isang lugal;
The population of Manila has increased very much, Malaki ang idinami ng mga naninirahan sa Maynilà.

porcelain, n. porselana;
My washpan is made of porcelain. Ang aking palanggana ay gawâ sa porselana.

porch, n. beranda;
She placed some chairs at the porch. Naglagáy siya ng mga silya sa beranda.

pork, n. karne ng baboy;
The Moros do not eat pork. Hindî kumakain ng karneng baboy ang mga Moro.

port, n. daungan;
I met her at the port. Nakilala ko siya sa daungan.

porter, n. bantáy-pintô; portero;
Sabas is a porter. Si Sabas ay bantáy-pintô.

portion, n. bahagi; kaparte;
Give me a portion of your orange. Bigyán mo akó ng bahagi ng iyóng suhà.

portrait, n. larawan;
There is a beautiful portrait in their office. May magandáng larawan sa kaniláng tanggapan.

portray, v. ilarawan;
Can you portray the principal character? Mailalarawan mo ba ang tauhang pangunahín?

position, n. katáyuan; kalagayan; pagkakálagay; paninindigan; tungkulin;
What is her social position? Anó ang kaniyáng katayuan sa lipunan? He has a high position in the government. May mataás siyáng tungkulin sa pámahalaán.

positive. adj. tiyak; waláng pag-aálinlangan;
I am positive that he will go to the dance. Tiyák na pupuntá siyá sa sáyawan.

possess, v. magmay-arì;
You ought to possess a gun. Dapat kang magmay-arì ng isáng baril.

possession, n. pag-aarì; ariarian;
The poor woman lost all her possessions during the

war. Ang mahirap na ba-
bae ay nawalan ng lahát
ng pag-aarí noóng gera.

possessive, gram. paarî; ma-
pag-angkín; mapagkaniyá;
A possessive person will
not make a good friend.
Hindî mabuting kaibigan
ang isáng taong mapang-
angkín. My umbrella is
old. Ang aking payong ay
lumà. My is in the possess-
ive case. Aking ay paarî
ang kaukulán.

possible, adj. maaarì; posi-
ble;
It is possible that you will
be a candidate. Maaarî
na ikáw ay magíng isáng
kandidato.

possibly, adv. marahil; kai-
palà;
We shall possibly stop at
Hongkong. Marahil ay hi-
hintô kamí sa Hongkong.

post, v. maglagáy; magka-
bít; ihulog;
Post no bills in front of
our house. Huwág kayóng
maglagáy ng babalâ sa ta-
pát ng aming bahay.

post, n. poste; haligi; pu-
westo; koreo;
His house has strong
posts. Matitibay ang mga
haligi ng kaniyang bahay.

post-office, n. post-opis;
tanggapan ng koreo;
I dropped my cards at the
post-office. Inihulog ko
sa post-opis ang aking
mga tarheta.

postage. n. bayad (sa pagpa-
padalá sa pamamagitan
ng koreo);
How much postage did you
pay for sending your let-
ter? Magkano ang bayad
mo sa pagpapadalá ng
iyóng sulat?

postpone, v. iliban; ipagpa-
liban; itayong; magpali-
ban;
They postponed their trip
twice. Makalawá nang
iliban ang kaniláng pag-
lalakbáy.

postscript, n. habol (sa su-
lat);
There is a postscript in his
letter. May habol sa ka-
niyáng sulat.

posture, n. ayos;
He has a good posture.
May magandá siyáng ayos.

pot, n. palayók; pasò;
I gave them a pot of rice.

Binigyán ko sila ng isáng palayók na kanin.

potato, n. patatas;
Potatoes cost a peso a kilo. Piso isáng kilo ng patatas.

potter, n. manggagawà ng palayók;

pouch, n. butsé (ng manók); supot;
There is corn in the chicken's pouch. Mayroóng maís sa butsé ng manók.

pounce, v. sagpangín;
The dog pounced upon the chicken. Sinagpáng ng aso ang manók.

pound, v. magbayó; bayuhín; kumatók (nang malakás);
Very few people pound rice nowadays. Bihirà nang tao ang nagbabayó ngayón ng palay.

pour, v. ibuhos; magbuhos;
Who poured the water into the glass? Sino ang nagbuhos ng tubig sa baso?

pout, v. lumabì; labian;
She pouted at her sister. Nilabian niyá ang kaniváng kapatíd na babae.

poverty, n. karalitaan; kahirapan;
Extreme poverty made him steal. Ang masiyadong kahirapan ang nagbunsód sa kaniyá sa pagnanakaw.

powder, n. pulbós;
I have enough powder to last for a year. May pulbos akóng sapát na tumagal sa isáng taón.

power, n. kapangyarihan; lakás; kakayahán;
He has no power over her. Walâ siyáng kapangyarihan sa kaniyá.

practise, v. magsanay; sanayin;
The players practice every other day. Ang mga maglalarò ay nagsasanay tuwíng ikalawáng araw.

practice, n. pagsasanay; praktis; gawî; gawâ;
There's no practice today. Waláng praktis ngayón.

praise, v. papurihan; purihin; pumuri;
Everybody praises Vicente. Lahat ay pumupuri kay Vicente.

praise, n. papuri;
His praises for her made her proud. Ang mga papuri niyá sa kaniyá ang

nakapagpayabang sa ka-
niyá.

prawn, n. uláng;
I eat prawns. Kumakain
ako ng ulang.

pray, v. magdasál; manala-
ngin; idalangin;
Pray for my brother, Ipa-
nalangin mo ang aking
kapatid na lalaki.

preach, v. magsermon;
He tried to preach to his
relatives. Sinikap niyang
magsermon sa kaniyang
mga kamag-anak.

preamble, n. pambungad;
panímulâ;
She has memorized the
preamble of the constitu-
tion. Nasasaulo niyá ang
pambungad ng saligáng-
batás.

precarious, adj. mabuway;
di-panatag; mapanganib;
Her mother is in a preca-
rious condition. Ang ka-
niyáng iná ay nasa ma-
panganib na kalágayan.

precede, v. manguna;
His invitation precedes
his departure. Ang kani-
yáng anyaya ay nauna o
nanguna sa kaniyáng pag-
alís.

precinct, n. presinto;
The policeman I know is
in precinct 3. Ang kilala
kong pulis ay nasa presin-
to 3.

precious, adj. mahalagá;
She sold a precious stone.
Ipinagbili niyá ang isáng
mahalagáng bató.

precise, adj. tiyák;
Her desire is precise Ti-
yák ang kaniyáng hangád.

predecessor, n. ang sinun-
dan; ang hinalinhán;
His predecessor was a
strict principal. Ang ka-
niyáng hinalinhán ay ná-
pakabagsik na prinsipal.

predicate, gram, panagurì;
The predicate of a sen-
tence is a verb. Ang pa-
nagurî ng isáng pangu-
ngusap ay isang pandiwà.

predict, v. hulaan;
Can you predict the weath-
er next week? Mahuhulaan
mo ba ang panahón sa
isáng linggó

predominant, adj. nangingi-
babaw; namamayanì;
The predominant color is
red. Ang kulay na nama-
mayanì ay pulá.

preface, n. páunáng salitâ;
The preface of the book

was written by another author. Ang páunáng salitâ ng aklat ay sinulat ng ibáng mánunulat.

prefer, v. naisin nang higit kaysa; mabutihin;
I prefer chicos to oranges. Nais ko ang tsiko nang higit kaysa dalanghita.

prefix, n. unlapì;
The prefix of matao is ma. Ang unlapi ng matao ay ma.

premature, adj. walâ pa sa panahón;
Her delivery is premature. Ang kaniyang panganganák ay walâ pa sa panahón.

premonition, n. kutób ng loób;
She had a bad premonition. May masamâ siyáng kutób ng loób.

preparation, n. paghahandâ;
The preparation was begun. Nagsimulâ na ang kaniláng paghahandâ.

prepare, v. gumayák; maghandâ; ihandâ; igayák;
Prepare the house for the guests. Ihandâ mo ang bahay para sa mga bisita.

preposition, n. pang-ukol;
The preposition is omitted.

Inalis ang pang-ukol.

prescribe, v. ipag-utos; ihatol;
The doctor prescribes for the patient. Ang doctor ay naghahatol sa maysakít.

presence, n. pagharáp; haráp; pagdaló;
His presence is needed at the meeting. Ang pagharáp niyá ay kailangan sa miting.

present, v. ipakilala; magtanghál; magharáp;
I present to you my old friend, Tomas. Ipinakikilala ko sa iyo ang aking datihang kaibigan na si Tomas.

present, n. kasalukuyan; handóg; alay; regalo;
The present he gave her is expensive. Ang handóg niyá ay mahalagá.

present, adj. nasa;
He was present at the dance. Siyá'y nasa sáyawan.

presentation, n. paghahandóg; pagkakaloób; pagaalay; pagtatanghál;
The presentation of the building was well attended. Ang paghahandóg ng

gusalì ay dinaluhán ng maraming tao.

preservation, n. pagpapanatili; pangangalagà; pag-iimbák;
The preservation of foods is necessary Ang pag-iimbák ng pagkain ay kailangan.

preserve, v. pangalagaan upáng manatili; imbakín; mag-imbák;
I know how to preserve some foods. Marunong akóng mag-imbák ng pagkain.

preserve, n. kusilba;
We made some condol preserves. Gumawa kami ng kusilbáng kondól.

preside, v. pamahalaan; panguluhan;
Who will preside over the meeting? Sino ang mangungulo sa miting?

president, n. pangulo; presidente;
The president of the class is Mr. Reyes. Si G. Reyes ang pangulo ng klase.

press, v. daganán; pisilín; pindutín; plantsahin; mag-plantsa;
She is pressing my dress. Pinaplantsa niyá ang barò ko.

n. pahayagán; imprenta; limbagan;
There should be freedom of the press in every country. Dapat magkaroon ng kalayaan ng pahayagan sa lahát ng bansá.

pressure, n. presyón; lakás; kapangyarihan; kabantugán; prestihiyo;
He has lost his prestige. Nawalán na siyá ng karangalan.

pretend, v. magkunwâ; magkunwarì;
She pretends to be ignorant. Nagkukunwarì siyáng inosente.

pretext, n. dahilán; pagkukunwarî;
His pretext was discovered. Ang pagkukunwarî niya ay nátuklasán.

pretty, adj. marikít; kaakit-akit;
She is a pretty girl. Kaakit-akit siyang batang babae.

prevail, v. managumpáy; manaig; mangibabaw; umiral; makapaghari; himukin;
You prevail upon him to

come. Himukin mo siyáng pumarito.

prevalence, n. pangingibabaw; pananaíg; pamamalagì;

There is a prevalence of tuberculosis in our country. May pamamalagì ng tuberculosis sa ating bayan.

prevent, v. sansalain; hadlangán; pigilin; sumansalà; humadláng; mapigil; makapigil;

How can you prevent the disease from spreading? Paano mong mapipigil ang pagkalat ng sakít?

prevention, n. pagpigil; paghadláng; pagsansalà.

The prevention of the spread of the disease is necessary. Kailangan ang paghadláng sa pagkalat ng sakít.

price, v. halaga; presyo;

Give me the price of your book. Ibigáy mo sa akin ang halagá ng iyóng aklát.

prick, v. duruin; sundutín; papanayuin;

You have to prick the condol before soaking it in lye. Kailangang sundutín mo ang kondól bago mo iba-

bad sa apog.

The dog pricked his ears. Pinapanayô ng aso ang kaniyáng mga tainga.

prickly heat, n. bungang araw;

I have no prickly heat. Walâ akóng bungang-araw.

pride, n. pagpapahalagá sa sariling dangál; pagmamalakí;

He certainly has pride. Tunay na siyá'y may tagláy na pagmamalakí.

priest, n. parì;

The priest was sent for by the patient. Ipinasundô ng maysakít ang parì.

prime, n. kasikatan; kasariwaan;

Pedro was in the prime of life when he met her. Si Pedro ay nasa kasikatan nang makilala niyá siyá.

procession, n. prusisiyon;

The procession on Holy Thursday is usually very long. Karaniwan ang prusisyon kung Huebes Santo ay nápakahabà.

proclaim, v. ipahayag;

She was proclaimed winner in the contest. Siya'y ipinahayag na nanalo sa paligsahan.

proclamation, n. pahayag;
The proclamation of the winner was made last night. Ang pagpapahayag ng nagtagumpáy ay ginawâ kagabí.

procure, v. kumuha; gawán ng paraáng maisagawâ; Jose went out to procure some food. Si Jose ay lumabás upang kumuha ng pagkain.

prodigal, adj. alibughâ; The prodigal son came back to ask for forgiveness from his father. Ang alibughang anák ay nagbalík upáng humingî ng patawad sa kaniyáng amá.

prodigy, n. isáng taong kahanga-hangà; Adela's daughter is a musical prodigy. Ang anak na babae ni Adela ay isang kahanga-hangà sa musika.

product, n. produkto; Juan is a product of the old school. Si Juan ay isáng produkto ng matandáng páaralán.

profane, adj. lapastangang pananalitâ; She uttered some profane language. Nagsalitâ siyá ng lapastangang pananalitâ.

profess, v. magkunwâ; magsabi nang hayagan; She professed innocence. Nagkunwâ siyáng waláng sala.

profession, n. hanapbuhay; propesyon; pahayag ng pananampalataya; Teaching is her profession. Pagtuturò ang kaniyáng hanapbuhay.

profit, v. tumubò; makinabang; He profited by the experience of others. May natutuhan siyá sa karanasán ng ibá.
n. tubò; pakinabang; She made one hundred pesos profit. Nakagawâ siyá ng sandaáng pisong pakinabang.

profound, adj. malalim; He showed a profound interest in his work. Nagpakita siya ng malalim na kasiyahan sa kaniyang trabaho.

profuse, adj. saganà; masaganà; When he cut his finger there was a profuse bleeding. Noóng masugatan ang

kaniyáng dalirì ay nagka-
roón ng masaganang pag-
durugô.

progeny, n. suplíng; anák;
He has a hunchback pro-
geny. Mayroón siyáng ku-
bang anák.

program, n. palátuntunan;
They have a long program
tomorrow. Mayroón siláng
mahabang palátuntunan
bukas.

progress, n. kaunlarán; pag-
sulong; pag-unlád; prog-
reso;
That was a slow progress.
Yaó'y isáng mahinang
pag-unlád.

prohibit, v. bawalan; mag-
bawal;
I prohibit my son from
smoking. Pinagbabawalan
ko ng pagsisigarilyo ang
aking anák na lalaki.

project, v. itudlâ; umisip;
Try to project that light
to the left. Sikapin mong
itudlâ ang liwanag sa ga-
wíng kaliwâ.
n. balak; proyekto;
He has a good project. May
mainam siyang balak.

prologue, n. paunang salitâ;
The prologue of his book
was written by his sister.
Ang paunang salitâ sa ka-

niyáng aklât ay sinulat ng
kaniyáng kapatíd na babae.

prolong, v. pahabain; pata-
galín;
You cannot prolong his
suffering. Hindî mo mapa-
tatagál ang kaniyáng pag-
hihirap.

prominence, n. katanyagán;
kabantugán;
She rose to her prominence
last year. Naabót nivá ang
kaniyáng katanyagán no-
óng isáng taón.

prominent. adj. kilalá; tan-
yág

promise, v. mangakò; ipanga-
kò:
I did not promise you any-
thing. Walâ akóng ipi-
nangakó sa iyó.

promote, v. itaguyod; itaás;
magtaguyod;
You should try to promote
the welfare of the people.
Dapat nating itaguyod ang
kagalingan ng bayan.

prompt, v. udyukán; ulu-
kan;
They prompted her to do it.
Inudyukán nilá siyá na ga-
wín iyón.

promulgated, v. magpahayag;
The king promulgated a
new law. Ang harì ay

nagpahayag ng bagong ba-
tás.

pronoun, n. panghalíp;
She is a pronoun. Siyá ay
isáng panghalíp.

pronounce v. bigkasín; ipa-
hayag;
Can you pronounce correct-
ly the word vegetable?
Mabibigkás mo ba nang
wastô ang salitang vege-
table?

proof, n. katibayan; pruwe-
ba;
Have you corrected the
proofs? Nawastô mo na
ba ang pruweba

propaganda, n. pagpapalaga-
nap; propaganda;
They published in the pa-
pers a propaganda for the
new book. Nagpalathalà
silá sa páhayagán ng pro-
paganda tungkól sa bagong
aklát.

propagate, v. magpalaganap;
palaganapin;
We are trying to propa-
gate the Filipino language.
Sinisikap naming palaga-
napin ang wikang pilipino.

proper, adj. tumpák; karam-
patan;
That is not the proper
way of addressing an old

man. Hindî gayón ang
tumpák na paraán ng pag-
galang sa isáng matan-
dáng lalaki.

prophecy, n. hulà;
What is the prophecy
about the newly born
child? Anó ang hulà
tungkól sa bagong panga-
nák na sanggól?

prophet, n. propeta; mang-
huhulà;
He is not a prophet. Hin-
dî siyá manghuhulà.

proposal, n. mungkahì; alók;
balak; panukalà;
He made a proposal to
her. Mayroón siyáng alok
sa kaniyá.

propose, v. magmungkahì;
imungkahì;
Can you propose going to
San Pablo by bus? Ma-
aarì mo bang imungkahi
na pumaroon sa San Pablo
sa pamamagitan ng bus?

proprietor, n. may-arì; pro-
piyetaryo;
Who is the proprietor of
this land? Sino ang may-
arì ng lupang itó?

prose, n. túluyan; prosa;
A prose is easier to un-
derstand than poetry. Ang

túluyan ay madalíng in-
tindihín kaysa tuḷâ.

prosecute, v. isakdal; usigin
sa hukuman; ipagpatuloy;
I want the snatcher of
my watch to be prosecuted.
Ibig kong mausig sa húku-
man ang umagaw ng aking
relos.

prospect, n. hinaharáp; tá-
nawin;
I hope we have good pros-
pects for the new year.
Umaasa akong magkaka-
roón tayo ng mabuting hi-
naharáp para sa bagong
taón.

prosper, v. umunlad; suma-
ganà; magtagumpáy;
His business did not pros-
per. Hindî nagtagumpáy
ang kaniyáng negosyo.

prostitute, n. masamáng ba-
bae; patutot;
He frequents the house of
prostitutes. Madalás si-
yáng pumaroón sa bahay
ng masasamáng babae.

prostrate, v. magpatirapâ;
manlupaypáy;
Overwork prostrated him.
Ang labis na paggawâ ang
nakapágpalupaypáy sa ka-
niyá.

protect, v. ipagsanggaláng;

ipagtanggol; magsangga-
láng; mangalagà; pangala-
gaan;
Please protect them from
their enemies. Mangyaring
ipagsanggaláng mo silà sa
kaniláng mga kaaway.

protest, v. tumutol; sumalu-
ngát;
She is protesting her can-
didacy. Tinutulan niyá
ang kaniyáng pagiging
kandidata.

Protestant, n. Protestante;
I have some good Protes-
t a n t friends. Mayróon
akong mabubuting kaibi-
gang Protestante.

protract, v. magtagál;
After a protracted illness
she recovered. Pagkara-
án ng matagál na pagkaka-
sakít, ay gumaling siyá.

prove, v. patunayan; patoto-
hanan;
Can you prove that he is
wrong? Mapatutunayan
mo bang siyá'y malî?

proverb, n. kasabihán; sala-
wikaín;
That is only a proverb.
Iyan ay isáng salawikaín
lamang.

provide, v. paglaanán; mag-
tadhanà; itadhanâ; mag-

handâ;
Can you provide her with her needs in one week? Makapaghahandâ ka ba ng mga kailangan niyá sa loób ng isáng linggó?

province, n. lalawigan; probinsiya;
I am from the province of Nueva Ecija. Akó'y taga probinsiya ng Nueva Ecija.

provision, n. panustós na pagkain;
Our provision will last for a month. Ang aming panustós na pagkain ay tatagál sa loób ng isáng buwán.

provocation, n. pagpapagalit;
He made provocation that made her stone him. Gumawâ siyá ng isáng pagpapagalit na nagbunsód sa kaniyá na batuhín siyá.

provoke, v, galitin; maging sanhî;
He did something to provoke laughter. Gumawâ siyá ng isáng bagay na naging sanhî ng táwanan

prowler, n. pagala-galang tao;
He shot him thinking he was a prowler. Binaríl niyá siyá dahil sa akalà ay isang tao siyang pagalagalà.

proxy, n. kahalili; kinatawán;
He was married to her by proxy. Ikinasál siyá sa kaniyá sa pamamagitan ng isang kahalili.

prudent, adj. maingat;
Domingo is a prudent man. Si Domingo ay isang maingat na tao.

prune, v. pungusin;
See if you can prune the violets. Tingnán mo kung mapupungos mo ang mga biyoleta.

prunes, n. pruns;
I enjoy eating prunes. Kinagigiliwan kong kanin ang pruns.

pry, v. talikwasín; manghimasok;
Pry gently the cover of the bottle. Talikwasín mong marahan ang takíp ng bote. Don't pry into her affairs. Huwag kang manghimasok sa kaniyáng gáwain.

puberty, n. pagbibinatà o pagdadalagá.
She has reached the pe-

riod of puberty. Naabot na niyá ang panahón ng pagdadalagá.

public, n. madlâ; bayan; publiko.

publish, v. ilathalà;
We publish books yearly. Naglalathalà kamí ng mga aklát taun-taón.

puff, v. papintugín; magbugá; hipan;
Can you puff his balloon? Mapapipintóg mo ba ang kaniyáng lobo? Puff out the light. Hipan mo ang ilaw.

pugnacious, adj. palaaway;
Rosendo is a pugnacious fellow. Si Rosendo ay isáng taong palaawáy.

pull, v. hilahin; hatakin; batakin; labnutín;
Pull down the rope. Hatakin mo ang lubid.

pullet, n. dumalaga;
I paid two pesos for a pullet. Binayaran ko ng dalawáng piso ang isáng dumalaga.

pulley, n. kalô;
That curtain needs a pulley. Ang kortinang iyán ay nangangailangan ng kalô.

pulp, n. sapal;
The pulp of sugar cane is not useful. Walang mapaggagamitan ng sapal ng tubó.

pulpit, n. pulpitó;
The priest is standing on the pulpit. Ang parì ay nakatayô sa pulpitó.

pulse, n. pulsó;
He had no pulse for five minutes. Walâ siyáng pulsó sa limáng minuto.

pulverize, v. pinuhin; dikdikíng pinung-pino; pulbusín;
He tried to pulverize the brick. Sinikap niyang dikdikíng pinung-pino ang ladrilyo.

pump, v. bombahín;
Can you pump the well? Mabobomba mo ba ang balón?

pumpkin, n. kalabasa;
Pumpkins are common during halloween. Maraming kalabasa kung halloween.

punch, v. butasan; suntukín;
Don't punch the rubber ball. Huwág mong butasan ang bolang goma.

punctuate, v. bantasán; big-yáng diín;
Can you punctuate a sentence? Mababantasán mo ba ang isáng pangungusap?

pungent, adj. maangháng; matulis;
Pepper is pungent. Maanghang ang sili o paminta. She made some pungent remarks. Nagsabi siya ng matulis na pananalitâ.

punish, v. parusahan; magparusa;
Punish him for disobedience. Parusahan mo siyá sa di pagsunód.

pupil, n. ang nag-aaral; ang tinuturuan; disipulo;
Children in the elementary grades are called pupils. Ang mga batà sa mababang páaralán ay tinatawag na disipulo.

puppet, n. manikà; tau-tauhan; bulág na tagasunod; papet;
We saw a puppet show. Nakakita kamí ng tau-tauhan sa palatuntunan.

puppy, n. tutà;
Floro has a big puppy. May malakíng tutà si Floro.

purchase, v. bilhín; bumilí;
Can you purchase some stamps for me? Maibibilí mo ba akó ng iláng selyo?

pure, adj. dalisay; wagás; ganáp;
He gave me some pure oil. Binigyán niyá akó ng dalisay na langís.

purify, v. dalisayin;
Can you purify that juice? Madadalisay mo ba ang katás na iyán?

purpose, n. layon; layunin; pakay; hangarin;
What is the purpose of his coming? Anó ang layon ng kaniyáng pagparito?

pursue, v. tugisin; ipagpatuloy;
He wants to pursue his studies abroad Ibig niyáng ipagpatuloy ang kaniyáng pag-aaral sa ibáng lupaín.

pus, n. nanà;
Pus comes out of his wound. Nilalabasan ng nanà ang kaniyáng sugat.

push, v. itulak;
Don't push her. Huwag mo siyáng itulak.

put, v. ilagáy; hiyaín; halayin; tapusin; wakasán;

put off, v. ipagpaliban;
Put off your vacation.
Ipagpaliban mo ang iyong
bakasyon;

put down in writing, v. isatitik;
Put your promise down in
writing. Isatitik mo ang
iyóng pangakò.

put up, v. magtayô;
Can you put up a big
building in this lot? Makapagtatayô ka ba ng malakíng gusalì sa loteng
ito?

put out, v. patayin o hipan;
Juan put out the light before he left the room. Pinatay ni Juan ang ilaw
bago siya umalís sa silid.

puzzle, v. lituhín;
This happening puzzles
me. Nililitó akó ng pang-
yayaring itó.

pyjamas, n. padyama;
He wears pyjamas in the
house. Gumagamit siyá
ng padyama sa bahay.

pyorrhea, n. piyorea;
She had her pyorrhea
treated by the dentist.
Ipinagamot niyá ang kaniyáng piyorea sa dentista.

pyramid, n. piramide;
There are pyramids in
Egypt. May mga piramide sa Egipto.

pyre, n. sigâ;
He burned his offering at
the pyre. Sinigán niyá
ang kaniyáng alay sa sigâ.

python, n. sawá;
He caught a python in the
forest. Nakahuli siyá ng
sawá sa gubat.

—Q—

quack, v. kumakak;
The duck is quacking. Kumakakak ang bibi.

quack n. albularyo; huwád
na manggagamot;

quack, adj. huwád; palsipikado;
He wants to consult a
quack doctor. Ibig niyáng

pagamót sa albularyo o
huwád na duktor.

quadrupped, adj. apat ang
paá; may apat na paá;
The dog is a quadrupped.
May apat na paa ang aso.

quadruplicate, v. pag-apatin; isa sa apat na sipì.
I gave her the quadruplicate copy of the manu-

script. Ibinigay ko sa ka-
niyá ang isá sa apat na
sipì ng manuskrito.

quail, n. pugò
The quail is good to eat.
Masaráp kainin ang pugò.

quake, v. lumindól; yuma-
níg; mangatál; mangatóg;
It is quaking. Lumilin-
dol;

qualification, n. katangian;
What qualification has
he? Anóng katangian may-
roón siyá?

qualify, v. magkaroón ng
katangiang kailangan;
Do you think he will qual-
ify for the job? Sa pala-
gáy mo ba ay may kata-
ngian siyáng kailangan sa
trabaho?

quality, n. urì; kalidad; ka-
tangian;

quantity, n. dami; kantidad;
What is the quantity of
rice that you sent home?
Gaano ang dami ng bigás
na ipinauwî mo?

quarantine, v. ikuwarente-
nas; ibukód; ihiwaláy;
Ramon should have been
quarantined because of
small pox. Dapat ay na-
kuwarentenas si Ramon

dahil sa kaniyang bulu-
tong.

quarrel, v. magkagalít; mag-
away; magbabág;

quarrel, n. alitan; babág;
away;
The two girls quarrel
every time they meet. Nag-
bababág ang dalawáng ba-
tang babae kailan ma't
magkikita. One of them
is always picking up a
quarrel. Ang isa sa ka-
nilá ay naghahanáp sa tu-
wina ng ipagkakagalít o
ipag-aaway.

quarrelsome, adj. palaawáy;
Rosa is a quarrelsome
child. Si Rosa ay pala-
awáy.

quarry, v. tumibág; magti-
bág; tibagín;
The Igorrotes keep on
quarrying stones to widen
the Baguio road. Ang mga
Igorot ay tumitibág ng
bató para palaparin ang
daan sa Baguio.

quart, n. ikaapat na bahagi
ng isang galón;
I bought a quart of vine-
gar. Bumilí akó ng ikapat
na bahagi ng isang galóng
sukà.

quarter, v. hatiin sa apat na bahagi; pag-apating bahagi; itakdâ sa isáng tirahan;
You may quarter here for the night. Maaarì kayóng magparaán ng gabí rito.

quarter, n. labinlimang minuto; tirahan; ikapat na bahagi ng isang dolar o twenty five cents sa Ingles.
It is quarter to four now. Ngayon ay labinlimang minuto na bago mag-ika-apat ng hapon.

quash, v. pawaláng saysáy; sugpuín;
They are thinking of quashing the case. Iniisip nilang pawaláng saysáy ang asunto.

queen, n. reyna;
She dresses like a queen. Kung magdamít siyá ay parang reyna.

queer, adj. kakatuwâ;
The fellow looks queer. Kakatuwâ ang ayos ng tao.

quell, v. sugpuín; payapain,
Try to quell his fear. Sikapin mong payapain ang kaniyáng pangambá.

query, v. magtanóng; mag-usisà;
You can querry about the case. Maaarì mong usisain ang tungkól sa asunto.

query, n. tanóng pagtatanóng; pag-uusisà.
She sent me some query. Pinadalhán niya akó ng iláng tanóng.

quest, n. pagtatanong;
That is only a quest. Yaó'y isáng pagtatanóng lamang.

question, n. tanóng; suliranín;
The question remains unanswered. Ang tanóng ay hindî pa nasasagot.

question, v. tanungín; magtanóng; pag-alinlanganan;
He is questioning his character. Pinag-áalinlanganan niyá ang kaniyáng ugalì.

queue, n. tirintas;
There are Chinese that still have queues. May mga insik pa na may tirintas.

quick, adj. madali; mabilís; maliksí;
Felipe is a quick boy. Maliksíng batà si Felipe.

quicken, v. tulinan; liksihán; bilisán; pasiglahín;
Quicken your steps to overtake her. Tulinan mo ang hakbáng para abutan siyá.

quickly, adv. madalî; agád;
Come quickly or you will be late. Madalî kang pumarito at mahuhuli ka.

quiet, v. patahimikin; payapain;
See if you can quiet down that boy. Tingnán mo kung mapatatahimik ang batang iyán.

quill, n. pakpák na panulat;
In the olden times people used quills instead of pens. Noóng unang panahón ang mga tao ay gumagamit ng pakpak na panulat sa halíp ng pluma.

quintette, n. limahan;
A quintette sang Christmas carols. Isáng limahang tao ang umawit ng Kantahing-Paskó.

quit, v. tumigil; humintô; magtigil; maghintô; umalís; lisanin;
I have quit working. Naghintô na akó ng pagtatrabaho. Juan has to quit this place. Kaila-

ngang lisanin ni Juan ang poók na itó.

quiver, v. manginíg; mangatál; mangatóg;
Her voice quivered when she sang. Nangatál ang kaniyáng tinig nang siyá'y umawit.

quiver, n. pangangatál; panginginíg; pangangatóg;
The quivering of her voice made me believe that she is afraid. Ang pangangatál ng kaniyáng tinig ang nakapagpaniwalà sa akin na siyáy natatakot.

quiz, n. maikling pagsusulit;
The teacher gave her pupils a quiz. Nagbigáy ng maiklíng pagsusulit ang gurò sa kaniyáng mga mag-aarál.

quorum, n. korum;
Since there was no quorum, the meeting was adjourned. Sapagká't waláng korum, ang miting ay hindî natuloy.

quota, n. kota; takdâ;
Our quota is met, so we have quit going around. Naabot na namin ang kota, kaya naghintô na

kamí ng kapaparoo't pari-
to.

quotation, n. sipì; patalas-
tás tungkól sa kasaluku-
yang halagá.
The priest made a quota-
tion from the Bible. Nag-
bigáy ng isáng sipí sa
Bibliya ang parì. His quo-
tation is high, so they did
not bargain. Ang kaniyang
patalastás tungkól sa kasa-
lukuyang halagá ay mata-
ás kayâ hindî na silá tu-
mawad.

quotation marks, n. mga pa-
nipì;

We inclose the exact words
of the speaker with quo-
tation marks. Ginagami-
tan namin ng mga panipì
ang hustóng pananalitâ
ng nagsásalitâ o nagpapa-
hayag.

quote, v. sumipì; sipiin;
magsabi; sabihin;
Quote your last price. Sa-
bihin mo ang tapát mong
halagá.

quotient, n. ang numerong
kinalabasán ng paghahatì.
What is the quotient? Ano
ang numerong kinalabasan
ng paghahati?

—R—

rabbit, n. kuneho;
The rabbit is white. Pu-
tî ang kuneho.

rabid, adj. masugid; masid-
hî;
He is a rabid follower of
Manalo. Siyá'y isáng ma-
sugid na tagasunód ni
Manalo.

race, v. magtumulin; maki-
pagkarera;
You cannot race with the
car. Hindî ka maaaring
makipagkarera sa kotse.

race, n. karera; takbuhan;
labanán; lahì; lipì;

The turtle ran a race with
the donkey. Ang pagóng
ay lumaban ng karera sa
kabayo. We Filipinos be-
long to the brown race.
Tayong mga Pilipino ay
nabibilang sa lahing kayu-
manggí.

rack, n. sabitán; pangawan;
We have no hat rack. Wa-
lâ kamíng sabitán ng sum-
brero.

rack, v. istrahín; pahirapan;
batakin;
They punished him by
racking his limbs. Pina-

rusahan siyá sa paghatak ng kaniyáng mga bisig.

racket, n. pangungulimbát; raket;

They have to investigate the rice racket. Dapat niláng siyasatin ang raket sa bigás.

radiant, adj. makináng; maliwanag; maaliwalas;

He has a radiant face. May maaliwalas siyáng mukhâ.

There's light radiating from his face. May liwanag na namamanaag sa kaniyáng mukhâ.

radish, n. labanós;

I like radishes. Ibig ko ng labanós.

raffle, v. pagparipahan;

Let's raffle off this ring. Pagparipahan natin ang singsing na itó.

raft, v. magbalsá;

raft, n. balsá;

Let us go rafting. Tayo'y magbalsá. They made a bamboo raft. Gumawâ silá ng balsáng kawayan.

rag. n. basahan;

She wiped the table with a rag. Pinunasan niyá ang mesa ng basahan.

rage, v. magalit; magngalit; manalantâ;

The landlord raged. Nagalit ang kasero.

rage, n. poót; galit; ang kinahuhumalingan;

Money is the rage of our time. Salapî ang kinahuhumalingan ng lahát sa panahón natin.

raid, v. salakayin; sumalakay;

The soldiers raided his house because of the gambling taking place there. Sinalakay ng mga kawal ang kaniláng bahay dahil sa sugál na ginagawâ roón.

railing, n. barandilya;

They built railings around the balcony. Naglagáy silá ng barandilya sa paligid ng balkonahe.

railroad, v. madaliín; agarín;

They want to railroad a bill through the legislature. Ibig niláng madaliín ang pagpapasok ng panukalang katás sa Lehislatura.

railroad, n. daáng-bakal; perokaril;

I want to go to Laguna by railroad. Ibig kong pu-

maroón sa Laguna sa pa-
mamagitan ng perokaril.

rain, v. umulán:
It rained a little yester-
day. Mahinà lamang ang
ulán kahapon.

raincoat, n. kapote;
Ramon lost his raincoat at
the restaurant. Naiwalâ
ni Ramon ang kaniyáng
kapote sa restauran.

rainy, adj. maulán;
This is a rainy day. Mau-
lán ang araw na ito.

raise, v. gumawâ; lumikhâ;
taasán; dagdagán; mag-
tayô pataasín; angatín;
magtańs; itaás; mag-ala-
gà;
We raised her salary. Di-
nagdagán namin ang sa-
hod niyá. They need some
money to raise a monu-
ment. Kailangan nila ang
kuwalta para magtayô ng
bantayog. She wants to
raise some corn and some
chickens. Ibig niyáng
magtanim ng mais at mag-
alagà ng manôk.

raisin, n. pasas;
I like raisins very much.
Ibig na ibig ko ng pasas.

rake, n. kalaykay; piruyà;

We lost the small rake.
Nawalâ ang aming maliít
na kalaykáy.

rally, v. magsama-sama;
magkaisá;
We rallied to the flag.
Nagkaisa kami sa ilalim
ng bandilà.

ram, v. isagasà; ibunggô;
bayuhín;
He rammed the car against
the post. Isinagasà niyá
ang kotse sa poste.

ramify, v. magsanga-sangá;
At that point the road ra-
mifies in three directions.
Sa dakong iyón, ang daan
ay nagsangá-sangá sa tat-
long direksiyón.

rampant, adj. naghaharing
ganáp;
Gambling is rampant in
Pasay. Naghaharing ga-
náp ang sugál sa Pasay.

ranch, n. rantso;
The Fortichs have ranches
in Bukidnon. Ang mga
Fortich ay may mga ran-
tso sa Bukidnon.

rancid adj. maantá;
The tahada got rancid.
Ang tahada ay umanta.

rancor, n. galit; samâ ng lo-
ób; hinanakít;

The old man showed rancor. Nagpakita ng galit ang matandáng lalaki.

range, v. gumala-galà; ihanay; iayos; magpalipat-lipat;

The price of apples ranges from 20 to 80 centavos. Ang halagá ng mansanas ay mulâ sa sampiseta hanggáng apat na piseta.

ranger, n. tanod-gubat;

Max is a ranger. Si Max ay isáng tanod-gubat.

rank, n. hanay; ranggo; mga kawal;

Carlos rose from the ranks. Si Carlos ay nagsimulâ sa pinakamababà.

ransack, v. halughugín;

The robbers ransacked our cabinets. Hinalughóg ng mga magnanakaw ang aming mga kabinet.

ransom, n. panubós;

He is asking a ransom of five thousand pesos for the return of the child. Nanghihingî siyá ng panubós na limang libong piso para isaulî ang batà.

rap, v. kumatók;

He rapped against the door. Kumatók siyá sa pintô.

rap, n. katók;

The raps on the door awakened her. Gumising sa kaniya ang mga katók sa pintô.

rape, v. gahasain;

He raped the poor girl. Ginahasà niyá ang kaawaawang batang babae.

rapid, adj. mabilís; matulin;

He made some rapid steps. Matulin siyáng naglakád.

rare, adj. pambihirà;

I saw some rare stones at the agency. Nakakita akó ng pambihirang bató sa ahensiya.

rarely, adv. bihirà; bihi-bihirà;

She rarely visits us. Bihibihirà lamang niyá kaming bisitahin.

rascal, adj. pilyo;

He is a rascal boy. Siyá'y isáng pilyong batà.

rash, n. pantál;

Rashes appeared on her face. Mga pantál ang lumitaw sa kaniyáng mukhâ.

rat, n. dagâ;

I could not catch the rat. Hindì ko nahuli ang dagâ.

rate, v. ipalagay; ihanay o ibilang sa isáng urì; markahán;
She is rated second in the contest. Ipinalagáy siyáng pangalawá sa páligsahan. I got through rating the test papers. Natapos nang namarkahán ko ang mga papel sa pagsusulit.

rather, adv. manapá;
I would rather die than yield. Manapa'y mamatáy kaysa sumukò.

ratify, v. pagtibayin;
They ratified the constitution. Pinágtibay nilá and saligáng batás.

ration, n. rasyón;
How much ration do you receive? Gaanong rasyón ang tinatanggáp mo?

rattan, n. yantók;
We still have rattan chairs. Hanggáng ngayón ay mayroón pa kaming silyang yantók.

rattle, v. kalampagín;
Don't rattle the plates with the spoons. Huwag mong kalampagín ang mga plato at kutsara.

ravage, n. pinsalà; pamiminsalà;
The ravages of war are great. Malaki ang pinsalà ng gera.

raven, n. uwák;
Have you ever seen a raven? Nakakita ka na ba ng uwák?

ravenous, adj. gutom; dayukdók; mapanagpáng;
The ravenous tiger has been caught. Nahuli na ang mapanagpáng na tigre.

ravine, n. bangín;
A bus fell in the ravine. Isáng bus ang nahulog sa bangín.

raw, adj. hiláw; baguhan;
A raw soldier accompanied her. Isáng baguhang kawal ang sumama sa kaniyá. The cat ate the raw meat. Kinain ng pusà ang hiláw na karne.

ray, n. sinag;
The rays of the sun are seen through the mosquito net. Ang sinag ng araw ay nakikita sa kulambo.

raze, v. iwasák; wasakin;
The fire razed the store. Niwasák ng apóy ang tindahan.

reach, v. sumapit; umabot; dumatíng; dukwangín;

His letter reached me in
Seattle. Dumatíng sa akin
ang sulat niyá sa Seattle.
Her skirt reaches to the
ankle. Ang kaniyang saya
ay umaabot sa bukung-
bukong.

read, v. bumasa; basahin;
He read a chapter on the
book. Bumasa siyá ng
isáng kabanatà sa aklát.
Can you read his fortune?
Mahuhulaan mo ba ang
kaniyáng kapalaran?

reader, n. ang bumabasa;
mambabasa;
supplementary reader, n.
pandagdág na babasahíng-
aklát;
The reader pronounces the
words very well. Mainam
bumigkás ng mga salitâ
ang mambabasa. My book
is approved as supplemen-
tary reader. Ang aking
aklát ay napagtibay na
pandagdág na babasahing
aklát.

ready, adj. handâ;
I am ready now. Naka-
handâ na akó ngayón.

ready cash, nakahandáng
kuwaltá;
She has no ready cash.
Walâ siyáng nakahan-

dáng kuwalta.

real, adj. tunay; totoó;
Those are real diamonds.
Ang mga iyón ay tunay
na brilyante.

real estate, n. ari-ariang lu-
pà at bahay;
Pedro's real estate is
worth five thousand pesos.
Ang halagá ng ari-arian ni
Pedro ay limang libong
piso.

realize, v. mapaghulò; mai-
sakatuparan; makina-
bang;
She realized that she made
a mistake. Napaghulò ni-
yáng siya'y nagkamalî.
She realized her ambition
to become a doctor. Naisa-
katuparan niyá ang kani-
yáng nilulunggatíng pagka-
duktór. You will likely
realize a profit of around
one hundred pesos. Ma-
rahil ay makikinabang ka
ng mga sandaáng piso.

realm, n. kaharian;
Pluto's realm cannot be
reached. Hindî mararat-
tíng ang kaharian ni Plu-
to.

ream, n. resma;
I have to buy a ream of
paper. Kailangan kong

bumili ng isáng resmang papél.

reap, v. anihin; umani;
They have to reap the palay now. Kailangan na niláng anihin ang palay ngayón.

rear, v. mag-alagà; magpalakí;
I reared my step brother. Pinalakí ko ang aking kapatid sa amá.

rear, n. likód; likurán;
I planted some kamotes at the rear of the house. Nagtaním akó ng kamote sa likód ng bahay.

rearm, v. mulíng sandatahan;
He has to be rearmed. Kailangan siyáng mulíng sandatahan.

reason, v. mangatuwiran; pangatuwiranan;
You have to reason out why you failed to pay. Kailangan mong pangatuwiranan kung bakit hindî ka nakabayad.

reason, n. katuwiran; matuwíd; baìt; isip;
Give your reason why you did not go. Mangatuwiran ka o ibigay ang matuwid kung bakit hindî ka nag-

puntá. He lost his reasoṇs. Nasiraan siyá ng bait.

reassure, v. bigyán ng katiyakan;
Reassure him of your arrival on Saturday. Bigyán mo ng katiyakan ang iyong pagdatíng sa Sabado.

rebel, v. manghimagsík;
The people r e b e l l e d against their ruler. Ang mga tao ay nanghimagsík laban sa kaniláng punò.

rebel, n. manghihimagsík.
He is a rebel. Siyá y isang manghihimagsík.

rebellion, n. panghihimagsík; nimagsíkan;
He joined the rebellion. Sumama siyá sa pagninimagsík.

rebound, v. tumalbóg; sumikad,
The rubber ball rebounds. Tumatalbóg ang bolang goma.

rebuke, v. kagalitan; pagwikaan;
Her mother rebuked her. Kinagalitan siyá ng kaniyáng iná.

rebuttal, n. ganting-matuwíd; paklí;

They were given a rebuttal of five minutes. Silá'y binigyán ng limang minuto na makapagbigay ng gantíng- matuwíd.

recalcitrant, adj. ayaw sumunód; suwaíl;
That fellow is recalcitrant. Ang taong iyan ay suwaíl.

recall, v. pabalikin; alalahanin; gunitaín; bawiín:
The minister was recalled to Manila. Ang ministro ay pinabalík sa Maynilà. I sometimes recall my childhood days. Kung minsan ay naalaala ko ó nagugunitâ ang aking kamusmusán.

recant, v. itakwíl; bawiin ang ipinahayag;
The wife recanted. Binawì ng asawa ang kaniyáng mga ipinahayag.

recapitulate, v. lagumin;
She recapitulated all her collections. Nilagom niyáng lahát ang kaniyáng mga nasingíl.

recapture, v. dakpíng mulî;
The prisoner was recaptured. Nadakíp na mulî ang bilanggô.

recede, v. kumati; umurong;
The water in the river receded. Kumati ang tubig sa ilog.

receipt, n. resibo;
The receipt of her letter made her mother happy. Ang pagkakatanggap ng kaniyáng sulat ay nakapagpasayá sa kaniyáng iná. I signed a receipt for two hundred pesos. Pumirma akó ng resibo para sa dalawandaáng piso.

receive, v. tumanggáp; tanggapin; dumanas;
He will receive his pension next year. Tatanggapín niyá ang kaniyáng pensiyon sa isáng taon.

recent, adj. dî pa natatagalán;
Her recent letter says, her departure is on Sunday. Ang hindî pa natatagalang sulat niyá ay nagsasabi na sa Linggó ang alís niyá.

receptacle, n. lalagyán; sisidlán;
We have three big receptacles of water. Mayroón kamíng tatlong malalaking lalagyan ng tubig.

reception, n. pagtanggáp; handaan;
The reception in her hon-

or will take place tonight.
Ang handaan sa karanga-
lan niyá ay gagawin nga-
yóng gabí.

recession, n. pag-urong;
The recession of the buy-
er is due to the interfer-
ence of the woman. Ang
pag-urong ng mámimili
ay dahil sa pakikialám ng
babae.

recipe, n. resipi;
She made a recipe for the
Chinese dish. Gumawâ si-
yá ng resipi sa lutong in-
tsik.

reciprocal, adj. pagmamaha-
lan; gantihan;
There is no reciprocal af-
fection between the cou-
ple. Waláng pagmamaha-
lan sa dalawang mag-asa-
wa.

reciprocate, v. gantihin;
The man does not recipro-
cate the kindness of the
woman. Hindî ginaganti
ng lalaki ang kabaitang
ginagawa ng babae.

recital, n. salaysáy; pagsasa-
laysáy; resaytal;
Her piano recital will be
on Sunday. Sa Linggó ga-
gawín ang kaniyáng re-
saytal sa piyano.

recite, y. magsalaysáy; isa-
laysáy; bumigkás;
Can you recite the poem?
Maisasalaysáy mo ba ang
tulâ?

reckless, adj. waláng-ingat;
padaskul-daskól;
I do not want a reckless
driver. Ayoko ng waláng-
ingat na tsuper.

reckon, v. kuwentahin; tu-
usin; kilalanin; umasa;
He is reckoned a genius.
Kinikilala siyang isang
henyo.

reclaim, v. gawán ng para-
áng mapakinabangan (ang
lupang maputik, magubat,
tb.); angkining mulî;
He is reclaiming the sold
property. Inaangkin ni-
yang mulî ang naipagbilí
nang ari-arian.

recline, v. humilig; suman-
díg;
The post of the house is
reclining. Humihilig ang
poste ng bahay.

recognition, pagkilala; pag-
kakilala;
Ang pagkilala sa kaniyáng
kapangyarihan ay kaila-
ngan.

recognize, v. kilalanin;
He cannot recognize me in

the dark. Hindî niyá akó makikilala sa dilím.

recollect, v. gunitaín; alalahanin;
He is recollecting the past. Ginugunitâ niyá ang nagdaán.

recommend, v. itagubilin; magtagubilin; irekomendá;
Can you recommend me to your friends in Frisco? Mairerekomendá mo ba akó sa mga kaibigan mo sa Frisco?

recompense, v. gantimpalaan; bayaran;
He wants to recompense you for what you did for him? Ibig niyáng gantimpalaan ka sa nagawâ mo sa kaniyá.

reconcile, v. papagkasunduín;
Do reconcile the quarreling couple. Papagkasunduin mo ang nagkakagalit na mag-asawa.

reconsider, v. mulíng isaalang-alang;
Please reconsider his application. Mangyaring isaalang-alang mo ang kaniyáng kahilingan.

reconstruct, v. mulíng ita-

yô; mulíng buuin;
They have to reconstruct the building that was destroyed by the typhoon. Kailangan nilang mulíng itayô ang gusaling nágibâ ng bagyó.

record, v. italâ; magtalâ;
She records her monthly expenses. Itinatalâ niyá ang búwanang gastos niyá.

record, n. talâ; kasulatan; ang nagawâ; rekord;
Their records were destroyed during the war. Nasirà ang kaniláng kasulatan noóng gera.

recount, v. muling bilangin; isalaysáy; ikuwento;
She recounted her previous experience to us. Isinalaysáy niyá sa amin ang kaniyáng nagdaáng karanasan.

recover, v. mabawì; gumalíng;
Rita has recently recovered from illness. Kagagalíng lamang ni Rita sa sakít.

recreation, n. pag-aalíw o dibersiyón;
Everybody has to have some sort of recreation. Lahat ay dapat magkaroon ng pag-aaliw o dibersiyon.

recruit, n. ang bagong patalang kaanib;
They have three recruits. Mayroón siláng tatlóng bagong pataláng kaanib.

rectum, n. tumbóng;
She placed the catheter in the rectum of the baby. Inilagáy niyá ang kateter sa tumbóng ng sanggól.

recuperate, v. gumalíng; muling lumusóg;
She is just recuperating. Siyá'y bagong gumagalíng.

recur, v. umulit; magbalik sa alaala;
Her fever recurrs every other day. Nagbabalík ang kaniyáng lagnát tuwing ikalawáng araw.

red, adj. pulá;
She has red cheeks. Mapupulá ang kaniyáng mga pisngí.

reddened, v. namulá;
He reddened when he was confronted with the evidence. Namulá siyá nang iharáp sa kaniyá ang katibayan.

redeem, v. tubusín; hanguin;
The lady promised to redeem the slave from bondage. Ipinangakò ng dalaga na hahanguin ang alilà sa pagkaalipin. I promised to redeem her ring. Ipinangakò kong tutubusín ko ang kaniyáng sinsíng.

redound, v. humantóng;
Your studies will redound to your benefit. Ang iyóng pag-aaral ay hahantóng sa iyóng kapakinabangan.

reduce, v. magpababà; babaan; bawasan;
She will be reduced to poverty if she does not quit gambling. Mamumulubi siya kung hindî siyá hihintô ng kasusugal.

reed, n. tambô;
Reeds are made into brooms. Ginagawang walís ang tambô.

reel, v. ikirin; iikid; magikid; sumuray;
The drunkard reels as he walks. Ang lasenggo ay sumusuray habang lumalakad. See if you can reel the film. Tingnan mo kung maiikid mo ang pelikula.

reinforce, reenforce, v. palakasín; dagdagán;
They want to reenforce

the garison. Ibig niláng palakasín ang garison.

refer v. itukoy; isanggunì; tumukoy; tukuyin;
She referred the letter to me. Isinanggunì ang sulat sa akin.

refill, v. lagyáng mulî; punuing mulí;
He has to refill the bottle of drinking water. Kailangan niyáng punuíng mulì ang bote ng inumin.

reform, v. pabutihin;
She wants him to reform. Ibig niyang pabutihin siyá.

refrain, v. pigilin ang sarili;
I refrain from drinking coffee. Pinipigil ko ang sarili sa pag-inóm ng kape.

refreshments, n. pamatiduhaw; mga pamawing-gutom;
We offered them refreshments. Dinulutan namin silá ng mga pamatíduhaw.

refrigerator, n. repridyeretor;
She filled her refrigerator with eats before Christmas. Pinunô niyá ng mga pagkain ang kani-

yáng repridyeretor bago nagpaskó.

refugee, n. takas sa ibang bayan kung may malubháng ligalig sa sariling bayan;
The refugees are housed in school buildings temporarily. Ang mga takas ay itiníráng pansamantala sa mga eskuwelahan.

refund, v. ibalik;
You have to refund her travelling expenses. Kailangan mong ibalik ang gastos niyá sa paglalakbáy.

refusal, n. pagtanggí; pagayaw;
Her refusal disheartened her parents. Nakapagpalungkót sa kaniyáng mga magulang ang kaniyáng pagtanggí.

refute, v. pabulaanan;
She tried to refute her statement. Sinikap niyáng pabulaanan ang kaniyáng sinabi.

regain, v. mabawì;
He will regain his health in Sibul springs. Maba-

bawì niyá ang kalusugan sa Sibul.

regard, n. pagbibigáy sa ibá; paggalang; pagkakilala; pagtingín;
He has no regard for others. Wala siyáng pagbibigáy sa ibá. I have a high regard for him. Mataás ang pagkakilala ko sa kaniyá.

regulate, v. isaayos; itumpak;
Can you regulate the clock? Maitutumpák mo ba ang relos?

rehabilitation, n. pagbabagong-tatág;
It took several years to rehabilitate this country. Inabot ng maraming taón ang pagbabagong-tatág ng bansáng itó. The rehabilitation of this country took several years.

rehearsal, n. pag-eensayo; pagsasanay; pagsasalaysáy;
The rehearsal of the play will be tonight. Ang pageensayo ng dulà ay mamayáng gabí.

reign, v. magharì;
The new king will reign their country. Ang ba-

gong harì ay maghaharì sa kanilang bayan.

reimburse, v. pagbayaran;
He has to reimburse my expenses. Dapat niyáng pagbayaran ang aking mga nagastá.

reinstate, v. ibalík sa dating tungkulin o kalágayan;
I understand they will reinstate you. Nabalitaan ko na ibabalík ka sa dati mong tungkulin.

reject, v. tanggihán; di-tanggapin;
The books delivered were rejected. Ang mga aklát na dinalá sa tindahan ay tinanggihán.

rejoice, v. magsayá; magdiwang;
I rejoice to hear of his success. Nagsasayá akó sa pagkariníg ng kaniyáng tagumpáy.

rejuvenate, v pabatain; papanariwain;
The hair dye rejuvenated her. Pinabatà siyá ng pangkulay ng buhók.

relapse, n. binat; pagkabinat;
Justo had a relapse. Si Justo ay nagkaroón ng binat.

relate, v. isalaysáy; magsa-laysáy; iugnáy;
The teacher is relating a story. Nagsasalaysáy ang gurò ng isáng kuwento.

relative, n. kamag-anak;
She is not my relative. Hindi ko siya kamag-anak.

relax, v. magpahi-pahingá; luwagán;
Relax after walking for half an hour. Magpahi-pahingá ka pagkatapos maglakád ng kalahating oras.

relay, v. ihatíd;
Please relay the message to her. Pakisabi mo sa ka-niyá ang mensahe.

release, v. pakawalan; pala-yain; kalagán;
The prisoner was released after three days. Pina-layà ang bilanggô pagka-tapos ng tatlóng araw.

relentless, adj. waláng puk-nát; waláng hupâ;
The relentless rain dam-aged the crops. Ang wa-láng puknát na ulán ang sumirà sa mga pananím.

reliable, adj. mapagkakati-walaan; mapanghahawa-kan;
Jose is a reliable person.

Si Jose ay isáng taong mapagkakatiwalaan.

reliance, n. pagtitiwalà
She allowed her daughter to go with her because of great reliance on her. Pi-nahintulutan niyáng su-mama sa kaniya ang ka-niyáng anák dahil sa ma-lakíng pagtitiwalà sa ka-niyá.

relief, n. tulong; panaklolo; ginhawa; pagpapalít:
The committee gave them some form of relief. Bi nigyán silá ng tulong ng lupon. The relief of the guard will be tonight at nine. Ang pagpapalít ng guwardiya ay mámayáng gabí ikasiyam.

relieve, v. magpahupâ; tu-lungan; halinhán;
I shall relieve you of your duty. Hahalinhán kitá sa iyóng tungkulin.

religion, n. pananampalata-ya; relihiyon;
What religion do you pro-fess? Anóng relihiyon mayroón kayó?

religious, adj. banál; reli-hiyoso;
Dionisio is a religious

man. Si Dionisio ay isáng taong relihiyoso.

relinquish, v. iwan; lisanin; isukò;

He would rather die than relinquish his powers. Lalong ibig pa niyá ang mamatáy kaisa ibigáy o iwan ang kaniyáng kapangyarihan.

reluctance, n. pagbabantulót; pag-aálanganin;

I had some reluctance in buying the car. Nagkaroón akó ng pagbabantulót sa pagbilí ng kotse.

rely, v. umasa; asahan;

You rely on your maid. Makaaasa ka sa iyóng katulong.

remain, v. mamalagì; manatili; magpaiwán;

I remained at home the whole day waiting for them. Nanatili akó sa bahay sa buong maghapon naghihintáy sa kanilá.

remains, n. labí; bangkáy;

They buried the remains in San Isidro. Inilibíng nilá ang bangkáy sa San Isidro.

remark, v. masabi; mápansin;

He remarked that she will not keep her word. Nasabi niya na hindî niyá tutuparin ang kaniyáng sinabi.

remarkable, adj. di-karaniwan; kapuna-puná; kapansin-pansín;

He made a remarkable success. Nakagawâ siya ng di-karaniwang tagumpáy.

remediable, adj. malulunasan;

We need some remedial measures. Kailangan natin ng mga hakbanging makalulunas.

remedy, v. lunasan; remedivuhán;

How can you remedy the situation? Paano mong malulunasan ang kalágayan?

remember, v. gunitaín; alalahanin; tandaán;

Remember that you are still a minor. Tandaán mong ikaw ay isang batà pa at waláng hustóng gulang.

remind, v. ipaalaala; ipagunitâ;

Please remind her of her promise. Mangyaring ipaalaala mo sa kaniyá ang kaniyáng pangakò.

remiss, adj. waláng sikap;
I don't want you to think
that I have been remiss.
Hindî ko ibig isaisip mo
na akó'y waláng sikap.

remit, v. ipatawad; patawa-
rin; bawahan; ipadalá;
Please remit at once the
payment for books. Mang-
yaring ipadalá mo agád
ang bayad sa mga aklát.

remnant, n. retaso; bakás;
The remnants of silk are
faded. Ang mga retasong
seda ay kupás.

remodel, v. baguhin ang
pagkakayarì;
I should like to see the
house remodelled. Ibig
kong makita na binago
ang pagkakayarì ng ba-
hay.

remonstrate, v. tumutol;
He does not want to be
remonstrated. Ayaw ni-
yáng siyá'y tutulan.

remorse, n. pagsisisi;
He has had remorse for a
week. Siyá'y nagkaroón
ng pagsisisi sa loób ng
isáng linggó.

remote, adj. malayò;
Their house is in a remote
barrio. Ang kaniláng ba-
hay ay nasa malayong
baryo.

remount, v. mulíng suma-
káy; iayos; mulíng sak-
yán;
He remounted his horse
when he learned that his
friend could not come.
Muling sumakáy siyá sa
kabayo nang malamang
hindî darating ang kani-
yáng kaibigan. I am ask-
ing Meliton to remount
the pearl stone on my
ring. Hinihilíng ko kay
Meliton na mulíng iayos
ang perlas sa aking sin-
síng.

removal, n. pag-aalís; pagka-
kaalís;
The removal of their
teacher made the pupils
cry. Ang pagkakaalis ng
gurò ang ikinaiyák ng mga
batang tinuturuan.

remove, v. alisín; patayin;
The only remedy is to re-
move him from office.
Ang lunas lamang ay ali-
sín siyá sa tungkulin.

remunerate, v. bayaran; upa-
han;
Can you remunerate him
for serving you? Mau-
upahan mo ba siyá sa pag-
lilingkód niyá sa iyó?

remuneration. n. kaupahán;
How much is his remune-
ration? Magkano ang ka-
niyáng kaupahan?

render, v. gawín; magkaló-
ób; magharap; isalin; ibi-
gáy;
He wants to render assist-
ance to her. Ibig niyáng
magkaloób ng tulong sa
kaniyá. Can you render
this ruling into Tagalog?
Maisasalin mo ba sa Taga-
log ang tuntuning itó?

rendezvous, n. típanan; tag-
puan;
The Luneta is their ren-
dezvous. Ang tagpuan ni-
lá ay sa Luneta.

renew, v. kumuhang paniba-
go; mulíng buhayin; ga-
wíng bago ulî;
I asked for a renewal of
my passport. Hiniling
kong gawing bago ulî ang
aking pasaporte.

renounce, v. itakwíl; itatu-
wâ;
This man wants to re-
nounce his Filipino citi-
zenship. Ang taong itó
ay ibig itakwíl ang kani-
yáng pagkamamamayáng
Pilipino.

renovate, v. gawíng bago;
kumpunihín; papanariwa-
in;
He wants to renovate his
house. Ibig niyáng kum-
punihín ang kaniyáng ba-
hay.

renown, n. katanyagán; ka-
bantugán;
He is popular because of
his reknown wealth. Si-
yá'y popular dahil sa ka-
niyáng katanyagán na si-
sa'y mayaman o pagkama-
yaman.

rent, n. upahan; paupahan;
The house is for rent. Pa-
upahán ang bahay.

rental, n. upa;
He receives one hundred
pesos rental every month.
Tumatanggáp siyá ng san-
daáng piso renta o upa
buwan-buwán.

repair, v. kumpunihín; ipa-
gawáng mulî;
Can you repair my shoes?
Makukumpuní mo ba ang
aking sapatos?

reparation, n. bayad pinsa-
la; reparasyón;
He will receive payment
for reparation on Monday.
Tatanggapín niyá ang ba-

yad sa reparasyon sa Lunes.

repast, n. pagkain;
Eight o'clock is her time for repast. Ang oras ng kaniyáng pagkain ay ikawalo.

repay, v. bayaran;
Some day he will be able to repay you. Sa ibáng araw ay makagagantí rin siyá sa iyó.

repeal, v. pawaláng-bisà;
They are thinking of repealing the law. Iniisip niláng pawaláng-bisa ang batás.

repeat, v. ulitin;
Please repeat the piece. Mangyaring ulitin mo ang tugtugin.

repel, v. paurungin; mapigil; mahadlangán; makasuklám;
They tried to repel the enemy. Sinikap niláng paurungin ang kaaway.

repent, v. magsisi; pagsisihan;
I am repenting for having sold my car. Nagsisisi akó sa pagkakapagbilí ng aking kotse.

repetition; n. pag-ulit; pag-uulit;

The repetition of the offense made him angry. Ang pag-ulit ng pagkakasala ay nakagalit sa kaniyá.

replace, v. palitan; ibalík sa kinunan;
I want to replace the soiled book. Ibig kong palitan ang aklát na marumí.

replenish, v. lagyáng mulî;
We have to replenish the bottle of drinking water. Kailangan naming lagyáng mulî ang bote ng inumín.

reply, v. sumagót; tumugón;
He has to reply to my letter. Kailangan siyáng sumagót sa aking sulat.

report, v. mag-ulat; isumbóng; humaráp; pumasok;
I shall report her to her mother. Isusumbóng ko siyá sa kaniyáng iná.

repose, v. magpahingaláy; magpahingá;
He always reposes on bed every day. Sa tuwina ay nagpapahingaláy siyá sa kama araw-araw.

represent, v. katawanín; kumatawán; ipakilala; ipahayag; ilarawan; sumagisag;

I can represent you at the conference. Maaring katawanín kitá sa konperensiya.

representative, n. kinatawán; representante;
He is a representative from Batangas. Siya ay kinatawan sa Batangas.

repress, v. pigilin; sansalain;
Don't repress her from buying a new dress. Huwag mo siyang pigilin sa pagbilí ng bagong barò.

reprimand, v. kagalitan; pagwikaan;
Sne is reprimanded for leaving the office without permission. Nakagalitan siyá dahil sa pag-alís sa opisina nang waláng paalam.

reprint, v. limbagíng panibago;
Graphic Arts reprinted our books. Nilimbág na panibago ng Graphic Arts ang aming mga aklát

reproach, v. sisihın; bigyáng-sala;
Don't reproach him for spending his money. Huwág mo siyáng sisihin sa

paggastá ng kaniyáng kuwaltá.

reproduce, v. magparami; gumawâ;
Can you reproduce a dozen copies of the picture? Maaarì bang gumawâ ka ng isáng dosenang kopiya ng larawan?

repulsive, adj. kagalit-galit; nakaiinís;
The boy is quite repulsive. Ang batang lalaki ay nakaiinís.

reputable, adj. kagalang-galang; marangál;
Her husband is a reputable person. Ang kaniyáng asawa ay marangál na tao.

reputation, n. karángalan; mabuting pangalan;
She has a good reputation in the community. May mabuti siyáng pangalan sa bayan.

repute, v. ipalagáy; kilalanin;
He is reputed to be the richest man in town. Siya'y ipinalalagáy na pinakamayaman sa bayan.

request, v. pakiusapan; ipakiusap;
Request her to appear in court. Pakiusapan mo si-

yáng humaráp sa husgado.

require, v. hingín; hilingín; You require him to cancell the deed of sale. Hingin mong kanselahín niyá ang eskriturá de benta. Hilingín mong huwág itulóy ang bílihan.

rescind, v. pawaláng-bisà; He rescinded the order. Pinawaláng-bisà ang kahilingan.

rescue, v. iligtás; magligtás; The drowning boy was rescued. Ang nalulunod na batà ay naligtás.

research, v. manaliksík; **research,** n. pananaliksik; He made some research. Gumawâ siyá ng pananaliksík.

resemblance, n. pagkakamukha; pagkakatulad; pagkakahawíg; There is a marked resemblance in the sisters. May m a l a k ing pagkakatulad ang magkapatíd.

resent, v. masamain; ikagalit; She resented your criticizing her in public. Minasamâ niyá ang pagkri-

tika mo sa kaniyá sa haráp ng madlâ.

reserve, v. ilaán; ireserba; magpaliban; Can you reserve these two chairs for me? Mailalaan mo ba sa akin ang dalawáng silyang itó?

reservoir, n. deposito; The water reservoir is half full. Kalahatì na ang deposito ng tubig.

reside, v. tumira; manirahan; To reside in the city is more expensive than to reside in the farm. Lalong mahál ang manirahan sa siyudad kaisa manirahan sa bukid.

residence, n. tírahan; táhanan; paninirahan; Our residence is not easy to locate. Hindî madaling hanapin ang aming tirahan. Her residence in the city made her famous. Ang kaniyang paninirahan sa siyudad ang nakapagpatanyág sa kaniyá.

resign, v. magbitíw; He is ready to resign from his position. Nakahandâ na siyáng magbitíw sa kaniyáng tungkulin.

resignation, v. pagbibitíw; buong pagsang-ayon ng kalooban;
His resignation was accepted. Tinanggáp ang pagbibitíw niyá.

resist, v. paglabanan; lumaban; labanan; manlabán;
He cannot resist temptation. Hindî niyá mapaglabanan ang tuksó.

resolution, n. kapasiyahan; pasiyá;
He made some good resolutions for the new year. May magagandáng kapasiyahán siyáng ginawâ sa bagong taón.

resort, v. dumulóg na malimit; gumamit;
He wants to resort to force. Ibig niyang gumamit ng lakás.

resource, n. pinagkukunan (ng kagamitan); tangkilik; tulong) kakayahán; kayamanan;
The Philippines has plenty of resources. Maraming pinagkukunan ang Pilipinas.

respect, v. pagpitaganan; igalang; gumalang;
We have to respect our parents. Dapat nating igalang ang ating mga magulang.

respect, n. paggalang; pitagan;
He has no respect for the old. Walâ siyáng pitagan sa mga matatandâ.

respectable, adj. kagalanggalang;
The director is a respectable man. Ang direktor ay isáng kagalang-galang na tao.

respiration, n. paghingá;
The respiration of the child is not steady. Hindî panáy ang paghingá ng batà.

rest, v. magpahingá; magpahingalay; ipatong; pahintuin; manalig;
You have to rest after the day's work. Kailangan kang magpahingá pagkatapos ng isáng araw na trabahó. Don't rest your elbow on the table while eating. Huwág mong ipatong sa mesa ang iyong baraso samantalang kumakain.
He has to rest the machine. Kailangan niyáng pahintuin ang makina. Rest as-

sured I will not fail you. Ipanatag mo ang iyóng kalooban at manalig kang hindî kitá bibiguín.

restaurant, n. restauran; We eat at the restaurant once in a while. Kumakain kamí sa restauran paminsan-minsan.

restless, adj. balisá; hindî mápalagáy; The baby is restless. Balisá ang sanggól.

restoration, n. pagpapanumbalik; pagbabalík; pagsasaulî; The restoration of peace is necessary. Kailangan ang pagbabalík ng kapayapaan.

restrain, v. magpigil; pigilin; Restrain yourself. Magpigil ka.

restrict, v. takdaán; They have to restrict the visiting hours. Dapat niláng takdaán ang oras ng bisita.

result, v. magbunga; Your teasing her will result to quarrel. Ang panunuksó mo ay magbubunga ng pagkakagalít.

resume, v. ipagpatuloy; mag-

patuloy; His studies will be resumed next year. Magpapatuloy siyá ng pag-aaral sa isáng taón.

resurrect, v. mulíng buhayin; They are hoping the dead will resurrect after three days. Umaasa siláng mabubuhay ang patáy pagkatapos ng tatlóng araw.

retail, v. magtingî; ipagtingî; She will just retail her rice. Ipagtitingî na lamang niyá ang kaniyáng bigás.

retain, v. panatilihin; kumuha; itanim sa isip; We cannot retain a lawyer. Hindî kamí makakukuha ng abugado. Historical dates are hard to retain. Mahirap tandaán o itaním sa isip ang mga petsa ng istorya.

retaliate, v. gumantí; Because of great embarrassment, he may retaliate. Dahil sa malakíng kahihiyán, maaarì siyáng gumantí.

retard, v. hadlangán; pabagalin; magpabagal;

They retard the progress of our country. Pinababagal nilá ang pag-unlad ng ating bayan.

retentive, adj. may kakayaháng magtandâ;
He has a retentive memory. Siyá'y matatandain.

reticent, adj. waláng kibô; hindî masalitâ;
This fellow is very reticent. Ang taong itó ay waláng kibô.

retire, v. mamahingá; lumigpít; matulog;
She is retiring from the government service. Magreretiro na siyá sa gobyerno. The children retire at eight in the evening. Ang mga batà ay natutulog sa ikawaló ng gabí.

retrace, v. pagbalikán;
They want to retrace her steps. Ibig niláng pagbalikán ang kaniyáng mga bakás.

retract, v. bawiin;
There are people who retract before they die. May mga tao na bumabawì ng pagkamason bago mamatáy.

retreat, v. umurong;
The enemy retreated.

Umurong ang kaaway.

retreat, n. pag-urong; panahong iniuukol sa mga banál na pagsasanay;
The retreat was orderly. Ang pag-urong ay nagíng maayos. The retreat for teachers will be on Sunday. Ang banál na pagsasanay pará sa mga gurò ay sa Linggó.

retrench, v. magbawas ng gastos o gugulín; magtipíd; They retrenched by eliminating one third of their laborers. Nagtipíd silá sa pag-aalís ng ikatlóng bahagi ng mga manggagawà.

retribution, n. karaniwa'y kagantihán sa gawáng masamâ; paggagawad ng gantimpalà o parusa sa kabiláng buhay. Catholics believe in retribution. Sumasampalataya o naniniwalà ang mga Katoliko sa paggagawad ng gantimpalà o parusa sa kabiláng buhay.

return, v. ibalík; bumalík; isaulî; gantihín;
I want to return the book I borrowed. Ibig kong isaulî ang aklát na hinirám ko,

return, n. pagbabalík;
On her return trip she will stop at Seattle. Sa pagbabalík niyá ay dáraan siyá sa Seattle.

reunion, n. mulíng pagsasama-sama; mulíng pagkikita-kita;
The family reunion is usually held on Christmas Day. Karaniwan ay nagsasama-sama ang buóng angkán kung Pasko.

revamp, v. baguhin ang pagkakabuô;
They have to revamp their committee. Babaguhin ang pagkakabuô ng kaniláng lupon.

reveal, v. ibunyág; ihayág; ipagtapát;
You should not reveal the secret to her. Hindî mo dapat ipagtapát sa kaniyá ang lihim.

revenge, v. maghigantí;

revenge, n. paghihiganti;
They want to revenge against their mother-in-law so they are thinking of a well-planned revenge. Ibig nilang maghiganti sa kaniláng biyenan kanyâ iniisip niláng mabuti ang paghihiganti.

reverse, v. baligtarín;

You have to reverse your dress. Dapat mong baligtarín ang iyóng barò.

review, v. mulíng suriin; repasuhin;
He has to review the lesson. Kailangan niyáng repasuhin ang liksiyon.

review, n. mulíng pagsusurì; repaso; I am giving them a review today. Binibigyan ko sila ng pagsusuri ngayon.

book review, suring aklat; suring-basa;
I was asked to make a book review. Ako'y pinagagawa ng isang suring aklat.

revise, v. baguhin;
I had to revise the book. Kinailangan kong baguhin ang aklát.

revive, v. buhaying mulî;
They revived the question about inheritance. Binuhay niláng mulî ang tanóng tungkól sa pamana.

revoke, v. bawiin; pawalangsaysáy;
They want to revoke their marriage. Ibig niláng pawaláng-bisà ang kaniláng pagkakakasal.

revolt, v. maghimagsík; mag-alsá;

The people revolted. Nag-alsá ang taong-bayan.

revolt, n. paghihimagsík;
The planned revolt was discovered. Nátuklasán ang balak na paghihimagsík.

reward, v. gantimpalaan; pabuyaan;
The finder of the purse was rewarded. Ang nakapulot ng lukbutan ay ginantimpalaan.

reward, n. gantimpalà;
The reward was five pesos. Ang gantimpalà ay limáng piso.

rheumatism, n. rayuma;
He has rheumatism. Mayroón siyáng rayuma.

rhyme, n. tugmâ; rima;
There is no rhyme in that stanza. Waláng tugmâ sa saknóng na iyán.

rhythm, n. aliw-iw; indayog;
The music has a beautiful rhythm. May magandáng aliw-iw ang musika.

rib, n. tadyang;
You have to replace one rib of my umbrella. Kailangan mong halinhán ang isáng tadyáng ng aking payong.

ribbon, n. laso;
The box has a beautiful ribbon. Magandá ang laso ng kahon.

rice, n. bigás; kanin;
Most of the Filipinos eat rice. Karamihan sa mga Pilipino ay kumakain ng kanin.

rich, adj. mayaman;
The rich farmer is after her. Ang mayamang magsasaká ay nagkakagustó sa kaniyá.

rid, v. alisín; alisán; palisín;
Let us rid the plants of worms. Alisán natin ng uod ang mga halaman. I will get rid of her. Paaalisín ko siyá.

riddle, v. pagbutas-butasín;
He riddled the windows with bullets. Pinagbutasbutás niyá ang bintanà sa tamá ng bala.

riddle, n. bugtóng;
They were playing riddles when we came. Naglalarô silá ng bugtungan o nagbubugtungan sila nang kami'y dumating.

ride, v. sumakay; sakyán;
They ride horses in the prairies. Sumasakáy silá sa kabayo sa kapatagan.

ride, n. pagsakáy;
It costs ten centavos a ride

on the jeep. Sampung sentimos isáng sakay sa jip.

ridicule, v. kutyaín; tuyaín; They are ridiculing him so he is angry. Kinukutyâ nilá siyá kayâ siyá nagagalit.

ridiculous, adj. katawa-tawá; He looks ridiculous. Nakatatawá ang hitsura niyá.

right, v. tuwirin; itumpák; ayusin; I want to right the wrong. Ibig kong itumpák ang malî.

rightful, adj. may karapatán; Rosa is the rightful owner of the car. Si Rosa ang may karapatáng may-arì ng kotse.

rigid, adj. matigás; mahigpít; There is a rigid discipline in her family. May mahigpít na disiplina sa kaniyáng angkán.

rim, n. labì; gilid; The rim of my round basket is made of rattan. Ang labì ng bilóg kong basket ay gawâ sa yantok.

ring, v. tugtugín; tumagíntíng; Ring the bell so the pupils will come in. Tugtugín mo ang kampanà upáng pumasok ang mga nag-aaral.

ring, n. sinsíng; ruweda; labanán; páligsahan; I lost my diamond ring three years ago. Nawalâ ang singsíng kong brilyante may tatlóng taón na ngayón.

rinse, v. banlawán; The washwoman will rinse clothes. Babanlawán ng labandera ang mga damít.

rip, v. punitin; pumunit; lagariin nang paayon sa kilabot ng kahoy. She ripped her dress at the hem. Pinunit niyá ang kaniyáng barò sa lupî It is not easy to rip a piece of lumber. Hindî madalî ang lumagarì ng isáng pirasong kahoy.

ripe, adj. hinóg; The ripe mangoes are more salable than chicos. Ang hinog na manggá ay lalong mabilí kaisa tsiko.

rise, v. tumaás; tumindíg; sumikat; maghimagsík; bumangon; The sun rises from the east. Sumisikat ang araw sa silangan. The balloon rises. Tumataas ang lobo.

risk, v. ipagbakasakalì;
ipagsápalarán;
Don't risk your life. Huwág mong ipagsapalarán
ang iyóng buhay.

risk, n. panganib;
Lending money is a risk.
Ang pagpapahirám ng kuwaltá ay isáng panganib
o mapanganib.

rival, v. makipagpaligsahan;
makipagpang-agaw;
She wants to rival her
cousin. Ibig niyang mamakipagpang-agaw sa kaniyáng pinsan.

rival, n. kaagaw;
Her sister is also a rival in
love affairs. Ang kaniyáng kapatid ay kaagaw
rin niyá sa pag-ibig.

river, n. ilog;
Pampanga river flows
through Nueva Ecija. Ang
ilog Pampanga ay umaagos sa Nueva Ecija.

road, n. daan; kalye; lansangan;
There is a small road between her house and mine.
May maliit na daán sa pagitan ng bahay niyá at bahay ko.

roam, v. gumalà;
The thief roams around in
the daytime. Gumagalà

ang magnanakaw sa araw.

roast, v. iihaw; mag-ihaw;
ibusá; magbusá; litsunín;
They had a roast pig last
Christmas. Mayroón siláng litson noóng Paskó.
I enjoy roast corn while
watching the television.
Nasasarapan ko ang binusang mais samantalang
nanónoód ng telebisyon.

rob, v. pagnakawan;
They robbed the bank.
Pinagnakawan nilá ang
bangko.

robe, n. bata;
She has on a beautiful
robe from Japan. May
suót siyáng magandáng
batang buhat sa Hapon.

robust, adj. matipunò; malusog;
The boxer has a robust
body. Ang boksingero ay
may matipunong katawán.

rock, v. iugóy; yanigín; giwangin;
Don't rock the boat as I
get dizzy. Huwag mong
giwang-giwangin ang bankâ sapagká't akó'y nahihilo.

rock, n. tanggulan; batò;
kutà;
There is a big rock in
front of her house. May

malakíng bató sa tapát ng bahay niyá.

rod, n. pamalò; baras; batutà;

To rule with an iron rod-mamahalà nang buóng higpít. The policeman always goes out with his rod. Ang pulis ay lumalabas na dalá ang kaniyáng batutà sa tuwina.

roe, n. mga itlog ng isda; usáng lalaki;

I don't eat roe. Hindî ako kumakain ng itlog ng isdâ. The roe can run faster than the female deer. Lalong matuling tumakbó ang usáng lalaki sa babae.

role, n. bahaging gagampanán ng isáng tauhan sa dulà.

roll, v. pagulungin; gumulong; balumbunín; balutin; sumuray-suray; lumipas;

Roll the ball to me. Pagulungin mo ang bola patungo sa akin. Do not fold the mat but roll it. Huwag mong itupî ang baníg kundî balumbunín o balutin.

Roman Catholic Church, Iglesiya Katolika Romana;

I go to the Roman Catholic Church on Sundays. Nagsisimbá akó sa Iglesiya Katolika Romana kung linggó.

romance, n. romansa;

He is crazy about romance. Naloloko siya so romansa.

romp, v. maglaró't magingáy;

The school children romp around the building even on Saturdays when there are no classes. Ang mga nag-aaral ay naglalarô at nag-iingáy sa paligid ng páaralán kahit Sabado na waláng klase.

roof, n. bubóng; bubungán;

Our house has an iron roof. Ang aming bahay ay may bubóng na yero.

roost, v. humapon;

Most chickens roost at about six or seven in the evening. Karamihan sa manók ay humahapon sa mga ikaanim o ikapitó ng gabí.

rooster, n. tandáng; tatyaw o lalaking manok;

I prefer hens to rooster. Lalong ibig ko ng inahín kaisa tandáng o tatyaw.

root, v. mag-ugát; lipulin; mangantiyaw;

Mongoes root early. Nag-

uugat agad ang munggó.
They have to root out the
crime in our town. Kaila-
ngan nilang lipulin ang
krimen sa aming bayan.
The opposing team are
rooting for their team.
Ang kaaway na manlalarò
ay nangangantiyaw sa ka-
laban.

rope, n. lubid;
He tied the carabao with
a rope. Tinalian niyá ang
kalabáw ng lubid.

rosary, n. rosaryo;
We say the rosary every
night. Nagdarasál kamí
ng rosaryo gabi-gabi.

roster, n. talaan;
Jose prepared the roster.
Inihandâ ni Jose ang tá-
laan.

rostrum, n. plataporma; en-
tablado;
Juan was standing on the
rostrum. Nakatayô sa pla-
taporma si Juan.

rot, v. mabulók;
They said pine trees rot
easily. Ang sabi nilá, ang
pino ay madalíng mabu-
lók.

rotate, v. umikot; umikit;
The wheel rotates. Umi-
ikot ang gulóng.

rotten, adj. bulók;
The papaya is rotten. Bu-
lók ang papaya.

round, adj. bilóg; mabilog;
The plate is round. Bilóg
ang plato.

rouge, n. kolorete;
She does not use rouge.
Hindî siyá gumagamit ng
kolorete.

rough, adj. magaspáng; ma-
galás; bakú-bakû;
She has rough hands. Ma-
galás ang kamáy niyá.
Those boards are rough.
Magaspáng ang tabla na
iyón. Lucas has rough
manners. May magaspáng
na asal si Lucas.

rouse, v. gisingin;
It is too early to rouse
him. Napakaagà upáng
siyá'y gisingin.

route, n. daán; ruta;
We took another route in
going to New York Ku-
muha kami ng ibáng ruta
sa pagpuntá sa New York

row, n. álitan; kágalitán;
away; hanay; pila;
The girls stood in a row.
Pumila o nasa isáng ha-
nay ang mga batáng ba-
bae. There was a row be-
tween the neighbors. May
away ang magkapit-bahay.

row, v. gumaod; sumaguwán; saguwanán;
Do you know how to row the boat? Marunong ka bang sumaguwán ng bangkâ?

rub, v. kuskusín;
Rub the table with a piece of soft cloth. Kuskusín mo ang mesa ng isáng pirasong malambot na damít.

rubber, n. goma;
The sole of the slippers is made of rubber. Ang suwelas ng tsinelas ay goma.

rubbish, n. yagít; basura;
He comes to gather the rubbish. Napaparito siyá upáng kunin ang basura.

rude, adj. bastós;
That fellow is rude. Ang taong iyón ay bastós.

rug, n. alpombra;
We do not use rags. Hindî kamí gumagamit ng alpombra.

ruin, v. wasakin; iguhò;
Don't ruin your future. Huwág mong wasakin ang iyong hinaharáp.

rule, v. pamahalaan; ipasiyá;
The king rules his subjects wisely. Pinamamahalaang mahusay ng harì ang kaniyáng mga tauhan.

rule, n. tuntunin; alituntunin;
I know the rules in grammar. Alám ko ang mga tuntunin sa balarilà.

ruler, n. punò; ang namamahalà; reglador;
We have a president but not a ruler in the Philippines. Sa Pilipinas ay may presidente kami at hindi isang hari. Danilo needs a ruler. Nangangailangan si Danilo ng isang reglador.

rumor, n. bulúng-bulungan; kumakalat na balità;
There is a rumor that Rosa will get married on Sunday. May kumakalat na balità na si Rosa ay mag-aasawa na sa Linggó.

run, v. tumakbó; umikot; magpalakad; mamahalà; itanan;
She walks and runs when she is well. Naglalakád siyá at tumatakbó kapág siyá'y waláng sakít. He runs the machine alone. Siyang mag-isá ang namamahalà sa makina. He

303

ran after the thief. **Hinabol** niyá ang magnanakaw. Run along, child. **Umalis ka na, batà.** She ran away with my watch. **Itinakbo niyá ang aking relos.** We ran out of gas. **Naubusan kami ng gasolina.** We ran over a chicken. **Nakasagasà kamí ng manók.** The boy was run over by a car. **Nasagasaan ng kotse ang batà.**

rush, v. madaliin; magmadalî;
Rush all your sewing. **Madaliín mo ang lahát ng tahiin.**

rust, v. kalawangin;
This needle does not rust. **Ang karayom na itó ay hindî kinakalawang.**

rustle, v. kumaluskós;
The leaves rustle when the wind blows. **Kumakaluskós ang mga dahon kapág humahangin.**

rustproof, adj. hindi kinakapitan ng kalawang
Ang metal na itó ay hindî kinakapitan ng kalawang. This metal is rustproof.

rusty, adj. kalawangin; may kalawang;
The roof is rusty. **Kálawangín ang atíp na yero.**

ruthless, adj. waláng habág; walang awà; malupít;
Julian is a ruthless fellow. **Si Julian ay waláng habág na tao.**

S

saber, n. sable;
The komediyante uses a saber. **Gumagamit ng sable ang komedíyante.**

sack, n. sako; langgotse;
I bought a sack of rice. **Bumilí akó ng isáng sakong bigás.**

sacred, adj. banál; sagrado;
The priest visited a sacred place in Europe. **Nagbi-**

sita ang parì sa isáng banál na lugar sa Europa.

sacrifice, n. sakripisyo; pagsasakripisyo; pagpapakasakit;
The sheep is usually used as a sacrifice. **Karaniwan ang ginagawang sakripisyo ay ang tupa.**

sad, adj. malungkót; malumbáy; nalulungkót; nalu-

lumbáy;
The woman who lost her husband is very sad. Nalulungkót ang babaing namatáy ang asawa.

saddle, n. siyá;
He can ride a horse without a saddle. Nakasasakáy siyá sa kabayo nang waláng siyá.

safe, n. kabang bakal;
We do not own a safe. Walâ kamíng kabang bakal.

safe, adj. ligtás; waláng panganib;
The woman is safe. Waláng panganib ang babae.

sag, v. lumundô; lumuylóy;
The ceiling is sagging. Lumulundô ang kesami.

sage, adj. pantás; pahám;
The sage is sometimes mistaken for a fortune teller. Kung minsan ay nasasabing manghuhulà ang isáng pantás.

sail, v. maglayág; lumayág;
I sailed on the Empress of Russia when I first went to the states. Naglayág o sumakáy akó sa Empress of Russia noóng unang puntá ko sa America.

sailor, n. mandaragát;
She married a sailor. Na-

pangasawa siyá ng isáng mandaragát.

sake, n. kapakanán;
For your sake I shall attend the party. Alangalang sa iyóng kapakanán ay dádaló akó sa parti.

salad, n. insalada; ensalada;
I like salad at every meal. Ibig ko ng ensalada sa tuwing kakain.

salary, n. sahod; suweldo;
I receive no salary now. Hindî na akó tumatanggáp ng sahod ngayón.

saliva, n. laway;
The saliva is white. Ang laway ay maputî.

salt, n. asín;
We brought home two boxes of fine salt. Naguwî kamí ng dalawang kahong asing pino.

salted, adj. inasnán;
I like salted peanuts. Ibig ko ng inasnáng manê.

salute, v. magpugay; sumaludo; saluduhan;
We salute the flag. Nagpupugay tayo sa bandilà.

salvation, n. kaligtasan;
She is giving some old clothes to the salvation army. Nagbibigáy siyá ng mga lumang damít sa

lupon ng kaligtasan.

same, adj. kapareho; katulad ng banggít;
They have the same height. Magkapareho silá ng taás.

sample, n. halimbawà; muwestra;
I have no sample to give. Walâ akóng muwestra na maibibigáy.

sand, n. buhangin;
There is sand on the floor of the car. May buhangin sa suwelo ng kotse.

sandpaper, n. papél de liha;
I need some sandpaper. Nangangaliangan akó ng papél de liha.

sandwich, n. sanwits; emparadados;
I like sandwiches. Ibig ko ng sanwitses.

sanitary, adj. malinis;
The toilet at the Luneta is sanitary. Malinis ang palingkuran sa luneta.

sarcastic, adj. mapanuyâ;
He is very sarcastic. Mapanuyâ ang tao.

satiated, adj. suyà; sawâ;
The heart is never satiated. Kailanman ay hindi nagsasawà ang pusò.

satisfactory, adj. kasiyasiyá;

Her work is very satisfactory. Tunay na kasiyasiyá ang kaniyáng trabaho.

saucepan, n. kaserolang muntî;
I cooked some paksiw in a saucepan. Naglutò akó ng paksíw sa maliít na kaserola.

sausage, n. langgonisa; batutay; soriso;
I want to buy some sausage made in Baguio. Ibig kong bumilí ng langgonisang gawâ sa Baguio.

savage, adj. mabangís; mabalasik; di-sibilisado;
Many Negritos are savage. Maraming Negrito ay mabalasik.

save, v. iligtás; magligtás; mag-impók; ingatan; pangalagaan;
He saved the drowning boy. Iniligtás niyá ang nalulunod na batà. She is trying to save every centavo that she earns. Sinisikap niyáng maimpók ang halos bawa't sentimo na kinikita niyá.

saw, v. maglagarì; lagariin;
Simeon saws boards. Naglalagarì ng tablá si Simeon.

sawdust, n. pinaglagarian; kusot;
Some people use sawdust for fuel. May mga tao na gumagamit ng kusot na panggatong.

say, v. sabihin; magsabi;
What did you say? Anó ang sinabi mo?

scab, v. maglangíb;
The wound is beginning to scab. Nagsisimulâ nang maglangíb ang sugat.

scab, n. langíb; eskirol;
The scabs were harmed by the strikers. Ang mga eskirol ay sinaktan ng mga welgista.

scald, v. banlián; mábanlian;
We scald the chicken before dressing it. Binabanlián muna natin ang manók bago alisán ng balahibo.

scale, v. kaliskisán;
Can you scale the fish? Makakaliskisán mo ba ang isdâ?

scale, n. kaliskís; timbangan;
The scale of the fish is rough. Magalás ang kaliskís ng isdâ. Weigh the papers on the scale. Tim-

bangin mo ang mga papel sa timbangan.

scaly, adj. nangangaliskís; makaliskís;
Her face is scaly. Nangangaliskís ang kaniyáng mukhâ.

scandal, n. iskandalo; alingasngás;
She wants to avoid scandal. Ibig niyáng iwasan ang iskandalo.

scanty, adj. katitíng; kákarampót;
Her milk is scanty. Kakarampot ang kaniyáng gatas.

scar, n. piklát; pilat;
He has a scar on the face. May pilat siyá sa mukhâ.

scarce, adj. bihirà; kakauntì; di-sapát; madalang;
Lansones are scarce at this time of the year. Bihirà na ang lansones ngayón.

scare, v. takutin;
Don't scare the kids. Huwág mong takutin ang mga batà.

scatter, v. isabog; sumabog; ikalat; magsabog; magkalat;
Don't scatter papers on the floor. Huwag kang

magsabog ng papel sa sahíg.

scene, n. tagpô; tagpuan; poók na pinangyarihan; tánawin;
Where is the scene of the crime? Saan ang poók na pinangyarihan ng krimen?

schedule, n. talatakdaan;
Have you a schedule of the examination? Mayroón ka bang talatakdaan ng iksamen?

scholarship, n. salaping panggugol sa isáng iskolar. Tumanggáp siyá ng isáng scholarship o salaping-gugol para mag-aral sa America. He received a scholarship for the states.

science, n. aghám; siyensiya;
He is studying science. Nag-aaral siyá ng siyensiya.

scissors, n. guntíng;
I bought a pair of scissors. Bumilí akó ng guntíng.

scold, v. kagalitan; pagsabihan;
Do not scold the children. Huwag mong kagalitan ang mga batà.
Do not scold her for she might leave you. Huwág mo siyáng kagalitan at

bakâ iwan ka niyá.

scoop, v. hukayan; salukin; sandukín;
Can you scoop the soup? Masasalok mo ba ang sopas?

scorch, v. sunugin nang bahagyâ; panguluntuyín sa init;
She scorched my handkerchief. Sinunog niyá nang bahagyâ ang aking panyolito.

score, n. bilang; puntos; iskor;
What is the score in the game? Anó ang bilang sa larô?

scourge, v. hagupitin; parusahan;
They scourged him with a whip. Hinagupít nilá siyá ng latigo.

scowl, v. pangunutín ang noó; sumimangot; n. pasimangutin;
He scowled when he heard the news. Pinapapangunót niyá ang kaniyáng noó nang máriníg ang balità.

scramble, v. batihín; magbatí; mangunyapit;
We scramble eggs for breakfast. Nagbabatí kamí ng itlóg pará sa almusalán.

scramble, n. pagpapangaga-
wán; pangungunyapit;
The children had a scram-
ble in the finding of the
lost ring. Ang mga batà
ay; nagkaroón ng pagpa-
pangagawan sa paghanap
ng nawaláng sinsíng.

scrape, v. kayurin; magka-
yod; kaskasín;
Please scrape the young
coconut. Mangyaring ka-
yurin mo ang buko.

scratch, v. kamutin; kalmu-
tín; burahín;
He scratched his head
when he was asked to
go home.
Kinamot niya ang ulo
nang siya'y pauwiín.

scream, v. tumilî;
She screamed when she
saw him. Tumilî siyá
nang makita siyá.

scream, n. tilî
The scream was heard
by her mother. Ang tili
ay naríníg ng kaniyáng
ina.

screwdriver, n. disturnilya-
dor;
He lost the screwdriver.
Naiwalâ niyá ang distur-
nilyador.

scribble, v. sumulat nang
mabilís;
He scribbled his name on

the paper. Isinulat niyá
nang mabilis ang kaniyáng
pangalan sa papél.

Scripture, n. Banál na Kasu-
latan; Bibliya;
Many people can read the
Scripture but cannot un-
derstand it. Maraming
tao ang nakababasa ng Bi-
bliya nguni't hindî namán
naiintindihán.

sea, n. dagat;
They take a walk near the
sea. Nagpapasyál silá sa
tabí ng dagat.

seal, v. selyuhan; tatakán;
sarhán; pasakan; takpán;
Seal your lips. Sarhán mo
ang iyóng bibíg.

search, v. hanapin; kapkapán
The boy's pockets were
searched. Kinapkapán ang
mga bulsá ng batà.

seashore, n. baybay; tabing-
dagat; dalampasigan;
She walks by the seashore
every afternoon. Nagpa-
pasyal siyá sa baybayin ng
dagat tuwíng hapon.

seasonal, adj. pana-panahón,
The sale of books is sea-
sonal. Pana-panahon ang
pagbibilí ng mga aklat.

seat, v. iupô;
Can you seat two in that chair? Maiuupô mo ba ang dalawá sa úpuang iyan?

secede, v. tumiwalág;
She is trying to secede from the club. Sinisikap niyáng tumiwalág sa kapisanan o klub.

secluded, adj. hiwaláy; malayò;
Susie was secluded from her companions when I saw her. Nakahiwaláy si Susie sa kaniyáng mga kasama nang makita ko siyá.

second, adj. pangalawá;
She is the second child. Siya ang pangalawang batà.

second hand, n. nagamit na; segunda mano; naging pagaarì na ng ibá.
She bought a second-hand skirt. Bumilí siyá ng segunda manong saya.

secret service, n. sangáy ng mga tiktík;
She went to the secret service. Nagpuntá siyá sa sangáy ng mga tiktík.

section, n. bahagi; pangkat; seksiyón; tuntunin;
She belongs to section 4. Kabilang siyá sa pangkát na ikapat.

secure, v. kumuha; iligtás sa panganib; tibayan;
You have to secure a permit. Kailangan kang kumuha ng permiso. We have to secure the locks. Kailangan naming tibayan ang mga kandado.

security, n. katiwasayán ng isáng tao; panagót;
He used his car as a security for the loan. Ginamit niyá ang kotse na panagót sa kaniyáng hirám.

seduce, v. rahuyûin;
She tried to seduce him profess her religion. Nirahuyò niya siyá na ipahayag ang kaniyang relihiyón.

see, v. makita; tingnán; panoorin; tiyakín;
Do you see that car? Nakikita mo ba ang kotseng iyán? See that he signs the papers. Tiyakin mong lagdaán niyá ang mga papeles.
He sought fame. Sinubok niyáng magtamó ng kabantugan.

seem, v. tila; warì; para;
She seems to be proud. Waring siyá'y mayabang.

segregate, v. ibukód; ihiwaláy; ilayô.

They have to segregate the lepers. Kailangan niláng ihiwaláy ang mga leproso o may sakit na ketong.

seize, v. samsamín; sumunggab; sunggabán; samantalahín;
One has to seize the opportunity that knocks at his door. Kailangang samantalahin ang pagkakataon na dumarating sa kaniya.

seldom, adv. bihirà; manaká-nakâ;
Her friend seldom visits her. Bihirang dumalaw sa kaniyá ang kaniyáng kaibigan.

select, v. pumilì; piliin; mamilì; humirang; hirangin;
Select a dozen big eggs and give them to me. Pumilì ka ng isáng dosenang malalakíng itlóg at ibigáy mo sa akin.

selection, n. pagpilì; pamimilì; paghirang;
The selection of the candidates will be tomorrow. Ang pagpilì ng mga kandidato ay bukas.

self-conceited, adj. labis na pagpapahalagá sa sarili;
Rosendo is a self-conceited man. Si Rosendo ay isáng taong mapagpahalagá nang labis sa sarili.

self-conscious, adj. mahihiyain; mapag-alaala sa sariling katayuan;
The child became selfconscious when she saw that we were watching her. Naging mahihiyain ang batà nang malamang pinagmamasdán natin siyá.

self-control, n. pagtitimpî; pagpipigil sa sarili.
He lost his self-control. Nawalán siyá ng pagtitimpî.

selfish, adj. maramot; sakím; makasarıli;
It is hard to deal with a selfish fellow. Mahirap makibagay sa taong sakim.

sell, v. magbili; ipagbili; magtindá; itindá;
We are selling books. Nagbibili kamí ng mga aklat.

semester, n. hatintaón;
Now is the second semester. Ngayon ay ikalawang hatintaon.

semicolon, n. tuldukuwít;
A semicolon is used in a compound sentence. Ang tuldukwít ay ginagamit sa pangungusap na tambalan.

seminary, n. seminaryo;
My nephew stayed two years in the seminary. Ang

pamangkin ko ay nagtirá ng dalawáng taón sa seminaryo.

senate, n. mataás na kapulungan; senado; Mariano works in the senate. Si Mariano ay nagtatrabaho sa senado.

send, v. magpadalá; ipadalá; Send the books as soon as possible. Ipadalá mo ang mga aklát sa lalong madalíng panahón.

senile, adj. ukol sa matandâ; ulianin; He is senile now as he is over eighty years old. Siyá'y ulianin na sapagká't mahigít na siyáng walumpúng taón.

senior, adj. nakatatandâ; sinyor; nakatataás (sa tungkulin) He is three years my senior. Siyá'y matandâ sa akin ng tatlóng taón.

sense, v. mádamá; **n.** pandamá;

common sense, n. sentido komún; likás na pagkukurò; That fellow is not using his common sense. Ang taong iyán ay hindî ginagamit ang kaniyáng sentido komún.

senseless, adj. waláng pan-damdám; waláng damdamin; hindî makaramdám; waláng katuturán; She is a senseless girl. Ang batang iyán ay waláng pandamdám.

sensible, adj. may katuwiran; matinò; The man is quite sensible. Makatuwiran ang taong iyán.

sensitive, adj. maramdamin; madalíng makaramdám; The woman is very sensitive. Totoóng maramdamin ang babae.

sentence, n. pangungusap; hatol; sentensiya; He can make a sentence. Makagagawâ siyá ng pangungusap. His sentence is two years imprisonment. Ang kaniyáng sentensiya ay dalawáng taón sa bilangguan.

sentiment, n. damdamin; kurukurò; The public sentiment is against him. Ang kurukurò ng madlâ ay laban sa kaniyá.

sentinel, n. talibà; tanod; bantáy; guwardiya; Roque is the sentinel at North General Hospital. Si Roque ang guwardiya sa North General Hospital.

separate, v. ihiwaláy; ibukód; ilayô; paghiwalayín; pagbukurín;
Separate the new ones from the old. Ibukód mo ang mga bago sa mga lumà.

September, n. Setyembre;
I left for the States September of last year. Umalis akong patungo sa America Setyembre noóng isáng taón.

sequel, n. karugtong;
El Filibusterismo is the sequel of Noli Me Tangere. Ang Filibusterismo ay karugtong ng Noli Me Tangere.

sequence, n. pagkakasunudsunód;
There is no sequence in the arrangements of dates. Waláng pagkakasunud-sunód sa petsa, laktaw-laktaw sa madaling sabi.

serenade, v. haranahin; magharana;
Rodolfo and his friends are serenading Ramona. Si Rodolfo at ang mga kaibigan niyá ay naghaharana kay Ramona.

serene, adj. tahimik; maaliwalas; mahinahon;
The sky is serene. Ang himpapawid ay tahimik.

serf, n. alipin; busabos;
There are very few serfs nowadays. Bihirà na ang mga busabos sa ngayón.

sergeant, n. sarhento;
She married a sergeant of the American army. Ang napangasawa niyá ay isáng sarhento ng kawal Amerikano.

serial, n. nobela o kuwentong inilalathalà nang bahá-bahagi. "Landas ng Buhay" is a serial shown on the television. Ang "Landas ng Buhay" ay isang kuwentóng ipinakikita sa telebisyon nang baha-bahagi.

serious, adj. seryo; pormal; maselan; mabigát; malubhâ; mahalagá;
Julio is a serious man. Si Julio ay isang taong pormál. The patient is serious. Malubhâ ang maysakít.

sermon, n. sermon;
The sermon lasted for an hour. Tumagal nang isáng oras ang sermón.

serpent, n. ahas; serpiyente;
The serpent is poisonous. Ang serpiyente ay makamandág.

servant, n. utusán; alilà; bataan; katulong sa bahay; Iluminada is our servant. Si Iluminada ang aming katulong sa bahay.

serve, v. maglingkód; magsilbí; paglingkurán; pagsilbihán; magamit; magsilbí; magdulot; padalhán; He received an order to serve his country. Tumanggáp siyá ng orden na magsilbí sa kaniyáng bayan. He was served a subpoena. Pinadalhán siyá ng subpena.

service, n. paglilingkód; pálinkuran; serbisyo. I rendered forty two years of service to our government. Naglingkód akó sa ating pámahalaán ng apat napu't dalawang taon.

servile, adj. mapangayupapà; may ugaling alipin; This girl is servile. Ang batang itó ay may ugaling alipin.

session, n. pulong; sesyón; They are thinking of having a special session. Nagiisip na magkaroón silá ng sesyón espesyal.

set, v. iayos; ihandâ; itakdâ; ilagáy; Can you set the machine to running? Maiaayos mo ba ang mákina upang tumakbó? Please set the table for dinner. Mangyaring ihandâ mo ang mesa para sa tanghalian.

settle, v. mamahay; manahanan; lutasin; tumining; pagbayaran; He cannot settle his account. Hindî niyá mabayaran ang kaniyáng utang. I am thinking of settling down in the province. Iniisip ko ang manahanan sa lalawigan.

seven, n. pitó; I have seven kittens. Mayroón akóng pitong kutíng.

sever, v. papaghiwalayín; tanggalín; putulin; tigpasín; He has to sever connections with her. Kailangan niyáng putulin ang pagkakaugnáy niyá sa kaniyá.

several, adj. ilán; There are several boys in the room. May iláng lalaki sa silíd.

sew, v. tahiín; manahî; She is willing to sew for her. Sang-ayon siyáng manahî sa kaniyâ.

sewing, n. pananahî; tahî; pagtahî;

The sewing done for her
is not accurate. Ang
tahî na ginawâ sa kaniyá
ay hindî pulido.

sex, n. kasarián;
Cousin is in tne common
gender. Ang pinsan ay
nasa kasariáng pambalaki.

shabbyness, n. panlilimahid;
His shabbyness made Rosa
dislike him. Ang panlili-
mahid niya ang nakawalâ
sa kaniyá ng paggustó si
Rosa.

shack, n. kubo; dampâ; ba-
rung-barong;
He has a small shack near
the river. May maliít si-
yang kubo sa tabíng ilog.

shackle, v. sagkaán; ikadena;
It is necessary that you
shackle the wheels so the
car will not fall. Kaila-
ngan mong sagkaán ang
mga gulóng upáng huwág
mahulog ang kotse.

shade, v. liliman,
Shade the newly planted
plants. Liliman mo ang
katatanim na mga hala-
man.

shade, n. lilim;
He used banana leaves for
shade. Gumagamit siya
ng dahon ng saging para
gawíng lilim ng bagong

tanim na halaman.

shadow, n. anino;
He saw the shadow of a
cat. Nakita niyá ang
anino ng pusà.

shake, v. ugaín; yugyugín;
umugâ; mangatóg; magka-
máy;
Shake hands with the vi-
sitors. Makipagkamáy ka
sa mga panauhin. Shake
the bottle. Alugín mo ang
botelya. The house shakes.
Umuugâ ang bahay.

shaky, adj. umuugâ; uma-
alóg; mabuwáy;
The old man is shaky be-
cause of paralysis. Ang
matandâ ay mabuwáy da-
hil sa paralisis.

shallow, adj. mababaw;
I eat on a shallow plate.
Kumakain akó sa maba-
baw na plato.

sham, v. magkunwâ;
He is shaming illness.
Nagkukunwarî siyáng may
sakít.

sham, n. pagkukunwarî; ba-
latkayô;
What he does is a mere
sham. Ang kaniyang gi-
nagawa ay isang balatkayô
lamang.

sham, adj. paimbabáw; kun-
wâ;

Paimbabaw lamang ang kaniyang anyaya. That is only a sham invitation.

shameful, adj. kahiya-hiyâ; kahalay-halay;
That kind of work is shameful. Ang urì ng trabahong iyán ay kahiya-hiyâ.

shape, v. hubugin; kortehan;
You have to shape the body of that dress. Kailangan mong kortehan ang katawán ng barong iyán.

share, v. paghati-hatiin; paghatian;
Let us share this food with the child. Ating hatian ang batà ng pagkaing itó.

shark, n. patíng;
The shark eats people. Kumakain ng tao ang patíng.

sharp, adj. matalim; matalas; masidhî;
The table knife is sharp. Matalím ang kutsilyo.

sharpen, v. maghasà; ihasà; patalasin; tasahán;
Can you sharpen my pencil? Matatasahan mo ba ang aking lapis? Please sharpen my bolo. Mang-

yaring ihasà mo ang aking gulok.

shatter, v. durugin; madurog;
Some ships were shattered by the storm. May mga bapor na nadurog ng bagyó.

shave, v. ahitin; mag-ahit;
Jose is shaving his beard. Inaahit ni Jose ang kaniyáng bigote.

shawl, n. panyulón;
She made me two shawls. Iginawâ niyá akó ng dalawáng panyulón.

she, pron. siyá;
She is a good-looking girl. Siya'y magandáng batang babae.

shears, n. panggupít;
She uses shears in cutting the violets. Gumagamit siyá ng panggupít sa pagputol ng mga biyoleta.

sheen, n. kintáb; ningning;
You eliminated the sheen of the table by rubbing it with alcohol. Inalís mo ang kintáb ng mesa sa pagkaskás mo ng alkohol.

sheep, n. tupa;
They usually offer sheep as offering to the gods. Karaniwan ay ginagamit

nilá ang tupa na handóg sa mga diyus-diyusan.

sheer, adj. manipís na manipís;
I bought two pairs of sheer stockings. Bumilí akó ng dalawáng paris na manipis na manipis na mediyas.

sheet, n. piraso; pilyego; sapín;
The sheet is placed before you place the coverlet. Inilalagáy muna ang sapín bago ilagay ang kubrikama.

shelf, n. istante;
Put the books on the shelf. Ilagay mo ang mga aklát sa istante.

shell, v. kanyunín; balatán; alisán ng balat;
Please shell the shrimps. Mangyaring balatán mo ang mga hipon. The enemy shell the ships. Kinanyón ang bapor ng kaaway.

shelter, v. kupkupín; tangkilikin; ipag-adyá;
The fire victims have to be sheltered in schoolhouses temporarily. Pansamantalang kinukupkóp sa bahay páaralán ang mga nasunugan.

shepherd, n. pastól; tagapag-alagà ng tupa.

shield, v. ipagsanggaláng; ikublí; ikanlóng;
She tried to shield the plant from the wind. Sinikap niyáng ikanlóng sa hangin ang halaman.

shield, n. kalasag; pansanggá;
He put on his shield and faced the enemy. Inilagáy niyá ang kaniyáng kalasag at hinaráp niyá ang kaaway.

shift, v. magbago; pagpalitpalitin; paghali-halilihín; ipasa;
Julio is shifted from Arithmetic to English. Si Julio ay lumipat sa pagtuturò ng aritmetika sa pagtuturò ng Inglés. (nagbago)

shine, v. sumikat; kumisláp; magningníng;
The boy goes out to shine shoes. Lumalabas ang batà para magpakislap, magpakintab, o maglinis ng sapatos.

ship, v. ipadalá; ilulan sa bapor;
I shall ship the boxes. Ipadadala ko ang mga kahón.

ship, n. bapór; sasakyáng-
dagat;
Ramon took the boat in
coming home. Si Ramon
ay sumakáy sa bapor sa
pag-uwî rito.

shirk, v. umiwas;
Juan is shirking from
work. Si Juan ay umiiwas
sa trabaho.

shirt, n. kamisa-dentro;
Doming bought a white
shirt. Si Doming ay bu-
milí ng putíng kamisa-
dentro.

shiver, v. mangaligkíg; ma-
nginíg; mangatál;
Laura shivers from cold.
Si Laura ay nangangalig-
kíg sa gináw.

shock, v. magitlá; biglaín;
masindák; magulumihanan
I was shocked when I
heard the news of his
death. Nagulumihanan akó
nang marinig ko ang bali-
tang namatáy siyá.

shock, n. pagkabiglâ; pagka-
sindák; pagkagitlá;
Sinumpóng siyá ng sakít
dahil sa pagkagitlá niyá.
He had an attack because
of the shock.

shoe, n. sapatos;
The heel of my left shoe
loosed off. Natanggál ang

takóng ng kaliwâ kong
sapatos.

shoot, v. barilín; bumaríl;
tudlaín;
He received orders of
"Shoot to kill." May ti-
nanggáp siyáng utos na
"Barílin para mamatáy."

shoot, n. talbós; usbóng; su-
pang;
The pepper I planted has
two shoots. May dalawang
supang ang siling itina-
ním ko.

shop, v. manindahan; ma-
mili;
She will shop tomorrow.
Maninindahan siyá bukas.

shop, n. tindahan; págawa-
an; gáwaan; talyér;
The manager visits the
shop often. Malimit mag-
bisita sa págawaan ang
tagapamahalà.

shore, n. pampáng; tabíng-
dagat; baybayin;
They took a walk on the
shore of Manila Bay. Nag-
pasyál silá sa baybayin ng
look ng Maynila.

short, adj. maiklî; mababà;
pandák;
Artemio is a short fellow.
Pandák na lalaki si Arte-
mio.

shortcoming, n. pagkukulang; pagkakamalî;
He realizes that he has many shortcomings. Alám niyá na marami siyáng pagkukulang.

short cut, n. daáng tapatan;
There is a short cut between the little market and my house. May daáng tapatan sa maliit na pamilihan at sa bahay ko.

shorten, v. paikliín; paigsiín;
We have to shorten the periods today because of the program. Dahil sa programa ay kailangan nating paikliín ang oras ng pag-aaral.

shorthand, n. iklilat; takigrapiya;
I don't know shorthand. Hindî akó marunong ng iklilat o takigrapiya.

shortly, adv. agád.
She came shortly after you left. Agád siyáng dumatíng pagkaalís mo.

shortsighted, adj. mahinà ang paningín sa malayò.
Lauro si shortsighted. Mahinà ang paningín ni Lauro sa malayò.

shot, n. putók; pagbaríl;
That was a loud shot. Yao'y isáng malakás na putók.

should, v. dapat;
He should go home. Dapat siyáng umuwî sa bahay.

shoulder, v. balikatin;
He should shoulder the expenses. Dapat niyáng balikatin ang mga gugol.

shoulder, n. balikat;
He has broad shoulders. May malalapad siyáng balikat.

shout, v. sumigáw; humiyáw; sigawán;
Don't shout at me. Huwag mo akong sigawán.

show, v. ipakita; ipamalas; magpakita; ituro;
Show him the way. Iturò mo sa kaniyá ang daán.

show off, v. magpasikat; magyabáng; magparangalan;
She began to show off when she saw Pedro. Nagsimulâ siyáng nagpasikat nang makita si Pedro.

show up, v. lumitaw; sumipót;
She showed up when her friend came. Sumipót siya nang dumatíng ang kaniyáng kaibigan.

showcase, n. iskaparate;
She has many dolls in her
show case. Marami siyáng
manikà sa kaniyáng iska-
parate.

shower, v. umanbón; paula-
nán;
He showered her with
praises. Pinaulanán siyá
ng mga papuri.

shower, n. pagkakaloób ng
mga regalo sa isang ba-
baing malapit nang ika-
sal. Rosa's friend is giv-
ing her a shower on Sa-
turday. Ang kaibigan ni
Rosa ay bibigyán siyá ng
isang salu-salo sa pagbi-
bigay ng mga regalo dahil
sa nalalapit na niyáng
pagkakasál.

shriek, v. tumilî;
Luisa shrieked when her
doll disappeared. Tumilî si
Luisa nang mawalâ ang
kaniyáng manikà.

shrimp, n. hipon; I buy
shrimps once a week. Bu-
mibilí akó ng hipon min-
san sa isang linggó.

shrine, n. dambanà; altar;
templo;
They bought some candles
for the shrine. Bumilí
silá ng mga kandilà para
sa dambanà.

shrink, v. umurong; umiklî;
kumibal;
My dress shrank after it
was washed. Umiklî ang
aking barò nang malab-
hán. The boards of the
door shrank. Kumibal ang
kahoy ng pintô.

shrub, n. palumpóng;
Gumamela is a shrub. Ang
gumamela ay nabibilang
sa palumpóng.

shrug, v. magkibít ng bali-
kat; ikibít ang balikat;
He shrugged his shoulders
when he was told to stay
home. Ikinibít niyá ang
balikat nang sabihin sa
kaniyá na tumigil siya ng
bahay.

shuffle, v. balasahin (ang
baraha) magbalasa; isali-
sod ang mga paá sa pag-
lakad;
They shuffle the cards
before they start playing.
Binabalasa nila ang mga
baraha bago maglarô.

shun, v. umiwas; iwasan;
ilagan; umilag;
Rita shuns publicity. Umi-
iwas si Rita sa publisidad.

shut, v. sarhán; ipiníd; mag-
sará; magpiníd;
Shut the door, please. Pa-
kisara mo ang pintô.

shy, adj. mahiyain; kimî;
The girl is shy. Mahiyain ang batang babae.

sick, adj. may sakit; may karamdaman;
Jose is sick. May sakit si Jose.

sickle, n. lilik; karit;
The sickle is in the form of a half-moon. Ang karit ay hugis kalahati ng buwan.

sickly, adj. masasaktin;
That boy is sickly. Masasaktin ang batang iyan.

side, v. panigan; kampihan; katigan; pumanig; kumampi;
It is said that many army men are siding with Marcos. Sinasabi na maraming militar ay kapanig ni Marcos.

side, n. tabi; gilid; panig; dako; tagiliran;
My left side pains me. Sumasakit ang kaliwang tagiliran ko.

sidewalk, n. bangketa;
The people are asked to walk on the sidewalk. Ang mga tao ay pinamamanhikang lumakad sa bangketa.

sidings, n. palarindingan;
The sidings of his house are made of bamboo. Ang palarindingan ng bahay niya ay kawayan.

siege, n. pagkubkob;
I read the account of the siege of Troy many years ago. Nabasa ko marami nang taong ang ulat ng pagkubkob sa Troy.

sieve, v. bistayin; salain;
They sieve the cement before using it. Sinasalà nilá ang semento bago gamitin.

sieve, n. bistay o bitsay; salaan;
I own a bamboo sieve. Mayroon akong salaang kawayan.

sift, v. salain; bistayin; suriing mabuti;
They are sifting the evidence. Sinusuri nilang mabuti ang katibayan.

sigh, n. buntong-hininga;
She made a sigh of relief. Siya'y gumawa ng buntong-hiningang nakagiginhawa.

sight, n. paningin; tingin; ang nakikita; panoorin; tanawin;
We caught sight of him. Nakita namin siya.

sightseeing, pagliliwaliw;
We had sightseeing in Ba-

guio. Nagkaroon kami ng pagliliwaliw sa Baguio.

sign, v. lumagdâ; pumirma; ilagda; humudyat; sumenyas; senyasán; hudyatán;
He signed his name on the dotted line. Pumirma siya sa ibabaw ng tulduktuldok na guhit.

signature, n. lagdâ;
She put her signature on the contract. Inilagay niya ang kaniyang lagdâ sa kontrato.

significance, n. kabuluhán; kahalagahan, kahulugán;
What is the significance of that pin? Anó ang kahulugán ng alpilér na iyán?

signify, v. ipakilala; magpakilala; mangahulugán;
Why don't you signify your desire? Bakit hindî mo ipakilala ang iyóng nais?

silence, n. katahimikan; di-pag-imík;
Silence means yes. Ang di-pag-imik ay nangangahulugán ng oo.

silently, adv. matahimik; nang waláng ingay;
He entered silently. Pumasok siyá nang waláng ingay.

silk, n. sutlâ; seda;
Her skirt is made of silk. Ang saya niyá ay sutlâ.

silly, adj. hangál; tunggák;
That woman is silly. Ang babaing iyan ay hangál.

silver, n. pilak; plata;
Her ring is made of silver. Pilak ang sinsíng niyá.

silversmith, n. platero;
Meliton is a good silversmith. Si Meliton ay mabuting platero.

silverware, n. kubiyertos na pilak;
I have two dozen silverware. Mayroón akóng dalawáng dosenang kubiyertos na pilak.

similar, adj. katulad; kawangis; kawangkî; kamukhâ;
Mary is similar to her mother. Kamukhâ si Mary ng kaniyáng iná.

simple, adj. simple; payák; liso; madalî; magaán;
It is easy to make a simple sentence. Madalíng gumawâ ng pangungusap na payák. The solution is simple. Ang solusyón ay madalî.

simplify, v. pagaanín; padaliín;

We simplify the problem.
Pinagaan namin ang suli-
ranín:

simultaneously, adv. magka-
panabáy; magkasabáy;
The film is being shown
simultaneously in two mo-
vie houses. Ang peliku-
la ay ipinakikitang mag-
kasabáy sa dalawáng sine.

sin, n. kasalanan;
Everybody commits sins.
Lahát ng tao ay nakaga-
gawâ ng kasalanan.

since, conj. mulâ; yaya-
mang; dahil sa; sapagká't
Since you cannot pay your
debt, you will be punish-
ed. Sapagká't hindî ka
makabayad ng utang, pa-
rurusahan ka.

sincere, adj. tapát; matapát;
Dr. Reyes is a sincere
friend. Si Dr. Reyes ay
isáng tapát na kaibigan.

sincerity, n. katapatan;
Her sincerity is already
proven. Ang kaniyáng ka-
tapatan ay napatunayan
na.

sinful, adj. makasalanan;
He is a sinful man. Ma-
kasalanan ang taong iyán.

sing, v. umawit; kumantá;
magkantá; awitin; kanta-
hín;
Awitin natin ang pamban-
sáng awit. Let us sing
the National Anthem.

single, n. isá; nag-iisá;

single, adj. nag-iisá; isá; wa-
láng asawa;
He is still single, but his
brother is married. Si-
yá'y nag-iisá pa, ngunit
ang kaniyáng kapatid na
lalaki ay may asawa na.

singular, n. pang-isá; isa-
han; kantangi-tangì; di-
karaniwan;
He won a singular suc-
cess. Nagtamó siyá ng ka-
tangí-tanging tagumpay.

sink, v. palubugín; lumu-
bóg; mabaón; bumaón; la-
babo;
The strong wind sank the
ship. Pinalubóg ng ma-
lakás na hangin ang ba-
pór. Our sink needs a
stopper. Kailangan ng
pampasak ang aming la-
babo.

sip, v. humigop; higupin;
Ramon sipped the broth.
Hinigop ni Ramon ang
sabáw.

syrup, n. arnibal; pulót;
Put some syrup on the hot
cake. Lagyán mo ng ar-
nibal ang hot keik.

sister, n. kapatíd na babae; I have one sister. May isáng kapatíd na babae akó.

sister-in-law, n. hipag; My sister-in-law is very kind. Ang aking hipag ay napakabaít.

sit, v. umupô; maupô; halinlimhimán; humalimhím; The hen sits on her eggs. Hinahalimhimán ng inahén ang kaniyáng mga itlóg. I sat on the sofa last night. Umupô akó sa sopa kagabí.

situation, n. kalágayan; lagáy; katayuan; That is a serious situation. Iyán ay malubháng kalágayán.

six, adj. anim; There are six members of the family. Anim ang miyembro ng kaniláng pamilya.

sixty, adj. anim-na-pû; She has sixty students in class. Mayroón siyáng anim-na-pung eskuwela sa klase.

size, n. lakí; dami; sukat; sakláw; The size of their house is twice the size of ours. Ang lakí ng kaniláng ba-

hay ay dalawáng beses ng amin.

sizzle. v. sumagitsit; The fish being fried is sizzling. Sumasagitsít ang isdâ na piniprito.

skéleton, n. kalansáy; balangkás; They dug the skeleton of a Negrito. Nahukay nilá ang kalansáy ng isáng Negrito.

skeptical, adj. may pag-aálinlangan; nagpapakilala ng álinlangan. The man looks skeptical. Mukháng nag-aálinlangan ang tao O mukháng may álinlangan ang tao.

sketch, v. iguhit; Can you make a sketch of him? Maiguguhit mo ba ang larawan ng tao? **n.** isáng maiklî at masakláw na ulat; Please write a brief sketch of Aguinaldo's life. Mangyaring isulat mo ang isáng maiklî at masakláw na ulat ng buhay ni Aguinaldo.

skid, v. dumulás; The car skidded and fell on the ravine. Dumulas ang kotse at nahulog sa bangin.

skill, n. kasanayán; kadalubhasaan;
His skill as a carpenter is well known. Balità sa kasanayán ng pagkakarpintero ang tao..

skilled, adj. sanáy, bihasá
Vicente is a skilled laborer. Si Vicente ay isang bihasang manggagawá.

skim, v. hapawín; basahing pahapyáw;
I want to skim the milk in the cup. Ibig kong hapawín ang krema ng gatas sa tasa. Read or skim the story and tell us its moral lesson. Basahin mo nang pahapyáw ang kuwento at sabihin mo sa amin ang liksyóng itinuturo noón.

skin, n. balát;
My skin is brown. Ang balát ko ay kayumanggí

skinny, adj. payát; patpatin; butó't balát;
Her mother is very skinny. Ang kaniyáng iná ay lubháng payát.

skip, v. laktawán; lumuksuluksó; lumundág-lundág;
I was told that I skipped a line when I read the poem. Sinabi sa akin na nalaktawán ko raw ang isang linea nang basahin ko ang tulâ.

skirmish, n. maiklíng labanán;
He took part in the skirmish. Sumali siyá sa maiklíng labanán.

skirt, n. saya;
She has a new skirt on. Nakasuót siyá ng bagong saya.

skit, n. dula-dulaang katatawanán;
I don't enjoy the skit shown at six o'clock on the television. Hindî ko naiibigan ang dula-dulaang katatawanán na nakikita sa telebisyon sa ika-6 ng hapon.

skull, n. bungô; bao ng ulo;
The little child is afraid of the skull. Natatakot sa bungô ang batang maliít

sky, n. langit; himpapawíd;
The sky is blue. Asul ang langit.

slab, n. batóng makapál at malapad;
There is slab in front of their house. May malakí at makapál na bató sa haráp ng kaniláng bahay.

slam, v. ipiníd nang malakás;
He slammed the door as

he went out. Ipiníníd niyá
nang malakas ang pintô
nang siyá'y lumabás.

slant, adj. pahilíg; hilíg;
His writing is slant. Hilíg
ang sulat niyá.

slap, v. sampalín;
He slapped her on the face.
Sinampál niyá siyá sa muk-
hâ.

slash, v. laslasín; hiwain;
hagupitín; lumaslás; hu-
miwà;
Pedro slashed the throat
of his victim. Nilaslás ni
Pedro ang lalamunan ng
kaniyáng biktima.

slate, n. muntíng pisara;
He bought a slate for the
child. Bumilí siyá ng mun-
tíng pisara pará sa batà.

slaughter, v. katayin; kuma-
tay; patayín; pagkatay;
They want to slaughter all
their pigs and leave for
the city. Ibig niláng pa-
tayín o katayin ang lahát
niláng baboy at pumaroón
na silá sa siyudad.

slave, n. alipin; busabos; ali-
là;
She works like a slave.
Nagtatrabaho siyá na pa-
rang busabos.

slay, v. patayin; kitlán ng
buhay;

He slew the old woman who
refused to give money. Pi-
natáy niyá ang matandáng
babae na tumanggíng mag-
bigay ng salapî.

sled, sledge, n. paragos; ka-
reta;
I rode on a sled one winter
time. Sumakáy akó sa ka-
reta isáng taglamíg.

sleek, v. pakintabín;
He applied some pomade
on his hair to make it
sleek. Naglagáy siyá ng
pamada sa buhók pará pa-
kintabín.

sleep, v. matulog; umidlíp
patulugin;
Put the children to sleep
so they will not bother you.
Patulugin mo ang mga
batà upáng huwág kang
abalahin.

sleepy, adj. nag-aantók;
I was sleepy so I did not
understand his news. Akó'y
inantók kayâ hindî ko ná-
watasan ang balità niyá.

sleeve, n. manggás;
She wears a long-sleeve
dress. May mahabang
manggás ang suót niyáng
barò.

slender, adj. balingkinitan;
payát; mahinà;

Laura is slender. Payát si Laura.

slice, v. hiwain; paghiwa-hiwaín;
Can you slice the bread? Mahihiwà mo ba ang tinapay?

slide, v. madulás; dumulás; magpadulás magpadausdós;
Do not make the floor slippery as the child might slide. Huwag mong padulasín ang suwelo at bakâ mádulás ang batà.

slim, adj. payát; patpatin; bahagyâ; kauntî;
His chance of getting the job is slim. Ang pagkakataón niyáng makuha ang trabaho ay bahagyâ lamang.

sling, v. tiradurín; tiradór; isakbát;
He slung the snake. Tiniradór niyá ang ahas.

slip, v. madulás; tumalilís; magtanan; magkamalî;
She slipped on the floor and broke her arm. Nadulás siyá sa sahíg at nabalì ang kaniyáng baraso.

slipper, n. tsinelas;
He lost one of his slippers. Iniwalâ ang isá niyang tsinelas.

sloven, adj. taong burarâ; salaulà; nanlilimahid;
That girl is sloven. Salaulà ang batang iyán.

slow, adj. mabagal; marahan; makupad; mahinà;
Jose is slow in class. Si Jose ay mahinà sa klase.

slug, v. bambuhín; suntukín; hambalusin; humambalos; bumambó;
He slugged Julio and left. Binambó niyá si Julio at umalís.

slum, n. poók ng mahihirap; islam;
He lives in the slum district. Nakatira siyá sa pook ng mahihirap.

slumber, v. matulog; umidlíp;
She slumbered soundly. Natulóg siyá nang mahimbíng.

slump, v. mápasadlák; bigláng bumabâ;
The drunkard slumped on the ground. Ang lasing ay nápasadlák sa lupà.

slur, v. siraan; huwág bigyáng pansín;
You tried to slur that woman because you don't like her. Sinikap mong siraan ang babaing iyán sapagká't galít ka sa kaniyá.

sly, ad. palihím; pailalim;

mapanlinláng; magdarayà;
They made a sly attack.
Gumawâ silá ng isáng pag-
salakáy na palihím.

smack, v. sumapák (sa pag-
kain) palagapakín;
He smacked her lips. Bi-
nigyan ng matunóg na ha-
lík ang kaniyáng mga labì.

small, adj. maliít; muntî;
Give me a small piece of
paper. Bigyán mo akó ng
kapirasong papél o maliít
na piraso ng papél.

smallpox, n. bulutong;
I had smallpox when I was
a child. Nagkaroón akó
ng bulutong noóng akó'y
maliít.

smart, adj. matalino; maki-
sig;
Lucas is a smart fellow.
Si Lucas ay isáng ma-
talinong tao.

smash, v. durugin; basagin;
wasakin; mábanggâ;
ibanggâ;
He smashed the car against
the post. Ibinanggâ niyá
ang kotse sa poste.

smear, v. pahiran; dungisan;
dumihán; mantsahán;
Don't smear his name.
Huwag mong dungisan ang
kaniyáng pangalan.

smell, v. amuyán;
Can you smell the ilang-
ilang? Naamóy mo ba ang
ilang-ilang?

smile, v. ngumitî; ngitián;
He smiled at her. Ngumitî
siyá sa kaniyá.

smirch, v. dungisan; kulapu-
lan; dumhán;
He tried to smirch her ho-
nor. Sinikap niyáng dun-
gisan ang kaniyáng kara-
ngalan.

smite, v. dagukan; hampa-
sín; hambalusin;
He almost smote her. Ka-
untî na niyáng dagukan
siyá.

smoke, v. manigarilyo; mana-
bako; humitít; magtapá;
My husband does not
smoke. Hindî naninigaril-
yo ang aking asawa.
They smoke fish in the
afternoon. Nagtatapá silá
ng isdâ sa hapon.

smooth, adj. makinis; pantáy;
mahusay;
The table is smooth. Maki-
nis ang mesa.

smother, v. inisín; takpán
(upang mamatay) pigilin;
Jose tried to smother Ped-
ro. Sinubok na inisin ni
Jose si Pedro.

smudge, v. pausukan; Isabel smudges her mango trees every year. Pinauusukan ni Isabel ang mga punò niyá ng mangga taun-taón.

smuggle, v. palihím na umangkát o magluwás ng kalakal; ilabás o ipasok nang panakáw;
Silver money is being smuggled out of the country. Ang mga kuwaltang pilak ay panakáw na inilalabás sa ating bayan.

snack, n. minandal; mirindal;
He had snacks at three o clock. Nagkaroón kamí ng minandal kaninang ika-3 ng hapon.

snail, n. susô;
She is very fond of snails. Mahilig siyáng kumain ng susô.

snake, n. ahas;
I am afraid of snakes. Natatakot akó sa ahas.

snap, v. sakmalín; daklutín; malagót;
The hungry dog snapped up the food. Sinakmál ng gutóm na aso ang pagkain. The rope of the swing snapped so the child fell. Nalagot ang lubid ng duyan kayâ nahulog ang batà

dress snaps, n. automatiko Milagros bought some snaps. Bumilí ng automatiko si Milagros.

snare, n. patibóng; bitag; pang-umang;
Juan has a snare to catch the birds. May bitag si Juan na panghuli ng ibon.

snatch, v. daklutín; saklutín; agawin;
My watch was snatched by a young fellow last November. Inagaw ng isang binatilyo ang aking relos noóng Nobyembre.

sneak, v. pumasok o lumabas nang panakáw;
Ramona sneaked out of the room. Lumabás nang panakáw si Ramona.

sneeze, v. magbahín; bumahín;
She sneezed at my face. Nagbahín siyá sa mukhâ ko.

sniffle, v. suminghút-singhót (dahil sa sipón)
She is sniffling because of a bad cold. Sisinghut-singhót siyá dahil sa masidhíng sipón.

snobbish, adj. mapagmalakí; suplado;
That man is snobbish.

Ang taong iyán ay mapagmalakí.

snoop, v. manubok;
Rita is angry with Julio because he snoops whenever she takes a bath. Nagagalit si Rita kay Julio sapagkát'y nanunubok siyá kailan ma't naliligò si Rita.

snore, v. maghilík;
Some people snore when they sleep. May mga taong naghihilík kapag natutulog.

snub, v. pagmalakhán;
She snubs us. Pinagmamalakhán niyá kamí.

snug, adj. maginhawa;
They own a snug little house in the farm. Mayroón siláng isáng maliít nguni't maginhawang bahay sa bukid.

snuggle, v. magsumiksik;
The little chicks snuggle under the hen's wings. Ang mga kitî ay nagsusumiksík sa ilalim ng mga pakpák ng inahin.

so, adv. pagayón; gayón;
Is that so? Gayon ba?

soak, v. ibabad; babarin; basaíng mabuti;
We were soaked in the rain. Basang-basâ kamí sa ulán.

soap, n. sabon;
We use soap when we take a bath. Gumagamit kamí ng sabón kung kamí'y naliligò.

soar, v. pumailanláng;
I see birds soaring in the sky. Nakikita ko ang mga ibon na pumapailanláng sa himpapawíd.

sob, v. humikbí; humibík;
She was still sobbing when we arrived. Siyá'y humihikbí pa nang kamí'y dumatíng.

sociable, adj. malapít sa ibá; madalíng humanap ng kasama; magiliw sa kapuwà
That girl is very sociable. Ang batang iyán ay madalíng humanap ng kasama.

society, n. lipunan; sosyedad; kapisanan; samahán;
She is a member of the high society. Siyá ay kabilang sa mataás na lipunan.

sock, n. suntók; buntál; mediyas na maikli o kalsetin;
Justo gave Romeo a sock on the face. Binigyán ni Justo si Romeo ng isáng suntók sa mukhâ. He bought a pair of socks. Bumilí siyá ng isáng pares na medyas.

socket, n. saket ,para sa bom-
bilya)
We have two sockets in
the living room. May dala-
wáng saket kamí sa salas.

sofa, n. supá;
I bought a sofa many years
agó. Bumilí akó ng supá
maraming taón na ang nag-
daán.

soft, adj. malambót;
The meat served to us was
soft. Ang karne na ini-
hain sa amin ay malam-
bót.

soften, v. palambutín; pahi-
nain; palamlamín; humi-
nà;
Her voice softened when
the visitor arrived. Hu-
minà ang kaniyáng tinig
nang dumatíng ang pana-
uhin.

soil, v. dumhán; dungisan;
Baby, don't soil your cloth-
es. Baby, huwag mong
dumhán ang iyóng damít.
n. lupà;
The soil in the pot is hard.
Ang lupà sa masitera ay
matigás.

sojurn, v. manirahang iláng
araw;
n. iláng araw na panini-
rahan;
On my way home I made

a short sojourn in my
friend's house in Seattle.
Sa aking pag-uwi ay nag-
tirá akó ng iláng araw sa
bahay ng aking kaibigan
sa Seattle.

soldier, n. kawal; sundalo;
The soldier went home
hungry. Ang kawal ay
umuwíng gutóm.

sole, n. talampakan; suwe-
las;
I made him change the
sole of my slipper. Pina-
halinhán ko sa kaniyá
ang suwelas ng aking tsi-
nelas.
adj. tangì;
The sole heir to her pro-
perty is Ramon. Ang tang-
ing tagapagmana sa ka-
niyáng pag-aarì ay si Ra-
mon.

solemn, adj. taimtím; kapi-
ta-pitagan;
She made a solemn pro-
mise to her father. Gu-
mawà siyá ng taimtím na
pangakò sa kaniyáng amá.

solicit, v. manghingî; mangi-
lak; mangalap;
They solicit contributions
for the fiesta. Nanghihi-
ngî silá ng kontribusyón
pará sa pistá.

solicitous, adj. maalalahanín; maintindihin; maasikaso;
She is quite solicitous about her daughter's health. Totoóng maalalahanín siyá sa kalusugan ng kaniyáng anák na babae.

solid, adj. buô; matatág; matibay; nagkakaisá;
The people are solid in their votes for Marcos. Ang mga tao'y nagkakaisâ sa kaniláng pagboto kay Marcos.

soliloquy, n. pagsasalitâ nang nag-iisá;
I heard her soliloquy. Naríníg ko ang pagsasalitâ niyáng nag-iisá.

soluble, adj. maaaring matunaw; natutunaw; maaaring lutasin;
Sugar is soluble. Ang asukal ay natutunaw.

solution, n. kalutasán; solusyón; timplada;
Mahirap ang solusyon sa suliranin. The solution to the problem is difficult.

solve, v. lutasín; lumutas;
Let's solve this problem now. Atin nang lutasin ang problemang itó ngayón.

some, adj. kauntî; ilán;
Some boys came after you left. Iláng batang lalaki ang dumatíng pagkaalís mo.

somebody, pron. isáng tao;
I saw somebody coming this way. Nakakita ako ng isang taong paparito.

someday, n. balang araw;
Someday I can make the trip abroad. Balang araw ay magagawâ ko rin ang paglalakbáy sa ibáng bansá.

sometime, adv. hindî lamang tiyák; kung kailan o kung anóng oras;
He will come sometime today. Darating siyá ngayong araw na ito, hindi lamang tiyák ang oras. She was sometime ago professor of English. Minsan ay nagíng propesor siyá ng Ingles.

sometimes, adv. kung minsan;
Sometimes she comes around. Kung minsan ay naparirito siyá.

son, n. anák na lalaki;
I have only one son. Mayroón akóng isáng anák na lalaki lamang.

song, n. awit; kantá;
She sang a song. Umawit
siyá ng isáng kantá.

soon, adv. agád; sa lalong
madalíng panahón;
He will soon come. Dara-
tíng siyá agád.

sorcerer, n. mangkukulam;
manggagaway;
Isabel was mistaken for
a sorcerer. Si Isabel ay
napagkamaláng mangku-
kulam.

sore, adj. mahapdî; masakít;
yamót;
She is sore at me. Siyá'y
yamót sa akin. I have a
sore foot. Masakit ang
paá ko.

sorrow, n. dalamhatì; sakít;
kalungkutan;
She is in great sorrow so
she cannot go to the dance.
Napakalakí ang dalamhatì
niyá kayâ hindî siyá ma-
kapupuntá sa sáyawan.

sorry, adj. nagdaramdám; na-
lulungkót;
He is sorry. Nalulungkót
siyá.

sort, v. pag-urí-uriin; pag-
bukud-bukurín;
Please sort these cards.
Mangyaring pag-uri-uriin
mo ang mga tarheta.

soul, n. káluluwa;
We take care of our bodies
and souls. Iniingatan natin
ang ating mga katawán at
kaluluwa.

sour, adj. maasim;
The milk is sour because
it is spoiled. Maasim ang
gatas dahil sa sirâ.

source, n. mulâ; pinanggali-
ngan; pinagmulán;
What is the source of the
trouble? Anó ang pinag-
mulan ng guló?

south, n. timog;
Si Pedro ay galing sa ti-
mog. Pedro is from the
south.

souvenir, n. alaala;
The fan is a souvenir from
Japan. Isáng alaala ang
abanikong iyán buhat sa
Hapon.

sovereign, n. isáng harì
reyna;
Their ruler is a sovereign
and not a president. Ang
kaniláng punò ay isáng
harì at hindî isang presi-
dente.

sow, n. inahíng baboy;
She sold her sow for twen-
ty five pesos. Ipinagbilí
niyá ang inahíng baboy
niyá sa halagáng dala-
wangpu't limáng piso.
v. ihasik; maghasík;
Sow the seeds early. Ma-

aga mong ihasik ang binhî at nang maaga mong anihin.

space, n. puwáng; agwát; kalawakan; There is a space between the two houses. May agwát para sa isá pa sa pagitan ng dalawáng bahay.

spacious, adj. maluwáng; maaliwalas; Her living room is very spacious. Ang salas niyá ay maluwáng.

spade, n. pala; ispada (sa baraha) I lost my spade. Nawalâ ang aking pala.

span, n. dangkál; agwát; v. dangkalín; They are spanning the river with a bridge. Nilalagyán nilá ng tulay ang ilog.

spank, v. paluin sa puwít; Who spanked that child? Sino ang pumalò sa batang iyán?

spare, v. huwág saktán; pinsalain; parusahan; o patayín; maglaán; ilaán; mabigyán; Can you spare me three pesos? Mabibigyán mo ba akó ng tatlóng piso? Spare the rod and spoil the child. Huwag mong gamitin ang

panghampás at palalaín ang batà.

sparing, adj. matipíd; maawaín; That woman is spendthrift and not sparing. Bulagsák ang babaing iyán at hindî matipíd.

sparkle, v. kumisláp; magningníng; Diamond sparkles even in the dark. Ang brilyante ay kumikisláp kahit na sa dilím.

sparrow, n. maya; Sparrows are seen near my window in the morning. Mga maya ang nakikita ko sa bintanà ko sa umaga.

sparse, adj. madalang; kauntî; layú-layô; kalat-kalát; The houses are sparse in that community Ang mga bahay ay layú-layô sa poók na iyón. His hair is sparse. Ang kaniyáng buhók ay madalang.

spasm, n. pulikat; hilab; She feels spasm of the abdomen. Nakararamdám siyá ng hilab ng tiyán.

spasmodic, adj. pasumpungsumpóng; Her pains are spasmodic. Ang sakít ay pasumpung.

sumpóng.

speak, v. magsalitâ; makipag-usap; magpahayag; ipahayag;
He has had no achievement to speak of. Walâ siyáng nagawang karapat-dapat banggitín o ipahayag.

special, adj. pasadyâ; di-karaniwan; tangì; espesyál;
There is a special train coming at twelve. May tren espesyal na dárating sa a las dose.

specific, adj. tiyák; partikular;
Romeo gave specific instructions to his men. Nagbigáy si Romeo ng tiyák na instruksiyón sa kaniyáng mga tauhan.

spectator, n. ang mánonood; mirón;
I am a mere spectator and not an actor in the play. Akó'y isáng mánonood lamang at hindî isáng tauhan sa dulà.

speculation, n. pakikipagsápalarán; pagbabakasakalì;
His buying of the land is a speculation. Ang pagbilí niyá ng lupà ay isáng pagbabakasakalì lamang.

speech, n. pagsasalitâ; pananalitâ; wikà; talumpatì:

His speech lasted for an hour. Ang kaniyáng talumpatì ay tumagál ng isáng oras.

speed, n. tulin; bilís; pagpapatulin;
He recorded her speed in reading. Itinalâ niyá ang bilís ng kaniyáng pagbasa.

spell, v. baybayín; mangahulugán;
Spell the word. Baybayín mo ang salitâ.

spend, v. gastahín; gugulin; gumugol; magpalipas; magparaán;
He spends more than he earns. Gumugugol siyá nang higit sa kinikita. He spends his time in reading novels. Nagpapalipas siyá ng panahón sa pagbabasá ng mga nobela.

spendthrift, adj. gastadór; bulagsák;
That fellow is spendthrift. Gastadór ang taong iyon.

spice, n. rikado;
Spices are imported. Ang mga rikado ay inaangkát sa ibáng bansá.

spider, n. gagambá;
The web of the spider saved the king. Ang sapot ng gagambá ay iniligtás ang harì o ang sapot ng gagam-

bá ang nagligtás sa harì.

spill, v. iligwák;

He spilled some milk. Na-iligwák niyá ang gatas.

spill blood, magtigis ng dugô;

The soldier is ready to spill blood. Nakahandâ ang kawal na magtigis ng dugô.

spill the beans, ihayág ang kapinsa-pinsalang lihim;

Don't spill the beans or there will be trouble. Huwag mong isiwalat ang kapinsa-pinsalang lihim at magkakaroón ng guló.

spin, v. magkidkíd; magpainog; painugin;

Can you spin a top? Makapagpapainog ka ba ng tarumpó?

spinal column, n. gulugód;

He broke his spinal column. Napilay ang gulugód niyá.

spinster, n. matandáng dalaga;

I have a sister spinster. May kapatíd akong matandáng dalaga.

spirit, n. diwà; kaluluwa; ispiritu; loób; siglá;

There is no spirit in his declamation. Waláng siglá sa kaniyáng pagbigkás.

spit, v. lumurâ; ilurâ;

Don't spit on the floor. Huwag kang lumurâ sa sahíg.

splash, v. magsaboy; sabuyan;

The naughty boy splashes water on the woman. Sinasabuyan ng tubig ng pilyong bata ang matandáng babae.

spleen, n. palî;

The Chinese are fond of spleen. Maibigín ang mga insík sa palî.

splendid, adj. kahanga-hangà; maringal;

We saw a splendid performance. Nakita namin ang isáng kahanga-hangang pagganáp.

split, v. paghati-hatiin; maghati-hatì; tilarín; magtilád;

Rosa wants to split the wood. Ibig tilarín ni Rosa ang kahoy.

spoil, v. palayawin; sayangin;

Don't spoil that child. Huwag mong palayawin ang batang iyán.

spoiled, adj. bulók; sirâ; laki sa layaw;

Laura is a spoiled child. Si Laura ay lakí sa layaw.

It is not safe to eat spoiled food. Hindî mainam o kaya mapanganib ang kumain ng siráng pagkain.

sponsor, n. padrino o madrina; inaamá o iniiná; tagatangkilik;
She was the sponsor at the wedding. Siyá ang iniiná sa kasál.

spoon, n. kutsara;
She was given a spoon as a present. Binigyán siyá ng isáng kutsara bilang alaala.

sport, v. ipagparangalan (colloq).
He tried to sport to us his new car. Sinikap niyáng ipagparangalan sa amin ang bago niyang kotse.

n. larô; pálakasan;
Tennis is an outdoor sport. Ang tenis ay isáng larô sa labás ng bahay.

spot, v. mámataan (colloq); mamantsahan; mabatikán;
I spotted her at the dance. Namataan ko siyá sa sáyayawan. She spotted her dress with ink. Namantsahán niyá ang kaniyáng barò ng tintá.

n. batík; mantsa; poók: lugar:

He went to a lonely spot. Nagpuntá siyá sa isáng mapangláw na poók.

spouse, n. asawa;
The spouse of that man is a dancer. Ang asawa ng lalaking iyón ay mánanayaw.

spout, v. pumulandít;
Water spouts from the fountain. Ang tubig ay pumupulandít sa bukál.

sprain, v. mapuwersa;
She sprained her ankle. Napuwersa ang kaniyáng bukúng-bukong.

sprawl, v. mátimbuwang; mápatimbuwáng;
She sprawled on the floor when she got dizzy. Natimbuwáng siyá sa sahíg nang siyá'y mahilo.

spray, v. magwisík; wiligán;
Her surroundings were sprayed with disinfectant. Niwisikán ng disinpektante ang kaniyang paligid.

spread, v. ikalat; palaganapin; ilatág; ihandâ;
He spread the news of his arrival. Ikinalat niyá ang balità ng kaniyáng pagdatíng.

n. takip;
She crochetted a bed-

spread. Naggansilyo siyá
ng takíp sa kama.

spring, v. lumundág; lumuk-
só; sumuplíng; tumubò;
The little plant sprang
from the ground. Tumubò
sa lupà ang maliít na hala-
man.

n. tagsibol; lundág; luksó;
bukál;
There are many hot springs
in the Bicol region. Mara-
ming bukál ng mainit na
tubig sa kabikulan.

sprinkle, v. wiligán; diligín;
magwilíg; magdilíg;
Can you sprinkle the newly
planted papaya? Madidi-
líg mo ba ang bagong ta-
ním na mga papaya?

sprout, n. suplíng;
Mongò sprouts are good
to eat. Ang togue o sup-
ling ng munggó ay masa-
ráp kanin.

spur, v. kilitiín (ang kaba-
yo); tarian (ang pansa-
bong na manók); pasigla-
hín;
Unless he spurs the horse
it would not move. Kung
hindî niyá kilitiin ang ka-
bayo ay hindî kikilos.

spurt, v. biglán dumaloy;
pumulandít;
Blood spurted from her

finger. Pumulandít ang
dugô sa kaniyáng dalirì.

sputter, v. ibugá; magbugá;
I got nervous last night
because of the sputtering
flames.
Natakot akó kagabí dahil
sa bumubugáng apóy.

sputum, n. lurâ;
His sputum was examined.
Ang kaniyáng lurâ ay
iniksamen.

spy, v. tiktikán; ispiyahán;
maniktík;
He is spying the enemy.
Tinitiktikán niyá ang ka-
away.

spy, n. tiktik;
He is a spy and not a
friend. Siya ay isáng tik-
tik at hindî isang kaibigan.

squabble, v. magbangayán;
She started the squabble
or she began to squabble.
Sinimulán niyá ang pag-
babangayán.

squall, n. unós; biglán ha-
nging may kasamang
ulán;
The squall made the baby
cry. Umiyák ang sang-
gól dahil sa unós.

squander, v. lustayín; aksa-
sayahín; mag-aksayá;
Don't squander your mo-

ney. Huwag mong lusta-
yín ang iyóng kuwalta.

squash, n. kalabasa;
He likes squash. Ibig
niya ng kalabasa.

squat, v. lumupasay; ma-
ningkayad; magtayô ng
bahay sa lupà ng may lu-
pà o ng ibá;
She is squatting on the
floor. Nakalupasay siyá
sa sahíg. She is squatting
on my land. Nagtayô siyá
ng bahay sa aking lupà.

squawk, v. sumiyok;
The chicken is squawking.
Sumisiyók ang manók.

squeak, v. lumangitngít;
The cradle squeaks. Lu-
malangitngít ang duyan.

squeal, v. ihiyáw; isigáw;
umiyák;
The pig is squealing.
Umiiyak ang baboy.
One of the thieves squeal-
ed, so the rest of his com-
panions were arrested.
Isá sa mga magnanakaw
ang sumigáw, kayâ ang
mga iba ay nádakip.

squeeze, v. pigaín; isiksík;
sumiksik.
See. if you can squeeze in.
Tingnán mo kung makasi-
siksík ka. Squeeze the le-
mon and make some lemo-

nade. Pigaín mo ang le-
mon at gumawâ ka ng li-
monada.

squid, n. pusit;
Do you eat squid? Ku-
makain ka ba ng pusít?

squint, adj. dulíng; banlág;
Her son has squint eyes.
Ang kaniyáng anák na la-
laki ay duling.

stab, v. saksakín; tarakan;
Jose stabbed Pedro. Si-
naksák ni Jose si Pedro.

stabilize, v. patatagín;
I don't know how they can
stabilize the industries.
Hindî ko malaman kung
paano nilá mapatatatág
ang mga hanapbuhay.

stable, n. kuwadra;
We have no stable. Walâ
kamíng kuwadra.

stable, adj. matatág;
Her position is stable.
Ang kaniyáng katayuan
ay matatág.

stag, n. usáng lalaki;
He does not eat the meat
of stags. Hindî niyá ki-
nakain ang lamán ng
usáng lalaki.

stag party, salu-salo ng
mga lalaki;
Before Lary left for the
province, his friends gave
him a stag party. Bago

tumungo sa lalawigan si Larry binigyán siyá ng kaniyáng mga kaibigan ng isáng salu-salo.

stage, v. magtanghál; magpalabás;
They will stage a play during the fiesta. Magtatanghal silá ng isáng dulà sa pista.

stagger, v. sumuray; gumiray-giray;
The drunkard is staggering. Sumusuray-suray ang lasíng.

stagnant, adj. hindî kumikilos; waláng kilos; tigíl; waláng pag-unlád;
The water in the ditch is stagnant. Ang tubig sa kanál ay hindî kumikilos.

stain, n. mantsa;
She has stains on her dress. May mantsá ang damít niyá.

stair, n. baitang ng hagdán; hagdán;

stake, v. tulusan; pumustá; itayâ; tumayâ;
They staked the boundary with sticks. Tinulusan nilá ng patpát ang hanggahan. He staked all his money on huweteng. Itinayâ niyá ang lahát niyang kuwaltá sa huweteng.

stale, adj. lumà; laón; bilasâ; waláng lasa;
She served stale foods to the athletes. Naghain siyá ng waláng lasang pagkain sa mga manlalarò.

stalk, n. tangkay;
The stalk of the dama de noche is soft. Ang tangkáy ng dama de noche ay malambót.

stall, v. patayung-tayungin; magpatayung-tayong;
He is stalling his departure. Pinagtatayung-tayong niyá ang kaniyáng pag-alís.

stall, n. puwesto sa palengke;
Susana has two stalls in Divisoria market. Si Susana ay may dalawáng puwesto sa palengke ng Divisoria.

stamp, n. selyo;
I sent my letter with two stamps. Ipinadalá ko ang aking sulat na may dalawáng selyo.

stand, v. tumindíg; tumayô; matiís; matagalán; itindíg; itayô;
She can hardly stand the pain. Halos hindî niyá matagalán ang sakít.

stand, n. muntíng tindahan; puwesto; paninindigan; Julio has a stand where he sells newspapers. May munting tindahan si Julio na pinagtitindahán niyá ng mga pahayagan.

standard, n. sukatán; pamantayan; Nena has a high standard of living. May mataás na pamantayan ng pamumuhay si Nena.

standing, n. katayuan; kalágayan; Her standing in the community is high. Mataas ang katayuan niyá sa kaniláng poók.

standing, adj. nakatayô; nakatindíg; waláng tinag; pamálagian; She has a standing order to send money to her son in the city. May pampalagian siyang kautusan na padalhan ng kuwalta ang kaniyáng anak na lalaki sa siyudad.

stanza, n. saknóng; estropa; taludturan; I read the last stanza of the poem. Binasa ko ang huling saknong ng tulâ.

star, v. lumabas sa pangunahing papel; gumanap ng pangunahing papel. He will star in the play to be shown tomorrow. Gaganap siya ng pangunahing papel sa dulà bukas.

star, n. bituin; tala; artista; Magalona is the star in the play. Si Magalona ang artista sa dulà.

starch, n. almirol; gawgaw; You have to starch his shirt. Dapat mong almirulan ang kaniyang polo.

stare, v. tumitig; titigan; Don't stare at her. Huwag mo siyang titigan.

start, v. magsimulâ; magumpisa; simulan; paandarin; magpaandar; Can you start the car? Mapaaandar mo ba ang kotse?

start, n. simulâ; At the start, she did not make good. Sa simulâ ay hindi siya gumawa nang mabuti.

startle, v. gulatin; sindakín; magulat; masindák; magulantáng; She was startled by the monkey. Nagulat siya sa unggóy.

starvation, n. gutom; pagkagutom;

There is starvation in some part of our country. May gutom sa ibáng poók nitong ating bansá.

starve, v. gutumin; magutom;
I don't want her to starve. Ayaw ko siyang magutom.

state, v. ilahad; sabihin; ipahayag;
State your reason for voting for him. Sabihin mo ang katuwiran mo sa pagboto sa kaniyá.

statement, n. paglalahad; pahayag; pangungusap;
He made a statement before he died. May ipinahayag siya bago namatay.

stationary, adj. hindi tumitinag; nakapirmi; hindi nagbabago; hindi nagiiba;
The temperature is stationary. Hindi nag-iiba ang temperatura.

statue, n. istatuwa; bantayog;
They made a statue of Rizal. Gumawa sila ng bantayog ni Rizal.

stay, v. manirahan; bimbinin; antalahin; magpalumagak;
Stay awhile, Juan. Tumi-

gil ka sandali, Juan

steady, adj. matatág; panáy; waláng lagót;
He can support a wife because he has a steady business. Makabubuhay na siyá ng asawa sapagká't may matatág siyáng hanapbuhay.

steal, v. magnakaw; nakawin;
She stole one hundred pesos from the safe. Nagnakaw siyá ng sandaáng piso sa kaha.

steam, v. pasingawán;
You are told to steam the fish. Sinabi sa iyong pasingawán mo ang isdâ.

steamboat, n. bapor;
I went to America on a steamboat. Sumakáy akó sa bapor patungong Amerika.

stem, n. tangkáy;
The stem of the flower is green. Berde ang tangkáy ng bulaklák.

stenographer, n. takigrapo;
stenography, n. takigrapiya;
The stenographer studied stenography. Nag-aral ng takigrapiya ang takigrapo.

step, v. lumakad; humakbang; tuntungán;
Don't step on the clothes

being bleached. Huwág
mong tuntungán ang kinu-
kulang damít.

sterile, adj. baog;
That woman is sterile.
Baog ang babaíng iyan.

stew, v. ilagà;
Stew the meat. Ilagà mo
ang karne.

steward, n. mayordomo; ta-
gapamahalà;
The chief steward is
friendly to us. Ang ma-
yordomo ay mabait sa
amin.

stick, v. idikít; dumikít; ku-
mapit; manatili;
Don't stick papers on the
wall. Huwag kang mag-
dikít ng mga papel sa
dingdíng.

sticky, adj. malagkít;
The rice she cooked is
sticky. Ang kaning ini-
lutò niyá ay malagkít.

stiff, adj. naninigás; mati-
gás; mahirap; malapot;
She made a stiff or thick
syrup. Gumawâ siya ng
malapot na arnibal.

still, v. patahimikin;
God stilled the storm. Pi-
natahimik ng Poon ang
bagyó.

stilt, n. tiyakad;
He uses stilts. Gumaga-

mit siyá ng tiyakád.

stimulant, n. pampasiglá;
Wine is a stimulant; Ang
alak ay pampasiglá.

sting, v. duruin; tuksuhín;
kagatín;
The bees sting the boy.
Kinagat ng mga putaktí
ang batang lalaki.

stingy, adj. kuripot; mara-
mot;
He is very stingy. Siyá'y
totoóng maramot.

stink, v. umalingasaw;
mang-amóy;
Her fish stinks. Umali-
ngasaw ang kaniyáng is-
dâ.

stipend, n. sahod; suweldo;
She receives a stipend of
one hundred eighty dollars
a month. Tumatanggáp si-
yá ng sahod na sandaán
at walumpung dolyar
isáng buwán.

stir, v. haluin; pagalawín;
gumaláw; kumilos; puka-
win; gisingin;
Stir him up. Pukawin mo
siyá. Stir the broth. Ha-
luin mo ang sabáw.

stitch, v. tahiín;
Stitch the hem. Tahiín
mo ang tupî.

stockholder, n. kasapi; aksi-
yonista;

He is a stockholder of the consolidated mines. Siya ay aksiyonista sa "consolidated mines."

stone, v. batuhín;
The naughty boys are stoning the woman. Binabató ng mga salbaheng batà ang matandáng babae.

stone, n. batóng mahalagá;
I have some valuable stones. Mayroón akóng iláng mahalagáng bató.

stool, n. bangkito;
It is better to have a high stool. Mabuting magkaroón ng isáng mataás na bangkito.

stoop, v. yumukód; yumukô;
Everybody stoops to the king. Lahát ay yumuyukód sa harì.

stop, v. patigilin; pahintuín; ihintô; itigil;patigilin;
They stopped the game as soon as they saw the policemen. Itinigil nilá ang larô pagkakita sa mga pulís.

stopper, n. tapon;
I need a stopper for this bottle. Kailangan ko ng tapón para sa boteng itó.

store, v. mag-imbák; magtagò; itagò; ideposito;

Store some food for the future. Mag-imbák ka ng pagkain para sa hinaharáp;

store, n. tindahan;
We do not run a store. Walâ kamíng tindahan.

storm, n. bagyó; sigwá;
The storm was not strong. Ang bagyó ay hindî malakás.

story, n. kuwento; salaysáy; palapág;
The story was written last year. Ang kuwento ay isinulat noóng isáng taón. The third story of the building toppled down. Ang ikatlong palapág ng bahay ay nabuwál.

stout, adj. matipunò; matabâ;
His body is stout. Ang kaniyáng katawan ay matipunò.

stove, n. kalán;
We have an electric stove. Mayroón kamíng kaláng de elektrisidad.

straight, adj. matuwíd; tuwíd;
Ramon has a straight body. Si Ramon ay may matuwid na katawán;

strange, adj. kataka-taká; kakatuwâ; kakaibá; nai-

344

ibá;
This is strange to me.
Itó'y naiibá sa akin.

strangulation, n. pagsakál;
pagkakasakál;
His strangulation of the
woman sent him to pri-
son. Ang pagkakasakál
niyá sa babae ang naka-
pagpabilanggô sa kaniyá.

street, n. daán; kalye;
There is a small street be-
tween the two houses.
May maliít na daán sa pa-
gitan ng dalawáng bahay.

stress, v. bigyáng diín;
The stress on comfortable
is on the first syllable.
Ang diín sa comfortable
ay nasa unang pantíg.

strew, v. magsabog; isabog;
He strew the papaya seeds.
Isinabog niyá ang mga
butó ng papaya.

strict, adj. mahigpít; istrik-
to;
She is a strict teacher.
Siyá ay mahigpít na gurò.

stricken, v. dinapuan; tina-
maan;
Jesus was stricken with
paralyses. Dinapuan si-
yá ng paralisis.

stride, n. hakbáng;
His strides are long. Ang
kaniyáng hakbáng ay ma-

habà.

strife, n. ságupaán; laba-
nán; álitan;
There was a strife among
the brothers. Nagkaroón
ng álitan ang magkakapa-
tíd na lalaki.

strike, v. hampasín; paluin;
suntukín; humampás; pu-
malò;
He strikes the ball. Hi-
nahampás niyá ang bola.

strike, n. aklasan; welga;
There is a strike in the
factory. May welga sa pa-
brika.

striking, adj. kapuna-puná;
kapansin-pansín;
Red is a striking color.
Ang pulá ay kapuna-pu-
náng kulay.

string, n. pisì; panalì; le-
teng;
Give her a piece of string.
Bigyán mo siyá ng kapi-
rasong leteng.

strip, v. hubarán; maghu-
bád; simutín; alisín; tang-
galín;
They stripped him of his
powers. Hinubarán siyá
ng kapangyarihan o ina-
lisan nilá siyá ng kapang-
yarihan.

stripe, n. guhit;
The stripes of her dress

are striking. Ang mga
guhït ng kaniyáng barò
ay kapuna-puná.

subside, v. humupâ; tumilà;
tumining;
The rain subsided. Tumi-
là ang ulán. The storm
subsided. Humupâ ang
bagyó. The sediments
subsided. Tumining ang
latak.

substantial, adj. malaki-
lakí; mahalagá;
She gave a contribution of
substantial amount. Nag-
bigáy siyá ng kontribus-
yón na malaki-lakí.

substantiate, v. patibayan;
bigyáng-katibayan;
Can you substantiate your
accusation? Mapatitiba-
yan mo ba ang iyong para-
tang?

substitute, v. ihalili; ipalít;
palitán; halinhán;
I am substituting for my
sister. Akó ang humahalili
sa aking kapatíd na babae.

subtract, v. bawasin; mag-
bawas;
She knows how to sub-
tract. Marunong siyáng
magbawas.

succeed, v. magtagumpáy;
humalili; sumunód;
Teresa succeeded in get-

ting her backpay. Nagta-
gumpáy si Teresa sa pag-
kuha ng kaniyáng bakpey.

succeeding, adj. sumunód;
The succeeding president
was Mr. Reyes. Si G. Re-
yes ang sumunód na pre-
sidente.

success, n. tagumpáy;
She has had success in her
mission. Nagkaroón siyá
ng tagumpáy sa kaniyáng
layunin.

succession, n. paghalili; pag-
kakasunud-sunód;
Her succession to the
throne caused war. Ang
pagkakahalili niyá sa tro-
no ang naging sanhî ng
digmaan.

succumb, v. sumukò; nama-
táy;
She succumbed to a dis-
ease which caused her
death. Siyá'y sumukò sa
isáng karamdaman na pu-
matáy sa kaniyá.

such, adj. gayón; ganyán;
If any member is behind
in payments, such member
shall be suspended. Kung
may kaanib na atrasado
sa pagbabayad, ang ga-
yóng kaanib ay dapat sus-
pendihín.

suck, v. susuhin; sipsipín;
The baby is sucking his
fingers. Sinususo ng
sanggól ang kaniyáng mga
dalirì.

sudden, adj. biglâ; kagyát;
The sudden departure of
our guests made us won-
der. Ang bigláng pag-alís
ng aming mga panauhin
ay ikinamanghâ namin.

suds, n. pinagsabunán; bulâ
ng sabón;
Soak your dress in the
suds. Ibabad mo ang iyóng
damít sa pinagsabunán.

sue, v. idemanda; magde-
manda; maghain ng kahi-
lingan;
We are going to sue him
for damages. Maghahain
kamí ng kahilingan sa ba-
yad-pinsalà.

suffer, v. magtiis; pagtiisan;
alintanahin; bayaán; du-
manas;
Let her suffer the conse-
quence. Bayaán mong pag-
tiisan niyá ang magiging
bunga.

suffix, n. hulapì;
Tauhan has a suffix. May
hulapì ang salitáng tau-
han.

suffocate, v. inisín; sagka-
án ang paghingâ;

Smoke can suffocate any-
body. Ang usok ay maka-
iinís sa kaninuman.

sugar, n. asukal; matamís;
This cake lacks sugar.
Kulang sa asukal ang keik
na itó.

suggest, v. magmungkahì;
imungkahì;
I suggest that we give
Tessie a party. Iminu-
mungkahì ko na bigyán
natin ng parti si Tessie.

suicide, n. pagpapakamatáy;
pagbibigtí;
If you don't watch her,
she may commit suicide.
Kung hindî mo siyá ba-
bantayán, ay maaaring
magpakamatáy siyá.

suit, v. iangkóp; ibagay;
mábagay; maakmâ;
That dress suits her age.
Nababagay sa kaniyáng
edad ang barong iyán.

suitcase, n. maleta;
He is carrying a suitcase.
May dalá siyáng maleta.

suitor, n. manliligaw; nangi-
ngibig;
Her suitor is a lawyer.
Ang manliligaw sa kani-
yá ay isáng abugado

sulphur, n. asupre;
Sulphur is used in offer-

ing. Ginagamit ang asupre sa paghahain.

sultry, adj. maalinsangan; mainit; mabanás;
One sultry day he came unexpectedly. Isáng mainit na araw ay dumatíng siyang waláng abug-abóg.

summary, n. lagom;
She wrote the summary of the story. Isinulat niyá ang lagom ng kuwento.

summer, n. tag-aráw;
Last summer I was in America. Noóng nakaraáng tag-aráw akó'y nasa Amerika.

summon, v. tawagin; ipatawag;
She was summoned by the judge. Ipinatawag siyá ng hukóm.

sumptuous, adj. masaganà; marangyâ;
They offered us a sumptuous dinner. Inlhain nilá sa amin ang isáng masaganang hapunan.

Sunday, Linggo;
We go to church on Sundays. Nagsisimbá kamí kung linggó.

sundown, n. paglubóg ng araw.

sunlight, n. liwanag ng araw;

At sundown he comes home. Umuuwî siyá paglubóg ng araw.

sunrise, n. pagsikat ng araw;
At sunrise he goes to work. Pagsikat ng araw ay tumutungo na siyá sa trabaho.

sunset, n. takipsilim; paglubog ng araw;
Sunset in Manila Bay is very beautiful. Magandang-magandá ang paglubóg ng araw sa Manila Bay.

superb, adj. superior; marilág; nápakahusay;
The dinner served was superb. Napakahusay ang hapunang inihandâ.

superflous, adj. kalabisán; hindî kailangan;
The additional expense was superfluous. Ang dagdág na gastos ay hindî kailangan.

superintendent, n. tagapamanihalà;
Superintendent Maceda is now retired. Ang tagapamanihalang si Maceda ay retirado na.

superior, adj. punò;
She is my superior. Siya ang aking punò.

superlative, adj. pinakamabuti; pinakamataás; pánukdulan; pasukdól;

superlative degree, antás na pánukdulan;
Pinakamarunong is in the superlative degree. Ang pinakamarunong ay nasa antás na pánukdulan.

supersede, v. halinhán;
This circular supersedes circular No. 5, s, 1960. Hinahalinhán ng sirkular na itó ang sirkular No. 5 s, 1960.

superstition, n. pamahiin;
My husband believes in some superstitions. Ang aking asawa ay naniniwalà sa ibáng pamahiin.

supper, n. hapunan;
We serve supper at seven o'clock. Ang hapunan namin ay ika-7 ng gabi.

supplement, v. dagdagán; punán;
Supplement your data. Punán mo ang iyóng mga datos.

supplement, n. karagdagan; kapupunán; dagdág;
We did not receive the the magazine supplement. Hindî namin tinanggáp ang suplimento ng magasin.

surface, n. ibabaw; pangibabaw; labás; kalatagan;
The surface of the table is smooth. Makinis ang ibabaw ng mesa.

surgeon, n. siruhano; máninistís;
Dr. Menes is a surgeon. Si Dr. Menes ay isáng máninistís.

surmise, v. sapantahain: ipalagáy;
She surmises evil to come. Sinasapantahà niyá na may darating na masamâ.

surname, n. apelyido;
Her surname is Reyes. Ang kaniyáng apelyido ay Reyes.

surpass, v. lampasán; higtán: daigín; lumampás: makahigít; madaíg;
She surpassed her in the votes received. Nalampasán niyá siyá sa dami ng botong tinanggáp.

surprise, v. gulatin; biglaín; magulat; mabiglâ; mámanghâ;
Let us surprise her. Atin siyáng gulatin.

surrender, v. sumukò:
The enemy surrendered after a month's fighting. Ang mga kaaway ay sumu-

349

kò pagkatapos ng isáng bu-
wang paglaban.

surround, v. paligiran; piku-
tin; maligid;
They surrounded their
house so she could not es-
cape. Pinaligiran nilá ang
ang kaniláng bahay pará
huwág siyáng makatakas.

survey, v. siyasatin; suriin;
tiyakín ang lagáy at sukat
ng lupà.
I want him to survey our
land. Ibig kong tiyakín
niyá ang lagáy at sukat ng
lupà namin.

survival, n. natitirang bu-
háy;
There were only a few sur-
vivals in the first World
War. May mga ilán na la-
mang natitiráng buháy ng
unang gera mundiyal.

suspect, v. maghinalà; paghi-
nalaan;
He suspects that she took
the money. Naghihinalà
siyáng siyá ang kumuha
ng kuwaltá.

sustain, v. panindigán; uma-
lalay; pagtiisan;
The objection was sustain-
ed. Ang pagtutol ay pina-
ninindigán.

swallow, v. lulunin; lunukín;
lumulón; lumunók;

Swallow the pills. Lulunín
mo ang mga pildoras.

swamp, n. latian;
There is no swamp around
us. Waláng latian sa pa-
ligid namin.

swat, v. hampasin;
You can swat the flies.
Mahahampás mo ang mga
langaw.

sway, v. umugóy; gumiwang;
madalá;
The branches can be
swayed by the wind. Ang
mga sangá ay naiúugoy ng
hangin.

swear, v. sumumpá; manum-
pâ; papanumpaín;
The president swore be-
fore the judge. Nanumpâ
ang presidente sa haráp ng
ng hukóm.

sweat, n. pawis;
One can see sweat on his
forehead. Nakikita ang pa-
wis sa kaniyáng noó.

sweep, v. walisín; walisán;
Sweep the floor before you
go. Walisán mo ang sahíg
bago ka umalís.

sweet, n. matamís; dulse;
We have some sweet for
dessert. Mayroón kamíng
matamís para himagas.

sweetheart, n. kasintahan;
nobyo; katipán;

Rosa is his sweetheart. Si
Rosa ang kaniyáng katipán.

swell, v. palakihín; papintu-
gín; lumakí; mamagâ;
The river swells yearly.
Lumalakí ang ilog taun-
taón.

swelling, n. pamamagâ; pag-
lakí;
The swelling of her arm
pains her. Ang pamamagâ
ng kaniyáng bisig ay na-
kapagpapasakít sa kaniyá.

swift, adj. matulin; mabilís;
The current is swift. Ma-
tulin ang agos.

swim, v. lumangóy; languyín;
She does not know how to
swim. Hindî siyá maru-
nong lumangóy.

swindle, v. manubà; subain;
He swindled me. Sinubà
niyá akó.

swing, v. iugoy; mag-ugóy;
Please swing the baby's
cradle. Pakiugóy mo ang
duyan ng sanggól.

n. The children's swing cost
me one hundred seventy
pesos. Ang duyan ng mga
batà ay binayaran ko ng
sandaán at pitumpong
piso.

sword, n. sable; ispada; ta-
bák;
He has a Moro sword. May-
roón siyáng tabák ng Moro.

syllable, n. pantíg;
Baboy has two syllables.
Ang baboy ay may dala-
wáng pantíg.

symbol, n. sagisag; simbolo;
What is the symbol of their
club? Anó ang sagisag ng
kaniláng klub?

sympathize, v. makiramay;
makiisá;
I sympathize with her. Na-
kikiramay akó sa kaniyá.

symptom, n. palátandaan:
sintomas;
What are the symptoms of
the disease? Anó ang pa-
látandaan ng sakít?

synonym, n. singkahulugán;
Bumili and magbili are not
synonyms. Ang bumilí ay
hindî singkahulugán ng
magbilí.

synopsis, n. buod; lagom;
She wrote the synopsis of
the story. Isinulat niyá
ang buod ng kuwento.

syrup, n. harabe; pulót; ar-
nibal:
I need syrup for the hot

cakes. Kailangan ko ng arnibal pará sa **hot cakes.**

system, n. paraán; kaparaanán; kaayusán; sistema;

buong katipunán;
She has no system in her work. Wala siyáng kaayusán sa kaniyáng trabaho.

—T—

tablecloth, n. mantél; tapete;
I have a plastic tablecloth. Mayroón akóng mantél na plastik.

tablespoon, n. kutsarang pangmesa;
We have no silver spoons. Walâ kamíng pilak na mga kutsara.

tabulate, v. italâ nang pahanay sa papél; ilagáy sa talahanayán;
Tabulate the votes. Italà nang pahanáy ang mga boto.

tact, n. kahusayang makitungo sa haráp ng maselang pangyayari;
She used some tact in dealing with him. Gumamit siyá ng mahusay na pakikitungo sa kaniyá.

tail, n. buntót; hulihán;
The tail of the lizard was cut off. Naputol ang buntót ng butikî.

tailor, n. mánanahî ng damít ng lalaki;
The tailor makes clothes

for men. Ang sastre ay tumatahî ng damít para sa lalaki.

take, v. kunin; dalhín; ihatíd; alisín; bawasin; awasín; uminóm; kunan; magaral o kumuha;

Take advantage of; pagsamantalahan;

Take a joke; tanggapin ang birò;

Take back your word. Bawiin

Take him away. Ilayô siyá.

Take his picture. Kunan mo siyá ng larawan.

Take into account. Isaalangalang; take a chance-magbakasakalì.

Take law or medicine. Kumuha ka ng abugasiya o medesina.

to be taken aback; magulat; magtaká;

Take this pencil. Kunin mo ang lapis na itó.

Take this to her. Dalhín mo itó sa kaniyá.

Take two from eight. Awasin mo ang dalawá sa waló.

mo ang iyóng sinabi.

Take care while crossing the street. Mág-ingat ka habang tumatawíd sa mga daán.

Take care of the child. Alagaan mo ang batà.

He takes charge when I go away. Siya ang mamamahalà pag-alís ko.

Ramon was taken for his brother. Si Ramon ay ipinagkamalî sa kaniyáng kapatíd na lalaki.

Take for granted that he is a prefessional, will you marry him? Ipagpalagáy na siyá ay isáng propesyonal, pakakasal ka ba sa kaniyá?

take-off, n. pagtaás ng eruplano;

Ang pagtaas ng eruplano ay ikawalo ng umaga. The take-off of the airoplane was eight in the morning.

talent, n. talino;

He does not seem to have any talents at all. Tíla walâ siyáng anumang talino.

talk, v. magsalitâ; mag-uusap;

Talk to your mother if you can. Makipag-usap ka sa iyóng iná kung magagawa mo. Let us talk about

the game. Pag-usapan natin ang tungkól sa larô.

talkative, adj. madaldál; matabíi; masalitâ;

That woman is very talkative. Masalitâ ang babaing iyán.

tall, adj. matangkád; mataás; mahagwáy;

Ruperto is a tall fellow. Si Ruperto ay mataás na tao.

tame, adj. maamò; mabaít;

The dog is a tame animal. Ang aso ay isáng maamong hayop.

tamper, v. likutín; pakialamán;

Don't tamper with my things. Huwag mong pakialamán ang aking mga bagay-bagay.

tangible, adj. nahihipò; násasalát;

Money is tangible. Ang kuwaltá ay nahihipò.

tank, n. tangké;

We have a water tank. Mayroón kaming tangke ng tubig.

tantalize, v. tuksuhín sa pamamagitan ng pagtakaw o pagtakam;

She kept the grapes hanging before me just to tantalize me. Ibinitin niyá

ang ubas sa haráp ko
upáng akó'y takawin.

tantamount, adj. katumbás;
katulad; para na rin;
Removing him from office
is tantamount to starving
his family, Ang pag-alís
sa kaniyá sa tungkulin ay
para na ring paggutom sa
kaniyáng pamilya.

tap, v. tapikín;
Tap him on the shoulder.
Tapikín mo siyá sa balikat.

tar, v. alkitrán;
He put tar at the bottom
of his water tank. Nilag-
yán niyá ng alkitran ang
tanke niyá ng tubig.

tardy, adj. hulí;
The tardy boys were asked
to get excuses from the of-
fice. Ang mga batang la-
laking huli ay pinahingi sa
opisina ng pahintulot na
makapasok sa klase.

tarry, v. magtagál;
Don't tarry, come back at
once. Huwág kang magta-
gál, magbalík ka agád.

taste, v. tikmán; lasahin;
Would you like to taste my
salad? Ibig mo bang tik-
mán ang aking ensalada?

tasty, adj. malasa; masa-
ráp;
She offered us tasty dishes.

Dinulutan niyá kamí ng
masasaráp na pagkain.

tax, n. buwís;
We paid our taxes on
time. Binayaran namin
ang buwís sa oras.

tea, n. tsa;
She likes tea. Ibig niyá
ng tsa.

teach, v. turuan; iturò; mag-
turò;
Teach her the poem. Iturò
mo sa kaniyá ang tulâ.

teacher, n. gurò; maestro;
tagapagturò;
I was a teacher. Akó'y na-
gíng isáng gurò.

tear, v. pilasin; punitin; pu-
milas; pumunit;
Do not tear your book. Hu-
wág mong punitin ang
iyóng aklát.

tease, v. biruin; tuksuhín;
tumuksó; bumirò;
Do not tease the dog. Hu-
wág mong tuksuhín ang
aso.

technique, n. pamamaraan;
She uses technique in ar-
ranging the names. Gina-
gamitan niyá ng paraan
ang pag-aayos ng mga pa-
ngalan.

telephone, n. telepono;

television, n. telebisyón;

tell, v. sabihin;

Tell me your name. Sabihin mo sa akin ang iyóng pangalan.

temerity, n. lakás ng loób; Has she the temerity to tell her mother about her lover? May lakás ba siyá ng loób na sabihin sa kaniyáng iná ang tungkól sa kaniyáng manliligaw?

temper, n. pagpipigil; hinahon; He lost his temper. Nawalan siya ng hinahon.

temperature, n. grado ng init ng katawan; temperatura; He has a high temperature. May mataas siyang temperatura.

tempest, n. bagyó; sigwá; The sailors were afraid of the tempest. Natakot sa sigwá ang mga mandaragat.

temple, n. bahay dalanginan; templo; simbahan; He went to the temple to pray. Nagpunta siya sa templo upang manalangin.

temporary, adj. pansamantala. Pansamantala lamang ang trabaho niya. His work is only temporary. temporary.

tempt, v. tuksuhín; akitin; halinahin; maakit; She was tempted to commit sins. Siya'y natuksóng gumawâ ng kasalanan.

ten, adj. sampú; I have ten centavos. May sampúng sentimos akó.

tenant, n. kasama; inkilino; nangungupahan; I have three tenants in the apartment. Mayroón akóng tatlóng inkilino sa apartment.

tendency, n. ugalì; He has a tendency to tell lies. Mayroón siyáng ugaling magsinungalíng.

tender, v. iharáp; magharáp; ihandóg; handugán; She tendered her resignation. Iniharáp niyá ang kaniyáng dimisyón. We tendered her a party when she arrived. Hinandugán namin siyá ng isáng parti nang siyá'y dumatíng.
adj. murà; malambót; mahabagín; magiliw; She bought some tender meat. Bumilí siyá ng malambót na karné. She gave me a tender look. Tinapunan niyá akó ng isáng magiliw na tingín.

tendon, n. litid;

His tendon was cut off during the accident. Nalagót ang kaniyáng litid sa aksidente.

tense, gram, pánahunan; Tatlong panahunan-three tenses.
present tense — pangkasalukuyan.
past tense — pangnagdaán.
future tense — panghinaharáp.
adj. maigtíng; malubhâ; banát;
The situation was tense. Maigtíng ang kalágayan. The rope is tense. Banát ang lubid.

tent, n. tolda;
They built a small tent. Nagtayô silá ng maliít na tolda.

tentative, adj. pansamantalá; They made tentative plans. Gumawâ silá ng pansamantalang mga balak.

tenth, adj. ikasampû; pansampû;
The tenth boy became a priest. Naging parì ang ang ikasampû niyang anak.

tepid, adj. malahiningá; maligamgám;
She used tepid water in bathing. Gumamit siyá ng tubig na maligamgám sa pagpaligò.

terms, n. mga tadhanâ; mga hinihingî; panunungkulan; kondisyón;
What are the terms of the agreement? Anu-anó ang mga hinihingî sa kasunduan? This is his third term of office. Itó ang ikatló niyáng panunungkulan o ikatlong panahón ng panunungkulan.

terminal, n. hanggahan; terminál; duluhan;
We reached the bus terminal at nine in the evening. Narating namin ang hanggahan ng bus noóng ikasiyam ng gabí.

termination, n. pangwakás; wakás; pagwawakás; pagtatapos;
The termination of the contract is at the end of the month. Ang pagwawakas ng kortrato ay sa katapusán ng buwán.

termite, n. anay;
Termites are very destructive. Totoóng mapanirà ang anay.

terrible, adj. nakasisindák; nakatatakot; nakapanghíhilakbót;
The fire was terrible. Na-

kapanghihilakbót ang su-
nog.

terrify, v. sindakín; masin-
dák;
You can't terrify her.
Hindî mo siyá maaaring
sindakín.

terse, adj. maiklî at mala-
mán; maiklî at makahulu-
gán;
Her speech was terse. Ang
kaniyáng talumpatì ay ma-
iklî at makahulugán.

test, n. iksamen; pagsusurì;
pagsubok; pagsusulit;
They were given a test. Bi-
nigyán silá ng pagsusulit.

testament, n. huling habilin;
testamento;
She is supposed to receive
a piece of land according
to the testament left by the
father. Tatanggáp siyá ng
kapirasong lupà sang-ayon
sa hulíng habilin na na-
iwan ng kaniyáng amá.

testify, v. sumaksí; patuna-
yan; magpatunay; magpa-
totoo; gumawâ ng pahayag
sa ilalim ng panunumpâ.
I testified in court last
week. Sa hukuman gumawâ
ako ng pahayag sa ilalim ng
panunumpâ noóng isáng
linggo.

testimony, n. patunay; pato-
toó; pahayag; paliwanag;

salaysay;
The testimony she made
was long. Ang pahayag
na ginawâ niyá ay ma-
habà.

tetanus, n. tétanó;
He died of tetanus germs.
Mikrobiyo ng tetano ang
ikinamatáy niyá.

text, n. teksto; letra; aklát;
saligáng-aklát;
The assigned lesson is not
in the text. Ang takdáng
aralín ay walâ sa teksto.

textbook, n. pang-araling-ak-
lát;
We sell textbooks. Nagbi-
bilí kamí ng mga pang-
araling-aklát.

textile, n. tela;
Romana sells textiles. Nag-
bibilí ng tela si Romana.

than, kaysa; sa;
She is fairer than I. La-
long maputî siyá sa akin.

thank, v. pasalamatan; mag-
pasalamat;
Thank him for his kind-
ness. Pasalamatan mo si-
yá sa kaniyáng kaganda-
hang-loób.

that, pron. iyan, (if near);
iyon, (if far from both
speaker and person spo-
ken to);

Give me that. Ibigáy mo iyán sa akin.

thatch n. pawid; kugon;
His small house has a thatch roof. Ang maliít niyáng bahay ay may atíp na kugon.

the, art. ang;

theater, n. dúlaan; teatro;
She goes to the theater weekly. Nanonoód siyá ng teatro linggú-linggó.

theft, n. pagnanakaw; ang ninakaw;
He was accused of theft. Napagbintangán siyá ng pagnanakaw.

their, pron. nilá; kanila;
Their house-kanilang bahay o bahay nilá. Their house is newly painted. Ang kaniláng bahay ay bagong pintá, o .ang bahay nila ay bagong pintá.

them, pron. kanilá;
Give the tickets to them. Ibigáy mo sa kanilá ang mga tiket.

theme, n. paksâ; tema; maiklíng kathâ;
What is the theme of his speech? Anó ang tema ng kaniyáng talumpatì?

themselves, pron. ang kaniláng sarili;
They think only of them-

selves. Ang iniisip nilá'y ang kaniláng sarili lamang.

then, adj. noon
The president then was Mr. Mesina. Ang presidente noon ay si Mr. Mesina.

then, conj. pagkatapos; samakatuwid;
This, then, is the cause of her leaving us. Samakatuwíd iyón ang dahilán ng pag-alís niyá sa amin.

there, adj. diyán; riyán (near); doón; roón (yonder);
There lies the dead horse. Doón naroroón ang patáy na kabayo. I am coming there. Pupunta akó riyán.

thereafter, adv. pagkatapos noón; mulâ noón;
He became peaceful thereafter. Tumahimik na siyá pagkatapos noón.

therefore, conj. samakatuwíd; kayâ ngâ;
You have no new dress, therefore you are not going to the party. Walâ kang barong bago, samakatuwíd, hindî ka pupuntá sa parti.

thermometer, n. termometro;

My thermometer fell on the floor and was broken. Nalaglág sa sahíg ang aking termometro at nabasag.

they, pron. silá;
They are coming. Silá ay dáratíng.

thick, adj. malapot;
The starch is thick. Ang almiról ay malapot.
malapot; makapál;
I see thick clouds on top of the mountain. Nakikita ko ang makapal na ulap sa itaás ng bundók.

thief, n. magnanakaw;
He is not a thief. Hindî namán siyá magnanakaw.

thigh, n. hità;
She has a boil on her thigh. May pigsá siyá sa hità.

thimble, n. didál;
I have two thimbles. May dalawáng didál akó.

thin, adj. payát; madalang; manipís; malabnáw;
He became thin because of worry. Namayat siyá dahil pag-iintindí.

thing, n. bagay; kagamitán; dalá-dalahan;
Keep your things in the box. Itagó mo ang iyóng mga kagamitán sa kahón.

think, v. isipin; pag-aralan; mag-isíp; akalain;
I think he is coming today. Sa akalà ko'y dáratíng siyá ngayón.

third, adj. pangatló; ikatló;
He is the third man in the department. Siyá ang ikatlóng tao sa kágawarán.

thirst, n. uhaw; pagkauhaw; masidhíng pagnanasa;
She has a thirst for knowledge. Siyá'y may masidhíng paghahangád sa karunungan;

thirteen, adj. labintatlo;
She has thirteen companions. May labintatlóng kasama siyá.

thirty, adj. tatlumpû;
They have thirty visitors. Tatlumpû ang panauhin nilá.

this, pron. itó; irí;
This is my book. Itó ang aking aklát. This child is crying. Ang batang irí ay umiiyák.

tho, though, conj. kahit na; bagaman;
Though he had fever, he went out. Kahit na siyá'y may lagnát, lumabás din siyá.

thorn, n. tiník;

Roses have thorns. Ang mga rosas ay may tiník.

thorough, adj. ganáp; puspusan;
Jose was given a thorough examination. Si Jose ay binigyán ng isáng puspusang pagsisiyasat.

thought, n. diwà; layunin;
What is the thought of his speech? Anó ang diwà ng kaniyáng talumpatì?

thoughtful, adj. maalalahanín; mapag-alaala;
My sister is very thoughtful. Mapag-alala ang aking kapatíd na babae.

thoughtless, adj. waláng ingat; pabayâ;
She is a thoughtless child. Waláng ingat ang batang iyán.

thousand, n. libo;
Thousands of people listened to his speech. Libulibong tao ang nakiníg sa kaniyáng talumpatì.

thread, n. sinulid;
I have no black thread. Walâ akóng sinulid na itím.

threat, n. bantâ; pagbabantâ;
He uttered a threat before he left. Nag-iwan siyá ng pagbabantâ bago

umalís.

three, adj. tatló;
Julio has three sons. Si Julio ay may tatlóng anák na lalaki.

thresh, v. lumugás; giikín; gumiík; lugasin;
They will thresh rice tomorrow. Gigiík silá ng palay bukas.

thrice, adj. makaitló; makatatló;
Ramon came thrice. Naparitong makaitló si Ramon.

thrift, n. katipirán; pagtitipíd; pag-iimpók;

thrifty, adj. matipid; mapag-impók;
The thrifty woman got rich quickly. Madaling yumaman ang mapag-impók na babae.

thrive, v. mabuhay; tumubò; umunlád;
The Igorrotes thrive on fish and vegetables. Ang mga Igorotes ay nabubuhay sa isdâ at gulay.

throw in, v. ibigay o isama;
When I bought the horse, the dealer threw in the blanket free. Nang bilhín ko ang kabayo, ibinigay ng binilhan ang kumot nang walang bayad.

throat, n. lalamunan;
He cut his throat when he
got mad. Ginilít niyá ang
kaniyáng lalamunan nang
siyá'y magalit.

throb, v. pumintíg; tumibók;
His heart throbs irregu-
larly. Hindî tumitibók
nang maayos ang kani-
yáng pusò.

throne, n. trono; kataás-ta-
asang kapangyarihan;
He abdicated his throne
long ago. Matagál nang
iniwan niyá ang kaniyáng
trono.

throng, v. dagsaán; dumag-
sâ;
Thousands of people
thronged the circus at
Araneta Coliseum. Libu-
libong tao ang dumagsâ
sa sirko sa Araneta Coli-
seum.

through, adj. lagos;

through, adj. tapós na;
I am through reading. Ta-
pós na akóng magbasá.

throughout, adv. sa buóng
panahóng itinagál ng;
They stayed throughout
the celebration. Silá'y
nagpalumagák sa buóng
panahóng itinagál ng pag-
diriwang.

throw, v. ihagis; ibató; ipu-

kól; itapon; hagisan; itsá;
Throw the ball to Pedro.
Ihagis mo ang bola kay
Pedro.

thrust, v. ulusin; itulak;
saksakín; tuhugin; tara-
kan;
He thrust the animal with
a spear. Inulusan niyá ng
sibát ang hayop.

thud, v. kumalabóg;

thud, n. kalabóg;
We heard the thud of the
furniture. Náriníg namin
ang kalabóg ng muwebles.

thug, n. butangero; mambu-
butáng;
The thug was caught. Na-
huli na ang butangero.

thumb, n. hinlalakí;
The baby sucks her thumb.
Sinususo ng sanggól ang
kaniyáng hinlalakí.

thumb, v. dagukan; duma-
gok; pumadyák; tumibók
nang malakás;
The soldiers thumb as they
marched. Pumapadyák ang
mga kawal samantalang
nagmamartsa.

thunder, n. kulóg;
I hear thunder. Nakari-
níg akó ng kulog.

Thursday, n. Huwebes;
Thursday is the day she
goes to St. Jude's church.

Huwebes kung siyá'y pumuntá sa simbahan ng San Judas Tadeo.

thus, adv. sa ganitó; sa gayón; sa ganiyán; paganitó;

Thus we shall finish our work without much difficulty. Sa ganyang paraán matatapos natin ang ating gawain nang waláng gaanong hirap.

thwart, v. biguín; hadlangán;

He thwarted her ambition. Binigô niyá ang kaniyáng lunggatî.

ticket, n. bilyete; tiket; tálaan;

He gave me a ticket for the show. Binigyán niyá akó ng tiket para sa palabás.

tickle, v. kilitiín; kalamkamán;

Don't tickle her. Huwág mo siyáng kilitiín.

tide, n. paglakí at pagkati ng tubig; agos;

At high tide the boat began to sail. Paglaki ng tubig naglayág na ang bapor.

tidings, n. balità;

Glad tidings were received by them. Masayáng mga

balità ang tinanggap nila.

tidy, adj. maayos; makinis;

The room is tidy. Maayos ang silid.

tie, v. italì; igapos; ipuga; talian; gapusin;

Tie the dog to the door. Italì mo ang aso sa pintô.

tiger, n. tigre;

The tiger is a wild animal. Mabangís ang tigre.

tight, adj. mahigpít; banát; haták na mabuti; pitís; hapít;

Her skirt is tight. Hapít ang kaniyáng saya.

tighten, v. higpitán; pahigpitín; humigpít;

Tighten your hold. Higpitán mo ang iyóng hawak.

till, v. bungkalín; sakahin;

He tills the soil. Binubungkál niyá ang lupà.

till, prep. hanggáng sa;

He walks till the plaza. Naglalakád siya hanggáng sa plasa.

till, conj. hanggáng sa;

He works till he gets tired. Nagtatrabaho siyá hanggáng sa siyá'y mapagál.

timber, n. kahoy;

They are cutting timber. Nagpuputol silá ng kahoy.

time, n. panahón; oras; ulit; nasa kumpás;

It is time to go. Oras na
ng pag-alís.

timely, adv. napapanahón;
Her arrival is timely.
Napapanahón; and datíng
niyá.

timid. adj. Mahiyain; mata-
kutín; mahinang-loób;
The maid is timid. Mahi-
yain ang mutsatsa.

tin, n. lata;
The tin of the fish is
rusty. Ang lata ng isdâ
ay makalawang.

tinkle, v. kulilingín; pakuli-
lingín; kalansingín;
Who tinkled the bell?
Sino ang kumuliling ng
kampanà?

tinsmith, n. latero;
The tinsmith fixed our
roof and gutters. Kinum-
puní ng latero ang aming
atíp at mga alulód.

tiny, adj. muntî; maliít;
Binigyán niyá siyá ng
isang maliít na pirasong
kendi.

tip, v. itagilid; kantiín; ta-
pikín; pabuyaan; lihim na
pagsabihan.
Tip her with the good
news. Lihim na pagsabi-
han mo siya ng mabuting
balità.

tip, n. pabuyà; dulo; tang-
kí; pabalitang lihim;
He gave him a peso tip.
Binigyán siyá ng pisong
pabuyà.

tiptoe, v. tumiyád;
She tiptoed across the
hall. Patiyád siyáng bu-
magtás sa bulwagan.

tire, v. pagurin; hapuin; pa-
panghinain;
He tired himself by walk-
ing to and fro. Nagpaka-
pagod siyá sa pagpaparo-
o't parito.

tire, n. goma;
He repaired the burst tire.
Kinumpuní niyá ang pu-
tók na goma.

title, v. pamagatán;
You have to title your
story. Kailangan mong
pamagatan ang iyong ku-
wento.

title, n. pamagát; karapa-
tán; titulo;
The title to his property
was given to her. Ibini-
gáy sa kaniyá ang kara-
patán sa kaniyáng ari-
arian.

to, prep. sa; hanggáng;
Go to the room. Pumuntá
ka sa silíd. She worked
from eight to twelve. Nag-

trabaho siyá buhat sa ika-8 hanggang ika-12.

toast, v. tustahin; iihaw;
Can you toast some bread? Makapag-iihaw ka ba ng tinapay?

toastmaster, n. tagapagpakilala; tosmaster;
Jose was the toastmaster at the program. Si Jose ang tagapagpakilala sa palátuntunan.

today, adv. ngayón; sa kasalukuyan; sa panahóng itó;
Today is Monday. Lunes ngayón.

toe, n. dalirì (ng paa); kukó (ng kabayo) atb. pa);
The horse hurts its toe. Nasaktán ang kukó ng kabayo.

together, adv. magkasama;
They arrived together. Magkasama siláng dumatíng.

token, n. tandâ; palátandaan; patunay;
He gave her a handkerchief as a token of friendship. Binigyán niyá siyá ng panyô bilang tandâ ng pagkakaibigan.

tolerance, n. pagpaparayâ; pag-alintana;
One has to have toler-ance. Ang tao ay dapat magkaroon ng pagpaparayâ.

tolerate, v. ipahintulot; ipaubayà;
How can you tolerate gambling? Paano mong maipahihintulot ang sugál?

toll, n. bayad; buwís;
Did you pay the toll? Nagbayad ka ba ng buwís sa pagtawíd ng tuláy?

tomato, n. kamatis;
I like tomatoes. Naiibigan ko ang kamatis.

tomb, n. puntód; líbingan; nitso;
She bought some candles for the tomb. Bumilí siyá ng mga kandilà pará sa libingan.

tomorrow, n. bukas;
Tomorrow is Tuesday. Martes bukas.

tongue, n. dilà; wikà;
She speaks the foreign tongue. Gumagamit siyá ng wikang dayuhan.

tonight, n. ngayóng gabí;
There is no circus tonight. Waláng sirko ngayóng gabí.

too, adv. lubhâ; labis; masyado;

She is too harsh. Napa-
karahás siyá.

tool, n. kasangkapan;
Ramon lost all his tools.
Nawaláng lahat ang ka-
sangkapan ni Ramon.

toot, v. magpatunóg;
Toot your horn. Bumu-
sina ka.

tooth, n. ngipin;
His tooth is aching. Su-
masakít ang kaniyáng
ngipin.

toothbrush, n. sepilyo ng
ngipin.
She has a new toothbrush.
May bago siyáng sepilyo.

toothpick, n. palito;
I need a toothpick. Ka-
ilangan ko ng isang palito.

top, talbusán; lagyán ng
ibabaw; manguna;
Alberto topped the exam-
ination. Nanguna si Al-
berto sa iksamen.

topic, n. paksâ;
What is the topic sen-
tence of the paragraph?
Anó ang pamaksáng pa-
ngungusap ng taludturan?

topmost, adj. kataás-taasan;
My books are on the top-
most shelf. Ang aking
mga aklát ay nasa ka-
itaás-taasang istante.

topsy-turvy, adj. maguló;

waláng ayos;
Her books are in topsy-
turvy condition. Ang mga
aklát niyá ay waláng
ayos.

torch, n. sulô;
We need no torch. Hindî
natin kailangan ang sulô.

torment, v. pahirapan; pa-
pagdusahin; Why torment
yourself? Bakit mo pahi-
hirapan ang iyóng sarili?

torrent, n. bahâ;
The boat was carried
away by the torrent. Ti-
nangáy ng bahâ ang bang-
kâ.

torture, v. pahirapan; pili-
pitin;
They torture the prison-
er so he would tell the
truth. Pinahihirapan ni-
lá ang bilanggô upáng
magsabi nang totoó.

toss, v. ihagis;
Rosa tossed the ball to
Juana. Inihagis ni Rosa
ang bola kay Juana.

tot, n. batang muntî;
I saw a small tot under
the house. Nakakita akó
ng muntíng batà sa ila-
lim ng bahay.

total, v. buuín; pagsama-
samahin; kunin ang ka-
buuán;

Please total your expenses. Mangyaring buuín mo ang mga gugol mo.

total, n. kabuuán; total;
What is the total of her collection? Anó ang kabuuán ng nalikom niyá?

totter, v. sumuray-suray; humapay-hapay;
I mistook him for a drunkard as he was tottering. Napagkamalán ko siyáng 'asíng pagka't siyá'y susuray-suray.

touch, v. hipuin; dumaiti; umabot; dumikit; mahipò; másalat;
Her head touches the curtain. Umaabot sa kortina ang ulo niyá. Don't touch her head. Huwág mong hipuin ang ulo niyá.

touch, n. hipò; salát;
I feel the soft touch of her hand. Naramdamán ko ang malambót na hipò ng kaniyáng kamáy.

tough, adj. maganít; matigás at maganít. He complains of his tough job. Dumaraíng siyá sa hirap ng trabaho.

tour, v. libutin; maglibót; maglákbáy;
The passengers toured the city of Cebu. Nilibot ng

mga pasahero ang siyudad ng Cebu.

tournament, n. páligsahan;
We saw the tournament yesterday.

tow, v. hilahin; hatakin;
Our car was towed to the garage. Hinila ang auto namin sa garahe.

toward, prep. sa; patungo sa; hinggíl sa;
She ran toward her mother. Tumakbó siya sa kaniyáng iná.

towel, n. tuwalya;
She gave me a towel as a present. Binigyán niyá akó ng tuwalya bilang aginaldo.

tower, n. tore;
The church bell is placed in the tower. Inilagáy ang kampanà sa itaás ng tore.

town, n. bayan;
San Isidro is my home town. San Isidro ang bayan kong tinubuan.

toy, n. laruán;
He bought his son a toy gun. Ibinili ang anák niyá ng baríl na laruán;

trace, v. aninagin; hanapin; taluntunín; sundán; mákita;
He went to trace the lost dog. Hinanap niyá ang

nawawaláng aso.

track, v. bakasín; sundán ang bakás;
He left to track the lost dog. Umalís siyá upáng sundán ang nawawaláng aso.

tract, n. sukat; lagáy;
She sold a tract of land last week. Nagbilí siyá ng isáng sukat na lupà noóng isáng linggó.

trade, v. ipagpalít; makipagkálakalán;
We are trading with the Japanese. Nakikipagkálakalán kamí sa mga Hapon.

tradition, n. sali't saling sabi; tradisyon;
We want to revive the Filipino traditions that are being forgotten. Ibig naming buhayin ang mga sali't saling sabi na parang nalilimutan na.

traffic, n. sasakyán; trapiko;
Traffic in Rizal Avenue is heavy. Totoóng maraming sasakyán sa Avenida Rizal.

tragedy, n. kapahamakán; malungkót na pangyayari; trahediya;
Churchill's death is a great tragedy to the nation. Ang pagkamatáy ni Churchill ay isáng malungkót na pangyayari sa bansá.

tragic, adj. kalunus-lunos;
He had a tragic death. Ang pagkamatáy niyá ay kalunus-lunos.

trail, v. tugaygayán;
Juan was assigned to trail the criminal. Naitalagá si Juan na tumugaygáy sa kriminál.

train, v. sanayin; turuan; magsanay;
Can you train her to declaim? Masasanay mo ba siyáng bumigkás na mabuti?

trait. n. katangian; kaugalian;
She has some unusual traits. Mayroón siyáng bibihiraing kaugalian.

traitor, n. taksíl; traidór;
Her friend is a traitor. Taksíl ang kaibigan niyá.

tramp, v. lumakad nang papadyák; gumala-galà;
Danilo is tramping on the floor. Pumapadyák si Danilo sa sahíg.

trample, v. yurakan; pagmalupitán ·
Do not trample on the

grass. Huwág mong yurakan ang damó.

tranquil, adj. tahimik; panatag;
The old man is living a tranquil life. Nabubuhay na tahimik ang matandáng lalaki.

transact, v. gawín;
Transact your business at the window. Sa bintanà ninyó gawín ang inyóng pag-uusap.

transcend, v. dî natatakdaán;
Christianity transcends racial barriers. Dî natatakdaan ng anó mang lipì ang Kristiyanismo.

transcribe, v. igawâ ng sipì; isalin sa ibáng papél;
P l e a s e transcribe his notes. Mangyaring isalin mo sa ibáng papél ang kaniyáng mga talâ.

transfer, v. ilipat; lumipat;
She transferred to another house. Lumipat siyá sa ibáng bahay.

transfiguration, n. pagbabagong anyô;
The Lord's transfiguration was witnessed by some people. Nasaksihán ng ilang tao ang pagbabagong-anyô ng ating Pangi-

noón.

transform, v. ibahín; ang anyô;
He can transform silver into gold. Ang pilak ay nagagawâ niyáng gintô.

transfuse, v. salinan; magsalin;
We had to transfuse blood to the patient. Kinailangan naming salinan ng dugô ang maysakít.

transgress, v. lumabág; labagín; sumuwáy; magkasala;
They had to transgress the law to get what they wanted. Kailangan niláng labagín ang utos upáng makuha ang kaniláng gustó

transitive, v. gram. palipat;
Give me the book. Ibigáy mo sa akin ang aklát. Book o aklat ang layon ng pandiwang ibigáy, na tinatawag na palipát.

translate, v. ihulog; isalin (sa ibáng wikà)
We translated Noli Me Tangere into Tagalog. Isinalin namin sa Tagalog ang Noli Me Tangere.

transparent, adj. nanganganinag;
She is wearing a trans-

parent chemise. Nakasu-
ót siyá ng nanganganinag
na kamison.

transpire, v. mangyari; ma-
ganáp;
Nothing transpired the
whole week. W a l á n g
nangyari sa buóng isáng
linggó.

transplant, v. ilipat ng ta-
tamnán; itaním sa ibáng
poók;
Transplant all the papaya
seedlings. Ilipat mo ng
tatamnán ang lahát ng
punláng papaya.

transportation, n. sasakyán;
transportasyon;
Transportation in o u r
place is difficult. Mahi-
rap ang sasakyán sa aming
poók.

transpose, v. baligtarín; pag-
palitín ang lugar;
Can you transpose this
sentence? Mababaligtád
mo ba ang pangungusap
na itó?

trap, v. pikutin; patibungán;
The bird was trapped. Na-
huli sa bitag ang ibon.

trash, n. yagít; basura; ka-
hangalán;
His letters are all trash.
Ang kaniyáng mga sulat
ay pawang kahangalán.

travel, v. maglakbáy; mag-
libót;
I am thinking of travel-
ling again. Iniisip ko ang
maglakbáy ulî.

traverse, v. bagtasín; bu-
magtás;
The river traverses the
town. Ang ilog ay buma-
bagtás sa bayan.

tray, n. bandeha;
Place the glasses on the
tray. Ilagáy mo ang mga
baso sa bandeha.

treachery, n. kataksilán;
pagtataksíl; kaliluhan;
The treachery was discov-
ered. Natuklasán ang pag-
tataksíl.

treasure, n. yaman; kayama-
nan; salapî;
The treasure was buried
before the enemies came.
Ang kayamanan ay naiba-
ón bago dumatíng ang mga
kaaway.

treat, v. gamutín; pakitu-
nguhan; tratuhin; ma-
ukol;
Can you treat the patient?
Magagamot mo ba ang
pasyente?

treat, n. handóg; kainan;
We gave her a treat on
her birthday. Binigyán
namin siyá ng kainan no-

óng kaarawán niyá.

treaty, n. kasunduan;
The treaty was signed last week. Ang kasunduan ay napirmahan na noóng isáng linggó.

tree, n. punungkahoy; punò;
The tree fell down. Nabuwál ang punò.

trellis, n. balag;
She made a trellis for the ampalaya. Gumawâ siyá ng balag pará sa ampalaya.

tremble, v. manginíg; mangatál; mangatóg;
She trembled when she heard the shot. Nanginíg siyá nang márinig ang putók.

trespass, v. pumasok o dumaán nang waláng pahintulot; lumabág sa batás;
They are trespassing our lot. Pumapasok silá sa lote namin nang waláng pahintulot.

trial, n. paglilitis; pagsubok;
The trial was held last Saturday. Ang paglilitis ay ginawâ noóng Sabado.

tribe, n. tribu;
He is the head of the tribe. Siyá ang punò ng lipì.

tribulation, n. masaklap na karanasán; malubháng sigalót;
She has had plenty of tribulations. Nagkaroón siyá ng maraming masasakláp na karanasán.

tribute, n. buwís; parangál;
They paid tribute to the dead. Nag-ukol silá ng parangál sa namatáy.

tricked, v. nilansí; pinaglalangán;
He tricked me into selling my earrings to his daughter. Pinaglalangán niyá akóng ipagbilí ko sa kaniyáng anak na babae ang aking mga hikaw.

trigger, n. gatilyo; kalabitang-baríl;
She pulled the trigger of his gun. Kinalabít niyá ang gatilyo ng baríl.

trim, v. pakinisin; pantayín; gupitán; palamutihan;
Do you know how to trim a hat? Maalam ka bang magpalamuti sa sumbrero? Trim the edge of the table. Pakinisin mo ang gilid ng mesa.

triumph, n. tagumpáy; panalo; pagwawagí; pananalo;
His triumph made him fa-

mous. Ang pananalo ni-
yá ang ikinatanyág niyá.

trouble, n. ligalig; guló; su-
liranín; sirà; pag-aabala;
He took the trouble of
bringing me flowers. Pi-
nagkaabalahanán pa niyá
ang pagdadalá sa akin ng
mga bulaklák.

trouble, v. abalahin; gamba-
lain; tigatigin; guluhín;
Don't trouble yourself.
Huwag ka nang mag-aba-
lá.

trough, n. labangán; sabsa-
ban;
The pigs are fed in the
trough.

trousers, n. pantalón;
He has new trousers on.
Nakasuót siyá ng bagong
pantalón.

truant, adj. lakwatsero; bu-
lakból;
He is playing truant. Nag-
bubulakból siyá.

truculent, adj. malupít; ma-
balasik;
She has a truculent hus-
band. May malupít siyáng
asawa.

true, adj. totoó; tunay; ta-
pát; matapát;
She is a true friend. Si-
yá'y tapát na kaibigan.

trumpet, n. trumpeta;
He knows how to blow the
trumpet. Marunong si-
yáng umihip ng trumpeta.

trunk, n. maleta o baúl;
He has a big trunk from
the states. May malakíng
baúl siyáng galing sa
America.

trust, v. magtiwalà; pagti-
walaan; umasa, maniwalà;
He cannot trust even his
wife. Hindî niya mapag-
katiwalaan kahit na ang
kaniyáng asawa.

trustworthy, adj. mapagka-
katiwalaan; karapat-dapat
sa pagtitiwalà;
She is a trustworthy serv-
ant. Siyá'y mapagkakati-
walaang katulong.

truth, n. ang totoó; katoto-
hanan;
He tells the truth. Nag-
sasabi siyá ng totoó.

try, v. subukin; sikapin;
magtangkâ; tangkain;
He tried to be good. Si-
nikap niyáng magpakabuti.

try, n. pagsubok; pagtatang-
kâ;
That was his first try. Iyón
ang una niyáng pagsubok.

tub, n. batyâ;
She is washing on the tub.
Naglalabá siyá sa batyâ.

tube, n. tubo;
He brought over a bamboo tube. Nagdalá siyá rito ng tubong kawayan.

tuberculosis, n. tisis; sakít na pagkatuyô; tuberkulosis;
Her mother died of tuberculosis. Namatáy sa tisis ang kaniyáng iná.

Tuesday, n. Martes;
Yesterday was Tuesday. Martes kahapon.

tug, v. hilahin; hatakin;
The banca was tugged. Ang bangkâ ay hinila.

tuition, n. bayad sa pag-aaral;
She paid her tuition of twenty pesos. Binayaran niyá ang dalawampúng piso na bayad niyá sa pag-aaral.

tumble, v. isabog; ikalat; mátumbá; mabuwál;
The books tumbled on the floor. Ang mga aklát ay nabuwál sa sahig.

tumbler, n. basong waláng tatangnán;
She was given six tumblers as a gift. Binigyán siyá ng anim na basong waláng tatangnán bilang alaala.

tumor, n. bukol; tumór;
His tumor was operated on. Ang kaniyáng tumór ay inoperahán.

tumult, n. pagkakaguló; guló;
There was a tumult at the corner of the streets. May guló sa kanto ng dalawáng kalsada.

tune, v. apinahín; iakmâ sa himig;
Can you tune her piano? Maaarì mo bang apinahín ang kaniyáng piyano?
n. tono; mabuting kalágayan.;
The song was out of tune. Ang awit ay walâ sa tono.

tunnel, n. daán sa ilalim ng lupà;
They dug a tunnel under the mountain. Humukay silá ng daán sa ilalim ng bundók.

turkey, n. pabo;
They eat turkey on Thanksgiving dinner. Kumakain sila ng pabo sa araw ng pasasalamat.

turn, v. paikutin; pihitin; baligtarín; bilingín; ibaling; ipihit; buklatín; bumaligtád; ibigáy;
Turn the money over to him. Ibigay mo ang kuwaltá sa kaniya.
Turn the meat on the frying pan. Bilingín mo ang karné sa kawalì. Turn the

wheel. Paikutin mo ang gulóng.

turncoat, n. ang tumiwalag (sa pulitika); ang nagbagong pangkatin;
They say Marcos is a turncoat. Sinasabi nila na si Marcos ay isang nagbago ng pangkatin.

turn over a new leaf. magbagong buhay;
He promised to turn over a new leaf. Nangako siyang magbabagong buhay na.

turn out. lumitáw; maglabás; yumarì; bumaling;

turned turtle. bumaligtád; tumaób;

turnip, n. singkamas;
He enjoys turnips. Naiibigan niya ang singkamas.

turpentine, n. agwaras; turpentina;
You need turpentine to remove the paint on your hand. Kailangan mo ng agwaras sa pag-aalis ng pintura sa iyong kamay.

turtle, n. pagong;
The turtle walks slowly. Marahan ang lakad ng pagong.

tutor, v. turuan nang sárilinán;
Will you tutor his child? Matuturuan mo ba nang sárilinán ang kaniyang bata?

tweezers, n. tiyanì;
Remove the hairs on his chin with tweezers.

twelfth, adj. ikalabindalawá;
He is the twelfth child. Siya ang ikalabindalawang anak.

twenty, adj. dalawampû;

twice, adj. makalawa;
He came here twice. Naparito siyang makalawa.

twin, n. kambal;
Jose is one of the twins. Si Jose ang isa sa kambal.

twine, n. pisì;
We use twine in tying books. Gumagamit kami ng pisì sa pagtatalì ng mga aklat.

twinkle, v. kumislap;
The stars twinkle. Kumikislap ang mga bituwin.

twist, v. pilipitin; baluktutin; balikukuín;
Who twisted the bar? Sino ang bumaluktot ng rehas?

type, v. makinilyahín;
Can you type a letter for me? Maimamakinilya mo ba ako ng isang sulat?

typhoid, n. tipus;
He is sick of typhoid fever. Maysakít siyang tipus.

typhoon, n. bagyo; unos; sig-
wa;
The typhoon last October
was hard. Malakas ang
bagyo noong Oktubre.

tyranny, n. kalupitan; pani-
niil;
The king was hated for his
tyranny. Kinamumuhian
ang hari dahil sa kaniyang
kalupitan.

—U—

ugliness, n. kapangitan; pag-
kapangit;
Her ugliness made her
mother disown her. Dahil
sa kaniyang kapangitan,
itinatuwa siya ng kaniyang
ina.

ugly, adj. pangit;
She is an ugly girl. Pangit
siyang batang babae.

ulcer, n. sugat na nagnanak-
nak; ulsera;
He was operated on ulcer.
Inuperahan ang ulsera
niya.

ultimate, adj. panghuli; pag-
wakas; kahuli-hulihan;
His ultimate aim was to
sell his property. Ang ka-
huli-hulihang layunin niya
ay ipagbili ang kaniyang
ari-arian.

umbrella, n. payong;
She has a black umbrella.
May payong siyang itim.

umpire, n. reperi; tagahatol;
He is the umpire in base-
ball. Siya ang reperi sa
baseball.

unable, adj. walang kaya;
walang lakas;
She is unable to walk. Si-
yá'y walang kayang luma-
kad.

unaccompanied, adj. walang
kasama; walang kasaliw;
She came home unaccom-
panied. Walang kasama
siya na umuwi. She sang
unaccompanied on the pia-
no. Umawit siyang walang
kasaliw sa piyano.

unaccountable, adj. hindi ipi-
nagbibigay-sulit;
That is property unac-
countable. Yao'y ari-ari-
ang hindi ipinagbibigay-
sulit.

unanimous, adj. buong pag-
kakaisa;
The vote for Roy was una-
nimous. Ang boto para kay
Roy ay buong pagkakaisa
o nahalal siya nang buong

pagkakaisa.

unaccustomed, adj. hindi hirati; hindi bihasa;
She is unaccustomed to hardships. Hindi siya hirati sa hirap.

unarmed, adj. walang sandata;
He came unarmed. Dumating siyang walang sandata.

unavoidable, adj. di-maiiwasan;
Sometimes we come across some unavoidable circumstances. Kung minsan ay nagkakaroon tayo ng mga pangyayaring di maiiwasan.

unaware, adj. walang kamalayan;
She is unaware of the pending typhoon. Wala siyang kamalayan sa nagbabantang bagyo.

unborn, adj. hindi pa isinisilang; hindi pa ipinanganganak;
Her baby was still unborn when the father left. Ang kaniyang sanggol ay hindi pa ipinanganganak nang umalis ang kaniyang asawa.

uncalled for, adj. hindi kailangan; wala sa matuwid;
What you said is uncalled for. Ang sinabi mo ay hindi kailangan.

uncertain, adj. hindi nakatitiyak; hindi maliwanag; alanganin;
Her answer is uncertain. Ang kaniyang sagot ay hindi tiyak.

uncle, n. amain; tiyo;
Uncle Juan is coming. Si tiyo Juan ay darating.

unconscious, adj. walang malay-tao;
He remained unconscious for an hour. Nanatili siyang walang malay-tao sa loob ng isang oras.

unconstitutional, adj. labag sa batas; hindi alinsunod sa batas;
What he did was unconstitutional. Ang ginawa niya ay labag sa batas.

uncover, v. alisan ng takip; buksan; mag-alis ng sumbrero;
The men usually uncover when the funeral passes by. Karaniwan ang mga lalaki ay nag-aalis ng sumbrero kapag may nagdaraang libing.

undaunted, adj. hindi nagugulat; hindi natatakot; walang takot.
Avelino is an undaunted

soldier. Walang takot na
kawal si Avelino.

undecided, adj. hindi naka-
pagpapasiya; hindi napag-
papasiyahan;
The girl is still undecided
to go to the dance. Ang ba-
tang babae ay hindi pa na-
kapagpapasiya sa pagpun-
ta sa sayawan.

under, prep. sa ilalim;
The cat is under the table.
Nasa ilalim ng mesa ang
pusà.

**underclothing or under-
clothes, n.** mga damit na
panloob;
She washed her under-
clothes. Nilabhan niya ang
mga damit niyang panloob.

undergo, v. magdanas; du-
manas; tumikim, dumaan;
magdaan;
He has to undergo the
operation. Kailangan ni-
yang magdanas ng operas-
yon.

undergraduate. estudyante
sa kolehiyo na wala pang
titulo.
I was still an undergrad-
uate when I went to Ame-
rica. Ako'y wala pang ti-
tulo nang ako'y pumaroon
sa Amerika.

underground, adj. sa ilalim

ng lupa; lihim;
They made an underground
movement. Gumawa sila
ng palihim na kilusan.

underline, v. salungguhitan;
Underline the verbs. Sa-
lungguhitan mo ang mga
pandiwa.

undermine, v. parupukin; pa-
panghinain;
Worries undermine health.
Ang mga alalahanin ay
nakapagpapahinà ng kata-
wan.

underrate, v. matahin; pali-
itin; siguruhin; maliitin;
Don't underrate your en-
emy. Huwag mong sigu-
ruhin ang kaaway mo.

undershirt, n. kamiseta;
She bought undershirts for
her children. Bumili siya
ng mga kamiseta para sa
kaniyang mga anak.

undersign, v. lumagdâ (sa
ibabâ) o sa katapusan ng
isang kasulatan;

undersigned, n. ang lumag-
dâ;
The undersigned is known
to you. Ang lumagdâ sa
ibabâ nito ay kilala mo.

understand, v. maintindihan;
maunawaan; mawatasan;
makaintindi; mabatid; ma-
talos. Hindi niya naiin-

tindihan ang Tagalog.
She does not understand
Tagalog.

undertake, v. gumawâ; magsagawâ;
She undertook the work
herself. Siya mismo ang
gumawâ ng trabaho.

underweight, adj. kulang sa
timbang;
She is underweight. Kulang siya sa timbang.

underwriter, n. ahente ng siguro;
My nephew is an underwriter. Ang pamangkin
kong lalaki ay ahente ng
siguro.

undo, v. paglansag- lansagin;
ipahamak; kalagan; buksan; tastasin;
She wants to undo her
skirt. Ibig niyang tastasin
ang kaniyang saya.

undress, v. maghubad; hubaran;
She undressed the child in
the room. Hinubaran niya
sa kuarto ang bata.

unearth, v. makahukay; makatuklas;
They unearthed a jar of
gold. Nakahukay sila ng
isang gusing gintô.

uneasy, adj. balisá; hindi
mapalagáy;

He is uneasy about the results of the examination.
Siya'y balisá tungkol sa
kinalabasan ng iksamen.

unequaled, adj. walang kapantay; walang katulad;
walang kaparis;
Samson was a man of unequaled strength.
Walang katulad ng lakas
si Samson.

uneven, adj. baku-bako; gansal; hindi timbang;
We passed through uneven
roads. Nagdaan kami sa
baku-bakong daan. Three
and seven are uneven numbers. Ang tatlo at pito ay
gansal na numero.

unexpected, adj. di-inaasahan; di-akalain; biglâ;
The unexpected guests
were five. Limá ang di-iniintáy na panauhin.

unfair, adj. di-makatarungan; may kiníkilingan;
The decision was unfair.
Ang hatol ay di-makatarungan.

unfaithful, adj. di-matapát;
taksíl:
Rudy is an unfaithful
lover. Si Rudy ay isáng
mangingibig na di-tapát.

unfit, adj. di-angkóp; di-akmâ; di-bagay; di-nababagay;

Rosa is unfit to teach. Si Rosa ay dî nababagay mag-turò.

unfortunate, adj. kapós-kapa-laran; kulang-palad; ma-lungkót;

He is an unfortunate man. Siyá'y isáng taong kapós-palad.

unfriendly, adj. mailap; di-magiliw;

That fellow is unfriendly. Ang taong iyán ay mailap.

unheard-of, adj. di-kilalá;

He is an unheard-of hero. Siyá'y isáng bayaning di-kilalá.

The sweaters are of uni-form size. Ang mga sweter ay pare-pareho ng lakí.

union, n. pag-iisá; pagbibig-kís; pagsasama; samahan; kapisanan;

The laborers have a union. Ang mga manggagawà ay may kapisanan.

unique, adj. bukod-tangì; kakaibá; waláng kaparis; pambihirà;

Her decoration is unique. Pambihirà ang kaniyáng palamuti.

unit, n. pangkát;

He belongs to that unit. Kabilang siyá sa (yunit na iyán).

unit price. halagá ng bawa't isá.

What is the unit price of each mango? Ano ang ha-lagá ng bawa't isang mangga?

unite, v. papag-isahín; pagsa-má-samahin; magsama-sa-ma; makiisá;

The people united to fight the enemy. Ang tao ay nagkaisa-isá upáng laba-nan ang kaaway.

universal, adj. pandaigdíg;

The people are after a uni-versal peace. Ang mga tao ay naghahangád ng pan-daigdíg na kapayapaan.

university, n. pamantasan; unibersidad;

He studied in the univer-sity. Nag-aral siyá sa pa-mantasan.

unjust, adj. hindî matuwíd; labág sa katuwiran;

He is an unjust ruler. Siyá'y isáng punong hindî matuwíd o di-makataru-ngan

unkempt, adj. maguló; gu-sót; hindî ayós;

She has unkempt hair. May maguló siyáng bu-hók.

unkind, adj. malupít; mara-

hás;
The master is an unkind
man. Ang panginoón ay
isáng taong malupít.

unknown; *adj.* waláng naka-
aalám; di-kilalá; di-natiti-
yák;
The amount left to her is
unknown. Ang halagang
naiwan sa kaniya ay di-
natitiyak.

unless, conj. maliban sa;
maliban kung;
Unless you go, she will not
go. Hindî siyá pupuntá
maliban kung pupuntá ka.

unlikely, adj. waláng kasigu-
ruhán; waláng katiyakan;
Her attendance is unlike-
ly. Waláng kasiguruhán
ang kaniyáng pagdaló.

unload, v. magbabâ; alisán
ng kargamento; diskarga-
hín;
Unloading passengers here
is prohibited. Bawal mag-
babâ ng mga pasahero
rito.

unlucky, adj. waláng suwer-
te; kulang-palad;
Lydia is unlucky. Waláng
suwerte si Lydia.

unpack, v. alisán ng lamán;
alisín sa pagkakaempake;
Can you unpack my suit-
case? Maaalisán mo ba
ng lamán ang aking ma-

leta?

unseat, v. ialís sa tungkulin
o ialis sa pagkakaupô sa
tungkulin;
You cannot unseat the
Congressman. Hindî mo
maiaalís sa pagkakaupô
sa tungkulin ang Kongre-
sista.

unsettled, adj. waláng kapa-
natagán; waláng kaayu-
sán; maguló;
The Ilocanoes are unset-
tled. Ang mga Ilokano
ay waláng kapanatagán.

unsophisticated, adj. waláng
pagkukunwarî; simple;
I like her because she is
unsophisticated. Ibig ko
siyá dahil sa siyá'y simple.

untidy, adj. hindî maayos;
marumí; gusgusin;
Rene is an untidy child.
Si Rene ay marumí.

until, prep. hanggang;
He is up until 12 o'clock.
Siyá'y nakagisíng hang-
gáng ika-12.

unveil, v. alisán ng tabing
o takíp;
The monument was unveil-
ed by Mrs. Reyes. Ang
bantayog ay inalisán ng
takíp ni Mrs. Reyes.

unwilling, v. waláng gustó;
bantulót; waláng pagku-
kusà;

She is unwilling to go home. Waláng gustóng umuwî ng katulong.

up, v. pataasin; palakihin; Come up. Umakyát ka o pumanhík ka.

upbringing, n. pagpapalakí; The upbringing of that child is not right. Ang pagpapalakí sa batang iyán ay hindî wastô.

uphold, v. ayunan; itaguyod; panindigán; We have to uphold the constitution. Kailangan nating itaguyod ang batás. I uphold the decision. Inaayunan ko ang hatol.

upon, prep. sa; sa ibabaw ng; Upon Jose's arrival, Rita left. Umalis si Rita sa pagdating ni Jose.

upright, adj. patayô; patindíg; The cane was placed upright in a corner. Itinayô nang patayô ang bastón sa isáng sulok.

uprising, n. paghihimaksík; He was killed in an uprising. Napatay siya sa isang paghihimagsìk.

uproot, v. bunutin; lipulin; Do not uproot the seedlings. Huwag mong bunutin ang mga punlâ.

upset, v. itaób; guluhín; mabahalà; mabalisa; mangagkabuwál; masirà; The banca was upset. Nátaób ang bangkâ. I have an upset stomach. Sirâ ang tiyán ko.

upstairs, v. sa itaás; He went upstairs. Nagpuntá siyá sa itaás.

urchin, n. batang pilyo; Those urchins are teasing the woman. Ang mga batang pilyong iyán ay binubuwisit ang babae.

urge, v. hikayatin; ipilit; pilitin; igiít; Don't urge her to go with you. Huwág mo siyáng piliting sumama sa iyó.

urgent, adj. ápurahan; mahigpít; My need for money is urgent. Ang pangangailangan ko ng kuwaltá ay mahigpít.

urinate, v. umihì;

urine, n. ihì; He urinated to have his urine examined. Umihì siyá upáng ipaiksamen ang kaniyáng ihì.

us, pron. (sa) amin; natin; para sa atin; He told us to go home. Sinabi niyá sa amin na umuwî. He gave us some

money.   Ibinigáy niyá sa
amin ang kuwaltá o binig-
yán niya kami ng kuwaltá
The dictionary is for us
Ang diksyonaryo ay pará
sa atin.

use, v. gumamit; gamitin;
Use your common sense.
Gamitin mo ang likás na
pagkukurò mo.

useful, adj. mahalagá; gami-
tín; makabuluhán;
That basket is very useful.
Ang basket na iyán ay ga-
mitín.

useless, adj. waláng kabulu-
hán; waláng saysáy; wa-
láng kaukulán;
He is a useless fellow. Wa-
láng kabuluhán ang taong
iyán.

usual, adj. karaniwan; na-
pagkágawián;
That is their usual prac-
tice. Yaón ang karaniwan
niláng pagsasanay.

usurer, n. usurero; mapag-
patubò; ang nagpapatubò;
That woman is a usurer
that charges a high rate
of interest. Ang babaing
iyán ay isáng usurera na
nagpapatubò ng mataás na
interes.

usurp, v. agawin sa pamama-
magitan ng dahás o kahit
waláng karapatán; mang-

agaw;
The bad man usurped the
throne. Inagaw ng taong
masamâ ang trono.

utensil, n. kasangkapan; ka-
gamitán;
I brought over some uten-
sils. Nag-uwî akó ng mga
kasangkapan.

uterus, n. matrís; bahay-
batà;
They opened her uterus
to see what is wrong. Bi-
nuksán ang kaniyáng ma-
trís pará tingnán kung anó
ang nakasasamâ.

utilize v. gamitin;
Utilize her as a helper.
Gamitin mo siyáng katu-
long.

utmost, n. ang buóng maka-
kaya; pinakamahalagá;
What he did was of utmost
importance. Ang kaniyáng
ginawâ ay ang pinakama-
halagá.

utter, v. magbitíw; sabihin;
ipahayag;
She uttered some bad
words as she went out.
Nagsabi siyá ng masasa-
máng salitâ nang siyá'y
lumalabas na.

utterly, adv. ganáp;
I was utterly disappoint-
ed. Akó'y ganáp na nabigô.

—V—

vacancy, n. bakante;
There is a vacancy in their office. May isáng bakante sa kaniláng opisina.

vacant, adj. bakante; waláng tao; hindî okupado;
The room is vacant. Bakante ang kuwarto.

vacate, v. alisán ng tao;
Please vacate that chair. Mangyaring umalís ka riyán.

vacation, n. bakasyón; pagbabakasyón;
The Christmas vacation is just over. Katatapos lamang ng bakasyón tsika.

vaccinate, v. bakunahan;
You can vaccinate the children in this room. Maaarì mong bakunahan ang mga batà sa silíd na ito.

vacilate, v. mag-atubilí; magpaulik-ulik;
He is vacilating as to whether he is going or not. Nag-aatubili siyá at hindî malaman kung pupuntá siyá o hindî.

vagabond, n. ang bagamundó;
The vagabond goes from one province to another.

Ang bagamundó ay naglilibót sa mga lalawigan.

vagrant, n. hampás-lupà; ang layás; ang galâ;
The vagrant travels to different places. Ang hampás-lupà ay naglalakbáy sa iba-ibáng lugár.

vague, adj. malabò;
The writing is vague. Ang kasulatan ay malabò.

vain, adj. waláng kabuluhán; waláng bisà; mayabang; palalò;
He engaged in vain pursuits. Gumawâ siyá ng mga bagay na waláng kabuluhán.

valedictorian, n. balediktoryan;
He is the valedictorian of the class. Siyá ang balediktoryan ng klase.

valiant, adj. matapang; magiting;
Rosendo is a valiant soldier. Si Rosendo ay matapang na kawal.

valid, adj. may bisà; may pinagsasaligan;
Their marriage is valid. Ang kaniláng kasál ay may bisà.

valise, n. maleta;
Her small valise was misplaced. Ang maliít niyáng maleta ay náwaglít.

valley, n. lumbák; libís;
There are very few plants in the valley. Madalang ang halaman sa libís.

valor, n. katapangan; kagitingan;
He is famous for his valor. Siyá'y kilalá sa kaniyáng kagitingan.

valuable, adj. mahalagá;
She has valuable jewels. May mga mahalagá siyáng alahas.

value, v. halagahán; pahalagahán;
We value your help. Pinahahalagahán namin ang iyóng tulong.
n. halagá;
What is the value of her property? Magkano ang halagá ng kaniyáng ariarian?

valve, n. balbulá;
The valve is out of order. Sirâ ang balbulá.

vanish, v. mawalâ; maglahò; mapawì;
The shadow vanished from sight. Nawalâ ang anino.

vanity, n. kapalaluan; kahambugán; karangyaán.

She is punished for her vanity. Náparusahan siyá sa kaniyáng kapalaluan.

vapor, n. singáw;
If you cover hot things, you will find vapor on the cover. Pagkâ tinakpán mo ang anumáng mainit, makakikita ka ng singáw sa takíp.

variable, adj. pabagu-bago;
The climate is variable. Ang klima ay pabagu-bago. There are various things in the box. May iba-ibáng bagay sa kahón.

varnish, v. barnisán; magbarnís;
Please varnish the table. Pakibarnisán mo ang mesa.

vase, n. plurera; bulaklakan;
The flower vase got broken. Ang plurera ay nabasag.

vaudeville, n. bodabil;
She participates in the vaudeville. Sumasali siyá sa bodabil. I am not interested in vaudeville. Hindi ako mahilig sa bodabil.

vehicle n. sasakyán;
Because of the strike there is less vehicle today. Dahil sa straik, madalang ang sasakyán ngayón.

veil, n. belo;
I have a black veil. Mayroón akóng itím na belo.

vein, n. ugát;
She gave her injection in the vein. Nilagyán siyá ng ineksyón sa ugát.

velocity, n. tulin; bilís; belosidad;
I cannot tell the velocity of the wind. Hindî ko masasabi ang tulin ng hangin.

velvet, n. pelús; tersyupelo;
Her coat is velvet. Ang kaniyáng sobretodo ay pelús.

vendor, n. ang nagtitindá; ang naglalakò; manlalakò;
The sidewalk vendors were caught by the police. Hinuli ng pulís ang nagtitindá sa banketa.

venerable, adj. kagalang-galang;
The venerable old man died peacefully. Namatáy na matahimik ang kagalanggalang na matandáng lalaki.

vengeance, n. higantí;
He was seeking vengeance. Naghahangád siyá ng higantí.

venom, n. lason; kamandág;
She bought some venom at the drug store. Bumilí siyá ng lason sa botika.

venomous, adj. nakalalason;
He caught a venomous snake. Nakahuli siyá ng nakakalasong ahas.

ventilate, v. papasukan ng sariwang hangin; ipahayag;
The room has to be ventilated. Dapat papasukan ng sariwang hangin ang silíd.

venture, v. magbakasakalì; mangahás;
Don't venture to disobey him. Huwág mong pangahasáng lumabág sa kaniyáng kagustuhan.

verácious, adj. may katotohanan; mapagtapát; matapatin;
She made veracious statements. Gumawâ siyá ng mga pahayag na may katotohanan.

veranda, n. beranda;
There is much air at the veranda. Maraming hangin sa beranda.

verb, n. pandiwà; berbo;
All sentences need verbs. Lahat ng pangungusap ay kailangang may pandiwà.

verdict, n. hatol; pasiyá;
The verdict will be heard

today. Maririníg ang ha-
tol ngayón.

verify, v. patunayan; tiyakín
ang katotohanan;
He has to verify his state-
ment. Kailangan niyáng
patunayan ang kaniyáng
sinabi.

vernacular, n. katutubong
wikà;
Almost everybody speaks
the vernacular. Halos la-
hát ay nagsasalitâ ng ka-
tutubong wikà.

versatile, adj. maraming ná-
lalaman;
The man is versatile. Ma-
raming nálalaman ang tao.

verse, n. tulâ; panulaan: ta-
ludtód;
She learned the first verse
of the poem. Napag-aralan
na níyá ang unang talud-
tód ng tulâ.

version, n. salin;
We are selling the Taga-
log version of **Noli** and **Fili.**

versus, prep. laban sa;
laban sa batás ang kani-
yáng ginawâ   What she
did is against the law.

vertical, adj. patayô; patin-
díg;
The verical lines are short.

Maiklî ang mga lineang
patayô o guhit na patayô.

very, adv. tunay;
Her sickness is very ser-
ious. Ang kaniyáng sakít
ay tunay na malubhâ.

vespers, n. orasyón;
They bow their heads at
vespers time. Yumuyukód.
sila tuwing orasyon.

vessel, n. sasakyáng-dagát;
There was a vessel that
sank. May sasakyáng-dagat
na lumubóg.

vestment, n. kasuutan;
damít;
The priest's vestments
were made by his sister.
Ang kasuutan ng parì ay
ginawâ ng kaniyáng kapa-
tíd na babae.

vestry, n. sakristiya;
He was baptized at the
vestry. Bininyagán siyá sa
sakristiya.

veteran, n. beterano; matan-
dâ na sa serbisyo;
Sergio is a veteran of
World War II. Si Sergio
ay beterano ng pangala-
wáng digmâ.

veto, v. betohan;
The president vetoed the
bill. Binetohan ng presi-
dente ang panukalang-ba-
tás.

vexation, n. pagkainis; pagkayamot; pagpapagalit;
His constant vexation of the girl made her commit suicide. Ang malimit niyáng pang-iinís sa batang babae ang naging sanhî ng ng kaniyáng pagpapakamatáy.

viand, n. ulam;
I cooked some viand. Naglutò akó ng ulam.

vibrate, v. tumagintíng; umugóy; dumuyan-duyan;
The pendulum vibrates. Umuugóy ang penduló.

vice, n. bisyo;
adj. bise; pangalawá;
Gambling is a vice. Ang pagsusugál ay isáng bisyo. The vice president is leaving for London. Ang bise presidente ay áalís patungong Londres.

vicinity, n. kanugnóg; kalapít;
He lives in the vicinity. Nakatirá siyá sa kanugnóg.

victim; n. biktima; ang nasawî;
The victim is her brother. Ang biktima ay kaniyáng kapatíd.

victor, n. ang nagtagumpáy; ang nanalo; ang nagwagí;
The victor was hailed. Pinurihan nilá ang nagwagí o pinapurihan nilá ang nagtagumpáy.

view, v. malasin; tingnán; masdán;
View the monument at a distance. Masdán mo ang bantayog sa malayò.

vigil, n. pagbabantáy; pagtatanod; paglalamay;
There is vigil at her house tonight. May paglalamay sa kaniyáng bahay mámayáng gabí

vigor, n. lakas;
He has lost his vigor. Nawalán na siyá ng lakás.

vilify, v. siraan ng puri;
They tried to vilify their chiefs. Sinikap niláng pulaan o siraan ng puri ang kaniláng mga hepe.

villain, n. buhóng; taong tampalasan; kontrabida;
There is a villain in the play. May kontrabida sa kaniláng dulà.

vindicate, v. patunayan ang pagkamatuwíd; itindíg; itayô;
He will vindicate his name. Itatayô niyá ang kaniyáng pangalan.

vindictive, adj. mapaghigantí;
That fellow is vindictive.

Ang taong iyán ay mapag-higantí.

vine, n. baging; punò ng uba; Ampalaya is a vine. Ang ampalaya ay baging.

vinegar, n. sukà; I want to buy some vinegar. Ibig kong bumilí ng sukà.

violate, v. lumabág; labagín; She violated the school regulation. Nilabág niyá ang tuntunin sa páaralán.

violet, adj. lila; Her bandana is violet. Biyoleta o lila ang kaniyáng bandana.

violin, n. biyolin; She plays the violin. Tumutugtóg siyá ng biyolín.

virgin, n. dalaga; birhen; She is still a virgin. Siyá'y dalaga pa.

virtue, n. mataás na urì ng kabaitan; Obedience is a virtue. Ang pagsunód ay isáng urì ng kabaitan.

visible, adj. nakikita; namamalas; lantád na paningín; The picture is visible. Nakikita ang larawan.

vision, n. pangitain; pangmalas; paningin; The girl had a clear vision.

Ang batang babae ay nagkaroon ng malinaw na pangitain.

visit, v. dumalaw; naparito; dalawin; He came to visit. Naparito siya upáng dumalaw.

visitor, n. bisita; panauhin; dalaw; We have no visitor today. Walâ kamíng dalaw ngayón.

vitalize v. bigyáng lakás; pasiglahín; bigyáng-buhay; We have to vitalize our industries. Kailangan nating bigyang-buhay ang ating mga industriya.

vivid, adj. matingkád; Red is a vivid color. Ang pula ay matingkád na kulay.

vocabulary, n. bokabularyo; talasalitaan; He wrote a vocabulary. Sumulat siya ng bokabularyo.

vocation, n. hanapbuhay; bokasyon; He has a vocation for priesthood. Mayroón siyáng bokasyon pará sa pagpaparì.

vogue, n. moda; uso; Her new dress is in vogue.

Ang kaniyáng bagong barò ay sunód sa moda.

voice, n. tinig; boses; karapatáng magpahayag ng kurò;
She has a sweet voice. May matamís siyáng tinig.
v. ipahayag; sabihin;
Voice your opinion. Ipahayag mo ang iyóng kurukurò.

volatile, adj. salawahán; pabagu-bago ng isip; madalíng sumingáw;
She is a volatile woman. Siyá'y isáng babaing salawahán.

volcano, n. bulkán;
Mayon volcano is in Albay. Nasa Albay ang bulkáng Mayon.

volition, n. kagustuhan; paggustó;
She went with him on her own volition. Sumama siyá sa kaniyá sa sarili niyáng kagustuhan.

volume, n. aklát; tomo; dami; lakí; lakás ng tinig;
The volume of her voice can be heard in the other house. Ang lakás ng tinig niyá ay naririníg hanggáng sa kabiláng bahay.

voluntary, adj. kusà; kusang-loób;

She gave a voluntary contribution of two pesos. Nagbigáy siyá ng kusang-loób na kontribusyón na dalawáng piso.

vomit, v. sumuka; isuka; Isínuka niya ang kinain niyáng tangahalian;
He vomitted his dinner.

voracious, adj. matakaw;
The dog is voracious. Matakaw ang aso.

vote, v. ihalál; iboto; bumoto;
Let us vote for the best man. Tayo'y bumoto sa pinakamabuting tao.

vouch, v. panagután;
I can vouch for her. Mapananagután ko siyá.

vow, v. mangakò nang taimtím;
n. pangakò; taimtím na pangakò;
The sister made a vow before entering the convent. Gumawâ ng taimtím na pangakò ang madre bago siya nagmadre.

vowel n. patinig;
The vowels are only five. Limá lamang ang patinig.

voyage, n. paglalakbáy; paglalayág;
She made her second voyage last year. Ginawâ ni-

yá ang pangalawáng pag-lalakbáy noóng isáng taón.

vulgar, adj. magaspáng; bastós; bulgar; masagwâ; That is a vulgar act. Iyán ay bulgar na gáwain.

vulnerable, adj. maaaring masalakay; Fort Santiago proved to be a vulnerable fortress.

Ang Fort Santiago ay ma-aaring masalakay.

vying adj. ang nag-aagawán; The women in the gathering are vying with one another for the attention of the only handsome man in the group. Ang mga babae ay nangag-áagawán sa pansín ng pinakamakisig na binatà sa grupo.

—W—

waist, n. baywang; Rita has a small waist. Maliít ang baywang ni Rita.

wait, v. maghintáy; hintayín; I told her to wait. Sinabi ko sa kaniyáng maghintáy.

wait for, Wait for me. Hintayín mo akó.

wait on him, Pagsilbihán mo siyá o maglingód ka sa kaniya.

waiter, n. serbidor; tagapag-silbí; weyter; He is a waiter at Max's. Siyá ay serbidor kay Max. O siya'y nagsisilbi sa restaurant ni Max.

wabble, v. sumuray-suray; He wabbled for a few minutes, and then he fell. Sumuray-suray siyang mga

ilang minuto at pagkatapos ay nabuwal.

wade, v. maglunoy; She waded in the mud. Naglunoy siya sa putik.

wag, v. ikawag; The dog is wagging its tail. Iniwawagwag ng aso ang kaniyáng buntot.

wage, n. sahod; kita; pasahod; The minimum wage at present is four pesos a day. Ang pasahod sa kasalukuyan ay apat na piso isang araw.

wagon, n. kariton; They got on the wagon and left. Sumakay sila sa kariton at umalis.

wail, v. manangis; humagulhol; She was wailing very loud

when her mother died. Na-
naghoy siya nang malakas
nang mamatay ang kani-
yáng ina.

waive, v. kusang talikdan;
ipaubaya;
He waived his right on
the land. Kusang tinalik-
dan niya ang karapatan
niya sa lupa.

wake, v. gisingin; gumising;
She wakes up at six o'
clock. Gumigising siya sa
ikaanim ng umaga.

walk, v. lumakad; lakarin;
maglakad;
We walked to Blumentritt.
Naglakad kami hanggang
Blumentritt.
n. paglalakad; lakad;
She took a long walk. Nag-
lakad siya nang mahaba.

walkout, n. aklasan; welga;
They decided to make a
walkout. Pinasiyahan nila
ang magkaroon ng welga.

wall, n. pader; dinding; ta-
biki;
They made a stone wall.
Gumawa sila ng tabiking
bato.

wallet, n. pitaka;
He lost his wallet on the
jeep. Nawala ang pitaka
niya sa jip.

waltz, n. balse;
They danced the waltz.
Nagsayaw sila ng balse.

wander, v. maglibot; gumalà;
lumibot; magpalakad-la-
kad;
She wandered from place
to place. Nagpalakad-lakad
siya sa iba-ibang lugar.

want, v. magkulang; mawa-
lan; ibigin; naisin; gustu-
hin; mangailangan;
She wants some bread. Ibig
niya ng tinapay.

war, n. digmaan; digma;
magpahayag ng pakikidig-
ma.;
The war is on. Ang dig-
maan ay patuloy.

wardrobe, n. aparador; Ar-
range the clothes in the
wardrobe. Ayusin mo ang
mga damit sa aparador.

ware, n. paninda;
He peddles his own wares.
Inilalako niya ang sarili
niyang paninda.

warehouse, n. bodega; pin-
tungan;
We keep our books at the
warehouse. Itinatago na-
min ang aming mga aklat
sa bodega.

warm, v. iinit; pasiglahin;
They gave her a warm re-
ception.

adj. mainit; **masigla**;
Binigyan nila siya ng masiglang pagtanggap.

warn, v. babalaan; balaan;
Why don't you warn those boys? Bakit hindi mo balaan ang mga batang lalaking iyon?

warrant, v. garantiyahan; tiyakin; hingin;
They warrant his arrest. Tinitiyak nila ang pagdakip sa kaniya.
n. utos; garantiya; mandamiyento;
He received a warrant of arrest. Tinanggap niya ang mandamiyento-de-arresto.

warrior, n. mandirigma;
That man is a great warrior. Ang taong iyan ay magiting na mandirigma.

wash, v. maghugas; hugasan; maglaba; labhan;
We wash our hands before we eat. Naghuhugas tayo ng kamay bago kumain. The laundry woman washes clothes every Saturday. Naglalaba ang labandera tuwing Sabado.

wasp, n. putakti;
Wasps sting. Nangangagat ang putakti.

waste, v. aksayahin; sayangin;
He wastes his time playing daiz. Nag-aaksaya siya ng panahon sa paglalaro ng dais.

watch, v. magbantay; bantayan;
Can you watch the baby while I am away? Mababantayan mo ba ang bata samantalang ako'y walâ

water, v. dilingin;
n. tubig;
He waters the plants with cold water. Dinidilig niya ang halaman ng tubig na malamig.

wave, v. kumaway; kawayan;
She is waving her hand. Kumakaway siya.

wax, n. pagkit; waks;
She applied some wax on the floor. Naglagay siya ng plor waks sa sahig.

way, n. daan; paraan; kaugagalian; ugali; kilos; gawî
The way to the cemetery is rugged. Ang daan na patungo sa sementeryo ay baku-bako.

we, pron. tayo; kami;
We are leaving. Tayo ay aalis. (inclusive) We are Filipinos. Kami ay Pilipino. (exclusive)

weak, adj. mahinà;
The child is weak. Mahinà
ang bata.

weaken, v. papanghinain;
magpahinà.
Staying late too much
weakens him. Ang labis
na pagpupuyát ay nakapag-
papahinà sa kaniyá.

wealth, n. yaman; kayama-
nan;
He is proud of his wealth.
Ipinagmamalakí niyá ang
kaniyáng kayamanan.

wean, v. awatin; ilayô;
She wants to wean her ba-
by. Ibig niyáng awatin ang
kaniyáng sanggól.

weapon, n. sandata; armás;
He has no weapon of any
kind. Walâ siyáng anu-
máng armás.

wear, v. isuót; magsuót; ga-
mitin; gumamit;
Wear your new dress.
Isuót mo ang bagong barò
mo.

wearisome, adj. nakapapa-
god; nakapanghihinawà;
The journey was weary-
some. Ang paglalakbáy ay
nakapapagod.

weather, n. panahón;
The weather is bright.
Ang lagáy ng panahón ay
maliwanag.

weave, v. humabi; maglala;
ilala; ihabi;
Weaving mats is her means
of living. Maglala ng ba-
nig ang kaniyáng ikinabu-
buhay.

wed, v. pakasalán; ikasál;
The lovers are wedded by
the priest. Ikinasál ng pa-
rì ang magnobyo.

Wednesday, n. Miyerkoles;
Yesterday was Wednes-
day. Kahapon ay Miyer-
koles.

weed, n. damó;
Can you weed my garden?
Madadamuhán mo ba ang
aking hálamanán;

weed, v. damuhán; alisán
ng damõ;
Please take away the
weeds in my garden.
Mangyaring itapon mo ang
damó sa aking hardin.

week, linggo;
This week I earned forty
pesos. Kumita akó ng
apat-na-pung piso sa ling-
góng itó.

weekly, adj. lingguhan;
He receives his pay week-
ly. Lingguhan ang sahod
niyá.

weep, v. tumangis; umiyák;
humagulgól:

She weeps when she is teased. Umiiyák siyá kapág tinutukso.

weigh, v. timbangín; tumimbáng;
The basket weighs a kilo. Tumitimbáng ng isáng kilo ang basket.

welcome, v. tanggapín; salubungin; tumanggáp; sumalubong;
Welcome the visitors. Tanggapín ninyó ang mga panauhin.

welfare, n. kapakanán; kagalingan;
I bought a jeep for our welfare. Bumilí akó ng jip sa kapakanán namin.

well, n. balon;

well, adv. mabuti; magalíng; mahusay;
The deep well is well-made. Ang balóng malalim ay mahusay ang pagkagawâ.

west, n. kanluran;
The sun sets in the west. Lumulubog ang araw sa kanluran.

wet, v. basain;
Wet your hair. Basain mo ang iyong buhok.

whale, n. balyena;
He caught a big whale.

Nakahuli siya ng malaking balyena.

wharf, pantalan;
We waited for him at the wharf. Hinintay namin siyá sa pantalan.

what, pron. ano? plural — anu-ano?
What is your name? Ano ang pangalan mo? What are your occupations? Anu-ano ang mga hanapbuhay mo?

whatever, pron. anuman; ano man;
Whatever he says he does. Anuman ang sabihin niya ay ginagawa.

wheat, n. trigo;
Flour is made from wheat. Ang arina ay galing sa trigo o ang trigo ay ginagawang arina o harina.

wheel, n. gulong;
The carriton has big wheels. Ang kariton ay ay may malaking gulong.

when, adv. kailan?
I do not know when he will come. Hindi ko alam kung kailan siya darating.

whenever, adv. kailanman; kailan-man;
Whenever he comes to the the city, he visits us. Kailanman at pumarito

siya sa siyudad ay duma-
dalaw sa amin.

where adv. saan; plural —
saan-saan;
Saan ka pupunta? Where
are you going?

whether, conj. kung;
Whether I am going or not,
I do not know yet. Hindi
ko pa alam kung pupunta
ako o hindi.

which, pron. alín;
Which is your book? Alin
ang iyong aklat?

while, n. sandali;
Wait for a while. Mag-
hintay ka sandali.

while, conj. samantala;
You may go to market
while I am cleaning. Pu-
munta ka sa palengke sa-
mantalang ako'y naglili-
nis.

whisper, v. ibulong; bumu-
bulong; magbulong;
Who whispered it to you?
Sino ang nagbulong sa
iyo noon?

white, adj. putî;
Her dress is white. Puti
ang baro niya.

why, adv. bakit;
Why did he come? Ba-
kit siya naparito?

wicked, adj. masamâ;
He is a wicked man. Siya'y

masamang tao.

wide, adj. maluwang; mala-
pad; malawak;
He has a wide piece of
land. May malapad si-
yang lupaín.

widow, n. balong babae;
The merry widow is mar-
ried again. Ang masa-
yáng balo ay nag-asawa
ulî.

width, n. lapad; luwáng;
The width of her sleeves
is one and a half feet or
nine inches. Ang luwáng
ng manggás niyá ay si-
yám na pulgada.

wife, n. asawang babae;
His wife is dead. Patáy
na ang asawa niyá.

wild, adj. mailap; ligáw;
mabangís;
The lion is a wild animal.
Ang leon ay mabangís na
hayop.

wilderness, n. kagubatan;
kasukalan; iláng;
The robbers went to the
wilderness. Ang mga mag
nanakaw ay nagpuntá sa
kagubatan.

will, v. nasain; naisin; ibi-
gin; gustuhín; loobin;
God willing, I shall mak
another trip. Kung lolo
obin ng Diyos ay magla

lakbáy ako ulî.

wilt, v. malantá; maluóy;
The flower will wilt in a
few hours. Malalantá ang
bulaklák sa loób ng iláng
oras.

win, v. manalo; magtagum-
páy; magwagí;
If she wins, she will give
a blow out. Pagka siyá'y
nanalo, magbibigáy siyá
ng bloaut.

wind, v. ibilibid; ipulupot;
susian;
He winds his clock once
a week. Sinususian niyá
ang relos minsan sa isáng
linggó. Can you wind the
thread in a spool? Mai-
ikid mo ba ang sinulid sa
karete?

wind, n. hangin;
The wind is hard. Mala-
kás ang hangin.

window, n. dúrungawan;
bintanà;
Open the window. Buk-
sán mo ang bintanà.

wine, n. alak;
She drank some wine be-
fore going to bed. Umi-
nóm siyá ng alak bago na-
tulog.

wing, n. pakpák; bagwís;
The bird broke its wing.
Napilay ang pakpák ng

ibon.

wink, n. kisapmatá; kindát;

wink, v. kumuráp; kumin-
dát; kindatán;
She winked at him. Ki-
nindatán niyá siyá. She
did not sleep even a wink.
Hindî siyá natulog kahit
isáng kisapmata.

winner, n. ang nanalo; ang
nagtagumpáy; ang nagwa-
wagí;
The winner in the game
is Restituto. Ang nanalo
sa larô ay si Restituto.

winnow, v. magtahíp; ita-
híp;
I know how to winnow
rice. Marunong akóng
magtahíp ng bigás.

winsome, adj. kaakit-akit;
nakaaakit;
She gave him a winsome
smile. Binigyán niyá siyá
ng isáng ngitíng nakaaa-
akit.

winter, n. taglamíg;
We have no winter in the
Philippines. Wala tayong
taglamíg sa Pilipinas.

wipe, v. punasan; pahirin;
lipulin;
Wipe your lips with a
napkin. Pahirin mo ang
mga labì mo ng serbilyeta.
Wipe out the smugglers.

Lipulin ninyó ang mga mang-aangkát na waláng pahintulot.

Wire. n, telegrama; alambre; He sent his wife a telegram. Nagpadalá siyá ng telegrama sa kaniyáng asawa. Please give him a piece of wire. Pakibigyán mo siyá ng kapirasong alambre.

wisdom, n. dunong; karunungan; His wisdom is shown in his work. Nakikilala ang kaniyáng karunungan sa kaniyáng gawâ.

wise, adj. marunong; matalino; The three wise men visited Jesus. Dumalaw kay Jesus ang tatlóng marurunong na tao.

wish, v. naisin; nasain; magnasà; ibigin; I wish to take vacation in the south. Ibig kong magbakasyón sa timog.

wish, n. nasa; ibig; kagustuhan; Ano ang ibig mo? What is your wish?

witch, n. mangkukulam; She is a witch. Siyá'y isáng mangkukulam.

with, prep. kalakip; With this letter is a money order. Kalakip ng sulat na itó ang isóng hiro postal.

withdraw, v. kumuha; maglabás; kunin; ilabás; iurong; umurong; bawiin; He withdrew his statement. Binawì ang kaniyáng sinabi. Will you withdraw the money I gave you yesterday? Maaari mo bang ilabás ang kuwaltáng ibinigáy ko sa iyó kahapon?

wither, v. malantá; maluóy; The plant withered because you failed to water it this morning. Nalantá ang halaman dahil sa hindî mo nadilíg kaninang umaga.

withhold, v. pigilin; Try to withhold the selling of the house. Sikapin mong mapigil ang pagbibilí ng bahay.

withstand, v. matagalán; I cannot withstand the pain. Hindî ko matagalán ang sakít.

witness, v. saksihán; masaksihán; sumaksí; makásaksí; Can you witness the ce-

lebration? Masasaksihán
mo ba ang selebrasyon?
witness, n. saksí;
The lone witness was Mrs.
Garcia. Ang kaisa-isáng
saksí ay si Gg. Garcia.
wolf, n. lobo;
The wolf surprised the
children. Ginulat ng lobo
ang mga batà.
woman, n. babae; ale;
The woman is selling
corn. Nagbibilí ng maís
ang babae.
wonder, v. humangà; magta-
ká;
I wonder how he escaped.
Nagtataka ako kung paano
siya nakatakas.
wonder, n. kahanga-hangà;
taká; pagtataká;
You are a wonder. Ka-
hanga-hangà ka.
wood, n. kahoy;
Wood is hard. Matigás
ang kahoy.
wooing, n. pagligaw; panli-
ligaw;
They staged the wooing
of the Indian woman. Iti-
nanghál nilá ang dulang
"Pagligaw sa babaing In-
dian."
woods, n. gubat; kagubatan;
They hunted in the woods.
Nangaso silá sa kaguba-

tan.
wool, n. lana;
His coat is made of wool.
Yarí sa lana ang kaniyáng
amerikana.
word, n. salitâ;
The word dog is pron-
ounced by the girl. Bi-
nigkás ng batang babae
ang salitáng aso.
work, v. gumawâ; magtraba-
ho;
Go to work, boys. Mag-
trabaho kayó, mga batà.
work, n. trabaho; akdâ; gá-
wain;
What is your work? Ano
ang trabaho mo?
worker, n. manggagawà;
The workers have a union.
Ang mga manggagawà ay
may unyon o kapisanan.
world, n. daigdíg; mundó;
The world is full of beau-
ty. Punô ng kagandahan
ang daigdíg.
worm, n. bulati; uód;
I picked some worms on
the leaves. Dinampót ko
ang mga uód sa mga da-
hon.
worry, v. mabalisa; mag-
alaala; alalahanin;
He worries very much.
Balisang-balisá siyá.

worst, adj. pinakamasamâ;
The worst is yet to come.
Ang pinakamasamâ ay dá-
ratíng pa.

worth, n. halagá;
What is the worth of her
property? Anó ang ha-
lagá ng kaniyáng pag-
aarì?

worthless, adj. waláng hala-
gá; walang katuturán;
waláng kabuluhán;
He has a worthless ring.
Mayroón siyáng sinsíng na
waláng halagá.

wound, n. sugat;
She has a wound on her
thigh. May sugat siyá sa
hità.

wrap, v. balutin; ibalot;
magbalot;
Please wrap the box. Pa-
kibalot mo ang kahón.

wrath, n. galit; poot;
His wrath knew no
bounds. Waláng katum-
bás ang galit niyá.

wreath, n. korona;
He bought a wreath for
the dead. Bumilí siyá ng
korona pará sa patáy.

wreck, v. wasakin; lansa-
gín; iwasak; iguhò;
The soldiers wrecked the
building. Niwasak ng mga
kawal ang gusalì.

wrestle, v. makipagbunô;
Ilarde wrestled with the
champion. Nakipagbunô si
Ilarde sa kampeon.

wring, v. pigaín; pilipitin;
Please wring the clothes
well. Pagbutihin mo ang
pagpilipit sa damít.

wrinkle, n. kulubót;
There are wrinkles on his
forehead. May mga kulu-
bót siyá sa noó.

write, v. sumulat; isulat; su-
latin; sulatan;
Write four compound sen-
tences. Sumulat ka ng
apat na tambalang pangu-
ngusap.

writing, n. akdâ; kathâ;
His writings are well
known. Ang kaniyáng mga
akdâ ay kilaláng-kilalá.

wrong, adj. malî; kamalian;
di wastô; lisyâ;
His sentences are wrong.
Mga malî ang kaniyáng
mga pangungusap.

wrong, v. tratuhin nang ma-
sama; pinsalain; gawan
ng di-mabutí; dayain;
He wronged you. Dinayà
ka niyá.

wry, adj. ngiwî; pangiwî;
She gave him a wry smile.
Binigyán niyá siyá ng
isáng ngitíng pangiwî.
rayos-ekis.

— X —

x-ray, v. kunan ng larawan sa rayos ekis
It is necessary that his foot be x-rayed. Kailangang kunan ng x-ray ang kaniyáng paa.

xylophone, n. a musical instrument of hard wooden bars set on open frame and played with small mallets.

— Y —

yacht, n. yate; bangkâ pará pag-aliwán o ipagkarera;
We got on a yacht while in Baguio. Sumakay kamí sa yate noóng kamí'y nasa Baguio.

yam, n. tugî; manî;
I eat yams. Kumakain akó ng tugî.

yank, v. baltakín; hatakin;
Jose yanked the rope which was cut into two. Hinatak ni Jose ang lubid na naputol.

yap, v. tumahól; magtatalák; dumaldál;
Josefa was still yapping when she discovered that the other woman had left. Si Josefa ay nagtatatalak pa nang makita niyáng ang katakapan niyá ay walâ na.

yard, n. yarda;
Ana bought a yard of flannel. Bumilí si Ana ng isáng yardang pranela.

yarn, n. istambre;
She is crocheting yarn to be made into a sweater. Naggagantsilyo siyá ng istambre na gagawíng sweter.

yawn, v. maghikáb; humikáb;
He yawned and then closed his eyes. Naghikáb siyá at ipinikit ang mga matá.

year, n. taón;
This year he will be eighty years old. Sa taóng itó, magiging walumpúng taón na siyá.

yearly, adv. taunan; santaunan;
His yearly income amounts to five thousand pesos. Ang kita niyá sa taunan ay umaabot sa limang libong piso.

yearn, v. manabík; maghangád; magnasà;
She yearns for you. Nananabík siyá sa iyó.

yeast, n. lebadura; pampaalsá;
She needs yeast in making bread. Kailangan ni-

yá ng lebadura sa pagga-
wâ ng tinapay.

yell, v. sumigáw; humiyáw;
sigawán; hiyawán;
He yelled at us. Siniga-
wán niyá kamí.

yellow, adj. diláw; madiláw;
Her dress is yellow. Ang
barò niyá ay diláw.

yellowish, adj. manilaw-ni-
láw; naníniláw;
The coat she washed is
yellowish. Ang amerika-
na na nilabhán niyá ay
naniniláw.

yes, adv. oo;
Yes, you may go. Oo, ma-
kaaalís ka na.

yesterday adv. kahapon;
Yesterday I went down
town. Nagpuntá akó sa
kabayanan kahapon.

yet, conj. pa;
He has not eaten yet.
Hindî pa siyá kumakain.

yield, v. sumukò; pag-ani-
han; isukò; humaráp sa
maykapangyarihan;

yoke, n. pamatok o pamba-
tok; paod;
The yoke of her dress is
simple. Ang pamatok ng
kaniyáng barò ay simple
lamang.

yolk, n. pulá ng itlog;
He eats only the yolk of

the egg and throws away
the white. Pulá lamang
ng itlóg ang kinakain ni-
yá at itinatapon ang putî.

you, pron. ikáw; kayó; kitá;
I am calling you. Tinata-
wag kitá. You come here.
Pumarito ka. You are
kind. Ikaw ay mabaít.
They are waiting for you.
Hinihintay nila kayó.

young, adj. batà; murà; ba-
go; nagsısimulâ pa la-
mang;
The girl is too young to
go to the dance. Lubháng
batà pa ang batang babae
pará pumuntá sa sáya-
wan.

your, pron. iyo; mo; inyó;
ninyó;
Your book is new. (Bago
ang aklát mo. Ang
iyóng aklát ay bago.) Your
tools are rusty. Ang in-
yóng mga kasangkapan ay
kálawangin. O, Ang mga
kasangkapan ninyó ay ká-
lawangín.

yours, pron. iyó; inyó;
This book is yours. I am
giving it to you. Ang ak-
lát na itó ay iyó. Ibini-
bigáy ko itó sa iyó. Child-
dren, I bought this house

for you. **Mga anak, bi-**
nili ko ang bahay na itó
para sa inyó.

yourself, pron. sarili mo;
iyóng sarili;
Blame yourself. (Sisihin
mo ang sarili mo.) (Sisi-
hin ang iyong sarili.)

youth, n. kabataan;
I have read about his
youth. Nabasa ko ang ka-
niyáng kabataan.

yule, yuletide, n. Paskó; pa-
nahón ng Pasko;
During yuletide, people
give each other gifts.
Kung panahón ng Paskó,
nagbibigayan ang mga tao
ng aginaldo.

—Z—

zeal, n. siglá; sigasig; ka-
siglahan; kasipagan;
Because of zeal he suc-
ceeded in life. Dahil sa
kaniyáng kasipagan, siya
ay nagtagumpáy sa buhay.

zealous, adj. masipag; masi-
gasig;
Juan is a zealous man.
Si Juan ay masigasig na
tao.

zenith, n. taluktók; káitaa-
san;
He has reached the zen-
ith of his life. Naabot na
niyá ang taluktók ng ka-
niyáng buhay.

zero, n. sero; walâ;
Jose got a zero in arith-
metic. Nakakuha ng sero
si Jose sa aritmetika.

zigzag, n. sigsag; paese-ese;
palikú-likô;
We had to pass the zig-
zag in going up to Baguio.
Kailangan naming duma-
an sa sigsag sa pag-akyat
sa Baguio.

zinc, n. oksido de sik;
You can buy zinc oxide
at the drugstore. Maka-
bibili ka ng oksido de sik
sa butika.

zip, v. humanging humaha-
gibis; humaginít;
One can feel the zip but
he cannot see it. Mara-
ramdaman mo ang ha-
nging humáhaginít, ngunit
hindî mo makikita iyón.

zone, n. sona; pook;
There are only a few peo-

ple in their zone. Sa po-
ók nilá ay kauntî lamang
ang tao.

zoo, n. kúlungan ng mga ha-
yop;
I have not gone to the zoo.
Hindî pa akó nakararatíng
sa kúlungan ng mga ha-
yop.

Zoology, n. soolihiya; siyen-
siya tungkól sa mga ha-
yop;
He did not study zoology.
Hindî siya nag-aral ng so-
olihiya.

A TAGALOG - ENGLISH

DICTIONARY

—A—

abá, interj. an expression of strong feeling;
Abá! ikáw ang bahala. Well! do as you please.

abâ, adj. humble; poor;
Abâ ang kaniláng angkán. Their family is poor.

abahín, v. to remind; to make one know;
Abahín mo ang iyóng kapatíd bago ka umalís. Remind your sister before you leave.

abaín, v. to make miserable; to mistreat;
Huwág mo namáng abaín ang iyóng hipag. Don't make your sister-in-law miserable.

abakada, n. alphabet;
Pag-aralan mo ang abakada. Learn the alphabet.

abala, n. delay; nuisance; one who tarries; disturbance;
Malakíng abala ang ibinigáy sa akin ng iyóng anák. Your child gave me a lot of disturbance.

abalá, adj. busy; occupied;
Abalá akó sa paghahandâ pará sa pistá. I am occupied preparing for the fiesta.

abangán, v. to wait for; to watch for; to waylay;
Abangán mo si Pedro sa pagpanhík. Watch for Pedro when he goes up.

abay, n. bridesmaid; attendant; companion;
Abay ni Ana si Rosa sa kaniyáng kasál. Ana's bridesmaid on her wedding day is Rosa.

abayan, v. to accompany; to attend to;
Abayan mo ang iyóng iná sa pagpuntá sa palengke. Accompany your mother in going to market.

abó, n. ashes; what is left over after burning;
Inilagay ni Juan ang abó sa abuhan. Juan put his ashes into the ash tray.

abóg; n. notice; sign;
walang abug-abóg; no notice or warning;
Waláng abug-abóg ay dumatíng si Julian. Without notice, Julian arrived.

abót, v. arrived; comprehend; reached;
Abót na ang kaniláng kota. Their quota is reached.

abubot, n. article; thing;
Maraming abubot ang taong iyán. That man has plenty of things.

abugado, n. lawyer; attorney;

Si Nardo ay isáng abugado. Nardo is an attorney.

abuhín, adj. gray;
Abuhín ang kaniyáng pantalón. His trousers are gray.

abuhín, v. to clean with ashes;
Abuhín mo ang hitò bago alisán ng bituka. Clean the hitò with ashes before removing the internal organs.

abuloy, n. contribution; help;
Nagbigáy akó ng limandaáng pisong abuloy para sa itatayóng bisita sa amin. I gave a contribuof five hundred pesos for the construction of a chapel in our place.

abuluyan, v. to help; to contribute;
Abuluyan natin ang mga nasunugan. Let us help those fire victims.

abutan, v. to overtake;
Abutan kayâ nilá ang nagsipagtanan? I wonder if they will be able to overtake those who eloped.

abután, v. to hand to; to give;
Abután mo ng dalawáng piso ang iyóng ingkóng.

Give your grandfather two pesos.

abutin, v. to take hold of; to receive;
Nang abutín ko sa kaniyá ang batà ay natutulog na. When I received the child from her, he was already asleep.

akalà, n. belief; opinion; idea; estimate;
Ano sa akalá mo, maiibigan kayâ ni Rita si Jose? What is your opinion, do you think Rita will like José?

akalain, v. to believe; to think; to make an estimate of;
Akalain mo ba namang gastahíng lahát sa isáng araw ang gastos niyá sa isáng linggó? Can you believe that he spent in a day his allowance for one week?

akayin, v. to direct; to guide; to conduct;
Huwag mong akaying magsugál ang batang iyán. Don't guide that child to gamble.

akbayán, v. to put one's arm over one's shoulder.
Huwág mong akbayán ang batang papasok sa klase.

Don't put your arm over the shoulder of the child going to class.

akdâ, n. works; writings; Ipinagbibilí ni Manalili ang ilan sa akdâ ni Pangilinan. Manalili is selling some of Pangilinan's works.

akin, pron. my or mine; Akin ang pamaypay na iyán. That fan is mine. Ang aking lapis ay nawalâ. My pencil was lost.

akitin, v. to attract; to persuade; Akitin mo siyáng bumilí ng auto. Persuade her to buy a car.

aklás, n. strike; trouble; Maraming págawaan ang nagkaroón ng aklás sa taóng itó. Many factories had strikes this year.

aklát, n. book; Nakasulat na akó ng tatlóng aklát. I have written three books.

akó, pron. I; Akó ay nanggaling na sa Mindanaw. I have been to Mindanao.

akmâ, adj. fitted; applicable; Hindî akmâ sa matandâ ang ginawâ niyáng barò.

The dress she made is not fitted for the old.

aksayá, adj. wasteful; Aksayá ang tabas ng barò na napilì niyá. The dress cut that she has chosen is wasteful.

aksayahín, v. to squander; to waste; Inaaksayá ni Laura ang papél. Laura is wasting paper.

akyát, v. to climb; to ascend; to go up; Ayaw umakyát ni Jose sa manggá. Jose does not want to climb the mango tree.

adhikâ, n. ambition; intention; wish; Anó ang kaniyáng adhikâ sa buhay? What is her ambition in life?

adyós, v. to say farewell; to say good-bye; Adyós, Rosa. Good-bye, Rosa.

aga, adv. early; Kay aga mo. How early you are.

agahan n. breakfast; Ang kain niya ng agahan ay ika-6 ng umaga. He eats breakfast at six in the morning.

maaga, early;

Maaga siyáng gumising. He wakes up early.

umaga, morning;
Sa umaga ang pasok niyá. He goes to school in the morning.

agád, adv. immediately;
Agád siyáng umuwî nang marinig ang balità. He went home immediately when he heard the news.

agad-agád, adv. at once; right away;
Agad-agád siyáng umuwî nang dumating ang pana-uhin. He went home right away when the visitor arrived.

agam-agam, n. doubt; hesi-tating; suspicion;
May agam-agam si Nena. Nena has some doubt.

agap, adv. early;
Ang agap ng batang iyan. That boy is quite early.

agap, n. alertness; punctual-ity;
Dahil sa agap ay nahirang siyang kinatawan ng klase niya. Because of alert-ness he was chosen repre-sentative of his class.

maagap, adj. punctual;
Maagap si Pedro. Pedro is punctual.

agawan, v. to take by force;
Agawan mo ng mansanas si Pepito. Take the apple from Pepito by force.

agawan, n. **agawin,** v. to get things from another by force.

agawán, n. struggle;
Nagkaroon ng agawán ang dalawá dahil sa lapis. The two had a struggle be-cause of the pencil.

agaw-buhay, adj. between life and death;
Agaw-buhay ang kaniyáng kapatid. His brother is between life and death.

aghám, n. science;
Mainam matutuhan ang aghám. It is nice to know science.

agiw, n. cob-web; soot;
Maraming agiw sa kani-láng kisame. There is plenty of cob-web in their ceiling.

aglahì, n. mockery; jest;
Ang kaniyáng sinabi ay isáng aglahì lamang. What he said is only a mockery.

agnás, adj. decayed; rotten;
Agnás na ang katawán ng anák niyá nang makita ni-lá. His son's body was already decayed or decom-posed when they found it.

agos, n. flow; current of water;
Matulin ang agos ng tubig sa ilog. The flow of the water in the river is swift.

agunyás, n. funeral dirge; music for the dead;
Náiyák si Iyang nang marinig ang agunyás. Iyang cried when she heard the funeral dirge.

agrabiyado, adj. offended; at a disadvantage;
Agrabiyado sa kanilang magkakapatíd si Lucio. Of the brothers Lucio is at a disadvantage.

agridulse, n. sauce made of oil; flour; vinegar; sugar; garlic; onion; pepper;

agridulse, n. agridulse;
Kailangan ang agridulse sa lumpiyang ginawa niya. Agridulse is needed in the lumpiya that she made.

agpáng, adj. fitted; adjusted;
Agpáng ang mga sulok ng ginawâ niyang kahon. The corners of the box that he made are fitted.

ahas, n. snake; serpent;
Nakakita kami ng malaking ahas sa ilalim ng mga dahon. We saw a big snake under the leaves.

ahit, n. shave;
Magandá ang ahit ni Danilo. Danilo's shave is nice.

ahitan, v. to shave;
Ahitan mo nga si Ramon. Please shave Ramon or please give Ramon a shave.

ahon, n. ascent; going up; disembarking from the ship;
Ang ahon ng kapitan ay ikalabindalawa ng tanghalì. The disembarking from the ship of the captain is twelve o'clock this noon.

alaala, n. remembrance; souvenir;
Nag-uwi ng alaala si Nena buhat sa Europa. Nena brought home a souvenir from Europe.

alab, n. blaze;
Ang alab ng apoy ay mataas na nang mágisíng silá. The blaze of the fire was already high when they woke up.

alabók, n. dust; Tayo'y mauuwi rin sa alabók kung tayo'y mamatay. We shall turn to dust when we die.

alakdan, n. scorpion;
Natatakot ang bata sa
alakdán. The child is
afraid of the scorpion.

alam, v. to know;
Alam ko ang alam mo. I
know what you know.

alam, n. what one knows;
Alam ko ang alam mo.
I know what you know.

kaalaman, n. knowledge;
Wala akong kinalaman sa
kaniyang pag-alis. I know
nothing about her depart-
ure.

makialám, v. to interfere;
Huwag kang makialam sa
kaniyáng gáwain. Don't
interfere with her work.

alamat, n. legend; folklore;
May nalalaman siyang
mga alamat. He knows
many legends.

alampáy, n. shawl; necker-
chief;
Magandá ang alampáy ni
Rosa. Rosa's shawl is
pretty.

alapaáp, n. cloud;
Nápakaputî ang alapaáp
sa itaás ng bundók. The
cloud on top of the moun-
tain is very white.

alanganin, adj. hesitating;
doubtful;
Alanganin si Luis ng pag-

alis dahil sa guló sa
Vietnam. Luis is hesitat-
ing to leave because of the
trouble in Vietnam.

alay, n. offering; dedication;
Ang alay nilá sa Diyos ay
dalawang tupa. Their of-
fering to God is two
sheep.

aldaba, n. door latch;
Ginamit ni Pedro ang al-
daba ng bintanà na pama-
ló sa magnanakaw. Pedro
used the door latch in
striking the thief.

ali, n. aunt; auntie; a term
used in addressing a wo-
man;
Felipa ang ngalan ng alî
ko. Felipa is the name
of my aunt. Ali, pagbil-
hán ngâ ninyó akó ng
mais. Aunt, please let me
buy some corn.

alkalde, n. mayor; president;
Ang alkalde sa Pasay ay
matalino. The mayor of
Pasay is intelligent.

alkaide, n. warden;
Si Teofilo ay naging al-
kaide. Teofilo was one
time warden.

alibadbád, n. nausea; dizzi-
ness;
Alibadbád ang isinamâ ng

kaniyáng katawán. Dizziness made her feel bad.

alibughâ, adj. dishonest; irresponsible; unfaithful;
Tagláy ni Juan ang isáng alibugháng asal. Juan is an irresponsible person.

aligí, n. ovary of crustaceans;
May aligí ang nabili niyang alimango. The crab that she bought has ovary.

alimbukáy, n. surging of water when rowing due to strong current. Kitangkita nila ang alimbukáy ng tubig noong sila'y namámangkâ. They really saw the surging of water while they were rowing.

alimpuyó, n. whirl; dense smoke or dust in a whirl;
Tinangáy ng hanging nagaalimpuyó ang nakabilád niyang damít. The clothes on the line were blown by the whirlwind.

alimuom, n. vapor rising from the ground;
Dahil sa alimuom ay nagkasakit ang batà. Because of the vapor rising from the ground, the child got sick.

álinlangan, doubt; hesitancy;

May álinlangan si Luisa kayâ hindî nagbigáy ng abuloy. Luisa has some doubt so she did not give any contribution.

alingasaw, n. effusion of strong and offensive odor;
Ang alingasaw ng buro ay nakásusuká. The effusion of the strong offensive odor makes me vomit.

alingasngás, n. scandal; confusion;
Noóng gabing dakpín si Jesus ng mga Hudyo ay nagkaroón ng alingasngás. The night Jesus was captured by the jews, there was confusion.

alingawngáw, n. indecision; rumor; echo; news;
Alingawngáw ang nakasirà sa loob ni Juana. Rumors made Juana uneasy.

alilà, n. servant; maid; slave;
Ang alilà ni Pacita ay lalaki. Pacita's servant is a boy.

alimango, n. crab;
Masaráp ang alimango kung matabâ. Crabs are delicious if they are fat.

alín, pron. which;
Alín ang anak mo? Which

is your daughter?

alipato, n. flying ember;
Nakasusunog din ang alipato. Flying embers may cause fire.

alipin, n. slave; servant;
Bihirà ang angkán na may alipin sa Amerika. Very few families in America have servants.

alipinin, v. to make a slave of;
Huwag mong alipinin ang aking kapatid. Don't make a slave of my sister.

alipungá, n. athlete's foot;
Maraming alipungá sa paá si Ana. Ana has plenty of athlete's foot.

alipustaín, v. to insult; to despise;
Inalipustâ ni Pedro ang kaniyáng iná. Pedro insulted his mother.

alís, n. departure;
Ang alís ni Jose ay mámayang hapon. Jose's departure is this afternoon.

alís, v. to remove; to take away; to go away;
Huwag kang áalís hanggáng hindî akó dumaratíng. Don't go away until I come.

alóg, n. shake; jumble;
Ang alóg ng duhat ay ná-

pakabuti. The jumble of the duhat is too much.

alsahín, v. to raise; to lift;
Alsahín mo ang takíp at nang makita mo ang lamán. Raise the cover so you can see the content.

alumana, v. to pay attention to; to mind;
Hindî niya alumana si Luz kayâ umalís. She did not mind Luz so she left.

am, n. broth of boiling rice;
Pakainin o pasusuhin mo ng am ang bata. Let the child suck some rice broth.

amag, n. mildew; mold;
Nagkaroón ng amag ang sapatos niya. Her shoes got some mold on them.

amain, n. uncle; mother or father's brother;
Si Don Vicente ay aking amaín. Don Vicente is my uncle.

ambâ, n. threaten;

ambâ, v. to threaten; when one raises his hand to strike;
Nang ambaán ni Jesus ang batà, itó ay umiyák. When Jesus raises his hand as if to strike the child, he cried.

ambág, n. conribution; help;
Ang ambág ni Isang ay

limang piso. Isang's con-
tribution is five pesos.

ambíl, repetition of a word
or a story many times;
Masamâ ang ambíl mo kay
Lina. Your repetition of
the word to Lina is bad.

ambón, n. drizzle; shower;
gentle pattering of rain;
Nakababasâ rin ang am-
bón kung malayò ang
iyong paparoonan. The
drizzle can wet your shirt
if you are going far.

amihan, n. northeast wind;
May mga taong nilalag-
nát kung humihihip ang
hanging amihan. Some
people get fever when the
northeast wind blows.

amis, adj. persecuted; op-
pressed;
Amís ang taong iyan. That
man is being persecuted.

amò, n. caress;
Kailangan ang kaunting
amò sa batang umiiyák.
The child who is crying
needs a little caress.

amóy, n. smell; odor;
Ang isdáng bilasâ ay ma-
samâ ang amóy. The stale
fish has an offensive odor.

ampát, v. to check the flow
of blood in a hemorrhage;
Ampát na ang dugô nang

dumating ang manggaga-
mot. The flow of the blood
was checked when the phy-
sician arrived.

ampáw, n. sweetened pop-
corn;
Magustuhin sa ampáw si
Laura. Laura is fond of
sweetened popcorn.

ampunan, n. asylum;
Nakatirá sa ampunan ang
matandâ. The old woman
lives in an asylum.

anák, n. son or daughter;
Ang kaniyáng anak ay
íyakin. Your son is a cry-
ing child.

anahaw, n. a kind of palm;
Malagô ang anahaw niya
sa masitera. Her palm
in the pot is thick and
vigorous.

anás, n. whisper;
Rosa made only a whisper
and not a shout. Ang gi-
nawa ni Rosa ay anás at
hindî sigáw.

andamyo, n. gangplank;
Tumutuláy na sa andamyo
si Domingo nang kunan
siya ng larawan. Domingo
was already on the gang-
plank when his picture
was taken.

andukhaín, v. to take care of;
to raise;

Inandukhâ niyá ang batà hanggang sa lumakí. She took care of the child until he grew up.

ang—particle used before a common noun;
Ang bahay ay malaki. The house is big.

angkák, n. a specially treated cereal used for seasoning fish;
Ang buro ay mabili kapág masarap at may angkák. The fish specially treated with cereal for seasoning is salable if it is delicious.

angkán, n. family;
Malaki ang angkán ni Iyang. Iyang has a big family.

angkás, v. to ride with somebody;
Angkás kayó sa kalesa. Ride with her in a calesa.

angkát, v. to buy goods in anticipation on credit or cash for the purpose of reselling;
Angkát lamang ang tindá niyang damit. The cloth she is selling is gotten in anticipation on credit.

anib, v. to join an organization; to unite;
Umanib sa Katipunan ang ilang babae noong pana-

hón ng kastilà. Some women joined the Katipunan during the Spanish time.

anim, adj. six;
Anim ang anak ni Celia Celia has six sons.

aninag, adj. translucent; transparent;
Aninag na aninag ang kamison ni Mila. Mila's chemise is transparent.

anito, n. deity;
Sumásambá sa anito ang mga Igorote. The Igorotes worship anitos.

antala, n. delay; native delicacy;
Sumang antala ang dalá ni Nena. Nena brought over some native delicacy called sumang antala.

apat, adj. four;
Apat na pirasong tinapay mayroón siyá. She has four pieces of bread.

apoy, n. fire;
Nagparingas ng apoy si Juan. Juan started the fire.

ápuyan, n. hearth; fireplace;
Malaki ang apuyan ni Ben. Ben has a big fireplace.

aral, v. to study; to learn; to teach;
Aralan mo ng mabuting asal ang iyong mga anak.

Teach your children good manners and right conduct.

aralín, n. assignment;
Wala kamíng araling pambahay ngayón. We have no assignment today.

araw, n. sun; day;
Araw ng Huwebes ngayón. Today is Thursday. Hindî makita ang araw dahil sa malamlám at maulap. We cannot see the sun because it is dark and cloudy.

araw-araw, every day; daily;
Naliligò ang batà araw-araw. The child takes a bath every day.

maarawan, v. to expose in the sun;
Kailangang maarawan ang banig para matuyô. It is necessary to expose the mat in the sun to make it dry.

paarawan, v. to expose in the sun;
Paarawan mo ang batà sandalî. Expose the child in the sun for a while.

ari-arian, n. property;
Ipinagbilí ni Lilia ang kaniyang ari-arian. Lilia sold her property.

aringkín, n. somersault by tripping over something;
Tatlóng aringkín a n g nangyari kay Juan nang matisod sa ugat ng manggá. Juan made three somersaults when he tripped over the root of the mango tree.

arugà, v. to take care of; to raise;
Arugaín mo ang batà hanggáng sa lumakí. Take care of the child until he grows up.

asukal, n. sugar;
Mahál ang asukal ngayón. Sugar is high now-a-days.

asuhos, n. a very fine food fish;
Masaráp ang piritung asuhos. Fried asuhos is delicious.

asusena, n. an herb with white sweet flowers; Formerly I had plenty of asusena.
Noong araw marami akong asusena.

asúl, adj. blue;
Asúl ang langit. The sky is blue.

bugháw, adj. light blue;
Ang bandana niya ay bugháw. Her bandana is light blue.

415

asuwáng, n. an injurious and evil character believed to be capable of assuming various forms like a dog etc. Marami raw asuwang sa Capiz. They said there is plenty of asuwang in Capiz.

at, conj. and; Dalawá at saka dalawá ay apat. Two and two are four.

ataúl, n. bier; coffin; Isinilíd sa ataúl ang kaniyáng alahas. They inclosed her jewelry in the coffin.

atáy, n. liver; Sakit sa atáy ang ikinamatáy ni Lilia. Lilia died of liver trouble.

atáy-atay, adv. cook in slow fire; Gatungan mo nang atay-atay ang karne. Cook the meat in slow fire.

atíp, n. roofing; Ang atíp ng bahay nila ay yero. Their house has an iron roofing.

atis, n. a tree that bears very sweet fruit; Pinakamasarap ang atis sa lahat ng prutas sa Pilipinas Atis is the sweetest and most delicious fruit in the Philippines.

atsuwete, n. a common shrub used for medicinal and coloring purposes; Gumagamit kami ng atsuwete kung naglulutò kamí ng lumpiyâ. We use atsuwete when we make lumpiyâ.

atubili, v. to act with doubt; Nag-aatubili siya sa pagalís. She wants to leave but she is doubting to act

awà, n. pity; Awà lamang sa kaniyá ang tinanggáp niyang kuwalta. She was given money out of pity.

kaawaán-maawà, v. to have pity on somebody; Kaawaán mo ang pulubi. Maawa ka sa pulubi. Have pity on the beggar.

awáng, n. crevice; crack; Malakí ang awáng ng kanilang sahíg. Their floor has a big crevice.

awás, n. discount; Ang awás ng kaniyáng sahod ay sampúng piso. His salary has a discount of ten pesos.

awat, n. weaning of a baby; separating and pacifying

quarreling persons. Awat ang kailangan sa dalawáng batang nagbababág. What two quarreling boys need is separation. Ang awat ng sanggol ni Velia ay gagawín bukas. The weaning of Velia's baby is tomorrow.

away, n. quarrel; fight;
May away sa kabilang bahay. There is a fight in the other house.

awit, n. song;
Pagparinggán mo kamí ng isáng awit, Luz. Let us hear a song, Luz.

ay, v. equivalent of linking verb to be;
Ang kalabáw ay malaking hayop. The carabao is a big animal.

ayán, interj. there!; you see;
Ayán ang hinahanáp mong piso! There is the peso you are looking for!

ayaw, n. expression of negation; dislike;
Ayaw nang kumain ng maysakit. The patient refuses to eat. The patient dislikes to eat.

ayáw-ayáw, n. distribution; proportion;
Pinag-ayáw-ayáw niyá ang ulam. The distribution of

the dishes is well done.

ayò, v. to favor partially;
Ayò ka nang ayò sa batà kayâ naloloko siyá. You keep on favoring the child. so he is getting spoiled.

ayon, v. to agree; to conform;
Ayon ako sa paghahati-hatí ng aming ari-arian. I am in favor of dividing our property.

ayop, v. to offend; to humiliate;
Isáng pag-ayop ang ginawâ mo kay Nena. What you did is one way of offending Nena.

ayos, n. form; appearance;
Ang ayos ng kaniyang mukhâ ay maamò. Her face is affable.

ayungin, n. a species of theraponids called lukaok;
Ibig na ibig ko ng ayungin na huli sa ilog. I enjoy eating ayungin caught in the river.

aywan, n. ignorance; denial of knowledge;
Aywan kung darating pa ang panauhin naming hinihintáy. I don't know if the visitor we are waiting for will come.

—B—

ba, an emphatic particle used in asking questions with no definite equivalent in English. Ano ba ang hinahanap mo? What are you looking for?

baák, v. split into halves; Baák na ang ating tapayan. Our tinaja is now split into halves.

babâ, v. to go down; "Bumabâ ka," ang sabi ko sa batà; "Babâ," ang gagád naman ng batà. "You go down," I told the boy; Babâ or go down, he imitated.

ibabâ, v. to put down; Ibabâ mo ang iyong kargá. Put down your load.

babà, n. chin; Matulis ang kaniyáng babà. He has a pointed chin.

babád, adj. soaked; Babád na ang bigás at maaarì nang gilingin. The rice is soaked already and can be milled now.

babae, n. woman; female; Ang babae ay nagtitindá ng damít. The woman is selling cloth.

babág, n. clash; quarrel; fight; May dalawang batang nagbababág sa kabilâ. There

are two boys fighting in the other house. Nagkaroón ng babág sa kanilá. There was a fight in their house.

babalâ, n. notice; warning· May babaláng tinanggáp si Luciá. Lucia received a warning.

baka, n. cow; bull; Ang baka ay nanginginain sa pastulan. The cow is grazing in the pasture.

bakâ, a particle used in expressing doubt or uncertainty; I am afraid you have not eaten yet. Bakâ hindî ka pa kumakain. Bakâ hindî ka sásama. You might not go.

bakál, v. using sharp pointed sticks. Bakál lamang ang taním niyang palay. The rice he planted is upland rice.

bakal, n. iron; Naghahanáp siyá ng bakal. He is looking for iron.

bakas, n. financial partnership. Magsugal ka at bakas kita. You gamble and let us be partners.

bakás, n. footprints; May bakás ng magnanakaw

na nakita silá. They saw some footprints of the robbers.

bakasyón, n. vacation;
Malapit nang matapos ang bakasyón. Vacation is almost over.

bakbák, adj. unglued; detached;
Bakbák na ang kaniyáng tsinelas. Her slippers are already unglued.

bakit, pron. Why;
Bakit walâ kang tsinelas? Why don't you have slippers on?

bakod, n. fence;
Ang bakod niyá ay gawâ sa kawayan. They have a bamboo fence.

bakyâ, n. wooden shoes;
Bumulí ng bakyâ si Lorna. Lorna bought a pair of wooden shoes.

badyá, v. to express; to say;

badya, n. what one expresses or says;
Ang badyá nilá ay malubhâ ang kalágayan sa Vietnam. They say the situation in Vietnam is tense.

bagabag, n. trouble; restlessness;
Malaking bagabag ang ibinigáy kay Juana ng balità ni Jose. Jose's news gave Juana a lot of restlessness.

bagamán, conj. although; notwithstanding; nevertheless; however;
Bagamán walâ akong maraming salapî ay makapagbibigay rin akó ng abuloy. Although I don't have much money I can give some contribution.

baging, n. vine;
Ang ubas ay isang baging. Grapes are vines.

bago, adj. new;
Bago ang barò mo. Your dress is new.

conj. before;
Bago ka umalis ay gisingin mo akó. Before you leave, wake me up.

bagsák, n. fall;
Ang bagsák ng manggá ay narinig ko. I heard the fall of the mango.

baguhan, n. novice;
Isang baguhan sa kolehiyo ang kaniyáng ali. Her aunt is a novice in the convent.

bagwís, n. tender and delicate wing of fowls;
Ang bagwís ng ibon ay tumútubò na. The delicate wing of the bird is now showing.

bagyó, n. typhoon;
May babalâ ng bagyó.
There is a typhoon signal.

bahág ang buntót; fearful;
Bahág ang buntót ng aso
mo Your dog is fearful.

bahalà, n. trust; custody;
Ikáw ang bahalà sa batang
iyán. You keep custody
of that child.

bahay, n. house;
May bahay na magandá si
Rosa. Rosa has a beauti-
ful house.

bahay-batà, n. uterus;
Namamagâ ang kaniyáng
bahay-batà. Her uterus is
swollen.

bahín, n. sneeze;
Malakás ang bahín ni Ped-
ro. Pedro has a loud
sneeze.

bahò, n. repulsive, foul odor.
Ang bahò ng bagoong ay
naaamóy ko. I smell the
foul odor of the bagoong.

baít, n. prudence; virtue;
judgment; understanding;
Kay bait ng anak mo! How
prudent your child is! May
bait na tagláy ang batang
iyán. That child has some
good judgment.

baitang, n. step of a stair-
way; grade;
Malapad ang baitang ng

kanilang hagdán. Their
stairway steps are wide.
Nasa ikalawáng baitang
ang anák ni Nelia. Nelia's
child is in the second
grade.

bala, n. bullet;
Nakakuha silá ng bala sa
bakuran. They found a
bullet on the yard.

balabà, n. whole leaf of ba-
nana;
Kumuha si José ng isang
balabà ng saging. Jose
got a whole banana leaf.

balak, n. plan; intention;
project;
Ang balak ni Ana ay matu-
tupad na. Ana's plan will
be carried out.

balakang, n. hip;
Malapad ang balakang ni
Lina. Lina has wide hips.

balakíd, n. obstacle;
Nagkaroon ng balakíd ang
kaniyang biníbilíng bahay.
There was an obstacle in
his buying the house.

balakubak, n. dandruff;
Balakubak ang hindî mag-
patulog sa kaniyá. Dan-
druff gives him sleepless
nights.

balakyót, adj. mean; willful;
vile, irascible, and without
word of honor;

Isáng balakyót na tao ang nanliligaw sa kaniya.
Her suitor is an irascible ang willful person.

balagat, n. clavicle;
She has deep clavicles. Malalim ang mga balagat niya.

bálagtasan, n. a modern poetical joust named after Francisco Balagtas;
Si Mar Antonio ay lagì nang nakikipagbálagtasan. Mar Antonio often takes part in a poetical joust.

balangáw, n. rainbow;
Ang balangáw karaniwan ay lumilitáw bago umulán. The rainbow usually appears before the rain.

balangkás, n. outline; plot;
Nagawâ na niyá ang balangkás ng kaniyang talumpatì. She has prepared the outline of her speech.

balás, adj. syrup solidified particles of sugar;
Balás na ang arnibal nang ihulog niya ang kamote. The syrup has already solidified when she put in the kamotes.

balasubas, adj. n. one who does not fulfill his obligations promptly;
Si Angkô ay isang taong balasubas. Angkô is a person who does not fulfill his obligations promptly.

balatay, n. a whip on the back of an animal;
May balatay sa likód ang kalabaw. There is a whip on the back of the carabao.

balátkayô, n. disguise; transfiguration;
Balátkayô ang suót na damít ni Damian. Damian is in disguise.

balawís, adj. fierce; rebellious person.

baldá, n. absence; failure; cripple;
Ilang baldá mayroon si Luis sa klase? How many absences has Luis in class?

balibol, n. auger;
Ang karpintero ay kailangang may balibol. A carpenter ought to have an auger.

balík, n. return; restoration; coming and going back;
Kailan ang balik ni Aurora buhat sa America? When is Aurora's return from America?

balikán, v. to return for something or someone. Balikán mo nga ang susi ko, Jose.

balik-aral, n. review. May balik-aral kami ngayong hapon. We have a review this afternoon.

balikat, n. shoulder; Pasán ni Pedro sa balikat ang batà. Pedro has the child on his shoulder.

baligtád, v. fall backwards with force; upside down; inside out. Baligtád ang barò ni Mila. Mila's dress is inside out.

balikutsá, n. molasses candy; taffy; Kumakain si Juan ng balikutsa. Juan eats molasses candy.

balikuwás, v. to jump to one's feet especially when one is in bed and is frightened by something; Balikuwás na si Jose nang marinig na nasunugan ang kaniyáng kapatíd. Jose jumped from his bed when he learned that his sister's house got burned.

balimbíng, n. a tree which produces acid edible fruit. May punò kami ng balimbing sa tabí ng ~~garahe.~~ We have a balimbing tree near the garage.

balinsusô, n. a kind of the woman's hair knot; Balinsusô ang pusód ni Julia. Julia's hair knot is in the form of a snail.

balintatáw, n. pupil of the eye; Nasa balintatáw ng kaniyáng matá ang larawan ng kaniyáng iná. Her mother's picture is in the pupil of her eyes.

balintawak, n. native dress of Filipino women with dress and skirt woven of local fibers and kerchief and apron to match; Nakasuót balintawak si Rosa nang sumalubong sa airport sa kaniyáng iná. Rosa was in balintawak dress when she met her mother at the airport.

balintunà, adj. unnatural; apparent not real; pretend what one is not; contrary to what one expects; Balintunà ang kinálabasán ng eleksiyón. What came out of the election is contrary to what we expected.

balingkinitan, adj. slender; slim;
Balingkinitan ang katawán ni Sofia. Sofia has a slim figure.

balinguyngóy, n. nasal hemorrhage;
Nagkaroón ng balinguyngóy si Danilo kayâ dinalá sa duktor. Danilo was taken to the doctor because he had nasal hemorrhage.

balisungsóng, n. funnel made of plant leaves or paper;
Gumawâ ng balisungsóng si Fely para maisalin ang gaas sa bote. Fely made a funnel to be able to transfer the petroleum in the bottle.

balità, n. news;
May mabuting balità si Luisa. Luisa has good news.

balíw, adj. demented; mentally deranged; crazy;
Ang balíw na babae ay dinalá sa Mandaluyong. The crazy woman was taken to Mandaluyong.

balo, n. widow or widower;
Ang balo ni Felix ay nag-asawa ulî. Felix's widow remarried.

balok, n. thin pellicle of peanuts; skin of fruits or shell of egg;
May balok pa ang manê ay kinain na ní Ana. Ana ate the peanuts although they still have pellicles.

balón, n. well;
Nagpahukay ng balón si Pepe. Pepe had a well dug.

balong, n. oozing of water;.
Ang balong ng tubig ay malinaw. The water oozing from the rock is very clear.

balot, n. wrap; cover;
Magandá ang balot ng kaniyáng alaala. The wrap of her gift is very nice.

balót, n. duck's egg with grown-up embryo;
Bihirà ang dayuhan na kumakain ng balót. Very few foreigners eat balot.

balsá, n. raft;
May isang Pilipino na umuwî rito sa Pilipinas na sumakáy lamang sa balsá. There was a Filipino who came home to the Philippines in a raft.

balumbalunan, n. gizzard;
Makabibili ka ng panáy balumbalunan sa grocery.

You can buy all gizzards in the grocery.

balutan, n. bundle; package; May balutan na dala-dala si Juan. Juan is carrying a package.

balutì, n. breastplate; thighguards; armor; Si Rodolfo ay nakasuót ng kaniyang balutì nang lumaban sa kaaway. Rodolfo put on his armor and breastplate when he faced his enemy.

banâ, n. lowland; pool; Nagtaním ng halaman si Julio sa banâ. Julio planted some plants on the lowland.

banaag, n. glimmering rays; soft and faint light; Nakita niyá ang banaag ng araw sa kaniyáng kulambô. He saw the glimmering rays through the mosquito net.

banabá, n. a kind of tree with purple flowers; Ang dahon ng banabá ay iginagamot sa may sakit sa pag-ihì. The banaba leaves are used for medicine by people who have kidney trouble.

banakal, n. the rind of trees. Ang banakal ng kamatsilí ay ginagamit na pandampól ng damít. The kamanchilí rind is used for dyeing cloth.

banál, adj. virtuous; pious; Banál na tao ang kapatíd ko. My brother was a pious man.

banát, v. tight; stretched; Banát ang pusód ni Pacita. Pacita's knot is stretched or tight.

bandilà, n. flag; Bumilí si Ramon ng maliit na bandilà. Ramon bought a small flag.

baníg, n. mat; Ang banig ni Tessie ay bago. Tessie's mat is new.

banláw, n. rinse; Ang banláw ng kaniyang nilabhán ay makálimá. She rinsed her clothes five times.

banlî, v. to scald; Kailangan ang banlî sa mga plato dahil sa sebo. The plates should be scalded because of the grease.

bansâ, n. country or nation; Pilipinas ang ating bansá. The Philippines is our country.

banság, n. motto; nickname; surname;

May mga mánunulát na bans* lamang ang ginagamit. There are writers who use only their nicknames.

bansót, adj. aborted; arrested development;
Bansót ang taním niyáng papaya. The papaya that she planted has arrested development.

bantâ, n. menace; threat; threaten:
Ang bantâ ni Sisa kay Berto ay masamâ. Sisa has bad threat to Berto Sisa threatens Berto.

bantáy, n. guard;
Ayaw magpapasok ng bantáy. The guard refuses to let us in.

bantód, n. diameter;
Kailangan niyang hanapin ang bantód ng bilog. It is necessary for her to know the diameter of the circle.

banyagà, n. stranger; foreigner;
Si Stonehill ay isáng banyagà. Stonehill is a foreigner.

bangál, v. to tear off branches;
Bangál na ang sangá ng duhat nang makita ko. The duhat branch was torn off when I saw it.

bangán, n. granary;
Nueva Ecija ang dating bangán ng palay sa Luzon. Nueva Ecija used to be the rice granary of Luzon.

bangkô, n. bench;
Kailangan namin ng mahabang bangkô sa harapán. We need a long bench in front.

banggâ, n. collision; clash; encounter;
Nagkaroon ng banggaan sa tapat namin. There was a collision in front of us.

banggít, n. mention; citation; allusion;
Ang banggít ni Nena ay darating daw ang pinsan niya. Nena mentioned that her cousin is arriving.

bangín, n. ravine;
Nahulog sa bangín ang isang track na punô ng tao patungo sa Baguio. A truck full of people going to Baguio fell on the ravine.

bangís, n. ferocity; brutality;
Ang bangís ng leon ay kinatakutan namin. The ferocity of the lion made us fear it.

bangó, n. aroma; fragrance; Ang bangó ng kampupot ay nakapagpahimbíng sa kaniyá. The fragrance of the kampupot made her sleep well.

bangós, n. milkfish; Masaráp ang bangós na matabâ. The fat milkfish is delicious.

bangungot, n. nightmare accompanied by moaning and groaning; Namatáy sa bungungot ang kaniyáng kapatíd. Her brother died of bangungot.

baóg, n. sterile woman; Baóg ang asawa ni Sotero. Sotero's wife is sterile.

baon, n. provisions and necessities taken by a person who goes away for a time, like food, money etc. Ang baon ni Jaime ay sansalóp na bigás at ulam at sakâ limang piso. Jaime's baon is rice, viand and money.

bara, n. a measure equivalent to 2.78 ft.; Bumilí si Rosa ng tatlóng barang koko. Rosa bought three baras of muslin.

baraka, n. market place; Nagpuntá sa baraka si Lorna. Lorna went to market.

baraha, n. playing cards; Naglalarô sila ng baraha. They are playing cards.

barandilya, n. ballustrade; Ginawâ ng anloage and barandilya namin. The carpenter made our ballustrade.

barát, n. one given to bargaining; Barát na barát ang iyóng utusán. Your maid is always paying a rock bottom price.

bareta, n. small iron bar; Ang aming bareta ay ginawa ni Juan. Our small bar was made by Juan.

barò, n. dress; Luisa ang pangalan ng nagbigáy sa akin ng barò. Luisa gave me a dress.

basa, adj. wet; Basâ ang kumot ng batà The blanket of the child is wet.

basa, v. & n. read;

basahan, v. read Basahan mo siya ng panalangin. Read the prayers to him.

basahin, bumasa, magbasá v, read;

Basahin mo ang lisyón mo. Read your lesson. Bumasa ka ng nobela. Read a novel. Magbasá ka ng mainam na aklat. Read good books.

baság, adj. cracked; broken; fractured;
Baság ang plato niya. Her plate is broken.

basag-ulo, n. altercation; trouble; fight;
Ang mga batà ay nagkaroon ng basag-ulo; The children had some altercations.

bastós, adj. indecent; rustic;
Bastós ang anák mo. Your son is a rustic fellow.

batà, adj. young;
Batà pa ang kaniyang kapatíd. Her sister is still young.

bata, n. gown;
Ang kaniyáng bata ay magandá. Her gown is beautiful.

batá, v. to suffer; to bear;
magbatá, v. to suffer; to bear;
Kung minsan ay kailagan tayong magbatá ng hirap. Sometimes it is necessary for us to suffer hardships.

batà, n. child;
Ang batà ay umiiyak. The child is crying.

batás, n. law;
Gumawa sila ng mga batás. They made some laws.

Bataw pa ang bangka kayâ maaarì pang lulanan ng dalawáng tao. The boat is not fully loaded so two more can be loaded on it.

bataw, n. a kind of bean;
Kumakain ka ba ng bataw? Do you eat bataw?

batayán, n. basis; foundation;
Anó ang batayán ng gurò sa pagbibigáy ng nota? What is the basis of the teacher in giving grades?

Bathalà, n. God;
Si Bathalà ang makapangyarihan sa lahat. God is the Supreme Power.

batíd, v. to know; to understand;
Batíd mong walâ akóng kuwaltá, bakit sinamahan mo pa siyá rito? You already know that I have no money, why did you accompany her here?

batingáw, n. a large bell;
Náriníg ko ang batingáw.
I heard the bell.

batis, n. spring; rivulet;
brook;
Malapit sa amin ang batis.
The spring is near our
place.

bató, n. stone; kidney;
May malaking bató sa ha-
rapan ng bahay namin.
There is a big stone in
front of our house.

batok, n. nape;
May sugat siya sa batok.
She has a wound on her
nape.

batugan, adj. lazy; indo-
lent;
Batugan ang kaniyang
utusán. Her servant is
lazy.

batutay, n. pork sausage;
Kumakain ka ba ng ba-
tutay? Do you eat pork
sausage?

batyâ, n. shallow wooden
tub for laundry;
Bihirà na ang gumaga-
mit ngayon ng batyâ. Few
people use batyâ now.

bawal, v. to prohibit; to for-
bid;
Bawal ang pumasok sa ba-
kuran nilá. It is prohibit-
ed to enter their yard.

bawang, n. garlic;
May taong hindî kumaka-
in ng bawang. There are
people who do not eat gar-
lic.

bayad, n. payment;
Ang bayad ni Luis sa ka-
sera ay animnapúng piso
isáng buwán. His pay-
ment for board is sixty
pesos a month.

bayan, n. town;
San Isidro ang bayan ko.
San Isidro is my town.

bayani, n. hero; patriot;
Si Rizal and pángunahíng
bayani ng ating lahì. Ri-
zal is the greatest Fili-
pino patriot.

bayáw, n. brother-in-law;
Si Pepe ang bayáw ko.
Pepe is my brother-in-law.

baywáng, n. waist;
Maliít ang kaniyáng bay-
wang. She has a small
waist.

bibi, n. young duck;
Maraming bibi si Carmen.
Carmen has many ducks.

bibíg, n. mouth;
Maluwáng ang bibig ng
buwaya. The crocodile has
a wide mouth.

bigás, n. husked rice;
Nakagagamit kami ng
isáng kabáng bigás isáng

buwán. We can consume a sack of rice each month.

bígasan, n. rice mill;
Ibig kong magkaroón ng isang bígasan. I want to own a rice mill.

bigát, n. weight;
Ang bigát ni Laura ay labinlimáng kilo. Laura's weight is fifteen kilos.

bigáy, n. gift;
Bigáy lang sa akin ang aklát na iyan. That book is only a gift to me.

bigay-kaya, n. dowry;
Ang bigaykaya ni Roman sa kaniyang biyenan ay isang bahay na malakí. Roman's dowry to his in-laws is a big house.

bigay-loob, n. granting of request;
Bigay-loob lamang ang pagtulong na ginawâ ni Jose kay Luisa. Jose's helping Luisa is only a request granted.

bígayan, n. granting each other's request; reciprocal giving;
Dapat magkaroon ng bígayan ang magkaibigan. It is necessary that the two friends grant each other's request.

bigkás, n. pronunciation;

Ang bigkás ni Floro sa salitang balo ay wastô. Floro's pronunciation of balo is correct.

bigkís, n. bundle; pack; abdominal band;
Ang bigkís ng sanggól ay basâ. The abdominal band of the baby is wet. May bigkís ng kahoy sa ulo si Lula. Lula has a bundle of firewood on her head.

bigô, adj. frustrated; disappointed;
Bigô ang kaniyang nilalakad. His mission was frustrated.

bilanggô, n. prisoner;
Isáng bilanggô ang tinulungan niya. He helped a prisoner.

bilasâ, adj. spoiled;
Bilasâ ang isdâ niyang nábilí. The fish she bought is spoiled.

bilin, n. order; requisition;
Ang bilin ng iyóng kapatíd ay matulog ka. Your brother's order is for you to sleep.

bilóg, adj. round; circular;
Ang aming mesa ay bilóg. Our table is round.

biloy, n. dimple;
May biloy sa pisngí si Pe-

pe. Pepe has a dimple on the right cheek.

binat, n. relapse;
Nagkaroon ng binat si Totoy. Totoy had a relapse.

bïnatà, n. young man; unmarried man; bachelor;
Binatà pa si Angel. Angel is still a bachelor.

binibini, n. young lady; unmarried woman;
Isang binibini ang kasama ni Ramon. Ramon has a young lady with him.

binibini, n. Miss (Bb.);
Si Bb. Garcia ang kaniyáng gurò. Miss Garcia is her teacher.

binidbíd, v. bandaged;
Ang buóng baraso niyá ay binidbíd. Her whole arm was bandaged.

bingí, adj. incapable of bearing children;
Bingí si Juana na kaniyáng nápangasawa. Juana whom he married is incapable of bearing children.

binilog ang ulo, made to believe in foolishness; fooled;
Binilog ni Ramon ang ulo ni Tessie nang sabihin niyáng maaga siyáng umuwî kagabí bagó y alas dos na nang dumatíng siyá. Ramon fooled Tessie by saying that he came home early last night, when in reality he came at two o'clock in the morning.

binitay ng kasugál, (dinayà ng·kasugál), fooled by the other gamblers;
Binitay si Julian ng kaniyáng mga kasugál. Julian was fooled by the other gamblers.

binitháy ang kagubatan, sinaliksík na mabuti ang kagubatan, looked at every corner of the forest;
Binitháy na mabuti ang kagubatan ng mga polisya sa paghanap sa mga tulisán. The policemen looked at every corner of the forest in search of the robbers.

bintanà, n. window;
Maluwáng ang mga bintanà ng bahay ni Luz. Luz's house has wide windows.

bintang, n. false suspicion;
Ang bintáng ni Linda ay waláng katotohanan. Linda's suspicion is false.

ibinintáng, blamed on;
Ibinintang kay Pablo ang pagkamatay ni Juan.

Juan's death is blamed on Pablo.

binuksán, v. opened;
Binuksán nilá ang pintô nang dumatíng ang pulís. They opened the door when the policeman came.

buksán o magbukás, v. Buksán mo ang bintanà at kamí'y dungawin. Open the window and look at us. Magbukás ng pintô at patuluyin mo kamí. Open the door and let us in.

bulaan, adj. false; not true;
Bulaan ang iyóng kakilala. Your acquaintance is false, or not true.

bingí, adj. deaf;
Bingí ang matandáng lalaki. The old man is deaf.

bingit, n. edge; border;
Nasa bingit na ng kamatayan ang kaniyáng anák ay ayaw pang patawarin. The daughter is already on the point of death still the father would not pardon her.

birò, rw. joke;
magbirô, biruin, v. joke;
Magbirô ka sa lasíng, huwág sa bagong gising. Biruin mo si Juana ngu-

nit huwág si Ana. You can joke a drunkard but not a person just awakened. You can joke Juana but not Ana.

bitukang-manók, adj. likú-likô; winding; zigzag;
Kinuha nila ang daáng bitukang manók sa halíp ng daáng matuwíd.

biyayà, n. favor; gift; grace;
Sa kaniyáng iná ay tumanggáp ng biyayà si Mila. Mila received a gift from her mother.

Biyernes, n. Friday;
Ipinanganák si Pedro ng araw ng Biyernes. Pedro was born on a Friday.

bola, n. ball;
Inihagis ni Juan ang bola kay Pablo. Juan threw the ball to Pablo.

baraso, n. arm;
Namumulá ang kaniyáng baraso dahil sa ineksiyón. Her arm is red because of the injection.

bubog, n. piece of glass;
Nakakita siyá ng bubog sa kanin. She found a small piece of glass on the rice.

bubót, adj. unripe;
Bubót pa ang bayabas ay pinipitás na ng batà at pinaglalaruán lamang. The

guava fruit is still unripe but the child is picking it up to play with.

bubuwít, n. small rat or mouse;
Nakahuli ng bubuwít ang pusà sa loób ng kahón. The cat caught a small mouse in the box.

bukál, adj. inborn; voluntary;
Bukál sa loób ni Lina ang pagbibigáy ng kontribusyóng sandaáng piso. Lina's contribution of one hundred pesos is voluntary. Ang kaniyáng pagkamasunurin ay bukál. Her obedience is inborn.

bukáng-bibíg, always talking about it;
Bukang-bibig ni Remy ang siya'y áalís. Remy always talks about leaving.

bukas, adv. tomorrow;
Bukas ay maglalagáy na akó ng numero sa mga aklát. Tomorrow I will number the books.

bukás, adj. open;
Bukás ang pintô nang sila'y dumatíng. The door was open when they came.
magbukás, v. to open;
Magbukás ka ng lata ng

sardinas nang may maiulam. Open a can of sardines so we can eat it.

buksán, v. to open;
Buksán mo pa ang salmón. You also open the can of salmon.

bukás-palad, adj. gallant; helpful;
Bukás-palad ang kaniyáng asawa. Her husband is gallant.

bukid, n. farm; field;
Nakatirá silá sa bukid. They live on the farm.

buklód, n. tie; binding;
Sa kaniláng nayon ay may buklód silá ng pagkakapatiran. They have a brotherhood tie in their community.

buko, n. bud of a flower; young coconut;
Pinitás ni Laura ang buko ng bulaklak. Laura picked the bud of the flower. Kumain kami ng buko kaninang tanghali. We ate young coconuts this noon.

budhî, n. conscience;
Atas ng kaniyáng budhî ang huwág bumatì. Her conscience prevents her from speaking.

bugaw, n. go between;
Siya ang bugaw ng dala-

wáng naglíligawán. He
is the go-between of the
two lovers.

bugaw, v. to drive away;
Bugaw siya nang bugaw
sa kalabáw ay hindî na-
man umaalís. He keeps
on driving away the ca-
rabao but it does not
move.

bugawan, v. to drive away
as to flies.
Bugawan mo ng langaw
ang pagkain sa mesa.
Drive away the flies from
the food on the table.

bugawin, v. to protect from
destruction or disturb-
ance;
Bugawin mo ngâ ang aso
sa bakuran. Drive away
the dog in the yard.

bugtóng, n. riddles;
May nalalaman akóng
bugtóng. I know some rid-
dles.

buhat, prep. from; since;
Buhat kahapon ay umú-
ulan na. Since yesterday
it has been raining. Bu-
hat sa ikaanim ng umaga
ay naglílinis na si Rosa.
From six o'clock in the
morning, Rosa has been
cleaning.

buhatin, v. to raise; to lift
up;
Bubuhatin namin ang ma-
lakíng bató sa harap ng
bahay. We shall lift up
the big stone in front of
the house.

buhawi, n. whirlwind;
Naramdamán ba ninyó ang
buhawi kagabí? Did you
feel the whirlwind last
night?

buhay, n. life; life story;
Nabasa mo na ba ang bu-
hay ni Balagtas? Have
you read the life of Ba-
lagtas?

buháy, adj. alive; living;
growing;
Buháy na ang siling iti-
naním ko. The pepper I
planted is now growing.

buhay-alamáng, adj. short-
lived; dies easily; with a
short life;
Buhay-alamáng ang ang-
kán nilá. Their family
is short-lived.

buhayin, v. to grow; to
raise;
Buhayin mo ang papayang
ibinigáy ko sa iyó. Raise
the papaya that I gave
you.

buhók, n. hair;
Ang buhók ni Nena ay ma-

putî na. Nena's hair is now white.

bulâ, n. bubble; sud;
Ang bulâ ng sabón ay maputî. The sud is white.

bulak, n. cotton;
Bulak ang mga unan nilá. Their pillows are made of cotton.

bulaklák, n. flower;
Ang bulaklák ng sampagita ay mabangó. The flower of the sampaguita is sweet.

bulagtâ, adj. fallen on one's back;
Bulagtâ ang tao nang dumating ang pulis. The man had fallen on his back when the policeman came.

bulo, n. hairs (of fruit or leaves);
May bulo ang dahon ng kalabasa. The leaves of squash are hairy.

bulô, n. young carabao;
May isáng bulô ang inahín niláng kalabáw kayâ may gatas silá kung umaga. Their mother carabao has a young one so they have milk every morning.

bulóng, n. whispers;
Ang bulong daw ay lalong malakas kaisa sigáw. Whispers they say are louder than shouts.

bulwagan, n. sala; living room;
Maluwáng ang salas nilá. O Maluwang ang bulwagan nila. They have a wide living room.

bumabalong, v. springing from;
Bumabalong ang tubig sa balón na hinúhukay. The water is springing from the well that they are digging.

bumalík, v. to return; to go back;
Bábalík na siná Pedro sa Pilipinas. Pedro and his family are returning to the Philippines.

bumaling, v. to turn to one side;
Bumaling sa kabilâ ang maysakít nang tawagin namin ang kaniyáng pangalan. The patient turned ed to the other side when we called his name.

bumangon, v. to get up;
Bumabangon silá sa ikaanim ng umaga. They get up at six in the morning.

bumilang, v. to count;
Bumilang ka ng sampung
kasóy.　Count ten kasoy.

bungang-isip, n. works; writ-
ings;
Pambihirà ang kaniyáng
mga bungang-isip.　His
writings are rare.

bungang-tulog, n. dreams;
Kung minsan ay marami
s i y á n g　bungang-tulog.
Once in a while she has
a lot of dreams.

bunsô, n. youngest or pet
child;
Ang anák niyáng bunsô ay
magandá at matalino.　Her
youngest child is pretty
and intelligent.

buntong-hiningá, n. sigh;
Narinig ko ang buntong-
hininga ni Lucia.　I heard
Lucia's sigh.

buntót, n. tail; rear;
Ang buntót ng aso ay pu-
tî.　The tail of the dog is
white.

bunga, n. fruit;
Ang bunga ng manggá ay
nalaglág.　The fruit of the
mango fell down.

bungad, n. front;
Ang bungad ng bangkâ ay
matulis.　The front of the
boat is pointed.

bungál, adj. incissors miss-
ing;
Bungál ngayon si Danilo
kaya hindî makakain ng
sitsarón.　Danilo has his
incissors missing so he
cannot eat sitsaron.

bungang-araw, n. prickly
heat;
Maraming bungang-araw
si Lourdes.　Lourdes has
plenty of prickly heat.

bungangà, n. gullet of large
animals like crocodile,
shark, carabao, mouth,
opening;
Ang bungangà ng buwaya
ay maluwáng.　The mouth
of the crocodile is wide.

bunggô, n. impact; collision;
Ang bunggô niya sa noó
ay nangingitím pa.　The
impact on his forehead is
still grayish.

bungì, n. jag in the edge of
the tools; notch in the
teeth;
May bungì ang kaniyáng
lagarì.　His saw has a jag
in the edge.

bungisngís, n. giggling; one
who giggles at the slight-
est provocation;
Bungisngís ang iyóng utu-

sán. Your maid always giggles.

bungô, n. skull;
Nabasag ang bungô ng batang nahulog. The boy who fell has a broken skull.

buô, n. whole; entire;
Buô ang suhà na ibinigáy sa kaniyá. She was given a whole orange.

buód, n. gist; quintessence;
Isinulat ni Rosa ang buód ng kuwento. Rosa wrote the gist of the story.

buradól, n. kite;
May puláng buradol si Rene. Rene has a red kite.

busal, n. corn cob;
Ipinakain sa baboy ang busal ng mais na murà. The corn cob of the young corn was given to the pig.

busisì, adj. overnice; scrupulous; fastidious;
Ang kaniyang asawa ay mapagbusisì. Her husband was fastidious.

busog, n. arrow;
Ginamit ni Jose ang kaniyáng busog sa pagpatáy sa ibon. Jose used his arrow in killing the bird.

butas, n. hole;
May butas ang kaniyáng bulsá. His pocket has a hole.

butó, n. bone;
Matigás na butó ang kinakain ng aso. The dog is eating a hard bone.

butsé, n. crop;
Ang butsé ng manók ay malaki dahil sa busóg. The crop of the chicken is big because it is satisfied.

magputók ang butse, to envy; to get jealous;
Bakit nagpuputok ang butse mo kay Rosa? Why do you envy Rosa?

buwâ, n. a woman's disease
Inoperahan ang buwâ ng babae. The woman was operated on because of the descent of her uterus.

buwál, adj. torn down; demolished;
Buwál na ang punong manggá. The mango tree is already demolished.

buwíg, n. bunch; cluster;
Ang buwíg ng saging ay tinibâ niyá. He cut down the bunch of bananas.

buwís, n. tax; tribute;
Binayaran ni Ramon ang buwís ng lupà. Ramon paid for the land tax.

buwisan, adj. rented leased;

Buwisan ang aming lupà sa Anacleto. Our land is in Anacleto is leased to somebody.

buwisit, adj. one who brings bad luck;

Buwisit ang batang naku- ha namin. The boy we got is bringing us bad luck.

buyón, n. big belly;

Ang babae ay may buyón. The woman is big-bellied.

—K—

ka, pron. the personal pronoun, second person, singular number, nominative and objective cases.

Gumawâ ka ng paról, Nardo. You make a lantern, Nardo.

kaanib, adj. affiliated;

Kaanib sa Katipunan si Tandang Sora. Tandang Sora used to be affiliated to the Katipunan.

kaáng, n. a large earthen jar

Hindî na gumagamit ng kaáng ang maraming tao ngayón. Many people nowadays do not use large earthen jars.

kaakí-akibat, n. constant companion; supporter;

Si Sabel ang aking kaakí-akibat na maraming taon. Sabel has been my constant companion and supporter for many years.

kaapihán, n. oppression;

Dahil sa kaniyáng kaapi-hán ay lumayas siya nang walang paalam sa kani-yáng kapatid na tinitira-han Because of oppression, she left without permission, from her sister with whom she has been staying.

kabá, n. pulse palpitation; restlessness; premonition;

May kabá si Celia na da-rating ang kaniyáng ka-sintahan. Celia has a pre-monition that her lover is coming.

kababalaghán, n. miracle;

Bihirà na ang kababalag-háng nakikita ngayon Very few miracles are seen nowadays.

kabaka, n. opponent;

Kabaka si Juaning ni Ana sa isáng pagtatalo. Jua-ning is Ana's opponent in a discussion.

kababayan, n. townmate; countryman;

Teofilo ang pangalan ng aking kababayan. Teofilo

is the name of my town-mate.

kabag, n. flatulence; gas pain; windiness;
Madalás ay may kabag akó. Oftentimes I have flatulence.

kabágkabág, n. a species of fruit-bat;
Ang dumi ng kabágkabág ay gamit na pampatabâ sa lupà. The fruit-bat's excreta is used in enriching the soil.

kabalitaan, adj. famous; renown;
Kabalitaan si Jose sa karunungan. Jose is famous for his intelligence.

kabán, n. chest; trunk;
Bumilí sa Hongkong ng isáng kabán si Luz. Luz bought a trunk in Hongkong.

kabanatà, n. chapter;
Nabasa ko ang unang kabanatà ng kaniyáng aklát. I read the first chapter of her book.

kabaong, n. coffin; Magarà ang kabaong ng namatáy na kapatíd ni Mila. The coffin of Mila's dead sister is very expensive and goodlooking.

kabayo, n. horse;
Marunong siyang sumakáy sa kabayo. She knows how to ride a horse.

kabilà, n. other side;
Sa kabilâ nagkaroón ng guló. There was trouble in the other side.

kabilán, adj. unsymmetrical; unequal;
The stool that he bought is unsymmetrical.

kabít, n. unite; fasten; stick; adhere;
Kabít na ang dalawáng pilas na papel. The two pieces of paper are fastened together.

kabuluhán, n. importance; value; worth;
Anó ang kabuluhán ng iyóng pinag-aralan kung hindî mo gagamitin? What is the importance of your education if you are not going to use it?

kabutí, n. mushroom;
Mushroom ang tawag sa Ingles ng kabuti. Kabuti is called mushroom in English.

kabiyawan, n. sugar-mill;
Maraming may kabiyawan sa Negros. Many people own sugar-mills in Ne-

gros.

kaka, n. uncle; aunt;
Sa halíp ng kaka ay tiyo at tiya ang ginagamit namin sa aming angkán. In our family we use tiyo and tiya instead of kaka.

kakâ, n. elder brother, sister, or cousin;
Hiṇdi rin namin ginagamit ang kakâ, ate at kuya ang aming ginagamit.

kakak, n. cackling of chickens;
Maririnig mo ang kakak ng manók pagkatapos mangitlog. You can hear the cackling of hens after laying eggs.

kakanán, n. dining room;
Magagandáng plato ang makikita mo sa kakanán nila. You will see beautiful plates in their dining room.

kagalang-galang, worthy of respect;
Ang kagalang-galang na hukóm ay dumating na. The respectful judge has arrived.

kágawarán, n. department;
Sa kágawaran ng edukasyon nagtatarabaho si Aning. Aning is working in the department of educ-

ation.

kahati, n. shareholder; equivalent to twenty five centavos;
Kahati niya sa lupa si Andres. Andres is a shareholder in the land bought. Binigyán ng kahatì ni Nena si Sofia bilang aginaldo. Nena gave Sofia twenty five centavos as gift.

kahulugán, n. meaning; Anó ang kahulugán ng sinabi mo sa kaniyá? What is the meaning of what you told her?

kaibigan, n. friend;
May kaibigan akong aalís bukas. I have a friend leaving tomorrow.

kailangan, n. needs; necessity.

kainaman, adj. about right.
Kainaman ang laki ng bahay ni Jose. Jose's house is about the right size.

kalabasa, n. squash;
Ang kalabasa ay nagagawang halea. Squash can be made into jam.

kalbó, adj. bald headed;
Si Jaime ay kalbó. Jaime is bald-headed.

kaliwâ, n. and adj., left;
Nakaupô sa kaliwâ ni Pe-

dro si Jose. Jose sits on the left side of Pedro.

kalo, n. pulley;
Hindi mo kailangan ang kalo sa kortina. You do not need pulleys for the curtain.

kagabi, adv. last night;
gabi, n. night; evening;
Kagabi ay nagharana silá nguni't gabi-gabi ay nagsasayawan sila. Last night they went serenading, but every night they go dancing.

kagát, n. bite;
kumagát, v. to bite;
Kumagat ng isáng pirasong butó ang aso. The dog bit a piece of bone.

kagatín, v. bite;
Kinagát ng aso ang batà kayâ umiiyák. The dog bit the child so he is crying.

kaginsá-ginsá, adv. all of a sudden; suddenly;
Kaginsa-ginsá ay sumipót ang batang hinahanap niyá. All of a sudden, the boy he was looking for appeared.

kagipitan, n. hardship; difficulty;
Nasa malakíng kagipitan si Julî. Juli is in great difficulty.

kagitingan, n. heroism;
Nagpamalas ng kagitingan si Jose. Jose showed heroism.

kagyát, adv. at once; immediately;
Kagyát na lamang dumating si Juan bagamán hindî siya hinihintáy. Juan immediately arrived although he is not expected.

kahahantungán, n. destiny; end;
Hanggang ngayon ay hindî malaman ang kahahantungán ng batang nagtanan. As yet they do not know the destiny of the boy who eloped.

kahapon, adv. yesterday;
hapon, n. afternoon;
maghapon, whole day;
Kahapon ay nagsimba si Remy sa Baclaran; hapon na nang dumating. Maghapon siyang walâ sa bahay. Yesterday Remy went to church at Baclaran; it was afternoon when she came home. The whole day she was out.

maghapon, v. to keep chickens in a coop;
Ikaanim na ng hapon, maghapon ka na ng manók. It is already six o'clock,

keep the chickens in a coop.

kahimanawari, interj. May God will it!
Kahimanawari ay makapasa siyá sa iksamen! May God will that he pass the examination!

kahit, conj. although; even if; no matter what.
Nag-aaral siya kahit matandâ na. She is still studying although she is already old.

kaibigan, n. friend;
Siyá ay isáng kakilala lamang at hindî isáng kaibigan. She is only an acquaintance but not a friend.

kaibiganin, v. to befriend; to make a friend of him;
Ibig niyang kaibiganin si Rosario. She wants to befriend Rosario.

kailan, pron. when?
Kailan ang kaarawan ni Soledad? When is Soledad's birthday?

kailanman, adv. nevermore;
Kailanman ay hindi na ibig makita si Pedro ng kaniyáng kasintahan. Pedro's sweetheart wants to see him nevermore.

kailangan, n. something necessary; needs;
Maraming kailangan si Adela na dapat bilhín. Adela needs many things to buy.

kain, rw, eat;
pagkain, n. food;
kumain, v. to eat;

kainin o kanin, v. to eat;
Kumain tayo ng maraming manggá. Let us eat plenty of mangoes. Kanin o kainin natin ang papaya sa pálamigan. Let us eat the papaya in the refrigerator.

kalabáw, n. buffalo; water buffalo; carabao;
Malaking hayop ang kalabaw. The carabao is a big animal.

kalakal, n. merchandise;
May maraming kalakal na dumating silá. They have plenty of merchandise that arrived.

kalakalin, v. to sell; to make business of or on;
Kalakalin mo ang maraming niyóg na inaani ninyó. You make business of the cocoanuts that you raise.

kalagim-lagim, adj. terrible; horrible;

Kalagim-lagim ang nang-yari sa Surigaw! What happened in Surigao is horrible!

kalahatì, n. one half;
Kalahatì ng inani niyá ay kinuha ng kaniyáng asawa. One half of what she raised was gotten by her husband.

kalán, n. cooking stove;
Walâ siláng kalán kundî isang maliit. They have no cooking stove except a small one.

kalansíng, n. tinkle; jingle;
Nang marinig ng batà ang kalansing ng kuwalta ay itinaas ang kaniyáng ulo. When the child heard the tinkle of the pennies, he raised his head.

kalatas, n. letter; epistle;
Nagpadala siya ng tatlong kalatas kay Juana bago siya sinagót. He wrote Juana three letters before she answered him.

kalatís, n. extremely soft noise;
Bahagyâ na nilá naríníg ang kalatís ng nalaglág na lapis. They hardly heard the noise of the fallen pencil.

kalawang, n. rust;
Ang kalawang ng karayom ay naalis na. The rust of the needle is already removed.

kalayaan. n. liberty; freedom;
Matagál nang naibigay ang kalayaan ng Pilipinas. The liberty of the Philippines was long received.

kalikasan, n. nature;
Ang bukal sa tabi namin ay likhâ ng kalikasan. The spring near our place was done by nature.

kaliktúan, n. crookedness;
Ang kalikuán ng kaniyang asal ang ikinapipintás sa kaniya ni Petra. His crookedness made Petra despise him.

kalihim, n. secretary;
Ang kaniyang kalihim ay ang kaniyang anák. His secretary is his own son.

kaliluhan, n. treachery;
Ang kaliluhan niyá ang siyáng nagpaayaw sa kaniyá ng kaniyáng kasintahan. His treachery made his sweetheart dislike him.

kalimutan, v. forget;
makalimutan, forget;
limot, n. forgetfulness;
Kalimutan mo na ang na-

karaan. Forget the past.
Limot ang dahilan ng ka-
nilang pagkakalayô. For-
getfulness is the cause of
their separation.

kalingà, n. act of taking care
of;
Si Luisa ay nasa kalingà
ng kaniyáng impó. Luisa
is in the care of her grand-
mother.

kalupì, n. pocket book; hand-
bag;
Nawalâ ang kaniyáng ka-
lupì. Her handbag got
lost.

kalye, n. street;
Our street is now asphalt-
ed. Aspaltado na ang
aming kalye.

daan, n. road; path,
Ang daan patungo sa amin
ay makipot. The road to
our house is narrow.

kamandág, n. poison;
May kamandág ang ahas.
Snakes have poison.

kamangmangán, n. ignor-
ance;
Ang kaniyang kamangma-
ngán ay pinagsamantala-
han ng kaniyang mga ka-
mag-anak.
Her ignorance made her
relatives take advantage
of her.

kamátayan, n. death;
Ipinagdiriwang ang kamá-
tayan ng kaniyáng iná.
They are celebrating the
death of her mother.
(death anniversary)

kami, pron. we (including
the person speaking)
Kamí ay may bagong kotse.
We have a new car.

kamiseta, n. undershirt;
Putî ang kaniyáng kami-
seta. His undershirt is
white.

kampon, n. follower; disci-
ple;
Takót na takót siyá sa mga
sundalo ni Apo Irô. He
is very much afraid of the
soldiers of Apo Irô.

kamunduhán, n. worldliness;
Waláng hilig sa kamun-
duhán ang mga babaing
iyán. Those girls have no
inclination for world-
liness.

kamusmusán, n. innocence;
childhood;
Lagì niyang nagugunitâ
ang kaniyáng kamusmusán.
She often thinks of her
childhood.

kanan, n. right;
Itinaas niyá ang kaniyáng
kanang kamáy. She raises
her right hand.

kandugan, n. lap;
Ang batà ay nakaupô sa kandungan ng iná. The baby sits on the lap of her mother.

kanina, adv. a little while ago; a moment ago; a term used to express what is past but which does not extend beyond a day;
Kanina lamang ay dumalaw siya sa amin, ngayon wala ay patay na siya. Just a while ago she came to see us, but now she is dead.

kanino, pron. whose; to whom or for whom?
Kanino ang aklát na itó? Whose book is this?

kanluran, n. west; occident;
Sa kanluran lumulubóg ang araw. The sun sets in the west.

kantá o awit, n. song;
Ang awit ni Rosa ay magandá at mahabà. Her song is sweet and long.

kanya o kaniya, pron. his or her;
kaniya, to her or to hìm;
para sa kaniya, for her or for him;
Sa kaniya ibinigáy ang mga lupaín ng kaniyáng iná. To her was given all the land of her mother.

kapabayaán, n. neglect;
Dahil sa kaniyáng kapabayaán, nagkasakit ang batà. Nagkasakit ang bata dahil sa kaniyang kapabayaan. The child got sick because of his neglect or negligence.

kapahamakán, n. misfortune; tragedy;
May kapahamakáng nangyari sa kaniyá. Some misfortune befell her.

kapahintulután, n. permission;
May kapahintulutan siyang magpunta sa sáyawan. She has permission to go to the dance.

kapangyarihan, n. power; authority;
May kapangyarihan si Pedro na pumilì ng bagong kawaní. Pedro has power to select a new employee.

kapayakán, n. simplicity;
Ang kapayakan ng kaniyáng suót na bestido ang ikinapuri ng marami. Many praised her for the simplicity of her dress.

kapayapaan, n. peace;
Waláng kapayapaán ang

taong iyán. That man has no peace.

kapé, n. coffee; I take cofee every morning;
Umiinom akó ng kapé tuwíng umaga.

magkapé. v. to drink coffee;
Nagkakapé silá nang matapang. They drink strong coffee.

kapighatian, n. sorrow; grief;
Ang kapighatian ni Ana ay nakikilala sa kaniyáng mukhâ. Ana's grief is shown on her face.

kapiraso, n. piece;
Bigyán mo akó ng kapirasong papél. Give me a piece of paper.

kapita-pitagan, adj. deserving respect or honor;
Kapita-pitagan ang matandang panauhin nilá. Their old visitor deserves respect.

kapitbahay, n. neighbor;
Kilalá namin ang aming mga kapitbahay. We know our neighbors.

kapote, n. raincoat;
Nawalâ ang aking kapote. I lost my raincoat.

magkapote, v. to wear raincoat;
Magkapote ka pagpasok mo

dahil sa umuulán. Wear your raincoat when you go to school as it is raining.

kapuluán, n. archipelago;
Ang kapuluán ng Palawan ay hindî ko pa nararatíng. I have not reached the Palawan archipelago.

kapuná-puná, adj. noticeable; censurable;
Kapuná-puná ang kilos ng matandâ. The behavior of the old man is noticeable.

kapusukán, n. state of being vehement;
Ang kapusukán ng loób ni Jose ay nagbunsód sa kaniyáng paglalasíng. Jose's vehemence drove him to drinking.

karaniwan, adj. ordinary;
Nakasuot siyá ng damit na karaniwan. She is wearing an ordinary dress.

karimlán, n. darkness;
Ang babaing iyán ay nasa karimlan kaya parang hindî niyá nalalaman ang kaniyang ginagawâ. That woman is in darkness so it seems as if she does not know what she is doing.

karit, n. sickle;
Gumagamit siyá ng karit sa pagputol ng damó. He

is using a sickle in cutting grass.

karné, n. meat;

Ang mga Katoliko ay hindî kumakain ng karné kung Biyernes sa panahón ng kurismá. Catholics don't eat meat on Fridays during lent.

karneng baboy, pork
karneng baka, beef
karneng usá, venison

karugtóng, n. additional;

Ang Filibusterismo ay karugtóng ng Noli Me Tangere. El Filibusterismo is the continuation of Noli Me Tangere.

kasalanan, n. fault; sin; crime;

May kasalanan ang batang iyán. That child is faulty. That child has a sin.

kasalungát, n. adversary; opponent;

Kasalungát ni Jose si Pedro. Jose is Pedro's opponent.

kasama, n. companion;

Si Sabel ang kasama namin sa libíng. Sabel was our companion at the funeral.

sama, rw. be with; accompany;

kasamaán, n. state of being bad or evil;

Ang kasamaán ng mga kriminál ay tagláy hanggang sa loob ng bilangguan. The criminal's state of being bad still exists inside the jail.

kasangkót, n. accomplice;

Si Juan ay kasangkót sa gulóng nangyari. Juan is an accomplice in the trouble that happened.

kasarinlan, n. independence;

Ang kasarinlán ng Pilipinas ay matagál nang nátamó. The independence of the Philippines was long obtained.

kasaysayan, n. history;

Marami sa atin ang hindî nakaaalám ng kasaysayan ng ating bansá. Many of of us do not know the history of our country.

kasibulan, n. spring time; prime of life;

Kasibulan nang pumaroon si Rosa sa America. It was spring time when Rosa went to America.

kasinlakí, adj. as big as;

Kasinlakí ng munggó ang bató ng kaniyáng sinsíng na brilyante. The stone of her diamond ring is as big as the size of a mongo.

kasíng, a prefix denoting similarity or equivalence; Kasíng gandá ni Soli si Myrna. Myrna is as pretty as Soli.

katá, pron. you and I (dual) Kata'y magsayaw o magsayaw kitá. Let us dance. Katá is used **before** the verb and kitá is used **after** the verb.

katabilán, n. talkativeness; Ang katabilán ni Isang ay ipinagkagalit ng magkaibigan. Isang's talkativeness caused the trouble of the two friends.

katad, n. leather; Gawâ sa katad ang kaniyáng tsinelas. Her slippers are made of leather.

katahimikan, n. silence; peace; Katahimikan ang kaniyang layon. Her aim is peace or her aim is to have peace.

katangian, n. characteristic; quality; May mga katangian si Luz na walâ kay Mila. Luz has some characteristics that Mila does not have.

katapatan, n. sincerity; Ang katapatan ni Mameng ay hindi mapaparisan ni Medios. Mameng's sincerity cannot be equaled by Medios.

katarungan, n. justice; Hindi pa nabibigyán hanggá ngayon ng katarungan si Ibardaloza. Ibardaloza has not as yet been given justice.

katawán, n. body; Ang katawan ng babae ay tadtád ng sugat. The body of the woman is full of stabs.

katayin, v. slaughter for food; Katayin mo ang iyong baboy para may makain kayo. Slaughter your pig so you would have something to eat.

kathâ, n. literary work; May mga kathâ ang nasirang Pangilinan na ipinagbibilí ng asawa. Pangilinan has some literary work that the wife is selling.

maikling kathâ, short story; Sumulat ako ng maikling kathâ. I wrote a short story. **kathangbuhay,** novel

katibayan, n. proof; May katibayan na inilahad si Pepe. Pepe presented some proofs.

katimpian, n. restraint;
Waláng katimpián na nakita sa babaing iyán. That woman has no restraint or has shown no restraint.

katitikan, n. minutes (as of of a meeting) Mangyaring basahin ng kalihim ang katitikan ng nagdaáng miting. The secretary will please read the minutes of the last meeting.

katiwalà, n. overseer; manager;
Ang katiwalà ni Pemio ay nápatáy kagabí. Pemio's overseeer was killed last night.

katiyakán, n. definiteness; exactness;
Waláng katiyakán ang datíng ni Gloria. Gloria's arrival is not definite or there is no definiteness in Gloria's arrival.

katre, n. bed; kama;
Malaki ang kaniyáng katre. Her bed is big.

katumbás, n. equivalent;
Waláng katumbás ang kaniyáng kasinungalingan. Her telling of lies is unequalled or has no equivalence.

tumbasan, v. give the equivalent of:

Tumbasan mo ang kaniyang kagandahang loob. Give the equivalent of his good deed.

katungkulan, n. duty; position;
Waláng katungkulan sa pamahalaan si Pecto. Pecto is not employed by the government. Pecto has no position in the government.

katuwaan, n. merriment;
Maraming katuwaan ang mga batà sa handaan. The children in the party have plenty of merriment.

kaugalian, n. custom;
Ang kaugalian ng mga taga Gapan ay malakí ang kaibhán sa mga taga Cuyapo.

kaugnayán, n. relationship;
Anó ang kaugnayán ng pagtatanan ng dalawá sa pasunód ng magulang ng babae? What relationship has the elopement of the two with the treatment of the parents of the girl?

kauntî, adj. little;
Kauntî na lamang ang bigás nilá sa lata. They have little rice in the can.

kakauntî, adj. very little;
Kakauntî na ang aming mantikilya. We have very

little butter.

kawal, n. soldier; Isang ka-
wal ang namatáy kagabí.
A soldier died last night.

kawalì, n. frying pan;
Maliít ang kawaling pinag-
pirituhan ko ng itlóg. The
frying pan I used in frying
the egg is small.

kawan, n. school of fish or
of birds;
May kawan ng mga ibon
na nagdaan sa tapat na-
min. There is a flock of
birds that passed by.

kawangkî, adj. similar to;
Kawangkî ni Sangko si Sa-
tur. Satur is similar to
Sangko.

kawanggawâ; n. charity;
mercy;
Isáng kawanggawâ ang gi-
nawâ niyá. What she did
is a form of charity.

kawawà, n. somebody to be
pitied; one who is pitiful;
Isáng kawawà ang binig-
yán niyá ng dalawáng piso.
He gave two pesos to a pit-
iful person.

kawayan, n. bamboo;
Bumilí siya ng tabing na
kawayan. She bought a
bamboo curtain.

kaya, n. ability; aptitude;
wealth;

Waláng kaya sa buhay
ang kaniyáng nápangasa-
wa. She married some-
body who has no wealth.

maykaya,. adj. wealthy;
Maykaya si Milang. Mi-
lang is wealthy.

kayâ, conj. for this or that
reason; therefore; that is
why;
Kayâ hindî nakaalís si
Juana ay binantayan siyá
ng kaniyáng kapatíd na la-
laki. The reason Juana
was not able to leave was
because her brother kept
a close watch of her.

kayamután, v. be angry with;
annoyed with;
Huwag mo siyáng kayamu-
tán at hindi naman siyá
magtatagál dito. Don't be
angry with her as she is
not staying here long.

kayó, pron. plural or used
with respect in the singu-
lar number;
Kayó na ang maglagay ng
korona sa reyna. You bet-
ter put the crown on the
queen. Kayo ang nagtata-
wanan. You are the ones
laughing.

kayumanggí, adj. brown;
Ang mga Pilipino ay kayu-
manggí. The Filipinos are

brown.

kibô, n. motion; movement;
Waláng kibô ang batà.
The child does not move
much or does not talk
much.

kilatis-pinggan, easily invit-
ed; popular;
Kilatis-pinggan daw si
Teodora. They said Teo-
dora is easily invited.

kimî adj. shy; timid;
Kimî ang katulong nila.
Their maid is shy.

kinamayan, v. shook hands
with;
Kinamayán si Luisa ng
maraming panauhin. Many
visitors shook hands with
Luisa.

kinamot, v. scratched;
Kinamot ni Lina ang ka-
niyáng ulo nang hindi ma-
kasagot. Lina scratched
her head when she
could not answer.

kamot, n. scratch
kamutin, v. scratch;
Kamutin mo ngâ ang likód
ko. Please scratch my back.

kinapál, n. creation;
Ang unang tao ay kinapal
ng Diyos. The first man
was a creation of God.

kináratnán, v. fate; destiny:
result;
Anó ang kináratnán ng ka-
niyáng paglalakbáy? What
is the the result of her
travel?

kinupkóp, v. sheltered; pro-
tected; took care of;
Sino ang kumupkóp sa ka-
niyá noóng siya'y batà?
Who took care of her when
she was young?

kisap-matá, n. moment:
instant;
Sa isáng kisap-matá ay na-
walâ ang kaniyáng kaya-
manan dahil sa sunog. In
a moment she lost all her
property because of the
fire.

kita, rw. see;
Kita rito ang bahay nilá.
Their house is seen here.

kita, n. earning; salary;
Magkano ang kita ni Luis
sa isáng araw? How much
does Luis earn in a day?

kitá, pron. you and I (used
after the verb);
Igagawâ kitá ng mani-
kang bulak. I will make
you a doll of cotton.

kiwal, n. wriggle (like a
snake);

Kumikiwal ang bulate. The worm wriggles.

ko, pron. (used after the verb);
Ibig kong kumain. I like to eat. Ibig ko ay dalawa; ayaw ko ng iisá. I like two; I don't like only one.

kubo, n. hut;
bahay-kubo o dampâ, n. small hut:
He owns a small hut on the side of the hill. Mayroon siyáng bahay-kubo sa gilid ng bundók.

kukuti-kutitap, v. flickering;
Kukuti-kutitap ang apóy nang siya'y dumating. The light was flickering when she came.

kudyapî, n. old Philippine guitar;
Itinagò ang kaniyáng kudyapî sa likód ng punò. She hid her small guitar behind the tree.

kuha, rw, get; take;
Kuha sa Sun Studio ang larawang iyán. That picture was taken at Sun Studio.
kumuha o kunin, v. take, get:
Kumuha ka ng pahintulot. Get an excuse.

kulang, adj. short; lacking;
Kulang ang kaniyáng tela. Her cloth is lacking.

kulay, n. color;
Ang kulay ng auto ni Luz ay pulá. Luz's car has a red color.

kumalansíng, v. tinkle; jingle;
Kumalansing ang mga piseta nang ihulog niya sa lata. The twenty-centavo pieces jingled when she dropped them in the can.

kumatóg o kumatók, knock (as at the door)
kumatók ka sa pintuan bago ka pumasok. Knock at the door before you enter.

kumot, n. bed sheet; blanket;
magkumot, v. to put a blanket on
Magkumot ka at magináw. Put the blanket on as it is cold. Ang kumot niya ay putî. Her blanket is white.

kumubkób, v. surround;
Kumubkób silá ng isáng bahay at sakâ nagpaputók. They surrounded a house and fired.

kumupit, v. pilfered; stole;
Kumupit si Mameng ng dalawang piso lamang. Mameng stole only two pesos.

kumutób, v. to have a premonition;
Kumutób sa loób niyá na darating ang kaniyáng nobyo. She had a premonition that her lover was coming.

kung, conj. if; when;
Umalís ka kung ibig mo. You may leave if you want.

kusinà, n. kitchen;
Nasa kusinà ang kaniyang iná at naglulutò. Her mother is in the kitchen cooking.

kutsara, n. spoon;

kutsarahin, v. use a spoon;
Kutsarahin mo ang tamarindo. Use a spoon in the taking of tamarind jam.

kutyâ, n. mockery; ridicule; sarcasm;
Isáng pagkutyâ ang ginawâ niyá sa babae. What she did to the woman was a mockery.

kuwarto, n. silíd; room;
May dalawáng kuwarto ang bahay nilá. Their house has two rooms.

kuwento, n. tale; story.
Nagpariníg siyá ng isáng mahabang kuwento. She let us hear a long story.

kuwintás, n. necklace;
Bumilí siyá ng perlas na kuwintas. She bought a pearl necklace.

—D—

daán, n. way; street; road;
May daan patungo sa amin buhat kina Lucia. There is a way to our place from Lucia's house.

sandaán, one hundred;
Sandaáng tao ang hindî nakasahod ng suweldo. One hundred persons failed to receive their pay.

daáng-bakal, n. railroad track;
Ang daáng-bakal na patungo sa Bicol ay marami na ang sirâ. Many of the railroad tracks to Bicol province have been damaged.

dabog, n. manner of obeying order or answering a call usually accompanied with the stamping of the feet;
Madalás ay dabog nang dabog si Ana kapag inuutusan sa palengke. Often when Ana is ordered to go to market she stamps her feet in defiance.

dakilà, adj. great;
Dakilà ang taong kausap mo. The man with whom you are talking is great.

dagâ, n. rat; mouse;
Kumakain ng dagâ ang pusà. The cat eats mice.

dagán, v. lie on something or somebody; press weight;
Ang dagán ng galapóng ay sangkalan. The weight of the milled rice is cutting board.

dagat, n. sea; ocean;
Ang dagat ng Pacifico ay maluwáng. The Pacific Ocean is wide.

dagdág, n. increase; addition;
Ang dagdág ng sahod niyá ay sampúng piso isáng buwán. The increase of his salary is ten pesos a month.

dagok, n. strike with the fist;
Ang dagok na ibinigay ni Jose kay Juan ay malakás. Jose gave Juan a heavy strike on the trunk.

dagtâ, n. juice; sap;
Maraming dagtâ ang tangán - tangán. Tangán - tangán has plenty of sap.

dahák, v. to expectorate phlegm;
Dahák nang dahák kung

umaga si Nena. Nena expectorates phlegm in the morning.

dahil, prep. because of;
Dahil sa ulan ay nápaliban ang aming pag-alís. Because of the rain our departure was postponed.

dahil kay, Dahil kay Jaime, hindi sumama si Celia. Because of Jaime Celia did not go.

dahilán, n. motive; cause; excuse;
Anóng dahilán ang ibinigáy ni Juana? What excuse did Juana offer?

dahóp, adj. scarce; needy;
Dahóp ang kaniyang gastos sa buwán-buwán. His allowance is scarce every month.

daigdíg n. universe; world;
Ang daigdig ng batà ay maliít. The child has a small world.

daing, n. fish sliced open, cleaned of its viscera, salted and dried. I eat daing. Kumain ako ng daing.

daíng, n. lamentation; moaning;
Náriníg nilá ang daíng ng babaing pinahihirapan ng Hapón. They heard the lamentation of the woman

being punished by the Japanese.

daigín, v. to surpass; to be better than;
Bakâ naman daigín mo pa ang reyna sa ayos ng buhók. You might surpass the queen in hairdo.

dala, n. net; nanghuhuli ng isdâ si Juan sa pamamagitan ng dala. Juan uses a net in catching fish.

dalá, v. to carry; bring; take;
Dalá ni Ramon ang kaniyáng diploma. Ramon is taking along his diploma.

dalâ, adj. taught by painful experience or punishment;
Dalâ na si Paz sa kasisingil kay Lucas. Paz has a painful experience in collecting from Lucas.

dalahirà, n. gossiper;
Dalahirà ang pinsan mo. Your cousin is a gossiper.

dalamhatì, n. extreme sorrow; affliction;
Namatáy sa dalamhatì ang kaniyáng iná. Her mother died of extreme sorrow.

dalangin, n. invocation; suplication; prayer;
Ang dalangin ay pinamunuan ng parì sa amin. The prayer was led by the priest of our town.

dalaw, n. visitor; visit;
Ang dalaw sa dormitoryo nila ay tuwíng Linggó lamang. The visit in their dormitory is only on Sundays.

dalawá, adj. two;
Dalawá ang anák nilá. They have two children.

dalì, n. one finger width;
Isáng dalì ang lapad ng laso na binilí niyá. She bought a one-finger width lace.

dalî, n; quickness; promptness;
Ang dalî ng pagkayarì ng bahay ay ikinatuwâ ni Lilia. Lilia rejoiced in the promptness of the finishing of the house.

dalirì, n. finger;
May putól na dalirì si Pedro. Pedro has a cut-off finger.

daló, n. succor; help;
Tatlóng lalaki ang daló na dumating sa kanilá. Three men came to help them.

dalubhasà, n. specialist in any branch of learning. Isang dalubhasà ang parì sa amin. Our priest is a specialist in philosophy.

dalurò, n. cork tree;
The slippers with cork in-

side are very light. Magaán
ang tsinelas na may dalurò
sa loob.

daluyong, n. big wave; swell
of the sea;
Malalaki ang daluyong sa
pagitan ng Hapon at
America. The waves be-
tween Japan and America
are big.

damák, n. breadth of the
hand;
Isáng damak ang lupî ng
laylayan ng barò ni Rosa.
The hem of Rosa's dress
is a breadth of the palm of
the hand in width.

dambanà, n. altar;
Ipinagawâ na ang damba-
nà ng kanilang simbahan.
They had the altar of their
church made.

dambuhalà, n. a big monster;
a whale;
Malaking dambuhalà ang
kinatakutan nila. They
feared a big monster.

damdám, n. feeling sensa-
tion; resentment;
Ang damdám ni Iyang ay
hindî na siya makatatagál
sa hirap. Iyang's feeling
is she no longer can bear
the sufferings.

damhín, v. to feel;
Kailangan niyang damhín

ang pagkamatay ng kani-
yáng amá. She has to feel
the death of her father

dami, n. quantity; great
amount or number;
Ang dami ng ani ng palay
ngayon ay lubós na ikina-
galak niya. The great
quantity of the harvest this
season made her happy.

damít, n. cloth; clothes;
Nagtitindá ng damít si Il-
lang. Illang is selling
cloth.

damot, n. stinginess; selfish-
ness;
Ang damot ni Mengoy ay
kinasúsuklamán ko. I hate
Mengoy's stinginess.

dampâ, n. hut;
May isáng dampâ si Isang
sa tabíng ilog. Isang has
a hut near the river.

dangál, n. honor; reputation;
Ibig niyang ipagtanggól
ang dangál ng kaniyáng
anák. She wants to save
the reputation of her
daughter.

dangkál n. span from the tip
of the thumb to tip of mid-
dle finger extended;
Isáng dangkál ng peryodiko
ay nábibili ng dalawang
piso. One span of used

newspapers can be sold for two pesos.

dapat, v. must; ought; (plus infinitive)
Dapat patayín ang magnanakaw. The thief ought to be killed.

dapdáp, n. a kind of tree which is leafless or partly leafless at the time of flowering;
Magandá ang hubog ng bulalák ng dapdáp. The flowers of dapdap have a nice form.

dapò, n. orchid;
Maraming dapò ang uwî ko buhat sa Mindanaw. I brought home many orchids from Mindanao.

dapóg, n. hearth; cooking place;
May tatlóng kalán sa dapóg. There are three earthen stoves on the hearth.

daráng, v. exposed to the fire or live embers to dry or heat;
Daráng na daráng na ang tapang usá. The sliced venison is exposed to the ember to dry it.

dasál, n. group prayer;
May dasál sila mamayang gabi. They have a group prayer tonight.

daskól, adj. hastily and carelessly done;
Padaskól-daskól ang tahî ng kaniyang barò. Her dress is carelessly sewed.

dátapuwâ, conj. but; notwithstanding; however,
Magtuturò na sana si Cion datapuwa't hindî siyá nakakuha ng lugar sa malapit. Cion was going to teach but she could not get a place near.

dawag, n. thorny path; jungle;
Masukal na dawag ang kaniyáng pinagtaguan. She hid in a thorny, and thick jungle.

dayami, n. straw; dried rice stalks;
Kinakain ng kabayo ang dayami. Horses eat dried rice straws.

dayukdok, adj. starved; hungry;
Kinaing lahat ang ulam ng mga dayukdók na mga tao. The hungry men ate all the viands.

dentista, n. dentist;
Dentista si Polintan. Polintan is a dentist.

dibdíb, n. breast;
Masakit daw ang dibdíb
niya. She said her breast
aches.

di-hindî, adv. no; not;
Hindi kumakain ng karne
tuwing Biyernes ang aking
impó.
My grandmother does not
eat meat every Friday.

dilidili, n. meditation;
Ang kaniyang dilidili ay
darating din ang kaniyang
asawang umalis. Her me-
ditation is that her hus-
band who left will still
come back.

din (rin), adv. also; still;
Use din after a word end-
ing in a consonant and rin
after a word ending in a
vowel. Ibig din ng batà ay
umuwî sa kanila kahit na
siya'y ipinamilí na ng da-
mít. Siya raw ay hindî ma-
katulog at naalaala niyá
ang kaniyáng iná. In spite
of the fact that some
clothes have been bought
for him, he wants to go
home. He said he cannot
sleep because he is think-
ing of his mother.

dinamtán, v. clothed;
Dinamtán ng magagan-
dáng damít si Ana ngunit
hindi rin mawili. Ana was
clothed beautifully, still
she cannot be persuaded
to stay.

dini, adv. here; (a little
farther from the speaker)
Dini sa amin ay masayá
kamí kahit na hindî kamí
saganà sa pagkain. We
are happy here although
we do not enjoy much
food.

dito, adv. here;
pumarito, v. to come here;
paririto, v. shall or will
come here;
Pumarito ka mamayá at
paririto si Emong sa alas
dos ng hapon. You come
here as Emong is coming
at two o'clock this after-
noon.

diwà, n. spirit; soul; con-
sciousness;
Waláng diwà ang batà
nang damputín sa kalye.
The boy has no conscious-
ness when he was picked
up in the street.

diyan, adv. there; (far from
the speaker but close to
the person addressed);
Nena, diyán kamí mana-
nanghalì. Nena we shall
eat lunch with you there.

doon, adv. there (far from both the speaker and the speaker and the person addressed.)

Doon sa bahay na iyon nakatira si Mameng. There in that house lives Mameng.

pumaroon, v. to go there;

paroroon, v. will go there

Pumaroon ka kina Celso mámayâ at paroroon din akó. You go to Celso's house after a while and I will also go there.

dukláy, n. hanging or drooping branches;

Nasa duklay ang bunga ng balimbing. The fruit of the balimbing is in the drooping branch.

duktor, n. physician; doctor; Teofilo is a doctor. Isang duktor si Teofilo.

dumaan, v. pass by; drop in; Dumaán sa tapát ng bahay namin ang parada. In front of our house passed the parade.

dumadaloy, v. flowing (as of tears);

Dumadaloy ang luhà niyá samantalang isinasalaysay ang nangyari. Her tears were flowing while relating what happened.

dumalaw, v. visit;

Nais dumalaw sa iyo ni Menang. Menang wants to visit you.

dumí, n. dirt; filth;

May dumí ang salawál niyáng bago. His new trousers have some dirt on the left leg.

marumi, adj. dirty:

dumog, adj. absorbed in the the fulfillment of one's task.

Dumog sa trabaho si Nano. Nano is very much absorbed in his work.

dumumi, v. to become dirty; Marumí ang kasilyas nilá. Their toilet is dirty. Ayaw kong dumumí ang salas namin kaya ayaw kong maglarô ang mga batà roon. I don't want our living room to become dirty, so I don't want the children to play there.

dunong, n. wisdom; knowledge;

Ang dunong niya ay walang kapantay. His knowledge is unequaled.

marunong.adj.wise;**bright;** Marunong si Juan sa klase. Juan is bright in class. Lalong marunong si Jose kay Juan. Jose is brighter than Juan.

karunungan, n. wisdom

dungis, n. dirt on the face;
May dungis si Sofia. Sofia has dirt on the face.

dungô, adj. bashful; timid; shy;
Dungô ang kapatid ' mo. Your sister is bashful.

dupikál, n. ringing of the bells;
Naririnig ko ang dupikál ng kampanà. I hear the ringing of the bells.

dupilas, v. to slip or slide accidentally;
Dupilas ang ikinabungì ni Lorna. Sliding accidentally made Lorna a hairlip.

dupók, n. weakness; brittleness; fragility;
Ang dupók naman ng sukláy mo! How brittle your comb is!

duróg, adj. pulverized;
Duróg na ang galyetas mo. Your galyetas are pulverized.

dúrungawan, n. window;
Maluwang ang dúrungawan ng bahay nila. Their window is wide.
Ang aming durungawan ay makitid. Our window is narrow.

dusa, n. suffering; affliction; grief;
Malakíng dusa ang tagláy ng maysakit. The patient is suffering from grief.

dusdós, n. sarna on the head;
May dusdós si Nena kayâ ayaw magpakulót. Because of Nena's sarna on the head she refuses to have her hair curled.

dustâ, n. insult; abuse;
Isáng pagdustâ ang ginawâ ni Rosa kay Pilar. Rosa insulted Pilar.

duwág, adj. coward;
Ayaw mag-asawa ni Velia sa isang duwág. Velia does not want to marry a coward.

duwál, n. nausea;
Duwál nang duwál si Laura. Laura feels nausea.

duyan, n. cradle;
Dalawang duyan ang uwî ko buhat sa Bicol. I brought over two cradles from Bicol. Ang isang duyan ay malaki. One cradle is big.

edad, n. age; era;

Ang edad ng batang napulot ay limang araw lamang. The age of the baby found is only five days.

embahador, n. ambassador; representative of a nation in another country;

Naging isang embahador sa Hapon si Melecio. Melecio was an ambassador to Japan.

enkanto, n. enchantment;

Ipinalalagáy niláng isang enkanto ang pagkawala ng batà. They consider the loss of the child an enchantment.

eskabetse, n. one kind of dish; one way of cooking fish;

Kumain kami kagabi ng eskabetse. We ate eskabetse last night.

eskala, n. scale in music; stopping of a steamship at a certain place for passenger to get on or off.

Magkakaroon ng eskala ang bapor sa Cebu. The ship will stop at Cebu or will have a stop at Cebu

eskandalo, n. trouble; noise that distructs;

Gumawa ng malaking es kandalo ang dalawáng babae. The two women made a lot of trouble.

eskape, n. The rush and fast running of a horse.

Ang matuling eskape ng kabayo ni Juan ay ipinanalo niyá sa karera. The fast running of Juan's horse made him win the race.

eskina, n. corners of streets;

Sa eskina ng dalawang daan nakatayo ang bahay ni Petra.

eskuwela, n. school; student;

Maraming eskuwela sa paaralan ni Mrs. de la Rosa. There are many students in Mrs. de la Rosa's school.

eskuwelahan, n. s c h o o l-house;

Sa eskuwelahan nagkikita ang dalawang magkaibigan. In school the two friends meet.

eskirol, n. laborers taking the place of strikers;

Maraming nasaktan sa mga eskirol. Many of the laborers taking the place of the strikers got hurt.

eskoba, n. brushes for

clothes;
Bihirà sa mga labandera ang gumagamit ng eskoba. Very few laundry women use brushes in washing.

eskopeta, n. a kind of gun used in hunting birds; May eskopeta si Julio, na nakatago sa kabinet. Julio has a gun for shooting birds, in his cabinet.

eskribano, n. an official who keeps the records of the court; sheriff; Naging eskribano ang asawa ni Sabel. Sabel's husband was a sheriff.

eskultor, n. engraver; sculptor; Kahit na noong panahon ni Rizal ay may mga eskultor Pilipino. Even during Rizal's time there were Filipino sculptors.

eskupidor, n. a container or dish where one spits in a public place; May mga eskupidor sa simbahan at mga ospital.

esmeralda, n. a green stone called emerald; a birthstone of those born in May. Bumili ng dalawang batong esmeralda si Jacinta.

Jacinta bought two emerald stones.

espada, n. sword; a kind of fish in the form of a sword; Bibilí ako ng tatlong espadang isdâ para ipirito. I shall buy three espada fish to be fried. Gumamit ng espada ang dalawang prinsipe nang sila'y maglaban. The two princes used swords when they had a duel.

Espanya, n. Spain; Ibig kong makarating sa Espanya sa ibang araw. I want to see Spain some day.

espasol, n. a kind of native cake; Gumagawa kami ng espasol kung tapos ng nobena sa Alua. We make espasol during the last day of the novena in Alua.

esperma, n. candles made from the fat of whales; Nang mawalan ng elektrisidad, wala kami ni isang esperma sa bahay. We had not even a candle in the house when the electricity went off.

espiker, n. speaker (of the house);

Ang espiker ay pinagtatanong kagabi ng isang kasamahan niya sa Kongreso. The speaker was questioned last night by one of his colleagues.

espiritu, n. soul; spirit;
Walâ na ang diwà ng namatay. The spirit of the dead is no longer present. Walâ nang espiritu ang gamot niyang nabili, lipas na. The medicine he bought is stale or expired or has lost its spirit.

espiya, n. spy;
Naging espiya ng Hapon ang taong iyan.
He was or that man was a Japanese spy.

espongha, n. sponge; a product of the sea;
May mga babaing gumagamit ng espongha, ang iba naman ay hindi. Some women use sponge but others don't.

Estados Unidos, n. United States;
Sa Estados Unidos akó nag-aral. I studied in the United States.

estagparti, n. stag party;
a party for boys only;
Nagkaroon siná Lary ng estagparti bago siya napa-

roon sa lalawigan. Lary and his friends had a stag party before he left for the province.

estampa, n. a framed picture of the saint;
Ang mga estampa karaniwan ay sa silid tulugan isinasabit. Generally pictures of saints are hung in the bed room.

estante, n. cabinet for books or things for sale.
Nagpapagawa ng estante si Lina upang mapaglagyan ng mga aklat niya. Lina had a cabinet made for her books.

estasyon, n. station (rail road);
Sa estasyon ng Tutuban maghihintay ang kapatid mo. At Tutuban station your sister will await you.

estatuwa, n. statue;
Ang estatuwa ni San Antonio ay nasa ibabaw ng kaniyang mesa. The statue of San Antonio is placed on her table.

estima, n. good entertainment;
Mabuting estima ang ginawa nina Paz sa kanilang panauhin. Paz gave their

visitor a good entertainment.

estrelya, n. stars;
May mga estrelya na nakikita sila kung gabi. They see stars in the evening.

estudiyante, n. student;
Ang estudyante ni Sabel ay nagbabakasyon na. Sabel's student is now taking his vacation.

estraik, n. strike;
Nagkaroon ng maraming estraik sa taong ito. This year there had been many strikes.

estrelyado, n. fried egg;
Ang ulam ko kaninang umaga ay estrelyadong itlog. I had fried eggs this morning.

estribo, n. the part on which one steps when he gets on on a horse or a vehicle;
Nadulas ang paa ni Anselmo sa estribo nang sumasakay siya sa kalesa. Anselmo's foot slipped on the part of the kalesa where he stepped when he was getting on it.

eter, n. medicine that one smells when he gets dizzy;

etner;
Pinaamóy ng eter si Ramon nang siya'y mahilo. Ramon was made to smell ether when he got dizzy.

eto o heto, n. adv. here it is;
Eto ang baon mo. Here is your money.

ewan o aywan, don't know;
Ewan kung makatatagal siya sa paglakad. I don't know if he can stand walking.

—**G**—

gaán, rw. easiness; lightness;
Ang gaán ng sunong mo ay katulad ng sunong ko. The lightness of the weight on your head is just like that of mine.

gaanán, v. to make easy; to make light;
Gaanán mo ang iksamin at nang marami ang makapasá. Make the examination easy so many will pass it.

gaano, pron. how much? how many?
Gaano ang inani nilang palay? How much palay did they raise?

gabáy, n. guide; support;
Si Andres ang gabáy ng

kaniyáng iná sa pagpapali-
mos. Andres is his moth-
er's guide in begging.

gabayán, v. to support; to
make a support of;
Gabayán mo ang tulay na
patungo sa kusinà. Make
a support for the bridge
leading to the kitchen.

gabí, n. night; evening;
Matulog tayong maaga
mamayang gabí. Let us
sleep early tonight.

gabi, n. tuber; yam;
Kumakain kamí ng gabi
minsan sa isáng linggó.
We eat gabi once a
week.

gabihín, v. to be caught by
night time; benighted;
Kung gabihín ka, ay ma-
tulog ka na kiná Luisa. If
you are benighted, sleep at
Luisa's house.

gaga, adj. fool; simpleton;
Isáng gaga ang nápanga-
sawa niyá. He married a
simpleton.

gagá, v. to usurp; to appro-
priate;
Ibig niyang manggagá,
nguni't nátunugán siyá.
She intended to usurp but
she was discovered.

gagád, n. imitation;
Gagád lamang ang kani-
yáng suót. Her dress is
only an imitation.

gagambá, n. spider;
Nailigtás ng gagambá ang
harì. The spider saved
the king.

gagarín, v. to imitate;
Gagarin mo si Danilo at
nang magalit. Imitate Da-
nilo so he will get mad.

gahasà, n. force; reckless-
ness;
Isáng gahasà ang ginawâ
nilá sa alilà. What he did
to the maid was a force.

gahasain, v. to force to sub-
mit;
Hindî dapat gahasain ang
alilà bagaman mahirap.
The maid should not be
forced although she is
poor.

gahì, n. rupture; rip;
May gahì ang tela niyang
nábilí. The cloth she
bought has a rupture.

gahisín, v. subdue;
Huwag mong kahisín ang
batà bagaman siyá ay ma-
hinà. Don't subdue the
boy although he is weak.

gahól, adj. short of time;
to be short of;
Pedro is short of time.
Gahol sa panahon si Pedro.

gahulín, v, to be short of
time;
Bakâ gahulín sa panahón
si Jose ay hindî na maka-
raan dito. Jose might be
short of time, he might not
be able to drop here.

galâ, n. traveller;
Galâ si Samuel. Samuel is
a traveller.

galák, n. joy;
Punô ng galák ang taong
iyán nang siyá'y umalís.
That man was full of joy
when he left.

galamáy, n. helpers; appen-
dages;
Maraming galamáy si Vil-
legas. Villegas has many
appendages.

galang, n. respect;
Waláng galang ang batang
iyán. That child has no
respect.

galáng, n. bracelet;
Ang mga Igorot ay guma-
gamit ng galáng. The
Igorrotes use bracelets.

galás, n. roughness;
Ang galás ng semento ay

nakapigil sa auto sa pag-
dulas. The roughness of
the cement prevents the
car from sliding.

galáw, n. movement;
Ang galaw ng alimango ay
marahan. The movement
of the crab is very slow.

galawín, v. to move;
Huwag mong galawín ang
aking trabaho. Do not
move my work or do not
interfere with my work.

galíng, n. charm; excellence;
Ang galíng ni Juan ang
nakabihag kay Idad. Juan's
excellence made him win
Idad.

galís, n. itch;
May galís sa bintî ang ba-
tà. The child has itches
on the leg.

galisin, adj. full of itches;
Galisin ang sanggól na na-
pulot sa basura. The baby
found in the trash can is
full of itches.

galit, n. anger;
Punô ng galit ang kani-
yáng amá. Her father is
full of anger.

galitin, v. to make angry;
Huwag mong galitin ang
iyóng iná at bakâ magka-

sakit. Do not make your mother get mad for she might get sick.

galos, n. scratch; mark;
May galos sa mukhâ ang batà. The child has a scratch on her face.

galusan, v. to scratch;
Huwag mong galusan ang iyong pisngí. Do not scratch your cheeks.

gambalà, n. disturbance;
Malaking gambalà ang ibinigay sa akin ng iyóng anák. Your child gave me a lot of disturbances.

gambalain, v. to disturb;
Ibig niyáng gambalain ang taong nagpapahingá. He wants to disturb the person resting.

gamit, n. use; utility;
Ang gamit ng auto nilá ay tuwing linggó lamang. They use their car only on Sundays.

gamitin, v. to use; to utilize; wear;
Gamitin mo ang bagong barò sa linggo. Wear your new dress on Sunday.

gamót, n. medicine;
Ang Vicks ay gamot din sa sipon. Vicks is also medicine for colds.

gampanán, v. to fulfill one's duty;
Hindî niyá magampanán ang kaniyáng trabaho sa bahay. She cannot fulfill her duties at home.

gamutan, n. treatment;
Mahabang gamutan ang ginawâ nilá sa batà. The treatment for the child has been quite long.

gamutín, v. to cure; to apply medicine;
Gamutin mo ngâ ang lagnát niyá. Please cure her fever.

gana, n. appetite; profit;
Nawalan ng gana si Ramon nang mariníg ang balità. Ramon lost his appetite when he heard the news.

ganahan, v. to wet one's appetite; to be interested in.
Ibig ko ay ganahan siyá sa pagkain. I want to wet his appetite.

gandá, n. beauty;
Balità sa gandá ang kaniyáng asawa. His wife is famous for her beauty.

gandahán, v. to make beautiful; to beautify.

Gandahán mo ang sulat at nang matuwâ siyá. Make your letterings beautiful so she will be pleasea.

ganít, n. toughness; state of being tough;

Ang ganít ng bakang inilutò niyá ay ikinagalit ng kaniyáng panginoon. The toughness of the meat she cooked angered her master.

ganitó, pron. like this;

Ganitó kalakí ang bat*ó ng sinsíng ni Julio. The stone of Julio's ring is like this in size.

ganoón, pron. like that;

Ang payong na ibig ko ay ganoón. An umbrella like that is what I like.

gansâ, n. goose;

Ang gansâ nina Mary ay maingay. Mary's goose is very noisy.

gansál, adj. odd number;

Ang lahat ng gansal na numero ay sa kaliwâ. All the odd numbers are at the left.

gantí, n. retaliation; reply;

Ang gantí ni Rosa ay mahabang sulat. Rosa's reply is a long letter.

gantihán, v. to reciprocate;

Gantihán mo ng malaking sinsíng na brilyante ang kaniyang kagandahang-loob. Reciprocate her kindness with a big diamond ring.

gantimpalà, n. prize; reward;

Malakí ang gantimpalà na natanggap ni Silvia. Silvia received a big reward.

gantimpalaan, v. to reward;

Ginantimpalaan ni Miniong ang nakapulot ng kaniyáng passport. Miniong rewarded the man who found his passport.

gapos, n. binding; tie;

Ang gapos ng manok ay sa paá. The tying of the chicken is at the feet.

gapusin, v. to tie; to bind;

Gapusin mo ang tatlóng manók at dalhín mo kay Nena. Tie the three chickens and take them to Nena.

garing, n. ivory;

Maputî ang garing ng elepante. The ivory of the elephant is white.

gawâ, n. work;

Maraming gawâ sa bahay si Teresa. Teresa has

plenty of work at home.

gáwaan, n. place of work; factory;

Nagkita at nagligawan ang dalawá sa gáwaan. The two met and made love with each other at the factory.

gaod, n. row;

Nasa gaod ng bangkâ si Simon. Simon is at the row of the banca.

gapák, gabák, adj. ripped;

Gapak na ang kaniyáng kamiseta ay ayaw pang hubarín. His undershirt is already ripped yet he does not want to take it off.

gapangin, v. to creep; to crawl; to climb;

Kinailangang gapangin ni Simeon si Sanang para mapasagot ng oo. It was necessary for Simeon to crawl to Sanang in order to make her answer yes.

gápasan, n. harvest;

Nobyembre ang simulâ ng

gapasin, v. to harvest;

Kailangan nang gapasin ang palay at hinóg na. It is necessary that the rice be harvested as it as ready.

gápasan sa amin. Harvest at home starts in November.

gapiin, v. to overpower;

Dapat gapiin ang kalaban bago magtagumpáy. It is necessary to overpower the enemy before victory is won.

gapî, adj. subdued; overpowered;

Gapî na ang kalaban kayâ panalo na ang mga Pilipino. The enemy is already overpowered so the Filipinos will now be victorious.

garantiya, n. pledge; guaranty;

May garantiya ang binilí nilang jip. The jeep they bought has a guaranty.

garà, n. pomposity; style; brilliancy;

Ang garà ng kanilang kotse ay nakahahalina. The style of their car is very attractive.

garaan, v. to make stylish or pompous;

Garaan mo ang iyong bestido at nang magulat silá. Make your dress stylish so they will be surprised.

gargantilya, n. necklace;

Pilak lamang ang gargantilya niyá. Her necklace is only made of silver.

garíl, adj. defective; faulty pronunciation;
Garíl kung magsalitâ si Fely. Fely has defective or faulty pronunciation.

garing, n. ivory;
May tatlong ngipín siyang garing. He has three ivory teeth.

gasgás, n. scratches;
May gagás si Rita sa mukhâ. Rita has some scratches on the face.

gasgás, adj. scratched;
Gasgás na ang auto nang mabili ni Pepe. The car was already scratched when Pepe bought it.

gasláw, n. vulgarity; inhibition;
Ang gasláw ng babae ang nakatawag ng pansín ng mga lalaki. The vulgarity of the woman attracted the men.

gatâ, n. pure juice;
Nilalagyán ni Nena ng gatâ ang tamarindo. Nena uses coconut juice on tamarindo.

gatang, n. chupa;
Walóng gatang ay isang salop.
Gatangin mo ang bigas at nang malaman mo kung gaano pa ang bigás natin. Use the chupa and find out how much rice we still have.

gatas, n. milk;
May limang latang gatas pa sila. They still have five cans of milk.

gatlâ, n. marks; pointer;
May gatlâ ang baso na ibinigay sa kay Nena. The glass given to Nena has some marks.

gatól, n. sudden stops; interruptions;
May gatól kapag nagsasalitâ si Doro. Doro makes sudden stops when he speaks.

gatong, n. fuel;
Nilagyán ng gatong ang lagaíng baka. She put some fuel on the beef to be boiled.

gatungan, v. to increase the fuel of;
Gatungan mo ng kahoy ang nilagà. Add some more firewood on the beef being boiled.

gawâ, n. occupation; work; Waláng gawâ si Ramon kundî lumibot. Ramon does not work; he only hangs around.

gaway, n. witchcraft; Maraming tao na hindî naniniwalà sa gaway. Many people do not believe in witchcraft.

gawayin, v. to practice sorcery; Natatakot si Rosa na bakâ gawayin ang kaniyáng kapatíd ng kaniyang kaaway. Rosa is afraid that her sister might be punished by her enemy by practising sorcery on her.

gawgáw, n. starch; Naghandâ akó ng gawgáw upang makapag-almirol si Siting. I prepared some starch for Siting to starch.

gawì, n. habit; custom; Ang gawî ni Tessie ay mamintanà pagkaumaga. Tessie's habit is to look out of the window every morning.

gaya, n. imitation; Gaya lamang ang kaniyang pagsisimbá. Her going to church is only an imitation.

gayahin, v. to imitate; Gayahin mo ngâ ang sayáw ni Luz. You imitate the way Luz dances.

gayák, n. decoration; Ang gayák ng simbahan ay magandá. The decoration of the church is beautiful.

gayatin, v. slice into pieces; Gayatin mo ang tabako at nang makagawâ ka ng sigarilyo. Slice the tobacco so you can make some cigarettes.

gayuma, n. charm; May gayuma ang babaing nililigawan ni Juan. The woman with whom Juan falls in love has charms.

gayunman, adv. however; in any case. Hindi ako dadalo sa parti, gayunman, magpapadala ako ng regalo. I will not attend the party, however, I will send a gift.

gibâ, adj. ruined, demolished; Gibâ na ngayón ang simbahan sa amin. The church at home is now

sita sa Alua at magtayô ng ibá. They want to demolish the church or chapel at Alua and build a new one.

gibík, n. shout for help; Náriníg ko ang gibík ng mga babae. I heard the shout for help of the women.

gigil, n. gritting of the teeth when controlling emotion. Nakatatakot ang gigil ni Pedro. I fear Pedro's gritting of the teeth.,

giikan, n. threshing machine; May giikan siná Milio. Milio has a threshing machine.

giikín, v. to thresh; Ayaw pang giikín ang palay ni Lilia. Lilia does not want to thresh her paláy yet.

gilagid, n. gum; Nasaktán ang gilagid ni Laura. Laura's gum was hurt.

gilalás, n. wonder; suprise; Ang gilalás ni Julio ay nakatakot sa batà kayâ umiyák. Julio's surprise made the child afraid so he cried.

gilas, n. galant action; Ang gilas ni Paquito ay

nakaakit ng aking pansin. Paquito's galant action attracted my attention.

gilid, n. edge; rim; Ang gilid ng palanggana ay magalás. The edge of the pan is rough.

gilingan, n. grinder; May gilingan kamíng bató. We have a stone grinder.

gilingin, v. grind; Gilingin mo ang mais at nang makain natin. Grind the corn so we can eat it.

giliw, n. a term of affection or love; Ang giliw niyang asawa ay umalìs upang hindî na bumalik. Her loving husband left for good.

gimbalín, v. to disturb peace; to surprise; Nais niyang gimbalín ang katahimikan ng mag-asawa. He is thinking of disturbing the peace of the couple.

ginalugad, v. searched thoroughly; Ginalugad ng pulis ang buong bahay upang hanapin ang salarín. Policemen searched the whole house thoroughly looking for the criminal.

ginang, n. Mrs.; Madam;
Ginang X ang tawag nila sa babae na ayaw ipakilala ang pangalan. They call the woman who does not want to be identified, Madam X.

gináw, n. coldness;
Ang gináw sa Canada ay halos hindî matagalan ni Medy. Medy can hardly bear the coldness in Canada.

magináw, adj. cold;
Maginaw na maginaw sa Canada, ayon kay Remedios. It is very cold in Canada as stated by Remedios.

ginintuán, v. to make golden.
Ginituán daw ang kaniyáng pusò. They said she has a golden heart.

ginoó, n. Mr; Mister; Sir:
Ang ginoó sa bahay ay nasa opisina pa. The mister of the house is still at work.

gintô, n. gold;
May gintô siyang ngipin. She has a gold tooth.

gisá, v. stew;
Ang ibig ko ay gisá at hindî ihaw. I want stew and not roast.

gisado, adj. stewed;
Gisadong upo ang ulam niná Nardo. Nardo's viand is stewed white squash.

gisíng, adj. awake;
Gising si Lina nang ako'y dumatíng Lina was awake when I arrived.

gumising o gising, v. to wake up;
Gumising kang maaga bukas. Gisingin mo rin akó. Wake up early tomorrow and wake me up too.

gitgit, n. marks made by a tight rope or twine; May gitgit ang baywang ni Soli. Soli's waist has marks on it.

gitara, n. guitar;
Itinagò ang gitara ni Jose. Jose kept his guitar.

giting, n. heroism; excellence;
May giting na taglay si Simon. Simon possesses some heroism.

gitlá, n. shock; fright;
Ang gitlá ni Mena ay hindî maikakailâ. Nena's shock cannot be hidden.

gitlain, v. to frighten; to shock;
Huwag mong gitlaín ang

batà. Don't frighten the child.

gitnâ, n. middle; midst;
Sa gitnâ ng dalawá naka-upô si Julian. At the middle of the two sat Julian.

giwang, n. rocking of the boat;
Ang giwang ng bangkâ ay malakás. The rocking of the boat is strong.

gubat, n. forest: woods;
Sa gubat nangangaso si Nestor. Nestor hunts in the forest.

guhit, n. line; sketch;
May guhit sa noó ang matandâ. The old man has lines on his forehead.

guhitan, v. to make lines on; to sketch;
Huwág mong guhitan ang kaniyang papel. Do not sketch anything on his paper.

gugo, n. gogo; a kind of vine used in washing the hair.
Gumagamit akó ng gugò sa paglilinis ng buhok. I use gogo in washing my hair.

guguan, v. (to clean hair with) will be removed;
Guguan mo si Laura at nang maalis ang balaku-bak. Use gogo in washing

Laura's hair so her dandruff will be removed.

gugol, n. expenses;
Magkano ang gugol nila buwan-buwan? How much is their expense each month?

gugulan, v. to finance; to invest money; to devote attention to;
Gugulan mo nang malakí ang bahay mo at nang gumandá. Invest a lot of money on your house so it will be pretty.

guhò, n. crumbling; collapse; demolition;
Ang guhò ng bahay ay sa kusina. The demolition of the house is in the kitchen.

gulanít, v. tattered; worn out;
Ang kaniyáng belo ay gulanít na. Her veil is tattered.

gulang. n. maturity; age;
Hindî mo mahuhulaan ang gulang niya. You cannot guess his age.

gulapáy, adj. overworked; weak;
Maghapon nang nagtatrabaho ang matandâ kayâ nang dumating ang hapon ay gulapáy na. The old

man had been working the
whole day so at about six
he was weak already.

gulat, n. fright; shock;
Malakí ang gulat ng
batà sa tsonggo. The boy
was much frightened by
the monkey.

gulatin, v. to frighten; to
shock;
Kapag sinabing gulatin mo
ang tulya, ay busan mo
mo ng kumukulóng tubíg.
Gulatin mo ang tulya
means pour boiling water
on clams.

gulay, n. vegetables;
Kumakain tayo ng gulay
na sariwà. We eat fresh
vegetables.

gulilát, adj. panicky
Mukhang gulilát ang iyong
iná. Your mother looks
panicky.

guló, n. confusion; disorder-
liness; riot;
Nagkaroón ng malaking
guló sa kanilá kagabí.
There was a great confu-
sion at their place last
night.

guluhín, v. to bring on dis-
order; to confuse;
Huwag mong guluhín ang
naglalaróng mga batà. Do

not confuse the playing
children.

gulok, n. bolo:
Dapat ay may gulok na na-
kalaán sa bawa't bahay.
It is necessary to have
a bolo in every house.

gulod, n. hill top;
Sa gulod ng bundók ay ma-
raming halaman.
On the hill top there are
many plants.

gulóng, n. wheel; turn;
Ang gulóng ng kariton ay
natanggál. The wheel of
the carriton loses off.

gulungan, v. to turn; to run
over;
Huwag mong gulungan
ang suklảy at mababali.
Do not run over the comb
for it will break.

gulugód, n. backbone;
Parang gulugód ng pagong
ang kaniyáng likód. Her
back is like the backbone
of a turtle.

gumaán, v. to become light
in weight;
Nang alisan ng isang sa-
lop ang bigás, ay gumaan
ang dalá niyá. When they
removed one ganta of rice
on her load, it became
lighter.

gumawà, gawin, o gawaín, v.
to make; to do;

Gumawa ka ng duyan at gawin mong pahingahan. You make a swing and make it a place for resting.

gumising, v. to wake up; Gumising ka sa a las seis. Wake up at six.

gunam-gunam, n. recollection; meditation; Lagì na sa gunam-gunam ni Adang ang aming pag-uulayaw. Our good time is always in Adang's recollection.

guniguní, n. imagination; meditation; Nasa guniguni ni Rosa tuwi na ang pagkamatay ng kaniyáng iná. The death of her mother is always in Rosa's imagination.

gunitâ, n. memory; remembrance; Lagì na sa gunitâ ni Ana ang aming pagkakasama-sama. Our happy days are always in Ana's memory. or Ana always thinks of the happy days we had together.

gunitaín, v. to recall; to remember: Gunitaín mong darating din ang ating maligayang araw. Remember that our happy days are coming.

gunting, n. scissors; Bumilí ng gunting ng buhok si Ramon. Ramon bought a pair of scissors for cutting hair.

guntingín, v. to cut with scissors; Guntingín mo ang damit at ipatahî kay Rita. Cut the cloth and make Rita sew it.

gupít, n. haircut; Minsan isáng linggó ang gupít ni Rene. Rene's haircut is once a week.

gupitán, v. to trim; to cut hair; Gupitán mo si Danilo mamayâ. Cut Danilo's hair after a while.

gurò, n. teacher; Ang gurò ni Laura ay matalino. Laura's teacher is bright.

gusalì, n. building; Nagtayô ng tatlóng gusalì sa poók nilá. They built three buildings in their community.

gusgusin, adj. dirty; in rags; Gusgusin ang damít ng ulila. The orphan has dirty clothes.

gusót, adj. crumpled; confused;
Gusót na ang barò ko nang dumating sa kanilá. My dress was already crumpled when I arrived at their place.

gusutín, v. to crumple; to confuse;
Huwag mo namang gusutín ang pantalón ng batà. Do not crumple the trousers of the boy.

gusto, n. liking; desire;
Ang kaniyáng gustó ay kumain at matulog. What his liking is to eat and sleep.

gutóm, adj. hungry;
Gutóm si Juan kayâ kinaing lahat ang kanin at ulam at dahil sa lakí ng gutom ay hindî na raw siya aalis dito. Juan is very hungry so he ate all the rice and viand, and because of his great hunger he said he would stay here.

gutom, n. hunger;

gutumin, v. to make hungry;
Baka gutumin mo si Jose ay hindî na bumalík dito.

magutom, v. to be hungry;
Huwag mo siyang pababayaang magutom at baka hindi na siya bumalik dito. Do not make him get hungry, for he might not come back here.

guwáng, n. crevice;
May malaking guwáng sa ubod ng bulí. There is a big crevice at the middle of the buri.

—H—

habâ, adj. long; elongated;
Habâ ang mesang binilí ni Juan. The table that Juan bought is long.

habà, n. length;
Ang habà ay dalawáng metro. The length is two meters.

habaan, v. to make long; to lengthen;
Habaan mo ang dasál at nang umabot silá. Make your prayers long so they will be able to overtake us.

humabà, v. to become long; Humabà ang kaniyang paghihirap.
Her sufferings became long.

habagat, n. wind from the west monsoon;
Naramdamán nila ang hanging habagat. They feel the west monsoon.

habangbuhay, n. lifetime
Ang kaniyang trabaho ay panghabang buhay. His work is for a lifetime.

habas, n. discretion;
Walang habas ang pagpitás nilá ng manggá. There is no discretion in their picking of mangoes.

habi, n. weave;
Ang habi ng barò niyá ay pino. The weave of her dress is fine.

habì, interj. let me pass;
Habì at akó ay nagmamadalî! Let me pass. I am in a hurry!

habihán, n. loom; weaving instrument;
May habihán silá sa bahay. They have a loom in the house.

habihin, v. to weave;
Habihin mo ang natitirang sinulid. You weave the thread that is left.

habilin, n. will; instructions;
Anó ang nakalagáy sa habilin ng kaniyáng amá? What is given in the will of his father?

hablá, n. suit;
May hablá si Lina na dapat asikasuhin. Lina has a suit to attend to.

habol, n. postscript; hurry to overtake somebody;
Nilagyán niya ng habol ang ang sulat niyá. She put a postscript on her letter.

habong, n. temporary roofing; shelter;
Walâ pang habong ang bahay nilá. There is no temporary shelter yet on the house they built.

hakà, n. idea; suspicion;
May hakà silang sumunód sa umalis. They have an idea to follow the ones who left.

haka-hakà, n. supposition;
Isáng haka-hakà lamang ang sinasabi niya. What she said is only a supposition.

hakbáng, n. steps; measure;
Anóng hakbáng ang gagawín ni Luisa. What steps will Luisa take?

hakot, n. load; baggage;
Dalawang hakot pa ang gagawín nilá. They have to make two more loads.

hakutin, v. to deliver; to take;
Hakutin ninyó sa lupà ang mga aklát. Take the books downstairs.

hadláng, n. barrier; obstacle;
May hadláng ang kaniyáng pagparito. There is an obstacle to her coming.

hadlangán, v. to stop; to cause an obstacle;
Hadlangán mo ang kaniáng pagboto. Put an obstacle to her voting.

hagdán, n. ladder; stairway;
May dalawáng hagdán sa bahay nila. There are two stairs in their house.

hagdanán, v. to build a ladder;
Hagdanán mo na ang bahay at nang makapanhík tayo. Build a stairway so we can go up.

hagad, n. cop; speed cop;
May hagad na humahabol sa kanilá. There is a speed cop trying to overtake them.

hagarin, v. to overtake; to follow;
Hinagad ni Lucio ang magnanakaw ngunit hindî niyá inabutan. Lucio followed the thief but he was not able to overtake him.

hagibis, n. fast runner;

haging, n. buzz; hiss;
Ang haging ng bubuyog ay malakás. The bee has a loud buzzing sound.

hagilapin, v. to look for; to search for; to gather;
Hagilapin mong lahát ang lampín at labhán mo. Gather all the diapers and wash them.

hagis, n. throw;
Ang hagis niya ng bola ay mababà. Her throw is low.

hagok, n. gasping;
Ang hagok ng maysakit ay nakagulat sa iná. The gasping of the patient surprised the mother.

hagod, n. caress;
Nasarapán ang batà sa hagod ng kaniyáng iná.
v. rub; massage;
The child enjoyed the caress of her mother.

hagurin, v. to rub; to caress;
Hagurin mo ang likód ko at nang maalís ang sakit. Rub my back to relieve me of the pain.

hagpós, adj. loose;
Ang talì ng manók ay hagpos. The binding of the chicken is loose.

hagulhól, n. loud cry; weeping;
Ang hagulhól ni Luisa ay nárinig hanggáng sa amin.

We heard the cry of Luisa at our place.

halagá, n. price; cost; value; importance;
Ang halagá ng kaniyáng pagmamahál ay hindî matutumbasán ng salapî. Money cannot equal the love of her husband.

halaán, n. edible clam; I have not eaten edible clam yet. Hindî pa ako nakakain ng halaan.

halakhak, n. laughter;
Hindi ko ibig máriníg ang halakhák ni Mameng. I do not want to hear the laughter of Mameng.

halakhakán, v. to laugh at;
Huwag mo siyáng halakhakán. Do not laugh at her.

halaghág. adj. full of neglect;
Halaghág na babae ang asawa ni Simon. Simon's wife is neglectful.

halál, n. vote;
Halál na ang aming kandidato. Our candidate is already a winner.

hálalan, n. election;
May hálalan dito sa atin sa Nobyembre. There is an election here in November.

halabós, adj. boiled and dried;
Halabós na hipon ang ulam namin. Boiled and dried shrimps are our viand.

halaman, n. plants; vegetation;
Maraming magandáng halaman sa Pilipinas. There are many beautiful plants in the Philippines.

halamanan, n. garden;
May magagandáng halaman sa aming halamanan. There are beatiful plants in our garden.

haláng ang butika. not afraid to die or to kill;
Haláng ang bituka ng kakilala mo. Your acquaintance is not afraid to die or to kill.

halatâ, adj. noticed; can be seen or felt; detected;
Halatâ ang pagdadalamatî ni Luz. Luz's grief is detected.

halatáng-halatâ, adj. very noticeable;
Halatáng-halatâ ang kaiklián ng isáng paá niyá. Her shortened foot is very noticeable.

haláw, n. translation; trans-

lation from an original;
Haláw lamang ang aklát
niyá. Her book is only
a translation from the ori-
ginal.

halawín, v. to condense; to
translate; to pick out;
Halawín mo ang magagan-
dáng taludtód lamang.
Pick out only the beauti-
ful stanzas.

halayin, v. to embarrass; to
put to shame; to put in in-
decent position;
Huwag mong halayin ang
dalaga sa haráp ng ma-
raming tao. Do not em-
barrass the lady in public.

haligi, n. post; pillar;
Ang haligi ng bahay ni
Alicia ay anim. The posts
of Alicia's house are six.

haligihan, v. to put posts;
to place support;
Hahaligihan na sa araw na
ito ang bahay ni Mila. To-
day they will place sup-
port on Mila's house.

halimaw, n. beast;
Isáng halimaw ang taong
iyán. That man is a beast.

halimbawà, n. example;
Isang mabuting halimba-
wa ang ibigáy mo sa ka-
niyá. Give her a good
example.

halimhimán, v. to hatch;
Hahalimhimán ng inahín
ang mga itlóg. The hen
will hatch the eggs.

halimuyak, n. fragrance;
Ang halimuyak ng sam-
pagita ay nakaaabot sa
akin. The fragrance of
the sampaguita reaches
me.

halíng, adj. fool; mad;
Halíng ang taong iyán.
That man is a fool.

halinghíng, n. moaning;
Malakás ang halinghíng ng
maysakit. The patient ma-
kes a load moaning.

halo, n. pestle;
Mabigat ang halo ni Juan.
Juan's pestle is heavy;

halò, n. mixture;
Halò ang bigás at malag-
kít. The mixture is rice
and sweet rice called ma-
lagkít.

haluin, v. to stir; to mix;
Haluin mo ang nilugaw.
Stir the gruel.

halu-halò, n. refreshments;
mixture of sweets, ice and
milk. Ibig na ibig ni Sa-
bel ng halu-halò. Sabel
likes halu-halo very much.

halos, adv. almost;
Halos walâ nang itinutulog
ang batà sa kaiiyák. The

baby keeps on crying so he hardly sleeps.

halukipkíp, v. to cross arms across the breast: Nakahalukipkíp ang batà nang datnán ng iná. The boy had crossed arms across the breast when the mother arrived.

halumigmíg, adj. moist; damp; Mahalumigmíg na hangin ang nararamdamán nilá. They feel the moist wind.

halungkatín, v. to search roughly; Halungkatin mo ang mga balutan at halughugin ang mga aklát upáng makita ang mahalagang bató.

halughugín, v. to ransack

halukayin, v. to look carefully or examine thoroughly; Halukayin mo ang putik at baka makita mo ang singsíng. Examine the mud carefully for you might see the ring.

hamak, adj. humble; Isang hamak na tao ang asawa ni Lula. Lula has a humble husband.

hamakin, v. to belittle: Huwag mong hamakin ang batà bagaman mahirap. Do not belittle the child even if he is poor.

hambalusin, v. to beat with a cane or a piece of wood. Hambalusin mo ang batang magnanakaw. Beat the boy thief with a cane.

hambalos, n. beating; blow; Isáng hambalos lamang ay magtatandâ ang batà. Only one beating will make the boy remember.

hamóg, n. dew; May hamóg na, kayâ ipanhik mo na ang batà. There is dew now so you take the baby upstairs.

hamón, n. ham; smoked pork; Masaráp ang hamón. Ham is delicious.

hamon, n. challenge; Ang hamon sa kampeon ay pinanonoód namin. We watch on the television the challenge to champion.

hamunin, v. to challenge; Hamunin mo siyá ng babág. Challenge him to a fight.

hampaslupà, n. vagabond; Isáng hampaslupà ang kapatíd niya. Her brother is a vagabond.

hampasín, v. to strike; to beat;

Hampasín mo nang malakás ang bola. Strike the ball hard.

hanapbuhay, n. occupation; profession; work;
Waláng hanapbuhay ang amá niyá. His father has no work.

hanap, n. object of search;
Ang hanap ko ay si Juan. My object of search is Juan.

hanay, n. row; line;
Sa ikatlong hanay nakaupô si Pedro. On the third row seats Pedro.

handâ, n. food; menu;
Ang handâ sa patatló ay kakanín. The food at the third night party is native cake.

adj. ready; Handâ na ba ang baon ko? Is my food ready.

handaan, n. place where the party is held; party;
Ang handaan kina Luisa ay sa Linggó. The party at Luisa's will be on Sunday.

ihandâ, maghandâ, v. to prepare; to make ready;
Maghandâ ka ng isáng kabáng bigás at ihandâ mo pa rin ang iuulam doón. You prepare a cavan of rice and also have ready some

viand to eat with the rice.

handaán, v. have ready;
Handaán mo ng sandaáng piso ang parti. Have one hundred pesos ready for the party.

handóg, n. gift; offering;
Ang handóg sa kaniya ni Ana ay sangkahong kendi. Ana's gift for her is a box of candies.

handugán, v. to render a gift; to celebrate;
Handugán mo siyá ng isáng sayawan. Prepare a dance for her.

handusáy, adj. fatigued; weary; tired;
Handusay na si Rosa nang datnán ko. Rosa was tired when I found her.

hantungan, n. end; destination;
Nasa huling hantungan na si Romeo. Romeo is now at his final destination.

hangál, adj. stupid;
Isáng hangál ang kasama ni Kulas. Kulas's companion is stupid.

hanggá, v. till; until;
Hanggang dumating si Juan ay naglilinis pa ang kaniyáng katulong. Juan's boy was still scrubbing the floor until he arrived.

hangganan, n. border; end of.
Ang hangganan ng lupà namin ay sa kabilâ ng santol. The border of our land is on the other side of the santol tree.

hangin, n. wind;
Ang hangin sa balkón ay malakás. The wind at the balcony is strong.

hangò, adj. derived; adapted;
Hangò sa ibáng wikà ang besbol. Besbol is derived from another language.

hangos, adj. out of breath;
Hangos na hangos si Laura nang dumatíng. Laura was out of breath when she arrived.

hapág, n. table;
Nasa hapág ang pagkain. The food is on the table.

hapáy, adj. bankrupt; defeated;
Hapáy na ang bangko ni Martin. Martin's bank is now bankrupt.

hapdî, n. smarting pain;
Halos hindî matagalán ni Luz ang hapdi ng kaniyang sugat. Luz can hardly bear the smarting pain of her wound

haplitín, v. to eat voraci-ously; to lash;
Haplitín mo ang kain at nang makáalís tayo agád. Eat voraciously so we can leave at once.

hapis, n. sorrow; anguish;
Malaking hapis ang ibinibigáy ni Mengoy sa kaniyang asawa. Mengoy gives his wife an unbearable anguish.

hapis, adj. afflicted; sorrowful;
Hapis ang mukhâ ni Sion sa larawan. Sion has a sorrowful face in the picture.

hapít, adj. fittingly close;
Hapít na hapít ang damít ni Mila. Mila's dress is fittingly close.

haplít, v. quicken;
Haplít nang haplit si Petra sa kágagawà. Petra quickens her work.

haplós, n. caress; relieves pain.

haplusín, v. to massage; to caress;
Haplusín mo ang mukhâ ni Baby. Try to massage Baby's checks.

hapò, n. tiredness, weariness;
Ang hapò ni Laura ay ma-

lakí. Laura's tiredness is great.

hapô, adj. tired; weary;
Hapô si Danny sa kálalarô. Danny is tired of playing.

hapon, n. afternoon;
Tuwing hapon ay umuuwî si Romeo sa Gapan. Every afternoon Romeo goes home to Gapan.

Hapón, n. Japanese;
Ang mga Hapón ay nagparusa sa maraming Pilipino noóng guló. The Japanese punished many Filipinos during the war.

hapunan, n. dinner or supper whichever is the heaviest meal. Kumain kamí ng pabo sa hapunan. We had turkey for dinner.

hapunán, n. roosting place of chickens;
Inilagáy niyá sa hapunán ang mga manók na inahín. She placed the hens in the roosting place.

harang, n. obstruction;
Nilagyán ng harang ang pintô nilá upáng huwág makalabás ang sanggól. They placed an obstruction at the door so the baby cannot go out.

harangán, n. hold up;

Nagkaroón ng harangán sa Gapan kagabí. There was a hold-up in Gapan last night.

harangin, v. to waylay; to stop;
Harangin mo ang mga batà na pumapasok sa bakuran. Stop the children who enter the yard.

haráp, n. front;
Sa haráp ng bahay nakatayô ang duyan. In front of the house they built the wing.

harì, n. king;
May korona ang harì. The king has a crown.

hari-harian, a man acting like a king; Parang isáng hari-harian ang bayaw mo. Your in-law is acting like a king

harót, adj. prankish;
Harót ang kalarô mo. Your playmate is prankish.

hasâ, adj. sharpened; experienced;
Hasâ sa kadidiskurso ang ang kapatíd mo. Your brother is an experienced speaker.

hasang, n. gills of fishes;
Kinakain ng pusà ang hasang ng isdâ. The cat eats

the gills of fishes.

hasík, n. seedling;
Hasík lang ang papayang tumubò sa hardin. The papaya growing in the garden is only a seedling.

haula, n. cage;
Nakakulóng sa haula ang martines. The martines is kept in the cage.

hatinggabí, n. midnight;
Hatinggabí kung dumatíng si Ramon sa bahay. It is midnight when Ramon comes home.

hatol, n. decision; Anó ang hatol sa kaniyá ng hukom? What is the decision of the judge?

hatulan, v. to judge; Hatulan mo ngâ siyá kung kailangan na ipagpatuloy ang kaniyáng gayák. Judge her if she should carry out her plan.

hawak, n. hold; grasp; under somebody's possession. Hawak niyá sa batok ang taong iyán. He has a hold on that man.

hawakan, v. to take hold of; Hawakan mo ang batà at maglulutò akó. Hold the baby and I will cook.

hawás adj. thin; Hawás ang mukhâ ng ka-

niyang nobyo. Her lover's face is thin.

hayág, adj. open; obvious; known; Hayág ang kanilang usapan. Their conversation is open

háyagan, adj. open not a secret; Hayagan ang kanilang pagalis. Their departure is known.

hawíg, adj. similar to; Hawíg kay Rosa si Ana. Ana is like Rosa.

hayán, adv. there it is; Hayán ang salapî mo! There is your money!

hayaán, v. allow; permit; Hayaán mong maglarô ang batà. Permit the child to play.

hayók, adj. greedy; hungry; Hayók na sa gutom si Manuel ay ayaw pang pauwiín. Manuel is already very hungry, still they do not allow him to go home.

hayop, n. animal; Ang kalabaw ay malaking hayop. The carabao is a big animal.

heto o eto, adv. here it is; Heto ang hinihingî mong aklát. Here is the book you are asking for.

hibáng, adj. delirious;
Hibáng sa lagnat ang ba-
tà. The child is in deli-
rious condition because of
the high fever.

hibík, n. lamentation; love
proposals;
Naririnig ko ang kaniyáng
mga hibík. I hear her
lamentation.

hiblá, n. thread; fiber;
May isáng hiblá ng sinu-
lid sa karete. There is a
piece of thread on the
spool.

hibò, n. seduction;
Ang kaniyang pagkakaa-
sawa ay isang hibò lamang.
Her marriage was only
due to seduction.

hikà, n. asthma;
May hikà si Laura. Lau-
ra has asthma.

hikain, adj. asthmatic;
Isang hikain ang kaniyáng
kakilala. Her acquaint-
ance is asthmatic.

hikahós, adj. needy; poor;
Hikahós ngayón si Sabel.
Sabel is needy at present.

hikaw, n. earrings;
Siyá ay may hikaw na
brilyante. She has dia-
mond earrings.

hikawan, v. to wear earrings;
to put earrings on;
Hikawan mo si Sofia at
nang huwag magsará ang
butas ng tainga. Put ear-
rings on Sofia so her pierce
on the ear will stay.

hikayatin, v. to persuade;
to convince;
Hikayatin mong mag-aral
sa America si Lucia. Per-
suade Lucia to study in
America.

hikbí, n. sobbing;
Malakás ang hikbí ni Ma-
meng. I hear Mameng's
loud sobbings.

hidhíd, adj. stingy;
Hidhíd ang asawa niyá.
Her husband is stingy.

hidwâ, adj. wrong; astray;
mistaken;
Hidwâ ang kaniyáng gina-
wa. What she did is wrong.

higâ, v. lie down;
Higâ at matulog na tayo.
Lie down and let us sleep.

higad, n. catterpillar; worm;
Ang higad ay makati. Cat-
terpillar is very scratchy.

higante, n. giant;
May higante na nakita sa
telebisyon. There is a giant
seen in the television.

higing, n. cue of a musical piece; rumor;
Isang higing lamang ang sinasabi niyá. What she said is only a rumor.

hilahil, n. hardship; suffering;
Malakíng hilahil ang kaniyang binabatá. She has much sufferings.

hilam, n. eye pain due to soap or lie or gogo.
Hilám na ang batà ay ayaw pang banlawán ang matá. The child already has eye pains yet she would not rinse her eyes.

hilamusan, v. to wash the the face;
Hilamusan mo si Rene at marumí ang kaniyáng mukhâ. Wash Rene's face as it is dirty.

hilat, interj. Good for you!
Hilat, nahulog! Good for for you, restless!

hiláw, adj. uncooked; not ripe;
Hiláw ang mais na nabilí ko. The corn I bought is not cooked.

hilbana, n. baste stitch;
Alisin mo ang hilbana ng barò. Remove the baste stitch of the dress.

hilera, n. row; file;
May isang hilera ng batang lalaki. There is a row of boys.

hilì, n. envy; dependence;
Hilì nang hilì si Angel kay Anong. Angel is always envying Anong.

hiliin, v. to ask somebody to do the work for him;
Hiliin mo si Juan sa paggawâ ng bakod. Ask Juan to make the fence for you.

hilík, n. snore;
Narinig sa kabilang silíd ang hilík ni Julio. Julio's snore was heard in the other room.

hilig, n. tendency; inclination; liking;
Ang hilig ni Doming ay magbasá ng nobela. Doming's inclination is reading novels.

hilíng, n. request.
Ang hilíng niyá ay magbakasyón pará mag-asawa. His request is to take vacation and get married.

hilo, n. dizziness; nausea;
Nakararamdám siyá ng hilo tuwing sasakay sa auto. She feels dizziness every time she gets in a car.

hilod, n. scrubbing;
Batóng magalás ang gamit niyá sa hilod. She uses a rough stone in scrubbing her back.

hilom, n. closing or healing of wound;
Hilom na ang sugat niyá sa hità. Her wound on the thigh is now healed.

hilot, n. midwife;
Inalagaan si Ramon ng isang hilot. Ramon was taken care of by a midwife.

himig, n. melody; time;
Ang himig ng kantá ay alám ni Nena. Nena knows the melody of the song.

himpapawíd, n. space; air;
May mikrobiyo sa himpapawíd. There are germs in the air.

himakás, n. parting;
Isáng halik na himakas ang iniwan niyá. He left a parting kiss.

himagas, n. dessert;
Gulaman ang aming himagas. We have jam for dessert.

himutók, n. expression of resentment; disappointment; sorrow;
Malakíng himutók ang nangyari sa iná. A great expression of disappointment is suffered by the mother.

hinagpís, n. sorrow; affliction;
Hinagpís ang idinulot niyá sa kaniyáng iná. He gave his mother a great sorrow.

hinaíng, n. lamentation;
Panay na hinaíing ang naririnig ko. I can hear nothing but lamentation.

hinanakít, n. grudge; ill feeling; May hinanakít si Andóng kay Toyang. Andong cherishes an ill feeling against Toyang.

hinay, n. slowness; lightness;
Hinay-hinay lamang ang lakad ni Sofia. Sofia walks slowly.

hindì, adv. not; no; huwag; don't;
Hindî si Rita ang may kasalanan. Rita is not at fault.

hinete, n. horseman; jockey;
Isáng hinete ang kaniyáng asawa. Her husband is a horseman.

hinhín, n. modesty;
Ang hinhín ni Doray ay waláng kaparis. Doray's modesty is unequaled.

hinlalatò, n. middle finger,
Ang hinlalatò niyá ang may sinsing. Her middle finger has a ring.

hinirang, v. picked out; selected;
Hinirang siyáng tagalista. She was picked out as a recorder.

hintáy, rw.
maghintáy, v. to wait for; await;
hintayín
Maghintáy ka sa lupà at at hintayín mo si Rita. Wait for Rita downstairs.

hintô, rw.
humintô, maghintô, pahintuín, v. stop;
Humintô ka sa tapat nila at pahintuín mo ang lahát na magdaraán.
Stop in front of their house and make everybody stop there.

hinugot, v. pulled out;
Hinugot siyáng pinakamagandá. She was pullled out the most beautiful.

hipag, n. sister-in-law;
May hipag akóng taga Surigaw. I have a sister-in-law from Surigao.

hipò, n. touch;
Ang hipò ko sa manók ay matabâ. Judging from the way I touched the chicken, it is fat.

hirám, n. something borrowed or lent;
Hirám lamang ang aklát kong ginagamit. The book I am using is only borrowed.

hiramín, v. to borrow;
Sikapin mong hiramín ang payong ni Ana. Try to borrow Ana's umbrella.

hirang, rw.

hirangin-humirang, v. to select;

hirang, n. one chosen;
Hirangin mo siyáng manadyer at humirang ka pa ng katuwáng niyá. Select him as manager and choose one to help him.

hirap, n. hardship; poverty;
Malakíng hirap ang inabot nilá noong panahon ng Hapon . They suffered hardship during the Japanese time.

mahirap, adj. difficult; poor;
Mahirap kumita ng kuwalta. It is hard to earn.

hipuin, v. to touch;
Hipuin mo ang kamay ni-
yáng malamíg. Touch her
cold hands.

hipon, n. shrimps;
Kumakain ka ba ng hipon?
Do you eat shrimps?

hità, n. thigh;
May pigsá siyá sa hità
He has a boil on the thigh.

hitik, adj. bent due to
weight; full; heavy;
Hitik ng bunga ang duhat.
The duhat tree is full of
fruit.

híraman, n. act of borrow-
ing;
Si Ana ang híraman ni
Jose ng kuwalta. Ana is
the person from whom
Jose borrows money.

hirangin, v. to choose; to
appoint;
Hirangin mo siyang taga-
pamahalà. Choose him to
be your manager.

hiratí, adj. accustomed,;
good at;
Hiratí sa kahirapan ang
batà. The child is accus-
tomed to hardships.

hititín, v. to smoke;
Hititín mo ang tabako sa
kahón. Smoke the tobacco
in the box.

hitsura, n. figure; form;
looks;
Ang hitsura ng tao ay na-
katatakot. I fear the looks
of the man.

hiwà, n. slice; cut;
Ang hiwà ng hamón ay ma-
nipís. The slice of the
ham is thin.

hiwagà, n. mystery;
Isáng hiwagà ang nang-
yari. What happened is a
mystery.

hiwaláy, adj. s e p a r a t e;
apart;
Ang mag-asawa ay hi-
waláy kung matulog. The
couple sleeps separately.

hiyâ, n. shame;
walanghiyâ, shameless;
Walâ nang hiyâ ang may-
gawâ niyán. The one who
did that is shameless.

hiyaín. v. to put to shame;
to embarrass
Do not embarrass the
woman.

hiyáng, adj. good; agree-
able;
Hiyáng sa batà ang gatas
ng kambíng. The goat's
milk is agreeable to the
child.

hiyás, n. jewelry;
Maraming hiyás ang ba

baing iyán. **That woman
has plenty of jewelry.**

hiyasán, v. to adorn; to put
jewelry on;
Hiyasan mo ang kandida-
ta at nang gumandá. **Put
jewelry on the candidate
so she will look pretty.**

hiyáw, n. shout;
Malakás ang hiyáw ni Pe-
dro. **Pedro made a loud
shout.**

hiyawan, v. to shout at;
Huwág mong hiyawán
ang iyóng iná. **Do not
shout at your mother.**

hô, less formal than pô;
Ayaw hô niyang kumain.
**He does not want to eat.
(Use hô with people older
than you but whom you do
not respect much.)**

hubád, adj. naked;
no clothing;
Hubád nang makita nilá
ang Igorot. **The Igorot
was naked when they
found him.**

hubog, n. form; shape;
Magandá ang hubog ng ka-
niyáng katawán. **Her body
has a nice shape.**

hubô, adj. naked from the
waste;
Hubô ang Indian na na-

huli. **The Indian was
naked from the waist.**

hubô at hubád, adj. totally
naked;
May mga tagá Bukidnon
na hubô at buhád. **There
are Bukidnons who are
totally naked.**

hukay, n. grave;
Malalim ang hukay na gi-
nawâ nilá. **They made a
deep grave.**

hukayin, v. to dig;
Hukayin ninyó ang bang-
káy at nang maiksamin.
**Dig the body so it can be
examined.**

hukáy, adj. excavated;
Hukáy ang pinaglibingán
sa bangkáy. **The place
where the body was buried
was excavated.**

hukbó, n. army;
Kailangan ang hukbó sa
panahóng itó. **It is neces-
sary to have an army at
present.**

hukóm, n. judge;
Ang hukóm ang magbibi-
gáy ng hatol. **The judge
will give judgment.**

húkuman, n. court;
Pupuntá kamí sa húku-
man sa Sabado. **We are**

going to court on Saturday.

hukumán, v. to render justice;
Huhukumán na ang mga nagkasala. The judge will render judgment to those criminals.

hugas, n. rice water;
Ginagamit ang hugas sa sinigang. We use rice water for sinigang.

hulà, n. guess; prediction;
Ang hulà ni Rosa ay tatamà siyá sa swipstik. Rosa's prediction is she will win in the sweepstake.

hulaan, v. to predict; to guess;
Hulaan mo kung sino ang dumarating. Guess who is coming.

hulí, adj. late;
Hulí na ako sa tren. I am late on the train.

huli, n. adj. caught; captured;
Ang huli nila ay tatlong dalág. Their capture is three mudfish.

hulihán, n. back; rear;
Sa hulihán, nakatalì ang buntót ng buradol. At the back the tail of the kite is tied.

humuli manghuli, v. to catch; to capture:
Manghuli kayo ng mga iláng isdâ at nang mailutò. Catch a few fish to cook.

hulmahan, n. molding; casting;
Ang hulmahan ng sombrero ay náhirám. The molding or mold for shaping the hat is borrowed.

hulog, n. installment; fall;
The first installment for the land is thirty pesos.

humál, adj. speaking through the nose;
Humál ang kapatíd niyá. Her sister speaks through the nose.

humangà, v. to admire;
Humangà sa dalaga si Jose. Jose admires the lady.

humanap, v. to look for; to search;
Humanap ka ng makapaglutò ng kari-kari. Look for somebody who can cook kari-kari.

humantóng, v. to end; to terminate;
Humantóng sa kamátayan

ang kaniyáng gawang masamâ. His bad doings terminated in death.

humigit-kumulang; adv. more or less;
Humigit-kumulang ay mahuhulaan mo kung pápasá ka sa pagsusulit o hindî. You can guess more or less whether you will pass the examination or not.

humila, v. to pull;
Humila ka ng isáng silya at nang maka-upô ka. Pull a chair so you can sit down.

humilig, to recline: to incline;
Humilig ka muna sandalî.

humimlay, Recline for a while;

humupâ, v. to subside,
Humupâ na ang bukol niyá sa paá. Her boil on the foot has subsided.

humpák, adj. hollow;
Humpák na ang pisngí ng matandâ. The cheeks of the old man are hollowed.

humpáy, n. rest; cessation;
Waláng humpay ang kápapaputók nina Juan sa kalaban. There is no rest in the shooting of their enemies.

huni, n. chirp of birds;
Ang huni ng ibon ay naririnig namin. We hear the chirping of the birds.

hurno, n. oven;
May hurno kamí ngunit bihirang gamitin. We have an oven but we seldom use it.

hustó, adj. fitted; right; sufficient;
Ang tsinelas ay husto kay Sofia. The slippers just fit Sofia.

hustuhán, v. to complete payments;
Hustuhán mo na ang bayad at nang hindî ka sinisingil. You better complete payments so they will not come again.

huthutín, v. to suck; to sip;
Huhuthutín lamang ang bulsá mo ng babaing iyán. That woman will only suck you.

hutukin, v. to discipline; to mold;
Hutukin mo ang batà hanggáng murà. Mold the child while he is young.

huwád, adj. reproduction; fake; copied;
Huwád lamang ang kuwaltang iyán. That money is fake.

huwág, adv. no; don't;
Huwag kang aalís. Do not leave.

húwaran, n. model; sample;
May húwaran silá ng magandang bestido. They have a model for a beautiful dress.

Hwebes, n. Thursday;
Kung Hwebes ay maraming tao sa kapilya nilá. On Thursdays there are many people in their chapel.

huego, n. game

— I —

ibá, pron. other; another;
Iba ang akin sa atin. What is mine is different from ours.

mag-ibá, v. to change;
Mag-ibá ka ng damit at nang huwág kang mákilala. Change your dress so you will not be recognized.

ibabâ, v. to put down; to lower;
Ibabâ mo ang iyóng payong. Put your umbrella down.

ibabad, v. to soak; to immerse in;
Ibabad mo sa sukà ang daing. Soak the daing in vinegar.

ibabaw, n. top; on top of;
Sa ibabaw ng mesa iniwan ko ang aklat. On top of the table I left the book.

ibatay, v. to base on;
Ibatay mo sa halagá ngayón ang pagbibili mo ng bigás. Base the price of rice at present the selling price of the rice you have to sell.

ibayo, n. other side; opposite side;
Sa ibayo ng kalsada dinalá ng aso ang butó. On the other side of the street the bone was carried by the dog.

ibayó, v. to pound;
Ibayó mo ang halong bagóng datíng. Pound the rice with the pestle just arrived.

ibig, rw. to wish; desire; like; love;

ibigin, v. to love; Ibigin mo ang Diyos na lalò sa lahát. Love God above all others. **umibig,** v. to love; **pag-ibig,** n. love; Umibig ka sa kapwà mo tao gaya ng pag-ibig mo sa iyong sarili. Love others like the way you love yourself.

ibitin, v. to hang up; Ibitin mo ang pinyá. Hang up the pineapple.

ibon, n. bird; Ang ibon ay kumakantá. The bird is singing.

ibubô, v. to spill; to shed; Ibubô mo ang gintô sa hikaw. Spill the gold on the earrings.

ibunsód, v. to launch; Ibunsód mo ang iyóng kandidatura. Launch your candidacy.

ika, prefix used to form ordinal numerals; to specify the hour of the day or the day of the week.

ika-5 ng umaga bukas; at five o'clock tomorrow morning;

ika-3 ng Marso kahapon; Yesterday was March 3. Kahapon ay ika-3 ng Marso.

ikabubuti, n. welfare; goodness; Sa ikabubuti ng marami ang pagtatayô ng pámilihan sa aming poók. The building of a market in our community is for the welfare of many.

ikagiginhawa, n. cause of one's comfort; ease; Ang pagtatayô ng tuláy sa pagitan ng Molave at Narra ay sa ikagiginhawa ng maraming tao na pumaparoon sa Health Center. The building of a bridge between Molave and Narra will be for the comfort of the many people going to the Health Center.

ikaliligtás, n. for one's safety; Sa ikáliligtás ng marami ang paglalagay ng ilaw sa daan. The placing of light in the street is for the safety of many.

ikatitiwasay, n. cause of being at peace; Sa ikatitiwasay ng pamilya ay minabuti ko na ang umalis. For the sake of peace I decided to leave the family.

ikinaluluóy. n. cause of being wilted;

Ang ikinaluluóy ng bulak-
lák ay ang pagkákain ng
uód. The eating of the
worm is the cause of the
flower being wilted.

ikáw, pron. you; thou;
Ikáw ay marunong. You
are bright.

ikid, n. coil; roll;
Ikirin mo ang sinulid.
Roll the thread.

iklî, rw. shortness;
Ang iklî ng bestido niyá!
How short her dress is!

maiklî, adj. short;
Maiklî ang buhók mo.
Your hair is short.

umiklî, v. to become short;
Umiklî ang baro ko nang
málabhán. My dress be-
came short when it was
washed.

paikliin, v. to shorten;
Paikliín mo nang kauntî
ang barò mo. Make your
dress a little shorter.

idlíp, n. a short sleep or
nap;
Sandalî siyáng náidlíp.
He slept a little.

igawad, v. to offer; to give;
Igawad mo sa kaniyá ang
iyóng kapatawaran. Give
her your forgiveness.

igíb, rw. to fetch water;
Igíb nang igíb si Pedro

pagka náritó. Pedro fetch-
es water often when he is
here.

igláp, n. moment; instant;
Sa isáng igláp ay nasu-
nog na lahat ang kanilâng
pagkabuhay. In an in-
stant all their belongings
got burned.

igtád, n. sudden jump or
move;
Isáng igtád lamang ay na-
buwál si Chimang. In a
sudden move, Chimang
fell.

ihagis, to throw;
Ihagis mo ang bola kay
Sebio. Throw the ball to
Sebio.

ihaw, rw. to roast;
Ibig ihaw ni Idad ang
ibon. Idad wants to roast
the bird.

ihanay, v. to place in a row;
to relate;
Ihanay mo ang mga mang-
ga sa bilao. Arrange the
manggoes in a shallow bas-
ket.

iharáp, v. to bring forward;
to face;
Iharáp mo ang iyóng tes-
tigo. Bring your witness
forward.

iladlád, to unfurl; to bring
out;

Iladlád mo ang bandilà at nang makita ang mga kulay. Unfurl the flag so the colors can be seen.

ilagan, v. to avoid;
Ilagan mo ang masamáng kasama. Avoid bad company.

ilagáy, maglagay; v. to put; to place;
Maglagáy ka ng dalawáng bantáy sa pintô. Ilagay mo si Juan at si Pablo. Place two guards at the door. Place Juan and Pablo.

ilalim, adv. under; beneath
Ilagay mo sa ilalim ng mesa ang katól. Put the katol under the table.

ilandang, n. flying asunder:
Ang ilandang ng tatal ay malayo ang inabot. The flying of the chip of wood was far.

ilán, pron. how many?
Ilán ang kasama mo? How many are your companions?

ilan-ilán, adj. very few;
Iilan-ilang bayabas ang nakuha. We have gotten only a few guavas.

iláng, n. wilderness; out of the way;

Nakakita silá ng ligáw na manók sa iláng. They found a wild chicken in the wilderness.

ilang-ilang. n, a tree bearing fragrant flowers;
Walâ kamíng taním na ilang-ilang. We have no ilang-ilang tree.

ilap, n. act of being wild or untamed;
Ang ilap ng ibon na nahuli niyá ay waláng kaparis. The act of the bird's being untamed is unequaled.

ilapat, v. to make even; close or compact;
Ilapat mo ang pintô at nang huwág mábukas ng hangin. Make the door close and compact so the wind will not blow it.

ilathalà, v. to publish; to make public;
Kailangang ilathalà **ang** kuwentong sinulat **niyá.** It is necessary to publish the story that he wrote.

ilaw, n. light;
Waláng ilaw sa garahe. There is no light in the garage.

ilawan, v. to light;
Ilawan mo siya sa pagha-

hanáp ng lapis. Light him in looking for the pencil.

ilawán, n. lamp;
Tatló ang ilawán naming bigáy ng mga kaibigan. We have three lamps given by our friends.

Ilipat, v. to transfer; to move;
Ilipat mo ang batà sa kabilâ at nang hindî makita ang pag-alís ng iná. Transfer the child to the other house so he will not see the departure of the mother.

ilog, n. river;
Itinapon sa ilog ang batang bagong panganak. They threw into the river the newly born baby.

ilóng, n. nose;
Matangos ang ilóng ni Carmen. Carmen has a pointed nose.

imbák, n. preserves; stocks;
Maraming imbák na kamote si Luz. Luz has plenty of kamote preserves.

imbakín, v. to preserve; to stock;
Imbakín natin ang ibáng ubi. Let us preserve the rest of the tuber.

imbáy, n. swing of the arms; in motion;
Sa pag-imbay ni Nene ay tumapon ang tangan niyáng bola. In swinging Nene's arm the ball she was holding fell on the ditch.

imbí, adj. miserable; mean.
Isáng imbí ang kasama mo. The man who is with you is mean.

imbót, n. greed;
Isáng pag-iimbót ang kaniyáng ginawâ. What he did is a sign of greed.

imík, n. talk; speaking;
Waláng imík na kumain si Jose. Jose ate without speaking.

ímikan, n. talking with each other;
Waláng ímikan ang magkaibigan. The two friends did not talk to each other.

imot, n. extreme economy;
Balita ang kaimutan o pagkamaimot ng taong iyan. He is noted for his extreme economy.

impít, n. pressure; tightness;
Impít ang boses ni Satur. Satur's voice is forced or tight.

impitín, v. to tighten;

Impitín mo ang tiyán mo at nang magmukháng maliít. Tighten your belt so your stomach will look small.

impó, n. grandmother;

Ang impó ko ay mahigít nang sandaang taón nang mamatáy. My grandmother was over one hundred years old when she died.

impók, n. savings;

Waláng impók si Juana. Juana has no savings.

impukín, v. to save;

Impukín mo ang pagbibilhán mo ng mga aklát. Save the proceeds from books.

imulat, v. to open one's eye; to teach;

Imulat mo ang matá ng iyóng anák sa hanapbuhay. Teach your son to earn a living.

in, used as a prefix or infix to form verbs that express action in the passive.

iná, n. mother;

Ang iná ko ay namatáy noóng akó'y maliít pa. My mother died when I was still small.

inakáy, n. brood;

Ang inakáy ng ibon ay nalaglág sa pugad. The brood fell from the nest.

inaglahì, v. ridiculed; mocked;

Inaglahì ni Bation ang matanda. Bation ridiculed the old man.

inalís, v. removed;

Inalís ni Juanito ang larawan sa dindíng. Juanito removed the picture from the wall.

inampalán, n. judges;

Napili ng inampalan si Toledo para magíng kampeón.

inamò, v. caressed;

Inamò ni Rosa ang batang nagtampó. Rosa caressed the child who felt bad.

indák, n. movement in rhythm;

Magandá ang indák ni Laura. Laura's movement in rhythm is quite graceful.

inamin, v. to admit;

Inamin ni Juan ang pagkakuha ng kuwalta. Juan admitted having gotten the money.

indayog, n. rhythm;

Ang indayog ng sayaw ay n a k a s a s a w a n. The

rhythm of her dance makes one feel bad.

iniatas, v. ordered;
Iniatas ni Juli ang pagtatabóy sa mga pilyóng batà. Juli ordered the driving away of the naughty children.

inihasík, v. planted;
Inihasik ni Pedro ang mga butó ng papaya. Pedro planted the papaya seeds.

iniisip, v. is thinking of;
Iniisip ni Ramon ang pagbalík sa America. Ramon is thinking of going back to America.

inilagpák, v. to let fall;
Inilagpák ni Juan ang manggá. Juan let the manggo fall.

lumagpák, v. to fall:
Lumagpák ang bunga ng guwebano. The guwebano fruit fell.

inís, adj. impatient;
Inis na si Nena kaya umalís. Nena is impatient so she left.

inisín, v. irritate; to suffocate;
Inisín mo ang batà at nang mamatay. Suffocate the child so he will die.

init, n. heat;
Waláng init ang plantsa, marahil sirâ. The iron has no heat, perhaps it is out of order.

uminit, v. to become hot;
mainit, adj. hot:
Mainit na ang plantsa at nang uminit naman ay napasò akó. The iron is hot now and when it got hot my hand got burned.

inog, n. revolution;
Ang gulóng ay gumawa ng isáng inog at pagkatapos ay humintô. The wheel made one revolution and then it stopped.

inóm, v. to drink;
uminóm, v. to drink;
Uminóm ng gatas ang batà. The child drank milk.

inumin, v. to drink;
Inumín mo naman ang limonada. You drink the lemonade.

inumín, n. something to drink;
Waláng inumín sa bote. There is nothing to drink in the bottle.

inuhín, v. to take notice of;
Huwág mong inuhín ang matandâ at nang huwág

magalit. Do not take no-
tice of the old woman so
she will not get mad.

insó, n. term used in calling
the wife of an elder broth-
er. May dalawáng insó
akó. I have two inso.

inulit-ulit, v. do repeatedly;
Inulit-ulit niyá ang pagsi-
sigarilyo samantalang nag-
hihintáy. He smoked re-
peatedly while waiting.

ulit, n. repetition;
Tatlóng ulit siyáng napa-
rito. He came here three
times.

inumit, n. something stolen.

inumit, v. was stolen.
Ang lapis na inumit ni
Pablo ay inumit naman sa
kaniya ni Juan.

inusig, v. investigate; perse-
cute;
Inusig ng maykapangyari-
han kung saán siyá ku-
muha ng ibinili ng auto
gayong maliit lamang ang
kaniyang sahod. The auth-
orities investigated where
he got the money with
which he bought the car
when he receives only a
small salary.

inuusig, n. one in trouble;
Si Simeon ay isa sa mga
inuusig. Simeon is one of
those in trouble.

inuutusan, one being order-
ed or commanded;
Isáng inuutusan lamang si
Juan, at hindî siyá ang
magmamay-arì ng binibi-
líng jip. Juan is being
commanded only and will
not be the one to own the
jeep being bought.

utos, n. order; command;
Ang utos ng tenyente ay
barilín ang maysala. The
Lieutenant's order is to
shoot the criminal.

inut-inutin, v. to go slowly
by degrees; little by lit-
tle;
Inut-inutín mo nang lini-
sin ang bigás. You can
clean the rice little by lit-
tle.

inutusan, v. was sent on an
errand;
Inutusan si Jose na mag-
bili ng apat na kabáng pa-
lay. Jose was sent to sell
four cavanes of rice.

inyó, pron. your or yours
(singular & plural) with

respect;

inyó, pron. (sing.) your or yours;

Inyó ang diksiyonaryong itó. This is your dictionary. Ito ang aklat mo. This is your book.

ingat, n. care; protection; Waláng ingat ang batang iyán. That child has no care or is careless.

mag-ingat, v. to take care of;

Ingatan mo ang alahas na ipinatagò ko sa iyó. Take care of the jewels I asked you to keep. Mag-ingat ka sa paglakad nang nagiisá. You have to be careful in walking alone.

ingat-yaman, n. treasurer; Si Beny ay ingat-yaman ng klase nilá. Beny is the treasurer of the class.

ingay, n. noise; Ang ingay ng mga batà ay waláng kaparis. The noise of the children is without equal.

ipakain, v. to feed; Ipakain mo na sa mga batà ang tinapay. You feed the children with the bread. or Let the children eat the bread.

ipalimbág, print; to have it printed;

Ipalimbág mo ang pátakarán ng kapisanan. Have the regulations of the club printed.

ipakí, prefix to form verbs that denote requests; Ipakibigay mo itó kay Sofia. Please give this to Sofia.

ipaubayà, v. to entrust; to put or leave in the care of others;

Ipaubayà mo na kay Julio ang pagbabayad ng utang. Let Julio pay for the debt.

ipamahagi, v. to divide; to distribute;

Ipamahagi mo ang palay na nasa kahon. You distribute the palay in the box.

ipamanság, v. to be boastful of;

Ipinamamanság ang malaki niyáng sueldo o sahod.

ipanlinláng, v. to deceive; Huwag mong ipanlinláng ang malaking bahay na tinitirhan mo. Do not use the big house where you are staying as a means of deceiving.

ipikít, v. close (as of the eyes);

Ipikít mo ang iyóng matá at magtatagò si Sofia, pagkatapos hanapin mo siyá. Close your eyes and Sofia will hide, afterwards you look for her.

ipinadpád, v. cast by the wind;
Ipinadpád ng hangin ang nakasampay na damít. The clothes hanging in the line were cast by the wind.

ipinugal, v. tied; fastened;
Ipinugal ni Simeon ang kalabáw sa punò ng manggá. Simeon tied the carabao to the mango tree.

ipis, n. cockroaches;
Maraming ipis sa kahón. There is plenty of cockroaches in the box.

ipit, n. pincher; pressure;
May ipit na bakal sa dapóg. There is an iron pincher on the fireplace.

ipitin, v. to pinch; to press;
Ipitin mo ang baga na nahulog sa sahíg. You pinch the ember that fell on the floor.

Ipunlâ, v. have it planted; to plant;
Ipunlâ mo ang mga butó ng kamates. Plant the seeds of the tomatoes.

ipod, v. to move over while sitting;
Ipód nang ipód ang batà hanggang sa nakarating ng hagdanan. The child kept on moving until he reached the stairway.

ipon, n. pile; heap;
Tatlong ipón ng ginikan ang nakikita ko. I see the three piles or rather heaps of hay.

ipunin, v. to gather; to pile;
Ipunin mo ang palay na naiwan sa bukid. Gather the palay left in the field.

ipu-ipo, n. cyclone; whirlwind;
Natangay ng ipu-ipo ang mga papel na tinipon. The whirlwind blew away the papers gathered.

irap, n. sullen look;
Ang irap ni Julia ay nasulyapan ni Nena. Julia's sullen look was seen by Nena.

irapan, v. to glare at;
Irapan mo ngâ si Juana. Give Juana a sullen look or Glare at Julia.

isá, pron. & adj. one;
isáng katló, one third;
isanggunì, v. to consult

about;
Isanggunì mo sa iyóng
iná ang balak mong pag-
aasawa. Consult your
mother about your plan to
get married.

isaulî, v. to return;
Isaulî mo ang payong na
hinirám mo. Return the
umbrella that you bor-
rowed.

isinaulî, v. returned;
Isinaulî ng iyóng iná ang
payong na hinirám mo kay
Luisa. Your mother re-
turned the umbrella you
borrowed from Luisa.

isdâ, n. fish;
Nakahuli ng maraming is-
dâ ang mángingisdâ. The
fisherman caught much
fish.

mangisdâ, v. to catch fish;
Mangisdâ muna kayó bago
kayó bumalík sa siyudad.
You better catch fish or
go fishing first before you
return to the city.

isinambulat, v. scattered;
Isinambulat ang lahat ng
nilabháng damít. She
scattered all the clothes
she washed.

isinalok, v. dipped;
Isinalok ni Pedro ang tik-

bô sa kalambâ. Pedro
dipped the dipper in the
jar of water.

isinama, v. taken along; put
together;
Isinama ang batà sa sim-
bahan dahil sa waláng
pag-iwanan. She took
along the child to church
as she had no one to leave
her with.

isinamâ, n. something that
made one wrong or bad.
Ang isinamâ ng anák niyá
ay ang maling pagpapasu-
nód ng amá. The thing
that made her son bad is
the wrong breaking of the
father.

iskursiyon, n. excursion;
picnic;
Ang iskursiyón sa Sibul ay
matutulóy sa Linggó. The
excursion to Sibul will be
held on Sunday.

isip, n. thought;
Ang isip ng matandang
iyán ay parang isip ng
batà. The thought of that
old man is like that of a
small child.

isipin, v. to think; to re-
flect;
Isipin mong nasa America

ka. Think that you were in America.

isip-isipin, v. to think about; Isip-isipin mong buháy ang iyóng amá. Try to think that your father is living.

ismíd, v. to sneer; Huwág mong ismirán ang kapwà mo. Don't sneer at others.

ismirán, v. to sneer at; Ismirán mo siyá at nang lalong magalit. Sneer at her and make her more angry.

isiwalat, v. to declare; to reveal; Huwag mong isiwalat kay Ana ang iyóng lihim. Do not reveal your secret to Ana.

ispeling, n. spelling; Mahirap ang ispeling ng salitáng iyán. The spelling of that word is difficult.

Ita, n. Negrito; Nakatira sa bundók ang mga Ita. The Itas live in the mountain.

itaás, v. raise;

itaás, n. upstairs; Nasa itaás ang kapatíd ko. My sister is upstairs. Itaás mo ang iyóng kamáy.

Raise your hand.

itatuwâ, v. to deny; Itinatuwâ ng babae ang kaniyáng utang. The woman denied her debt.

iti, n. dysentery; Namatay sa iti ang kapatid kong lalaki. My brother died of dysentery.

itik, n. duck; Lumalangóy ang itik. The duck is swimming.

itím, adj. black; Itím ang talukbóng niyá. Her veil is black.

umitim, v. to become black; Umitím ang buhok niyá nang makulayan. Her hair became black when it was dyed.

itimán, adj. with predominant black color; Itimán ang suot ni Sabel na bestido. Sabel's dress has predominant black color.

itimín, v. to blacken; to make black; Itimín mo ang sapatos mo. Blacken your shoes.

itinakwíl, v. denied; turned one's back on; Itinakwíl niya ang kaniyáng mga magulang dahil sa mahirap lamang silá.

She turned her back against her parents because they are poor.

itinago, v. hid; put aside Itinagò ni Jose ang kaniyáng lapis. Jose hid his pencil.

itinatalagá v. to place oneself at the mercy of fate; Itinatalagá na niyá ang kaniyáng buhay sa kamátayan. She is placing herself at the mercy of faith.

itirik, v. to make stand; to erect; Itirik mo ang kandilà. Make the candle stand.

itlóg. n. egg; Ang itlog ng bayawak ay masaráp. The egg of the crocodile is delicious.

bayawak, n. one kind of snake or reptile.

itó, pron. this; Itó ang aking hinahanap na lapis. This is the pencil I have been looking for.

itudlâ, v. to aim at; Itudlâ mo sa manggá ang iyong panà. Aim your arrow at the manggo.

itulak, v. to push; Huwag mong itulak ang batà at bakâ mahulog. Do not push the child as he might fall.

itulak,-kabigin, n. difference; distinction; Waláng itulak-kaibigin sa dalawáng batà. There is no distinction between the two children.

itumbás, v. to compare with; to substitute for something; Huwag mong itumbás ang halagá ng mga prutas sa lalawigan sa halaga rito sa Maynilà. Do not compare the price of fruits in the province with that in Manila.

iwasak, v. to destroy; to demolish; Iniwasak niyá ang pagsasama ng mag-asawa: He destroyed the peacefulness of the couple.

iwasan, v. to evade; Iwasan mo ang babaing iyan at walâ kang mararatíng sa kaniyá. Evade that woman as you will gain nothing from her.

iyák, n. sob; cry; Ang iyák ng batà ay nakalulunos. The cry of the child is pitiful.

iyakán, v. to cry over;
Huwág mong iyakán ang taong hindî pa namamatáy. Do not cry over somebody who has not died.

íyakin, n. cry baby; inclined to cry;
Iyakin ang anak ni Nelia. Nelia's baby is a cry-baby

iyán, pron. that (near the person addressed);
Iyán ang sinasabi kong bahay. That is the house I was talking about.

iyó, pron. your or yours (second person, singular, possessive;
Ang lapis ay iyó. The pencil is yours. Iyán ang iyòng aklát. That is your book. Ang bulaklak ay para sa iyo. The flower is for you. (objective case);

iyón o yaón, pron. that;
Iyon o yaón ang bahay ko. (far from the speaker); That is my house.

— **L** —

laáng-gugulín, n. budget; money set aside for expenses.
May laáng-gugulín si Simeon para sa pag-aaral niyá. Simeon has money set aside for his education.

laba, n. wash day;
Ang laba ni Ana ay tuwing Sabado. Ana's wash day is every Saturday.

labág, adj. against; in violation of;
labág sa batás ang magnakaw. Stealing is against the law.

labaha, n. razor;
Matalím ang labaha ni Leon. Leon's razor is very sharp.

laban, n. game; fight;
May laban sa sabungán ngayón. There is a fight at the cockpit.

labanán, n. contest; fight;

labanan, v. to fight; to oppose;
May labanán sa Vietnam sa kasalukuyan. There is a fight in Vietnam at present. Labanan mo si Pedro kapag binabag ka. Fight Pedro if he fights you.

labás, adv. outside;
Nasa lahás ang kasama ni Julio. Julio's companion

is outside.

labanos, n. radishes;
Bumilí akó ng labanós kaninang umaga. I bought some radish this morning.

labangán, n. feeding trough for pigs and horses;
Walâ kamíng labangán dahil sa walâ namán kamíng baboy ni kabayo. We have no feeding trough since we have no pigs or horses.

lábasan, n. outdoor; doorway;
May lábasan sa bakuran namin. There is a doorway in our yard.

labasán, v. to issue forth; to show;
Labasán mo siyá ng maraming magagandáng baníg. Show her many beautiful mats.

labatiba, n. enema;
Bumilí siyá ng labatiba nang magkasakít ang kaniyáng anák. She bought an enema when her child got sick.

labatibahin, v. to give enema;
Labatibahin mo si Sofia. Give Sofia an enema.

labì n. lips;

Makapal ang labì ng mga Negro. The Negroes have thick lips.

labí, n. remnants; surplus; remains; left over;
Labí ng guera ang kaniyáng nobyo. Her lover is an exsoldier of world war II.

labian, v. to scorn;
Huwág mong labian ang kasama mo. Do not scorn your companion.

labintadór, n. firecrackers;
Maraming batà ang nasaktán sa labintador. Many children were hurt because of firecrackers.

labing-isá, pron. eleven;
Labing-isá ang dalá niyáng manggá. She brought over eleven mangoes.

labindalawá, adj. twelve;
May labindalawáng kandidata sa Caltex. There are twelve candidates for Caltex.

labinsiyám, adj. nineteen;
Labinsiyám ang nagíng anák nilá. They had nineteen children.

labis, n. surplus; left-over;
May labis kaming pakò We have some nails left over.

labis-labis, adj. sufficient; excessive;

Labis-labis ang handâ nilá noóng party. Their preparation for the party was more than sufficient.

labisan, v. to make more than sufficient;

Labisan mo ang kuwalta na pambayad sa kasera. Give her more than the amount she is to pay her landlady.

labò, n. dimness; turbidity;

Ang labò ng ilaw ay nakasasakít ng matá. The dimness of the light pains my eyes.

labuin, v. to dim; to make turbid;

Huwag mong labuin ang ang tubig at naliligò ang babae. Do not make the the water turbid as the woman is taking a bath.

labuyò, n. wild fowl;

Nakahuli silá ng labuyò sa gubat. They caught a wild chicken in the forest.

lakad, v. to walk;

Walk the distance between her house and mine.

maglakád v. walk;

Maglakad kang nag-iisá You walk alone.

lakambini, n. muse;

May isang lakambini at dalawáng lakan sa entablado. There are a muse and two lords on the platform.

lakan, n. lord; chieftain;

lakarin, v. to walk;

Lakarin mo ang layò ng bahay niyá sa bahay ko.

lakás, n. strength;

Ang lakás ni Samson ay balitang-balità. Samson's strength is well known.

lakasán mo, v. to make louder;

Lakasán mo nga ang radyo at nang marinig nating mabuti ang balità. Make the radio loud so we can hear the news very well.

lakandiwà, n. judge in a poetic joust. Si Cloualdo ay nahirang na lakandiwà. Clodualdo was chosen judge in a poetic joust.

lakò, n. things to sell;

May lakò siláng baníg at at kulambô. They have mats and mosquito nets for sale.

laksâ, n. ten-thousand;

Nag-ani si Sabel ng sanlaksang pusò ng mais.

Sabel raised ten thousand ears of corn.

laksá-laksá, n. hundreds of thousands;

Laksá-laksá kung magani ng maís si Teresa. Teresa raises hundreds of thousand ears of corn.

lagás, adj. fallen (as of leaves.

Lagás na ngayón ang mga dahon ng kahoy sa America. The leaves of trees in America at this time of the year are fallen.

lagasin, v. to destroy;

Nilagas ng batà ang mga petalo ng bulaklák. The child destroyed the petals of the flower.

lagabláb, n. blaze;

Mataás na ang lagabláb ng apóy nang makita nilá. The blaze of the fire was already high when they saw it.

lagak, n. deposit; bail;

Nakalabás si Juan sa pamamagitan ng lagak. Juan is out on bail.

lagalág, adj. wandering; roving;

Lagalág ang batang iyán. That child is roving.

laganap, adj. widespread;

Laganap ang trankaso sa sa lalawigan. Influenza is widespread in the province.

lagaslás, n. noise made by a brook;

Naririníg ko ang lagaslás ng tubig. I hear the noise made by the water.

lagáy, n. place; put;

malagáy.....)

ilagáy.......), v. to put; to place;

lagyán.......)

Maglagáy ka ng hadláng sa pintô at nang huwág mahulog ang batà. Put an obstruction on the door so the child will not fall.

Ilagay mo ang ulam sa paminggalan at lagyán mo ng susì. Place the dish in the pantry and lock it.

kalágayan, n. condition; state;

Kumusta ang kalágayan ng maysakít? How is the condition of the patient?

lagarì, n. saw;

May lagarì si Mang Simeon. Mang Simeon has a saw.

lagariin, v. saw;

Lagariin mo ang paá ng mesa at napakataás. Saw

the feet of the table as they are too high.

lagdâ, n. signature;
Waláng lagdâ ang sulat niyá. Her letter has no signature.

lagkít, adj. starchy; sticky
Ang lagkít ng pandikít! How sticky the starch is!

lagdaán, v. to sign;
Lagdaán mo ang kasulátan at ipadalá mo sa abugado. Sign the papers and take them to the lawyer.

lagì, adv. always;
Lagì na lamang malungkót si David. David is always sorry.

lagím, n. extreme terror; sorrow;
Ang pelikulang "Gabi ng Lagim" ay lagì niláng pinanonoód. The film "Ang Gabi ng Lagim" is always seen by them.

lagitík, n. lash or creak of a whip;
Nakarinig ako ng lagitík ng kawayan. I heard the creak of the bamboo.

laglág, n. failure;
Ilan ang laglag mo sa klase? How many failures do you have in class?

lagunlóng, n. sound of falling water;
Ang lagunlóng ng talón ay ·diníg sa aming poók. The sound of the fall is heard in our place.

lagusan, n. passage;
May lagusan sa bakuran namin para sa bakuran nilá. There is a passage in our yard to their lot.

lagpak, n. failures;
Ilán ang lagpak mo? How many failures do you have?

lagpákán, v. to cause to fall;
Lagpakán mo ng dalawáng manggá si Simon. Have two manggoes fall on Simon.

lahad, n. narration; statement:
Mahabà ang lahad na kuwento. The narration of the story is long.

lahát, pron. all; everybody;
Lahat ay pupunta sa handaan. Everybody will go to the party.

lahì, n. race;
Ang lahì niyá ay mestiso. He is a mestizo.

lahiin, v. to find out the parentage;
Ibig niyang lahiin ang ma-

papangasawa ng kaniyang anak. He wants to know the parentage of the man marrying his daughter.

lalaki, n. male; man;
Matandáng lalaki ang kasama nilá sa bahay. Their companion in the house is an old man.

lala, n. weave;
Ang lala ng banìg niyá ay masinsín. The weave of her mat is close.

lalâ, adj. serious;
Lalâ na ang sakit ni Gondina. Gondina's sickness is serious.

laláng, n. creation;
Laláng ng Diyós ang unang tao sa mundo. The first man was a creation of God.

lalangín, v. to create;
Nang lalangín ang mundo ay walâ pa tayo. We were not here yet when the earth was created.

lalawig, v. to be continuous;
Inaasahang lalawig pa ang buhay ng matandâ. They are hoping the old man will still live long.

lalawigan, n. province;
Walâ na kamíng bahay sa lalawigan. We have no more house in the province.

lalim, n. depth; seriousness:
Ang lalim ng sapà ay hindi ko alám. I do not know the depth of the creek.

laliman, v. to deepen; to make deep;
Maaarì mo bang laliman ang kanal. Can you deepen the canal

lamad, n. membrane;
Kinakain ng ibang tao ang lamad ng baka. Some people eat the membrane of beef.

lamang, adv. only; merely;
Ikáw lamang ang pinagkakatiwalaan ni Mengoy. You are the only one Mengoy trusts.

lambat, n. net;
Marunong gumawâ ng lambát ang ingkóng ko. My grandfather knew how to make a net.

lambingan, n. affectionate tete-a-tete;
Ipinakikita pa sa tao ang lambingan nilá. Their affectionate tete-a-tete is seen by the people, or shown to the people.

lambitinan, v. to hang on;
Huwág mong lambitinan ang lubid at bakâ mapatíd. Do not hang on the rope for it might break.

lambóng, n. mantel for mourning;
May lambóng si Gloria nang ilibíng ang asawa. Gloria had a mantel for mourning when the husband was buried.

lambót, n. tenderness; Ang lambót ng pusò ni Nene ay hindî maikakailâ. The tenderness of Nena's heart cannot be hidden.

lamíg, n. coldness;
Kay lamíg ng hangin kung madaling araw! How cold the wind is at dawn!

lamigán, v. to control one self; to soften;
Lamigán mo ang ulo mo. Control your temper.

lamlám, n. flickering;
Ang lamlám ng ilaw nila! How their light flickers!

lamók, n. mosquito;
Maraming lamók sa amin. There are plenty of mosquitoes at home.

lamóg. adj. over-handled;
Lamóg ang atis na nábilí ko. The atis I bought was overhandled.

lamukot, n. edible part of of nangka;
Matamís at masaráp ang lamukot ng langkâ na kinain namin. The edible part of the nangka fruit which we ate was sweet and delicious.

lamugín, v. to manhandle till soft and battered;
Huwág mong lamugín ang manggâ at aasim. Do not overhandle the mangoes for they will be sour.

langgám, n. ant;
May langgám na nakapasok sa garapón ng asukal. Some ants got on the jar of sugar.

lálanggamín, v. to render accessible to ants;
Lálanggamín ang asukal kung hindî mo ilalagáy sa garapón. The ants will get on the sugar if you do not put it in the jar.

lamon, n. voracious eating, Lamon at hindî kain ang ginawâ ng utusán mo. Your helper ate voraciously.

lamunin, v. to eat voraciously; Nilamon ng aso ang karne. The dog ate the meat voraciously.

lampá, adj. feeble; weak; Lampá namán palá ang kasama mo. The companion you have is quite weak.

lámpará, n. light; lamp; Ang tubo ng lámpará ay nabasag. The chimney of the lamp got broken.

lampás, adj. beyond; penetrating; Lampás-lampás ang hangin sa kulambô. The wind passes through the mosquito net.

lampasán, v. to go over or beyond; Lalampasán pa namin silá kung magtutulin kamí. We can go over or surpass them if we walk fast.

lamuyutin, v. to overpower; to render easy; to convince; Huwág mong lamuyutin ang batà at bakâ magsumbóng. Do not overpower the child for he might report you.

lamyós, n. caress; lamyós lamang iyan ng babae niyá. That is only a caress of her girl friend.

lana, n. wool; Naglagáy siyá ng kumot na lana dahil sa gináw. She put on a wool blanket because of cold.

langís, n. oil; Nilagyán niyá ng langís ang ilaw. He put some oil in the lamp.

langisán, v. to oil; Langisan mo ang makina. Put some oil on the machine.

lángisan, n. oil factory; Mayroón siláng langisan sa Davao. They have an oil factory in Davao.

langóy, n. swim: Ang langóy ni Rosa ay mabilís. Rosa swims fast.

languyan, n. swimming contest; Nagkaroón silá ng languyan sa U.P. They had a swimming contest in U.P.

lansá, n. fishy odor; Her hands have a fishy odor. Ang kamáy niya ay malansá.

lansangan, n. street;
Walâ siyáng gawâ kundî
maggalâ sa lansangan. He
does nothing but roam in
the streets.

lanság, adj. dissolved; destroyed;
Lanság na ang kaniláng
kapisanan. Their club is
now dissolved.

lansihan, n. a game of tricks,
Mayroón siláng lansihan
kayâ maingay na maingay.
They have a game of tricks
so they are very noisy.

lantá, adj. withered;
Lantá na ang bulaklák na
bigay ni Leon.
The flower given by Leon
is now withered.

lantahín, v. to wither;
Ayaw kong lantahín ang
bulaklák na alay sa akin.
I do not want to wither
the flower given to me.

lantád, adj. wide open; exposed;
Lantád ang duyan nilá.
Their swing is exposed.

laot, n. midsea; high sea;
Nasa laot na ang bangkâ
nang tumaób. The banca
was already in the midsea
when it turned upside
down.

lapastangan, adj. disrespectful; discourteous;
Lapastangan ang pamangkin mo. Your nephew is
disrespectful.

lapastanganin, v. to act without due respect;
Nilapastangan ni Romeo
ang kaniyáng magulang.
Romeo did not show due
respect to his parents.

lapát, n. fine strips of bamboo; May nábibiling lapát
sa Divisoria. Fine strips
of bamboo can be bought
in Divisoria.

lapatan, v. to render treatment of punishment;
Lalapatan ng parusa ang
mga nagkasala. They will
render punishment to those
who committed crime.

lapián, n. party politics;
May dalawáng lapián ng
mga politiko sa Pilipinas.
There are two party politics in the Philippines.

lapis, n. pencil;
Ang lapis niyá ay matulis;
His pencil is sharp.

lapit, n. nearness;
Ang lapit ng bahay niyá
sa amin ay may apat na
hakbáng lamang. The
nearness of his house to

ours is about four steps only.

lapitan, v. to come near to or for; to approach;
Lapitan mo si Nena sa higaan niyá. Approach Nena at her bed.

larangan, n. in the field of;
Sa larangan ng pag-ibig ay walâ raw makahahadláng. In the field of love, they say there is no hindrance.

larawan, n. picture; image;
May magandáng larawan si Chita sa kaniyáng silíd. Chita has a beautiful picture in her room.

larawang-diwà, n. imaginary picture;
Ang kaniyáng iná ang larawang-diwà niyá. Her mother is her imaginary picture.

laruan, n. playground;
Ang laruan ng mga eskwela ay sa tapát ng bahay namin. The playground of the pupils is in front of our house.

laruín, v. to play with;
Laruín mo si Sofia hanggáng walâ ang kaniyáng iná. Play with Sofia until her mother comes.

lasapín, v. to taste;
Lasapín mo ang sabaw at malalaman mong mapait-paít. Taste the broth and you will discover that it is a little bitter.

lasingan, n. bar; drinking place;
Kina Larry ang lasingan nilá. Larry's place is their bar.

laslás, n. rip;
Ang laslas ng barò ni Lina ay sa lupî sa haráp. The rip of Lina's dress is in the hem in front.

laslasín, v. to rip;
Laslasín mo ang tagiliran ng kaniyáng barò. Rip the side of her dress.

lason, n. poison;
Uminóm ng lason ang kaniyáng asawa at siyang ikinamatáy. His wife drank poison and she died of it.

lasunin, v. to poison;
Huwág mong lasunin ang iyóng asawa at kasalanan sa Diyós. Do not poison your wife for it is a mortal sin.

laswâ, adj. indecent;
Ang laswâ ng bungangà ng babaing iyan! That

woman has an indecent mouth!

latâ, n. weariness;
Ang latâ ng katawán ni Mina pagkatapos ng libíng! How weary Mina's body is after the funeral!

latak, n. residue;
Huwág mong isama ang latak ng sabáw. Do not include the residue of the broth.

latag, n. spread;
Ang latag ng alpombra ay mamayang a las seis The spreading of the carpet is at six o'clock.

latay, n. welt; mark;
Ang latay ng kabayo ay likhâ ng latigo. The mark on the horse is due to the whip.

latayan, v. to mark; to produce welt;
Huwág mong latayan ang batang iyán at magagalit ang kaniyáng iná. Do not mark that child for her mother will get mad.

lathalà, n. publication;
Ang lathalà namin ng mga aklat ay makaipat santaón. The publication of our books is four times a year.

latian, n. swamps;
May latian sa malapit sa amin. There is a swamp near us.

latiko, n. whip;
Nag-iwan ng marka ang latiko sa likod ng kabayo. The whip left some marks on the back of the horse.

latikuhín, v. to whip;
Latikuhín mo ngâ ang batang itó at nang maghintô ng kaiiyák.
Whip this boy so he will stop crying.

lawà, n. lake; a wet place full of water;
Ang lawà ng Sampalukan ay nasa San Pablo. Sampalok lake is in San Pablo.

lawak, n. area; extent;
Ang lawak ng bukirín niná Pedro ay tulad ng kiná Diego. The extent of the farm that belongs to Pedro is just like that of Diego's.

lawakan, v. to spread out; to think further;
Lawakan mo ang iyong paningín at nang makita mo ang dami ng kaniláng baka. Spread out your vision and you will see the

great number of their cattle.

laway, n. saliva;

May laway ang ibinigáy niyáng mamón. There is saliva in the cake she gave.

lawig, n. duration;

Ang palátuntunan nilá ay may lawig na sang-oras at kalahatì.

lawin, n. hawk;

Tinangáy ng lawin ang nakabilád na pindáng. The hawk took away the meat being dried in the sun.

lawít, n. something suspended on; hanging;

Ang lawít ng naguwas ni Rita ay may sandalì. Rita's half slip is hanging about an inch.

lawítán, v. to give a favor; to give attention;

Lawitán mo ng awà ang inyóng anák na nagdurusa. Give attention to your suffering son.

layà, n. liberty; freedom;

Waláng layà na magsalitâ ang anák niyá. His son has no liberty to speak.

layak, n. rubbish;

May layak na lumulutang sa tubig. There is rubbish floating on the water.

layag, n. sail;

Nilagyán ng layag ang kaniláng bangkâ. They put a sail on their boat.

layás, n. vagabond;

Ang taong iyán ay layás. That fellow is a vagabond.

layaw, n. ostentation; too much favor;

Magulang lamang ni Jose ang makapagbibigáy ng ganoóng layaw. Only Jose's parents can give such great favor.

layò, n. distance;

Ang layò ng bahay ni Juan sa amin ay may isang kilometro. The distance of Juan's house to ours is about a kilometer.

layon, n. aim;

Ang layon ng kaniyang pagparito ay hindî masabi-sabi. He hesitated to give the aim of his coming over.

layuán, v. to move away from;

Layuan mo ang mga babae at wala kang mararating sa kanilá. Get away from girls for you will go nowhere.

letra, n. letter; mark;
May letra na ang kamiseta ni Pablo. Pablo's undershirt has initials on it.

letrahán, v. to letter; to mark;
Letrahan mo ngâ Nena, ang tuwalya ni Juan. Nena, will you mark Juan's towel?

libák, n. mockery; humiliation;
Isáng paglibák ang ginawâ niyá sa kaniyáng kapatíd. What he did to his brother is a mockery.

libág, n. body dirt;
Maraming libág si Danny. Danny has plenty of body dirt.

liban, v. to postpone;
Iliban mo na ang pag-uwi. Postpone your trip home.

n. absentee; Maraming liban sa klase niyá. He has many absentees in class.

libangan, n. recreation; amusement;
Pagsusugál ang libangan ni Irene. Gambling is Irene's recreation.

libangín, v. to amuse;
Libangín mo ang batà sa lupà. Amuse the child outside.

liblíb, n. unfrequented place.
Nagpuntá si Rene sa isáng liblíb at doón nanaghóy. Rene went to an unfrequented place and there he cried.

libíng, n. burial; funeral;
Ang libíng ni Romeo ay maraming tao. Romeo's funeral was attended by many people.

libingan, n. cemetery;
Dumalaw sa sementeryo o libingan siná Ana. Ana and her companions visited the cemetery.

libís, n. slope;
Kailangan ang ilaw sa libís. It is necessary to have light on the slope.

likás, adj. natural;
Likás ang kagandahan ni Kikay. Kikay's beauty is natural.

likhâ, adj. created,
Likhâ ng Diyos ang unang tao sa daigdig. The first man on earth was created by God.

likhaín, v. created;
Nang likhaín ang tao ay nalikhâ na ang daigdig. When man was created, the world was already created.

likô, n. curve;
Nasa likô na ang kalesa nang abutan ko. The caleza was already at the curve when I overtook .it.

likód, n. back;
Ang likód niyá ay sumasakít kapág nagtatrabaho nang mabigat. When he works hard, his back aches.

likót, n. restlessness;
Ang likót ng batang kasama mo! How restless the child with you is!

liku-likô, adj. winding;
Liku-likô ang daán sa kanilá. The way to their place is winding.

likutín, v. tamper with;
Hindî dapat likutín ang laruán ni Danilo. Danilo's toys should not be tampered with.

liksí, n. fastness; agility;
Ang liksí ni Tessie ay katulad ng kay Justo. Tessie's fastness is like that of Justo's.

ligalig, n. trouble; restlessness; uneasiness;
Ang kaniyáng buhay ay punô ng ligalig. Her life is full of troubles.

ligaligin, v. to make trouble;
Huwag mong ligaligin ang buhay ni Juana. Do not trouble Juana's life.

ligaw, n. suitor;
Maraming ligaw na pumapanhik sa kanilá kung gabí. There are many suitors that come to their home every night.

manligaw)
lumigaw), v. to court; to make love with;

ligawan, v. to court;
Ayaw lumigaw ni Pepe kay Rita sapagkat marami raw nanliligaw sa kaniya, kayâ si Pepang daw ang ibig niyáng ligawan. Pepe does not want to court Rita because she has many suitors, so Pepe thinks it is better to propose to Pepang.

ligáw, adj. stray;
Ang taong iyán ay isáng ligáw. That man is stray.

ligaya, n. happiness;
Waláng ligaya sa buhay ang mag-asawa. That couple has no happiness in life.

ligò, n. bath;
maligò, v. to take a bath;
Ang ligò ni Anong ay sa gabí sapagká't marami raw ang naliligò kung umaga

sa kaniyáng kasera. A-
nong's bath is in the eve-
ning because in the morn-
ing there are many that
take a bath in his land-
lady's home.

ligpitín, v. to keep away;
Ligpitín mo ang iyóng pi-
nagkanan. Keep away the
dishes that you used.

ligtás, adj. free; escape;
Ligtás na sa panganib si
Rosa. Rosa is now free
from danger.
iligtás, v. to save; to free;
magligtás, v. to save
maligtás, v. to be freed;
Iligtás mo si Lucas at mag-
ligtás ka pa ng dalawáng
kasama niyá; kung malig-
tas na ang tatló ay maka-
uuwî ka na. Save Lucas
and two other companions
and if you have freed three
you can go home.

liha, n. sandpaper;
Nakabili ka ba ng liha?
Were you able to buy sand-
paper?

lihà, n. segment as of an
orange. Binigyán akó ni
Sofia ng tatlóng lihang
suhà. Sofia gave me three
segments of an orange.

lihahin, v. to sandpaper;
Lihahin mo ang mesa bago
mo pintahán. Sandpaper
the table before you paint
it.

liham, n. sulat; letter;
May liham na tinanggáp si
Sabel. Sabel received a
letter.

lihaman, v. to write a letter;
Lihaman mo si Lita bago
matapos ang buwán. Write
Lita a letter before the
end of the month.

lihimin, v. to talk secretly;
Lihimin mo si Chita at ita-
nóng mo kung nagbayad
na ng utang si Beatriz.
Talk secretly to Chita and
ask if Beatriz has already
paid her debt.

lihí, v. conception;
Lihí ang manggáng binilí
niyá. The mango she
bought is for conception.

lihiya, n. lye; shampoo made
out of burnt straw.
Ang lihiya ay ginagamit
sa paggawâ ng suman. Lye
is used in making suman
sa lihiya.

liíg, n. neck;
She has a long neck. May
mahabang liig siyá.

liít, adj. small; tiny;
Ang liít ng paa niya! How small her feet are!

liitán, v. to make smaller; to decrease;
Liitán mo ang kaniyáng kapartí. Make her share smaller.

lilim, n. shade;
May lilim sa ilalim ng manggá. There is a shade under the mango tree.

liliman, v. to put a shade;
Liliman mo ang bagong taním na halaman. Put a shade on the newly planted plants.

lilip, n. hemstitch;
May lilip ang manggás ng baro niya. Her sleeves have a hemstitch.

lilipin, v. hemstitch;
Lilipin mo ang panyolito niya. Hemstitch her handkerchief.

lilís, n. roll of sleeves or trousers;
Ang lilís ng manggás niyá ay dalawáng dalì. The roll of her sleeves are two inches wide.

lilisán, v. to roll up;
Lilisán mo ng tatlong dalì ang salawál ng batà. Roll up the trousers of the child about three inches.

lilukin, v. to curve;
Ibig lilukin ni Nardo ang dibuho ng silya. Nardo wants to curve the design of the chair.

limá, adj. five;
Mayroón akóng limáng manók. I have five chickens.

limahang-gilíd, n. pentagon.
Gumuhit si Pedro ng limahang-gilíd. Pedro wrote a pentagon.

limampû, adj. fifty;
Limampúng isdâ ang tindá ni Petra. Petra has fifty fish to sell.

limasin, v. to ladle out;
Lilimasín nilá ang pusawán sa Linggó. They will ladle out the fish pond on Sunday.

limatic, n. leech; sucker;
Ang babaing iyán ay isáng limatik. That woman is a sucker. Tinatawag na limatic si Carolina dahil sa ayaw sa kaniya ng magulang ni Jose. Carolina is called a sucker because Jose's parents do not like her. Ibig pa ni Carolina ay huwag makasal kay Jose kaisa matawag siyang limatik. Carolina prefers

not to marry Jose than to be called a sucker.

limbág, n. publication;
Ang limbág ng aming aklát ay sa bago mag-aralán. The publication of our books is before the opening of the school year.

limbas, n. bird of prey;
Ang limbas ay lumulipád sa paligid ng kaniláng bahay. The bird of prey is flying around their house.

limlimán, v. to hatch;
Kailangang limlimán ng inahín ang mga itlóg bago mapisâ. It is necessary for the hen to sit on the eggs before they are hatched.

limós, n. alms;
Nanghihingî ng limós ang pulubi. The beggar is asking for alms

limot, n. forgetfulness;
Limot ang nagiging bunga ng dî pagkikita. Forgetfulness is the fruit of separation.

limpák, n. lump;
Isáng limpák na salapî ang ang napulot niyá noóng liberation. He found a lump sum of money during liberation.

limusán, v. to give alms; to give contribution;

Limusan mo ngâ ang matandáng pulubi. Give alms to the old beggar.

limutin, v. to forget;
Limutin mo na ang naka raán. Forget the past.

lináb, n. fatty scum;
Ang lináb ng bakang inilalagà niyá ay itinapon. He threw away the fatty scum of the boiling meat.

linamnám, n. savor; taste;
Ibig na ibig ko ng linamnám ng kasóy. I like the taste of kasoy.

linangín, v. cultivate; till;
Linangin mo ang lupà sa halamanan.

linaw, n. clearness;
Ang linaw ng salamín niya! How clear her glasses are!

linawin, v. to make clear;
Linawin mo ang kaniyáng pagkakautang. You make clear her obligation.

lindól, n. earthquake;
Nararamdaman mo ba ang lindól? Can you feel the earthquake?

liningin, v. to think over; to meditate;
Liningin mong mabuti ang kaniyáng mga pangaral. Think over very well his advice.

linis, n. cleanliness;
Ang linis ng bahay niyá ay mapananalaminán. The cleanliness of his house can be compared to a looking glass.

linisin, v. clean;
Linisin mo ang kotse bago mo gamitin. Clean the car before using it.

maglinis, v. to clean;
Maglinis ka ng dalawang plato. Clean two plates.

linlangín, v. to mislead;
Huwag mong linlangín ang batang iyán. Do not mislead that child.

linsád, n., adj. dislocation;
Linsád ang kaniyáng baraso kayâ sumasakít. The dislocation of her arm pains her.

lintâ, n. leech;
Ang lintâ ay sumisipsíp ng dugô. The leech sucks blood.

lintík, n. thunder;
Tinamaan ng lintík ang punong kahoy. The tree was struck by thunder.

lintikán, v. to be in trouble;
Ibig mo bang lintikán ang batang iyán. Do you want that child to be in trouble?

linggó, n. Sunday;
Sa linggó ay paroroón akó sa Cebu. On Sunday I shall go to Cebu.

lingguhan, adv. weekly; every week;
Lingguhan kung umuwî si Leon. Leon goes home every week.

linggu-linggó, adv. every week; weekly;
Linggu-linggó ay nagbibigáy siyá ng gastos. He gives weekly expenses.

lingíd, adj. unknown;
Lingíd sa kaniyáng iná ang mga nangyari. What happened is unknown to her mother.

lingkod, n. service; one ready to serve;
Ang iyóng lingkod ay nakalaán sa lahát ng oras. Yours truly is ready to serve all the time.

lingunín, v. to look back;
Lingunín mo ang iyong pinanggalingan. Look back at the place where you came from.

lipád, n. flight;
Ang lipád niyá ay mababá. Her flight is low. Mataas ang lipad ng uwak. The flight of the crow is high.

liparin, v. fly;
Liparín mo ang kinalálagyan niyá.
Fly to the place where she is.

lipás, adj. out of season;
Lipás na ang burong manggá. The pickled mangoes are out of season.

lipanà, adj. all around; in plenty;
Naglipanà ang mga ibon. The birds are all around.

lipì, n. lineage; ancestry;
Hindî na niyá matuntón ang kaniyáng lipì. He cannot trace his ancestry.

lira, n. lyre;
Maalam siyáng tumugtóg ng lira. She knows how to play the lyre.

lisyâ, adj. mistaken; erroneous.

lisyahín, v. to commit errors; to commit mistakes;
Lisyahin mo ang daán at nang huwag siyang makarating sa paroroonan. Make the way erroneous so he will not find the place to go.

loób, n. inside; within; one's will or volition;
Nasa loob ang hinahanap ninyong tao. The man you are looking for is inside.

looban, n. yard;
Sa looban tumakbó ang magnanakaw. In the yard the robber went.

loobin, v. to make one feel;
Loobin mo pô, Diyos ko, na magbagong buhay na sana ang aking anák! Lord, please make my son turn over a new leaf!

loók, n. bay;
Sa loók ng Manila siyá namangkâ. He went sailing in Manila Bay.

loro, n. parrot;
Ang loro ay natuturuang magsalitâ. The parrot can be taught to speak.

losa, n. porcelain;
Ang kanilang plato ay losa. Their plates are made of porcelain.

luwád, n. clay;
Ang bangâ ay gawâ sa luwád. The pot is made of clay.

lubák, n. low place;
Nakatayô sa lubák ang kaniláng bahay. Their house is built in a low place.

lubak-lubak, adj. uneven; rough; Lubak-lubak ang daan patungo sa sementeryo. The way or road to the cemetery is rough.

lubagin, v. to calm oneself
Lubagin mo ang loob niya

lubáy, n. stop; cessation;
Ang lubáy ng hangin ay
umaga na. The cessation
of the wind was in the
early morning.

lubayán, v. to stop; to cease;
Lubayán mo ngâ akó ng
kahihingî ng salapi. You
better stop asking me for
money.

lubhâ, adj. serious; grave;
Malubhâ ang kalagayan
ng mga maysakit. The pa-
tients are serious.

lubid, n. rope;
Ihagis mo kay Pedro ang
lubid. Throw the rope to
Pedro.

lubirin, v. to make a rope of;
Lubirin mo ang leteng at
nang tumibay. Make a
rope out of the twine so
it will be strong.

lublób, n. wallow;
Ang lublób ng kalabáw ay
sa hapon. The carabao
wallows in the afternoon
or The wallowing of the
carabao is in the after-
noon.

lubóg, adj. under water; sub-
merged;
Lubóg sa tubig ang har-
din. The garden is under
water.

lubós, adv. completely;
Lubós ang paggalang ni
Clemente sa kaniyóng iná.
Clemente respects his mo-
ther completely.

lukbutan, n. pocket;
Nasa lukbutan ni Jose ang
lanseta. The knife is in
Jose's pocket.

luklók, v. to be seated;
Luklók kayó sa bangkó. Sit
down on the bench.

luklukan, n. seat;
Ang luklukan nilá ay ka-
hoy na matigás. Their
seat is made of hard wood.

luko, adj. insane;
Luko ang batang iyán.
That child is insane.

lukuban, v. to protect; to be
under one's discipline;
Nilukuban ng inahín ang
kaniyáng mga inakáy.

luksâ, adj. black; in mourn;
Luksâ si Lourdes. Lour-
des is in mourn.

luksó. v. jump;
Isá, dalawá, tatló, luksó.
One, two, three, jump.

luksuhín, v. to hurdle;
Luksuhín mo ang bangkô.
Hurdle the bench.

luktón, n. grasshopper;
Kinakain natin ang lukton. We eat grasshoppers.

lugà, n. puss in the ear;
May lugà si Sofia kayâ mabahò. Sofia has puss in the ear so it stinks.

lugál, n. place;
Mataás ang lugál nilá. Their place is high.

lugamî, adj. wallow in a degraded condition; frustrated with grief. Lugamî na sa hirap ang matandâ. The old woman is frustrated with grief.

lugás, adj. falling off;
Lugás nang lugás ang buhók niyá. Her hair is falling off.

lugaw, n. gruel; rice gruel; rice soup;
Lugaw na lamang ang kinakain ng mahihirap. The poor and needy eat only rice gruel.

lugawin, v. to make rice gruel;
Lugawin mo na lamang ang kauntíng bigás sa lata. Make gruel out of the rice in the can.

lugáy, adj. hanging loose;
Ang buhók niyá ay lugáy. Her hair is hanging.

lugi, n. loss;
Ang lugi ko sa kalamansé noóng panahón ng Hapon ay labíng walóng piso. My loss on kalamanse during the Japanese time was eighteen pesos.

lugód, v. happy; joy;
Lugód na lugod silá nang kami'y dumatíng. They were very happy when we arrived.

luglugín, v. to shake;
Luglugín mo ang duhat sa mangkók. Shake the duhat in the bowl.

lugmók, adj. weary; frustrated;
Lugmók na sa hirap si Julia. Julia is weary and frustrated.

lugó, adj. weak;
Lugó ang manók. The chicken is weak.

lumabág, v. to violate;
Lumabág sa utos ang mga tao. The people violated the rules.

lumakad, maglakád, v. to walk;
Lumakad ka nang matulin. Walk fast. Maglakád ka buhat dito hanggáng simbahan. Walk from here to the church.

lumagô, v. to become luxurious in growth;
Lumagô na ang tindahan nilá. Their store has become luxurious in growth. Lumagô na ang aking mga rosas. My roses have become luxurious in growth.

lumagom, v. to amass; to gather; to collect.
Lumagom tayo ng mga sandaáng piso para iabuloy sa pista. Let us collect about a hundred pesos for the fiesta.

lumalâ, v. to become worse;
Lumalâ ang sakit ni Ines nang magpuyát noóng linggó. Ines's sickness became worse when she stayed up late last Sunday.

lumangóy, v. to swim;
Lumangóy si Juan nang makitang naglalanguyan ang kaniyáng mga kasama. Juan went to swim when he saw his companions swimming.

lumapit, v. to get near;
Lumapit si Danilo kay Carlos. Danilo went near Carlos.

lumawig, v. to become prolonged; to take a long time;
Lumawig ang buhay ni

Impo hanggáng inabot ng sandaang taon. My grandmother's life was prolonged until she reached a hundred years.

lumayas, v. to leave; to go away;
Lumayas nang waláng paalam si Lucia. Lucia left without notice.

pinalayas, v. ordered to go away;
Pinalayas ni Julî si Ana. Juli ordered Ana to go away.

lumayô, v. to go farther away;
Lumayô ka sa kaniyá. Get farther from her.

lumikas, v. to evacuate;
Lumikas ang mga tao nang marinig ang putukan. The people evacuated when they heard the gunning.

lumipas, n. the past;
Ang lumipas ay nililimót ko na. I am forgetting the past.

lumipas, v. have passed;
Lumipas na ang kanilang kahapon. Their yesterday has passed.

lumitáw, v. to appear;
Lumitáw sa tubig ang

528

isáng halaman. A plant appeared on the water.

lumpó, adj. totally or partly paralized.
Ang tinatawag na dakilang lumpó ay si Bonifacio. Bonifacio is called the sublime paralytic.

lumulan, v. to ride in a boat;
Lumulan silá sa isáng bangkâ. They rode in a boat.

lumulón, v. to swallow;
Lumulón si Danilo ng isáng butó ng santól. Danilo swallowed a santol seed.

lumundág, v. to jump;
Lumundág sa bakód si Julio. Julio jumped over the fence.

lumusong, v. to come down; to descend;
Lumusong sa ilog si Nardo. Nardo came down the river.

lumuwás-sumubà, v. to go to and fro;
Lumuwás-sumubà si Jaime nang marinig ang nagkakagalit. Jaime went to and fro when he heard them quarreling.

lundáy, n. boat;
May lunday na dumarating. A boat is coming.

Lunes, n. Monday;
Sa Lunes ay magsisimulâ silá ng pagtataním. On Monday they will start planting.

luningníng, n. glitter; brilliance;
Ang luningning ng bituín ay nakasisilaw. The brilliance of the star dazzled my eyes.

lunggâ, n. hole; burrow;
Ang lunggâ ng dagâ ay makipot. The hole of the mouse is very narrow.

lunggatî, n. desire; wish;
Ipinahayag nilá ang kaniláng mga lunggatî. They made known their desires.

lunó, adj. boneless; soft;
Lunó ang hipon kayâ malambót. The shrimp is boneless so it is soft.

lunos, n. compassion;
Ang lunos sa anák niyá ang siya niyang ikinaiyák. Her compassion for her daughter made her cry.

lunsód, n. city;
Ito'y lunsód ng Maynilà. This is Manila city.

luntian, adj. green;
Luntian ang damó. The grass is green.

luóy, adj. faded;
Luóy na ang bulaklak. The flower is faded.

lupà, n. ground; earth;
Ang lupà ay matigás. The ground is hard.

lupalop, n. sphere; kingdom;
Hindî ko alám kung saáng lupalop naroón ang kaniyáng anák. I do not know in what kingdom his son is.

lupaypáy, adj. weakened; frustrated;
Lupaypáy na ang kaniyáng iná. Her mother is already frustrated.

lupî, n. fold; hem;
Ang lupî ng barò niyá ay sandamák. The fold of her dress is about two inches.

lupig. adj, vanquished; oppressed;
Ang lupíg nang manlalaban ay maysakít. The vanquished fighter is sick.

lupít, n. cruelty;
Ang lupít ni Romeo ay balità. Romeo's cruelty is known.

lupon, n. group; committee;
Ang lupon ng taga-paningil ay nagsimulâ na. The group assigned to collect has started.

lusót, adj. pass through;
Lusot na si Danilo sa karera. Danilo has passed the line.

lúsutan, n. passage;
Waláng lúsutan sa aming bakuran. There is no passage in our yard.

lutò, adj. cooked;
Lutò na ang kanin. The rice is cooked.

ilutò; lutuin maglutò; v. to cook;
Maglutò ka ng ginatán. Cook some ginatan. Ilutò mo ang kamote. Cook or boil the camotes. Lutuin mong mabuti ang saging na sabá. Cook the sabá very well.

lurâ, n. saliva;
May dugô ang lurâ ni Taciang. Taciang's saliva has blood.

luwalhatì, n. ecstasy; happiness; glory;
May luwalhatì siyáng hinihintáy. He is expecting some happiness.

luwalhatiin, to celebrate; to glorify;
Luwalhatiin mo nawâ ang mag-anak. Glorify the family.

luwás, v. to go to town or city;

Ang luwás niyá ay tuwing linggó. She goes to town on Sundays.

luwát, n. tardiness;
Ang luwát naman ni Ines! How late Ines is!

luya, n. ginger;
Ang luya ay ginagamit sa paglulutò ng paksiw, I use ginger in cooking paksiw.

—**M**—

maaga, adv. early;
Maaga pa nang dumating si Lula kagabi. It was still early when Lula arrived last night.

agahan, n. breakfast;
Karaniwan ang kain ng agahan ay ika-pito ng umaga. Generally breakfast is served at seven in the morning.

umaga, n. morning;
Umaga na nang dumating si Ramon. It was morning when Ramon arrived.

maagap, adj. punctual; ever ready;
Maagap ang taong iyan. That man is punctual.

maalab, adj. heated; warmed;
Maalab na ang apoy nang makita ng maybahay. It was already heated when the owner of the house discovered the fire.

maagnás, v. to be worn out (as by flowing water);
Maaagnás ang bató sa katagalán ng panahón. The stone will be worn out by flowing water after a certain length of time.

maagos, adj. with swift running water;
Maagos sa sapang tinatawiran nila. There is a swift running water in the creek that they are passing.

maalam, adj. wise;
Maalam ang kaniyang asawa. Her husband is wise.

maalat, adj. salty;
Bumili ako ng tatlong itlog na maalat. I bought three salted eggs.

maalwán, adj. easy;
Maalwán daw ang liksyon nina Lita bukas. Lita said their lesson for tomorrow is easy.

maalamát, adj rich in legends;
Maalamát daw ang gubat na malapit kina Sabel. They said the forest near Sabel's house is rich in legends.

maalinsangan, adj. sultry; hot;
Maalinsangan na ang panahón. The weather now is sultry.

maamò, adj. tame; domesticated;
Maamò ang pusà. The cat is tame.

maapulà, v. to stop; to check;
Hindî naapulà agad ang apoy kaya maraming bahay na nasunog. The fire was not checked right away so there were many houses that got burned.

maang-maangan, n. ignorance;
Laging nagmamaang-maangan si Luisa. Luisa often pretends to be ignorant.

maanghít, adj. having a bad odor;
Maanghit ang mutsatsa nina Tessie. Tessie's maid has a bad odor.

maanggó, adj. sour (as of milk);
Maanggó ang batà, paliguan mo. The child smells sour, bathe her.

maantá, adj. rancid;
Maantá ang niyòg na na

bilí. The cocoanut that was bought is rancid.

maapóy, adj. fiery;
Maapóy ang matá ng kausap mo. The man with whom you are talking has fiery eyes.

maasim, adj. sour;
Maasim ang suhà na nábilí niyá. The orange she bought is sour.

maawaín, adj. merciful;
Maawaín si Presidente. The president is merciful.

mababà, adj. low; humble;
Mababà ang bahay ni Rita. Rita's house is low.

mababaw, adj. shallow;
Mababaw ang ilog kung tag-araw; The river is shallow during the dry season.

mabagót, v. to be bored;
Ibig na niyáng mabagót sa kaiiyak ng batà. She is about to be bored because of the crying child.

mabagsík, adj. fierce;
Mabagsik ang kanilang gurò. Their teacher is fierce.

mabahò, adj. having bad smell; stinks;
Mabahò ang karné na nabili ni Ismael. The meat bought by Ismael stinks.

mabaít, adj. virtuous;
Mabaít ang asawa ni Isidro. Isidro's wife is virtuous.

mabalasik, adj. ferocious;
Mabalasik ang bantáy nilá. Their guard is ferocious.

mabanaagan, v. to see in dim light;
Nabanaagan ni Jose na pumapasok sa silid si Juan. Jose saw in dim light that Juan was entering the room.

mabanás, adj. sultry;
Mabanás ang hangin. The wind is sultry.

mabangís, adj. wild;
Mabangís ang león. The lion is fierce.

mabangó. adj. fragrant; aromatic;
Mabangó ang panyolito mo. Your handkerchief is fragrant.

mabibíg, adj. having a wide mouth; talkative;
Mabibíg ang babaing iyan. That woman is talkative.

mabigát, adj. heavy; difficult;
Mabigát ang pasán ni Alberto. Alberto's load is heavy.

mabilí, adj. salable;
Mabilí ngayón ang bigás. Rice is salable at present.

mabiglâ, v. taken by surprise;
Nabiglâ ni Simon ang kaniyáng iná nang dumatíng siyáng waláng abug-abúg. Simon's mother was taken by surprise when he arrived without notice.

mabilís, adj. swift;
Mabilís ang agos ng kanál. The current of the canal is swift.

mabilog, adj. round; spherical;
Mabilog ang itlóg. The egg is round.

mabinat, v. to have a relapse;
Bakâ mabinat ang batà. The child might have a relapse.

mabisà, adj. effective;
Mabisà ang lason na ininóm ng babae. The poison drunk by the woman is very effective.

mabuhay, n. long life;
Mabuhay! Presidente. Long life or long live! President.

mabulaklák, adj. maraming bulaklák or having plenty of flowers.

Mabulaklák ang manggá ni Romeo. Romeo's mango has plenty of flowers.

mabulo, adj. full of prickly hairs;
Mabulo ang dahon ng kalabasa. The kalabasa or squash leaves are full of prickly hairs.

mabuwáy, adj. unbalanced;
Mabuwáy ang bangkâ. The boat is unbalanced.

mabuti, adj. good;
Mabuti ang kaniyáng kabuhayan. He has a good standing in life.

makabago, adj. modern;
Makabago ang mga babae sa America. The women in America are modern.

makabayan, adj. patriotic;
Makabayan ang mga sundalo. The soldiers are patriotic.

makagitaw, v. to be able to stand out; to excell;
Hindî ngayón makagitaw si Jose sa klase: Jose cannot stand out in class now.

makálawá, adj. twice;
Makálawáng naparito si Julio. Julio came here twice.

makalawá, adv. day after tomorrow;
Sa makalawá darating si Pepe. Pepe will arrive day after tomorrow.

makalág, v. to be untied;
Hindî makalág ang talî ng aso. The string of the dog cannot be untied.

mákaligtaán, v. to be forgotten; to be left out;
Hindî nakaligtaan ni Laura ang paghingî ng baon. Laura did not forget to ask for money.

makalimot, v. to forget;
Huwag kang makalilimot sa iyong mga kaibigan. Do not forget your friends.

makálulón, v. to swallow accidentally;
Nakálulón ng butó ng santol si Julia. Julia swallowed accidentally a santol seed.

makalumà, adj. old fashioned;
Makalumà ang kaniyáng kasintahan. Her sweetheart is oldfashioned.

makapaglalatang, v. to be the cause of kindling;
Makapaglalatang ng apoy ang mga pinagkataman. The shavings can be the cause of kindling fire.

makapál, adj. thick;
Ang mga Negro ay may makapal na labi. The Ne-

gros have thick lips.

makalupà, adj. materialistic; earthly;
Makalupà ang mga taong kinakaibigan nilá. Their friends are fond of earthly possessions.

madagtâ, adj. full of resin;
Madagtâ ang tangan-tangan. Tangan-tangan is full of resin.

madasalin, adj. prone to praying often; religious;
Madasalin si Pedro. Pedro is prone to praying often.

madiláw, adj. yellowish;
Ang kaniyáng balát ay madiláw. Her skin is yellowish.

madilim, adj. dark; obscure;
Madilím ang kuweba ng Madlum. Madlum cave is dark.

madlâ, n. public;
Ipinahayag ni Rita sa madlâ na ayaw niyang maging kandidata. Rita told the public that she does not want to be a candidate.

madulás, adj. elusive; slippery;
Madulás ang pasong patungo sa ilog. The way to the river is slippery

magdarayà, adj. dishonest;

Magdarayà ang kalarô ni Laura. Laura's playmate is dishonest.

maestra, n. female teacher;
Ang kaniyang maestra ay si Mrs. Rafael. Mrs. Rafael is her teacher.

maestro, n. male teacher; instructor;
Ang maestro niyá ay pumasok na. His teacher has gone to school.

mag-aamá, father and children;
Dumatíng sa amin ang mag-aamá nang dumidilím na. Father and children arrived at home at twilight.

mag-alaala, v. to be anxious;
Nag-aalaala si Jose na bakâ hindî dumatíng ang kaibigan nila. Jose is anxious to see his friend.

magalang, adj. courteous; respectful;
Magalang ang iyóng bayáw. Your brother-in-law is respectful.

mag-anak, n. family;
Ang mag-anak ay magbabakasyón sa Baguio. The family is going to take vacation in Baguio.

magandá, adj. beautiful; goodlooking;

Magandá ang dalaga ni Chabeng. Chabeng's lady is beautiful.

magâ, adj. swollen;
Ang matá niyá ay namamagâ. Her eyes are swollen.

magaán, adj. easy; light;
Magaán ang kaniyáng sapatos. Her shoes are light.

mag-aarál, n. pupil; student;
Maraming mag-aarál na hindî nag-aaral na mabuti. Many students do not study well.

magarà, adj. pompous; splendid;
Magarà ang kaniyáng kasuutan. Her dress is pompous. and beautiful.

mag-apuháp, v. grope; Julio is groping in the dark. Nag-aapuhap si Julio sa dilím.

mag-aral, v. to study;
Ibig kong mag-aral na mabuti si Laura. I want Laura to study hard.

mag-asawa, n. couple; husband and wife;
Ang mag-asawa ay darating ngayóng gabi. The couple will arrive this evening.

magasin, n. magazine;

Tumatanggáp siyá ng magasin tuwíng Biyernes. He receives a copy of the magazine every Friday.

magasó, adj. naughty; mischievous;
Magasó ang batang kasama mo. The child with you is mischievous.

magatô, v. to be worn out;
Hindi ko ibig magatô ang sampayan sapagka't walâ akong panghalili. I do not want the clothes line to be worn out as I have none to replace it.

mag-atubilí, v. to hesitate;
Nag-aatubilí ng pagbilí ng auto si Jaime dahil sa waláng magmámaneho sa kaniya. Jaime hesitates to buy a car because nobody will drive for him.

magayót, adj. tough;

Ang singkamás na binili niyá ay magayót. The singkamás or turnips that he bought are tough.

mágayuma, v. to be charmed; to be enchanted;
Bakâ mágayuma ng babae si Ramon. Ramon might be charmed by the woman.

magbasa, v. to read;
Magbasá ka ng maiiklíng nobela. Read short novels.

basahin, bumasa, v. to read;
Basahin mo ang Noli Me Tangere. Read Noli Me Tangere. Bumasa ka pa ng isáng nobela na kasing gandá ng Noli. Read another novel just as interesting as the Noli.

magbatá, v. to bear; to carry through;
Sanáy magbatá ng hirap si Pilar. Pilar is used to bearing hardships.

magaling, adj. good; excellent;
Magalíng ang batà mo sa klase. Your child is good in class.

magbayad, v. to pay for;
Magbayad ka ng utang at nang huwag kang sinisingil. Pay your debts so they do not bother you.

magbigáy, v. to give;
Magbigáy ka ng pagsusulit bukas. Give a test tomorrow.

magbigtí, v. to hang oneself;
Nagbigtí ang asawa ni Salud. Salud's husband hanged himself.

magbihis, v. to change one's clothes;
Magbihis kang madalî at bakâ tayo máhulí sa palabás. Change your clothes right away for we might be late at the show.

magbubó, v. to spill;
Magbubó ka ng tinggâ sa butas. Spill some iron in the hole.

magkabilâ, n. both sides;
Magkabilâ ng papél niyá ay maysulat. Both sides of her paper have writings.

magkagurlís, v. to be scrátched;
Bakâ magkagurlís ang mesa ay makakagalitan ka. The table might be scratched and you will be scolded.

magkanlóng, v. to hide; to seek shelter or protection.
Magkanlóng ka at nang huwág kang makita. Hide behind the post so you will not be seen.

magkano, pron. how much?
Magkano ang bayad mo? How much do you pay?

ilán, v. how many;
Ilang salop na bigas ang iyong bíbilhín? How many gantas of rice will you buy?

magkapatid, n. brother and sister;
Sila'y magkapatíd. They are brother and sistēr.

magkita, v. to see each other;
Magkita tayo sa sine mámayâ. Let us see each other at the movie after a while.

magkulang, v .to be lacking;
Bakâ magkulang ang sinaing ay makákagalitan akó. If the rice is not enough, I shall be scolded.

magkuwento, v. to tell a story;
Magkuwento ka at nang huwág matulog ang batà. You tell a story so the child will not go to sleep.

ikuwento, to tell;
Ikuwento mo sa kaniyá ang nangyari. Tell her what happened.

magdamág, adv. all night long;
Magdamág na naglayág silá. They sailed all night.

maggugò, v. to shampoo;
Maggugò ka at nang huwag nagkakati ang ulo mo. Shampoo your hair so your head will not be scratchy.

maghampás-lupà; v. to be a vagabond; to roam around;
Huwag kang maghampas-lupà at maraming trabaho. Do not roam around as we have plenty of work.

maghapon, n. all day;
Maghapong nagsisigâ ng manggá si Juan. All day Juan has been smoking the mango tree.

maghiganti, v. to revenge; avenge oneself;
Do not revenge for that is bad. Huwag kang maghiganti sa pagkat masamâ iyón.

maghilom, v. to heal;
Naghilom na ang sugat ni Petra. Petra's wound has healed.

magigi, adj. slow;
Lubháng magigì si Nena. Nena is quite slow.

magiging, v. will become;
Magiging tagapamanihalà si Filemon. Filemon will become a superintendent.

mag-iná, n. mother and child;
Ang mag-ina ay nagbalik na sa lalawigan. Mother and child have returned to the province.

máginoó, n. gentleman;
Maginoó ang taong kausap mo. The man with whom you are talking is a real gentleman.

538

mágisíng, v. to be awakened; Kung magising si Sofia ay ibigay mo ang bote niyá ng gatas. If Sofia awakens give her her bottle of milk.

magiting, adj. heroic; Magiting na lalaki si Jaime. Jaime is a heroic man.

maglagalág, v. to travel aimlessly; Ibig niyang maglagalág dahil sa siya'y nagagalit sa kaniyáng amá. He wants to travel aimlessly because he is mad with his father.

maglahò, v. to disappear; be eclipsed; Naglahò ang buwán. The moon disappeared.

maglarô, v. to play; Maglarô kayo ni Baby. You play with Baby.

maglinis, v. to clean up; Maglinis kayó ng bakuran at magtaním ng halaman. Clean up the yard ang plant some roses.

maglugaw, v. to cook gruel; Maglugaw ka pará sa batà. Cook some gruel for the child.

magmaáng-maangan, v. to pretend not to know; Nagmamaáng-maangan si Luis. Luis pretends not to know.

magmalasakit, v. to put interest in; to care for; Kailangang magmalasakit si Ramon sa kaniláng pagaarì. Ramon ought to put interest in their property.

magmaliw, v. to be lost; to be transferred; to disappear; Hindi magmámaliw ang kaniyang pag-ibig sa iyo. His love for you will not be lost.

magmanmán, v. to watch; to be on guard; Magmanmán ka sa bakuran, Pedro. Pedro, be on the watch at the yard.

magnilay, v. tc reflect; to meditate; Magnilay ka ng iyong mga kasalanan. Meditate on your sins.

magngalit, v. to be enraged; Nagngangalit ang leon. The lion is enraged.

magpaalam, v. to bid goodbye; Magpaalam ka sa kaibigan mo. Bid goodbye to your friend.

magpailanláng, v. to go up in the air;

Nagpailanláng sa itaás ang ibon. The bird flew up.

magpalusóg, v. to be healthy; Magpalusog ka at nang kayo'y makapaglakbáy. Try to be healthy so you can start your travel.

magparangál, v. honor oneself; to fete another; Kailangang magparangál siyá sa bagong dating na kaibigan niyá. He has to honor his newly arrived friend.

magparangalan, v. to show off; Ibig magparangalan ni Jose ng kaniyáng kayamanan. Jose wants to show off about his riches.

magpasyál, v. to take a walk; Magpasyál kayó sa Luneta. Take a walk at the Luneta.

magpatiwakál, v. to commit suicide; Nagpatiwakál ang asawa ni Gloria. Gloria's husband committed suicide.

magpaumat-umat, v. to delay; to procrastinate. Huwag kang magpaumat-umat at máhuhulí tayo sa biyahe. Do not delay for we shall be late on the train.

magpaunlák, v. to accede; to give in; to give favor; Magpaunlák naman tayo sa kaniláng anyaya. Let us give them a favor.

magpugay, v. to make a bow; to salute; Magpugay ka sa iyóng gurò. Bow to your teacher.

magsaka, v. to cultivate soil; to farm;

magsaing, v. to cook rice; Magsaing ka sa a las sinko. Cook rice at five o'clock.

magsikap, v. to work diligently; Magsikap kang mabuti at nang yumaman kayó agád. Work dilingently so you get wealthy right away.

magsisi, v. to regret; to repent; Magsisi ka ng kasalanan. Repent for your sin.

magsipag, v. to be busy; to be industrious; Magsipag ka at nang kalugdan ka. Get busy so you will be admired.

magsiwalat, v. to expose; to explain; Ibig niyang magsiwalat ng kaniyang mga lihim. She wants to explain her secret.

magsulsí, v. to darn; to mend;
Ibig kong magsulsi ng medyas. I want to darn my stockings.

magtagál, v. stay long;
Nais kong magtagál sa Washington. I want to stay long in Washington. Mabuti sana ay magtagál ang bigás namin ng isang buwan. It is better if our rice will last for a month.

magtamó, v. to get; to win a prize;
Magtamó sana tayo ng premyo. I wish we would win a prize.

magtanan, v. to escape; to run away;
Ibig sanang magtanan ni Julia nguni't nátunugán ng kaniyáng iná. Julia wants to escape but her mother discovered it.

magtanghál, v. to stage;
Ibig niláng magtanghál ng isáng dulà. They want to stage a play.

magtaksíl, v. to turn a traitor;
Nawa'y huwág magtaksil ang harì. I hope the king will not turn a traitor.

magtahán. v. to stop crying;
Magtahán ka at baka pa-

luin ka pa. Stop crying or you might be whipped again.

magtahí-tahî, to fabricate;
Mainam siyang magtahí-tahî ng balità. She is good in fabricating news.

magtampisáw, v. to walk barefooted in a muddy place. Ibig na ibig magtampisaw sa kanal ni Sofia. Sofia wants very much to walk barefooted in the canal.

magtanggál, v. to cut off; to disconnect; to lay off; to remove ;
Magtatanggál silá ng palamuti. They will remove the decoration.

magtanggól, v. to defend;
Ibig ipagtanggól ang kaniyáng anák. He wants to defend his child.

magtapon, v. to throw away;
Kailangang magtapon ng basura si Sofia. It is necessary for Sofia to throw away the trash.

magtugot, v. to yield; to stop; to cease;
Magtugot ka ng káaalís at parurusahan ka. You better quit or stop playing hookey or you will be

punished.

magtulóg, v. to sleep repeatedly;

Nagtutulóg maghapon si Jose. Jose does nothing but sleep the whole day.

magtulot, v. to let by;

Huwag kang magtulot ng panonoód ng sine na mahahalay. Do not allow them to see questionable shows.

mag-ulat, v. to account for;

Mag-ulat ka ng nagastá mo sa isáng buwán. Make an an account of your expenses in a month.

mag-ulayaw, v. to converse intimately;

Nag-uulayaw ang mga binatà at dalaga nang datnán namin. The ladies and gentlemen were conversing intimately when we found them.

mágulangan, v. to be taken advantage of;

Nagulangan si Rita ni Juana. Rita was taken advantage of by Juana.

magulumihanan, v. to be taken aback;

Nagulumihanan si Lula nang makitang dumudugô ang bibig ng kaniyáng iná. Juana was taken aback when she found her mother's mouth bleeding.

maguló, adj. full of troubles;

Maguló sa Vietnam ngayón. Vietnam is full of troubles at present.

mahál, adj. expensive; dear;

Mahal ang pagkain ngayón. Food is expensive now-a-days.

mahalagá, adj. important; valuable; Mahalagá ang kaniyáng sinsíng. Her ring is véry valuable.

mahalay, adj. vulgar;

Mahalay ang mga salitâ niyáng binitiwan. She spoke vulgar words.

mahalin, v. to love; to be infatuated;

Mahalín mo ang iyóng mga magulang pagkatapos ng Diyos. Love your parents next to God.

mahagwáy, adj. tall & well proportioned;

Mahagwáy ang taong iyán. That fellow is tall and well-proportioned.

mahapdi, adj. painful;

Masakít at mahapdî ang aking sugat. My wound is painful.

mahayap, adj. piercing;

Mahayap na pananalitâ ang kaniyang sinabi. He

uttered some piercing words.

mahigpít, adj. strict; tight;
Mahigpít ang magulang ni Ana. Ana's parents are strict. Mahigpit ang sapatos ni Ramona. Ramona's shoes are tight.

mahilig, adj. inclined to;
Mahilig sa sugál ang kaniyang amá. Her father is inclined to gambling.

máhimláy, v. to fall asleep;
Ibig máhimláy sandalî ni Lucas. Lucas wants to fall asleep for a while.

mahinà, adj. weak;
Mahinà ang tulò ng tubig sa amin. The dropping of the water at home is scanty Mahinà na ang matandâ. The old man is weak.

mahinahon, adj. prudent;
Mahinahon kung magsalitâ ang matandâ. The old woman speaks prudently.

mahinusay, adj. orderly;
Nabubuhay silang mahinusay nang dumating ang kaniyang asawa. They were living orderly when the husband arrived.

mahirap, adj. poor; difficult;
Mahirap ang iksamin. The test is difficult. Mahirap lang ang asawa niya. Her husband is poor.

mahiwagà, adj. mysterious; wonderful;
Mahiwagà ang taong iyan. That fellow is wonderful.

hiwagà, n. mystery; wonder;
Balut ng hiwagà ang kaniyáng buhay. Her life is full of mystery.

maiklî, adj. short;
Maiklî ang barò niyá. Her dress is short.

maidulot, v. to offer; to give;
Walâ akóng maidulot na pagkain. I have no food to offer.

máidlíp, v. to fall asleep;
Naidlíp sandalî ang sanggól. The baby slept for a while.

maigaya, adj. charming; delightful;
Ang aming paglalakbáy ay naging maigaya. Our trip was delightful.

maimpók, adj. thrifty; economical; Maimpok ang

babaing iyan. That woman is very thrifty.

maimbót, adj. greedy; stingy;
Maimbot ang asawa mo. Your husband is very stingy.

mailap, adj. wild; untame; elusive;
Mailap ang manok mo. Your chicken is untame.

mainip, v. to feel impatient;
Malapit nang mainip ang batá. The child is feeling impatient.

mainit, adj. hot; fiery;
Mainit ang araw ngayón. The sun is hot today.

maingat, adj. careful;
Totoong maingat si Irene sa gawain niya. Irene is very careful with her work.

ingat; pag-iingat, n. carefulness;
Ang ingat ni Irene ay katulad ng pag-iingat ko. Irene's carefulness is just as much as mine.

maingay, adj. noisy;
Maingay ang mga batà sa silíd. The pupils in the room are noisy.

maipagbíbilí, v. can be sold;
Maipagbíbilí rin ang telebisyon niná Tessie. Tessie can still sell her television set.

maipagsanggaláng, v. to protect;
Maipagsasanggalang mo ang iyóng mga magulang kung ibig mo. You can protect your parents if you want to.

maipagtitirik, v. can light candles as offering;
Maipagtitirik mo ng kandilà ang pagkagalíng ng iyóng anák. You can light candles for the recovery of your son.

malakás, adj. influential; strong; mighty;
Malakás ang ulan kahapon. The rain yesterday was hard.

malakí, adj. large; big;
Malakí ang bahay nilá. Their house is big.

malagkít, adj. sticky;
Malagkít ang pandikít. The paste is sticky.

malagkít, n. glutinous rice;
Malagkít ang ginagawang biko. Biko ang ginawâ sa malagkít. Boiled glutinous rice is made into biko, a native cake cooked with sugar, and eaten with grated cocoanut.

malambót, adj. soft:
Malambót ang karné. The
meat is soft.

malamíg, adj. cold; cool;
Malamíg ang hangin
kung umaga. The wind in
the morning is cool.

malamlám, adj. dim;
Malamlam ang ilaw ni Li-
lia. Lilia's light is dim.

malanság, v. to dissolve;
Ibig nilang malanság ang
kanilang kapisanan. They
want to dissolve their
club.

malantá, v. to be wilted;
Nag-aalaala siyáng ma-
lantá ang bulaklák. She is
afraid her flower will
wilt.

malapit, adv. near;
hindî malayò;
Malapit sa amin ang pa-
lengke. The market is
near our place.

lapit, n. nearness;
Ang lapit ng bahay ni
Pedro sa amin ay may tat-
long hakbáng lamang. The
nearness of Pedro's house
to mine is about three
steps only.

nalapitan, v. managed to
get near;
Nalapitan ni Jose si Auro-

ra. Jose managed to get
near Aurora.

malawak, adj. wide; great;
Malawak ang lupaín nilá
sa San Miguel. Their land
in San Miguel is wide.

malawig, v. to prolong; to
take a long time;
Nainip na si Simon sa ma-
lawig niyang paghihintay.
Simon got impatient of the
prolonged waiting.

malayò, adj. far; distant;
Malayò ang Bungabong
dito. Bungabong is far
from here.

malay, n. knowledge; infor-
mation;
Waláng malay ang batang
iyán sa nangyari. That
child has no knowledge of
what happened.

malay-tao, n. consciousness;
Ang kapatid kong nahulog
ay hindi nagkaroón ng
malay-tao. My brother
that fell never regained
consciousness.

malî, n. error; oversight;

malî, adj. wrong; erroneous;
Nakagawâ ng dalawáng
malî si Rosa sa kaniyáng
pangungusap. Rosa made
two errors in her sentence.
Ang panahunan ng pandi-

wà ay malî. The tense of the verb is wrong.

malikmatà. n. vision; apparition. Isáng malikmatà ang nakita niya. He saw an apparition.

malikót, adj. mischievous; Malikót si Rene. Rene is mischievous.

maliksí, adj. quick; agile; Maliksíng kumilos si Nardo. Nardo moves quickly.

malihim, adj. secretive; Malihim si Domingo. Domingo is very secretive.

máligáw, v. astray; Baka maligaw si Ana ay hindi na makauwî. Ana might lose her way or be astray, she may not know how to go home.

maligaya, adj. full of happiness; Maligaya si Juana sa tirahan niya. Juana is full of happiness in the place where she stays.

maliít, adj. small; little; Maliít na batà ang kasama ni Nena. Nena is with a small child, or she has a small child with her.

maligoy, adj. long; roundabout; Maligoy ang daán patungo

sa Lupaw. The way to Lupaw is roundabout.

malinis, adj. clean; Malinis ang damít ni Juanito. Juanito's clothes are clean.

malitó, adj. confused; Nalitó si Juan sa paghanap ng bahay ni Pedro. Juan got confused in looking for Pedro's house.

malipol, v. to be destroyed; to be annihilated (as an army); Hindi na nalipol ang kanilang pusà. Their cats have not been annihilated.

maliwanag, adj. brilliant; lighted; Maliwanag ang buwán. The moon is bright.

maliwanagan, v. to understand; to be cleared of; Ibig kong maliwanagan ang boong nangyari. I want to understand everything that happened.

maliyab, adj. full of blaze; Maliyab ang kahoy na nábilí ni Julio. The firewood bought by Julio is full of blaze.

malubhâ, adj. serious; Malubhâ ang sakit ni Juana. Juana is serious.

malukóng, adj. deep; concave;
The plate that she bought is deep. Malukóng ang plato na binili niya.

malumanay, adj. soft; slow;
Malumanay na lumakad si Lucia patungong simbahan. Lucia walked softly to the church.

malungkót, adj. sad; sorrowful;
Malungkót na umalis ang kasama ni Julio. Julio's companion went away sad.

malungkutin, adj. always or frequently sad;
Nagíng malungkutin ang kapatíd niya buhat nang mamatay ang asawa. Her sister has always been sad since the husband died.

malupít, adj. cruel; stern;
Malupít ang asawa ni Salud. Salud's husband is cruel.

maluráy, v. to be destroyed in small pieces;
Naluray ng aso ang kaniyáng damít. His clothes were destroyed or torn into pieces by the dog.

malusóg, adj. strong; healthy;
Malusóg ang katawán ng batà. The child is healthy.

maluwág adj. wide; roomy;
Maluwág pa ang lote nilá at maaarì pang magtayô ng isang bahay. Their lot is still roomy and can still accommodate one house.

maluwát, adj. long delayed; tardy;
Maluwát bago dumatíng ang hinihintáy niyang panauhin. The visitor he has been waiting for has been delayed.

mama, n. mother;
Ang mama ni Arlene ay walâ rito. Arlene's mother is not here.

mamà, n. an address used in addressing an elderly man when the speaker is not familiar. Ang mamà ay nagtitindá ng pakuán. The man is selling watermelons.

mamád, adj. without feeling.
Mamád na ang labì ng batà nang siya ay másagíp. The lips of the child were already without feeling when they saved him.

mamáy, n. nurse;
Ang mamáy ni Angel ay umuwî na sa Visaya. Angel's nurse has gone home to the Visayas.

mámayâ, adv. by and by;
Mámayâ ay aalis siyá. By
and by she will leave.

mamintás, v. to criticize ad-
versely; to find fault with;
Waláng gawâ kundî ma-
mintás si Domingo. Do-
mingo does nothing but
find fault with his com-
panion.

mamutawì, v. to utter; to
speak;
Namutawì sa bibig ni Chi-
ta na siya ay magtatanan.
Chita uttered that she
would elope.

manadyer, n. manager;
Ang manadyer ni Ramon
ay isáng babae. Ramon's
manager is a woman.

manalig, v. to believe in;
Manalig ka sa kaniyáng si-
nasabi. You believe in
what he says.

manaliksík, v. to make a re-
search;
Dapat ay manaliksík muna
si Juan bago sumulat ng
aklát. It is necessary for
Juan to make a research
first before he writes a
book.

manatili, v. to stay; reside;
Huwag kang manatili nang
matagal sa Cebu at baka
magkasakit ang iyóng iná.

Do not stay too long in
Cebu as your mother might
get sick.

manaw, v. to die;
Bakâ kung manaw si Gon-
dina ay pagkagalitan pa
ang kaniyáng pag-aarì. I
am afraid if Gondina dies
the relatives might quar-
rel about the property.

maneho, v. to manage; to
run;
Hindî siyá marunong mag-
maneho ng auto. He does
not know how to run or
drive a car.

manhíd, n. numbness;
Nakararamdám siyá ng
manhid sa mga bintî pag-
ka gabí. She feels numb-
ness of the legs in the
evening.

manlikom, v. to collect; to
hoard;
Kailangang manlikom ng
salapî para ipagkumpuní
ng bahay-paaralan. It is
necessary to collect some
money to have the school-
house repaired.

manók, n. chicken;
Kumakain sila ng manók
tuwíng Linggó. They eat
chickens every Sunday.

mantikilya, n. butter;
Walâ na kaming mantikil-

ya kundî kauntî. We have but little butter.

mga, particle used before a noun to denote plurality;
mga hayop, animals
mga tao, people
mga bata, children

manggá, n. mango;
Mga hayop at hindi mga tao ang kumain ng mga manggáng nahulog kagabí. Animals and not people ate the mangoes that fell on the ground last night.

manggagawà, n. worker; laborer;
Manggagawà ang asawa ni Lucia. Lucia's husband is a laborer.

manggubat, v. to go to the forest;
Nanggubat si Pedro pará magtagò. Pedro went to the forest to hide.

manghuthót, v. to keep asking for money; to take advantage;
Waláng gawâ si Jose kundî manghuthót sa kaniyáng kapatíd. Jose does nothing but take advantage of his brother's wealth.

manghuhuthót, n. profiteer;
Lucas is a profiteer. Manghuhuthot si Lucas.

mangisdâ, v. to fish; to catch fish.
Ibig mangisdâ ni Miniong sa Alua. Miniong wants to fish in Alua.

mangmáng, adj. ignorant;
Mangmáng ang taong iyán. That man is ignorant.

mangulila, v. to become an orphan;
Bakâ mangulila siyá sa sa amá sa loob ng buwang papasok. She might become an orphan or she might lose her father next month.

mamirinsá, v. to iron clothes;
Ibig na ibig mamirinsa ni Teresa kung gabi. Teresa likes very much to iron in the evening.

mamuhay, v. to live;
Nais kong mamuhay sa lalawigan. I want to live in the province.

manakop, v. to conquer;
Ibig manakop ng mga Hapon dito. The Japanese wanted to conquer us.

managano, v. to predominate;
Pulá ang kulay na nana-

gano sa damit na binilí niyá. Red is the predominant color in the dress that she bought.

mánibaláng, adj. mature;
Mánibaláng na ang manggá nang pitasín. The mangoes were already mature when they were picked.

manî, n. peanuts;
Kumakain silá ng manî nang kami'y dumating. They were eating peanuts when we arrived.

manikà, n. doll;
Ang manikà ay gawâ sa bulak. The doll is made of cotton.

manikain, v. to make a doll of;
Huwág mong manikain ang iyong anák; kailangan siyáng matutong magtrabaho. Don't make a doll of your daughter; she has to learn to work.

maniwalà, v. to believe in;
Maniwalà ka sa balità niyá. Believe in her news.

mantsá, n. stain;
May mantsá ang kaniyáng kamisón. Her chemise has stains.

mantél, n. tablecloth;
Mayroón siláng bagong mantél. They have a new tablecloth.

mantikà, n. lard; fat;
Kung bumilí ng mantikà si Julia ay lata-lata. Julia buys lard by the can.

mánunubos, n. redeemer;
Si Jose ang mánunubos niná Julio. Jose is the redeemer of Julio and his family.

manugang, n. son or daughter-in-law;
Ang manugang ni Rita ay may sakit. Rita's son-in-law is sick.

manggagaway, n. witch;
Marami raw sa mga taga Capiz ay manggagaway. They said many from Capiz are witches.

mangulila, adj. to be lonely;
Hindi ibig ni Lucio na mangulila siyá sa iyó nang matagál kayâ agád kang umuwî. Lucio does not want to be lonely for a long time so you better come right away.

mangulubót, v. to shrivel;
Ayaw ni Lita na mangulubót ang kaniyáng mukhâ. Lita does not want her cheeks to shrivel.

mangumpisál, v. to confess;
Ibig mangumpisál ng may-

sakít. The patient wants to confess.

mangyari, v. to occur; to take place;

mapangamkám, adj. greedy;

mapangamkám ang kaniyáng ali. Her aunt is greedy.

mapagkandilí, v. solicitous; protective; thoughtful; Mapagkandilí ang matandáng babae. The old woman is solicitous.

mapagmataás, adj. proud; Mapagmataás ang kapatíd mo. Your brother is proud.

mapágpaimbabáw, adj. hypocritical; deceitful; Si Anita ay mapágpaimbabáw; inclined to take advantage of opportunities; inclined to grabbing. Ayaw ko sa taong mapagsamantalá. I do not want people who are opportunistic.

mapag-unawà, adj. understanding.

mapanaghiliín; adj. envious; Mapanaghiliín si Luis; hindi makagawâ ng nagiisá. Luis is envious; he cannot work alone.

mapanatili, v. to maintain;

Ibig niyáng mapanatili ang kompiyansa ng kanyáng kaibigan. He wants to maintain the confidence of of his friend.

mapangailangan, adj. always in need; needy; Totoóng mapangailangan ang iyóng kapatíd. Your sister is always in need.

mapangláw, adj. sad; gloomy; Mapangláw ang kalágayan nilá. Their situation is sad.

mapanudyó, adj. inclined to tease; Mapanudyó si B e r t o. Berto is inclined to tease.

mapang-uyám adj. satirical; sarcastic; Hindî ko ibig mákita ang batang mapang-uyám. I do not want to see the sarcastic child.

mapapaknít, v. will be detached or removed; Hindî mapapaknít ang idinikít niyáng bentosa. The antiphlígistine that she used can hardly be removed.

maparam, v. to erase; to cause to disappear; Hindî maparam ang kaniyang kalungkutan. Her sorrows hardly disappear.

mapariwarà, v. to be misled;
Napariwarà ang puri ng
babae dahil sa kagagawán
ng kaniyáng kaibigan. The
woman was misled by her
friend, so she was dis-
honored.

mápatanyág, v. made famous;
Nápatanyág si Anita dahil
sa kaniyáng iníiná. Anita
was made famous by her
godmother.

mapawì, v. to vanish;
Napapawì na ang ulap.
The clouds are vanishing

mapayapà, adj. peaceful;
Mapayapang nabubuhay
ang mag-anak. The family
is living peacefully.

masaksihán, v. to witness;
Ibig kong masaksihán ang
pagkakasál sa kaniyá. I
want to witness her mar-
riage.

masagabal, adj. full of obs-
tacles.

masaganà, adj. prosperous;
bountiful;
Masaganà ang kaniláng.
Bagong Taon. They have
a prosperous New Year.

masahol, adj. worse than;
Masahol pa kay Milang ang
kaniyang katipirán. Her
thriftiness is worse than

Milang's.

masamaín, v. to feel bad;
Huwág mong masamaín
ang pag-alís ni Romeo. Do
not feel bad about Romeo's
departure.

másanlâ, v. to be pawned;
Bakâ másanlâ pa ang kan-
iyáng hikaw. Her earrings
might be pawned.

masansalà, to be stopped
from doing something.
Hindî masansalà si Nena
sa katatrabaho. Nene can-
not be stopped from work-
ing.

másangkót, v. to be involved
in;
Huwág na sanang másang-
kót sa basagulo si Jose.
I hope Jose will not be in-
volved into trouble.

masaráp, adj. delicious; tas-
ty;
Ang sorbetes ay masaráp.
Ice cream is delicious.

masayá, adj. cheerful;
Masayá ang batà. The
child is cheerful.

masawî, v. to meet misfor-
tune; to have bad luck;
Huwag na lang sanang ma-
sasawî ang anak ko. I hope
my son does not meet any
misfortune.

masidhî, adj. intense; acute;

Masidhî ang sakít ng ulo niyá. His head aches intensely. He has intense headache.

masigasig, adj. diligent; industrious;
Masigasig si Rene sa pagaaral. Rene is diligent in his studies.

masilaw, v. to be dazzled;
Huwág kang masilaw sa salapî. Do not be dazzled by money.

masinsín, adj. very close;
Masinsín ang lala ng banig. The weave of the mat is very close.

masinsinan, adj. serious; hearty; Masinsinan na ang kaniláng pagsasanay dahil sa nálalapít na ang kaniláng pagtatanghál. Their practice is rather serious now that their celebration is nearing.

masinop, adj. industrious; practical; economical;
Masinop na totoo ang kaniláng anák. Their son is quite practical.

masiyasatin, adj. inquisitive; full of curiousity;
Nápakámasiyasatin ang iyóng apó. Your grandson is very curious.

masunurin, adj. obedient.

Masunurin si Angel. Angel is obedient.

masungit, adj. irritated; morose;
Masungit ang gurò ninyó. Your teacher is easily irritated.

mapanunggáb, adj. greedy; one who is ready to grab. Mapanunggáb ang iyóng amaín. Your uncle is always ready to grab anything.

masurì, adj. critical; analytic;
Totoóng masurì ang iyóng ali. Your aunt is too critical.

masuyò, adj. full of affection; obliging;
Napakámasuyò ang iyóng pamangkín. Your niece is full of affection.

masiyado, adj. selfish; excessive;
Masiyadong makupad ang iyóng katulong. Your maid is too excessive.

matá, n. eye;
Ang kaliwâ niyáng matá ay maliít. Her left eye is small.

mataás, adj. high; tall; well-known;
Mataás ang kaniyáng bahay Her house is high.

matigás na ang butó—can stand alone; can paddle his own canoe. Matigás na ang butó ni Nardo, kayâ umalís na sa amin.

matupok, v. to be burned; Baka matupok ang bahay ninyó. Your house might get burned.

matuwâ, v. to be glad; Matuwâ ka at dáratíng na ang kaibigan mo. You better be glad for your friend is coming.

tuwâ, n. happiness; joy; Ang tuwâ ni Sofia ay waláng gayón nang makita ka. Sofia's happiness is complete when she saw you.

mauhaw, v. to be thirsty; Kapág nauhaw ang batà, walâ siyáng maiinom. If the child gets thirsty, she will have nothing to drink.

uhaw, n. thirst: Nagtitiís na ng uhaw ang ali mo. Your aunt is suffering from thrist.

matuwíd, adj. straight; right; Matuwíd ang landás patungo sa kanilá. The way to their house is straight.

máulinigan, v. to hear; Kapág náulinigan niyá ang ating pinag-úusapan, pihong magagalit siyá sa atin. If she hears what we are talking about, she will get mad with us.

maunlád, adj progressive; Ang maunlad na hanapbuhay ni Lucio ay ang pamimilí at pagbibilí. Lucio's progressive business is buy and sell.

maulán, adj. rainy; plenty of rain; Maulán dito sa atin kung Hulyo. It is rainy here in July.

maulit, adj. repetitious; Maulit ang kausap mo. The fellow with whom you are talking is repetitious.

mawalâ, v. to be lost; Huwag na lang sanang mawalâ ang kaniyáng kwaltá. I hope her money does not get lost.

may, v. possessing; denoting possession or authorship; May lapis si Jose. Mayroón bang lapis si Jose? Note: **May** is used **before** a noun. **Mayroón** is used if there is a **word** placed between the **noun** and **may**roón.

maya, n. sparrow; Nakahuli ng maya si Andres. Andres caught a sparrow.

mayabang, adj. boastful; braggart. Mayabang ang taong iyán. That fellow is boastful.

mayabong, adj. luxuriant; thriving; Mayabong ang taním na talóng ni Pedro. The eggplants planted by Pedro are thriving well.

may-arì, n. owner; Si Rosa ang may-arí ng tindahan. Rosa is the owner of the store.

may-akdâ, n. author; Si Rosario ang may-akdâ ng aklát na binilí ko. Rosario is the author of the book I bought.

mayapá, adj. insipid; Mayapá ang munggó na inilutò niyá. The mongo that she cooked is insipid.

may-kabuluhán, adj. important; of significance; May kabuluhán ang sulat na nawawalâ. The letter that is missing is important.

may-kalokohan, adj. humorous; playful; jesting; Ang alagà mo ay may-kalokohan. Your adopted child is playful. The author of **Anino ng Kahapon** is Francisco Laksamana.

may magandáng hináharáp, something good coming; Irene ang pangalan ng babaing may magandáng hináharáp. Irene is the woman who has something good coming.

maypasak, adj. clogged; Maypasak ang tubo kayâ ayaw tumakbó ang tubig. The pipe is clogged so the water does not run.

maysakít, n. patient; Ang maysakít ay malubhâ na. The patient is now serious.

mayumi, adj. modest; demure; Isáng mayuming bulaklák ang anák mo. Your daughter is a modest lady.

mediko, n. doctor; physician; I have a nephew who is a doctor.

medyas, n. socks; stockings; Labimpitong piso ang ibinayad niya sa medyas niyang binili. She paid seventeen pesos for the stockings that she bought.

mesa, n. table; May bilóg na mesa si Nena. Nena has a round table.

mestiza, n. female halfbreed;

Mestiza ang asawa ni Diosdado. Diosdado's wife is a mestiza.

mina, n. mines;
May mina akong binili bago nagkadigmâ. I had some mines bought before the war.

minámahál, v. beloved;
Minámahál ni Jose si Rita. Rita is beloved by Jose.

minandál, n. afternoon snack;
Ang mga kawaní ay may minandal kung ika-3 ng hapon. The employees have an afternoon snack.

minuto, n. minute;
Wait a minute. Maghintáy ka sandalî.

mistulà, adj. similar to; likened to;
Mistulang patáy na ang maysakit. The patient is likened to a dead person.

mithî, n. wish; objective;
Ang mithî ni Remy ay makaratíng sa America. Remy's wish is to reach America.

mithiín, n. aspiration;
Ang mithiin ni Aurora sa buhay· ay makapag-asawa ng isáng mayaman. Aurora's aspiration in life is to marry a rich person.

miting, n. meeting; gathering;

May miting kami bukas. We have a meeting tomorrow.

Miyerkoles, n. Wednesday;
Maraming naparóroón sa Baclaran tuwíng Miyerkoles. Many go to Baclaran every Wednesday.

mo, pron. your (possessive case)
Aklát mo ang kinuha ko. The book I got is yours. Ibig mo ay umalís. You want to leave. (you is in the nominative case, familiar conversation).

modo, n. manners;
Waláng modo ang batang kasama ni Danilo. Danilo's companion has no manners.

moóg, n. fort;
Maraming taong nákulóng sa moóg ng Santiago sa Intramuros noóng panahón ng Hapon. Many people were imprisoned in Fort Santiago during the Japanese time.

mukhâ, n. face;
Ang mukhâ ni Laura ay namamagâ. Laura's face is swollen.

muhî, adj. irritated;
Muhî na si Opang sa batang iyán. Opang is al-

ready irritated because of that child.

mulâ, adv. since; since then; since that time; Mulâ nang dumatíng ka ay ayaw na niyáng mamimilí. Since you arrived she does not want to go to market.

mulâ, prep. from; Mula sa ika-4 hanggáng ika-7 ay nakikiníg akó ng radyo sa umaga. From four to seven in the morning I listen to the radio.

multó, n. ghost; May multó raw nakita si Simon. Simon said he saw a ghost.

mulî, adv. once more; again; Mulíng dadalaw sa atin si Ana. Ana will see us again.

mumo, n. left-over; particle left on the table while eating. Kinain ng pusà ang mumo sa mesa. The cat ate the particle left on the table while eating.

muna, adv. first move; Ikaw muna ang tumikím. You taste it first.

mundó, n. world; Ang mundó ay bilog. The world is round.

muni, n. sensible thought; v. think sensibly; Ibig niyá'y nagmumuni-munì bago bumangón kung umaga. She wants to think sensibly before she gets up in the morning.

mungkahì, n. suggestion; Ang mungkahì ko ay humanap na siyá ng ibáng utusán. My suggestion is for him to look for another maid.

munukalà, n. idea; plan; Ang náriníg mo ay munukalà ni Jose. What you heard was Jose's plan.

muntî adj. small; May bahay na muntî sa tabi ng ilog. There is a small house near the river.

muntík, adv. almost; nearly; Muntik nang mákalimutan ni Ana ang alaala niyá kay Milang. Ana almost forgot her gift to Milang.

mura, adj. cheap; not costly; Mura ang nábilí niyang kotse. The car he bought is cheap.

murà, adj. young; not matured; Murà ang ibang manggá na pinitás niyá. Some of the mangoes he picked are not matured.

murahin, v. to condemn; to utter bad words against

somebody. Hindî mo dapat murahin si Laura sa harap ng kaniyáng iná. You should not have uttered bad words to Laura in the presence of her mother.

musiko, n. a band of musicians.
May musiko pa ang libíng ni Floro. Floro's funeral had a band of musicians that went with it.

musmós, adj. innocent; young; Musmós pa siyá nang maulila. She was still young when she lost her parents.

mutà, n. secretion of the eyes; May mutà pa ang batà ay nasa lupà na. The child still has secretion of the eyes but she is already downstairs.

mutain, a, adj. full of secretion of the eyes. It looks like she has sore eyes for her eyes are full of secretion. Tila maysakit sa mata ang batang mutain.

mutyâ, n. pearl; loved one; Siya ay mutyâ ng kaniyáng ina. She is her mother's loved one.

muwáng, n. knowledge; Waláng muwáng ang kasama niyáng babae. The woman with her has no knowledge of the affair.

N

na—a particle used to connect the modifier with the modified; an adverb of time equivalent to the English **already, now.**
Walâ na si Andres nang dumating si Juan. Andres was already gone when Juan arrived.

na—used as prefix to form verbs that express being in the state or condition denoted by the rootword.

naalaala, v. remembered; Naalaala ni Fermin ang pangakò niyá. Fermin remembered his promise.

natutulog, v. is asleep;

natuwâ, v. was glad; Natuwâ si Rosa nang makitang natutulog ang kaniyáng iná. Rosa felt glad when she saw that her mother was sleeping.

alaala, n. remembrance; memory;

Ang alaala ni Luis ay isang boteng pabangó para sa kaniyáng pinsan. Luis's gift to his cousin is a bottle of perfume.

naamis, v. to be persecuted; oppressed; disappointed; Ang kaniyáng iná ay naamís sa mga nangyari. Her mother got disappointed because of what happened.

naaanod, v. to be carried by the current; Naaanod na ang bangkâ nang kaniláng mákita. The boat was being carried away by the current when they saw it.

naawás, v. was removed; taken away from; Naawás ang utang niyáng dalawang piso sa dapat ibayad niyáng limáng piso. The two pesos were taken from the five pesos that she was supposed to pay.

nabagbág, v. demolished, broken up; Nabagbág ang bakod nang dumaan ang malakás na hangin. The fence was demolished when a very strong wind passed by.

nabagabag, v. to be filled with compassion; Nabagabag ang kaniláng kalooban nang makita ang mga batang ulila. Her heart was filled with compassion when she saw the orphans.

nabalták, v. to be pulled; Nabalták ni Ramon ang lubid nang siya y dumaán. Ramon pulled the rope when he passed by.

nabihag, v. imprisoned; charmed; Nabihag si Lucio ng kagandahan ni Aurora. Lucio was charmed by Aurora's beauty.

nakaalís, v. able to get away; Nakaalís si Jose nang hindi ko nalalaman. Jose was able to leave without my knowledge.

alisín, v. to remove; to take away; Alisín mo ang iyóng sumbrero bago ka pumasok sa simbahan. Remove your hat before you enter the church.

nakaambâ, v. threatening; in suspended motion. Nakaambâ si Pedro kay Lina kayâ ayaw sumama sa kaniya. Pedro is threatening Lina so she does not want to go with him.

nakakíkilitî, adj. ticklish;
Nakakíkiliti ang barò ni-
yáng binilí. The dress
she bought is ticklish.

nakakita ng bituwín, hit on
the eye;
Nakakita ng bituwín si
José nang mag-away silá
ni Juan. Jose was hit on
the eye when he quarreled
with Juan.

nakaladlád, v. unfurled;
Nakaladlád ang bandilà
sa páaralán. The flag in
school was unfurled.

nakalantád, v. seen conspi-
cuously;
Nakalantád ang bahay ni-
lá sa kanto. Their house
at the corner is seen cons-
picuously.

nákalimutan, v. forgotten;
Nákalimutan ni Sabel ang
kaniyáng panyô. Sabel
forgot her handkerchief.

nakalúlumbáy, adj. sorrow-
ful; Nakalúlumbáy ang
pagkamatáy ng kaniyáng
kapatíd. The death of her
brother by means of pier-
cing is sorrowful.

nakalulunos, adj. pityful;
Nakalulunos ang mga uli-
lang naiwan ng iná. The
orphans left by their

mother are pityful.

nakamumuhî, adj. disgust-
ing;
Nakamúmuhî ang maya't
mayáng paniningíl ng ba-
bae sa iyo. The woman who
keeps on coming to collect
your debt is disgusting.

nakapanghíhinayang, adj. re-
grettable;
Nakapanghíhinayang ang
bahay na ipinagbilí niya
nang mura. Her selling
the house at a low price is
indeed regrettable.

nakapanghíhilakbót,   adj.
frightful; frightening; Na-
kapanghíhilakbót ang hit-
sura ng mukhâ ng taong pi-
nalakól. The face of the
man hoed was frightening.

nakapagitan,   adv. in be-
tween;
Nakapagitan sa bahay ng
dalawá ang bahay ko. My
house is between the
houses of the two.

nakapanghíhila, adj. to feel
lazy. Nakapanghíhila ng
tamád ang maaga niyáng
paghihigâ. Her lying down
very early makes us feel
lazy.

nakasakáy, v. is riding;
Nakasakáy sa karitela si
Pedro nang masalubong na-
min. Pedro was riding in

a karitela when we met him.

nakasalig, v. based on; patterned after;
Nakasalig sa ating saligáng batás ang kaniláng konstitusyón. Their constitution is patterned after our constitution.

nakakatarók, v. conceive; glimpse;
Waláng nakatatarok ng kaniyang kalooban. Nobody can conceive what he has in mind.

nakasalampák, v. sitting down carelessy on the floor;
Nakasalampák si Luisa sa sahíg nang kamiy dumatíng. Luisa was sitting down carelessly on the floor when we arrived.

nakasalalay, v. placed on a shelf or any protruding base;
Nakasalalay sa pinggan ang bukayò upang huwag langgamín; kayát ipinaibabaw sa tubig. The bukayò was placed on the water so ants will not get on them.

nakatigháw, v. was able to recover;
Nakatitigháw na si Petra kaya nagpapasí-pasyàl na. Petra is now recovering

so she can walk little by little now.

nakasisindák, adj. frightful;
Nakasisindák ang mga sundalong Hapon. The Japanese soldiers are frightful.

nakasísiguro, adj.; sure of;
Nakasísiguro na si Juan sa kaniyáng tanim na palay. Juan is sure of the rice that he planted.

nakatatandâ, v. is able to remember; being older than the rest;
Nakatatandâ si Pedro sa kaniláng magpipinsan. Pedro is older than the rest of the cousins. Hindî akó nakatatandá ng anumáng nangyari noong gera. 1 am not able to remember anything that happened during the war.

nakatanghod, v. always looking;
Nakatanghód si Anseng sa mga nagsisikain. Anseng is always looking at the ones eating.

nakatatarók, adj. with full knowledge of;
Hindî akó nakatatarok ng anó mang lihim ni Luz. I have no knowledge of any of Luz secrets.

nakatawa, v. smiling;

Nakatawa si Mameng nang makita ko. Mameng was smiling when I saw her.

nákatulog, v. fell asleep; Nákatulog sa bangkô si Jose dahil sa hapò. Jose fell asleep on the bench because of being tired.

nakatirá, v. is living; Nakatirá si Tony sa isang dampâ sa Taytay. Tony is living in a hut in Taytay.

nakatitiyák, v. to be sure of; Nakatitiyák na sa pananalo si Fernando sa eleksiyon. Fernando is sure of winning in this election.

nakatulóy, v. was able to enter the living room.

nakawalâ, v. was able to get away; Nakawalâ ang manók na ilulutô ko bukas. The hen I am supposed to cook tomorrow was able to get away.

nakíkisalamuhà, v. mixing with others; Nakíkisalamuhà si Andres sa mga bagamundo. Andres mixes with the vagabonds.

nakikisama, v. to be in company with others; Nakikisama si Luis sa mga taga Batangas. Luis is in company with those from Batangas.

nakikiugalì, v. to adopt the custom of the locality; Nakikiugalì na sina Lilia sa mga taga Cabiao. Lilia and friends adopt the custom of the people in Cabiao.

nakíkimatyág, v. to observe; Nakíkimatyág ang bantáy sa mga nakakulóng. The guard observes the prisoners inside.

nádaganán, v. buried; placed under; Nádaganán ng punungkahoy na nabuwál si Pablo. Pablo was placed under the tree that fell down.

nádampî, v. was touched lightly and gently; Nadampî ko lang ang kaniyang mukha ay umiyak na. I happened to touch her cheek lightly, she cried immediately.

nadidimlan, v. in darkness; Nadídimlán akô sa kaniyáng silíd kayâ nagpuntá akó sa salas. I feel as if in darkness in her room so I went to the living room.

nag-aalsa, v. to strike; to talk loudly; Nag-alsá ang mga trabahador sa San Miguel. The laborers in San Miguel went on strike.

nag-áantáy, v. waiting for; Nag-áantáy sa simbahan ang iyóng mga kapatíd. Your brothers are waiting for you in the church.

nag-áaral—studying; learning; Nag-áaral ng liksyón si Pedro. Pedro is studying his lesson.

aralín, n. lesson; Mahabà ang aralín nilá para bukas. They have a long lesson for tomorrow.

nag-áararo, v. to plow the field; Hindi pa nag-áararo ang magsasaká dahil malayó pa ang tag-ulan. The farmers do not plow the field yet because the rainy season is still far.

araro, n. plow — Isinisingkaw ang kalabáw sa araro. The carabao is hitched to the plow.

nag-áatubili, v. hesitating; Nag-áatubili ng pag-alis si Ana. Ana is hesitating to leave.

nagagalit — is angry with; Nagagalit si Tessie kay Teresa. Tessie is angry with Teresa.

nagalusan, v. to be bruised Nagalusan ang kaniyáng baraso nang siya'y mádapâ. His arm was bruised when he stumbled.

nagantihan, v. to be able to reciprocate; Nagantihan na ni Felisa ang kaniyáng kaibigan. Felisa was able to reciprocate her friend.

nagbabadhâ, v. foretelling; Ang panahon ay nagbabadhâ ng malakás na bagyó. The weather foretells a strong typhoon coming.

nagbabaguwís, v. developing wings; Nagbabaguwís na ang mga inakáy nang malaglag sa pugad. The birdies were developing wings when they fell from the nest.

nagbabalak, v. planning; thinking; Nagbabalak akong magbiyahe ulî. I am thinking of making another trip abroad.

nagbantáy, v. guarded; watched; Nagbantáy sa patáy si Romeo. Romeo guarded the dead.

nagbíbirô, v. to be in joking mood;
Nagbíbirô lang si Jose ay agád ka nang nagalit. Jose was only joking, but you got mad immediately.

nagbíbiruán, v. joking with each other;
Nagbíbiruán silá nguni't nauwî sa totohanan. They were joking with each other but it proved to be a real fight.

nagbubuhat, v. coming from; issuing from;
Nagbubuhat ang asó sa simenea. The smoke is coming from the chimney.

nagbubunót, v. husking (as in cleaning the floor;)
Nagbubunót si Renato nang tawagin ng kaniyáng iná. Renato was husking the floor when his mother called him.

nagbunsód; made to do;
Ang nagbunsód sa akin ng pagsulat ay si Juanito. Juanito was the one that made me write.

nagbuntóng-hiningá, v. sighed;
Nagbuntóng hiningá si Juana nang mapag-usapan ang kaniyáng nakaraán. Juana sighed when we talked about her past.

nagkaguló, v. to become disorderly;
Nagkaguló ang mga batà nang málamang hindî pumasok ang kaniláng gurò. The children became disorderly when they learned that their teacher was absent.

nagkatinginan, v. looked at each other;
Nagkatinginan lamang si Aurora at si Berta nang malamang walâ ang hinahanap nilá. Aurora and Berta looked at each other when they learned that the fellow they were looking for was not in.

nagkautang, v. was in debt;
Nagkautang ng limáng daáng piso si Luis kay Ramon. Luis was in debted to Ramon five hundred pesos.

nagkiskís, as a match) struck the match; Nagkiskís ng pósporó si Juan para sindihán ang sigarilyo. Juan struck his matches to light his cigarret.

nagbukás ng dibdíb—proposed marriage; Si Maning ay kahapon lamang nagbukás ng dibdíb kay Maura.

Maning proposed marriage. to Maura only yesterday.

nábukó, v. disappointed; Nábukó si Maning kay Maura nang siya ay magtapát. Maning was disappointed when he proposed to Maura.

nagdaóp, v. clasped both hands together; Nagdaóp ng palad ang magkaibigang maluwat nang hindî nagkikita. The friends who had not seen each other for a long time clasped their hands together.

naggagapáng, v. crawling around; Naggagapáng na ang batà nang ibigáy sa kaniyá ng kaniyáng kapatíd. The baby was crawling when it was given to her by her brother.

nagkuráp, v. closed the eyes. Nagkuráp ng matá si Julio nang málaman niyáng dumatíng ang kaniyang karibal. Julio closed his eyes when he learned that his rival had arrived.

naghagikgikan, v. giggled; Naghagikgikan silá nang dumating ang manliligaw. They giggled at each other when the suitor arrived.

naghahamok, v. fighting; raging a battle; Naghahamok ang mga Moro at Kristiyano nang dumating ang sokoro ng mga Kristiyano. The Moros and the Christians were raging a battle when the help for the Christians arrived.

naghalikan, v. kissed each other; Naghalikan ang mag-asawa nang silá'y magkita. The husband and wife kissed each other when they met.

nagháhampasan, v. beating or striking eacn other; Nagháhampasan siná Pedro at Juan nang dumatíng si Pablo. Pedro and Juan were striking each other when Pablo came.

naghanáp, v. searched or looked for; Naghanáp si Mengoy ng utusán pagkaalís ng dating bataan. Mengoy looked for a maid after the old maid had left.

naghanay, v. lined up; placed a row; Naghanay silá ng mga manggagawà upang piliin ang kaniláng máibigan. They lined up the laborers to pick out the ones they liked.

naghintô, v. stopped;
Naghintô na ng pag-aaral si Myrna. Myrna had stopped studying.

naghilamos, v. washed the face;
Naghilamos si Danilo nang málamang kasama siyá sa pagbilí ng tsinelas. Danilo washed his face when he learned that he is being taken along to buy slippers.

naghíhingalô, v. dying; about to die;
Naghíhingalô na si Gondina nang dumatíng ang manggagamot. Gondina was already dying when the doctor came.

naghíhintayan, v. waiting for each other;
Naghíhintayan siná Totong at Rudy sa Tutuban. Totong and Rudy were waiting for each other at Tutuban.

naghugas, v. washed (as of hands) Naghugas ng kamáy ang mga panauhin bago nagsikain. The visitors washed their hands before they ate.

nagbabaták ng butó, v. work-

ing hard;
Kasalukuyang nagbabaták ng butó si Angkô. Presently angkô is working hard.

nágibâ, v. destroyed;
nágibâ na ang bahay nang dumatíng ang pulís. The house was already destroyed when the policeman arrived.

nag-ibá, v. to change; to be different; Nag-ibá ng damít si Rita nang pumuntá sa Escolta. Rita changed her dress when she went to the Escolta.

nag-inda-indayog, v. are swaying;
Nag-inda-indayog ang mga sanga nang humangin. The branches swayed when the wind blew.

nágisíng, v. awakened;
Nágisíng ang batà nang mag-ingáy ang mga panauhin. The child awakened when the visitor made noise.

naglagí-lagitík, v. creaking;
Naglagí-lagitík ang mga duyan nang magsipagduyan ang mga batà. The swings made creaking sounds when the children

began to swing.

naglipanà, v. spread; scattered around;

Naglipanà ang mga pulubi sa Quiapo. Beggars are seen around Quiapo.

naglíliparan, v. flying about; Naglíliparan ang mga ibon sa paligid ng patáy na hayop. The birds have been lying about the place where the dead animal is.

naglílipatán, v. moving out; Naglílipatán ang mga squater na pinaaalís sa Intramuros. The squatters being driven away from Intramuros are moving out.

naglulubíd ng buhangin, v. telling falsehood;

Kasalukuyang naglulubíd ng buhangin si Ramon. Ramon is presently telling falsehood.

nagbúbuhát ng sariling bangkô, v. blowing his horn. Pangit 'sa tao ang magbuhát ng sariling bangkô. It is not nice for a person to blow his own horn.

nagpagibík, v. asked for help; Ang dalaga ay nagpagibík nang hawakan ng lalaki ang kamáy niyá at ambáng háhalikán siya. The lady shouted for help when the man held her hand and was ready to kiss her.

nagpúputók ang butse — interfering in somebody's affair.

Nagpúputók ang butsé ni Jaime kayâ hindi binabatì si Tomas. Jaime is interfering in some-affairs when it was discovered, he refused to talk to Tomas.

nagpápasalamat, v. thanking;

Nagpápasalamat si Andeng sa padalá mong alaala. Andeng is thanking you for the gift that you sent her.

nagsasaing, v. cooking rice; Nagsasaing akó nang datnán ni Ana. I was cooking rice when Ana arrived.

nagsasabog, v. sowing seeds; Nagsasabog ng mga butó ng papaya si Juan sa tabí ng bakod. Juan was sowing papaya seeds along the fence.

nagsasabong, v. fighting in the way of roosters; Nagsasabong ang dalawáng kitî nang mákita ko. The two chicks were right-ing like roosters when I saw them.

nagsísibák, v. splitting wood; Nagsísibák ng kahoy si Pedro pagkâ walâ na silang igatong. Pedro splits wood whenever they have no more fuel.

nagtagál, v. lasted a long time; Nagtagál ng dalawáng oras si Julio kiná Totong. Julio stayed two hours at Totong's place.

nagtagò, v. hid oneself; Nagtagò si Lina kina Rosa. Lina hid at Rosa's place.

nagtatamasa, v. enjoying; Nagtatamasa sa kasayahan sina Loleng sa Baguio. Loleng and her friends are enjoying in Baguio.

nagtilád, v. broke up into small pieces; Nagtilád ng kahoy si Felix bago pumasok sa klase. Felix broke up some wood into small pieces before he went to school.

nagtípanan, v. made a date; agreed; Nagtípanan si Jose at si Pedro na magkikita silá sa Escolta. Jose and Pedro agreed to meet at the Esrolta.

nagulat, v. taken by surprise; was surprised; Nagulat si Juan nang malamang may sakít si Julio. Juan was surprised to learn that Pedro is sick. **gulat, n.** surprise; Walang gulat ang batang iyán. That child has no surprise.

nag-úusap, v. conversing; Nag-úusap siná Luz at Milagros nang dumating si Consuelo. Luz and Milagros were conversing when Consuelo arrived.

nag-ulat, v. accounted for; Nag-ulat si Luisa sa iná ng nagastá niyá sa parti. Luisa made an account of her expenses for the party to her mother.

nag-unat, v. straightened; Nag-unat ng mga baraso at paá si Mameng para huwag mangawit. Mameng stretched her arms and legs so they will not tire.

nagyayakág, v. persuading someone to come along; Nagyakág si Mengoy sa panonoód ng Holiday on Ice. Mengoy persuaded us to see **Holiday on Ice.**

nagyakap, v. embraced each other;
Nagyakap ang magkaibigan na hindi nagkita sa loób ng pitóng taón. The friends who had not seen each other for seven years, embraced each other when they met.

nahapis, v. was saddened;
Nahapis si Lina nang magasawa si Julio kay Luisa Lina was saddened when Julio was married to Luisa.

nahatì, v. was divided;
Nahatì ang pag-aarì sa dalawáng magkapatíd. The property was divided between the two sisters.

nahihibáng, v. to be in delirium;
Nahihibáng si Ines dahil sa taás ng lagnát. Ines is in delirium because of the high fever.

nahulaan, v. guessed;
Nahulaan ni Jose ang iniisip ni Juan. Jose guessed what Juan had in mind.

nahuli, v. was caught;
Nahuli ang isda sa bibig. The fish was caught in the mouth.

nahulí, v. arrive late;
Nahulí sa klase si Pepe. Pepe was late in class.

naiintindihán, v. can understand;
Naintindihán ko ang pagsasakit ng kaniyáng iná. I understand the sufferings of her mother.

naikulá, v. was bleached;
Naikula ni Sotera ang damít na putî. Sotera was able to bleach the white clothes.

nailapat, v. was closed tightly; Nailapat ni Ramon ang pinto bago umalís. Ramon was able to close the door tightly before he left.

nailigtás, v. was saved;
Nailigtas ni Totoy ang batang nalulunod. Totoy was able to save the drowning child.

nainggít, v. was envious:
Nainggít si Luisa sa bagong barò ni Ana. Luisa was envious of Ana's new dress.

naipit, v. sandwiched:
caught between two bodies: Naipit sa pintô ang dalirì ni Raul. Raul's finger was caught in the door.

nais, n. desire; wish;
Ang nais ko ay maglayâg sa dagat. My desire is to sail in the sea.

naisin, v. to desire;

Naisin ko man ng malaking bahay ay hindî akó magkakaroón. Even if I desire a bíg house I cannot have one.

naisipan, v. thought of;
Naisipan ni Luz, na magpasyál sa Luneta. Luz thought of taking a walk at the Luneta.

nalalabî, n. remainder;
Ang nalalabî niyáng kualta ay sandaang piso na lamang. What remains of her money is only one hundred pesos.

nalalaman, v. know;
Nalalaman ko ang iniisip mo. I know what you are thinking of.

nalalamangán, v. to be at a disadvantage of;
Nalalamangán ka ni Andres ngunit hindí mo nalalaman. Andres is taking advantage of you, but you do not know it.

nalalarawan, v. pictured; illustrated;
Nalalarawan sa mukhâ ni Nena na hindî siyá masayá sa kaniyang pagkakaasawa. It is pictured in Nena's face that she is not happy in her married life.

naligid, v. surrounded;

Naligid ng mga sundalo ang bahay nila dahil sa nagtatagong salarín sa kanilá. Their house was surrounded by soldiers because of the criminal hiding in their house.

nalulugás, v. in state of falling;
Nalulugás ang buhok ni Nene. Nene's hair is falling off.

nalulungkót, v. in state of sadness;
Nalulungkót si Bebeng kailanma't napag-uusapan si Pedring. Bebeng is in the state of sadness whenever we talk of Pedring.

nalulumà, v. in state of being out of date;
Nalulumà na ang damít niyá. Her dress is out of date.

namalas, v. saw; observed;
Namalas kong akó'y pinagsasamantalahán niyá. I observed that he is taking advantage of me.

naman, adv. in like manner; similar; again;
Magandang araw po. Magandang araw po naman. Good morning. Good morning.
Natutulog na naman ang

batà. The child is again sleeping.

namatáy, v. died;
Namatay ang kaniyáng iná dahil sa samâ ng loob. Her mother died because of ill-feeling against her family.

namayani, v. became popular; reigned;
Namayani sa kaniláng poók si Agapito. Agapito became popular in their community.

namnamín, v. enjoy pleasant taste; taste;
Namnamín mong mabuti ang kinakain mong kasoy at malalaman mong malinamnám ang lasa. Taste the kasoy and you will see that it tastes delicious.

nanà, n. pus; Pus came out of her wound.
Nilabasan ng nanà ang sugat niya.

nanaog, v. went down the house;
Nanaog si Jose upang tingnan ang nagsisipagharana. Jose went down to see the serenaders.

nasok, v. entered;
Nasok sa silid ang dalaga nang marinig ang naghaharana. The lady entered the bed room when she heard the serenaders.

nanay, n. mother;
Si Nanay ay namatay nang maliit pa akó. Mother died when I was still young.

naníniníg, v. conversed intimately;
Naníniíg na mabuti si Mirna sa pakikipag-usap sa kaniyang mga kaibigan. Mirna was conversing intimately with her friends.

nang, adv. Wala nang bigás. There is no more rice.

nang, conj. Nang dumating si Juan, umalis si Jose.
when When Juan arrived Jose left.

nangambá, v. doubted; feared;
Nangambá si Lucio nang mapatay si Romeo. Lucio feared when Romeo was killed.

nangalay, v. became tired; fatigued;
Nangalay ang kamay ko sa kasusulat. My hand got tired of writing.

nangasera, v. boarded with; lived with;
Nangasera kamí kiná Milagros sa Nebraska. We boarded with Milagros at Nebraska.

571

nangingilag, v. avoiding;
Nangingilag si Nora kay Sole. Nora is avoiding Sole.

naníningaláng pugad, v. becoming adolescent;
Naníningaláng pugad na si Danilo. Danilo was about to become adolescent when he left San Isidro.

nangilag, v. avoided;
Nangilag si Julio kay Pedro sa parti. Julio avoided Pedro at the party.

nanguha, v. gathered; collected;
Nanguha ng mga bulaklak si Velia para ibigay sa gurò. Velia gathered some flowers to give to her teacher.

nangunyapit, v. held on; clung to;
Nangunyapit sa lubid si Jaime nang magtanan sa kaniyang kapatíd. Jaime held on the rope when he escaped from his sister.

nangyari, v. happened;
Nangyari iyon sa Balanga. That hapened in Balanga.

pangyayari, n. happening;
Masayáng pangyayari ang nasaksihan nilá. They witnessed a happy event.

naniwalà, v. believed in;

Naniwalà si Nardo sa mga sabi-sabí. Nardo believed in rumors.

napaamin, v. was made to admít;
Napaamin ni Juan si Licerio. Juan was able to make Licerio admit it.

napahinuhod, v. was persuaded;
Napahinuhod si Gloria sa kaniyáng iná. Gloria was persuaded by her mother.

naparito, v. came here;
Naparito ang Tatang mo kahapon. Your father came here yesterday.

naparoon, v. went over there far from speaker and person spoken to.
Naparoon si Luis kanina. Luis went over there a while ago.

napariyán, v. went there (close to person spoken to).
Napariyan si Rosa kanina nguni't walâ ka. Rosa went there a while ago but you were not in.

nápayukayok, v. lowered one's head in drowsiness;
Nápayukayok si Mengoy sa puyat. Mengoy lowered his head in drowsiness because of late sleeping.

napulpól, v. became dull;

Napulpól ang lanseta sa kágagamit. The knife became dull because of overuse.

napulupot, v. tied around; Napulupot ang baging sa sanga. The vine was tied around the branch.

naputol, v. cut off; Naputol ang sangá ng malbarosa dahil sa lakás ng hangin. The branch of the malbarosa was cut off because of the strong wind.

nasaan, pron. where? Nasaan ang iyong pangako? Where is your promise?

nasalantâ, v. damaged; Nasalantâ ang mga halaman dahil sa bagyó. The plants were damaged because of the typhoon.

násalubong, v. met on the way; Násalubong ni Juan si Julio. Juan met Julio.

nasipà, v. was kicked; kicked out; Nasipà ng kabayo si Kulas. Kulas was kicked out by the horse.

násulyapán, v. seen accidentally; Násulyapán ko si Gloria sa perya. I saw Goria at the fair.

nasunog, v. got burned; Nasunog ang kanin dahil sa mga panauhin na kaaalis pa lamang. The rice got burned because of the visitors that just left.

natagò, v. was hidden; Natagò ang mukha ni Laura sa larawan. Laura's face was hidden in the picture.

natarók, v. to know; to understand; to comprehend; Natarók mo na ang kalooban ni Luz. You already understand Luz's feelings.

natibág, v. crumbled; Natibág ang pampáng sa ilog nang umulán nang malakás. The bank of the river crumbled when it rained hard.

natin, pron. our; Ang bayan natin ay malayà. Our country is free.

natinag, v. has been moved or shaken; Natinag ang antena dahil sa hangin. The antenna was moved because of the wind.

nátirá, v. was left; had lived; Nátirá ang mga pangit at maliliit na manggá. The small and overripe mangoes were left.

nátiwalág, v. fired; dismissed; separated;
Nátiwalág ang mga sandaáng manggagawà. About one hundred laborers were fired.

natuksó, v. tempted;
Natuksó si Julian na magnakaw dahil sa ginugutom na kaniyáng angkán. Julian was tempted to steal because of the hungry family.

natunaw, v. melted; dissolved;
Natunaw ang yelo bago natapos ang kainan. The ice was melted before the dinner was over.

naunsiyamì, v. stunted; delayed in growth;
Naunsiyamì ang taním kong ampalaya. The ampalaya that I planted became stunted in growth.

nauuhaw, v. is thirsty;
Nauuhaw sa pagmamahál ang batà. The child is thirsty with love.

uhaw, n. thirst; Hindî siyá uminóm kahit na siya nauuhaw. He did not drink even if he is thirsty. Malaki ang uhaw niyá. He is thirsty. He is dying of thirst.

nayon, n. town;
Ang nayon ko ay San Isidro. San Isidro is my town.

Nene, n. common term used for a baby girl.
Ang Nene mo ay natutulog. Your Nene is asleep or is sleeping.

ni — particle placed before personal proper noun in the genetive case (singular) Bahay ni Jose ang nasunog. Jose's house got burned.

nilá, pron. their;
Larawan nilá ang nákuha mo. You got their picture.

nilaláng, n. creature;
Isáng nilaláng ang pinatáy mo. You killed a creature.

nábihag, v. was taken prisoner;
Nábihag nila si Andres. They made Andres their prisoner.

nilalik, v. curved;
Nilalik ni Ramon and dibuho ng silya. Ramon curved the design of the chair.

nilapatan, v. was fitted with;
Nilapatan ni Romeo ng salamin ang mesa. Romeo fitted the table with a glass.

nilikhâ, v. created;
Nilikhâ ng Diyós ang

unang tao sa daigdig. God created the first man on earth.

niluko, v. fooled.
Niluko niyá ang kaniyáng pinsan. He fooled his cousin.

ninyó, pron. your;
Bahay ninyó ang nákita ko. It was your house that I saw. I saw your house.
Linisin ninyó ang silíd. You clean the room (you in the plural no.)

ninang, n. godmother;
Ang ninang ko ay matagál nang namatay. My godmother has been dead for a long time.

ninong, n. godfather;
Ang ninong mo ay naparoón sa America. Your godfather left for America.

nino, pron. whose;
Baró nino ang nawalâ? Whose dress got lost?

ningas, n. flame; blaze;
Malakí ang ningas ng apóy dahil sa mga dahong tuyô. The flame is large because of the dry leaves.

nipís, n. thinness; Ang nipis ng medyas niya ay katulad ng sa iyo. The thinness of her stockings is like that of yours.

niyog, n. coconut;
Ang kopra ay galing sa niyog. Copra is made from coconuts.

noón, adv. at that time;
Noon ay maliit pa akóng batà. At that time I was a small child.

nunò, n. ancestor; grandparents;
Ang nunò niyá ay kastilà. Her ancestor was a Spaniard.

nunukal, v. spring forth;
Nunukál sa kaniyáng bibíg ang matamís na pangungusap. Sweet words spring forth from her mouth.

nuynuyín, v. to think over; to reflect;
Nuynuyín mong mabuti ang kaniyáng mga pangungusap. Reflect or think over his words.

nga — emphatic particle meaning please;
Umalis ka ngâ riyán. Please leave or please get away from that place.

ngitî, n. smile;
Matamís na ngitî ang iniukol niyá sa iyó. He gave you a sweet smile.

ng — the twelfth letter of
the Tagalog alphabet is pro-
nounced nga

ng — abbreviated form of
nang;
Sinirà mo ang bahay ng
bubuyog. You destroyed
the house of a bee.

ngayón, adv. now;
Ngayón ay Lunes. Today
is Monday.

ngangasab-ngasáb, v. open-
ing and clossing of the
mouth in anticipation of
something pleasant to eat;
Ngangasábngasáb si Juan
nang maamoy ang adobo.
Juan kept on opening and
closing his mouth when he
smelled the adobo.

ngalan, n. name;
Ang ngalan niyá ay maiklî.
His name is short.

ngala-ngala, n. palate;
Namamagâ ang kaniyáng
ngala-ngala. Her palate is
swollen.

ngalay, n. numbness;
Naramdaman niya ang
ngalay ng kaniyang paa.
She feels the numbness of
her foot.

ngalót, n. mastication;
Naririnig ko ang ngalót
niyá ng manggáng hiláw.
I hear the mastication of

the green mango.

ngalumatá, n. deepened eyes
with marks around due to
illness or lack of sleep.
Kilaláng-kilalá ang panga-
ngalumatá ni Ines. Ines's
deepened eyes with marks
around are evident.

ngiki, n. chill;
May ngiki si Simeon tuwing
umaga. Simeon has chill
every morning.

ngani-ngani, n. faltering;
May ngani-ngani siyáng
humawak sa bulati dahil
sa madulas. He has falter-
ing in handling the earth-
worm because it is slip-
pery.

ngangá, n. opening of the
mouth;
Nganga, ang sabi ni Susa-
na sa batà. Open, said Su-
sana to the child.

ngangà, n. chewing of buyo;
Ang matandâ ay madalás
ang ngangà lalò na sa ga-
bí. The old man chews
buyo often especially in
the evening.

ngasáb, n. movement of the
mouth and making noise
while eating;
Ngasáb nang ngasáb ang
bata kapág nakikitang may
kumakain. The child keeps

on opening his mouth and making noise whenever he sees somebody eating.

ngasngás — noise; superflous talk;

Pagka umaga na ay ngasngas nang ngasngás ang batang alagà niyá. In the morning when he gets up, his adopted child keeps on making noise.

ngatál, n. trembling;

Ngatál sı Juana dahil sa takot. Juana is trembling because of fear.

ngawâ, n. howling of children;

Ngawâ nang ngawâ ang batà marahil dahil sa pagalís ng ina. The child has been howling perhaps because of the departure of the mother.

ngawít, adj. fatigued;

Ngawít na si Pedro kayâ ibinabâ ang sanggól. Pedro is already fatigued so he put down the baby.

ngayón, adv. now;

Ngayón dáratíng si Andres. Andres is arriving now.

ngiló, n. painful feeling due to the setting of the teeth on edges.

Ngiló na si Laura sa ka-

kakain ng manggáng hilaw. Laura feels that painful feeling due to eating green mangoes.

ngipin, n. teeth

May ngipin siyáng gintô. She has a gold tooth.

ngisi, n. giggle; giggling;

The girls keep on giggling when the boy made a mistake. Ngisi nang ngisi ang mga batang babae nang magkamalî ang batang lalaki.

nginsngís-ngitî, n. smile;

Ang ngitî ni Maura ay pauyám. Maura made a sarcastic smile.

ngitngít, adj. irritated;

Ngitngít na si Nena kayâ pinalò ang bata. Nena being irritated, she whipped the child.

ngiwî, n. adj. twisted; with a mouth out of place;

Ang taong ngiwî ay magalíng sumulat. The man with a twisted mouth writes well.

ngiwían, v. to move the mouth out of place;

Nginiwián ni Sisa si Lauro para umiyák. Sisa made her mouth out of place to tease Lauro and to make him cry.

ngiyáw, n. mewing of cats; Náriníg ko ang ngiyáw ng pusà na bagong panganák. I heard the mewing of the cat that has just delivered.

ngongò, n. one who talks in twang dué to nasal disoder; Si Nati ay ngongò, ngunit nakapag-asawa rin. Nati has a nasal disorder and talks in twang, yet she also found a husband.

ngunit, conj. but; Ibig pumuntá sa Europa ni Sabel ngunit walâ raw siyáng sapát na kuwaltá. Sabel wants to go to Europe but she said she does not have enough money.

ngusò, n. upper lip; Nákagát niyá ang kaniyáng ngusò;. She bit her upper lip.

nguyâ, n. chewing; Nguyâ nang nguyâ si Juan samantalang nakikipagusap, tandâ ng pagkawaláng modo. Juan keeps on chewing while talking, this goes to show that he has no manners.

nguyaín, v. masticate; Nguyaín mo na ang iyóng tinapay. Masticate your bread.

O

obispo. n. bishop.

okoy, n. native delicacy; cooked in lard with ingredients of mongo sprouts, shrimps, rice flour and spiced with vinegar and garlic; Masaráp ang okoy ni Rosario. Rosario's okoy is delicious.

Oktubre. n. October.

ohò, adv. yes (with little respect)

oo, adv. yes (without respect)

opisyal, n. official; officer

opò, adv. yes (with full respect) Oo, Jose, nariyan na akó. Yes, Jose, I am coming. Ohò, mang Doming, susunód na akó. Yes, mang Doming, I shall follow. Opò, ingkóng, maglalampaso na akó ng sahíg. Yes grand pa, I am going to sweep the floor now.

oras, n. hour; Ang oras ng gising ni Juan

ay ikaanim ng umaga. Juan's waking hour is six in the morning.

orasán, n. watch; Inagaw ang aking orasán samantalang ako'y naglalakád isáng araw. My watch was snatched while I was walking one day.

orasan, v. to time; Orasan mo ang kaniyáng paglulutò. You time her cooking.

orihinal, n. original; Ang orihinal ng manuskrito ay nakatagò. The original of the manuscript is kept in the trunk.

oy, interj. Oy! halika. Hey! come here.

oyayì, n. lullaby; Ang oyayì ng matatandâ ay hindî na náririníg ngayón. The lullaby of the old women is no longer heard nowadays.

P

pa-part, or prefix to express manner; páupahán—for rent. Páupahán ang bahay nina Luisa. Luisa's house is for rent.

paá, n. foot; Ang kaliwâ niyáng paá ay napilay. His left foot was sprained.

paahín, v. to kick; use of a foot; Paahín mo na lamang ang paglalampaso. You just use your foot in mopping the floor.

paanan, n. at the foot; Lumagáy ka sa ulunan at paanán mo ang batà. You stay up and place the child at the foot.

páalaman, n. act of bidding good-bye; Ang páalaman ng mga-iná ay malungkót. The bidding good-bye of the mother and son is quite sorrowful.

paalam, n. good-bye; farewell; Paalam na sa iyó, Lilia Good-bye, Lilia.

paano, pron. how? Paano ang pagparoón sa inyo? How does one go to your place?

páaralán, n. school; Nasa páaralán ang mga anak ni Luz. Luz's children are in school.

pabayaán, v. let alone; neglect;
Pabayaán mong magtrabaho ang mga batà. Let the children work.

pabahay, n. house allowance;
Ang kanilang pabahay ay tinanggap na. They have received their house allowance.

pabalat-bunga, adj. insincere invitation. Pabalot-bunga lamang ang kaniyang anyaya. Her invitation is only insincere.

pabangó, n. perfume;
May pabangó pa si Mang Ambô. Mang Ambô uses perfume.

pabanguhán, v. to put perfume;
Pabanguhán mo naman ang panyô ni Danilo. You put perfume on Danilo's handkerchief.

pabuyà, n. payment; tip;
Bigyán mo ng pabuyà ang mga naghakot ng mga aklát. Give payment to those children that carried the books.

pakamahalín, v. to love dearly;
Pakamahalín mo ang iyóng iná lalò na ngayong ma-

tandâ na. You should love your mother dearly especially now that she is getting older.

pakay, n. objective; aim;
Anó ang pakay ni Jose? What is Jose's aim?

pakikibaka, n. struggle; fight;
Ang pakikibaka niná Andres ay tátagal ng mga dalawang taon. The struggle of Andres and his companions will last for about two years.

pakikihamok, n. battle; strife;
Sa pakikihamok ni Leon sa Vietnam ay naputol ang kanang kamáy niyá. Leon lost his right hand in the battle at Vietnam.

pakikipágkapuwà, n. social intercourse; consideration for others. Ang ginawa ni Julio ay isáng pakikipagkapuwà. What Julio did was a mark of social intercourse.

pakimkím, n. gift in money;
Nagbigáy ang ninang niyá sa binyág ng pakimkím na sampúng piso.

pakinabang, n. project; benefit; gain
Ang pakinabang ni Julia sa

pagtitindá ay anim na piso isáng araw. Julia's gain in selling goods is six pesos a day.

pakinabangan, v. to make profitable;
Kahimanawarì ay pakinabangan mo nang matagál na panahón ang iyóng auto. I hope you will be able to make use of your car for a long time.

pakinabangin, v. to benefit-
Hindi pa namin pakinabangin ang aming kinakain sa pagtitindá. We do not gain or benefit what we eat in our business.

pakitang-tao, n. hypocrisy; pretense; appearance;
The love he is showing is a mere hypocrisy. Ang pakitang-taong pagmamahál niyá ang siyá nating nakikita.

pakiusap, n. request; entreaty;
Ang pakiusap ni Jaime ay pag-aralin siyá sa America. Jaime's request is to send him to America to study.

pakiusapan, v. to request; to entreat;
Pakiusapan mo ang iyong lolo na ipadala ka sa Don

Bosco. Ask your lolo to send you to Don Bosco.

paksâ, n. subject;
aralín; Anóng paksâ mayroón tayo ngayón? What subject do we have for today?

paksáng-aralín, n. subject;
Anó ang paksang aralin mo sa ikapat ng hapon? What is your subject at four o'clock?

paklí, n. reply; answer;
Anó ang paklí ng kaniyáng iná? What is her mother's reply?

pakò, n. nail;
May pakò na napulot si Danilo sa tabí ng daán. Danilo found a nail near the passage way.

pakpák, n. wing;
Nabalì ang pakpák ng kilakil. The parrot broke its wing.

paksíw, n. a native dish cooked with vinegar and ginger and salt.
Kumakain kami ng paksíw minsan isang linggó. We eat paksíw once a week.

pakumbabâ, n. humility; submission;
Nagpakita siyá ng isáng pagpapakumbabâ. He showed a sign of humility.

pakundangan, n. respect;
Waláng pakundangan sa
gurò ang maraming nag-
aaral ngayón. Many pu-
pils do not show proper res-
pect to teachers nowadays.

pakyáw, n. wholesale;
Pakyáw ang pagkabilí nila
ng manggá. They bought
the mangoes wholesale.

pakyawin, v. to buy whole-
sale;
Pakyawín mo ang tindá ni-
yáng isdâ. Buy her fish
in wholesale price.

padaplís, adv. indirect; at a
tangent;
Padaplís ang tamà ni Am-
bô sa mukhâ. Ambô was
hit indirectly on the face.

padaplisín, v. to hit indirect-
ly;
Patamaan mo siyá nang
padaplís sa tagiliran. Hit
him indirectly on the side.
Padaplisán mo siyá sa ta-
giliran.

padér, n. wall;
Makapal ang padér niláng
bató. Their stone wall is
thick.

pag-aarugâ, n. act of rearing
or taking care of;
Ang pag-aarugâ ni Nena
sa anak ni Pina ay hindî
matutumbasan.   Nena's
care of the child of Pina
is uncomparable.

padparín, v. to be carried
away by the wind or water;
Papadparín ng tubig ang
mga bahay sa pampang ka-
pag umahon ang tubig.
The water will carry away
the houses on the bank.

pagál, adj. tired; fatigued;
Pagál na si Sabel sa kapa-
paroo't parito. Sabel is
tired of coming to and fro.

pag-aarì, n. property;
Ang pag-aarì ng namatáy
ay paghahati-hatiin ng
magkakapatíd. The pro-
perty of the deceased will
be divided among the
brothers.

pag-asa, n. hope;
Walâ nang pag-asang ma-
kapag-asawa si Cion dahil
sa matandâ na. There is
no more hope for Cion to
get married for she is now
old.

pagbaka, n. act of fighting
against;
Ang pagbaka sa mga la-
mók ay kailangang-kaila-
ngan. The fight against
mosquitoes is very neces-
sary.

pagbulay-bulayin, v. to re-
flect on: to think about;

Pagbulay-bulayin mo ang mga nangyari noong panahón ng Hapon. Think about what happened during the Japanese time.

pagbubulay-bulay, n. reflection;
Ginawâ ang kaniyáng pagbubulay-bulay kagabí. She did her reflection of what happened last night.

pagbubunyî, n. celebration; exaltation;
Ang pagbubunyî sa Mahál na Birhen ay gagawin sa Linggó. The celebration for the blessed Virgin will be done on Sunday.

pagbuntuhán, v. to be receiver of something accumulated (as anger, reproach, etc.)
Si Pedro ang napagbuntuhan ng galit ni Jose kayâ siyá binabag. Pedro became the receiver of Jose's reproach.

pagkabinat, n. state of having a relapse;
Ang pagkabinat ni Ana ang ikinamatay niyá. Ana's state of having a relapse caused her death.

pagkabuhay, n. livelihood; food;
Maraming pagkabuhay siná Cely. Cely and companions have plenty of food.

pagkakanuló, n. act of being a traitor; treachery;
Ang pagkakanuló ni Jose kay Rita ang ikinagalit ng ina ni Rita. Rita's mother got mad because of Jose's treachery.

pagkakataon, n. chance; opportunity;
Waláng pagkakataong makaalis si Lina sa kaniyáng tinitirahán. Lina has no chance to leave her employer.

pagkakakilanlán. n. identity; means of identification;
Waláng pagkakakilanlán ang batang sinasabi mo. The boy you are mentioning has no identity.

pagkakatiklóp, n. state of being folded;
Ang pagkakatiklop ng sulat ay hatî sa gitnâ. The letter is folded into two.

pagkakawangis, n. similarity; likeness;
Ang pagkakawangis ni Luz at ni Mila ay di maikakaila na sila'y magkapatíd. The similarity of Luz and Mila cannot be mistaken for being sisters..

pagkadayukdók, n. hunger;
Dahil sa pagkadayukdók ni
Juan ay kinain ang lahat
ng ulam at kanin. Be-
cause of Juan's hunger he
ate all the viand and all
the rice.

pagkain, n. food;
Maraming pagkain ang ini-
hain niná Milang. Milang
offered plenty of dishes.

pagkalingà, n. care; protec-
tion: adoption;
Dahil sa mabuting pagka-
lingà ni Juana sa anák ko
ay binibigyán ko siya ng
damít at kuwaltá buwan-
buwán. Because of Jua-
na's care for my daughter
I give her clothes and
money every month.

pagkampáy, n. act of moving
(as of wings);
Ang pagkampáy ng ibon
ay mahinà dahil sa napilay
ang pakpák. The bird has
a slow movement of the
wing because it is sprain-
ed.

pagkamuhî, n. state of be-
ing disgusted;
Ang pagkamuhi ni Luisa
kay Lula ay waláng kapa-
ris. Luisa's disgust for
Lula is uncomparable.

pagkasi, n. act of loving;
affection;
Mabuting pagkasi ang
ipinakikita ni Julio kay
Cely. Julio shows Cely
unusual affection.

pagkatao, n. human nature;
human being;
Hindî mapipintasán ang
pagkatao ng kaniyang asa-
wa. There is nothing
against the human nature
of his wife.

pagkatapos. adv. afterwards;
Nananghalì silá kiná Glo-
ria at pagkatapos ay nag-
puntá sila kiná Rita. They
ate dinner at Gloria's and
afterwards they went to
Rita's house.

pagkít, n. wax:
May pagkít siyá sa tsine-
las. There is wax on her
slippers.

pagkuru-kuruin, v. think over
and over;
Pagkuru-kuruin mo ang
mga pangyayari bago mo
isulat ang talâ. Think
over and over all that hap-
pened before you write
the report.

pakuwán, n. watermelon;
Nakakain na akóng min-
san ng pakuwan sa pana-

hóng itó. I have eaten watermelon once this season.

pagdadahóp, n. want; poverty;
Ang pagdadahop ng tubig ang ikinaaburido ng mga katulong. The shortage or want of water discourages many maids.

paghati-hatiin, v. d i v i d e among;
Paghahati-hatiin ng magkakapatid ang naiwang arí-arian ng kaniláng magulang. The brothers will divide among themselves the property left by their parents.

pagitan, prep. between;
Sa pagitan ng bahay namin nina Polintan ay nakatayo ang aming garahe. Between Polintan's and our house is our garage.

paglalakbáy, n. journey; voyage;
Ang paglalakbáy sa ibáng lupaín ay kaniyang pinapangarap. The journey to other land is his sincere desire.

paglalahad, n. presentation;
Ang paglalahad niya ng liksyón ay nakaaakit. Her presentation of the lesson

is interesting.

paglalarawan, n. description;
Náriníg ko ang paglalarawan ni Nora ng kanilang bahay. I heard Nora's description of their house.

paglalambitin, n. hanging;
Ang paglalambitin ni Cesar sa sangá ang nakabali ng nasabing sangá. Cesar's hanging on the branch caused the breaking of the branch.

paglambitinan, v. to hang on;
huwag mong paglambitinan ang sangá at baka mabaklî. Do not hang on the branch for it might break.

paglilibáng, v. recreation;
Kailangan ang paglilibáng sa kaniyá upang huwag lagì nang nalulungkót. It is necessary for him to have recreation so he will not feel lonesome.

paglilibíng, n. burial;
Ang paglilibíng sa bangkáy ay gaganapin sa Sabado. The burial of the corpse will take place on Saturday.

paglilitis, n. trial; hearing;
May paglilitis silá sa Martes. They have a hearing on Tuesday.

paglilimás, n. drying; letting the water flow out of a ditch or a small stream; Sa paglilimás nilá ng palaisdaan ay maraming mahuhuling isdâ. In drying the fish pond they will catch plenty of fish.

pagluhà, n. tearful supplication; Ang pagluhà ng kaniyáng iná ang ipinangangayayat. The tearful suplication of her mother made her thin.

paglunók, n. act of swallowing; Nápansín ko ang paglunók ni Lucas ng laway. I noticed Lucas swallowing his saliva.

paglusob, n. agression; Totoóng kinatakutan ng marami ang paglusob ng mga Hapon. They feared very much the agression of the Japanese.

pagod, n. fatigue; tire; Ang pagod ni Milang ay napakalaki na. Milang's fatigue is very much.

pagurin, v. to tire; Huwag mong pagurin ang batà at baka lagnatín. Don't tire the child for he might have fever.

pagpapakasakit, n. sacrifice; Malakíng pagpapakasakit ang ginagawâ ni Sabel sa kaniyang mga apó. Sabel is making a lot of sacrifice for her godchildren.

pagpapalayaw, n. act of indulgence; Si Lina ay nagpapakita ng pagpapalayaw sa kaniyáng anák. Lina shows an act of indulgence for her daughter.

pagpagín, v. to shake off; Pagpagín mong mabuti ang baníg. Shake off the mat well.

pagpapalakí v. bringing up; act of making large; Ang pagpapalakí sa mga batà ay mahirap na gawain. The upbringing of the children is a big sacrifice.

pagpapalitang-kuro, n. discussion; open forum; exchange of opinion. Nagkaroón ang mga mángangalakál ng pagpapalitangkurò. The business men had an open forum.

pagpapalistá, n. registration; Ang pagpapalistá nilá ng mga pangalan ay naisagawâ na. The registration of their names has already been done.

pagsasagupà, n. encounter; meeting (as in combat); Magkakaroón ng pagsasagupà ang dalawang prinsipe bukas. The two princes will have an encounter tomorrow.

sagupaan, n. mutual meeting as in combat); Ang sagupaan ng dalawáng prinsipe ay naganap. The meeting of the two princes was already held.

pagsaulang-loob, v. to regain consciousness; Pinagsaulang-loób ang taong nawalan ng malay-tao. The man who lost consciousness has already regained it.

pagsasaulî, n. return; Ginawa ni Rudy ang pagsasaulî ng mákiná. The return of the machine was done by Rudy.

pagtalikuwás, n. retraction; Maraming tao ang hindî naniniwalà sa pagtalikuwás ni Dr. Jose Rizal. Many people do not believe the retraction of Dr. Jose Rizal.

pagtalunan, v. argue about; Huwág ninyóng pagtalunan ang tungkól sa pagpuntá sa Baguio. Do not discuss about the plan to go to Baguio.

pagtatangkilik, n. act of supporting; Ang pagtatangkilik ng ulila ay hindî birong gawâ. The act of supporting an orphan is not a joke.

pagtataká, n. wonder; surprise; Malakí ang pagtataká, ng iná niyá nang malamang nag-iibigan na silá ni Juan. Her mother was in great surprise when she learned that she is already engaged to Juan.

pagtatapunan, n. dumping place of refuse; Ang pagtatapunan mo ng basura ay sa dram sa tabi ng páaralán. The dumping place of your refuse will be the drum near the school building.

pagtatampók, n. act of making it popular; Ang pagtatampók ng mga nagwagí ay malalaman sa Sabado. The winners will be made popular on Saturday.

pagtatamà, n. coordination; Ang pagtatamà ng kaniláng mga oras ay mahirap isagawâ. The coordination of their hours is difficult to do.

pagtatamasa, n. productivity; enjoyment;
Ang pagtatamasa nilá ng mga kasayahan ay nakapagpapalimot sa pangakò nilang pag-uwî. Their enjoyment made them forget their promise to go home before the fiesta.

pagtuligsâ, n. an act of criticizing;
Nakalungkót kay Lina ang pagtuligsang ginagawâ sa kaniyá ng kaniyáng pinsan. The criticizing of Lina's cousin on her made her unhappy.

pagtunggâ, n. act of drinking;
Nakita ko ang pagtunggâ ni Jose ng alak. I saw Jose drinking wine.

pagtutungayáw, n. act of uttering bad words; anger;
Ang pagtutungayáw ni Nena ang ikinapintás sa kaniyá ng kanyang kaibigan. Nena's utterance of bad words made her friend dislike her.

pahám, adj. wise; sage;
Isáng pahám na manggagamot ang naging asawa ni Nilda. A wise doctor became Nilda's husband.

pahát, adj. meagre; small;
Nagpadalá kay Juana si Lilia ng isang pahát na alaala. Lilia sent Juana a small gift.

páhayagán, n. newspaper;
Nagbabasá si Nardo ng páhayagán. Nardo is reading newspapers.

pahayag, n. article;
Sumulat si Luis ng isáng pahayag sa Free Press. Luis wrote an article in the Free Press.

pahirin, v. to wipe off;
Pahirin mo ang luhà ng batà. Wipe off the tears of the child.

pahimakás, n. farewell;
Ang pahimakás ni Rizal ay sinulat noóng gabí bago siyá binaríl. Rizal wrote his last farewell the night before he was shot.

pahinuhod, n. acquiescence;
Ang pahinuhod ng kaniyáng iná ay ikinatuwâ ni Pedro. Her mother's acquiescence made Pedro glad.

pahintulot, n. permission;

Ang pahintulot ng kaniyáng amá ang hinihintáy ni Jose. His father's permission is what Jose is waiting for.

pahintulutan, v. to allow; to permit;
Pahintulutan mo nang manoód ng sine ang iyóng anák. Allow your child to go to the movies.

pahingá, n. rest;
May pahingá ang mga kawaní sa tanghalì. The employees have a rest at noon.

pahingahan, n. resting place;
Ang pahingahan ni Rosa ay isáng bangkô. Rosa's resting place is a bench.

pahingahán, v. to stop; to suit, Pahingahán
mo ang panunuksó sa batà. You better stop teasing the child.

paít, n. bitterness;
Ang paít na ipinalalasáp niyá sa kaniyáng mga magulang ay waláng kapantáy. The bitterness that he is giving his parents are without equal.

pala, n. shovel;
Ang pilyong batà ay ginagamit ang pala sa pagbu-

bukás ng pintô. The naughty boy was using the shovel in opening the door.

palá, interjectional particle used to express surprise; more or less it is the equivalent of the English word so; so then; and the like; Siya nga palá! So that's it!

palababahán, n. window sill;
Inisisán ni Lina ang palababahán ng bintaná. Lina scrubbed the window sill.

palabok, n. spice; flowery expression (as in one's speech or writing; flattery; grated and roasted coconut with sugar, used on native cake like kalamay;
Malutong ang palabok ng kalamay. The palabok of the kalamay is brittle. Totoong mapalabok kung magsalitâ ang panauhin mo. Your visitor uses too many flowery words.

palabukan, v. to spice; to put palabok on kalamay.
Palabukan mo ang kalamay bago mo kanin. Put palabok on the kalamay before you eat it.

palakhín, v. to let grow; to increase;
Palakhín mo ang iyóng puhunan. Increase your capital. Kailangang palakhín mo ang sili bago kunan ng dahon. It is necessary to let the pepper grow well before you pick some leaves.

palad, n. palm of the hand; fate;
Ang kapalaran niya ay nakaguhit sa kaniyáng palad. Her fate is shown on the palm of her hand.

palarin, v. to have good luck; to be lucky;
Kung palarin si Nardo na tumamà sa swipstik, bibili siya ng bahay. If Nardo is lucky in the sweepstake, he will buy a house.

palág, n. convulsion; spasm;
Malakás ang palág ng manók nang pinapatay na. The chicken made a strong spasm when it was being dressed.

palakâ, n. frog;
Ang palakâ ay kinakain ng maraming tao. Many people eat frogs.

palágarián, n. saw mill;
May palágarián siná Lu-

cas at Julio. Lucas and Julio have saw mills.

palagáy, n. idea; opinion;
Anó ang palagay mo sa kaniláng kandidato, manalo kaya? What do you think or what is your opinion of their candidate, will he win?

pálagayan, n. comradeship; friendship;
Anó ang kahulugán ng mabuti niláng pálagayan? What is the meaning of their close friendship?

paláisdaan, n. fish pond; fishery;
May paláisdaan siná Emang sa Malabon. Emang has a fishpond in Malabon.

palalò, adj. proud; bombastic;
Palalò ang kaniyáng asawa. His wife is proud.

palamán, n. stuffing;
May palamán ang sili na inihain nilá sa amin. The pepper they served us has stuffing of meat.

palamara, adj. ungrateful; unfaithful;
Ang kaniyáng kapatíd ay isang taong palamara. Her brother is an ungrate-

ful man.

palamuti, n. decoration;
Magandá ang palamuti ng kanilang bahay. Their house has a beautiful decoration.

palanggana, n. wash basin;
May palangganang plastik si Bebeng. Bebeng has a plastic wash basin.

palapag, n. floor; story (as of building);
May siyám na palapág ang itinatayô nilang tindahan. Their store being built has nine stories.

palarâ, n. tinfoil;
Binalot ni Nena ng palarâ ang keso. Nena covered the cheese with tinfoil.

palás, adj. even; clipped;
Palás ang biyoleta nilá sa daanan. The violets on their way are evenly clipped.

palasô n. arrow;
The Igorrotes use bows and arrows. Ang mga Igorot ay gumagamit ng panà at palasô.

palaták, n. clacking noise from the tongue to express admiration. Narinig ko ang palaták niyá dahil sa kagandahan ni Elena. I heard her noise of admiration for Elena's beauty.

palátuntunan, n. program;
Magkakaroón siná Juana ng palátuntunan sa Hwebes. Juan will have a program on Thursday.

palay, n. rice;
Ang palay nilá sa lalawigan ay ipinagbibilí at bumibili silá rito ng bigás. They sell their palay in the province and buy rice here.

palayaw, n. nickname;
Ang palayaw ni Milagros ay Milang. Miláng is Milagros's nickname.

palayók, n. earthen pot for cooking;
Hindî na kamí gumagamit ng palayók ngayón. We do not use earthen pots now.

palengke, n. market;
Namimilí akó sa palengke tatlong beses isáng linggó. I go to market three times a week.

paligid, n. surroundings; environment;
Ang paligid nilá ay tinitirhán ng mga iskwater.

Squatters live in their surroundings.

paligò, n. bath;
Ang paligò ng batà ay sa umaga. The child's bath is in the morning.

paliguan, v. to bathe;
Paliguan mo siyá umaga at hapon. Bathe him morning and afternoon.

palihís, adj. deviating from the right path; erroneous;
Palihís ang turò ng kaniyáng gurò. His teacher's teaching is erroneous.

pahilís, n. triangle;
Ang barò niyáng pahilís ay kumain ng maraming kayo. Her triangle dress took much cloth.

páligsahan, n. contest;
May páligsahan na gagawín sa páaralán sa Sabado. There is a contest to be held in school on Saturday.

palisán, v. to sweep;
Palisán mo ang harapán ng bahay bago dumatíng ang mga panauhin. Sweep the front of the house before the visitors arrive.

palíng, adj. tilted;
Palíng ang kaniyáng sumbrero. His hat is tilted.

palugit, n. extension of time;
May palugit na dalawáng araw para sa pagbabayad ng lisensiya. There are two days extension for paying licenses.

palò, n. strike; beating;
Binigyán ng tatlóng palò si Renato. Renato was given three beatings.

paluin, v. to whip; to beat;
Paluin mo siyá kung hindî sumunód sa utos mo. Whip him if he disobeys you.

paltík, n. native gun;
Marunong gumawâ ng paltík ang maraming Ilokano. Many Ilocanoes know how to make native guns.

paltós, n. blister; miss;
May paltós ang kaniyáng sakong. He has blisters on his ankle.

palupo, n. ridge of a roof;
Tinangáy ng bagyó ang palupo ng bahay na pawid. The ridge of the roof of the nipa house was blown by the wind.

pamagát, n. title; caption;
Waláng pamagát ang kuwento kayâ basahin at lagyán ninyó. The story has no title so read it

and make a title to it.

pamahiin, n. superstition;
Maraming pamahiin ang kaniyáng asawa. Her husband has many superstitions.

pamamahay, n. home; house;
Ang pamamahay ni Nardo ay nasa San Isidro. Nardo's home is in San Isidro.

pamahayan, v. to turn into a dwelling;
Pamahayan ninyó ang dating garahe. Make a home out of the old garage.

pamamanás, v. swelling of the body due to beri-beri. Namamanás ang mga paa ni Sabel. Sabel's feet are swollen because of beriberi.

pamanhík, n. entreaty; request;
Ang pamanhík ng iná ni Gloria ay pagkakalág-luksâ siyá pakasál. The request of Gloria's mother is for her to get married after the removal of her dress in mourn.

pamanhikán, v. to entreat; to request;
Pamanhikan mo si Ana. You ask for Ana's hand.

pamangkín, n. nephew or niece;
Marami akóng pamangkíṇ. I have many nephews and nieces.

pamintá, n. pepper;
Nilagyán ni Rosa ng pamintá ang ensalada. Rosa put some pepper on the salad.

páminggalan, n. cupboard;
Inililigpít niyá sa páminggalan ang kaniláng ulam. They keep their viand in the cupboard.

pampáng, n. bank; shore;
Ang punong manggá namin ay nasa pampáng ng ilog. Our mango tree grows on the bank of the river.

pampánitikán, n. literary;
May mga salitâ na gamit lamang sa pampanitikan. There are words that are used in literary sense.

pamutas-silya, usually ladies that go to dances but do not dance. Kung minsan ay nagiging pamutas-silya ang dalaga kung walâ siyáng maibigang kapareha. Sometimes a lady just sits on the chair and refuses to dance if she does not find somebody she wants to dance with.

pamutat, n. side dish for regular menu like atsarang papaya.

Naghain si Nena ng pamutat na atsarang papaya. Nena served papaya pickles as side dish with the menu.

panakíp-butas, n. substitute; Dumaló si Juana sa sáyawan kahit na pamasak o panakíp-butas lamang siya. Juana attended the dance although she is only a substitute.

pananabík, n. eagerness; desire; Malaking pananabík ang ipinamalas ni Rosa sa pagdatíng niná Luisa. Rosa showed much eagerness in the arrival of Luisa and companions.

pananampalataya, n. faith; Lubós ang pananampalataya ni Lourdes sa Diyos. Lourdes has a great faith in God.

pananalig, n. belief; Lubós na pananalig ang nákita ni Cora sa kaniyáng iná. Cora has a complete belief in her mother.

pananamít, n. dress; clothes; Ang pananamít ng pulubi ay kahabág-habág. The beggar looks pitiful because of her worn-out clothes.

panata, n. pledge; vow; Ang panata ni Mameng ay hindî mag-aasawa. Mameng's pledge is that she will not get married.

panatag, adj. peaceful; quiet; Panatag na ang kalooban ni Jose. Jose's mind is now peaceful.

panatilihin, v. to make permanent; Panatilihin mo na rito ang katulong na iyán. You make that maid permanent with us.

panayám, n. lecture; May panayám silá sa Linggó. They have a lecture on Sunday.

panawan, v. to leave; Baka panawan silá ng kanilang katulong. Their maid might leave them.

panáy, adj. all; mostly; Panáy na gladyola ang dala niyang bulaklák. She brought over mostly gladíola flowers.

panayám, n. conference;
Nagkaroón silá ng panayám noóng Sabado. They had a conference last Saturday.

pandák, adj. short; small;
Pandák si Osong. Osong is short.

pandáy, n. blacksmith;
Panday ang asawa ni Bibang. Bibang's husband is a blacksmith.

pamantasan, n. university;
Nag-aaral sa pamantasan si Rudy. Rudy is studying in the university.

panà, n. bow and arrow;
May panà si Pengo. Pengo has a bow and arrow.

panain, v. to shoot with bow and arrow;
Bakâ panain ni Pedro ang batà. Pedro might shoot the child with a bow and arrow.

panambít, n. ejaculation;
Náriníg ko ang panambit ni Luz. I heard Luz's ejaculation.

panambitan, n. wailing; lamentation;
Malungkót ang mga panambitan ni Luisa. Luisa's lamentation is very sad.

panaghóy, n. weeping;
Malakás ang panaghoy ni Nena nang mamatáy ang kaniyáng amá. Nena's weeping was quité loud when her father died.

panlasa, n. taste;
The patient has no sense of taste yet. Ang maysakit ay walâ pang panlasa.

panibughô, n. jealousy;
Malakíng panibughô ang ipinamalas ni Ana. Ana shows much jealousy.

panimdím, n. profound sorrow;
Malaking panimdím ang ipinakikita ni Sofia dahil sa maysakit niyang asawa. Sofia shows a profound sorrow because of her sick husband.

panís, adj. spoiled by fermentation (as food);
Panís na ang ulam ay inihain pa. The viand is already spoiled yet she still served it.

panisin, v. to render spoiled;
Panisin mo muna ang gugò bago mo gamitin. Spoil

the gugo before you use it.

panarili, adj. private;
Panarili ang jip niláng gamit. The jeep they are using is private.

pánitikán, n. literature;
Nag-aaral ng pánitikán si Ramon. Ramon is studying literature.

pantas, adj. sage; scholar;
Pantás ang kaniyáng anák. Her son is a scholar.

panaghilì, n. envy;
Ang panaghilì ni Simon ay waláng kapantáy. Simon's envy is without equal.

panaghilian, v. to envy;
Huwág mong panaghilian ang iyóng ali. Don't envy your aunt.

pandakót, n. dust pan;
Lumà na ang aming pandakót. Our dust pan is already old.

panaginip, n. dream;
Nakatatakot ang kaniyáng panaginip. His dream is fearful.

panahón, n. time;
Panahón na ng sunog ngayón. It is now time for fire. Fire is common now.

panalangin, n. prayer;
May panalangin sa ika-6 ng hapon. There is prayer at six o'clock in the afternoon.

pangakò, n. promise;
Ang pangakò ni Bebeng ay babalik dito. Bebeng's promise is that she will come back.

pangakuan, v. to promise;
Pangakuan mo siyáng magbabayad ka sa Lunes. Promise her that you will pay on Monday.

paniki, n. bat;
Ang paniki ay lumalabas kung gabi. The bat goes out at night.

panig, n. side;
Ibig niyang marinig ang iyong panig. He wants to hear your side,

panigan, v. side with:
Huwag mong panigan ang iyóng anák dahil sa siyá'y mali. Do not side with your son because he is wrong.

panimulâ, n. elementary; beginning;
Ang panimulâ ng trabaho

ni Totong ay ikawaló ng umaga.

paniwalà, n. belief;
Ang paniwalà ng pamilya ay mabubuhay pa ang maysakít. The family's belief is that the patient will still live.

paniwalaan, v. to believe;
Paniwalaan mo ang sinasabi niyá. You believe what he is saying.

paniwalain, v. to make believe;
Papaniwalain mo ang iyóng iná na pumapasok ka. Make your mother believe that you go to school.

panót, adj. bald;
Panót si Zoilo. Zoilo is bald.

pansimba, for church wear;
Ang barong iyán ay pansimbá. That dress is for church wear.

pansín, n. attention; notice;
Tawagin mo ang kaniyáng pansín. Call his attention.

pansít, n. noodles;
Kumakain silá ng pansít tuwíng may handaan silá. They eat pansít whenever they have a party.

pantiyón, n. cemetery;
Inaayos nilá ang pantiyón. They are fixing the cemetery.

pantóg, n. bladder;
May sakít siyá sa pantóg. He has bladder trouble.

panunumbalik, n. return; coming back;
Ang panunumbalik ng katahimikan ay nagsimulâ noong 1945. The return of peace was in 1945.

panunurì, n. criticism;
Ang panunuring ginawâ niyá ay nakapagtuturò ng mabuti. The criticism he made teaches a moral lesson.

panunuyò, n. act of showing gratefulness;
Ang panunuyò ni Mila ay háyagan. Mila's act of gratefulness is openly seen.

panyô, n. handkerchief;
May panyóng magandá si Simang. Simang has a beautiful handkerchief.

pangambá, n. worry; anxiety;
Nagkaroón ng pangambá si Juan dahil sa nabinat ang maysakít. Juan has worries because the patient had a relapse.

panganib, n. danger;
Waláng panganib sa kanilang dinaraanan. There is no danger on their way.

panganorin, n. atmosphere;
May panganorin sa itaás ng bundok. There is atmosphere on top of the mountain.

pangangalakal, n. business transaction;
Pangangalakal ang ikinabubuhay niyá. She lives on business transaction.

pangkuhín, v. carry a person on the shoulder;
Pangkuhín mo na lamang si Danilo, at huwág mo nang palakarin. Carry Danilo on your shoulder and do not make him walk.

panggagagá, n. act of appropriating for oneself; usurpation;
Panggagagá ng lupà ang ikinagagalit kay Nardo ng kaniyáng kakilala. The act of appropriating land for himself is what Nardo's acquaintance makes him hate him.

panggaganyák, n. motivation
Kawili-wili ang kaniyáng pangganyák sa liksiyón. Her motivation on the lesson is quite interesting.

panggatong, n. firewood;
Walâ siláng panggatong. They have no firewood.

panghimasukan, v. interfere with;
Huwág mo siyáng panghimasukan. Do not interfere with him.

pangimbulo, n. jealousy;
May pangimbulo si Pedro sa kaniyáng kaibigan. Pedro is jealous of his friend.

panginoon, n. master;
Ang panginoon ni Jose ay Americano. Jose's master is an American.

pangingilin, n. abstinence;
Ang pangingilin ni Rosa ay tuwing Biyernes lamang ng kurisma. Rosa's abstinence is only on Fri-

days of lent.

pangitain, vision;
Nakatutuwâ ang kaniyáng mga pangitain. Her visions are interesting.

pangit, adj. ugly;
Pangit ang asawa niyá. His wife is ugly.

pangláw, n. solitude;
Ang pangláw ng kaniyáng kabuhayan. Her life is full of solitude.

pangnán, n. basket;
Ang pangnán ay gawâ sa kawayan. The basket is made of bamboo.

pangulo, n. president;
Ang pangulo ng kapisanan ay si Pablo. Pablo is the president of the club.

pangungulila, n. loneliness; state of being an orphan;
Ang awit ay nakalilibáng sa kaniyáng pangungulila. The song will serve as an entertainment to do away her loneliness.

pangyayari, n. happenings; event;
Ang pagyayari ay nakaguló sa kaniyá. The event troubled her.

papasukin, v. to be allowed to enter;
Papasukin mo si Jose. Let Jose enter.

pasukin, v. to break into;
Pinasok ng mga magnanakaw ang bangko isáng madilím na gabí. The robbers broke into the bank one dark night.

para, adj. like; similar; to;
Para bang asong ulól ang tao. The man is like a mad dog.

parang, n. forest; mountainous region;
Nakahuli silá ng usá sa parang. They caught a deer in the forest.

parangalán, to honor;
Pararangalán si Danilo at si Laura mamayáng gabí. Danilo and Laura will be honored tonight.

parang tinalupang bunga, defeated in gambling; a great loss in gambling.
Parang tinalupang bunga si Jose nang umuwî kagabí. Jose came home last night from a gambling place without a cent in his pocket.

paratang, n. false accusation or incrimination;
May masamáng paratang si Juli kay Lina. Juli has a false accusation on Lina.

paratangan, v. to accuse;
Huwág mong paratangan
si Lino at mabait siyang
tao. Do not accuse Lino
for he is a good man.

parati, adj. from time to
time;
Parati na lamang pinag-
bibintangán sa pagnana-
kaw si Juan. Juan is ac-
cused of stealing from
time to time.

paratingín, v. to extend;
Paratingín mo ang bakas-
yón mo hanggáng Hulyo.
Extend your vacation up
to July.

parè, n. priest;
May parè na nakadesti-
no sa Kalabà. There is a
priest assigned in Kalabà.

pareha, n. pair;
Dalawampút-apat na pare-
ha ang sumayáw ng rego-
don. Twenty four pairs
danced the regodon.

pareho, adj. alike; similar;
Ang kaniláng bestido ay
pareho ang tabas. Their
dresses have the same cut
or are similar in cut.

pariníg, n. insinuation;
May mga pariníg si Alicia
sa kaniyáng kaibigan.
Alicia has some insinua-

tions on her friend.

parisukat, n. square;
Ang panyô ni Julia ay pa-
risukát. Julia's handker-
chief is square.

paról, n. lantern; lamp;
Gumawâ ng paról si Lu-
cas. Lucas made a lan-
tern.

parunggít, n. derogatory re-
marks;
May mga parunggít si Co-
ding kay Luisa. Coding
has some derogatory re-
marks against Luisa.

paruparo, n. butterfly;
Nakakita sila ng parupa-
rong itim. They saw a
black butterfly.

parirala, n. phrase;
Ang isang parirala ay wa-
lang pandiwa. A phrase
has no verb.

parusa, n. punishment;
Mabigat ang parusa sa bi-
langgô. The prisoner has
a heavy punishment.

parusahan, v. to punish;
Huwag mong parusahan
ang iyong kapatid. Do not
punish your sister.

parusahan, v. to punish;
Huwag mong parusahan
ang iyong kapatid. Do not
punish your sister.

pasaring, n. insinuation;
Nagparinig siya ng mara-
ming pasaring. She made
many insinuations.

pasinayà, n. inauguration;
May malaking pasinayà na
gagawin sila sa Linggo.
They have a big inaugu-
ration on Sunday.

paskil, n. poster. Ayaw mag-
palagáy ng paskil sa pa-
der. Posters on the wall,
not allowed.

Pasko, n. Christmas;
Noong Pasko ay nagpun-
ta kami sa inyo. Last
Christmas we went to
your place.

paslit, n. young; innocent
boy when we lived with
them.

pasimulâ, n. beginning;
Ang pasimulâ niya ay sa
Lunes. His beginning will
be Monday.

pasimunò, n. head; one who
leads. Si Juan ang pasi-
munó sa pagbubulakbol.
Juan leads in playing
truant.

pasok, v. enter;

pasok, n. entrance;
Pasok kayo sa pintuang
maliit. Enter through the
small entrance.

pasukan, n. school days;
door way;
Ang pasukan ng mga bata
ay sa pinto sa likod. The
door way for the children
is the back door.

pasiya, n. decision;
Ano ang pasiya ng iyong
Ama? What is the decision
of your father?

pasiyók, n. whistle;
Gumawâ si Jose ng pasi-
yók na dahon. Jose made
a whistle out of banana
leaf.

pasò, n. burn; scald;
May pasò sa daliri si So-
fia. Sofia has a scald
finger.

pasô, n. flower pot;
Bumili si Rosa ng dala-
wang pasô. Rosa bought
two flower pots.

pasuin, v. to burn;
Huwag mong pasuin ang
sugat mo. Do not burn
your wound.

paták-paták, adv. by drops;
Paták-paták lamang kung
tumulò ang tubig sa gripo.
The water in the faucet
comes out by drops.

paspasán, v. to dust off;
Paspasán mo ang mga sil-
ya. Dust off the chairs.

paspasan, n. fight; free for all;

Nagkaroon ng paspasan ang maliliit na mga batà. There was a fight among the small boys.

pasubali, n. disenting action;

May pasubali si Alicia sa mga kasama niya. Alicia made a dissenting action to her companions.

pasunod, n. discipline;

May masamang pasunod si Cornelio sa mga anak niya. Cornelio has a poor discipline on his sons.

pasyalan, n. park;

The promenade is near the seashore. Ang pasyalan ay nasa baybay-dagat.

patáy, adj. dead; not living

Patáy na ang ama ko nang ako ay dumating. My father was dead when I arrived.

patáng-patâ, adj. terribly exhausted;

Patáng-patâ na ang mga bintî ko kaya hindi ako makatayo agad. My legs are terribly exhausted so I could not stand right away.

pataan, n. reserve; allow-ance;

May pataan si Nelia na isang oras. Nelia has an allowance of one hour.

patay-gutom, adj. ravenous;

Nakasal si Juli sa isang taong patay-gutom. Juli was married to a ravenous fellow.

patalim, n. pointed weapon; May patalim na dala-dala si Jose. Jose has a pointed weapon which he carries along.

patiwarík, adj. head down, feet up.

Patiwarik ang pagkabitin sa bilanggo. The prisoner was hanged with head down and feet up.

pati, adv. also;

Pati is Juan ay nakagalitan. Also Juan was scolded.

patibong, n. trap; decoy;

May patibong na naka-umang si Simeon. Simeon has a trap.

patirin, v. to trip; to cut;

Si Gg. Garcia ang pumatid ng laso. Mrs. Garcia cut the ribbon.

patihayâ, adj. lying on one's back;

Patihayâ nang lumagpak

si Danny. Danny fell with his back lying flat.

patíng, n. shark;
Nakahuli si Julio ng patíng. Julio caught a shark.

patís, n. brine;
Gumagamit kami ng patis. We use patis.

patláng, n. blank;
Punán ninyo ang mga patláng. Fill all the blanks.

patnubay, n. guide;
Walâ silang patnubay kaya nangaligâw. They have no guide so they lost their way.

pato, n. duck;
Itlog ng pato ang inilagà niya. She boiled some duck's eggs.

patong, n. interest;
May patong na sampung bahagdán ang hirám niyang kuwalta. The money she borrowed has an interest of ten per cent.

patpát, n. split of bamboo;
Nagtitindá ng patpát ang babae. The woman is selling splits of bamboo.

patpatin, adj. weak; thin;
Patpatin ang katawán ni Jaime. Jaime's body is thin and weak.

patubig, n. irrigation;
May patubig sa Gapan. Gapan has an irrigation.

patatas, n. potato;
Bumili ako ng isang kilong patatas. I bought a kilo of potatoes.

pataw, n. weight;
May pataw siya sa batok. He has weight on the back of his neck.

patnugot, n. director;
Si Bernardino ang patnugot ngayon. Bernardino is the director at present.

patuloy, adj. continuous;
Patuloy ang kanilang pagkakakaibigan. T h e i r friendship is continuous.

patulugin, v. to cause to sleep;
Patulugin mo ang batà. Put the baby to sleep.

patuyuan, n. drying place;
Malaki ang patuyuan nila ng kopra. Their drying place for copra is big

paunawà, n. notice, n. waláng paunawà sa haráp. There is no notice in front.

pauna, n. advance; warning;
Ang bayad niyang pauna ay sampung piso. Her advance payment is ten pesos.

pawis, n. sweat;

603

His sweat is cold. Malamig ang pawis niya.

payo, n. counsel;
Ang payo ni Diego ay mauna ka na. Diego's advice is for you to go ahead.

pekas, n., freckles: spots;
Maraming pekas sa mukhâ si Lina. Lina has many freckles on the face.

peste, n. epidemic;
May peste ng manok ngayon. There is an epidemic on chickens nowadays.

pikî, adj. knock-kneed;
Pikî ang anak niya. Her child is knock-kneed.

pikít, closed;
Pikít ang kaniyang matang kaliwâ. Her left eye is closed.

pigaín, v. to press;
Pigain mo ang labanos pagkahiwà. Press the radish after slicing it.

pigî, n. buttock;
May sugat siya sa pigî. She has a wound on the buttock.

pigíl, adj. controlled;
Pigil na ang epidemiya. The epidemic is controlled.

pigilin, v. to detain; to stop;
Pigilin mo ang kaniyang pag-alis. You stop her departure.

pigíng, n. banquet;
Nagbibigay sila ng pigíng sa karangalan ni Nena. They are giving a banquet in Nena's honor.

pigipitin, v. to put pressure on;
Huwag mong pigipitin si Rosa at magbabayad din iyon. Do not put pressure on Rosa for she will pay you.

piglás, n. struggle;
Huwag kang magpiglás at pawawalán ka rin niyá. Do not struggle for she will release you.

pigsá, n. boil;
May pigsá siya sa likód. She has a boil on the back.

pigtás, adj. ripped;
Pigtás ang barò mo. Your dress is ripped.

pihit, n, turn;
Ang pihit ng maysakit ay sa kaliwâ. The patient's turn is to the left.

pihitin v. to turn;
Pihitin mo nang pakanán ang minutero. Turn the minute hand to the right.

piitan, n. cell; prison;
Maliit ang piitan na kinalalagyán ni Sara. The cell where Sara is small.

piitín, v. to imprison;

Huwag mong piitín ang nagkasala at magbabayad siyá ng piyansa. Do not imprison the criminal for she will file a bond.

pila, n. file;
Mahabà ang pila ng mga lalaki. The men have a long file.

pilantík, n. jerky whip;
Limang pilantík ang ibinigay ni Ana kay Juan. Ana gave Juan five jerky whips.

pilak, n. silver;
Pilak ang ibinayad ni Pedro kay Jose. Pedro paid Jose in silver.

piláy, adj. lame;
Piláy si Jose at hindi makalakad nang matulin. Jose is lame and cannot walk fast.

pilay, n. lameness;
Ang pilay ni Juan ay sa baraso. Juan's lameness is on the arm.

pili, adj. selected; pili-nut
Pili ang ibinigay sa kaniyang itlog. The eggs given to her are selected.

piliin, v. to select;
Piliin ang pinakamahabang salitâ. Choose the longest word.

piling. n. by the side;

Fe was by her side when I saw her. Si Fe ay nasa piling niya nang makita ko siyá.

piling, n. bunch or cluster,
Bumili ako ng isang piling na saging. I bought a cluster of bananas.

pinagsanib, v. joined; united;
Pinagsanib nila ang kanilang lakas. They joined their strength.

pilipít, adj. twisted;
Lubid na pilipít ang ipinalò sa kaniya. He was whipped with a twisted rope.

pilit, adj. forced;
Pilit lamang ang kaniyang pagdaló sa parti. He was only forced to attend the party.

pinakamatalik, adj. the most intimate;
Ang pinakamatalik kong kaibigan ay si Milang. Milang is the most intimate friend I have.

pinag-usig, v. persecuted;
Pinag-uusig si Jaime. Jaime is being persecuted.

pinainom, v. given a drink;
Pinainom ng gatas si Sofia bago natulog. Sofia was given a drink of milk be

fore she was put to sleep.

pinalalabò, v. caused to become dim or muddy;
Pinalalabò ng mga pilyong bata ang tubig. The naughty children are making the water muddy.

pinalayas, v. ordered to leave:
Pinalayas ang katulong nila. He ordered their maid to leave.

pinalitán, v. changed;
Pinalitan ni Joaquin ang kaniyang takdang aralin. Joaquin made his assignment changed or Joaquin changed his assignment.

pinapangalisag, v. caused one's hair to stand on ends. Pinapangalisag ni Juana ang balahibo ni Illang dahil sa masamang balità. Juana made Illang's hair to stand on ends because of the bad news.

pinatuyô, v. dried;
Pinatuyô ang kamote sa araw. The sweet potato was dried in the sun.

pinawalán, v. released; able to get away;
Pinawalán ni Emong ang nakakulóng na manók, Emong released the chicken in the coop.

pinopoon, v. worshipped;
Pinopoon ni Rita ang kaniyang larawan. Rita worships his picture.

pinsan, n. cousin;
Ang pinsan niya ay nangiigibig sa kaniya. His cousin loves him.

pintá, n. paint;
Ang pinta ng babay niya ay dilaw. The paint of his house is yellow.

pintahán, v. to paint;
Pintahán mo ang iyong mesa. Paint your table.

pintô, n. door;
Ang pintô ay nakakandado. The door was locked.

pinulot, v. picked up;
Pinulot ni Jose ang manggang nalaglág. Jose picked up the mango that fell.

pinunô, v. filled;
Pinunô ng tubig ang tapayan. They filled the tinaja with water.

pinggá, n. a pole used to balance two weights;
Gumagamit ng pinggá ang agwador. The water carrier uses a pole.

pinggán, n. plate;
Malaking pinggán ang nabasag niyá. He broke a large plate.

pingkian, n. friction.
Nagkaroon ng pingkian ang magkapatid. The brothers had a friction.

pingkit, adj. semi-closed eyes;
Pingkit na pingkit ang mata ni Manuel nang magising. When Manuel woke up, his eyes were semiclosed.

pipi, adj. dumb;
Pipi ang anak ni Aning. Aning's son is dumb.

pipino, n. cucumber;
Ibig ni Laura ng pipino. Laura likes cucumber.

pipis, adj. compressed; flat;
Pipís ang kaniyang manggás. Her sleeves are compressed.

pisì, n. string;
Binigyán ko si Nena ng pisì na panalì. I gave Nena some string to tie with.

piraso, n. piece;
Isang piraso ng atáy ang ibinigáy sa akin. I was given a piece of liver.

pirasuhin, v. to cut a piece of;
Pirasuhin mo ang tinapay at bigyán mo si Raul. Cut the bread and give some to Raul.

piríng, n. blindfold;
May piríng ang matá ni Julian. Julian has eyes that are blindfolded.

piringan, v. to cover the eyes;
Piringán mo ang kaniyáng mga mata at saka mo patakbuhín. Cover his eyes and make him run.

pirma, n. signature;
Waláng pirmá ang sulat ni Rosa. Rosa's letter has no signature.

pirmahan, to sign; Pirmahán mo muna ang sulat mo bago mo ipadalá. Sign your letter before you send it.

pisaín, v. to hatch;
Inilagay ni Jose ang mga itlog sa pugad para pisaín ng inahin. Jose placed the eggs in the nest for the hen to hatch.

pisanin, v. to put together;
Pisanin mo ang iyong mga dala at nang madaling buhatin. Put your things together so it will be easy for you to pick them up.

piskal, n. fiscal; judge;
Ang piskal ang tumanong sa kanila. The fiscal cross-

examined them.

pisil, n. hold; press;
Mahigpít ang pisíl ni Sangko sa aking kamay. Brother held my hand tightly.

piso, n. peso;
Binigyán ko si Laura ng piso. I gave Laura a peso.

pisngí, n. cheek;
Mapulá ang pisngí ni Tessie. Tessie's cheeks are red.

pitumpû, adj. seventy;
Pitumpú ang mag-aaral ni Lucia. Lucia has seventy pupils.

pisón, n. roller;
Mabigát ang pison. The roller is heavy.

pistá, n. fiesta;
celebration;
Ang pistá sa Obrero ay sa Linggo. Obrero fiesta is on Sunday.

pita, n. desire; wish;
Ang pita ni Jose ay makarating sa Hapon. Jose's desire is to go to Japan.

pitahin, v. to desire; to wish;
Huwag mong pitahin ang tumamà sa swipistek. Don't wish to win in the sweepstake.

pitak, n. column;
May pitak si Paraluman sa Times. Paraluman has a column on the times.

pithayà, n. ambition; desire;
May pithayà si Luz na makaratíng sa America. Luz has a desire to go to America.

pitís, adj. tight;
Pitís na pitís and saya ni Lucia. Lucia has a very tight skirt.

pitó, adj. seven;
Pitó ang anák ni Pedro. Pedro has seven children.

pituhan, v. to whistle to;
Pituhan mo si Juan at nang bumalik. Whistle to Juan so he will come back.

pitpitín, v. to press; to pound; to make flat;
kailangang pitpitíng mabuti ang lupà. It is necessary to pound the ground well.

pitsel, n. pitcher, n;
Dalawang pitser na plastik ang uwî ko. I bought home two plastic pitchers.

pluma, n. pen; Walâ siyang pluma. He has no pen.

pô—particle used in respectful address like sir or madam; Po ang ginagamit sa pagsagót sa impó. We use pô in answering grandma.

pulót-gatâ, n. honey moon;

Sa Baguio ang pulót-gatâ nila. They will have their honey moon in Baguio.

pulpito. n. church pulpit; Tumayô siya sa pulpito at nagsermon. He stood on the pulpit to make the sermon.

pumalit, v. to change; Pumalit si Jose ng barya. Pedro went to get some change.

pumanaw, v. died; lost; Pumanaw si Carlos sa mundo kahapon. Carlos died yesterday.

pumanhik, v. to ascend; to go up; Pumanhík ang mga batà sa itaas. The children went upstairs.

pumaling, v. to incline; Pumaling sa kaliwâ ang halaman. The plant inclined to the left.

pumusyáw, v. to fade; to become pale; Pymupusyáw na ang barò ay hindi pa nalalabhan. The dress is already fading although it has not been washed.

pumustá, v. to bet on; Pumustá sa pula si Juan. Juan bet on the red.

pumuták, v. to make an ir-

ritating noise; Pumuták ang inahín pagkatapos mangitlog. The hen made an irritating noise after it has lain an egg.

pumutok; v. to burst; Pumutok ang goma nila sa Polo. Their tire burst at Polo.

punasan, v. to wipe away; Punasan mo ang kamáy ng batà. Wipe the hand of the child.

puná, n. remark, n. Anó ang puná mo sa ginagawâ ni Julio? What is your remark about Julio's work?

punahín; v. to make a remark; to notice; Punahín mo ang pag-gising niyang maaga. Notice his waking up early.

punit-punít, adj. torn; Punit-punít ang barò niyáng suót. He is wearing a torn shirt.

punong-salitâ, n. foreword; Waláng punong-salitâ ang kaniyang aklát. Her book has no foreword.

punung-gurò, n. principal; Si G. Naval ang aming punung-gurò noóng araw. Our principal before was Mr. Naval.

punsó, n. ant hill;

Maraming punsó sa likurán namin. There are many ant hills in our back yard.

punong bayan, n. town head; president;
Ang punong bayan sa Marikina ay hindi ko kilala. I do not know the president of Marikina.

pungos, n. cut;
Ang pungos ng kaniyáng buhók ay pangit. The cut of his hair is ugly.

puri, n. honor;
Walâ nang puri ang babaing iyán. That woman has lost her honor.

purihin, v. appreciate; flatter; praise;
Purihin mo siyá at nang matuwâ. Praise her so she will be happy.

puról, adj. blunt;
Ang puról namán ng gulok ninyó! How blunt your bolo is!

prusisyón, n. procession;
Ang prusesyon sa Cebu ay ipinakita sa telebisyon kagabí. The procession in Cebu was seen at the television last night.

puntó, n. period;
Dapat lagyán ng puntó ang pangungusap mo. You ought to put a period at the end of your sentence.

puntód, n. mound;
May dalawáng puntód sa tabí ng líbingan niyá. There are two mounds near his grave.

purók, n. district;
Magpipistá sa purók namin. Our district will have a fiesta.

punyós, n. cuff;
Maiklî ang punyós niyá. His cuff is short.

pusà, n. cat:
Mayroón kaming tatlóng pusang may anák. We have three cats with kittens.

pusá-pusaan, n. one who serves wily to attain his selfish ends;
May pusá-pusaan si Emilio na nagbabantáy tuwing aalis siya. Emilio has a person who looks and reports to him the happenings during his absence.

pusali, n. mire;
Hindî na ngayón nakikita ang pusali sa bahay-bahay na gaya noóng araw. It is no longer customary to see mire in houses like it used to be.

pusikit, adj. dark;
Nagtagpô silá sa hálama-

nán isáng gabíng pusikit.
They met in the garden
one dark night.

puslít, n. gate crasher;
Puslít lamang si Pedro
kaya nakapasok. Pedro
was only a gate crasher.

pusò, n. heart;
Mahinà ang kaniyáng pu-
sò. His heart is weak.

pusók, n. aggressiveness;
Ang pusók ng kaniyáng
kalooban ay kilaláng-kilalá.
His aggressiveness is
clearly seen.

pusod, n. navel;
Nagkaroón ng impeksyón
ang pusod ng batà. The
nave of the child got in-
fected.

puspós, adj. complete; full
of;
Si Rita ay puspós ng liga-
ya sa piling ng kaniyáng
asawa. Rita is full of hap-
piness by the side of her
husband.

puták, n. cackle;
Náriníg ko ang puták ng
manók na nangitlóg. I
heard the cackle of the
hen that laid an egg.

putî, adj. white;
Ang barong putî ang isu-
suot mo. You will wear
the white dress.

putíng-tainga, adj. stingy;
tight;
Puting-tainga ang kaibi-
gan mo. Your friend is
stingy.

putá-putakî, adj. sporadic;
Putá-putakî ang mga ulam
sa paminggalan. T h e
viands in the cupboard are
sporadically arranged on
the plates.

putahe, n. servings; menu;
May limáng putahe ang
ulam nilá. They have five
servings.

putlain, adj. pale;
Putlain ang kapatíd mo.
Your sister is pale.

putók, n. explosion;
Náriníg namin ang putók
kagabí. We heard the ex-
plosion last night.

putól, adj. cut off;
Ang buhók ni Luisa ay
putól. Luisa's hair is cut
off.

putulin, v. to cut; to discon-
tinue;
Putulin mo ang pagdalaw-
dalaw ni Ramon sa baba-
ing iyan. You better dis-
continue Ramon's visits to
that woman.

putong, n. head gear;
Ang harì ay may putong
na korona. The king has

a head gear.

putót, n. short pants;
Maraming nakaputót no-óng panahón ng Hapon.
There were many in short pants during the Japanese time.

puwáng, n. crack; space;
Lagyán mo ng puwáng ang bahay na itatayo ni Jaime.
Give a space for Jaime's house.

puwíng, n. foreign matter in the eye;
May puwíng ang kaliwâ niyáng matá. There is a foreign matter in her left eye.

puwít, n. anus;
Ang puwít niyá ay nama-magâ. Her anus is inflamed

puyát, adj. sleepless;
Puyát si Juan dahil sa nag-bantáy sa patáy. Juan is sleepless because he watch-ed at the funeral parlor.

puyó, n. cowlick on the head;
May dalawang puyó si So-fia. Sofia has two cow-licks.

R

raketa, n. racket;
She has two rackets. May dalawáng raketa siyá.

radyo, n. radio;
And radyo ko ay sirâ. My radio is out of order.

raha, n. rajah;
Hindî ko kilalá ang Raha Soliman. I do not know Rajah Soliman.

rahuyò, n. attraction; charm;
Narahuyò si Pedro sa ta-mis ng dilà ni Rita. Pe-dro was charmed by the sweet words of Rita.

raso, n. silky fiber of fabric; or clothing material;
Sayang raso ang isinuót ko noóng ako'y magtapos sa Normal.

rasyón, n. ration;
Ang rasyón ni Luisa ay da-lawáng salop na bigás isáng linggó. Luisa's ra-tion is two gantas of rice a week.

raw (daw), it is said;
Ikaw raw ay magandá. It is said that you are pret-ty. or They said you are pretty. Ibig daw niyang kumain ng mais. They said he wants to eat corn. Note: raw follows a word ending in a vowel; and daw follows a word ending in a consonant. Ako raw;

pula raw; umuwi raw; kumain daw; gasgas daw; supling daw.

rayos n. wheel spokes; Ang rayos ng gulong ay gawâ sa metal. The wheel spokes are made of steel.

rayuma, n. rheumatism; May rayuma raw sa paá si Emilio. Emilio has rheumatism on the feet.

rebentador, n. firecracker; Nasunog ang págawaan ng rebentador. The firework or firecracker factory got burned.

rebolber, n. revolver; Bumilí ng rebolber si Domingo. Domingo bought a revolver.

regla n. rule; menstruation; regulation; May regla si Sion kayâ hindî naglabá. Sion has menstruation so she did not wash clothes. Anóng regla ang nalalaman mo tungkól sa paggamit ng kwít? What rule do you know about the use of comma?

reglahan, v. to rule; to regulate; Reglahan mo ang papél mo. Rule your paper.

renda, n. rein;

Napatíd ang renda ng kabayo. The rein of the horse was cut off.

rendahan, v. to rein; to let loose; Rendahan mong mabuti ang kabayo mo. Rein your horse well.

reto, n. challenge; bet; Ang reto ko ay si Lina. Lina is my bet.

reyna n. queen; Ang reyna ng Caltex ay si Natalia. Natalia is the queen of the Caltex.

ribulusyón, n. revolution; Ang rebulusyón ay naganáp noóng maliít pa akó. The revolution took place when I was still small.

rikargo, n. penalty; Ang pagbabayad ng buwis ay may rikargo na ngayon. There is penalty in paying taxes now.

rikarguhan, n. to penalize Ririkarguhán ka na kung bukas ka pa magbabayad. You will be penalized if you will pay tomorrow.

rikisa, n. search; Ang rikisa nilá ay tuwíng Sabado. Their search is every Saturday.

rikisahin, v. to search;

Dapat rikisahin ang lahat ng magdaán dito. It is necessary to search everybody that passes this way.

rigalo, n. gift; offering;
May rigalo si Ana kay Luisa. Ana has a gift for Luisa.

rilos, n. watch;
Ipinakumpuní ko ang aking rilos. I had my watch fixed.

rilihyón, n. religion;
Waláng rílihyon ang taong iyán. That man has no religion.

rimarim, n. disgust;
Nakaririmarim ang kaniyáng bibig. Her mouth is very disgusting.

rimatse, n. riveting;
Ang pagkarimatse ng gulong ay matibay. The riveting of the wheel is well done.

rimas, n. a native breadfruit;
Iginugulay ng ibá ang rimas. Some people cook rimas like vegetable.

ripa, n. lottery;
Napanalunan ko sa ripa ang aking hikaw. I got my earrings from a lottery.

ripaso, n. review;
May ripaso sila tuwing Lunes. They have a review every Monday.

riserbasyon, n. reservation;
Kumuha ng riserbasyon sa eroplano si Iyang. Iyang made a reservation on the airplane.

rises, n. recess;
May rises sila tuwing ikasampu ng umaga. They have a recess every ten o'clock in the morning.

rin, (din), also;
Ayaw ring kumain ng maysakit. The patient does not want to eat either. Ibig daw niyang matulog. He said he wants to sleep.

ripeke, n. pealing of the bells;
We heard the pealing of the bells. Narinig namin ang ripeke ng kampanà.

ripinado, n. refined sugar;
Mahál ang ripinado ngayón. Refined sugar is high at present.

ripolyo, n. cabbage;
Maraming inaaning ripolyo sa Baguio. They raise plenty of cabbage in Baguio.

ronda, n. night patrol;
May ronda siná Doming kung gabí. Doming and

others have a night patrol.

rosaryo, n. rosary;
Nagdarasal kami ng rosaryo nang dumating si Luz. We were praying the rosary when Luz arrived.

riseta, n. prescription;
May risetang ibinigay ang duktor. There is a prescription given by the doctor.

risibo, n. receipt;
Binigyán mo ba ng risibo ang bumilí ng aklát? Did you give a receipt to the man who bought the book?

ritaso, n. remnants;
Nagtitindá ng ritaso si Beatriz. Beatriz is selling remnants.

ritirado, n. retired;
Ako ay ritirada na ngayón. I am now retired.

ritoke, n. retouch;
Ang ritoke ng kanilang silya ay mainam. The re-touch of their chair is well done.

riwasá. n, riches;
Nakaririwasâ ang asawa ni Gloria. Gloria's husband has some riches.

rumaragasâ, v. to be plentiful;
Dumaragsâ ang mga tao kahit na minahalán ang bayad sa tiket. The people come in groups even if they raise the cost of the tickets.

rurok, n. highest point; summit: Ngayón ang rurok ng pagdiriwang sa Cebu. Today is the summit of the celebration in Cebu.

ruweda, n. wheel;
Nasirà raw ang ruweda ng karumata nang dumating silá sa Polo. They said the wheel of the karromata went out of order when they reached Polo.

S

sa prep. to; from; in; on;
Pumuntá siyá sa palengke. She went to the market. Galing siyá sa simbahan. She came from church. Sa páaralán nag-aaral ang mga batà. In school the children study. Sa Linggó akó'y sísimba. On Monday I shall go to church.

saan, pron. where;
Saán nároón ang ibiníbigáy mong aklát? Where is

the book that you are giving her?

Sabado, n. Saturday;
Sa Sabado ay magsísimulâ na ang kaniláng bakasyón. On Saturday their vacation will start.

sabáy, adv. at the same time.
Sabáy nagtapós ang magkapatid sa haiskol. The brothers graduated from high school at the same time.

sabayán, v. to do at the same time;
Sumabáy ka na sa pagalís ni Floro at sásabayán ko naman si Mila. Leave at the same time with Floro and I shall leave with Mila.

sabi, v. say;
Sabi ni Juan ay nakakain na siya. Juan said he has eaten.

sabihin, v. say; tell;
Sabihin mo kay Rosa na sumama siya sa iyo. Tell Rosa to go with you.

sakalín, v. to choke;
Huwag mong sakalín ang batà kahit na nahuli mo siyáng nagnánakaw ng santol. Do not choke the child even if you caught him stealing santol.

sakáy, n. ride; sumakay; sakyán; to ride;
Sumakáy ka sa kalabáw pagparoon sa gubat. Ride on the carabao in going to the forest. Sakyán mo ang kalakiyán. Ride on the male carabao.

sakdál, adv. extremely;
Sakdál ng init kahapon. It was extremely hot yesterday.

sakdál, n. suit;
Nagsakdál si Jose dahil ayaw siyáng bayaran ni Juan. Jose filed a suit against Juan because he does not want to pay his debt.

sakím, adj. greedy;
Sakím naman ang kaniyáng kaibigan. His friend is truly greedy.

sakít, n. sickness; pain;
Ang sakít ni Juana ay pagkatuyô. Juana's sickness is tuberculosis.

magkasakít, v. to get sick;
Bakâ magkasakit ka, kaya huwag ka nang sumama sa Antipolo. You might get sick so you better not go with them to Antipolo.

masakít, adj. painful;
Masakít daw ang ulo ni

Josefa. She said that Josefàs head is painful.

sumakít, v. to become painful:
Sumakít ang paá niyá sa bagong sapatos. His feet became painful because of the new shoes. His new shoes pain him.

salakay, n. invasion; assault;
Isa pang salakay ang ginawâ nilá noóng Linggó. They made another assault last Sunday.

salamat, n. thanks;
Maraming salamat sa iyo, Mameng. Many thanks to you, Mameng.

salapî, n. money in general;
Maraming salapî siná Pablo. Pablo and relatives have much money.

sansalapî, n. fifty centavos;
Binigyán ko ng sansalapî si Mary. I gave Mary fifty centavos.

salas, n. living room;
Naṣa salas ang kanilang telebisyon. Their television is in the salas or living room.

salát, adj. lacking; inadequate;
Salát sa ani ngayón. The harvest this year is inadequate.

salawál, n. trousers;
Iginawâ ni Rosalino ng salawál si Danilo. Rosalino made trousers for Danilo.

saláwikaín, n. proverb;
Ang gurò nilá ay maraming naiturò na saláwikaín. Their teacher has taught them many proverbs.

saligán, n. basis;
Ang saligán nilá ay ang konstitusyón. Their basis is the constitution.

saligáng-batás, n. constitution;
Marami sa gumawâ ng saligang-batas ay namatáy na. Many of those that made the constitution have already died.

salitâ, n. word;
Maraming salitâ sa Tagalog ang hindî naiintindihan ni Tessie. There are many words in Tagalog that Tessie does not understand.

magsalitâ, v. to speak:
Magsalita ka ng Kastila at nang magulat silá. You speak in Spanish so they will be surprised.

masalita, adj. talkative;
Masalita ang taong iyan. That man is talkative.

saliw, n. accompaniment;
Sa saliw sa gitara si Luisa
ay nagkanta. Luisa sang
in the accompaniment of
the guitar.

salot, n. pestilence;
Nagkaroón ng salot noong
taóng namatáy ang kani-
yáng iná. There was pes-
tilence the year their mo-
ther died.

salungát, adj. go against;
contradict:
Salungát sa lahát ng ba-
lak ko si Lina. Lina is
against all my plans.

salu-salo, n. party; banquet;
gathering;
May salu-salo sa kanilá
bukas. There is a party
at their home tomorrow.

saktan, v. to strike; to whip;
Ayaw niyang saktán ang
batà kahit may kasalanan.
He does not want to whip
the child even if he is
faulty.

saklolohan, v. to help; to give
aid; Saklolohan mo ang
iyóng mga kapatíd na nag-
kakagutóm. You better give
help to your hungry broth-
ers.

sakmalín, v. to snatch with
the mouth;

Sinakmál ng aso ang kar-
ne sa plato. The dog
snatched the meat on the
plate.

saknóng, n. stanza;
Unang saknóng ang bina-
sa ni Julio. Julio read the
first stanza.

sadyaín, v. to do intention-
ally;
Sinadyâ ni Ana ang pag-
alís. Ana left intentional-
ly.

saganà, adj. abundant; plen-
ty; prosperous;
Saganà sa tubig sa kani-
lá. They have plenty of
water in their place.

saging, n. banana;
Bihirà na ang saging na
malalaki sa talipapâ. There
is scarcity of big bananas
in the talipapâ.

sagisag, n. symbol; emblem;
May magandáng sagisag
si Lucia sa kanyáng mga
aklat. Lucia has a beauti-
ful emblem on her books.

saglit, n. in very short time;
Saglit lamang at tayo ay
lalakad na. In a very short
time, we are leaving.

sagot, n. answer; reply; re-
sponse;
Ang sagôt niyá ay ipina-

dala na. His answer has already been sent.

sumagót, v.

sagutín, v. to answer or be answered;

Bago mo siyá sagutín ay hilingín mong sumagot muna siya sa tanóng ng iná mo. Before you answer him, tell him to answer first your mother's question.

sagwil, n. obstacle;

Waláng sagwíl sa paglipat ng páaralán si Lula. There is no obstacle in transferring Lula to another school.

sahol, adj. wanting; lacking;

Ang salitang **pangit kaisa** ay pasahól. The word uglier is lacking in beauty. Mila is uglier than Nilda. Si Mila ay higít na pangit kay Nilda. o Si Mila ay pangit pa kay Nilda.

sama, v. go along;

Sama nang sama si Angkô kay Ramon kahit waláng baon. Angkô always goes with Ramon even if he has no money.

kasama, n. companion;

Waláng kasama si Luisa sa kanilá. Luisa has no companion at home.

sumama, v. to go with:

Sumama si Luis kay Diego. Luis went with Diego

samahan, v. to accompany;

Samahan mo si Nena kiná Rosa. You accompany Nena to Rosa's place.

magsama, v. take somebody along;

Magsama ka ng kaibigan sa Baguio. Take a friend to Baguio.

samaing-palad, v. to be unfortunate;

Kung samaing-palad siyá ay babalik nang waláng karera. If he becomes unfortunate he will come home without a career.

sambalilo, n. hat;

Waláng sambalilo si Danilo. Danilo has no hat.

sambilatin, v. to grab; to clutch;

Sinambilat niná Pablo ang mais sa bilao. Pablo and his companions grabbed the corn on the basket.

sambít, v. to mention in passing;

Násambít ang pangalan mo bago namatáy ang kaibigan mo. Your friend mentioned your name before he died.

sambulat. v. scatter;

Nasambulat sa sahig ang duhat. The duhat was scattered on the floor.

sampalok, n. a kind of pod fruit used for flavoring fish when green and eaten as is when ripe or made into candies.

sampû, adj. ten;
Sampû ang anak ni Luz. Luz has ten children.

samsamín, v. to confiscate; to commandeer;
Sinamsám ng pulís ang tindá nilang kamates. The policeman confiscated their tomatoes.

sanaysáy, n. essay;
Pinagawa ni Pedro ng isáng sanaysay si Nena. Pedro made Nena make an essay.

sandalî, n. moment;
Humintô sandalî ng pagsulat si Juan. Juan stopped writing for a moment.

sandatahin, v. armed;
Huwag mong sandatahin ang gulok na patagò sa iyó. Do not use the bolo you are asked to keep for arming yourself.

sandók, n. ladle,
Gumagawâ ng sandók ang matandáng lalaki. The old man is making ladles.

sanlâ, n. mortgage;
Ginamit na sanlâ ang titulo ng kanilang lupà. They used the title of their land as a mortgage or security

sanlibo, n. one thousand;
Sanlibong pusò ng maís ang náhingî ko sa lalawigan. I was able to ask one thousand ears of corn from the province.

sansinukob, n. the world;
Naglibót sa sansinukob si Pablo. Pablo travelled around the world.

sanggunián, n. consultant; adviser;
Isang sanggunián ang kaniyáng pinagtanungán. He went to ask an adviser.

sangmaliwanag, n. the world:
Nang sumipót sa Sangmaliwanag ang dalawáng batà ay nagkakabít na ang likód nilá. When the two children came into the world their backs were already joined.

sapantahà, n. suspicion; presumption, guess;
May sapantahà si Rosa na dáratíng ang kaniyáng kasintahan sa Sabado. Rosa's suspicion or guess is that her lover is coming on Saturday.

sapát, adj. enough; sufficient;
Sapát na katibayan mayroón si Julio. Julio has enough evidence.

sapatero, n. shoemaker;
Ang kaniyáng amá ay isáng sapatero. Her father is a shoemaker.

sapatos, n. shoes;
Bumilí ng sapatos na balat si Jaime. Jaime bought leather shoes.

saplót, n. clothes; covering for the body;
Waláng saplót si Diego nang dumating dito sa sa amin. Diego had no clothes when he arrived here.

saráp, n. savor; taste;
Nawalâ na ang saráp ng milón dahil sa matagál na pagkatinggál sa pálamigan.
The savor of the melon has been lost because of the long keeping at the refrigerator.

masaráp, adj. tasty; delicious;
Masaráp ang bagong pitás na manggáng malabayawak. The newly picked half-ripe mangoes are delicious.

sarhan, v. close; shut;
Sinarhán na ang daán patungo kiná Jose. They closed the way leading to Jose's house.

sarili, n. one's own;
Sa ikabubuti ng sarili ay binili ko ang kaniyáng lupà. For the sake of myself I bought his land.

sariling lupà, n. native country;
Pilipinas ang sarili kong lupà. The Philippines is my native country.

sariling wikà, n. native tongue;
Tagalog ang sarili kong wika. Tagalog is my native tongue.

sárilinán, adv. in private;
Sárilinán ang pag-uusap nilá. They talk in private.

sari-sarì, adj. various; mixed; diverse;
Sari-sarì ang ulam nilá. They have various dishes.

sasama, v. will go with;
Sasama siná Jose kina Juana. Jose and company will go with Juana and company.

sastre, n. tailor;
Isang sastre ang amá niyá. Her father is a tailor.

sawâ, adj. tired of;

Sawâ na sa sayáw si Ramon. Ramon is tired of dancing.

sawá, n. a kind of snake; boa;
Nakahuli ng sawá si Maneng. Maneng caught a boa.

sayáw, n. dance;
May sayáw sa paaralán niiá sa pagtatapos. There is a dance at their school on graduation.

saysáy, n. worth; value;
Waláng saysáy ang ginawâ niyáng paról. The lantern he made has no worth.

selyo, n. stamp;
Waláng selyo ang inihulog niyáng sulat. The letter he dropped has no stamp.

sentimos, n. centavos;
Limang sentimos ang ibinigay kay Raul. Raul was given five centavos.

sermon, n. preaching; sermon; counsel;
Nábigyán ng sermon ng iná si Lucia. Lucia was given a preaching by her mother.

si, pron. article placed before a personal pronoun in the singular number;
Si Juan ay mayaman. Juan is rich.

sibà, n. greed;
masibà, adj. greedy
May sibang taglây ang taong iyán. That man has some greed. Masibà si Pedro. Pedro is greedy.

sibakín, v. to split with a big hammer; to cut;
Sisibakín ni Simeon ang kahoy. Simeon will split the wood.

sibasibin, v. to attack as of a pig;
Sisibasibin ng baboy ang maliít na tutà. The pig will attack the little puppy.

sibát, n. spear;
Ginagamit niyá ang sibát sa paghuli ng baboy. He used spear in catching the pig.

sigabo, n. cloud of dust;
Sigabo ng alikadbók ang nakapuwíng sa kaniyáng matá. The cloud of dust blinded her eye.

sigalót, n. complication; quarrel;
Nagkaroón ng sigalót ang magkapatíd. The brothers had a quarrel.

sigasig, n. persistence; conscientiousness;

Ang sigasig niyá sa pag-
aaral ay nabawasan na.
Her persistence in study-
ing is lessened.

sigáw, n. shout; cry;
Malakás ang sigáw ng ba-
bae. The woman made a
loud cry.

sigawán, v. to shout at;
Sigawán mo si Eduardo.
Shout at Eduardo.

sígawan, n. shouting at each
other; a clamoring noise;
Ang sígawan ng magka-
patíd ay náriníg sa kabi-
lang bahay. The clamoring
noise made by the brothers
was heard in the other
house.

siglá, n. enthusiasm; an act
of being active;
Waláng siglá ang sáyawan
kagabí. There was not
much enthusiasm at the
dance last night.

siglahán, v. to fill with en-
thusiasm;
Siglahán ninyó ang sáya-
wan. Fill the dance with
enthusiasm.

siglo, n. century;
Isáng siglo na ang naka-
raán buhat nang mamatáy
ang kaniyáng iná. A cen-
tury has passed since the
death of her mother.

siguro, n. insurance;
May siguro ang namatáy
niyáng kapatíd. Her bro-
ther that died has an in-
surance.

sihangan, v. to open the
mouth by force with the
aid of an instrument;
Sihangan mo ang batà at
nang mainóm ang gamót.
Open the mouth of the
child by force so he can
take the medicine.

siít n. branchlets of bam-
boo;
Maraming tiník ang siít.
The branchlets of bamboo
have many thorns.

silá, pron. they;
Silá ay áalís bukas. They
are leaving tomorrow.

silabán, v. to build a blaze;
to burn;
Ang utos ni Julio ay sila-
ban ang bahay ni Juan.
Julio's order is to burn
Juan's house.

silain, v. to prey upon;
Baka silain ng uwák ang
mga kiti. The crow might
prey on the small chicks.

silakbó, n. outburst of emo-
tion;
Nakilala agád ang silak-
bó ng kaniyáng dugô. His
outburst of emotion is

evident.

silahis, n. ray;
Nakikita niyá ang silahis ng langit sa kaniyang kináhihigán. He can see the rays of the sun from where he is lying.

silangan, n. east;
Taga silangan ang taong iyán. That man is from the East.

silát, n. slits on flooring;
May dalawáng silát sa kaniláng sahíg. There are two slits on their flooring.

siláw, adj. dazzled;
Ang kaniyáng mga matá ay siláw sa kináng ng brilyante. Her eyes are dazzled by the brilliance of the diamond.

silayan, v. to visit; to look over;
Ayaw nang silayan ni Julio ang kaniyáng mga anák. Julio no longer visits his children.

silíd, n. compartment; room;
May dalawáng silíd ang bahay niyá. His house has two compartments.

silíd-aralán, n. classroom;
May dalawang silíd-aralán akó. I have two classrooms

silipin, v. to peep; to look through a crevice;
Huwag mong silipin ang naliligò. Do not look at the one bathing through a crevice.

silò, n. noose;
Gumawâ ng silò is Pedro pará sa manók Pedro made a noose for the chicken.

silong, n. lower part of building.

silungán, n. rain or sun shade;
Nagtayô ng silungán ng hayop si Edmundo. Edmundo made a shade for the animals.

silya, n. chair;
May isáng silya na ipinakukumpuní akó. I have a chair being repaired.

simangót, adj. sour or distorted face;
Simangót si Lina sa larawan. Lina has a sour face on the picture.

simbahan, n. church;
Ayaw ipapasok sa simbahan ang patáy. The priest refused to admit the dead body to the church.

simoy, n. breeze;
Malamíg ang simoy ng hangin sa umaga. The breeze in the morning is

cool.

simsimín, v. to suck;
Sinisimsím ng bubuyog ang bulaklák. The bee sucks the flower.

simulâ, n. beginning;
Ang simulâ ng perya ay bukas. The beginning of the fair is tomorrow.

simulain, n. principle;
May magandáng simulain ang kaniláng kapisanan. Their club has a good principle.

simutín, v. to pick up everything.
Sinimót ng pusà ang lahát ng mumo sa mesa. The cat picked up all the food crumbs on the table.

simyento, n. cement;
Bumilí ng simyento ang anloague. The carpenter bought some cement.

sinabayán, v. to do at the same time;
Sinabayán ni Lumen sa paglakad si Luz. Lumen walked at the same time with Luz.

sumabay, v. to go at the same time;

sinalakay, v. attacked; assaulted;
Sinalakay niná Garcia ang dalagang anak ni Filemon. Garcia and companions attacked Filemon's daughter.

sinaluhan, v. partook;
Sinaluhan sa almusalan si Ana ng mga panauhin. The vistors partook breakfast fast with Ana.

sinamsám, v. confiscated; gathereo;
Sinamsám ng mga pulís ang tindáng sigarilyo ng mga batà. The policemen confiscated the cigarrettes being sold by the children.

sinapupunan, n. lap;
Nasa sinapupunan ng iná ang kaniyáng anák na maysakít. The sick child is on the lap of her mother.

sindák, n. fright;
Malakí ang sindák ni Sabel sa aso. Sabel showed much fright on the dog.

sinelas, n. slippers;
Sinelas lamang ang suót ni Leon sa pagpasok sa páaralán. Leon wears only slippers to school.

sinikap, v. tried;
Sinikap ni Luz na magkaroón ng sandaáng piso. Luz tried to have one hundred pesos.

sining, n. art;
Nag-aaral ng sining si Mila. Mila is studying art.

siniyasat, v. examined closely;
Siniyasat na mabuti ni Jose ang relos na ipinaga-wâ niyá. Jose examined carefully the watch that he sent for repair.

sino, pron. who;
Sino ang umalís? Who left? Sino ba kayó? Who are you?

sinuhin, v. to ask for identity;
Sinuhin mo ang mga dumaratíng. Ask for the identity of the ones coming.

sintá, n. loved one;
Sino ang sintá mo? Who is your loved one?

sintahan, n. love affair;
May sintahan daw ang dalawá. They said they love each other or they have a love affair.

sintahín, v. to love or make love to;
Ibig mong sintahín ang babaing iyan? Do you want to make love with that woman?

sintido, n. sense; feeling;
Waláng sentido ang batang iyán. That child has no feelings at all.

sinulid, n. thread;
Bumilí ng sinulid na itim si Nena. Nena bought some black thread.

sinungaling, n. liar;
Isáng sinungaling ang anák ni Tacio. Tacio's son is a liar.

sinusurì, v. examining closely;
Sinusurì niyáng mabuti ang mga pangungusap. He is examining the sentences closely.

singáw, n. vapor;
steam from boiling water; fog; mist;
Ang singáw ng tubig na kumukulô ay nakapapasò. The steam of the boiling water can burn one's finger.

singkamás, n. turnips;
Kumakain ng singkamas ang mga batà. The children are eating singkamas or turnips.

singkawán, v. to put a harness on;
Singkawán mo ang kabayo at nang makapamasyál tayo. Put a harness on the horse and let us make a round.

sing-ibig, n. sweethearts;
Silá ay mag-sing-ibig. They are sweethearts.

sirà, n. tear; defect;

May sirà ang tela niyáng nábilí. The cloth that she bought has a defect.

sirâ, adj. defective; torn;
Sirâ ang kaniyáng matáng kaliwâ. Her left eye is defective.

sirain, v.
sumirà, v. to tear;
Huwág mong sirain ang abaniko. Do not tear the fan. Huwag kang sumirà ng damít na bago. Do not tear a new dress.

sisi, n. reproach; regret;
Tumanggáp ng sisi si Juan sa pagkawalâ ng batà. Juan received some reproaches for the disappearance of the child.

sisihin, v. to reproach;
Huwag mo nang sisihin ang kapatíd mo. Do not reproach your brother.

sipsipín, v. to suck;
Sinisipsíp ng batà ang kaniyáng dalirì. The child is sucking his finger.

sisid, n. dive;
Ang sisid ng perlas ay ginagawâ minsan sa isáng linggó. The diving for pearls is done once a week.

sisirin, v. to dive;
Ibig niyang sisirin ang batóng nawalâ. He wants to dive the lost stone.

sipag, n. industry;
Ang sipag ng batà ay hinahangaan ko. I admire the industry of the child.

sipatin, v. to look carefully;
Sipatin mong mabuti ang sukat ng lupà. Look at carefully the measurement of the land.

sipi, n. copy;
Dalawáng sipì ng aklát ang ibinigáy ko sa iyó. I gave you two copies of the book.

sipiin, v. to take a copy of;
Sipiin mo ang tulâ sa aklát. Make a copy of the poem in the book.

sipilyo, n. brush;
Bumilí akó ng sipilyo para kay Laura. I bought Laura a brush.

sipilyuhín, v. to brush;
Sipilyuhín mo ngâ ang sapatos ko. Will you brush my shoes?

sipón, n. cold;
May sipón si Sofia. Sofia has cold.

sipunin, adj. easily afflicted with cold;
Sipunin ang iyong anak. Your child is easily afflicted with cold.

sitaw, n. pod-bearing vege-

table;
Nagtaním ng sitaw si Toreng. Toreng planted some sitaw.

sitsít, n. gossip; backbiting;
Sitsít lamang ang náriníg. What you heard are mere gossips.

siwang, n. a small opening;
Nakita ko sa siwang ng bintanà ang magnanakaw. I saw the thief at the small opening of the window.

siyá, pron. third person singular, she or he.
Siyá ang kasama mo sa paglalakbáy. She was your companion in travelling. Siya ay marunong. She is intelligent.

siyám, pron. nine;
Siyám ang kasama nilá sa Cebu. They have nine companions in going to Cebu.

siyámnapû, pron. ninety;
Siyámnapû ang ibinayad sa kaniyá. They paid her ninety pesos.

siyáp, n. chirp of chickens;
Naririnig ko ang siyáp ng mga kítî. I hear the chirp of the small chicks.

siyudad, n. city;
Nakatirá silá sa siyudad ng Caloocan. They live in the city of Caloocan.

sopas, n. soup;
Naglutò ng masaráp na sopas si Nena. Nena cooked delicious soup.

subain, v. to swindle; to cheat;
Baka subain mo siyá. You might swindle her.

subali't conj. but;
Uuwî na sana si Carlos, subal't pinigil namin. Carlos was going home but we prevailed upon him not to go.

subasob, adj. facing downward;
Ang huling subasok ni Jesus ay nasaksihan ni Elena. The last fall of Jesus with face downward was witnessed by Elena.

subaybayán, v. to follow secretly; to observe carefully;
Susubaybayán ni Angel si Nardo hanggáng sa lumaki. Angel will observe Nardo carefully until he grows up.

subò, n. mouthful;
Bigyán mo siyá ng mga iláng subong kanin. Please

give her a few mouthfuls of rice.

subô, adj. cannot back out; Subô na si Nene kaya makakasál na siya sa Sabado. Nene cannot back out anymore so she will be married on Saturday.

subó, n. boiling (as of rice being cooked); Pinahiran ni Felix ng subó ang patpát ang kaniyáng agihap. On his blister at the side of his lip, Felix applied the boiling liquid at the end of the split of bamboo being used as fuel.

subuan, v. place food into one's mouth; Subuan mo ang batà at nang mabusóg. Place the food into the child's mouth so he will be satisfied.

subok, n. test; Ang pagsubok sa mga nagaaaral ay gáganapin sa Mayo 29. The test of the pupils will be held on May 29.

subukan, v. to test; Subukan mo kung makapapasá si Danilo sa subok. Test Danilo to see if he can pass it.

subyáng, n. thorn; obstruction. May subyáng sa paá si Jose dahil sa naglakád siyá nang waláng tsinelas. Jose got a thorn on his foot for he walked barefooted.

sukà, n. vinegar; Nagpabilí akó ng sukà kaninang umaga. I ordered vinegar this morning.

suka, n. vomit; May suka ang barò ng batà. The child's dress is smeared with vomit.

súkaban, adj. treacherous; dishonest; Ang taong sukaban ay hindî dapat kinákaibigan. It is not good to befriend a treacherous man. Ikáw ay isáng sukáb You are dishonest

sukat, n. meter; measurement; Ang sukat ng barò niyá ay hindî tamà. The measurement of her dress is not correct.

sukát ang bulsá, knowledge of one's ability to pay; Sukát ni Ramon ang bulsá ni Rudy. Ramon knows Rudy's ability to pay.

sukatan, v. to measure; Sukatan mo siyá ng isáng barò. Measure a dress for her.

sukatin, v. to measure;
Sukatin. mo ang telang binilí niyá. Measure the cloth that she bought.

sukdulan, adj. zenith; height of development;
Sukdulan ng habà ang kaniyáng saya. Her skirt is the longest.

suklám, n. loath; loathing;
Ang suklám ko sa batang iyán ay waláng kapantay. My loathing for that child is beyond comparison.

sukláy, n. comb;
Nag-uwî akó ng maraming sukláy sa bahay. I brought home many combs.

suklób, n. cover;
Walâ akóng suklób ng palayók. I have no cover for the pot.

sukuban, v. to spread over;
Sukuban mo ngâ ng kumot ang batà. Will you spread your blanket over the child?

sugat, n. wound;
May sugat si Lucas sa kaliwáng paá. Lucas has a wound on his left foot.

sugò, n. ambassador; representative;
Si Romulo ay naging sugò sa Washington. Romulo became an ambassador to Wahington.

suhay, n. support;
Naglagáy ng suhay sa kaniláng bahay dahil sa dáratíng na Bagyo. They put supports on their house because of the coming typhoon.

sulat, n. letter;
May isáng sulat na tinanggáp si Sofia. Sofia received a letter.

sumulat, v. to write;
Sumulat ka kay Eta. You write to Eta.

sulatin, v. to write;
Sulatin mo ang tulà na ipinagagawâ sa iyo. You Write the poem that you are asked to write.

súgalan, n. a gambling house;
Lagì sa súgalan ang ama mo. Your father frequents a gambling house.

sugalán, v. to gamble with;
Sugalán mo ngâ siyá ng mamiso. You gamble with her in pesos.

sulitin, v. to examine; to account for;
Sulitin mo si Lary sa katesismo. Examine Lary on the catechism.

sulok, n. corner;

Nagtagò si Ana sa sulok ng silíd. Ana hid in the corner of the room.

sulong, v. to advance; Sulong, umalis ka na. Go on, proceed.

sulô, n. torch; Gumamit silá ng sulô dahil sa waláng ilaw. They used the torch for there was no light.

sulsí, n. mend; May sulsí ang manggas ni Floro. Floro's sleeves have mendings.

sulyáp, n. glance; Makalawang gumawâ ng sulyáp si Rosa kay Juan. Rosa made two glances at Juan.

sumalok, v. to fetch water or draw water from a well; Sumalok ng dalawáng baldeng tubig si Julio. Julio fetched two cans of water.

sumalungát, v. go against; contradict; Sumalungát si Juan sa payo ni Rita. Juan contradicted Rita's advice.

sumamò, v. approach; Sumamò ka sa iyóng iná para pag-aralin ka. You approach or plead to your mother so she will send you to school.

suman, n. glutinous rice, wrapped and boiled in banana or buri leaves; Bumilí kami ng suman sa Antipolo. We bought suman at Antipolo.

sumandál, v. to lean on; Sumandál ka sa dindíng. Lean on the wall.

sumansala, v. to cause to stop; cease or interrupt; Hindî dapat sumansala sa isang taong nagagalit. It is not wise to interrupt an angry man.

sumbóng, n. report; complaint; May sumbong si Jaime sa kaniyáng amá. Jaime has some complaints to his father.

sumigáw, v. to shout; Sumigáw si Luisa nang makita si Pedro. Luisa shouted when she saw Pedro.

sumingaw, v. to evaporate; Sumingaw na ang nakabukas na coca-cola. The opened bottle of coca-cola has evaporated.

sumugpô, v. to overcome; to prevent action. Mahirap sumugpo ng pagsusugal. It is hard to prevent gambling.

sansalain, v. to interrupt;
Huwag mong sansalain si
Jesus sa kaniyang balak.
Do not interrupt Jesus on
his plan.

sumasaráp, v. becoming deli-
cious;
Sumasaráp na ngayon ang
puto ni Rosa. Rosa's puto
is becoming delicious.

sumasayáw, v. is dancing;
Sumasayaw ng regodon si
Sabel. Sabel is dancing
the regodon.

sayaw, n. dance;
Nag-aral ng sayaw na
tanggo si Ramon. Ramon
studied the dance called
tango.

sumisid, v. to dive;
Sumisid ng perlas ang da-
lawáng Moro. The two
Moros dived for some
pearls.

sumisidhî, v. becoming more
intense;
Sumisidhî ang pagkaibig
sa sugal ni Leon. Leon's
desire to gamble is becom-
ing more intense.

sumulák, v. to boil;
Sumulák ang dugô ni Eli
sea nang makita si Lucio.
Elisea's blood boiled when
she saw Lucio.

sumumpâ, v. to swear;
Sumumpâ si Jaime sa ha-
rap ni Nena. Jaime swore
in front of Nena.

sundalo, n. soldier;
Dalawang sundalo ang na-
patay sa Laguna. Two
soldiers were killed in La-
guna.

sundín, v. to follow;
Sundín mo ang iyong punò.
Follow your leader.

sunong, v. something on the
head;
May sunong na kahoy si
Celia. Celia has some
firewood on the head.

sunog, n. fire; conflagration;
Nagkaroon ng malaking su-
nog sa Divisoria. There
was a big fire at Diviso-
ria.

sunóg, adj. burned;
Sunóg na ang kanin nang
dumating si Ana. The
rice was already burned
when Ana arrived.

suób n. smoke; fumigation;
Ang balat ng lansones ay
ay mainam na pangsuób.
The lansones peelings are
good for fumigation.

suubin, v. to fumigate;
Suubin mo ang bagong
panganak na babae at nang
hindi mabinat. Fumigate

the mother just delivered
so she will not have a re-
lapse.

suót, n. something worn;
Ang suót ni Ana ay ba-
rong pula. Ana has a red
dress on.

suót na pamburol, wearing
the best clothes;
Nakasuót ng pamburol si
Simeon. Simeon is wear-
ing his best clothes.

supling, n, sprout; shoot:
May supling na ang itana
ním kong sili. The pepper
I planted has shoots now.

surot, n. bedbug;
Maraming surot sa kani-
yang kama. Her bed has
plenty of bedbugs.

susì, n. key;
Nawalâ ang susì ko sa
aparador. I lost the key
to my aparador.

susian, v. to open with a
key;
Susian mo ang kabinet.
Open the cabinet with a
key.

susuhan, v. to set fire;
Susuhan ninyó ang mga
bahay. Set fire on the
houses.

susô, n. snail;
Hindî kumakain ng susô si
Adela. Adela does not eat

snails.

susog, n. amendment;
Kailangan natin ang su-
sóg sa ating Saligáng-Ba-
tás. We have to have an
amendment to our Consti-
tution.

sustansiya, n. substance;
Waláng sustansiya ang ki-
nakain ng maysakít. The
food eaten by the patient
has no substance.

sutlâ, n. silk;
Sutlâ ang kaniyáng pan-
yolito. She has a silk
handkerchief.

sutsót, n. whistle;
Gumawâ si Chino ng sut-
sót na kawayan. Chino
made a bamboo whistle.

sutsután, v. to whistle at;
Sutsután mo ngá si Tessie.
Will you whistle at Tes-
sie?

suwagín, v. to horn;
Bakâ suwagín ng kalabáw
si Andres. The carabao
might horn Andres.

suwaíl, adj. insolent;
Suwaíl na batà ang anák
ni Lucas. Lucas's child
is insolent.

suwerte, n. luck;
Waláng suwerte ang mag-
iná. Mother and son have
no luck.

suwayin, v. to disobey;
Huwag mong suwayín ang
iyóng iná at bakâ magka-
sakít. Do not disobey your
mother for she might get
sick.

suwelas, n. soles;
Ang suwelas ng kaniyáng
sinelas ay goma. The soles
of her slippers are rub-
ber.

suweldo, n. salary;
Ang suweldo ni Leon ay
tuwing Sabado. Leon re-
ceives his salary every
Saturday.

suwelduhán, v. to give pay;
Suwelduhán mo na si Leon
at nang makauwî na. Give
Leon's pay so he can go
home.

switik, adj. artful;
Switik ang taong iyán.
That man is artful.

suyà, n. disgust;
Ang suyà ni Mameng kay
Carlos ay malakí. Ma-
meng's disgust for Carlos
is great.

suyáng-suyâ, adj. disgusted;
Suyáng-suyâ si Nides kay
Juan. Nides is disgusted
with Juan.
Suyang-suyâ na si Marta
kay Ambô. Marta is quite
disgusted with Ambô.

suyod, n. fine comb;
Gumamit ng suyod si Eli-
sa para hulihin ang mga
kuto niyá. Elisa used a
fine comb in removing her
lice.

suyuin, v. to make or render
one self into the favor of
another;
Dapat mong suyuin ang
iyong biyenan at nang pa-
pag-aralin ang iyóng mga
anák. You ought to render
favor to your mother-in-
law so she will send your
children to school.

suyurin, v. to comb finely;
to harrow;
Dapat suyurin ang kani-
yang buhók. It is neces-
sary to use fine comb on
her hair. Ang kasamá ni
Juan ay kailangan nang
magsuyod ng lupà. Kai-
langang suyurin ng kasa-
má ni Juan ang kaniyáng
lupà.

T

taal, adj. native of;
Taál na taga Batangas ang
iná niyá. Her mother is
really from Batangas or
native of Batangas.

taás, n. height;

Ang taás ni Jose ay limang piyé at kalahatì. Jose's height is five and half feet.

mataás, adj. high;
Mataas ang punung kahoy sa harapan namin. The tree in front of us is high.

taasán, v. make high; raise;
Taasán mo ang marka ni Areline. Raise Arlene's grade.

itaás, v. to raise; Itaás mo ang kanang kamay mo. Raise your right hand.

tumaás, v. to become higher; Tumaas nang tumaás ang kaniyáng buradól. His kite became higher and higher.

tabâ, n. fat;
Ang tabâ ng kaniyáng nabilíng inahín! How fat the hen she bought is!

tabák, n. bolo; sword; bladed weapon;
Ang tabák ni Herminio ay matalím. Herminio's sword is sharp.

tabako, n. tobacco;
Humihitit ng tabako si Carlos. Carlos smokes tobacco.

taban, v. hold;
Ang taban niyá ay nalaglág. What she was holding fell.

tabanan, v. hold;
Tabanan mo ang batà at akó ang maglulutò. Hold the child and I shall be the one to cook.

tabáng, n. ilog; not salty; tasteless;
Ang lukaok sa tabáng ay lalong masaráp kaysa lukaok sa dagat. The lukaok in the river is more delicious than those in the sea.
Tabangán mo ang iyóng sinigáng at nang makakain si Ana. Put only a little salt in your sinigáng so Ana can eat it.

tabas, n. cut; style;
Anó ang tabas ng kaniyáng bestido? What style is her dress?

tabì, v. paraán;
Tabì, at akó'y nagmamadalî! Let me go, I am in hurry!

tabihán, v. sit beside;
Tabihán mo si Sofia at bakâ mahulog. Sit beside Sofia for she might fall.

tabigin, v. to push aside;
Tabigin mo ang batang malikot. Put aside the restless child.

tabíl, adj. talkative;
Ang tabíl ng batang kasama mo. The child with you is too talkative.

tabing, n. screen;
Ang tabing niya sa pintô

ay magandá. The screen at her door is pretty.

tabíng-dagat, n. seashore;
Sa tabing-dagat namamasyál siyá kung hapon. Near the seashore, she takes a walk in the afternoon.

tabingan, v. put a screen·
Tabingan mo ang iyong kusinà at nang huwag nakikita ang naglulutò. Put a screen at your kitchen so the one cooking will not be seen.

tabingî, adj. no symmetry;
Tabingî ang kaniyáng sumbrero. His hat has no symmetry.

takbó, v. run;
Takbó, at hahabulin ka niyá. Run and he will run after you.

takbuhín, v. Takbuhín mo ang kaniyáng aklát at ihabol mo sa kaniyá. Run and get her book and follow her to give it.

takdâ, n. limit;
Waláng takdâ ang kaniyáng pagdating. Her arrival has no time limit.

takdáng-aralín, n. assignment;
Nag-aaral si Jose ng takdang-aralín niyá. Jose is studying his assignment.

takip-silim n. twilight;
Takip-silim na nang sila'y umalis. It was twilight when they left.

tablá, n. woodboard;
He bought some woodboard. Bumilí siya ng tablá.

takal, n. measure; price in selling;
Magkano ang takal niyá isáng salóp ng bigás? What is her price per ganta of rice?

takalan, v. Takalan mo ngâ siyá ng dalawáng salóp na bigás. Will you measure two gantas of rice for her?

takalin, v. to measure;
Takalin mo ang mais sa sako. Measure the corn in the sack.

takám, n. longing desire;
Malakás ang takám ni Juan dahil sa ibig na ibig niya ng ginatán. Juan shows a longing desire for ginatan.

takapán, v. to bawl out;
Tinakapán si Rita ng kaniyáng ali. Rita's aunt bawled her out.

takas, n. escapee;
Takas ang bilanggóng iyán. That prisoner is an escapee.

taklób, n. covering;

Ang taklób ng kaniyang kawalì ay mabigát. The covering of her frying pan is heavy.

taklubán, v. to put a cover;

Takluban mo ngâ ang tapayan at nang huwag mapunô ng dumí ang tubig. Cover the tinaja so the water in it will not get dirty.

taksil, adj. traitor;

Si Lucio ay isáng taksíl. Lucio is a traitor.

takot, n. fear;

May takot siyá sa asong ulól. He fears the mad dog or he has fear of the mad dog.

takutin, v. to frighten; to make afraid of;

Huwág mong takutin ang batà at baka managinip. Do not frighten the child for he might dream of it.

tadhanâ, n. fate;

Anó kayâ ang tadhanâ ng batang iyán? What is the fate of that child?

tadtád, adj. chopped;

Tadtád ng bulutong ang mukhâ ng taong iyán. The face of that man is full of smallpox.

tadtarín, v. to chop;

Tadtarín mo ang karne. Chopped the meat.

tadyakán, v. to kick forcefully;

Tadyakán mo ang batà at nang gantihán ka ng kaniyáng magulang. Kick that child forcefully and the parent will retaliate.

tadyáng, n. rib;

Napilay ang kaliwâ niyáng tadyáng. Her left rib was dislocated.

tagaayos, n. sergeant-at-arms;

Si Julio ang siyang tagaayos. Julio is the sergeant-at-arms.

tagaingat-yaman, treasurer;

Babae ang kanilang tagaingat-yaman. Their treasurer is a woman.

tagák, n. heron;

Ang tagák ay putî. The heron is white.

tagál, n. duration; prolongation of time;

Ang tagál ng kaniláng pagsasanay ay isáng oras. The duration of their practice is one hour.

taganás, pron. all; everything;

Taganás na taga Batangas ang dumating. All those

that arrived are from Batangas.

tagapag-alagà, care-taker; one who takes care of; Ang tagapag-alagà ng batà ni Salud ay isáng Bisaya. The one who takes care of Salud's child is a Visayan.

tagasulit, n. examiner; Ang tagasulit nilá ay si G. Garcia. Their examiner is Mr. Garcia.

tagasuri, n. auditor; Ang kaniyáng tagasuri ay si Pedro Arcilla. His auditor is Pedro Arcilla.

tagausig, n. prosecutor; Ang tagausig niná Pablo at Luis ay si G. Mendoza. The prosecutor of Pablo and Luis is Mr. Mendoza.

tagdán, n. flagpole; Ang tagdán ng Barrio Obrero Elementary School ay nasa tapat ng bahay namin. The flagpole of Barrio Obrero Elementary School is in front of our house.

taghóy, n. lamentation; Malakás ang taghóy ni Luisa nang mamatáy ang kaniyáng amá. Luisa made a loud lamentation when her father died.

taginting, n. noise made by two metallic objects, tinkling; jingling; Ang tanginting ng pilak ay nakaakit sa kaniyá. The jingling of money attracted her.

taguán, n. hide and seek; Nagkaroón muna silá ng taguán bago nagkita. They first had hide and seek before they met.

tagubilin, n. recommendation; instruction; Ang tagubilin ng manggagamot ay matulog na maaga si Laura. The doctor's instruction is for Laura to sleep early.

tag-ulán, n. rainy season; Túwing tag-ulán ay lumalabás ang maraming bulati. Every rainy season many earthworms come out.

tagumpáy, success; victory; Isáng tagumpáy ang tinamó ni Elisea. Elisea made a great success.

taglamíg, n. winter; Walâ tayong tunay na taglamíg sa Pilipinas. We have no real winter in the Philippines.

tagláy, v. carry along; Tagláy niyá ang malakíng

karangalan. She carried along or she possessed a great honor.

tagô, v. hidden;
Tagô ang bunga ng halaman. The fruit of that plant is hidden.

tagurî, n. nickname;
Ang tagurî ng kaniyáng bunsô ay magandá. The nickname of her young daughter is pretty.

tag-gutom, n. famine;
Nagkaroón ng malakíng tag-gutom sa bayan niná Jose. There was a great famine in Jose's town.

tagpî, n. patch;
May tagpî sa balikat ang kaniyáng barò. His polo has a patch on the shoulder.

tahán, v. to stop crying;
Tahán na at bakâ paluin ka pa. Stop crying for you might be whipped again.

táhanan, n. home;
Ang kaniyáng táhanan ay nasa Gapan. Her home is in Gapan.

tahî, n. sewing;
Maraming tahî si Mila. Mila has plenty to sew.

tahiín, v. to sew;
Tahiín mo ang barò ko nang maisuót ko sa pistá. You make my dress so I can wear it during the fiesta.

tahilan, n. beam of the house;
Ang tahilan ng bahay ay marupók The beam of the house won't last long as it is already weak.

tahimik, adj. peaceful;
Tahimik ang pistá sa kanilá. Their fiesta is quite peaceful.

tahíp, n. palpitation;
Ang tahíp ng kaniyáng dibdíb ay másasalát mo. You can feel the palpitation of her heart.

tahipin, v. to winnow;
Tahipín mo ang bigás sa kahón. Winnow the the rice in the box.

tahól, n. bark;
Ang tahól ng aso ay náriríníg sa kabilâ. The bark of the dog can be heard in the other house.

tahol nang tahol, adv. keeps on barking;
Tahol nang tahol ang aso, hindi magising si Pedro. The dog keeps on barking but Pedro does not awake.

tahulán, v. to bark at;
Bakâ tahulán kayó ng aso.

The dog might bark at you.

taimtím, adj. devoted; hearty;
Taimtím sa kaniyáng kalooban ang pagsisisi. She made a hearty repentance.

talà, n. a big star;
Nakita ng mga pastól ang malaking talà. The shepherds saw a big star.

talâ, n. notation;
May talâ si Nardo ng lahát ng inani. Nardo has a notation of all the harvest.

tálaan, n. list; writing book;
Gumawâ ng tálaan ng mga pangalan si Beatriz. Beatriz made a list of the names.

talagá, adv. naturally; intentionally;
Talagáng matabâ si Juana. Juana is naturally fat.

talagá, fate;
Talagá ng Diyós ang nangyari. What happened is God's will or fate.

talahiban, n. a place overgrown with talahib;
Nagtagò sa talahiban ang magnanakaw. The thief hid in the talahiban.

talambuhay, n. biography;
Sinulat ko ang talambuhay ni Epifanio de los Santos. I wrote the biography of Epifanio de los Santos.

talastas, v. understand; knew;
Talastas ni Nena ang nanyari. Nena knew what happened.

talatà, n. paragraph;
Sumulat ng dalawáng talatà si Lucia tungkól sa bakasyón niyá sa Baguio. Lucia wrote two paragraphs about her vacation in Baguio.

talátinigan, n. dictionary;
Gumawâ ng isáng talátinigan si Federico at ngayón ay ipinagbibili na sa mga tindahan. Federico made a dictionary and is now being sold in book stores.

talikdán, v. to turn one's back to;
Huwag mong talikdán ang iyóng pangakò. Do not turn your back against your promise.

talino, n. intelligence;
May kaunting talino ang alagà mo. Your adopted child has some intelligence.

talì n. knot; tie;
May talì sa buntót ang
aso. The dog has a knot
on the tail.

talian, v. to tie;
Talian mo sa paá ang ma-
nók at nang hindi maka-
walâ. Tie the chicken on
the feet so it will not lose
off.

talibà, n. guard;
May talibà si Pedro kahit
saán pumuntá. Pedro has
a guard wherever he goes.

talibaan, v. to guard; to
watch;
Kailangang talibaan ang
batang iyán at bakâ mag-
tanan. It is necessary that
that girl be guarded for
she might elope.

talinghagà, n. parable; alle-
gory;
Isáng talinghagà ang ka-
niyáng sinabi. What he
said is a parable.

talipandás, adj. fickle; not
constant;
Isang babaing talipandás
ang kasintahan ni Miguel.
Miguel's sweetheart is a
fickle woman.

talón, n. falls; waterfalls;
Magandá and talon sa
Pagsangjan, Laguna. The

waterfalls in Pagsanjan,
Laguna, are beautiful.

talóng, n. egg plant;
Maibigín sa talong si
Manuel. Manuel is fond
of egg plants.

talóp, adj. skin peeled;
Talop na ang sibuyas ni-
yang binili. The onions
she bought are already
peeled.

talós, v. comprehended;
Talós na niya ang mangya-
yari. He already compre-
hended what was going to
happen.

talukbóng, n. veil;
Ang talukbóng ng mga da-
laga ngayon karaniwan ay
may kulay putî, rosas, o
gintô. The veils of young
girls nowadays are either
white, pink or gold.

talupan, v. to peel;
Talupan mo ang bayabas.
Peel the guavas.

talusín, v. to understand;
Talusín mong ayaw nang
magsilbi si Ana sa inyó.
Understand that Ana no
longer wants to serve you.

talu-salíng, adj. tempera-
mental;
Talusalíng naman ang ka-
patíd mo. Your sister is

temperamental.

talsík, n. splash; splinter,
Ang talsík ng putik sa ka-
niyang barò ay hindî na-
alís. The splash of mud
on her dress is not re-
moved.

talsikán, v. to splash;
Bakâ talsikán ng putik ang
iyóng salawál. Dirt or
mud might splash on your
trousers.

taludtód, n. line (as in verse)
Ang taludtód ng kaniyang
mga saknóng ay nagtata-
pós sa a at·o. The line of
each stanza ends in a and
o.

talulot, n. petal;
Ang talulot ng bulaklák
na rosas ay mabangó. The
petal of a rose is odorous
or sweet.

talukab, n. crab shell; eye-
lid;
Ang talukab ng alimango
kung minsan ay ginagamit
sa tortilya. The crab shell
is sometimes used in mak-
ing omelet.

talukbungán, v. to put a veil
on;
Talukbungán mo ang batà
bago pumasok ng simba-
han. Put a veil on the
child before she enters the
church.

taluktók, n. summit; top;
Hindî naabot ng mga man-
lalakbáy ang taluktók ng
bundók. The travellers
did not reach the summit
of the mountain.

talumpatì, n. speech;
Nagpariníg si Eduardo ng
isáng mahabang talumpa-
tì. Eduardo made a long
speech.

talyasè, n. vat;
Nagsaing sa talyasè si No-
ra dahil sa marami siyang
isinaing. Nora cooked rice
in a vat for she cooked
plenty.

tamà, adj. correct;
Tamà ang sagót ni Jose.
Jose's answer is correct.

tamád, adj. lazy;
Tamád ang katulong mo.
Your maid is lazy.

tamad-tamaran, v. pretend-
ing to be lazy;
Nagtatamad-tamaran ang
iyóng asawa. Your wife
is pretending to be lazy.

tamarín, v. to be lazy; to
feel lazy;
Bakâ tamarín si Luis ay
hindî na umalís. If Luis
feels lazy, he might not
leave.

tanán, pron. everyone;
Ang tanáng panauhin nilá ay taga Ilocos. Every one of their visitors is from the Ilocos region.

tanáw, n. sight; outlook;
Ang tanáw niyá ay sa malayo. His outlook is far.

tanawan, n. a point from where one views;
Ang tánawan nilá ay sa balkonahe. The point where they view things is the balcony.

tanawin, v. to look; to see
Tanawín mo ang bapór na dumarating. Look at the steamship coming.

tánawin, n. scenery;
May magagandáng tánawin sa Pagsangjan. There are beautiful sceneries in Pagsangjan.

tandâ, n. sign; mark; age;
Malakí ang tandâ ko sa kaniyá. I am much older than he. May tandâ sa kalendaryo ng kaniyáng pagdating. There is a mark on the calendar of her arrival. Ang putíng buhók karaniwan ay tandâ ng katandaán. White hairs generally are signs of old age.

tandaán, v. to remember;
Tandaán mo ang petsa ng kaniyáng pagdating. Remember the date of her arrival.

tanikalâ, n. chain;
May tanikalâ ang aso. The dog has a chain.

taním, n. plant; planting;
Ang tanim nilá ng mga halaman ay sa Sabado. The planting of their plants will be on Saturday.

tanóng, n. question;
Ang tanóng ni Susana ay sinagot ni Nelia. Nelia answered Susana's question.

tanyág, adj. well-known; famous;
Tanyág ang kaniyáng asawa sa panggagamót. His wife is a famous doctor.

tangkaín, v. plan; intend;
Tangkaín man niyáng umalís kiná Rita ay hindi siya makaaalís. Even if he plans to leave Rita's place he cannot leave.

tangkás, n. bundle;
Ang tangkás ng ikmó ay sampiseta ang halaga. The bundle of bettlenut leaves costs twenty centavos.

tangkáy, n. stem;
Ang tangkáy ng bulaklák ay naputol. The stem of the flower is cut off.

tangkilik, n. support; care;
Nasa kaniyáng tangkilik
ang mga ulila. The or-
phans are under her care.

tangkilikán, n. mutual aid;
Nangangailangan ng ku-
waltá ang tangkilikán ni-
lá. Their mutual aid needs
funds.

tangkilikin, v. to support; to
care for;
Tangkilikin mo ang tatlóng
pamangkin mo. Support
your three nephews.

tanggál, adj. loose; discon-
nected;
Tanggál na ang mga pa-
lawít ng dekorasyón. The
hangings of the decora-
tion are disconnected.

tanggáp, v. accepted, re-
ceived;
Tanggáp na ang dalawáng
batang utusán. The maids
are already accepted.

tanggapan, n. office; recep-
tion room;
Áng tanggapan ni Garcia
ay nasa Escolta. Garcia's
office is at the Escolta.

tanggapín, v. to accept; to re-
ceive;
Tanggapín mo ang mang-
gáng malabayawak na pa-
dala ko. Receive the al-
most ripe mangoes that I

am sending you.

tanggulan n. defense;
Nagkaroón ng miting sa
tanggapan ng tanggulang
bansá. There was a meet-
ing held at the office of
the defense council.

tanghál, n. show; display;
May tanghál na mga la-
rawan sa Malate. There is
a display of pictures in
Malate.

tanghali, n. noón;
Sa tanghali ay umuuwî si
Nardo para kumain. At
noon Nardo comes home to
eat.

tanghalian, n. lunch;
Kumakain si Marcos ng
tanghalian nang dumatíng
ang kaniyáng kaibigan.
Marcos was having lunch
when his friend arrived.

tanghaling-tapát, n. midday;
Tanghaling-tapát nang du-
mating si Rosa sa amin. It
was midday when Rosa ar-
rived at home.

tangi, adj. special;
Tanging kaibigan ni Auro-
ra ang panauhin nila.
Aurora's special friend is
their guest.

tangláw, n. light; lamp;
Ang tangláw nilá sa pag-
lakad ay isang sulô. Their

only light in walking was a torch.

tanglawán, v. to light; Tanglawán mo ang kaniyáng higaan. Light his bedroom.

tangô, n. confirmation by nodding; Nakita ko ang tangô niyá. I saw his confirmation by nodding.

tapa, n. dried meat; smoked meat; Ibig na ibig ko ng tapang usá. I enjoy venison.

tapák, adj. barefooted; Tapák lamang si Jose nang pumaroon sa tumanà. Jose was barefooted when he went to the tumana or vegetable patches.

tapak, n. footsteps; Nabakas nila ang tapak ng magnanakaw. They were able to trace the footsteps of the thief.

tapahin, v. to make tapa out of. Tapahin mo na ang natitirang karnéng baka. Make tapa out of the beef meat that is left out.

tapang, n. bravery; courage; strength; Ang tapang ni Del Pilar ay ipinamalas sa laban niyá sa Tirad Pass. Del Pilar's bravery was shown in his fight at Tirad Pass.

tapát, adj. faithful; Tapát ang kaibigan ni Juan. Juan's friend is faithful.

tapatan, adj. sincere; frank; Tapatan ang kaniláng paguusap. They have a sincere talk.

tapatín, v. to confess; to talk frankly; Tapatín mo na ang kaniyáng sugò. Talk frankly to his messenger.

tapós, v. finished; concluded; Tapós na ang meet sa Davao. The meet in Davao is finished.

tarangkahan, n. gate; Ang tarangkahan namin ay ipinagawâ ko noóng isáng buwán. I had our gate made last month.

taták, n. stamp; Waláng taták ang sulat na tinanggap ni Mameng. The letter received by Mameng has no stamp.

tatay, n. father; appelation for father; Si Tatay ay nagpunta sa Leyte. Father went to Leyte.

tawang-aso, n. sarcastic laugh; Tawang-aso.ang ginawa ni

Lucio. Lucio made a sarcastic laugh.

tapón, n. cork;

Waláng tapón ang bote ng inumín ni Juan. Juan's bottle of drinking water has no cork.

tapon, n. outcast;

Isáng tapon ang asawa ni Carolina. Carolina's husband is an outcast.

tarukín, v. to fathom;

Ibig kong tarukín ang lalim ng ilog. I wish to fathom the depth of the river.

tawa, n. laugh;

Ang tawa ni Simon ay nakagagaya. Simon's laugh makes me laugh too.

tawag, n. call; name;

May tatlóng tawag sa telepono kagabí. There were three telephone calls last night. Ang tawag ko kay Julia ay inso. I call Julia, inso.

tayo, pron, we;

Tayo ay kakain na. We are going to eat now.

tayô, v. stand up;

Tayô, at tayo ay aalís na. Stand up for we shall go now.

tayuán, v. to stand for; to guaranty:

Tayuán mo ang utang ni Ana. You guaranty Ana's debt.

taynga, n. ear;

Ang kaliwâ niyáng taynga ay bingí. Her left ear is deaf.

tibay, n. strength; durability;

Ang tibay ng sapatos niyang nábilí ay katulad ng gawa sa Gapan. The durability of the shoes that he bought is just like that of those made in Gapan.

tibayan, v. to strengthen; to be courageous.

Tibayan mo ang iyóng loob upang mapalaki mo ang iyong mga anák. Be courageous so you can raise your children.

tibók, n. palpitation;

Malakás ang tibók ng pusò niyá. Her heart has a strong palpitation.

tibukan, v. to feel; to palpitate;

Bakâ tibukan ng pag-ibig si Pedro kay Lina. Pedro's heart might palpitate for Lina.

tikas, n. bearing; form; figure;

Pangit naman ang tikas ng minamahal ni Juan. Juan's

sweetheart has a poor bearing.

tikmán, v. to taste;
Tikmán mo ngâ ang ginawâ kong haleang manggá. Will you taste the mango jam that I made?

tigáng, adj. dry;
Ang tigáng na lupà ay matigás. The dry ground is hard.

tigil, v. stop; suspend; Ang tigil ng auto ay dahan-dahan. The stopping of the car is gradual.

tigmak, adj. soaked; wet;
Tigmák sa dugô ang barò niyá. His clothes are soaked with blood.

tinapay, n. bread;
Tinapay ang kinakain ni Nena sa umaga. Nena eats bread in the morning.

tinatamasa, v. is enjoying;
Tinatamasa ni Ramon ang kasayahan sa Baliwag. Ramon is enjoying the fiesta in Baliwag.

tinawag, v. called;
Tinawag ni Luz si Milagros. Milagros was called by Luz.

tindahan, n. store;
Bumili ka ng itlóg sa tindahan. Buy some eggs at the store.

tindíg, v. stand erect.
Tindíg at sumaludo ka. Stand erect and salute.

n. posture; Ang tindíg ni Julian ay medyo hukót. Julian's posture is a bit bent.

tinidor, n. fork;
Gumagamit siyá ng tinidor sa pagkain. He uses fork in eating.

tiník, n. thorn;
May tiník siyá sa paá. He has a thorn in the foot.

tinig, n. voice;
May malamig siyáng tinig. She has a sweet voice.

tinitirhan, n. address; place where one lives;
Malayò rito ang tinitirhan ni Nicolas. Nicolas lives very far from here. The place where Nicolas lives is very far from here.

tinubuang lupà, n. native country;
Ang kaniyáng tinubuang lupa ay Pilipinas. His native country is the Philippines.

tinuhog, v. slung together;
Tinuhog niyá ang sampagitang pinitás niyá. She slung together the samguita that she gathered.

tinuran, v. mentioned;
Ang bayan niyang tinuran ay Cabiao. Cabiao is the town she mentioned.

tingkád, n. brightness (as of color) Ang tingkád ng kulay ng panyô niyá ay parang dugô. The brightness of the color of her handkerchief is like blood.

tingin, n. look;
Ang tingin ni Kinong ay parang dulíng. Kinong's look is just like that of a cross-eyed fellow.

tingnán, v. to look at;
Tingnán mo ang dumarating na tao. Look at the man coming.

tirá, n. left over;
Ang tirá niláng ulam ay ibinigay kay Luz. Their left-over food was given to Luz.

tiwangwáng, adj. widely open; totally exposed;
Ang tiwangwáng na lupà ni Rosa ay maluwáng. The open land of Rosa is wide.

tiya, n. aunt;
Ang tiya ni Luisa ay nagtuturo sa Normal. Luisa's aunt is teaching in the Normal School.

tiyak, adj. certain; sure;
Tiyak na ang kaniyang pag-

alis. Her departure is certain.

tiyakin, v. to ascertain; to be sure of;
Tiyakin mo kung mag-aaral sa Obrero ang kaniyang anak. You ascertain if her son will study in Obrero.

tiyagâ, n. perseverance;
Waláng tiyagâ sa pag-aaral ang anák ni Lina. Lina's child has no perseverance in studying.

tiyán, n. stomach;
Malakí ang tiyan ng tao. The man has an enlarged stomach.

tiyanì n, tweezers;
Nawalâ ang tiyanì ko sa kahon. My tweezers in the box were lost.

tíyapan, n. appointment;
Ang tíyapan nila ay uuwi noong Lunes sa lalawigan. Their appointment was that they would go to the province last Monday.

tiyo, n. uncle;
Ang tiyo ni Carlos ay namatáy noong Martes. Carlos's uncle died last Tuesday.

totoó, adj. true;
Totoo ang nangyari sa aming bahay. What hap-

pened at home is true.

totohanin, v. to make true;
Totohanin mo ang paglaban sa kaniya. Make your fight against him a true one.

trahedya, n. tragedy;
Isáng trahedya ang pagkamatáy ng alilà nilá. The killing of their maid is a tragedy.

troso, n. timber;
Silá ay nagluluwás ng mga troso. They are exporting timber.

tubig, n. water;
Tsaa ang karaniwang iniinóm ng mga insík at hindî tubig. The Chinese usually drink tea and not water.

tubigan, v. to put water on;
Tubigan mo ang palayók at nang makita kung butás. Put water on the jar so we can see if it is broken.

tubo, n. chimney;
Nabasag ang tubo ng kaniyáng kingke. The chimney of her lamp got broken.

tubò, n. gain;
Magkano ang tubò mo sa manggá? How much is your gain on mangoes?

tubó, n. sugar cane;
Mahilig siyáng pumangós

ng tubó. She is very fond of chewing sugar cane.

tubuan, v. to have sprout;
Malapit nang tubuan ng bagong sangá ang halaman. It won't be long and the plant will have a new branch.

tubusín, v. to redeem;
Tubusin mo ang singsing na brilyante. You redeem the diamond ring.

tubusan, n. pawn shop;
Ang tubusan ng singsíng ay tinatawag na ahensiya. The place where the ring is to be redeemed is the pawn shop.

tukâ, n. bill;
Ang tukâ ng ibon ay matulis. The bill of the bird is pointed.

tukaín, v. to peck;
Baka tukaín ng manók ang bató ng singsing. The chicken might peck on the stone of the ring.

tuklás, n. discovery;
Bagong tuklás ang kaniláng putahe. Their dish is a new discovery.

tukláw, n. bite (as a snake)
Nagkaroon si Andres ng tukláw ng ahas sa paá. Andres has a snake bite on the foot.

tuksó, temptation; Malaking tuksó ang umaali sa batang iyán. That child has a strong temptation.

tudlâ, n. aim; Ang kaniyang tudlâ ay sigurado. His aim is sure.

tudling. n. furrow; Ang magsasaká ay gumawâ ng matuwíd na tudlíng. The farmer made a straight furrow.

tuldík, n. accent; Ang ibáng salitâ sa aklát na ito ay may tuldík. Some words in this book are accented or some of the words in this book have accents.

tuldikán, v. accént; Tuldikán mo ang mga salitáng nasa ibabâ. Accentuate the words below or put accents on the words below.

tugmâ. n, rhymes; Waláng tugmâ ang mga taludturan niyá. Her lines do not rhyme or do not have rhymes.

tugón, n. reply; answer; Walâ pang tugón ang sulat hanggang ngayón. As yet my letter has no reply.

tugtugin, n. music; May bagong tugtugin siná Pablo at Pedro. Pablo and Pedro have a new music piece.

tuhod, n. knee; Ang tuhod ko ay masakít. My knee is sore.

tulâ. n. poem; Isinaulo niyá ang tulâ. He committed the poem to memory, or he memorized the poem.

tulalâ, adj. ignorant; simple; Tulalâ ang batang iyán. That child is ignorant.

tuláy. n. bridge; Kailangan nang ipakumpuni ang tuláy sa amin. It is necessary that they repair the bridge at our place.

tulayán, v. to cross the bridge; Hindî na matulayán ang tuláy nilá. They cannot cross their bridge any more.

tulíg, adj. deafened by shock; Tulíg na tulíg silá sa putók ng kanyón; They are deafened by the canyons.

tuligín, v. to render deaf; Bakâ tuligín kayó ng mga asong tumatahól kung gabí. The barking of dogs in the evening might deafen your ears.

tuligsâ, v. criticism;
Ang tuligsáng ginawâ ni
Marcos ay tumagál ng da-
lawáng taón. The criticism
made by Marcos lasted for
two years.

tuligsaan, n. an exchange of
destructive criticism.
Ang tuligsaan nilá ay na-
kasisirang puri. Their ex-
change of destructive
criticisms spoiled their re-
putation.

tulís, n. point;
Ang tulis ng kaniyáng pun-
yál ay makamandág. The
point of his sword is poi-
sonous.

tulisan, v. to make pointed;

tulisán, n. robbers;
Ang mga tulisán ay na-
kaalis na nang dumating
ang mga pulís. The rob-
bers had left when the
policemen came.

tulò, n. leak; drip;
May tulò ang balde. There
is a leak on the can.

tulóg, adj. asleep;
Tulóg ang mga tao nang
dumating ang saklolo. The
people were asleep when
the aid came.

tulog, n. sleep;
Mahimbíng ang tulog ni
Nardo kagabí. Nardo had
a sound sleep last night.

tuluan, v. to be wet because
of drips;
Bakâ tuluan ang sumbre-
ro mo ay magkangiwí-ngi-
wî. Your hat might get
wet because of drips and
then becomes deformed.

tulugan, v. to sleep on;
Tulugan mo na ang baníg
na bago. You sleep on the
new mat.

tulugán, n. bedroom;
Ang tulugán nilá ay may
dalawáng kama. There are
two beds in their bedroom.

tuluyan, n. prose;
Sumulat si Bebang ng
isáng túluyan. Bebang
wrote a prose.

tulyá, n. small clams;
Mahilig kumain ng tulyá
ang mga ináng nagpápasu-
so. The feeding mothers
are fond of eating small
clams.

tulyapis, n. unsubstantial
grain;
Tulyapis ang ipinakakain
nilá sa manók. They feed
their chickens with unsub-
stantial grains.

tumabì, v. to get out of the
way;
Tumabì ka at daraan ang
mga batà. Get out of the

way and let the children pass.

tumagistís, v. to fall freely (as of tears)
Tumagistís ang luhà ni Lina nang malamang namatáy ang kaniyáng kapatíd. Lina's tears fell freely when she learned of the death of her brother.

tumaláb, v. to take effect;
Tumaláb na ang gamót na ininóm niyá. The medicine that she took has taken effect.

tumalikod, v. to turn one's back;
Tumalikod 'si Ines nang kamí'y nagdaraan. Ines turned ed her back when we were passing by.

tumalima, v. to obey;
Tumalima si Jaime sa mahál na reyna. Jaime obeyed the loving queen.

tumalón, v. to jump;
Tumalón sa ilog ang namamangláw na babae. The sorrowful women jumped into the river.

tumalungkô, v. to squat;
Tumalungkô si Pablo sa haráp ng bahay. Pablo squatted in front of the house.

tumanà, n. vegetable patch;
Nagtaním ng patola si Jose sa tumanà. Jose planted some patola in the vegetable patch.

tumanod, v. to keep guard;
Tumanod ang aso sa nakabilad na karne. The dog kept guard of the meat being dried.

tumantiyá, v. to estimate;
Hindî marunong tumantiyá si Juan. Juan does not know how to estimate.

tumumbá, v. to tumble down;
Tumumbá ang salansán ng kahoy. The pile of wood tumbled down.

tumbalík, adj. inverted;
Tumbalík ang nangyari. What happened is inverted.

tumbás, n. equivalent;
Ang tumbás ng kaniyáng pagsisikap ay pangungutang. The equivalent of her care is his getting into debt.

tumbukan, n. collision;
Ang tumbukan ng dalawang kotse ang nakasirà sa isang kinalululanan ni Luisa. The collision of the two cars rendered Luisa's car useless.

tumbukín, . to strike against an object; Náng tumbukín

ni Jose ang manggá ay nahulog itó. When Jose struck the mango, it fell on the ground.

tumimò, v. to lodge;
Tumimò sa kaniyáng hità ang balaráw. His sword lodged on his thigh.

tumpák, adj. correct;
Tumpák ang sagót niya His answer is correct;

tumugot, v. to yield;
Hindî tumugot si Ramon hanggáng hindî nákuha ang kuwaltá. Ramon did not stop or yield until he got the money.

tumulóy, v. to go on; to drop in;
Tumulóy kayó sa inyóng paglakad. You go on with your trip.

tumuntóng, v. to stand on ·
Tumuntóng sa tuláy si Rita at sakâ nagkakawáy. Rita stood on the bridge and beckoned at us.

tumunggâ, v. to drink;
Tumunggâ sa bote si Julio dahil sa waláng baso. Julio drank from the bottle because there was no glass.

tunáw, adj. dissolved;
Tunáw na ang yelo. The ice is dissolved.

tunay, adj. true;
Tunay ang kaniyáng sinabi. What she said is genuine true.

tungkabín, v. to open forcely;
Huwag mong tungkabín ang susian at hindî muná maiuulî. Do not force open the key hole for you cannot put it back.

tungkód, n. cane;
Hindi na siyá makalakad nang waláng tungkód. He cannot walk without a cane.

tungkól, prep, with reference to;
Tungkól sa sinasabi mo ay hindî ko magagawan ng paraán. With reference to what you said, there is nothing I can do.

tungkulin, n. duty; obligation;
Ang tungkulin niya ay maglagáy ng tao. His duty is to hire people to work.

tunggák, adj unfit;
Isang tunggák ang iyong utusán. Your maid is unfit for work.

tunggalian, n. conflict: May tunggalian ang magkapatid. The brothers have a conflict.

tungó, adj. bowed, stooped;
Tungó ang ulo ng taong
kausap mo. The man with
whom you are talking has
a stooped head.

tulod, n. banana shoot;
Ginagamit ang tulod ng
saging sa paggawâ ng su-
man. We use banana shoot
in making suman.

tunóg, n. sound;
Ang tunóg ng piyano nilá
ay hindî mainam. The
sound of their piano is not
good.

tuód, n. stump;
Maraming tuód ng kahoy
sa bakuran nilá. There are
many stumps in their
yard.

tuós, n. settlement;
Ginawâ na ang pagtutuós
ng kanilang inani. They
already had made a settle-
ment of their harvest.

tuusín, v. to settle; to liqui-
date;
Kailangan nang tuusín ang
kaniláng utang. It is ne-
cessary that they settle
their account.

tupa, n. sheep;
Ang tupa ay ginagamit na
pang-alay sa Diyos noóng
unang panahón. The sheep
was being used as a sacri-

fice to God in the early
times.

tuparín, v. to fulfill;
Dapat mong tuparín ang
anumang ipangakò mo. It
is necessary that you ful-
fill whatever you promise.

tupók, adj. burned;
The house was already
burned when the firemen
came. Ang bahay ay tupók
na nang dumating ang mga
bumbero.

turò, n. teachings;
Ang turò sa Don Bosco ay
hinahangaan ko. I value
the teachings in Don Bosco
or I admire the teachings
in Don Bosco.

turnilyo, n. screw; Nawalâ
ang isáng turnilyo ng ka-
niyáng auto. One of the
screws of his car was lost.

turnips, n. singkamas;
Sa Amerika ay umaani rin
ng singkamas. In America
they also raise turnips.

tusino, n. bacon;
Masarap ang tusino at it-
log. I enjoy bacon and
eggs.

tuso, adj. astute; wily;
Tuso ang anak mo. Your
boy is wily.

tustós, n. allowance;
Ang tustós ni Nardo sa

araw-araw ay tatlumpúng sentimos. His allowance every day is thirty centavos.

tustusán, v. to support;
Tustusán mo si Danilo hanggáng sa siyá'y makatapos. Support Danilo until he finishes.

tusok, n. prick;
Ang tusok niyá sa baraso ay nagnanà. His prick on the arm got infected.

tusukin, v. to prick;
Huwag mong tusukin ng karayom ang sugat niyá at bakâ magkaroon ng nanà. Do not prick his wound with a needle for it might get infected.

tutol, n. opposition;
Tutol akó sa pag-aaral na maaga ng mga batà. I am opposed to sending children too early to school.

tutóng, n. burned part of boiled rice;
Maraming tao ang nasasarapán sa tutóng. Many people enjoy tutóng.

tutóp, n. trimmings;
Waláng tutóp ang liig ng kaniyang barò kayâ hindî matibay. The neck of his polo shirt has no trimmings so it is not durable.

tutukan, v. to point a gun on somebody;
Huwag mong tutukan ng baríl ang batà at matatakot. Do not point a gun on the boy for he will be afraid.

tutupán, v. to put trimmings on;
Tutupán mo ang liíg ng barò at nang hindi mabitad. Put trimmings on the neck so it will not stretch.

tutubí, n. dragon fly;
Ang batà ay nanghuhuli ng tutubi. The child is catching dragon flies.

tutulí, n. ear wax;
Inalisán ng tutulí si Raul ni Tessie. Tessie removed Raul's ear wax.

tuwâ, n. gladness;
Sa tuwâ't ligaya ay magkasama silá. In gladness and happiness they are together.

tuwalya, n. towel;
Binigyan ko ng bagong tuwalya si Laura. I gave Laura a new towel.

tuwangan, n. coordination;
Waláng tuwangan ang magkapatid. There is no coordination between the sisters.

tuwangán, v. to help;
Tuwangán mong bumuhat ng kahon si Juan. Help Juan lift the box.

tuwî, adv. often;
Tuwíng uuwî si Gloria ay kasama si Romeo. Every time Gloria comes home, Romeo is with him.

tuwíd, adj. straight;
Tuwíd ang kalye patungo sa kanilá. The street leading to their home is straight.

tuyâ, n. sarcasm;
Isáng tuyâ o panunuyâ la-mang ang sinabing magan-da si Rosa sapagka't siya'y pangit lamang. That Rosa is pretty is a mere sarcasm for she is in reality not good looking; she is ugly.

tuyaín, v. to mock; to make fun of;
Huwag mo siyáng tuyaín at magagalit ang kaniyáng iná. Do not mock her for her mother will get mad.

tuyót, adj. totally dried;
Tuyót na tuyót ang bunga ng atis. The atis fruit is very dry.

U

uban, n. white hairs;
May uban na si Jose, kayâ matandâ na. Jose has white hairs now, so he is old.

ubanin, adj. full of white hairs. Ubanin na ang ing-kóng mo. Your grandfath-er is full of white hairs.

ubas, n. grapes;
Násasarapán si Sofia sa ubas. Sofia enjoys grapes.

ubó, n. cough;

ubod, n. core; pith; center;
Ang ubod ng bulí ay ma-saráp na ensalada. The core of buri is made into delicious salad

Náriníg ko ang ubó ni Pedro. I hear Pedro's cough.

ubós, adj. exhausted; con-sumed;
Ubós na ang ulam nang dumatíng si Nardo. The viand was already con-sumed when Nardo ar-rived.

ubusin, v. to consume;
Huwág mong ubusin ang kanin at walang kakanin si Danilo. Do not consume all the rice for Danilo will have nothing to eat.

ukà, n. part dug;
Ang ukà ng punò ng

mangga ay malaki. The part of the mango that was dug is big.

ukâ, adj. worn out; dug up; rotten;

Ang ukáng katawán ng punò ay maraming langgám. There are plenty of ants in the rotten part of the trunk.

ukol, prep. in connection with; Tungkól sa habilin mong mga aklát. hinihiling kong ipadalá mo sa amin ang money order na may halagáng dami ng iyóng habilin. In connection with your order for books, I wish to request that you send us the money order covering your order.

udyók, n. inducement; urge; Udyók lang ni Felix ang paghingí ng salapî. The asking for money is a mere inducement from Felix.

ugit, n. rudder; Ang ugit ng bapor ay nakikita ko na. I now see the rudder of the ship.

ugnáy, n. connection; Walang ugnay o kaugnayan ang sinasabi mo sa sinasabi niya. There is no connection between what you are saying with what he is saying.

ulam, n. viand; dish; May masaráp na ulam kamí ngayón. We have delicious viand today.

ulî, adv. again; Parito ka ulî. Come again.

ulikbâ, adj. black; Ulikbâ ang manók na nábilí ni Juana. The chicken bought by Juana is black.

ulila, n. orphan; Si Nardo ay isang ulila. Nardo is an orphan.

ulilahin, v. to cause to be an orphan; Huwag mong ulilahin ang iyóng minamahál. Do not make an orphan of your sweetheart. Come home soon.

ulinigin, v. to listen; to hear; Ulinigin mo ang sinasabi sa iyó ng iyóng iná. Listen to what your mother is telling you.

ulirán, adj. ideal; Si Juana ay isang uliráng iná. Juana is an ideal mother.

ulit, n. repetition; May dalawáng ulit na bumalík si Julio rito. Julio came here twice or he came here repeatedly two times.

uli-ulî, adv. next time; Uli-uli magbabaon ka ng sapat na kuwaltá. Next time you take along enough money.

uli-uli, n. eddying water; Tinangáy ng uli-uli ang aking panyolito. The eddying water carried away my handkerchief.

ulo, n. head; Ang ulo ni Pepe ay matulis. Pepe's head is pointed.

ulok, n. incitement; Nagkaroón silá ng sabong dahil sa ulok ni Juan. They had a cock fighting because of Juan's incitement.

ulukán, to incite; Huwág mong ulukán si Jose. Do not incite Jose to participate in politics.

uluhan, v. to cut off the head; Uluhan mo ang manok. Cut off the head of the chicken.

uluhán, adj. with a big head; Uluhán ang kaniyáng sanggól. Her baby has a big head.

n. head part; Ang uluhán niyá ay waláng sanggá. Her head has nothing to prevent her

from falling.

ulól, adj. insane; Ulól ang batang iyán. That child is insane.

ululin, v. to fool; Huwag mong ululín ang iyóng amá. Do not fool your father.

ulunán, n. direction of the head; Sa ulunan niya natutulog si Ana. Ana sleeps in the direction of Luisa's head.

ulupóng, n. poisonous snake; Nákagát ng ulupóng si Angel. Angel was beaten by a poisonous snake.

umaga, n. morning; Sa umaga pumapasok si Dita. Dita goes to school in the morning.

umagahin, v. to be caught by dawn; Bakâ siyá umagahin sa sáyawan. He might be caught by dawn in the dancing hall.

Umagtíng, v. to vibrate; Umagtíng ang kuwerdas ng gitara. The guitar vibrated when he played it.

umalalay, v. to support; to prop; Kailangan siyáng umalalay sa kaniyáng iná. It is necessary for him to support his mother.

umalis, v. went away;
Umalis na sa dating tiniti-
rahán niyá si Loleng. Lo-
leng has already left her
old address.

umalingawngáw, v. to be re
peated in whispers;
Umalingawngáw ang bali-
tang matatalo ang kandi-
dato mo. It was reported
in whispers that your can-
didate will lose.

umalingasaw, v. to spread
out;
to give a strong odor;
Umalingasaw ang bulók
na isdâ sa kusinà. The
rotten fish in the kitchen
gave a strong odor.

umaliw-íw, v. to bubble like
the brook;
Umaliw-íw ang tubig sa
batis. The water in the
spring bubbled like that of
the spring.

umibís, v. alight;
Umibís sa bisikleta si
Sergio, ngunit násagasaan
naman siyá ng auto. Ser-
gio alighted from his bi-
cycle but he was run over
by a car.

umidlip, v. to take a nap;
Umidlíp sandalî si Satur
ngunit nang magising si-

yá ay walâ na ang kaní-
yáng dalá. Satur took a
nap but when he awoke,
his things were gone.

umigíb, v. to fetch water;
Umigíb si Pedro ng dala-
wáng baldéng tubig. Pe-
dro fetched two cans of
water.

umilag, v. to avoid,
Umilag sila sa sunog, ngu-
nit nasunog din ang ka-
nilang mga kasangkapan.
They tried to avoid the
fire but their furniture got
burned just the same.

umilandáng, v. to be throwr
away or far;
Umilandáng ang mga kape
na tinipon niya nang ma-
bagsak ang basket. The
coffee he had gathered
were thrown far when the
basket fell.

umilap, v. to become elusive;
to become wild;
Umilap na ang kitî niyáng
ináalagaan. The chick he
has been taking care of
has become wild.

umiling, v. to shake one's
head;
Umiling si Jaime nang ya-
yain ko siya sa bahay.
Jaime shook his head when
I asked him to come to

the house.

umisip, v. to think of;
Umisip si Renato ng paraán para makauwî sa kanilá. Renato thought of a way by which he could go home

umit, n. pilfered goods;

umitín, v. to pilfer; to steal, Huwag umitín ang mga bagay na ipinagkatiwalà sa iyó. Do not pilfer the goods entrusted to you.

umudlót, v. to fall back; Umudlót ng pagpasok si Juan nang mákita si Lucia. Juan fell back when he saw Lucia.

umulán, v. to rain; Umulán nang malakás kahapon. It rained hard yesterday.

umumbók, v. to swell; Umumbók ang kaniyáng baraso nang lagyán ng ineksiyón. His arm became swollen when it was injected.

umuntág, v. to remind; Hindi ko ibig umuntág ng mga bagay na nangyari. I do not want to remind anybody of anything that happened.

umurong, v. to go back; to retreat;

Ayaw umurong ng mga kawal kahit alám niláng silá'y kakaunti kaysa kanilang kalaban. The soldiers did not want to retreat even if they knew that they were outnumbered.

umuslî, v. to stick out; Umuslî ang kaniyáng matá pagkatapos na gumaling ang sakít niya sa ilóng. His eye stuck out when he recovered from sickness on the nose.

umuwî, v. to go home; Umuwî silá ng bahay pagkatapos ng palátuntunan. They returned home after the program.

una, adj. first; Si Simon ang unang tatamnán ng bulutong. Simon is the first one to be vaccinated with small pox.

unahán, n. front; Ang unahán ng pila ay may dalang bandilà. The front of the line has a flag.

unan, n. pillow; Ang unan ni Sofia ay may bagong bulak. Sofia's pillow has new cotton.

unat, n. straightness;

Ang unat ng guhit ay nakawiwiling tingnán. It is nice to see the straightness of the line.

unatin, v. to straighten; Unatin mo ang laso at nang magandang tingnán. Straighten the ribbon so it will be nice to see or it will look nice.

unawa, v. to comprehend; Ibig maunawà ni Bebeng ang tunay na nangyari. Bebeng wants to comprehend what really happened.

unawain, v. to understand; Unawain mo ang ipinaliliwanag niyá. Understand what she is explaining.

ungal, n. howl; Ang ungal ng kalabáw ay narinig ni Jose. The howl of the carabao was heard by Jose.

ungás, adj. simpleton; stupid; Ungás ang taong iyán. That man is a simpleton.

unggô, n. monkey; Ang unggô ay marunong manghinguto. The monkey knows how to catch lice.

unós, n. strong breeze; May nagbabalang malakas na unós. There is an impending breeze, a very strong one.

unsiyamî, n. stunted growth; Unsiyamî ang tubò ng niyóg. The coconut has a stunted growth.

untagín, v. to ask repeatedly; Untagín mo ngâ sa kaniyá ang utang niya sa akin. Will you ask her about her obligation to me?

untí-untî, adv. little by little; Unti-unti ng lumalabas ang katotohanan ng pangyayari. Little by little the truth of what really happened is coming out.

untóg, n. bump; Ang untóg niyá sa ulo ay namamagâ. His bump on the head is swollen.

uod, n. worm; Ang uód ay mabulo. The worm is hairy

uurin, v. to be filled with worms; Baka uurin ang buro kung madapuan ng langaw. The buro or salted fish might be filled with worms if flies get on it.

upa, n. payment; fee; Piso isáng araw ang upa ni Pablo. Pablo's payment is one peso a day.

upo, n. white squash:

Ang upo ay mainam sa-hugán ng hipon. It is delicious to cook upo with shrimps.

upô, v. to be seated;
Upô at nang makita nating mabuti ang palabás. Be seated so we can see the program well.

úpuan, n. seat;
Nagdalá ng úpuan si Raul sa komediyahan. Raul took along a seat to the place where the comedia was being held.

uri, n. quality; kind;
Anóng uri ang kaniyang relos? What kind is her watch?

uriin, v. to classify;
Uriin mo ang taong sasali sa inyóng klub. Classify the people who would join your club.

urungan, v. to back out;
Ibig niyang urungan ang tawad niyáng limang libong piso sa sasakyán. He wants to back out the offer he made of five thousand pesos on the vehicle.

usá, n. deer;
Nátikmán ko na ang sini-gáng na usá, at akó'y na-sarapan. I tasted sini-gáng na usá, and I enjoy-

ed it.

usad, v. crawl;
Ang usad ng sanggól ay malakás na. The baby now makes long crawls.

usap, n. conversation;
Anong usap ang tinukoy mo? What conversation are you referring to?

usapín, n. case in court;
May usapín silá na dapat harapin. They have a case in court to attend to.

usbong, n. young shoot;
Ang usbóng ng sampalok ay masarap sa manók. I enjoy chicken cooked in young shoots of tamarind.

usbungán, v. to cut young shoots;
Huwág mong usbungán ang sili at hindî pa matan-dâ. Do not cut young shoots of sili as it is still young.

uso, n. mode; style;
Ang uso ngayón ay waláng sinturón. The style now is without belt.

usok, n. smoke;
Ang usok ng sigarilyo mo ay nakahihilo. The smoke of your cigarette makes me dizzy.

usok nang usok, adv. keeps on smoking.

usukan, v. to smoke;
Ibig niyang usukan o pau-
sukan ang manggá at nang
agád magbunga. He wants
to smoke the mango tree
so it will bear fruit early.

utak, n. brains;
Waláng utak ang kausap
mong tao. The man talking
with you has no brains

utang, n. debt

utangin, v. to be in debt;
Huwag mong utangin ang
bayad ng bigás. Do not go
into debt because of the
payment of rice.

utang na loób, v. please;
Utang na loob, mangyaring

umalís ka na. Please leave
now Bayaran mo na ang
utang mo. Please pay your
debt now.

utasín, v. to finish;
Utasín mo na ang iyóng
gáwain at nang makaalis
na tayo. Finish your work
so we can leave.

uwî, v. to return home;
Uwî na at nang makapali-
gò ka. Go home so you
can take a bath.

uyamín, v. to be sarcastic;
Dî mo dapat uyamín ang
matandâ. You should not
be sarcastic with the old
man.

W

wakás, n. end;
Ang wakas ng palabas ay
alam na nila. They know
already the end of the
story.

wakasán, v. to end;
Wáwakasán na nila ang
mabuting pagpapalagayan.
They will end their cordial
friendship.

wakwák, adj. torn;
Wakwák ang pundiyá ng
pantalon ni Rene. The low-
er hips of Rene's pants are
torn.

wagás, adj. faithful; sincere;
Wagas ang pag-ibig ni Tes-

sie kay Ramon. Tessie has
a sincere love for Ramon.

wagaywáy, v. fluttering;
Nagwawagaywáy ng ban-
dilà ang mga kawal na
nagmamartsa. The sol-
diers marching have their
flag fluttering in the air.

waglít, v. mislaid; missed;
Nawaglít ang lalagyan ko
ng barya. My wallet for
small change is missing.

waláng anumán, you are wel-
come;

walâ, adj. not available;
Walâ ang ina niya sa ba-
hay. Her mother is not at

home or not available.
"Waláng anumán," ang sagot ni Rita sa pasasalamat ni Luz. "You are welcome," said Rita to Luz.

waláng-bahalà, without value; carefree;
Isang taong mapag waláng-bahalà ang kanilang pamangkin. His nephew is care-free.

waláng habas, adj. unrestrained
Waláng-habas ang taong iyan. That man is unrestrained.

waláng hanggán, adj. eternal;
Waláng hanggán ang pasasalamat ni Mengoy kay Laura. Mengoy's thanks to Laura are eternal.

waláng hiya, adj. shameless;
Walang hiyâ ang kasama mo. Your companion is shameless.

waláng - humpáy, without ceasing;
Ang hangin ay walang humpáy. The wind is without ceasing.

waláng tinatanáw na bukas, nothing expected in the future. Waláng tinatanáw na bukas ang mga taong iyan kaya raw kumakain na silá nang masar-

áp sa kasalukuyan. Those people said they expect nothing in the future so they are eating all delicious foods now.

walís, n. broom;
Kailangan niyang bumilí ng walís. She has to buy a broom.

walisán, v. to sweep; to clean with a broom. Walisán mo ang harapán ng bahay natin. Sweep the front of our house.

walo, adj. eight;
Waló ang anak ni Luis. Luis has eight sons.

walumpû, adj. eighty;
Walumpû ang edad niyá. He is eighty years old.

wastô, adj. correct;
Wastô ang mga sagót ni Julio. Julio's answers are correct.

wastuín, v. to correct; to put in order;
Wastuín mo ang pangungusap sa ibabâ. Correct the sentence below.

watak-watak, disunited; scattered;
Watak-watak ang mga damít niyáng marumí. His dirty clothes are scattered.

watawat, n. flag; emblem;
Napunit ang kanilang watawat. Their flag got torn.

wawà, n. rivulet;
May maliit na wawà sa malapit sa amin. There is a rivulet near us or near our place.

wikà, n. language;
Pitóng wikà ang nálalaman ng taong iyán. That man speaks seven languages.

wiligán, v. to sprinkle water on; Wiligán mo ngâ ang mga damít na may almidor. Will you sprinkle water on the starched clothes?

wilíng-wilí, feeling at home.
Wilíng-wilí na si Sofia sa amin.

windang-windáng, adj. torn; tattered;
Windang-windáng na ang kaniyáng pantalón. His trousers are torn already.

wisík, v. spray; sprinkle;
Ang wisík ng tubig na bendita ay bago magmisa. The sprinkling of the holy water is before the beginning of the mass.

Y

yabág, n. footstep;
Naririnig ko ang mga yabág ng magnanakaw. I hear the footsteps of the robbers.

yabang, n. pride;
Ang yabang niyá ay hindî ikinákailâ. He does not hide his pride.

yabong, n. growth;
Ang yabong ng mga halaman ay nakasásayá. The growth of the plants make us happy.

yakag, n. inducement;
Yakag lamang ni Pio ang pagnanakaw ng batang iyán. The stealing of that child was only an inducement of Pio.

yakagin, v. to induce; to ask;
Yakagin mo si Nena na maligò sa Pansól. Induce Nena to bathe in Pansol.

yagít, n. rubbish;
Itinapon nilá ang yagít sa ilog. They threw the rubbish into the river.

yaman, n. riches;
May yaman na ipinagmámalakí si Gemang. Gemang has riches to be proud of.

yamang, inasmuch as;
Yamang walâ na ang iyóng iná, ay umuwî ka na sa Maynilà. Inasmuch as your mother has died you better live in Manila.

yamót, n. annoyance;
Malakíng yamót ang ibinigáy sa akin ni Ana. Ana gave me much annoyance.

yamutín, v. to annoy;
Huwág mong yamutín ang iyóng kapatíd at bakâ hindi ka niyá samahan sa sayawan. Do not annoy your brother for he might not accompany you to the dance.

yamungmóng, n. expansion enlargement;
Ang yamungmóng ng kaniyáng kayamanan ay nagsimulâ noóng liberation. The expansion of their riches started during the liberation.

yanigín, v. to shake; to vibrate;
Hindi mo dapat yanigín ang bahay para matakot ang batà. You should not shake the house to make the child fearful.

yaón, pron. that;
Yáon ang kaniyáng sabi. That is what he said.

yapak, n. footprints;
Isinasamò niyá sa iyóng yapak ang kaniyáng pagibig. He is pleading thru your footprints his love for you. Sa galit ng amá ni Laura, halos sumpaín patí yapak ni Herminio. Laura's father is so mad with Herminio that he hates even his footsteps.

yapakan, v. to step on;
Huwág mo namang yapakan ang papél ni Luz. Please do not step on Luz's paper.

yapós, v. embraced;
Yapós ni Luis si Lina nang makita ng iná. Lina was being embraced by Luis when the mother arrived.

yapusín, to embrace; Huwag mong yapusín si Luz. Do not embrace Luz.

yari, n. product;
Anu-anó ang mga yari ninyóng panindá? What are your products for sale?

yari, adj. manufactured; made; finished;
Mga yari sa kawayan ang mga pangnán nilá. Their baskets are made of bamboo.

yariin, v. to finish; to make;
Sikapin mong yariin ang dalawáng bestido ni Rita ngayóng araw na itó. Try to finish Rita's two dresses today.

yatà, adv. may be; perhaps;
Walâ yatang pasok bukas.

Perhaps there is no class tomorrow.

yayà, n. invitation;
Ang yayà ni Simon ay mamistá sa Ubando. Simon's invitation is to attend the fiesta at Ubando.

yayain, v. to invite; to persuade;
Yayain mo siyáng magpasyál. Invite her to take a walk.

yayamang, conj. since;
Yayamang hindi ka nagtagumpáy ay maghintô ka na sa kasusulat. Since you did not succeed, you better stop writing.

yayát, adj. emaciated;
Yayát na ang mukhâ ni Toreng sa hindi pagtulog. Toreng's face is already emaciated for lack of sleep.

yeso, n. chalk;
Bumili ng yeso si Tessie. Tessie bought some chalk.

yoyo, n. toy;
Marunong magyoyo si René. Marunong maglarô ng yoyo si René. René knows how to play yoyo.

yukayók, adj. crestfallen,
Yukayók nang yukayók si Isláw nang málingunán ko. Isláw was crestfallen

when I looked at him.

yukô, adj. stooped;
Yukô at mahinà na ang asawa ni Leida. Leida's husband is already stooped and weak.

yukód, n. salute; stoop;
Kung yumukód si Andres ay yukód-Hapón. When Andres stoops or bows, he does it just like a Japanese.

yukuán, v. to stoop;
Tumindíg ka at yukuan ang inyong prinsipal. Stand up and stoop to your principal.

yugyóg, n. shaking; shake;
Yugyóg nang yugyóg si Lucas sa sangá ng manggá para malaglág ang salagubang. Lucas keeps on shaking the mango branch in order that the salagubang may fall.

yugyugín, v. to shake;
Yugyugín mo ang sangá at nang maball. Shake the branch so it will break.

yumakag, v. to invite; to call;
Yumakag ka ng tatlóng kaibigan para mag-aral sa Espiritu Santo at nang mawalán ka ng bayad sa matrikula. Invite three

667

friends to study with you
at Espiritu Santo so your
tuition fee will be free.

yumao, v. died;
Ang yumao ay nakaiwan
ng malaking kayamanan.
The one who died was
able to leave a great
wealth.

yumì, n. modesty; meekness;
Ang yumì ng babaing ka-
usap mo! How modest
the woman with whom
you are talking is!

yungib, n. cave;
Nasa madilím na yungib
ang matandâ. The old
man was in a dark cave.

yungyóng, n. shelter; shade;
Ang yungyóng ng kahoy
ay nakalililim sa aming
harapan. The shade of
the tree shades the front
of our house.

yungyungán, v. to shelter; to
shade; to protect;
Yungyungán mo ang hala-
mang bagong taním. Shade
the newly planted plants.

yupì, n. dislocation;
Ang yupì ng balde ay nasa
kaliwâ. The dislocation
of the can is on the left

yupiín, v. to distort;
Huwág mong yupiin ang

lata. Do not distort the
can.
Yupí-yupî ang nábilí ni-
yáng lata ng gatas. The
can of milk she bought is
flattened.

yupí-yupî, adj. distorted;
flattened;

yurak, n. trampling;
Yurak ka nang yurak sa
unan, bakâ iyán ay pumu-
tók. You keep on tram-
pling on the pillow, that
might burst.

yurakan, v. to trample;
Huwág mong yurakan ang
kutsón at mapípispís. Do
not trample on the cushion
for it will be pressed.

yutà, n. a hundred thousand;
Bumilí si Sabel ng isáng
yutang pusò ng maís para
ibigáy sa iyó. Sabel
bought a hundred thou-
sand ears of corn to give
you.

yutyót, n. shake, shaking;
Ang yutyót ni Pablo ng
sahig na kawayan ay na-
kahihilo. Pablo's shaking
of the bamboo floor makes
one dizzy.

yutyutín, v. to shake;
Yutyutín mo ang sahíg at
nang malaglág ang dumí.
Shake the bamboo floor so
the dirt will fall.

—A—

áandáp-andáp, adj. flickering
áanim, adj. only six
abakada, n. alphabet
abalahin, v. to bother; to trouble.
abot-tanáw, n. horizon
abubot, n. knick-knacks
abuloy, n. contribution
akay, n. a person guided by the hand
akda, n. writings
akin, pron. my or mine
aklát, n. book
aklatan, n. library
akó, pron. I
akuwariyum, n. aquarium
adobo, n. pork or chicken seasoned with vinegar, salt, garlic, and pepper.
agád, adv. immediately
agahan, n. breakfast
maaga, adv. early
agam-agam, n. doubt
agapan, v. to be early or punctual.
agaw-buhay, adj. between life and death
aghám, science
agwát, n. distance
alalahanin, v. to remember; to recollect.
alang-alang, n. consideration; respect.
alangán, adj. improper; doubtful.
alinsunod sa or kay, prep. according to
alipato, n. sparks
alisín, v. to take away; to remove.

almusál, n. breakfast
ampalayá, n. amargoso
amukiín, v. to persuade; to induce.
anák, n. son or daughter
anahaw, n. a kind of palm
anás, n. whisper
ang n. article; the
angkák, n. a kind of coloring used in buring isdâ.
angkán, n. family
angkás, v. riding together in the same vehicle.
angkát, v. goods gotten on credit with the promise of paying it after it is sold.
ani, n. harvest
anib, v. joined
anim, adj. six
aninag, v. can be traced
anino, n. shadow
anito, n. god or goddess worshipped by some wild people, or pagans.
anó, pron. what
antala, n. late arrival; boiled rice with cocoanut milk.
antók, n. sleepiness
anunas, n. a kind of fruit, brown and larger than an orange, or atis.
araw-araw, adv. every day
maarawan, exposed to the sun
paarawan, dry in the sun
ari, n. property
arí-arían, n. property; belonging.
aringkín, n. tumble as in a circus.

aruga, n. care
asal, n. habit; custom.
asaról, n. hoe
asawa, n. wife or husband.
asín, n. salt

aso, n dog
asó, n. smoke
asukal, matamís, n. sugar
asuhos, n. a kind of very fine fish.

—B—

bumilang, v. count
bumilí, v. buy.
bumuwís, v. pay taxes.
bunga, n. fruit.
bungad, n. front; beginning.
bungál, adj. without front teeth.
bungang-araw. n. prickly heat.
bunganga, n. gullet of large animals.
bunggo, v. bump; bumping.
bungi, adj. hare-lip.
bungisngis, v. always laughing.
bungo, n. skull.
buntón, n. mound; heap.
bunso, n. youngest child.
buo, n. whole.
buód, n. brief summary.
burá, n. erasure.
buradól, n. kite.
busabos, slave.
busál, (ng kabayo); cover of

the mouth.
busal, (ng mais); corn cob.
busisí, adj. meticulous.
busog, n. spear.
busóg, adj. very much satisfied.
butas, n. hole; butás, arj. with a hole.
butil, n. grain of cereal.
butó, n. bone.
butones, bitones, n. buttons.
butsé, n. place where grains eaten by the chicken are temporarily stored before digestion.
magputok ang butse, v. to envy.
buwál, down.
buwán, n. moon: month.
buwíg, n. bunch as of bananas.
buwís, n, pay taxes
buwisit, adj. ill luck.
buyón, n. big stomach.

—K—

ka, pron. you.
kaanib, n. member of an organization.

kaáng, n. earthen jar for holding drinking water.
kaawa-awa, adj. pitiful.

kabá, n. premonition; fear.
kababalaghán, n. something unusual, or obscure; mystery.
kababayan, n. townmate.
kabaka, n. enemy.
kabag, n. flatulence.
kabaitan, n. virtue; prudence.
kabalitaan, adj. well-known.
kabán, n. trunk, (for clothes).
kabanalan, n. religious practices.
kabaong, n. a place where the body of a dead person is placed before burial.
kabataan, n. youth; childhood.
kabayo, n. horse.
kabihasnán, n. civilization.
kabila, n. neighbor or next house; next door.
kabilán, adj. not even.
kabít, adj. joined together.
kabuhayan, n. livelihood.
kabuluhán, n. usefulness.
kabutí, n. mushroom.
kabiyawan, n. sugar mill.
kaka, n. uncle.
kaká, older brother.
kakak, n. cackling of hens.
kakanán, n. place where animals like pigs are fed.
kakilala, n. acquaintance.
kagabí' adv. last night.
kagalang-galang, adv. respectful.
kagalingan, n. welfare.
kagatín, v. bite.
kagawad, n. member.
kágawarán, n. department.

kahalili, n. substitute; successor.
kahati, n. partner.
kahit, conj. although.
kahirapan, n. poverty, hardship.
kahón, n. box.
kahoy, lumber, wood.
kahulugán, meaning.
kaibigan, n. friend.
kailan, adv. when.
kailangan, n. necessary; necessity.
kalabáw, n. carabao.
kalabasa, n. squash.
kalbó, adj. bald-headed.
kaliwa, adj. left-handed.
kalahati, n. half.
kalán, n. a native stove made of earth.
kalapati, n. dove; pigeon.
kalatas, -n. letter.
kalatís o kilatís, n. noise made by footsteps.
kalawang, n. rust.
kalaykáy, n. rake.
kalayaan, n. liberty; freedom.
kalesa, n. two-wheeled vehicle pulled by a horse.
kalikasan, n. nature.
kaligtasan, n. safety; liberation.
kalihim, n. secretary.
kaliluhan, n. cruelty.
kalimutan, v. to forget.
kalinga, n. care.
kalinisan, n. federation.
kaluwalhatian, n. glory.
kalye, n. street, raod.
kamag-anak, n. relative.

kamalig, n. barn; storehouse.
kamangmangán, n. ignorance.
kamátayan, death.
kamatis, n. tomato.
kamáy, n. hand.
kambál, twin.
kamí, pron. we.
kamiseta, n. undershirt.
kamote, n. sweet potato.
kampít, n. kitchen knife.
kampon, n. follower.
kamusmusán, n. childhood.
kanan, n. right hand.
kandila, n. candle.
kanilá, pron. their or theirs
kanin, n. boiled rice.
kanina, adv. a while ago.
kanino, pron. whose.
kanluran, n. west.
kantá o awit, n. song.
kaniyá o kanyá, pron. her or
  hers, his.
kapabayaán, n. neglect.
kapahamakán, n. danger.
kapahintulután, n. permis-
  sion.
kapangyarihan, n. right.
kapansanan, n. obstacle.
kapatíd o kápatiran, brother
  or sister; brotherhood.
kapayapaan, n. peace.
kapé, n. coffee.
  magkapé, v. have coffee cr
  take coffee.
kapighatian, n. sorrow.
kapiraso, n. a little bit; a
  small piece.
kapisanan, n. society
kapita-pitagan, adj. respect-
  ful.

kapit-bahay, n. neighbor.
kapós, adj. insufficient.
kapote, n. raincoat.
kapuluán, n. archipelago.
kapuná-puná, adj. calling at-
  tention.
kapuwá, pron. both.
karampatan, adj. adequate.
karaniwan, ordinary; nearly
  always.
karapatán, n. right.
karayom, n. needle.
karitela, n. two-wheeled vehi-
  cle larger than a calesa also
  pulled by a horse.
karitón, n. cart; two-wheeled
  vehicle pulled by a carabao.
karpintero, n. carpinter.
karunungan, n. knowledge;
  wisdom.
karugtóng, n. continuation.
kasál, n. marriage.
kasalanan, n. sin.
kasalukuyan, adv. presently;
  at present.
kasalungát, adj. opposite.
kasalo, n. messmate; one who
  eats with you on the same
  table.
kasama, n. companion.
kasamá, n. tenent.
kasamaán, n. something bad.
kasangkapan, n. household be-
  longings.
kasapi, n. member.
kasarinlán, n. liberty.
kasáyahan, n. celebration;
  festivity.
kasi, n. sweetheart; darling.
kasibulan, n. youth.

kasinlakí, adj. having the same size.
kasulatan, n. document.
kasíng, .n prefix.
kasunód, n. next; following.
katá, pron. you and I.
katabilán, n. talkativeness.
katad, n. carabao hide.
katahimikan, n. peacefulness.
katám, n. plane.
katámaran, n. laziness.
katampatan, n. sufficient.
katapatan, n. loyalty.
katarungan, n. justice.
katawán, n. body.
katayin, v. butcher as in pigs.
katha, n. writings.
katibayan, n. proof.
katiwala, n. one in charge.
katíyakán, n. definiteness.
katotohanan, n. truth.
katulong, n. helper; maid.
katre, n. bed.
katumbás, n. equivalent.
katungkulan, n. duty, occupation.
katuwaan, n. happiness.
kaugalian, n. custom; habit.
kaunlarán, n. success.
kaunti, n. a little; a bit.
kausap, n. person spoken to.
kawad, n. wire.
kawan, n. group.
kawangki, adj. similar.
kawaní, n. employee.
kawayan, n. bamboo.
kawikaán, n. sayingss; pro-

verbs.
kay, prep. to; for; of.
kaya, n. wealth; kayá, conj. because.
kayamanan, n. riches.
keso, n. cheese.
kidlát, n. lightning.
kilay, n. eyebrow.
kimi, adj. timid.
kinamayán, v. shook hands with.
kinke, n. kerosine lamp.
kisápmatá, n. in a wink.
kita, n. salary; kitá, pron. you.
klase, n. class.
komedór, n. dining room.
kubo, n. small hut.
kudkuran, n. grater.
kulang, adj. not enough; not sufficient.
kulilíng, n. small bell.
kulungín, v. enclose.
kumain, v. to eat.
kumantá, v. to sing.
kumatók, v. to knock.
kurukuro, n. opinion; observation.
kusiná, n. kitchen.
kutsara, n. spoon.
kutsero, n. driver.
kutsilyo, n. knife.
kutya, n. ridicule; sarcasm.
kuwako, n. pipe.
kuwadro, n. frame.
kuwenta, n. account.
kuwento, n. story.

—D—

daán, n. hundred; sandaan-
one hundred.

daáng-bakal, n. railroad
track.

dakila adj. great.

dakpín, v. to capture.

dako, n. spot.

daga, n. mouse.

dagat, n. sea.

dagdág, n. addition.

dagok, n. blow; dagukan.

dagukan, v. give a blow.

dahóp adj. not enough.

dahon, n. leaf.

daigdíg, n. world.

damay, n. help; aid.

dambana, n. altar.

darák, n. rice bran.

dasál, n. prayer.

daya, n. deceit; fraud.

dibdíb a. breast.

digmá, n. revolution, war.

dilág, n. beauty; splendor.

diligín, v. to sprinkle; to wa-
ter.

dilím, n. darkness.

dingdíng, n. wall; partition.

dukha, adj. poor; destitute.

dula, n. drama.

dulang, n. low dining table.

duling, adj. cross-eyed.

dulo, n. end.

dumampót, v. to pick up.

dumí, n. dirt.

dunong, n. knowledge

dungo, adj. timid.

dúrungawan, n. window.

duwág, adj. coward: not
brave.

duyan, n. cradle.

—E—

ebidensiya, n. proof; evi-
dence.

eklipse, n. eclipse.

eksportadór, n. exporter.

eskabetse, n. one way of cook-
ing fish.

—G—

gabayán, v. put railings on.

gabi n. night; gabi, n. tuber.

gadgarín, v. grate.

gagambá, n. spider.

gagarín, v. to imitate.

gambala, n. trouble; bother.

ganá, n. salary; earnings.

ganáp, adj. complete.

ganiyán, pron. like that.

ganoón, like that.

gansál, adj. not even; odd
number.

gantimpala, n. prize; reward.

gapas, n. harvest.

gata, n. coconut milk..

gatas, n. milk.

giba, v. wrecked; torn down.

guhit, n. line.

gumanáp, v. perform.
gumuhit, v. to draw.

guya, n calf of cow or cara-
bao.

H

habág, n. pity.
habulin, v. run after; chase
hakbáng, n. step.
hagdán n. stairway; ladder.
halika, v. coma.
halikán, v. kiss.
haligi, n. post.
halimaw, adj. greedy.
halimbawa, n. example.
halo, n. pestle; halo, adj.
mixed or mixture.
hambóg, adj. boastful.
hampás, n. blow, strike.
hanapin, v. look for.
hangád, n. wish; desire.
haulá, n. cage.
hawa, v. contaminate.
hero, n. brand on cow or cara-
bao or horse.

hihip, n. blow; blower.
hilaga, n. north.
hilot, n. midwife.
himpapawíd, n. air.
himagas, n. dessert; sweets.
himagsikan, n. revolution.
himbíng, n. profound sleep.
himig, n. tune; melody.
hinahon, n. serenity; pru-
dence.
hinlóg, n. relatives.
hinóg, adj. ripe.
hipon, n. shrimps.
hirám, adj. borrowed.
hukuman, n. court.
humiga, v. lie down.
humigop, v. to sip.
humingi, v. to petition; to
ask.

I

ikalat, v. spread; scatter.
idaos, v. to hold as a meeting.
ilak, n. contribution.
inggit, n. envy.
iníp, n. impatience.
inyó, pron. your or yours.

irog, n. darling.
isaw, n. large intestine.
isuót, v. to wear; put on.
iták, n. big bolo.
itapon, v. to throw away.

L

lábahan, n. place for washing.
labnutín, v. snatch.
lagak, n. bail; deposit.
lagnát, n. fever.
laitin, v. insult; vilify.
lalagyán, n. container.
lalamunan, n. throat.
lalawigan, n. province.
lalo, adv. more; excessive.
lamán, n. meat; lamang, adv. only.
lampá, adj. weak; feeble.
landás, n. path; road; way.
langís, n. oil.

laro, n. game; play.
lasa, n. taste.
limayón, v. to while away time uselessly.
lipunan, n. society.
litis, n. trial in court.
liwalíw, n. vacation; rest.
liwanag, n. light.
lulan, n. cargo; load.
lumuksó, v. to jump; hurdle
lumpó, n. lame.
lusak, n. mire; mud.
lusóng, n. mortal.
lustayín, v. to spend money foolishly.

—M—

maaarí, v. can be; possible.
mabagal, adj. slow.
mabiní, adj. modest; gentle.
mabunyi, adj. f a m o u s; known.
makatí, adj. itchy; scratchy.
makisig, adj. elegant; lively
madalang, adj. sparse; infrequent.
madalás, adj. often; frequent.
madali, adj. easy; quick.
madulás, adj. slippery.
mag-alaga, v. to take care of.
magasláw, adj. rough; uncouth.
magaspáng, adj. c o a r s e; rough.
mag-atubilí, v. hesitate.

magdamág, n. all night long.
maghain, v. set the table.
mag-impók, v. to save.
magigí, adj. slow-footed.
maglingkód, v. to serve.
magluto, v. to cook.
magtatág, v. found; establish.
malinaw, adj. clear.
malihim, adj. secretive.
mana, n. inheritance.
mapusók, adi. furious; vehement.
meselang, adj. meticulous; fastidious.
masikap, adj. active; deligent.

—N—

naku! interj. expressing sur-
  prise.
naguas, n. underskirt.
namin, pron. our or ours.
náritó, pron. it is here.
niná plural of ni.

nitó, pron. of this.
niyá, pron. his or her.
niyón, pron. of that.
ngalan, n. name.
ngipin, n. teeth.

O

orasyon, n. angelus.

—P—

pabaya, adj. negligent.
paksa, n. subject matter;
  theme; topic.
pakuwán, n. watermelon.
páhayagán, n. newspaper.
pahirin, v. wipe off.
pain, n. bait.
palakól, n. ax.
palakpák, n. applause; clap-
  ping of hands.
palad, n. fortune; fate.

palaganapin, v. to propagate.
palitán, v. to change.
palumpóng, n. plants.
panahón, n. season.
pantás, n. wise; sage.
pangarap, n. dream.
papag, n. low bamboo bed.
paraán, n. ways & means
pátakarán, n. policy.
pulá, adj. red; pulo, n. island.

—S—

sabáw, n. broth.
sabík, adj. eager; ankious.
sabón, n. soap.
sabong, n. cockfigth.
salapi, n. money.
salas, n. living room.
salát, adj. scanty.
salot, n. pestilence.
salu-salo, n. gathering; party.
sakali, prep. in case.
  truction.

sagana, adj. a b u n d a n t;
  plenty.
súliranín, n. problem; trou-
  ble..
sumbóng, n. complaint.
sumuko, v. surrender; give
  up.
suntók, n. blow with a fist.
supot, n. bag.
suriin, v. look into; examine.

—T—

talaksán, n. pile of firewood.

talampás, n. level area on top of a hill.

talbós, n. young leaves.

talím. n. blade.

talino, n. talent; intelligence.

tigpasín, v. cut off.

tsiko, n. delicious brown, sweet fruit.

tsino, n. Chinese.

—U—

uwák, n. crow.

uwáng, n. beetle.

—W—

walang-habas, adj. careless.

wikaín, n. dialect; adage; maxim.

—Y—

yakapin, v. embrace.

yantók, n. rattan.

yugto, n. brief stop in a drama.

APPENDIX

1. agaw-buhay (naghíhi-ngalô). dying; about to die;
   Agaw-buhay ang kaniyang iná. Her mother is dying.

2. balat-kayô. disguise; appearing to be what she is not;
   Balat-kayô ang bihis ni Juan. Juan is in disguise.

3. banál na aso, santóng kabayo. One pretending to be religious;
   Si Jose ay banal na aso, santóng kabayo.

4. bantáy-salakay. the one guarding is the one stealing;
   Bantáy-salakay a n g taong iyán. That man is the one guarding but he is the one stealing.

5. bigláng-yaman. get rich quick;
   Ang mga Reyes ay bigláng-yaman. The Reyes es got rich quickly.

6. Bigláw (di-hinóg). not ripe;
   Maraming bigláw ang duhat na nabili ko. The duhat that I bought has plenty of unripe ones.

7. bubót (hiláw at murà). not ripe;
   Will not ripen but may get rotten.

8. bukáng-liwaywáy. dawn;
   Bukang liwayway na nang dumating si Luis. It was already dawn when Luis arrived.

9. bukás-palad (galante). one ready to spend; generous;
   Bukás-palad ang kaniyáng asawa. Her husband is generous.

10. kabagáng (kabatakán; kapalautangáng - loób; maaaring molestiyahin). one who reciprocates favors;
    May kabagáng si Jose sa Maharnilad. Jose has somebody at the city hall who can reciprocate favors.

11. kaginsá-ginsá (waláng anu-anó). all of a sud—den;
    Kaginsa-ginsá ay dumating si Juan sa amin. All

of a sudden Jose arrived at home.

12. kilatís-pinggán. somebody seen in almost all parties; easily invited; Kilatís-pinggán ang tawag sa amin sa mga dalagang Lopez. The Lopezes are seen in almost all parties in our town.

13. kulang sa pitó, labis sa waló. mentally unbalanced; Iyáng si Angkô ay kulang sa pitó, nguni't labis sa waló. Angkô is said to be mentally unbalanced.

14. kuripot (maramot). stingy; Mahirap makisama sa taong kuripot. It is hard to deal with stingy people.

15. huling-kabít, (kulitad). last one to join; Kulitad si Felipe sa takbuhan. Felipe is the last in the race. Hulíngkabít si Leoncio sa Iglesiya ni Kristo.

16. lumang tugtugin. old practice; Lumang tugtugin na ang ipinakikita ni Lucio. Lucio's telling lies is an old pratice of his.

17. luksáng-aso. wearing red and black; not in mourn; Luksang-aso si Rita. Rita is wearing a red blouse and a black skirt.

18. makabunot-haligi. a very strong wind; Makabunot-haligi a n g hangin kahapon. Yesterday's wind was very strong.

19. makalaglág-matsíng. bewitching eyes; Makalaglág-m a t s í n g kung siya'y tumingin. He looks at her with bewitching eyes.

20. makuskós-balungos, (madiwarà). meticulous; Her husband is very meticulous. Makuskós-balungos ang kaniyáng asawa.

21. malabayawak, (yellowish). half-ripe (as in mango); Masaráp ang manggang malabayawak. I like half-ripe mangoes.

22. malahiningá, (maligamgám; mainit-init). tepid water;

xlii

23. **malasado. soft boiled or half-cooked,** (as in egg or beef);
Ibig ko ng malasadong itlog. I like soft boiled eggs.

24. **mababang-loób,** (mabait). kind-hearted;
Mababang-loób a n g iyóng kapatíd. Your sister is kind-hearted.

25. **mabuting tikas,** (may magandang damít) well dressed;
May mabuting tikas ang dalagang iyán. That lady is well-dressed.

26. **magdaláng-awà.** have compassion; be pious;
Magdaláng-awà ka sa batà. Have compassion on the child.

27. **magdaláng-hiyâ.** be ashamed of; be prudent;
Magdaláng-hiyâ ka sa iyóng iná. Be ashamed to face your mother.

28. **mapagkunwarî.** appearing to be what she is not;
Mapagkunwarî ang kasama mo. Your companion appears to be what she is not.

29. **mapagmataás.** h i g h sounded; proud;

Mapagmataás ang kaibigan mo. Your friend is proud.

30. **mapagtanim,** (hindi babatì kapág nakipagkagalít). would not speak with one he scolds;

31. **matáng tiklíng** (bála na'y tiningnán). always looking at everything.

32. **matandâ pa sa humukay ng ilog,** (lipás na sa uso) (lumang-luma na). quite old or absolete;
Matandâ pa sa humukay ng ilog ang kaniyáng terno. Her terno is quite old.

33. **may-sa-gabí,** (hindî nababasâ). does not get wet;
May-sa-gabí si Nardo kayâ nakaparito kahit umuulan. Nardo does not get wet, so he could come even if it is raining.

34. **may-sa-palos,** (madalíng makahulagpós o makawalâ). gets untied easily;
They said Pedro can get loose easily, so I saw him yesterday. Sabi nila ay madalî raw makahulagpós si Pedro kaya nakita ko siyá kahapón.

35. ningas-kugon. easily ex
tinguished; dies easily;
Ang kanilang kapisanan
ay ningas-kugon lamang
Their club dies easily.
36. palanggagád. always
imitating;
always doing what he
sees others do. Palang-
gagád ang iyóng kapit
bahay. Your neighbor
is always imitating you.
37. palaisíp, (laging nag-
iisíp). always thinking;
Palaisip ang kaniyáng
anák bagamán batà pa.
Her son is always think-
ing although he is still
young.
38. taingang-daga, mush-
room — like plant,
blackish in color, that
grows on wood; it is
soaked in water and used
in pansit or lutong-
makaw. Jose is fond of
taingang-daga.
Maibigin si Jose sa
taingang-daga.
39. patáy-gutom, (timawà).
vagabond;
Isáng patáy-gutom ang
ang nápangasawa ni Lu-
cia. Lucia married a
vagabond.
40. sampáy-bakod, (di-tu-
nay). not real; not

genuine; Sampay-bakod
lamang ang tumulâ sa
palatuntunan. The one
who recited a poem at
the program is not a
real poet.
41. taingang-lipiyâ, (nagbi-
bingí - bingihan). un-
mindful; not minding
the one talking to him;
Nagtataingang-lipiyâ na
si Simon sa kaniyang
mga kasama. Simon does
not mind whatever his
companions tell him.
42. takipsilim. — growing
dark; at the approach
of the night;
Nang dumating si Leo
kahapon ay takipsilim na.
When Leo arrived yester-
day it was already grow-
ing dark.
43. talipandás. inconstant;
self-willed: imprudent;
Isáng talipandas na
babae ang nápangasawa
ni Joaquin. Joaquin mar-
ried a self-willed woman.
44. tawang-aso. sarcastic
laugh;
Leon made a sarcastic
laugh. Gumawâ si Leon
ng isáng tawang-aso.
45. tinangáy ng bahâ. old
tradition forgotten;

Tinangay na ng bahâ ang ugaling ipinamamalas niyá. The custom he is showing is an old tradition.

46. ubos-kaya. h e l p i n g wholeheartedly; Ubos-kaya kung tumulong si Juan. Juan helps wholeheartedly.

47. ubos-lakás. very strong; Ubos-lakás ang hangin sa disiyerto. The wind at the desert is very strong.

48. urúng-sulóng. hesitating; undecided; Urúng-sulóng si Juana sa pagpuntá sa parti. Juana is hesitating to go to the party.

49. waláng lingón likod, (di lumiligon sa pinangga-lingan). does not recognize or return favors granted; Umalís si Rita na waláng lingón-likód. Rita left without looking back.

50. waláng sikmurà, (waláng pandamdám). unashamed; no embarrassment; Walang sikmurà si Dalmacio. Dalmacio shows no embarrassment.

51. waláng utang na loób, (di marunong gumantí sa nagpalà sa kaniyá). does not return favors granted him; Waláng utang na loób ang iyóng alagà. Your adopted child does not recognize favors granted him.

Mga Saláwikaín

1. Nawawalâ ang arì, nguni't ang urì ay hindî.
2. Sa larangan ng digmaan, nákikilala ang tapang.
3. Ang bayaning masugatan, nag-iibayo ang tapang.
4. Ang kapangahasán ay bunga ng pag-asa.
5. Ang lalaking pangahás, tandaán mo't siyáng duwág.
6. Pag sa harapán nálantád; una-unang tumitiplád.
7. Ang pag-ilag sa kaaway, ang tunay na katapangan.
8. Ang natatakot sa ahas, ay huwág lalakad sa gubat.
9. Ang taong mapanaghilì, lumigaya man ay sawî.
10. Waláng matibay na baging sa mabuting maglambitin.
11. Waláng matiyagáng lalaki sa tumátakbóng babae.
12. Ang nagtitiis ng hirap, may ginhawáng hinahangád.
13. Ang kahoy na babád sa tubig, sa apóy, huwág ilapit.
    Pag nadarang na sa init, sápilitáng magdirikít.
14. Kapag nakabukás ang kabán, natutuksó kahit banál.
15. Ang inahíng mapagkupkóp, dî man anák sumusukob;
    Sa inahíng mapamupog, pati akay, sumasabog.
16. Sa taong may hiyâ, ang salitá'y panunumpâ.
18. Minamahál habang mayroón, kung walâ ay patapun-
    tapon
19. Nang makatagpô ka ng damít na payong,
    Ang abáng anahaw ay dì na málingón.
20. Ang kampana'y kahit baság
    Matutugtog din sa agunyás.
21. Anó mang tibay ng piling abaká,
    Ay walâ ring lakás kapág nag-iisá.

22. Ang mabigat, gumagaan
    Pag napagtútuwangan.

23. Ang dungis ng iba bago mo batiin,
    Ang dungis mo muna ang yong pahirin.

24. Ang gawâ sa pagkabata'y dalá hanggáng sa tumandâ.
    Pag ang binhî ay magaling, sumamà ma'y gágaling din.

25. Di ka sukat maniwalà sa mga sabi at wikà,
    Patag na patag ang lupà sa ilalim ay may lungga.

26. Ang kahoy, hanggáng malambót
    Ay madalíng mahuhubog.
    Kung lumakí na't tumayog
    Mahirap na ang paghutok.

27. Mayaman ka ma't marikít,
    Magandá ang pananamít
    Pagwalâ kang tagong baít
    Waláng halagáng gahanip.

28. Kapag may isinuksók, may titingalaín.

29. Waláng pagod magtipon, Waláng hinayang magtapon.

30. Ang taong nagtútumulin,
    Kung mátiník ay malalim.

31. Ang di lumingón sa pinanggalingan,
    Di makararating sa paroroonan.

32. Aanhin pa ang damó, kung walà na ang kabayo.

33. Kung anó ang taás ng pagkadakilà
    Siyá ring lagapák kapág nápadapâ.

34. Ang lakí sa layaw, karaniwa'y hubád
    Sa bait at muni, sa hatol ay salát;
    Masakláp na bunga ng maling paglingap,
    Habág ng magulang sa irog na anák.

35. Ang taong mágawî sa ligaya't alíw
    Mahinà ang puso't lubháng maramdamin,

Inaakalà pa lamang ang hilahil
Na daratna'y di na mátutuhang bathín.

36. Para ng halamang lumakí sa tubig
Daho'y nalalantá muntíng dî mádilíg
Ikinaluluóy ang sandalíng init
Gayon din ang pusong sa tuwa'y mániíg.

37. Sapagká't ang mundó'y bayan ng hinagpis
Mámamayá'y sukat tibayan ang dibdíb,
Lumakí sa tuwá'y waláng pagtitiís
Anóng ilalaban sa dahás ng sakit?

38. Kung ang isalubong sa iyóng pagdatíng
Ay masayáng mukhá't may pakitang giliw;
Lalong pag-ingata't kaaway na lihim
Siyáng isaisip na kakabakahin.

39. O pagsintáng labis ng kapangyarihan.
Sampúng mag-aamá'y iyóng nasasakláw,
Pag ikáw ang nasok sa pusò ninumán.
Hahamaking lahát masunód ka lamang.

40. At yuyurakan na ang lalong dakilà
Baít, katuwira'y ipangánganyayà,
Buóng katungkulá'y wawalíng bahalà
Sampû ng hiningá'y ipaúubayà.

41. Langaw na matuntóng sa kalabáw
Ay mataás pa sa kalabáw.

42. Ang taong nagigipít
Sa patalím kumakapit.

43. Ang lumalakad nang marahan
Kung matinik ay mababaw.

44. Ang pag-aasawa ay di gawáng birò
Na nailuluwâ kapagka napasò.

45. Nasa Diyós ang awà,
Nasa tao ang gawâ.

Buildings and Offices
Mga Gusali at Tanggapan

1. city hall — gusaling pamahalaan ng lunsod

2. city government — pamahalaan ng lunsod

3. provincial government — pamahalaan ng lalawigan

4. municipal government — pamahalaan ng bayan o muni-sipiyo

5. Philippine Executive Commission — Pamahalaang Tagapagpaganap ng Pilipinas

6. Commissioner of the Interior — Komisyonado ng Kagawarang Panloob

7. Commissioner of Finance — Komisyonado ng Pananalapi

8. Philippine Council of State — Sangguniang Bansa ng Pilipinas

9. Executive Secretary — Kalihim Tagapagpaganap

10. Auditor General and Director of the Budget — Tagasuring Panlahat

11. Department of Education — Kagawaran ng Pagtuturo

12. Bureau of Justice — Kawanihan ng Katarungan

13. Court of Appeals — Hukuman sa Paghahabol

14. Homesteads and Free Patents Section — Pangkat sa mga Homisted at Pagkakaloob ng Katibayan.

15. Office of the Director — Tanggapan Patnugot.

16. Curriculum and Instruction Division — Sangay ng Takdang Aralin o Kurikulum at Pagtuturo

17. Administrative Officer — Punong Tagapangasiwa

18. Gazette and Library Division — Sangay ng Lathalaan at Aklatan

19. Legislative Secretary (by detail) — Kalihim ng Pagbabatas (itinalaga)

20. Office of the Financial Assistant — Tanggapan ng Kawani sa Pananalapi

21. Bureau of Civil Service — Kawanihan ng Serbisyo Sibil

22. Chief of the Civil Service — Puno ng Serbisyo Sibil

23. Assistant Chief of the Civil Service — Pangalawang Puno ng Serbisyo Sibil

24. Boards of Examiner — Mga Lupong Tagasulit

25. Office of the Assistant Commissioner — Tanggapan ng Pangalawang Komisyonado

26. Bureau of Local Governments — Kawanihan ng mga Pamahalaang-Bayan

27. Bureau of Treasury — Kawanihan ng Ingatang-Yaman

28. National Treasurer — Tagaingat-Yamang Pambansa

29. Bureau of Customs and Internal Revenue — Kawanihan ng Aduana at Rentas Internas

30. Division of Provincial Fiscals — Sangay ng mga Piskal ng Lalawigan

31. Clerks of Courts and Sheriffs — Mga Pinunong Kawani ng Hukuman at mga Serip

32. Welfareville Institutions — Mga Bahay-Ampunan sa Welferville

Printed by
CACHO HERMANOS, INC.
Pines cor. Union Sts.
Mandaluyong, City